ഗ്രീൻ ബുക്സ്

യുഗപ്പിറവിക്ക് മുമ്പിൽ - ഭാഗം 1

രജിത് കുമാർ ആർ.

തൃശ്ശൂർ ജില്ലയിലെ തിരൂരിൽ ജനനം.
അച്ഛൻ: തിരൂർക്കാവ് വീട്ടിൽ കെ.പി. രാഘവൻ (Late).
അമ്മ: സുലോചന (Late).
ഭാര്യ: ഷാമിലി (ടീച്ചർ, ഭാരതീയ വിദ്യാഭവൻ)
മക്കൾ : നക്ഷത്ര, ഗംഗ
വിലാസം : തിരൂർക്കാവ് വീട്, തിരൂർ,
മുളങ്കുന്നത്തുകാവ് പി.ഒ., തൃശൂർ
Email : rejithpazhni@rediffmail.com
www. lionmayura.org

ഓർമ

യുഗപ്പിറവിക്ക് മുമ്പിൽ

ഭാഗം 1

രജിത് കുമാർ ആർ.

ഗ്രീൻബുക്സ്

green books private limited
gb building, civil lane road, ayyanthole,
thrissur- 680 003, kerala, ph: +91 487-2381066, 2381039
website: www.greenbooksindia.com
e-mail: info@greenbooksindia.com

branches:
thrissur 8589095302
thiruvananthapuram 8589095301
calicut 8589095307

malayalam
yugappiravikku mumpil
memoirs
by
rejith kumar r.

published november 2022

printed in india
perfect pagemaker

isbn : 978-93-93596-94-9

₹ 450.00
GBPL/1263/2022

സമർപ്പണം

എന്നെ
ഞാനറിയാതെ
തിരഞ്ഞെടുത്ത
പഴനിയാണ്ടവന്

എന്നെ
പ്രസവിച്ചു
വളർത്തിയ
അമ്മയ്ക്ക്

ഉള്ളടക്കം

മുന്നുര

ഒരു പുസ്തകരചനയെന്നാൽ വലിയ ദൗത്യമാണ്. എഴുതപ്പെട്ട വാക്കുകൾ ചരിത്രമാണ്. അതു ലോകാവസാനംവരെ നിലനിൽക്കും. ഈ ഗ്രന്ഥരചനയെപ്പറ്റി ആദ്യം ആലോചിക്കുമ്പോൾ എന്റെ മനസ്സിൽ വന്നത് ഇതാണ്. ഈ കൃതികൊണ്ട് നിങ്ങൾ എന്താണ് പറയാൻ ശ്രമിക്കുന്നത്? എന്തു സന്ദേശമാണ് ഇതു വായിക്കുന്നവരിലേക്കും അവർ ഉൾപ്പെടുന്ന സമൂഹത്തിലേക്കും പകർന്നുനൽകാൻ ആഗ്രഹിക്കുന്നത്? പ്രത്യേകിച്ചും അതു സ്വന്തം ജീവിതത്തിലെ ഏടുകളെങ്കിൽ ആ ചോദ്യത്തിനു കാഠിന്യം കൂടും.

എന്റെ ജീവിതപ്പാത ഇങ്ങനെ ക്രോഡീകരിക്കാൻ തീരുമാനമെടുക്കുമ്പോൾ ഉള്ളിൽ ഉയർന്ന കാതലായ രണ്ടു ചോദ്യങ്ങൾ ഇവയായിരുന്നു. എന്തിന്? എന്തുകൊണ്ട്?

ഒരു അതിസാധാരണ കുടുംബത്തിൽ സാധാരണക്കാരനായി ജനിച്ച എനിക്ക് ഒരു പോയിന്റിൽ വച്ചുണ്ടായ അനിതരസാധാരണമായ അനുഭവത്തെത്തുടർന്ന് കേവലകുതൂഹലം കൊണ്ട് അതിനെ പിന്തുടരുകയും ഞാനറിയാതെതന്നെ അത്യപൂർവ്വമായൊരു ഊർജ്ജപ്രവാഹത്തിനൊപ്പം ചരിക്കേണ്ടിവരികയും അതിനിഗൂഢമായ അനുഭവങ്ങൾക്കു മുന്നിൽ പതറാതെ മുന്നോട്ടു പോകേണ്ടി വരികയും അതിമാനുഷികരായ മാസ്റ്റർമാരുടെ ചരിത്രത്തിന്റെ തുടർച്ചകളെ അഭിമുഖീകരിക്കേണ്ടിവരികയും ചെയ്ത പതിനെട്ടു വർഷങ്ങളുടെ നേർക്കാഴ്ചയാണീ പുസ്തകം. ഇതിൽ ഞാൻ ഇൻവെസ്റ്റ്

ചെയ്തിരിക്കുന്നത് എന്റെ കേവല സത്യസന്ധത മാത്രമാണെന്ന് അല്പം ഗർവോടെ പറയാൻ ഞാൻ അർഹനാണ്. പുസ്തകത്തിന്റെ മുന്നുര എന്ന നിലയിൽ അതെന്തുകൊണ്ടാണീ ഗർവ് എന്നു ഞാൻ പറയുന്നില്ല. വായിക്കാൻ പോകുന്ന നിങ്ങൾ അതു വായിച്ചു മനസ്സിലാക്കാനിരിക്കുകയാണല്ലോ. എങ്കിലും ഒന്നു മനസ്സിലാക്കുക, ഞാൻ ഈ അനുഭവങ്ങളിൽക്കൂടി നടക്കുകയായിരുന്നില്ല, എന്നെ നടത്തിക്കുകയായിരുന്നു. ഒരു ഭൗതികനായ എന്നെ ആത്മീയത എന്തെന്ന് ആ ശക്തി പഠിപ്പിക്കുകയായിരുന്നു.

ഈ ഗ്രന്ഥം വായിച്ചുതീരുമ്പോൾ നിങ്ങൾക്ക്, പഞ്ചേന്ദ്രിയങ്ങൾകൊണ്ട് അനുഭവിക്കുന്നതു മാത്രമല്ല ചുറ്റിലുമുള്ളത് എന്ന ജ്ഞാനോദയം ഉണ്ടായാൽ, ഇതിൽ വിവരിച്ചിരിക്കുന്ന നിഗൂഢവും പുതിയതുമായ അനുഭവങ്ങളെപ്പറ്റി അന്വേഷിക്കാൻ ഒരു ത്വര ഉണ്ടായാൽ, നമുക്കു മുമ്പേനടന്ന മഹാന്മാരെപ്പറ്റി നിങ്ങൾക്കുള്ളിൽ ഒരു ഉണർത്തുപാട്ടുണ്ടായാൽ, അഞ്ചുനിമിഷമെങ്കിലും പ്രപഞ്ചത്തെയും സമയം എന്ന പ്രഹേളികയേയും കുറിച്ച് നിങ്ങൾ ചിന്തിച്ചിരുന്നാൽ, എന്റെ ദൗത്യം വിജയിച്ചു.

ഈ പുസ്തകം മുഴുവൻ എന്റെ അനുഭവങ്ങളാണ്. അവലംബമില്ലാത്ത ഒരനുഭവവും എനിക്കുണ്ടായിട്ടില്ല. സന്ദേഹിയായിത്തന്നെയാണ് ഞാൻ ഒരുവിധമെല്ലാത്തിനേയും സമീപിച്ചിട്ടുള്ളത്. ലോകത്തിന്റെ പലപല കോണുകളിൽ മറഞ്ഞുകിടക്കുന്ന ഊർജ്ജസ്രോതസ്സുകൾ, അറിവുകൾ, ജ്ഞാനോദയങ്ങൾ ഇവയെല്ലാം പൂർണ്ണമായും സത്യസന്ധമായി വിവരിക്കാൻ എനിക്കു സാധിക്കുന്നതുതന്നെ അവയുടെ അടിസ്ഥാനമായി ശാസ്ത്രത്തിന്റെയോ ചരിത്രത്തിന്റെയോ പിൻബലം തേടി കണ്ടെത്തിയതുകൊണ്ടാണെന്നതിൽ ഞാൻ കൃതാർത്ഥനാണ്.

ഈ ഗ്രന്ഥം എഴുതാൻ തീരുമാനിച്ച നിമിഷംമുതൽ എന്റെയൊപ്പം സ്വന്തം ഗ്രന്ഥം എന്ന വികാരത്തോടെ കൂടെനിന്ന, നിൽക്കുന്ന LMRK കുടുംബാംഗങ്ങളോട്

നന്ദി പറയാൻ ഞാൻ അശക്തനാണ്. പ്രസാധകരുമായുള്ള ഏകോപനം ഉത്സാഹത്തോടെയും കാര്യക്ഷമതയോടെയും നിർവഹിച്ച ദത്താത്രേയയ്ക്ക് നന്ദി. രചനാവേളയിൽ പുസ്തകത്തിന്റെ ക്രാഫ്റ്റ്, ഫോം മുതൽ ഫൈനൽ എഡിറ്റിംഗ് വരെ കൺസൾട്ടന്റായി ഒപ്പംനിന്ന മണികണ്ഠനോടുള്ള നിസ്സീമമായ നന്ദിയും രേഖപ്പെടുത്തട്ടെ. കൈയോടെ ഇംഗ്ലീഷ് ട്രാൻസ്‌ലേഷൻ ചെയ്ത ബിസ്മോൾ, തമിഴ് വിവർത്തനം നടത്തിയ ചിത്ര ഇവർക്കും ഈ വേളയിൽ കൃതജ്ഞത രേഖപ്പെടുത്തട്ടെ. എഡിറ്റിംഗ് വേളയിൽ ഏറെ സഹായിച്ച യുവരാജിനും സൗമയ്ക്കും കൂടി നന്ദി രേഖപ്പെടുത്തട്ടെ.

എന്നെ പരുവപ്പെടുത്തിയ എന്റെ കളിക്കൂട്ടുകാർക്കും തിരൂർ നിവാസികൾക്കും യങ്ങ് ബ്രദേഴ്സ് ക്ലബ്ബിനും നന്ദി പറയുക എളുപ്പമല്ല. കാരണം അവർ അത് എന്റെ അഹങ്കാരമായി കണക്കാക്കും. അവരില്ലെങ്കിൽ ഞാനില്ലല്ലോ.

ഈ പുസ്തകം വായിച്ചുകഴിയുമ്പോൾ നിങ്ങൾക്കു മനസ്സിലാകും, എന്റെ ജീവിതവഴിയിൽ നേർപാതി ഷാമിലി (ജിത) വഹിക്കുന്ന പങ്ക്. അവൾക്കും ഞങ്ങളുടെ പൊന്നുമക്കൾ നക്ഷത്രയ്ക്കും ഗംഗയ്ക്കും കൂടി ഈ അവസരത്തിൽ എന്റെ സ്നേഹം അറിയിക്കട്ടെ.

ഈ പുസ്തകം വായിക്കുന്ന നിങ്ങൾ ഓരോരുത്തർക്കും നന്ദി! ഈ വായന നിങ്ങൾക്ക് ഒരു പോസിറ്റീവ് വൈബ് നൽകട്ടെ!

എന്നെ കൈപിടിച്ച് നടത്തിക്കുന്ന മുരുകപ്പെരുമാൾക്കും എനിക്കു മുകളിൽ സംരക്ഷണകവചത്തോടെ നിൽക്കുന്ന അമ്മയ്ക്കും മുന്നിൽ സാഷ്ടാംഗം നമസ്കരിച്ചുകൊണ്ട് ഞാൻ ഈ പുസ്തകം ലോകത്തിനു മുമ്പിൽ സമർപ്പിക്കട്ടെ!

ഓം ശരവണഭവായ നമഃ

രജിത് കുമാർ

ഭൗതികമായ ആത്മാന്വേഷണം

ഞാൻ ഒരു സാധാരണ മനുഷ്യനാണ്. കേരള ഗവ. സർവീസിൽ ഉദ്യോഗസ്ഥൻ. ഭാര്യയും മക്കളുമായി സാധാരണ ജീവിതം. തികഞ്ഞ ഭൗതികനാണ്. ദേഷ്യം, സങ്കടം തുടങ്ങി എല്ലാ വികാരങ്ങളുമുള്ളവൻ. നിങ്ങളെപ്പോലെ ഒരുവൻ മാത്രം.

ആത്മീയത അഥവാ സ്പിരിച്വാലിറ്റി, ഒരു ഗഹനമായ വിഷയമായിട്ടാണ് കണക്കാക്കിവരുന്നത് അല്ലേ? അതായത്, അയ്യോ അതൊക്കെ വലിയ മനഃസ്ഥൈര്യമുള്ളവരൊക്കെ ഉപയോഗിക്കുന്ന വാക്കാണ് എന്നല്ലേ സാധാരണക്കാർ വിചാരപ്പെടുന്നത്?

എന്താണ് ആത്മീയത?

ഈ ചോദ്യത്തിന് നിങ്ങൾ ഓരോരുത്തർക്കും എന്തുത്തരമാണ് പറയാൻ ഉള്ളത് എന്ന് ഇപ്പോൾ ഒന്ന് ഓർത്തുനോക്കൂ.

അതാ, പെട്ടെന്നുതന്നെ അതു സ്വന്തം മതത്തിലേക്കും വിശ്വാസങ്ങളിലേക്കും ദൈവത്തിലേക്കും (ദൈവങ്ങളിലേക്കും) സന്ന്യാസിമാരിലേക്കും ഒക്കെയൊക്കെയാണ് പോവുക, ശരിയല്ലേ? അതേ. എന്നാൽ ശരിക്കും അതാണോ ആത്മീയത അഥവാ സ്പിരിച്വാലിറ്റി?

അല്ല എന്നാണ് എന്റെ വിനീതമായ അഭിപ്രായം.

നമ്മുടെ സ്വന്തം ഭൂമി, കുറെ വെള്ളത്തിൽ പൊന്തിക്കിടക്കുന്ന കുറച്ച് മണ്ണ് മാത്രമാണെന്ന കാര്യത്തിൽ ആർക്കും തർക്കമില്ലല്ലോ.പക്ഷേ നോക്കൂ, അത്തരം ചിന്ത തന്നെ ആത്മീയമാണ്. അല്ലെങ്കിൽ ഇങ്ങനെയൊരു ചിന്തയിൽ ആത്മീയതയുടെ വിത്ത് കിടപ്പുണ്ട്.

വിശാലമായ സമുദ്രത്തിലെ ഒരു കപ്പലിലേക്ക് ഞാൻ നിങ്ങളുടെ ശ്രദ്ധ ക്ഷണിക്കുന്നു. ഈ കപ്പലിൽ മുഴുവൻ ആപ്പിളുകൾ നിറച്ച പെട്ടികളാണ്. ലക്ഷക്കണക്കിനു പെട്ടികളുണ്ട്. അതായത് കോടിക്കണക്കിന് ആപ്പിളുകളുമായിട്ടാണ് കപ്പൽ സഞ്ചരിക്കുന്നത്. അതിലെ ഒരു ആപ്പിളിനുള്ളിൽ രണ്ട് പുഴുക്കളുണ്ട്. ആ പുഴുക്കൾ ആപ്പിളിനുള്ളിൽ സസുഖം ജീവിക്കുന്നു. ആ ആപ്പിളാണവരുടെ ലോകം.

അവരെ സംബന്ധിച്ച് എല്ലാം തികഞ്ഞവരാണ്. പുഴുക്കൾ രണ്ടും ചർച്ച തുടങ്ങി. ആരാണ് വലിയവൻ? തർക്കമായി. അടിയായി. ചോരപ്പുഴയായി. കോടിക്കണക്കിന് ആപ്പിളുകളുണ്ട്. ആ ആപ്പിളുകൾ എവിടെനിന്നോ എവിടേക്കോ പോവുകയാണ്. അവിടെ ഒരു ഉദ്ദേശ്യം ആർക്കോ ഉണ്ട്. വിൽക്കുന്നവർക്കോ വാങ്ങിക്കുന്നവർക്കോ കപ്പലോട്ടുന്നവർക്കോ. ഇതൊന്നും അറിയാതെ ആ കോടാനുകോടി ആപ്പിളുകൾക്കുള്ളിലെ, ഒരു ആപ്പിളിലെ രണ്ടു പുഴുക്കൾ എന്തിനെന്നറിയാത്തൊരു തർക്കത്തിൽ ഏർപ്പെടുന്നു. അടി കൂടുന്നു.

ഇനി അതിൽ മൂന്നാമതൊരു പുഴു ഉണ്ടെന്ന് കരുതുക. അതിന് അറിവുണ്ട്. എന്താണ്? തങ്ങൾക്ക് യാതൊരു നിയന്ത്രണവുമില്ലാത്ത, ആരോ നിയന്ത്രിക്കുന്ന, എന്താണവരുടെ ഉദ്ദേശ്യം എന്ന് തങ്ങൾക്ക് ഊഹിക്കാൻപോലും കഴിയാത്ത ഒരു യാത്രയിൽ കുറച്ചു മാത്ര ജീവിക്കാൻ കഴിയുന്ന വെറും പുഴുവാണ് താൻ എന്ന 'അറിവ്'. ആ അറിവാണ് ജ്ഞാനം. നോക്കൂ, ആ അറിവ് ഉള്ള പുഴു ആരു വലിയവൻ എന്ന തർക്കത്തിനു നിന്ന് സമയം കളയുമോ?

അപ്പോൾ അത്രയേ ഉള്ളൂ. ഈ ഭൂമി നിസ്സാരമാണെന്നും ഇതുപോലെയുള്ള കോടാനുകോടി ആപ്പിളുകൾ വേറെയുമുണ്ടെന്നും അവയെല്ലാംതന്നെ ആരുടെയോ ഒരു യാത്രയാണെന്നും അതെന്താണെന്ന് അറിയാൻ പാവം പിടിച്ച നമ്മൾക്ക് യാതൊരു മാർഗവും ഇല്ലെന്നും ഒരാൾ എന്നു ചിന്തിക്കാൻ തുടങ്ങുന്നോ അന്നുമുതൽ അയാളെ ആത്മീയവാദി എന്നു വിശേഷിപ്പിക്കാൻ കഴിയും. അത്രയേ ഉള്ളൂ ആത്മീയത. ആ ചിന്ത വന്നുതുടങ്ങിയാൽ അയാൾ കൂടുതൽ 'നല്ല' ഒരു ജീവിയായി മാറും. ഇല്ലേ? തനിക്കു കിട്ടിയ ക്ഷണികമായ ഈ ആപ്പിളിനുള്ളിലെ ജീവിതം ആരുടെയോ മഹായാത്രയിലെ വെറും വെറുമൊരു മാത്ര, ജ്വലിക്കുന്നൊരു നാളമാണെന്നു മനസ്സിലാകുന്നതോടെ അവൻ നന്നായിത്തീരുന്നു. കൂടുതൽ നല്ലൊരു പുഴുവായിത്തീരുന്നു. സ്വയം തിരിച്ചറിയുന്നു. എല്ലാ പുഴുക്കളുടെയും നിസ്സാരത ബോധ്യമാകുന്നു! ഈ ചെറിയ, അത്യന്തം ക്ഷണികമായ ജീവിതം കൂടുതൽ നന്നായി ആസ്വദിക്കുക എന്നൊരു തലത്തിലേക്ക് അവൻ എത്തിച്ചേരുന്നു. അവരവരുടെ കർമ്മമണ്ഡലങ്ങളിൽ അവർക്കു കൂടുതൽ ശ്രദ്ധ (concentration) കൊടുക്കാൻ പറ്റുന്നു.

സ്വാഭാവികമായും ഒരു ചോദ്യം ഉയർന്നുവരാം. ഭൂമി, സൂര്യൻ, സൗരയൂഥം. ഇനി അങ്ങനെ ഏറെ സൗരയൂഥങ്ങൾ. അനേകമനേകം സൗരയൂഥങ്ങൾ അടങ്ങിയ ആകാശഗംഗ. അനേകമനേകം ആകാശഗംഗകൾ അടങ്ങിയ പ്രപഞ്ചം. ഇത്രയൊക്കെ ഉണ്ടെന്ന് ശാസ്ത്രം തെളിയിച്ചിട്ടുണ്ടല്ലോ? അപ്പോൾ ശാസ്ത്രജ്ഞർ ആത്മീയവെളിച്ചം കിട്ടിയവരല്ലേ?

നല്ല ചോദ്യം എന്നു തോന്നും അല്ലേ?

എന്റെ ഏറെക്കാലത്തെ ചിന്തകളിൽനിന്ന് ഉരുത്തിരിഞ്ഞു വന്ന ഉത്തരം അല്ല എന്നുള്ളതാണ്. ശാസ്ത്രത്തിനു തെളിയിക്കാൻ കഴിയാഞ്ഞ ഒന്നുണ്ട്. അതാണ് മേൽപ്പറഞ്ഞ കപ്പലിന്റെ സഞ്ചാരം. എവിടെനിന്ന് എവിടേക്ക് ആണെന്നതിന് വിശദീകരണം നൽകാൻ സാധിച്ചിട്ടില്ല ശാസ്ത്രത്തിന്. എന്നാൽ ശാസ്ത്രത്തിന്റെ സഹായമില്ലാതെ ഇതിനെപ്പറ്റി ചിന്തിച്ച മഹാത്മാക്കൾ അതു നിർവചിച്ചിട്ടുണ്ട്. ആ നിർവചനമാണ് ഈ ചെറുഭൂമി അടങ്ങുന്ന എല്ലാമെല്ലാം. സൗരയൂഥങ്ങൾ, ആകാശഗംഗകൾ അങ്ങനെ എല്ലാമെല്ലാം ചുറ്റുന്നത്, അതിന്റെ കേന്ദ്രം എന്നു പറയുന്നത് ബ്രഹ്മം എന്ന പ്രതിഭാസത്തിലാണ്. ശാസ്ത്രം ആ സങ്കല്പത്തെ, നോക്കൂ, ശാസ്ത്രവും സങ്കല്പത്തെ കൂട്ടിപ്പിടിക്കുന്നു, absolute എന്നു വിളിക്കുന്നു. The zero absolute.

അപ്പോൾ അത്രയേ ഉള്ളൂ. ഈ പുസ്തകം നിങ്ങൾ വായിക്കുന്നുണ്ടെങ്കിൽത്തന്നെ അതിന്റെ കാരണവും അത്രയേ ഉള്ളൂ. നിങ്ങളും അന്വേഷിക്കുന്നു, ആത്മം എന്താണെന്ന്. ചുരുക്കിപ്പറഞ്ഞാൽ 'ഞാൻ' എന്തുകൊണ്ട്? ആര്? എങ്ങോട്ട്? എന്തിന്? ആ ഒരു ചിന്ത. അതിനുത്തരം കിട്ടിക്കഴിയുമ്പോൾ 'ഞാൻ' കൂടുതൽ നല്ല 'ഞാൻ' ആകുന്നു. ആ refined myself കൂടുതൽ നന്നായി ജീവിതം ആസ്വദിക്കുന്നു. നിരർത്ഥകമാണെല്ലാ സ്വാർത്ഥതകളും എന്നു മനസ്സിലാകുന്നു.

ഈ കാലത്തെപ്പറ്റി നിങ്ങൾക്കെല്ലാവർക്കും അറിയാമല്ലോ. നമ്മൾ എല്ലാവരും ഓട്ടത്തിലാണ്. നിൽക്കാൻ പറ്റില്ല. നിന്നാൽ പിറകിൽ വരുന്നവർ ഇടിച്ചുവീഴ്ത്തി ചവിട്ടിക്കൂട്ടി മുന്നോട്ടുപോകും. ആരുടേയും കുറ്റമല്ല. ലോകം ടോപ്ഗിയറിലാണ്. എന്തിനാണ് ഈ ഓട്ടം എന്നു ചിന്തിക്കാൻ സമയം ഇല്ല. ഇങ്ങനത്തെ ഒരു സാഹചര്യത്തിൽ, അതിസങ്കീർണമായ ജീവിത ഓട്ടത്തിൽ സ്പിരിചൽ എന്ന വിഷയം തന്നെ ഉപരിപ്ലവമാകുന്നു. അതുകൊണ്ട് കൂട്ടുകാരേ, ഞാനീ പുസ്തകത്തിൽ എന്റെ കുറേ അനുഭവങ്ങൾ കോറിയിടുകയാണ്. എന്തിന് എന്നു ചോദിച്ചാൽ ഞാൻ കടന്നുവന്ന ചില അനുഭവങ്ങൾ നിങ്ങൾക്കു പകർന്നുതരിക എന്ന മിനിമം ഉദ്ദേശ്യം മാത്രം. ഇപ്പോൾ പറഞ്ഞല്ലോ, എല്ലാവരും ഓട്ടത്തിലാണ്. അതിനിടയിൽ ഒരു സ്വത്വാന്വേഷണത്തിനൊന്നും നേരംകിട്ടില്ല. എന്തോ ചില അനുഗ്രഹങ്ങളാൽ എനിക്കു ചില അനുഭവങ്ങളുണ്ടായി. അതിന്റെ വെളിച്ചം നിങ്ങളെ ഒരു നിമിഷത്തേക്കെങ്കിലും പ്രകാശമയമാക്കിയെങ്കിൽ എന്ന പ്രത്യാശ മാത്രം.

അഗ്നി ഒരു കുട്ടിയെ സംബന്ധിച്ച് എന്താണ്? വേണ്ട, കത്തുന്ന ഒരു മെഴുകുതിരിക്കു മുന്നിലിരിക്കുന്ന ഒരു രണ്ടുവയസുകാരൻ കുട്ടി. അവനാ വെളുത്ത ദണ്ഡിനറ്റത്തെ ഉലയുന്ന ആ മഞ്ഞനാളം ചേതോഹരമായൊരു കാഴ്ച മാത്രമാണ്. അവനതിനു ചൂടുണ്ടെന്ന് അറിയുമോ? ഇല്ല! അത് ഒരു പഴം ആയിരിക്കുമോ എന്നവനു തോന്നാം. അതെടുത്ത് വായിലിട്ടാൽ മധുരിക്കും എന്നവനു തോന്നാം. കുതൂഹലം വർദ്ധിക്കുമ്പോൾ അവൻ ആ നാളത്തിൽക്കേറി പിടിച്ചു! അതെ! അവൻ അനുഭവിച്ച് അറിഞ്ഞു. അതു തീയാണ്. തീയ്ക്കു ചൂടാണ്. പൊള്ളും. അവിടെ ജ്ഞാനം ഉണ്ടായി. ആരും പറഞ്ഞു കൊടുത്തിട്ടല്ല! ജീവിതത്തിനറ്റത്തോളം അവനിൽ കുടികൊള്ളാൻ പോകുന്നൊരു ജ്ഞാനം അനുഭവിച്ചറിഞ്ഞു അവൻ! എന്നാൽ പല കുട്ടികൾക്കും മെഴുകുതിരിനാളത്തിൽ തൊടരുത് എന്നു മുതിർന്ന വർ പറഞ്ഞുകൊടുക്കും. നൂറിൽ തൊണ്ണൂറ്റൊമ്പത് കുട്ടികൾക്കും അഗ്നി പൊള്ളുന്നതാണ് എന്നത് മറ്റുള്ളവർ പറഞ്ഞുകൊടുത്ത വിശ്വാസമാണ്.

സ്പിരിച്ചാലിറ്റിയും അതുപോലെതന്നെ. അപൂർവം, അത്യ പൂർവം ചിലർക്ക് അത് അനുഭവിച്ച് അറിയലാണ്. ഈ പുസ്തകം നിങ്ങൾ വായിക്കുന്നുവെങ്കിൽ അതിനർത്ഥം നിങ്ങൾ അഗ്നിക്കു ചൂടാണോ എന്ന് അറിയാൻ കുതൂഹലമുള്ള ഒരു കുട്ടിയാണ് എന്ന താണ്. അല്പം അഭിമാനത്തോടെ പറയട്ടെ, ആ ജ്ഞാനോദയം ഞാനറിയാതെ അഗ്നിനാളത്തിൽ കയറിപ്പിടിച്ച കുട്ടിയെപ്പോലെ അനുഭവിച്ചറിഞ്ഞതാണ്. പൊള്ളി കൈ പിൻവലിക്കാത്തവർക്കേ അറിയൂ, ആ ജ്വാലയ്ക്കുള്ളിലെ കുളിര്. വരുന്ന ഓരോ അധ്യായ ത്തിലും ഒരു സാധാരണ കുട്ടിയായി വളർന്ന എന്റെ അത്തരമനു ഭവങ്ങളാണ്.

ഓം ശരവണഭവായ നമഃ

അതിസാധാരണ ബാല്യം

ഈ പ്രപഞ്ചത്തിന്റെ കാലപ്പഴക്കം അല്ലെങ്കിൽ വേണ്ട, അത് ഊഹിക്കാൻ പറ്റാത്ത അത്ര വലുതാണ്. പകരം മനുഷ്യരാശിയുടെ കാലം എടുക്കാം. ആറേഴു മില്ല്യൺ വർഷങ്ങളാണത്. ഇനിയുമെത്രയോ കോടി വർഷങ്ങൾ പോകും. അതിനിടയിൽ (നമുക്ക് ദീർഘമെന്നു തോന്നുന്ന) ഒരു നൂറു വർഷം. ശരിക്കും ആലോചിച്ചാൽ മനുഷ്യരാശിയുടെ പാതയിലെ ഒരു ഞൊടി മാത്രമാണ് നമ്മൾ ഓരോരുത്തരുടേയും കാലം. വെറും ഒരു കുമിളപോലെ ഒരു ഞൊടി. നമ്മൾക്കു പക്ഷേ, അതു ദീർഘമായ നൂറു വർഷങ്ങളാണ്.

നമ്മൾ ഓരോരുത്തരും ജനിച്ച് ജീവിക്കുന്ന ആ കാലത്തിനും പല പ്രത്യേകതകൾ ഉണ്ടാകാം. ശരിയായ സമയത്തു ജനിക്കുക എന്നതും ഒരു ഭാഗ്യമാണ്. ജനിച്ചുവീഴുന്ന സമയത്തെ ഗ്രഹനിലയെപ്പറ്റി അല്ല ഞാൻ പറയുന്നത്. ഉദാഹരണത്തിന്, ഐസക് ന്യൂട്ടൺ ജനിച്ചത് അക്കാലയളവിൽ ആയതുകൊണ്ടാണ് അദ്ദേഹം ഗുരുത്വാകർഷണം എന്ന പ്രതിഭാസത്തിന്റെ ഉപജ്ഞാതാവായത്. തോമസ് ആൽവ എഡിസൺ അക്കാലത്ത് ജനിച്ചതുകൊണ്ടാണ് ബൾബ് മുതൽ എത്രയോ വിപ്ലവപരമായ കണ്ടുപിടുത്തങ്ങൾ നടത്തിയത്. അവർ ജനിച്ചത് ഇക്കാലയളവിലായിരുന്നെങ്കിലോ? അതാണു ഞാൻ പറഞ്ഞത്, ജനിക്കേണ്ട സമയത്ത് ജനിച്ച് ജീവിക്കുക എന്നതിന് ഒരു വലിയ പ്രാധാന്യം ഉണ്ട് എന്ന്.

നേരത്തേ പറഞ്ഞ മനുഷ്യരാശിയുടെ ആ സുദീർഘമായ നീണ്ട പാത ഉണ്ടല്ലോ, അത് ഒരിക്കലും നീണ്ടതല്ല. സൂക്ഷ്മമായി നിരീക്ഷിച്ചാൽ മനുഷ്യരാശിയുടെ ആ പാത ഒത്ത വൃത്തത്തിലാണെന്നു കാണാം. തുടങ്ങിയിടത്തേക്കു തന്നെ അത് എത്തും. ഇത് എന്റെ ഒരു വെളിപാട് ആയിട്ടെടുത്താൽ മതി. അപ്പോൾ ആ പാത വക്രിച്ചതായിരിക്കുമല്ലോ. പക്ഷേ, അതിസുദീർഘമായ ചുറ്റളവുള്ള ഒരു വട്ടം വരച്ചിട്ട് അതിൽനിന്ന് ഒരു അഞ്ച് സെന്റീമീറ്റർ മുറിച്ചെടുത്താൽ അതിൽ ഒരു വളവും തിരിവും ചരിവും കാണില്ല. എന്നാലോ, അത്

ഒരു നേർരേഖ ആയിട്ടേ തോന്നൂ, അല്ലേ? ആ നേർരേഖ ആണ് മനുഷ്യരാശിയുടെ ആ അതിസുദീർഘമായ പാതയിൽ നിസ്സാരരായ നമ്മൾ നടക്കുന്ന അറുപതോ എഴുപതോ എൺപതോ തൊണ്ണൂറോ വർഷം. പക്ഷേ കുറച്ചുപേർക്ക്, ഭാഗ്യം ചെയ്ത കുറച്ചുപേർക്ക് ഈ പാതയിൽ കൃത്യം വളവിനു മുമ്പ് ജനിക്കാനും വളവ് അനുഭവിച്ചറിയാനും പറ്റും. ഈ പുസ്തകം വായിക്കുന്ന നിങ്ങളിൽ ഭൂരിഭാഗവും, എഴുതുന്ന ഞാനും ആ ഭാഗ്യം ഉള്ള ഗണത്തിൽപെടും.

അതെന്താണെന്നല്ലേ? എൺപതുകളിൽ ബാല്യകൗമാരവും തൊണ്ണൂറുകളിൽ യൗവ്വനാരംഭവും അനുഭവിച്ചവർ. കുറച്ചുകൂടി മനസ്സിലാകണമെങ്കിൽ സച്ചിൻ ടെൻഡുൽക്കർക്കൊപ്പം ജനിച്ചവർ. അങ്ങനെ ഒരുവനാണ് ഞാൻ. അതായത് നമ്മൾ രണ്ട് തലമുറയുടെ ജീവിതം അനുഭവിച്ചവരാണ്. നമ്മൾ റേഡിയോയെ മാത്രം ആശ്രയിച്ച് വാർത്തകൾ കേട്ടിരുന്നവരാണ്. ഇന്ന് വിരൽത്തുമ്പിൽ ലോകത്തെ മുഴുവൻ കാണാനും കേൾക്കാനും പറ്റുന്നവരാണ്. നമ്മൾ ടിവി കാണാൻ അയൽപക്കത്തേക്ക് ഓടിയവരാണ്. ഇന്ന് നമ്മുടെ വീട്ടിലെ ഓരോരുത്തരുടെ കൈയിലും ടിവിയും സിനിമയും ഉണ്ട്. നമ്മൾ കൊക്കകോള എന്നൊരു അത്ഭുതദ്രാവകത്തെപ്പറ്റി കേട്ട് കൊതിച്ചവരാണ്. ഇന്ന് ആ സംഗതി നമ്മുടെ അപ്പുറത്തെ കടയിൽ ഉണ്ടെങ്കിലും നമുക്കു വേണ്ട. നമ്മൾ ഒരു ഫോൺകോൾ ചെയ്യാൻ ഗ്രാമത്തിലെ ഒരേയൊരു ഫോണുള്ള വീട്ടിൽ പോയി നിന്നിട്ടുള്ളവരാണ്. ആ നമ്മളിന്ന് എവിടെയിരുന്നും ആരെയും വിളിക്കാനും കാണാനും പറ്റുന്നവരാണ്.

ആ രണ്ട് എക്സ്ട്രീമുകൾ അനുഭവിച്ചറിയാൻ പറ്റിയ തലമുറയാണ് നമ്മൾ! അതുകൊണ്ടാണ് പറഞ്ഞത്, മനുഷ്യരാശിയുടെ ആ സുദീർഘമായ പാതയിൽ അപൂർവമായുള്ള ആ 'തിരിവ്' കാണാൻ യോഗമുണ്ടായ ഭാഗ്യവാന്മാരും ഭാഗ്യവതികളുമാണ് നമ്മൾ.

ഈ പുസ്തകത്തിന്റെ ഉദ്ദേശ്യം ആദ്യാധ്യായത്തിൽ പറഞ്ഞുവല്ലോ. എന്തോ അനുഗ്രഹത്താൽ എന്നെ തൊട്ട ഒരു സ്പിരിച്വാലിറ്റിയെപ്പറ്റി നിങ്ങളോടു സംവദിക്കുക. അതിൽ ഒരു ശതമാനമെങ്കിലും നിങ്ങൾക്കു പകർന്നുതരാൻ കഴിയുമോ എന്ന ശ്രമം. ആ ശ്രമം മാത്രമാണീ പുസ്തകം. അങ്ങനെ ഞാൻ ശ്രമിക്കുമ്പോൾ സ്വാഭാവികമായും എന്നെപ്പറ്റി പറയേണ്ടിവരുമല്ലോ. ഒരു നിലയ്ക്കു നോക്കിയാൽ നമ്മൾ ഏറ്റവും ഒഴിവാക്കേണ്ടുന്ന വാക്കാണ് ഞാൻ, എന്റെ മുതലായവ. നമ്മൾ, നമ്മുടെ എന്നീ വാക്കുകൾ പകരംവയ്ക്കാൻ കഴിയുന്ന ഭൂരിഭാഗം സന്ദർഭങ്ങളിലും നമ്മൾ ഞാൻ, എന്റെ എന്ന് ഉപയോഗിക്കും, നിത്യജീവിതത്തിൽ. പരമാവധി അത് ഒഴിവാക്കണം

എന്ന് ആശയുള്ള ഒരാളാണ് ഞാൻ. പക്ഷേ, ഇവിടെ ഞാൻ പറയാൻ ശ്രമിക്കുന്നത് എനിക്കുണ്ടായ അനുഭവങ്ങളും ഉൾക്കാഴ്ചകളും ഒക്കെ ആണല്ലോ. അതുകൊണ്ടുതന്നെ എന്നെപ്പറ്റി പറയേണ്ടതുണ്ട്.

അതിസാധാരണക്കാരനായിരുന്നു ഞാൻ. എഴുപതുകളിൽ ജനിച്ച എല്ലാ മലയാളി കുട്ടികളുടെയും ജീവിതം ഒരു പരിധിവരെ സമാനമായിരിക്കും. അത്രയും സാധാരണം തന്നെയായിരുന്നു എന്റെ ജീവിതം. അച്ഛൻ വൈദ്യുതവകുപ്പിൽ (KSEB) ജീവനക്കാരനായിരുന്നു. കെ.പി. രാഘവൻ. തിരൂർ സ്വദേശി. തൃശ്ശൂർ നഗരത്തോടടുത്തു കിടക്കുന്ന തിരൂർ. അമ്മ സുലോചന. നെന്മാറക്കാരിയായിരുന്നു. അവർക്കു രണ്ട് ആൺമക്കൾ. അതിൽ മുതിർന്നവൻ ഞാൻ.

അച്ഛന്റെ ജോലിസ്ഥലം ആദ്യം കാണിപ്പയ്യൂർ ആയിരുന്നു. അവിടത്തെ ക്വാർട്ടേഴ്സാണ് എന്റെ ഓർമ്മയിലെ ആദ്യവീട്. നേഴ്സറിയിൽ പോയത് അവിടെയായിരുന്നു. പിന്നെ അച്ഛന്റെ പ്രൊമോഷനൊപ്പം ചേലക്കരയിലേക്ക്. കുറച്ചുകൂടി ഓർമ്മ ഉറച്ച ഞാൻ സ്വാഭാവികമായും എന്റെ സ്വന്തം നാട് എന്നു കരുതിയിരുന്ന സ്ഥലം ചേലക്കരയാണ്. ഗ്രാമം എന്നു സ്ഥലപ്പേരുള്ള അപൂർവസ്ഥലം. എന്റെ ആദ്യ സ്കൂളും അവിടെയായിരുന്നു. ലിറ്റിൽ ഫ്ളവർ കോൺവെന്റ് സ്കൂൾ. മൂന്നാം ക്ലാസ് വരെ അവിടെ പഠിപ്പ്. മുത്തച്ഛന്മാർ രണ്ടുപേരും നാരായണന്മാർ ആയിരുന്നു. അച്ഛന്റെ അച്ഛൻ നാരായണക്കുറുപ്പ്. അമ്മയുടെ അച്ഛൻ നാരായണൻ നായർ.

ഇന്ന് ഇവിടെനിന്ന് തിരിഞ്ഞുനോക്കുമ്പോൾ ബാല്യത്തിൽ എനിക്ക് എന്തെങ്കിലും പ്രത്യേകത ഉള്ളതായി തോന്നിയിട്ടില്ലെന്നു വേണം പറയാൻ.

ആ പഴയ വാടകവീടിന്റെ ഭിത്തിയിൽകൂടി അടിച്ചിരിക്കുന്ന എർത്ത് കമ്പി അന്ന് ഒരു കുതൂഹലമായിരുന്നു. എന്നാൽ അതൊരു അപകടം പിടിച്ച സാധനമാണെന്ന ബോധം എനിക്കുണ്ടായിരുന്നു. എങ്കിലും അതെന്താണെന്നറിയാനുള്ള ശിശുസഹജ ജിജ്ഞാസ. അതിൽകൂടി കറന്റ് ഭൂമിയിലേക്കു പോകും എന്ന് അച്ഛൻ പറഞ്ഞുതന്ന ഓർമ്മയുണ്ട്. കറന്റ് എന്നാൽ കളിക്കേണ്ട സാധനം അല്ല എന്നും അറിഞ്ഞുകൂടായ്കയല്ല. പോസ്റ്റുകളിൽകൂടി ഓടുന്ന കറന്റിനെ ആവശ്യാനുസരണം വരുതിക്കു നിർത്താൻ കഴിവുള്ള ആളാണ് എന്റെ അച്ഛൻ എന്ന് അന്നെനിക്കൊരു സ്വകാര്യ അഹങ്കാരവും ഉണ്ടായിരുന്നു. ആ ധൈര്യവും എന്താണിപ്പോ ഈ കമ്പിയിൽകൂടി ഭൂമിക്കടിയിലേക്കു പോകുന്നത് എന്ന കുതൂഹലവും ഒക്കെക്കൂടി അന്നത്തെ ആ ബാലനെക്കൊണ്ട് ഒരതിക്രമം ചെയ്യിച്ചു.

ഏറെനാളത്തെ ചിന്തകൾക്കുശേഷം അമ്മ അടുക്കളയിൽ തിരക്കിലായ ഒരു സമയം, ഞാൻ ആ കമ്പിയിൽ കേറി ഒന്നു തൊട്ടു

നോക്കി. തലയ്ക്കുള്ളിൽ ഒരു മഞ്ഞവെളിച്ചം! അതികായനായൊരു രൂപം എന്നെ വന്ന് ആശ്ലേഷിക്കുന്നു. വൈദ്യുതാലിംഗനം! എന്നിലെ എന്തൊക്കെയൊ ത്രസിച്ച് തെറിക്കുന്നതും തലയ്ക്കു ചുറ്റും നെന്മാറ - വല്ലങ്ങി വേലയിലെ വിരിയമിട്ട് പൊട്ടുന്നതും ക്ഷണിക മായ ഓർമ്മയിലുണ്ട്. ഓർമ്മ വരുമ്പോൾ ആശുപത്രിയിലാണ്.

ഈയൊരു അനുഭവം എനിക്ക് പിന്നീട് വളരെയേറെ കൊല്ലം കഴിഞ്ഞും ഉണ്ടായിട്ടുണ്ട്. ഇതുപോലെതന്നെ ഞാൻ ഒന്നാകെ ത്രസിച്ചുപോയിട്ടുണ്ട്. ആദ്യമൊക്കെ അതെന്തായിരുന്നു എന്നെനി ക്കറിയില്ലായിരുന്നു. പോകപ്പോകെ എല്ലാം തിരിച്ചറിഞ്ഞുതുടങ്ങി. ഈ പുസ്തകത്തിൽ വരും അധ്യായങ്ങളിൽ അവ ഓരോന്നോരോ ന്നായി നിങ്ങൾക്കു മുന്നിൽ അനാവൃതമാകും എന്നുമാത്രം പറഞ്ഞു കൊള്ളട്ടെ.

തിരൂർ സ്ഥിരവാസിയാകുന്നു

അച്ഛന്റെ ജോലിസ്ഥലത്തായിരുന്നല്ലോ ജീവിതം. വാടകവീടുകൾ. മാറ്റങ്ങൾ. ഒരു സ്ഥിര സൗഹൃദമാകില്ല എന്നുറപ്പുള്ളതിനാൽ അക്കാലത്തൊക്കെ സോൾ മേറ്റ് എന്നു പറയാവുന്ന മിത്രങ്ങൾ ഇല്ലായിരുന്നു. അഥവാ പിരിയേണ്ടിവരും എന്നുറപ്പുള്ളതിനാൽ അടുക്കാതിരിക്കാൻ മനസ്സ് ഒരു അദൃശ്യമറ ഇട്ടിരിക്കാം.

ആദ്യം കുന്നംകുളം കാണിപ്പയ്യൂർ. എന്റെ നേഴ്സറിക്കാലം അവിടെയായിരുന്നു. പിന്നെ ചേലക്കരയിൽ. അവിടെത്തന്നെ രണ്ടു മൂന്ന് വാടകവീടുകളിൽ. ലൈൻമാനായി കെഎസ്ഇബിയിൽ ജോലി തുടങ്ങിയ അച്ഛൻ പടിപടിയായി ഓവർസീയർ, സബ് എഞ്ചിനീയർ തസ്തികകളിലേക്കു മാറുന്നുണ്ട്.

തികച്ചും അപ്രതീക്ഷിതമായി ഞങ്ങൾക്ക് തിരൂർക്കു വരേണ്ടി വരികയാണ്.

അച്ഛന്റെ അച്ഛൻ ഹെഡ്മാസ്റ്റർ ആയിരുന്നു. മുത്തച്ഛനും അമ്മൂമ്മയും അച്ഛന്റെ അനുജത്തിയുമായി തിരൂർ സസുഖം കഴിഞ്ഞു പോരുകയായിരുന്നു. മൂത്ത രണ്ട് അമ്മായിമാർ കല്യാണം കഴിഞ്ഞ് പോയി. ആവശ്യത്തിനു പറമ്പും കൃഷിയും. അവർ അവിടെ വളരെ കംഫർട്ടബിളായി ജീവിക്കുന്നതുകൊണ്ടാണ് അച്ഛനു സ്വന്തം കുടുംബമായി ജോലിസ്ഥലങ്ങളിൽ താമസിക്കാൻ സാധിച്ചിരുന്നത്.

ഒരു ദിവസം പാതിരാത്രി തിരൂർക്കാരൻ പൈലേട്ടന്റെ കാർ ചേലക്കര ഗ്രാമത്തിൽ എത്തി. അക്കാലത്ത് അങ്ങനെ കാർ വരുക എന്നത് കൃത്യമായും മരണവാർത്തയും കൊണ്ടായിരിക്കും എന്നതു സംശയമില്ലാത്ത കാര്യമായിരുന്നു. പ്രത്യേകിച്ച് യാതൊരു ആരോഗ്യ അസ്കിതകളുമില്ലാതിരുന്ന മുത്തച്ഛൻ നാരായണക്കുറുപ്പ് ഉറക്കത്തിനിടയിൽ ഈ ലോകത്തുനിന്ന് മുക്തി നേടി. ആ വാർത്ത എന്റെ മനസ്സിനെ മഥിക്കുന്നതായി തോന്നിയില്ല. ഞാൻ മൂന്നാം ക്ലാസ്സിലോ മറ്റോ ആയിരുന്നിരിക്കണം. എനിക്കും അനുജനും പൈലേട്ടന്റെ കാർ, അതിൽ പാതിരാത്രിയിൽ അപ്രതീക്ഷിത യാത്ര തുടങ്ങിയ കൗതുകങ്ങളായിരുന്നു. അച്ഛന്റെയും അമ്മയുടെയും അവസ്ഥ അതല്ലായിരുന്നു.

ബാല്യകാല സുഹൃത്തുക്കൾക്കൊപ്പം - നാരായണൻ, ലാലു, വേണു (ഇടത്തുനിന്ന് വലത്തോട്ട്)

അച്ഛൻ ഇത്ര ചെറുപ്പത്തിലേ ഒരു കുടുംബത്തിന്റെ നാഥനാവുകയാണ്. അമ്മയ്ക്ക് അന്നുവരെ ഉണ്ടായിരുന്ന സ്വതന്ത്രജീവിതം തീരുകയാണ്.

അങ്ങനെ ഞാൻ തിരൂർക്കാരനായി. ആദ്യം പറഞ്ഞ, ഏതു നിമിഷവും മറ്റൊരിടത്തേക്ക് പോകേണ്ടിവരുമെന്ന ഭീതിയില്ലാതെ, ഈ നാട്ടിലെ സ്ഥിരക്കാരനാവുകയാണ്. സൗഹൃദങ്ങളുടെ വിശാലമായ കാൻവാസ് തുറന്നുകിട്ടുകയാണ്. ഇന്ന് നാൽപ്പത് കൊല്ലങ്ങൾക്കിപ്പുറവും ഏറ്റവും ആത്മബന്ധമുള്ളവരിൽ പലരും അന്ന് ഇവിടെ വന്ന് പരിചയപ്പെട്ട കുട്ടികളാണ് എന്നു പറയുമ്പോൾ മനസ്സിലാക്കാമല്ലോ.

അച്ഛനും അമ്മയും ഞങ്ങൾ രണ്ടു മക്കളും അമ്മൂമ്മയും അച്ഛന്റെ അനുജത്തി ഗീതയും. ഇവിടെ വേറെ ഒരു കാര്യമുണ്ട്. ഈ അമ്മൂമ്മ, അതായത് മുത്തച്ഛന്റെ ഭാര്യ ശരിക്കും അച്ഛന്റെ ചെറിയമ്മ ആണ്. മുത്തച്ഛനും ഈ അമ്മൂമ്മയും രണ്ടാം വിവാഹക്കാർ ആണ്. അച്ഛന്റേയും പെങ്ങമ്മാരുടേയും അമ്മ മരിച്ചുപോയപ്പോൾ ആ അമ്മൂമ്മയുടെ അനുജത്തിയെ വിവാഹം കഴിച്ചു. ഈ ബന്ധത്തിൽ കുട്ടികളുണ്ടായില്ല.

ഗീത അന്ന് വിവാഹിതയായിട്ടില്ല. നാട്ടുനടപ്പനുസരിച്ച് അമ്മായി എന്നാണ് വിളിക്കേണ്ടത്. എങ്കിലും എന്തുകൊണ്ടോ ഞങ്ങൾ അവരെ ചെറിയമ്മ എന്നാണു വിളിച്ചിരുന്നത്! അച്ഛൻ പിന്നീട് അവസാനം വരെ വീട്ടിൽനിന്നു പോയിവരുന്ന ഉദ്യോഗസ്ഥനായിരുന്നു. എന്റെ ജീവിതത്തിലെ തിരൂർ പർവ്വം അവിടെ തുടങ്ങുന്നു.

ഇക്കാലയളവിലൊക്കെ എന്നിൽ ആത്മീയപരമായ ചിന്തകൾ ഉണ്ടായിരുന്നോ എന്ന് ഇപ്പോൾ ആലോചിക്കുമ്പോൾ തരിമ്പുപോലും ഇല്ല എന്നു വേണം പറയാൻ. അക്കാലത്തെ ഏതു കുട്ടിയേയും പോലെ വല്ല വിശേഷദിവസങ്ങളിൽ അമ്പലത്തിൽ പോവുക എന്ന തൊക്കെ അമ്മയോ അമ്മൂമ്മയോ ഒച്ചയെടുക്കുമ്പോൾ മാത്രം. കളി എന്ന ജ്വരം മാത്രം. അന്നൊക്കെ ഫുട്ബോളാണ് ആവേശം. ക്രിക്കറ്റ് എന്നൊരു കളിയുണ്ട് എന്ന് കേട്ടുതുടങ്ങിയ കാലം. കപിൽ ദേവ് എന്നൊ രാൾ പത്തുപേരെയും കൊണ്ടുപോയി ലോകകപ്പ് ഇന്ത്യയിലേക്ക് കൊണ്ടുവന്നു എന്നു കേട്ടും പത്രത്തിൽ പടം കണ്ടും ഒക്കെ എന്തി നെന്നറിയാതെ കോരിത്തരിച്ച കാലം.

ടിവി എന്നൊരു അത്ഭുതവസ്തു. ഒരു പെട്ടിക്കുള്ളിൽ സിനിമ ഉണ്ടെന്നു കേട്ടുതുടങ്ങി. ക്ലാസിലെയോ നാട്ടിലേയോ കൂട്ടുകാർ വിരുന്നിനു പോയപ്പോഴോ മറ്റോ ഈ അത്ഭുതപ്പെട്ടി കണ്ടു എന്നു വന്നുപറയുമ്പോൾ, അവനെ ഒരു അത്ഭുതബാലനായി ടിവി ഇതു വരെ കാണാത്ത ഞങ്ങൾ വാ പൊളിച്ചു നോക്കിനിന്ന കാലം. അവ സാനം അത് ഞങ്ങളുടെ നാട്ടിൽ എത്തി. ശിവരാമേട്ടന്റെ വീട്ടിൽ. പുരപ്പുറത്ത് ഉയരം കൂടിയ ആന്റിനയുമായി അവൻ എത്തി.

കഴിഞ്ഞ വർഷം ഊഹിക്കാൻ പോലും കഴിയാതിരുന്ന കാര്യം അങ്ങനെ കൺമുന്നിൽ യാഥാർത്ഥ്യം ആവുകയാണ്. ലോകത്തിന്റെ അപ്പുറം മെക്സിക്കോ എന്ന രാജ്യത്തിൽ പതിനായിരക്കണക്കിനാളുകൾ ഗാലറിയിൽ താളാത്മകമായി എണീറ്റും ഇരുന്നും, വിഖ്യാതമായ ആ അലയടിക്കുന്ന മെക്സിക്കൻ തിരമാലകൾ ഉണ്ടാക്കുന്നത്, ഞങ്ങൾ അമ്പതോ നൂറോ തിരൂർ ഗ്രാമവാസികൾ ശിവരാമേട്ടന്റെ വീട്ടിൽ ഹാളിലും വരാന്തയിലും മുറ്റത്തുമായി ഇരുന്ന് കാണുക യാണ്. മറഡോണ എന്ന അത്ഭുതപ്രതിഭാസം നമ്മുടെ മെക്സിക്കോ ഗാലറികളെ ത്രസിപ്പിക്കുന്നത് തത്സമയം നമ്മൾ ഇരുന്നു കാണു കയാണ്! മഹാഭാരതത്തിൽ അന്ധനായ ധൃതരാഷ്ട്രർക്കു കുരുക്ഷേത്ര യുദ്ധം ദിവ്യദൃഷ്ടിയാൽ കണ്ട് സഞ്ജയൻ ലൈവ് കമന്ററി നടത്തുന്നു എന്നു വ്യാസൻ എഴുതിയത് അക്ഷരാർത്ഥത്തിൽ നടപ്പിലാവുക യായിരുന്നു. ഇന്ന് ഇതെഴുതുമ്പോഴും പാതിരാ വരെ ഉത്സവാന്തരീ ക്ഷത്തോടെ ഉറക്കമൊഴിച്ചിരുന്ന ആ രാവുകൾ എന്നിൽ കോരിത്തരി പ്പുണ്ടാക്കുന്നു! മറഡോണയുടെ മാന്ത്രികചലനങ്ങളാൽ എതിരാ ളികളെ വെട്ടിയൊഴിഞ്ഞു നേടിയ ആ വിഖ്യാതഗോളുകൾ ഒക്കെ അതേ സെക്കൻഡിൽ ഇവിടെയിരുന്ന് കാണുമ്പോൾ ഉണ്ടായ ഉന്മാദം വാക്കുകളിൽ വിവരിക്കാനാവതില്ല തന്നെ.

അതവിടെ നിൽക്കട്ടെ. അക്കാലങ്ങളെപ്പറ്റി പറയുമ്പോൾ മറ ക്കാനാകാത്ത ഒന്നാണ് എന്റെ നെന്മാറ യാത്രകൾ. അമ്മയുടെ നാട്. അമ്മൂമ്മയും മുത്തച്ഛനും. യാത്രകൾ അപൂർവമായിരുന്നു

അക്കാലത്ത്. എനിക്കെന്നല്ല, എന്റെയാ തലമുറയ്ക്കുതന്നെ. നെന്മാറയ്ക്കു പോകുന്നു എന്നു തീരുമാനമാകുന്ന നിമിഷം മുതൽ ഞാൻ ദിവസങ്ങളെണ്ണി കാത്തിരിക്കും. പോകാൻ തീരുമാനമെടുത്തു കഴിഞ്ഞാൽ അമ്മ പിന്നെ വേറെ ഒരു ഭാവമാകും. മുഖത്തൊക്കെ ഒരു തുടിപ്പ് വരും. മൊത്തം എല്ലാത്തിനോടും അമ്മയ്ക്കു സ്നേഹം കൂടും. ഇതൊക്കെ ഇന്ന് ആലോചിക്കുമ്പോഴാണ് മനസ്സിലാകുന്നത്. ഒരു പെൺകുട്ടിയുടെ മംഗല്യം എന്നത് അന്നുവരെ തന്റേതെന്നു വിചാരിച്ചിരുന്ന ഇടത്തിൽനിന്ന്, അവർ ഒറ്റത്തവണപോലും കണ്ടിട്ടില്ലാത്ത വേറെ ഒരിടത്തേക്ക്, വേറെ ഒരു വീട്ടിലേക്ക്, വേറെ ഒരു അന്തരീക്ഷത്തിലേക്ക് പറിച്ചെറിയലാണെന്ന് മനസ്സിലാക്കാനുള്ള ബോധം അന്നില്ലല്ലോ. ഭാര്യ ആകുന്ന ദിവസം പെൺകുട്ടികളുടെ മെന്റൽ സ്ട്രെയിൻ എന്തായിരിക്കും? ആ സ്വന്തം ഇടത്തേക്കു രണ്ടു ദിവസത്തേക്കെങ്കിലും ഒന്നു തിരിച്ചുപോകുമ്പോൾ അവരുടെ സന്തോഷം എന്തായിരിക്കും!

പക്ഷേ, അക്കാലത്തെ യാത്രകൾ യാത്ര തുടങ്ങുംവരെയേ എനിക്കു ഹരം ഉണ്ടായിരുന്നുള്ളൂ. എൻ ടി പി എന്ന ഡയറക്റ്റ് ബസിലായിരുന്നു യാത്ര. വ്യക്തമായി ഓർമ്മയുണ്ട് ആ ബസും ഡ്രൈവറും. മെല്ലെപ്പോക്കായിരുന്നു ആ ഡ്രൈവറുടെ മുഖമുദ്ര. എന്തിനാണിത്ര തിരക്ക് ലോകത്തിന് എന്ന ഭാവം. എന്റെ പ്രശ്നം അതല്ലായിരുന്നു. വണ്ടിയിൽ കയറുംവരെയുള്ള ഉത്സാഹം അര മണിക്കൂറിനുള്ളിൽ കെടും. ഛർദ്ദിക്കാൻ വരുന്നുണ്ടോ എന്ന സന്ദേഹമാണ് പിന്നീട്. ആ സമയത്തെ എന്റെ അവസ്ഥ വിവരിക്കാൻ അക്ഷരങ്ങൾക്കു കഴിയും എന്നു തോന്നുന്നില്ല! വിചിത്രമായി തോന്നാം, എന്റെ അക്കാല ഓർമ്മകളിൽ ഞാൻ നൊന്തു പ്രാർത്ഥിച്ചിട്ടുള്ളത് ഈ ഒറ്റക്കാര്യത്തിനേ ഉള്ളൂ: ഭഗവാനേ, ഭഗവതിയേ ബസിറങ്ങുംവരെ ഛർദ്ദിക്കാതിരിക്കണമേ എന്ന്.

നെന്മാറയിൽ എന്നെ ആകർഷിച്ച ഘടകങ്ങൾ പൊതുവെ കുറവായിരുന്നു. കൗതുകത്തോടെ വീക്ഷിച്ചിരുന്നത് തൊട്ടടുത്തുണ്ടായിരുന്ന അഗ്രഹാരമായിരുന്നു. അതിന്റെ ഉമ്മറത്തിരുന്ന് 'ഹിന്ദു' പത്രം വായിക്കുന്ന പട്ടരുമാരും ഉഴുന്നാട്ടുന്ന അമ്മ്യാർമാരും. നമ്മൾ സ്ഥിരം കാണുന്ന ജീവിതങ്ങളിൽനിന്ന് വ്യത്യസ്തമായ സംഗതികൾ.

എന്റെ ജീവിതത്തിലെ ഏറ്റവും പ്രധാന വ്യക്തി ആരെന്ന ചോദ്യത്തിന് ഒറ്റ ഉത്തരമേ ഉള്ളൂ. അമ്മ. ആ അമ്മയുടെ അമ്മ, എന്റെ അമ്മൂമ്മ, ദേവകിയമ്മ. മുത്തച്ഛൻ നാരായണൻ നായർ. അദ്ദേഹം ഫോറസ്റ്റ് വകുപ്പിൽ ഉദ്യോഗസ്ഥൻ. എന്റെ അമ്മയുടെ തനിപ്പകർപ്പായിരുന്നു അമ്മൂമ്മ. തിരിച്ചാണ് പറയേണ്ടത് അല്ലേ? അമ്മൂമ്മയുടെ തനിപ്പകർപ്പായിരുന്നു അമ്മ.

സിനിമാമോഹിയായ ചെറുപ്പക്കാരൻ

പഠനത്തിൽ ശ്രദ്ധിക്കുക എന്നതിന് സ്കൂൾ കാലഘട്ടത്തിൽ യാതൊരു പ്രയോരിറ്റിയും കൊടുത്തിരുന്നില്ല ഞാൻ എന്നു പറഞ്ഞല്ലോ. എന്നാൽ പാഠ്യേതരവിഷയങ്ങളിൽ മിടുക്കനായിരുന്നു എന്നും വിചാരിക്കരുത്. ഒരുപക്ഷേ, അന്നത്തെക്കാലത്തെ കുട്ടികളിൽ മഹാഭൂരിപക്ഷവും അതുപോലെത്തന്നെ ആയിരുന്നു എന്നു വേണം പറയാൻ. മൊത്തത്തിൽ ഒരു അപകർഷതയിലാണന്ന് ഭൂരിഭാഗം കുട്ടികളുടേയും ജീവിതം. ജനിച്ചുവീണ കുട്ടികൾ എങ്ങനെയെങ്കിലും ജീവിച്ചുകൊള്ളും എന്നൊരു ആറ്റിറ്റ്യൂഡ് ആയിരുന്നു മഹാഭൂരിപക്ഷം മാതാപിതാക്കൾക്കും. പറയാൻ കാരണം, ഇന്നു നോക്കൂ, ഓരോ കുടുംബവും child oriented ആണ്. കുഞ്ഞുങ്ങളാണ് ഇന്ന് കുടുംബങ്ങളിലെ കേന്ദ്രകഥാപാത്രങ്ങൾ. അവരുടെ വിദ്യാഭ്യാസം മികവുറ്റതാക്കാനാണിന്ന് മാതാപിതാക്കളുടെ അമിതശ്രദ്ധ, അല്ലേ? അന്നൊന്നും അതല്ല സ്ഥിതി.

അന്നത്തെ മാതാപിതാക്കൾ സ്നേഹമില്ലാത്തവരാണ് എന്നാണോ അതിനർത്ഥം? അല്ലേയല്ല. അതു പ്രകടിപ്പിക്കുക എന്നതിന് അന്ന് ഒരു പ്രാധാന്യവും ഉണ്ടായിരുന്നില്ല. മഹാഭൂരിപക്ഷത്തിനും അന്ന് ജീവിതം കരുപ്പിടിപ്പിക്കാൻ ഓടുന്നതിനിടയിൽ കുട്ടികളുടെ പഠനം, അവരുടെ മാനസികാരോഗ്യം ഒന്നും ശ്രദ്ധിക്കാൻ അവസരം കിട്ടിക്കാണില്ല. തൽഫലമായി വലിയൊരു ശതമാനം കുട്ടികളും ഒരുതരം അരക്ഷിതാവസ്ഥയിലായിരുന്നിരിക്കണം. അന്നത് ഞങ്ങൾക്ക് അറിയുക പോലും ഇല്ല. എല്ലാം സാധാരണം എന്നേ അന്നു തോന്നിയിട്ടുള്ളൂ. ഇന്നിൽ നിന്നുകൊണ്ട് ഇന്നലെയെ തിരിഞ്ഞുനോക്കുമ്പോൾ കാണുന്ന കാഴ്ചകളെ, ഇന്നത്തെ ടൂളുകൾ വച്ച് വീക്ഷിക്കുമ്പോൾ തോന്നുന്ന കാര്യങ്ങളാണിവ കേട്ടോ. ഞങ്ങളുടെ തലമുറയ്ക്ക് അതിനാൽത്തന്നെ ജീവിതത്തിന്റെ ഏതു പ്രതിസന്ധിയിലും ഒരു കൂസലില്ലായ്മ കിട്ടിയിട്ടുണ്ട്.

പുതിയ തലമുറകുട്ടികൾക്ക് ആ ഒരു ഉള്ളുറപ്പ് ഇല്ല എന്ന ദോഷവും ഉണ്ട്. ആഗ്രഹിക്കുന്നതെന്തും സാധിപ്പിച്ചുതരുന്ന മാതാപിതാക്കൾ. തോൽവി എന്നാൽ എന്തെന്ന് അറിയാത്ത ജീവിതം. മുതിർന്നിട്ട് ജീവിതത്തിൽ ചെറിയ ഒരു പാളൽ വരുമ്പോഴേക്കും അവർ തളരുന്നു. അവരൊക്കെ ഇന്നു ഹൈസ്പീഡ് യുഗത്തിലാണ്. മുമ്പ് പറഞ്ഞപോലെ ഓടിക്കൊണ്ടിരിക്കുകയാണ്. ഓട്ടം നിർത്തിയാൽ പിറകിലുള്ളവർ ചവിട്ടിക്കൂട്ടി ഓടിക്കയറും. സ്പീഡ് കുറഞ്ഞാൽ തന്നെ ഈ തലമുറ ഡിപ്രഷനിലാകും. ഫേസ് ദ ചലഞ്ച് കരിയറിൽ അവർക്ക് അറിയുമായിരിക്കും, ജീവിതത്തിൽ അറിയില്ല. ഞാൻ പറഞ്ഞല്ലോ ആത്മം എന്ന ഒന്ന് അവർക്ക് അറിയില്ല. കൂടെ ഓടുന്നവർ സഹജീവികളാണെന്ന ബോധ്യം ഇല്ല. നടേപറഞ്ഞ ആപ്പിളിനുള്ളിലെ പുഴുക്കളാണു നാം എന്ന് അവരെ ഓർമിപ്പിക്കുക എന്ന ചെറിയ എന്നാൽ വലിയ ഉദ്ദേശ്യമാണ് ഞാനും എന്റെ പ്രസ്ഥാനവും ചെയ്യാൻ ശ്രമിക്കുന്നത്. ആ ശ്രമത്തിന്റെ ഭാഗമാണ് ഈ പുസ്തകം. ആ ശ്രമത്തിൽ നിങ്ങളും പങ്കാളിയാകുന്നുണ്ട്. അതുകൊണ്ടാണ് ഇവിടംവരെ നിങ്ങൾ എന്റെ ഈ എളിയ പുസ്തകം വായിക്കുന്നത്.

തിരിച്ചുവരാം.

ഒന്നാലോചിച്ചാൽ, അച്ഛൻ വഴിയും അമ്മ വഴിയും നിരീക്ഷിച്ചാൽ രണ്ട് തലമുറ മുമ്പേ ഉദ്യോഗത്തിനു പ്രാധാന്യം കൊടുത്ത കുടുംബങ്ങളാണ് രണ്ടും. നെന്മാറയിലെ മുത്തച്ഛൻ ഫോറസ്റ്റർ ആയിരുന്നു. തിരൂരെ മുത്തച്ഛൻ ഹെഡ്മാസ്റ്റർ വരെ ആയി. അങ്ങനെ നോക്കുമ്പോൾ കരിയറിസ്റ്റ് ആവുക എന്നത് ജനിതകത്തിൽ ഉണ്ടാകേണ്ട ഒരു കുട്ടിയാണ് ഞാൻ. പക്ഷേ എന്തു ഫലം? ക്ലാസിൽ കേട്ടിരിക്കുമ്പോൾ കിട്ടുന്ന വിവരങ്ങൾ വച്ച് എങ്ങനെയോ പരീക്ഷകളിലൊക്കെ ആവറേജ് വിജയം കിട്ടി. ക്ലാസിൽ അഞ്ചാമനോ ആറാമനോ ഒക്കെ ആയി എങ്ങനെയോ മുന്നോട്ടു പോയി. പക്ഷേ, ഒരു അന്തർമുഖത്വം തന്നെയായിരുന്നു മുഖമുദ്ര. സ്പോർട്സിലോ ആർട്സിലോ ഒന്നും ഒരു ഐറ്റത്തിലും പങ്കെടുത്തതായി ഓർമ്മ ഇല്ല.

എന്തായാലും പത്താം ക്ലാസ് പാസായി. നാട്ടുനടപ്പനുസരിച്ച് ഡോക്ടർ ഭാഗം പഠിക്കുക എന്നതാണ് അന്നത്തെ രീതി. അതിനു സെക്കൻഡ് ഗ്രൂപ്പ് എടുക്കണം. അന്നു കാലത്ത് തൃശ്ശൂർ നഗരത്തിലെ കേരളവർമ്മ, സെന്റ് തോമാസ്, ഇവിടങ്ങളിലൊക്കെ സെക്കൻഡ് ഗ്രൂപ്പ് കിട്ടണമെങ്കിൽ മികച്ചതിൽ മികച്ച മാർക്ക് വേണം. പി.സി. തോമസ് എന്ന എൻട്രൻസ് വിജയിപ്പിക്കുന്ന മാന്ത്രികന്റെ പാരലൽ ക്ലാസിൽ പഠിക്കുക എന്ന ഉദ്ദേശ്യത്തോടെ കേരളത്തിലെ മുഴുവൻ പ്രഗത്ഭവിദ്യാർത്ഥികളും തൃശ്ശൂരിൽ പ്രീഡിഗ്രിക്ക് അപേക്ഷിക്കുന്ന കാലം. തൃശൂർ നഗരത്തിൽ ദിനേന പോയി വരിക എന്ന മോഹം വ്യാമോഹമാവും എന്ന് ഉറപ്പായി. അച്ഛൻ അപ്പോഴേക്കും കെഎസ്ഇബിയിൽ

സബ് എഞ്ചിനീയർ ആയി. വടക്കാഞ്ചേരിയാണ് തട്ടകം. ആ സ്വാധീനം വച്ചോ, എൻഎസ്എസ് സ്വാധീനംവച്ചോ എന്നറിയില്ല. വടക്കാഞ്ചേരി വ്യാസകോളേജിൽ ഞാനും പ്രീഡിഗ്രിക്കു ചേർന്നു. സെക്കൻഡ് ഗ്രൂപ്പ്.

സ്കൂളിൽനിന്ന് കോളേജിലേക്കുള്ള മാറ്റം ഇന്നത്തെപ്പോലെ അല്ല. ഓരോരുത്തരും സ്വതന്ത്രപൗരർ ആവുകയാണ് അന്ന് പ്രീഡിഗ്രിക്കു ചേരുമ്പോൾ. സ്കൂളിൽ ഒരു പീരീഡ് ക്ലാസിൽ കേറിയില്ലെങ്കിൽ വൻകുറ്റമാണ്. ഹെഡ് മാഷിന്റെ മുറിയിൽ കേസ് എത്തും; വീട്ടിലും. കോളേജിലാകട്ടെ, താത്പര്യമില്ലാത്തവർ ക്ലാസിലിരിക്കാതെ പുറത്തു പൊയ്ക്കോളൂ എന്നു പറയുന്ന മഹാമനസ്കരായ അധ്യാപകരും.

ആ ജീവിതം ആസ്വദിക്കാൻ തന്നെയായി തീരുമാനം. സമരങ്ങളുടെ കാലമാണന്ന്. ഇന്നത്തെ കോൺഗ്രസ് നേതാവും വടക്കാഞ്ചേരി എംഎൽഎയുമായിരുന്ന അനിൽ അക്കര ഒക്കെ അന്നത്തെ കോളേജിലെ നേതാക്കൾ. സമരമുള്ള ദിവസം പത്തുമണിക്കേ ഫ്രീ ആകും. നേരെ സിനിമയ്ക്ക്. സിനിമ എന്ന മാസ്മരികലോകത്തേക്ക് ഒരു കൂപ്പുകുത്തലായിരുന്നു പിന്നെ. തിരൂരിൽനിന്ന് വടക്കാഞ്ചേരിക്കുള്ള ബസിൽ കേറാതെ എതിർദിശയിൽ വരുന്ന തൃശ്ശൂർ ബസിൽ കയറിയത് എത്രയോ തവണ! രാഗം, ജോസ്, സപ്ന, രാംദാസ് തിയേറ്ററുകളായി നമ്മുടെ കളരികൾ!

സിനിമ എന്നിലേക്കിറങ്ങിവന്ന നാളുകൾ. സിനിമക്കാരനാവുക എന്ന സ്വപ്നം ആയിരുന്നു എന്നെ പിന്നെ ഭരിച്ചിരുന്നത്. തുടർ അധ്യായങ്ങൾ വായിക്കുമ്പോൾ നിങ്ങൾക്കതു കൂടുതൽ കൂടുതൽ വ്യക്തമാകും.

ഈ കാലയളവിലായപ്പോഴേക്കും കുടുംബാന്തരീക്ഷം വളരെ കലുഷിതമായി. അച്ഛന് ആരോഗ്യപ്രശ്നങ്ങൾ. ഉദരസംബന്ധിയായ രോഗങ്ങൾ. ഇടയ്ക്കിടയ്ക്ക് ആസ്പത്രിവാസങ്ങൾ. കൂടെ മൂത്ത പുത്രനായ എന്റെ ഉഴപ്പിയുള്ള പ്രീഡിഗ്രിക്കാലം. അതു മനസ്സിലാക്കിയ അദ്ദേഹത്തിന്റെ നിരാശ. ഇന്നു നോക്കുമ്പോൾ പിതാവിനോടു നീതിപുലർത്താഞ്ഞ ഒരാളായി ഞാൻ എന്നെ വിലയിരുത്തുന്നു. അത് അദ്ദേഹത്തെ സ്നേഹിക്കാതിരുന്നിട്ടോ ബഹുമാനിക്കാതിരുന്നിട്ടോ അല്ല. ഒരിക്കലും അദ്ദേഹത്തിന്റെ മുന്നിൽ നിഷേധിയായി ഇരുന്നിട്ടല്ല. നേരിൽ ധിക്കാരം കാണിച്ചിട്ടില്ല! പക്ഷേ എന്റെ പഠനത്തോട് ഞാൻ നീതിപുലർത്തിയില്ലല്ലോ. അത് അദ്ദേഹത്തെ അക്കാലത്ത് എത്ര വേദനിപ്പിച്ചുകാണും.

ഞാൻ പ്രീഡിഗ്രി തോറ്റു. അച്ഛൻ ആരോഗ്യവുമായുള്ള പോരാട്ടത്തിലും! 1991 ആഗസ്റ്റ് 8നു അമ്മയും അനുജനും ഞാനുമടങ്ങുന്ന കുടുംബത്തെ അനാഥമാക്കിക്കൊണ്ട് അച്ഛൻ ഈ ലോകത്തോടു വിടപറഞ്ഞു. ഒരാളുടെ ഇല്ലാതാവൽ മാത്രമായിരുന്നില്ല അത്. ലോകത്തെ അത്രയും സിമ്പിളായിക്കണ്ട് ജീവിച്ചിരുന്ന ഒരു പതിനേഴുകാരനെ

പെട്ടെന്ന് മുതിർന്നവനാക്കൽ കൂടിയായിരുന്നു. അവസാനകാലത്ത് അച്ഛൻ നിരന്തരം ആസ്പത്രികളിലായിരുന്നു. സാമ്പത്തികം ഒട്ടും ഭദ്രമല്ലായിരുന്നു. നീക്കിയിരിപ്പുകളിൽ വിശ്വസിക്കുന്ന ആളല്ലായിരുന്നു അച്ഛൻ. ഭീമമായ ആസ്പത്രിചിലവുകളിൽ അമ്മ നട്ടംതിരിയുന്നതൊന്നും ഞങ്ങൾ അറിഞ്ഞിരുന്നില്ല. അച്ഛന്റെ മൂത്ത സഹോദരി വത്സലവല്ല്യമ്മയും ഭർത്താവ് ഭാസ്കരൻ വല്ല്യച്ഛനും (വല്ല്യമ്മായി വല്ല്യമ്മാവൻ എന്നാണ് നാട്ടുനടപ്പനുസരിച്ച് വിളിക്കേണ്ടത് എങ്കിലും ഞങ്ങൾക്ക് വല്ല്യമ്മ, വല്ല്യച്ഛൻ ആയിരുന്നു) അന്നു കുറച്ചൊന്നുമല്ലായിരുന്നു താങ്ങ് എന്നതു മറക്കാനാകില്ലായിരുന്നു എന്ന് അമ്മ പറഞ്ഞാണ് ഞാൻ അറിയുന്നത്. അമ്മായി ഗീതയുടെയും മാധവിയുടെയും ഭർത്താക്കന്മാർ (ഒരാൾ റവന്യൂവിലും മറ്റെയാൾ പൊലീസിലും) എന്തിനുമേതിനും ആൾസഹായമായി കൂടെ ഉണ്ടായിരുന്നു എല്ലാ ആസ്പത്രിവാസങ്ങളിലും.

അച്ഛന് അസുഖമാണ്, പക്ഷേ അതൊരിക്കലും അച്ഛനില്ലായ്മ എന്ന അരക്ഷിതത്വത്തിലേക്ക് ഞങ്ങളെ തള്ളിയിടും എന്നു കരുതിയിരുന്നില്ല ഞാൻ. അതിന്റെ ഞെട്ടലിൽ പല്ലിളിച്ചുകാട്ടുന്ന ജീവിതത്തിനു മുന്നിൽ പകച്ചുനിന്നു. അപ്പോഴേക്കും എനിക്ക് പതിനെട്ട് ആയിരുന്നു. എന്റെ പ്രീഡിഗ്രി തോൽവി അച്ഛനെ എത്രമാത്രം വേദനിപ്പിച്ചു എന്നതിൽ ഞാൻ ആകെ വ്യസനിച്ചു. അച്ഛന്റെ മരണശേഷം വന്ന ഇടക്കാലപരീക്ഷയിൽ ഞാൻ വീണ്ടും എഴുതി. പാസ്സായി. അതിനിടയിൽ എന്റെ മുന്നിൽ രണ്ടു വഴി വരികയാണ്. ഒന്നുകിൽ പത്താംക്ലാസ് ക്വാളിഫിക്കേഷനിൽ അച്ഛന്റെ ഡിപ്പാർട്ട്മെന്റിൽ മസ്ദൂർ തസ്തികയിൽ ജോലിക്കു കയറുക. അല്ലെങ്കിൽ മൂന്നു വർഷംകൊണ്ട് ഡിഗ്രി എഴുതിയെടുത്ത് ഉയർന്ന തസ്തികയിൽ കയറുക.

എന്റെ മുന്നിൽ ആലോചിക്കാൻ സമയം ഇല്ലായിരുന്നു. വലിയ സാമ്പത്തിക പ്രശ്നങ്ങൾക്കു നടുവിലാണ്. ഞാനാണ് മൂത്തമകൻ. വഞ്ചി തുഴയേണ്ടതു ഞാനാണ്. അമ്മ പകച്ചുനിൽക്കുകയാണ്. ഞാൻ അങ്ങനെ കെഎസ്ഇബിയിൽ മസ്ദൂർ അഥവാ വർക്കർ തസ്തികയിൽ എന്റെ ഉദ്യോഗപർവം ആരംഭിക്കുകയാണ്.

അമ്മ, അനിശ്ചിതാവസ്ഥയിലായ ജീവിതത്തിനു മുന്നിൽ പകച്ച് നിൽക്കുകയായിരുന്നു എന്നു പറഞ്ഞല്ലോ. അതൊരു ക്ഷണ മാത്ര! സ്ത്രീകളുടെ സർവൈവൽ പവർ, അതിജീവന ശേഷി നമ്മൾക്ക് ഊഹിക്കാൻ പോലും കഴിയില്ല. അമ്മയെക്കുറിച്ച് ഏറെ പറയാനുണ്ട്. അത് മറ്റൊരധ്യായത്തിൽ പറയുന്നതുകൊണ്ടു മാത്രം ഇവിടെ വിസ്തരിക്കുന്നില്ല.

ഇന്നത്തെ എന്നിലേക്ക് എന്നെ പരുവപ്പെടുത്തിയ, ജീവിതമെന്ന എടുപ്പിന്റെ കുറ്റിയടികർമ്മമായിരുന്നു മസ്ദൂർ ആയി എനിക്കു കിട്ടിയ നിയമന ഉത്തരവ്.

അപ്രതീക്ഷിത ഉദ്യോഗപർവ്വം

ജീവിതത്തിലെ ഏറ്റവും രസകരമായ ഒരു കാര്യം എന്താണെന്നു വച്ചാൽ തിരിഞ്ഞുനോട്ടങ്ങൾ ആണെന്ന് ഞാൻ പറയും. ഒരിക്കൽ നമ്മൾ കഥാപാത്രങ്ങളായ് അനുഭവിച്ച വഴിത്താരകൾ യാത്രയേറെ കഴിഞ്ഞ് തിരിഞ്ഞുനോക്കുമ്പോഴേ, അന്ന് അതൊക്കെ എന്തായിരുന്നു എന്ന് നിർമ്മമതയോടെ അതായത് ഒരു മൂന്നാമനായി, വഴിപോക്കനെപ്പോലെ കാണാൻ സാധിക്കൂ. അവിടെ വച്ച് ആ പഴയകാലത്തെ നമ്മളെ, നമ്മളുടെ അവസ്ഥയെ ഒക്കെ വിലയിരുത്തുക. അതൊരു സത്യസന്ധമായ വിലയിരുത്തലുകളാകും.

ഞാൻ ഇതൊക്കെ പറയാൻ കാരണം, കഴിഞ്ഞ അധ്യായത്തിൽ പറഞ്ഞല്ലോ അച്ഛന്റെ വിയോഗവും പെട്ടെന്ന് എനിക്ക് മുതിരേണ്ടി വന്നു പോയതുമെല്ലാം. അന്ന് അതെങ്ങനെ തരണം ചെയ്തു എന്ന് ഇന്നാലോചിക്കുമ്പോൾ നമ്മുടെ ജീവിതവഴിത്താരകളിൽ നമ്മൾ അനുഭവിക്കേണ്ടിവരുന്ന പലതിലും യാദൃച്ഛികത എന്നൊരു ഘടകം പ്രധാന റോൾ കളിക്കുന്നതായി കാണപ്പെടും.

ഞാൻ പറയാം. അച്ഛന്റെ വിയോഗശേഷം എനിക്ക് ജോലിക്ക് അർഹതയായല്ലോ. പേപ്പറുകൾ എല്ലാം പെട്ടെന്നു ശരിയായി. ഞാൻ ജോലിയിൽ പ്രവേശിക്കുന്ന ദിവസം. തൃശ്ശൂർ വൈദ്യുതഭവനിലാണ് ജോയിനിംഗ് റിപ്പോർട്ട് എഴുതേണ്ടത്. അച്ഛൻ CITU യൂണിയന്റെ പ്രമുഖ പ്രവർത്തകനായിരുന്നു. അന്നത്തെ യൂണിയൻ ലീഡർ ആ വാത്സല്യത്തോടെയാണ് എന്റെ പേപ്പറുകൾ ശരിയാക്കാൻ കൂടെ നിന്നത്. അവിടെയെല്ലാം എനിക്ക് അച്ഛന്റെ അദൃശ്യ സാന്നിധ്യം മണത്തു. മസ്ദൂർ അഥവാ വർക്കർ തസ്തിക എന്നാൽ കട്ടിപ്പണിയാണ്. പത്തൊമ്പതു വയസ് പോലുമാകാത്ത, എല്ലിൽ തൊലി പൊതിഞ്ഞ് കട്ടിഗ്ലാസ് കണ്ണട വച്ച എന്നെക്കൊണ്ട് പോസ്റ്റിനു കുഴിയെടുക്കാനോ കമ്പി വലിച്ചുകൊണ്ടുപോകാനോ ഒക്കെ സാധിക്കില്ലെന്നു തോന്നിയതുകൊണ്ടോ മറ്റോ ആകണം അദ്ദേഹം മേധാവികളെ കണ്ട് എനിക്കു സബ്സ്റ്റേഷൻ ഡ്യൂട്ടി ശരിയാക്കിത്തന്നു. അത്

യാതൊരു ശാരീരിക അധ്വാനവും ഇല്ലാത്ത ഒന്നാണ്. ഞാനും സന്തോഷവാനായി. പേപ്പറുകൾ അങ്ങോട്ടും ഇങ്ങോട്ടും കൊണ്ടു നടക്കുന്നതിനിടയിൽ അച്ഛന്റെ മറ്റൊരു സഹപ്രവർത്തകൻ എന്നെ കണ്ട് വാത്സല്യത്തോടെ വിശേഷം തിരക്കി. സബ്സ്റ്റേഷനിൽ ഡ്യൂട്ടി എന്നു കണ്ട അദ്ദേഹം ശാസിച്ചു.

''എടോ അവിടെ ചുമ്മാ കുത്തിയിരുന്ന് മുരടിക്കാനാണോ നീ ഇവിടെ ചേർന്നത്. സെക്ഷനിൽ പോയി പണി പഠിക്ക്. അതാണ് മേലാക്കത്തേക്ക് (future) ഉള്ളത്. അല്ലെങ്കിൽ മൂന്നു കൊല്ലം കഴിഞ്ഞ് സെക്ഷനിലേക്ക് ട്രാൻസ്ഫർ ആകുമ്പോ ഫേയ്സേത്, ന്യൂട്രലേത് എന്നറിയാണ്ട് നീ വെറും കോമാളി ആകും. ഇപ്പഴാകുമ്പോ മറ്റുള്ള വർ ഒക്കെ പറഞ്ഞുതരും. പോയി മാറ്റി വാങ്ങ്. വേഗം.''

ശരിയാണല്ലോ. ഞാൻ വേഗം യൂണിയൻ നേതാവിന്റടുത്തേക്ക് തിരിച്ച് ഓടുന്നു. പണി പഠിക്കാൻ താല്പര്യപ്പെട്ട് ആവേശത്തിൽ അദ്ദേഹത്തോട് സെക്ഷൻ മതി, സ്റ്റേഷൻ വേണ്ട എന്നു പറയുന്നു. അച്ഛനോടുള്ള സ്നേഹത്താലാകും അദ്ദേഹം ഒന്നും പറയാതെ വാ എന്നു പറഞ്ഞ് എസ്റ്റാബ്ലിഷ്മെന്റ് സെക്ഷനിലേക്ക് വീണ്ടും എന്നെ കൊണ്ടുപോകുന്നു.

അവിടെയും ആരോ പ്രവർത്തിച്ചു.

മുന്നിൽ നിൽക്കുന്നത് അച്ഛന്റെ മറ്റൊരു പ്രിയപ്പെട്ട സഹപ്രവർ ത്തകൻ. പുള്ളിയോട് ഞാനും യൂണിയൻ ലീഡറും വിശദീകരി ക്കുന്നു. ആൾ പിതൃനിർവിശേഷമായ ശാസന.

''എടാ, നീ പോസ്റ്റിലു കേറീം കുഴികുത്തീം കമ്പി വലിച്ചും നട ക്കാൻ തീരുമാനിച്ചോ? മണ്ടാ, സബ്സ്റ്റേഷൻ ഡ്യൂട്ടി എടുക്കുക. ഡിഗ്രിക്കു ചേരുക. അവിടെ ഇഷ്ടംപോലെ സമയം ഫ്രീയാണ്. മൂന്നു കൊല്ലം കൊണ്ട് ഡിഗ്രി എടുക്ക്. അപ്പൊ കിട്ടും പ്രമോഷൻ. മന സ്സിലായോ. പണിപഠിച്ച് പെൻഷൻ പറ്റുംവരെ പോസ്റ്റിൽ കേറി നട ക്കാൻ പോണൂ.''

സന്തോഷത്തോടെ ഞാൻ തിരിച്ചുനടന്നു. ആയിടയ്ക്ക് കമ്മീ ഷൻ ചെയ്യപ്പെട്ട മാടക്കത്തറ സബ്സ്റ്റേഷനിലേക്ക്. യാദൃച്ഛികത കളെപ്പറ്റി പറഞ്ഞാണല്ലോ ഈ അധ്യായം ആരംഭിച്ചത്. ആ ഒരു മണിക്കൂറിൽ സംഭവിച്ചതു നോക്കൂ, ഒരു മിനിറ്റ് വൈകിയാലോ നേരത്തേ ആയാലോ ഒരുപക്ഷേ ആ മനുഷ്യനെ ഞാൻ അപ്പോൾ കാണുമായിരുന്നില്ല. കണ്ടില്ലായിരുന്നെങ്കിൽ ഞാൻ ഈ ഞാൻ ആകുമായിരുന്നില്ല. കാരണം, സബ്സ്റ്റേഷൻ ഡ്യൂട്ടി എന്റെ ജീവിത ത്തിലെ ഒരു വഴിത്തിരിവായിരുന്നു. വായന എന്ന വിശാലലോകത്തി ലേക്ക് എത്തിപ്പെട്ട കാലം. എന്നെ അടപടലം മാറ്റിക്കളഞ്ഞ കാലം!

ഒരു മണിക്കൂർ കൂടുമ്പോൾ റീഡിംഗുകൾ രേഖപ്പെടുത്തുക എന്നതാണ് എന്റെ ഡ്യൂട്ടി. ബാക്കി സമയമെല്ലാം നമുക്കു കിട്ടും. ആ സമയങ്ങൾ വിരസമാണ്. അങ്ങനെ വായനശാലയിൽനിന്ന് പുസ്തകങ്ങൾ എടുക്കാൻ തുടങ്ങി. പിന്നീട് അതൊരു ഹരമായി മാറി. ഭ്രാന്ത് പിടിച്ച ആ വായനക്കാലം എന്നെ വളരെയധികം മാറ്റി യെടുത്തു എന്നു പറയാം. നമ്മുടെ ചുറ്റിലും നമുക്ക് അനുഭവവേദ്യമായ കാര്യങ്ങൾക്കപ്പുറം അതിവിശാലലോകം നമുക്ക് കാട്ടിത്തരുന്നവ യാണല്ലോ പുസ്തകങ്ങൾ. ദസ്തയേവ്സ്കിയും ടോൾസ്റ്റോയിയും വിക്ടർ ഹ്യൂഗോയുമൊക്കെ എന്നെ കൈപിടിച്ചു കൊണ്ടുപോയി എനിക്കറിയാത്ത ലോകം കാട്ടിത്തന്നു. അങ്ങനെ എത്രയോ മഹദ് എഴുത്തുകാർ എന്നിൽ ജ്ഞാനം നിറച്ചു. മനുഷ്യൻ എന്ന നിലയിൽ ഞാൻ കൂടുതൽ സംസ്കരിക്കപ്പെട്ടു. തുടർച്ചയായി ഞാൻ ഡ്യൂട്ടി ചെയ്യുമായിരുന്നു. അങ്ങനെ ഓഫുകളെല്ലാം കൂട്ടി ഒരാഴ്ച നീളുന്ന വിശ്രമവേള എല്ലാ മാസങ്ങളിലും ഉണ്ടാകും. ആ ദിവസങ്ങൾ സിനിമ കാണലിനും മറ്റുമാണ്.

ഇതിനിടയിൽ ഞാൻ ഡിഗ്രിപഠനം തുടരുന്നുണ്ടായിരുന്നു. പറ യാൻ വിട്ടുപോയൊരു കാര്യമുണ്ട്. അതു പറയാതെ പോയാൽ അനീതിയാകും. പൊതുവെ അന്തർമുഖനും സ്വയം അത്ര വലിയ

ദ യങ്ങ് ബ്രദേഴ്സ് ക്ലബ്ബ് (YBC)

മതിപ്പില്ലാത്തവനുമായിരുന്നു ഞാൻ എന്നു പറഞ്ഞല്ലോ. മുത്തച്ഛന്റെ മരണത്തെത്തുടർന്ന് അപ്രതീക്ഷിതമായി തിരൂർ സ്ഥിരതാമസമാക്കേണ്ടി വന്നല്ലോ. അതിനുശേഷം എന്നെ പരുവപ്പെടുത്തുന്നതിൽ, അന്നു കുഗ്രാമവും ഇന്നു തൃശ്ശൂർ നഗര സബർബൻ എന്നു വിളിക്കാവുന്ന നഗരപ്രാന്തവുമായ ഈ തിരൂർ വലിയ പങ്കു വഹിച്ചിട്ടുണ്ട്. അതിനൊരു പ്രധാന കാരണമാണ് രണ്ട് ക്ലബ്ബുകൾ.

കേരളത്തെ ഇത്രമാത്രം ജനകീയവും മതേതരവുമാക്കുന്നതിൽ വായനശാലകൾക്കും ക്ലബ്ബുകൾക്കും ഉള്ള പങ്ക് പലപ്പോഴും വിസ്മരിക്കപ്പെട്ടു പോകുന്നു എന്നുവേണം പറയാൻ. ദിവസത്തിലെ ഏറിയ കൂറും അപഹരിക്കുന്ന പഠനം/ജോലി മുതലായവ കഴിഞ്ഞാൽ എല്ലാവരും ഭാരമിറക്കി റിലാക്സ് ചെയ്യുന്ന ഇടങ്ങളായിരുന്നു ക്ലബ്ബുകൾ. അവിടങ്ങളിൽ ഒത്തുകൂടുന്നവർക്കിടയിൽ അവരവരുടെ രാഷ്ട്രീയം, ജാതി ഒന്നും പ്രശ്നങ്ങളായിരുന്നില്ല. ഓരോ നാട്ടിലേയും ചെറുപ്പക്കാരുടെ പ്രാഥമിക വികാരമായിരുന്നു തങ്ങൾ അല്ലെങ്കിൽ തങ്ങളുടെ ചേട്ടന്മാർ വിയർപ്പ് കൊടുത്തുണ്ടാക്കിയ ക്ലബ്ബുകൾ. അത്തരത്തിൽ രണ്ട് ക്ലബ്ബുകൾ എന്നെ പരുവപ്പെടുത്തിയെടുക്കുന്നതിൽ നിർണ്ണായകപങ്കു വഹിച്ചിട്ടുണ്ട്. അതിൽ പ്രാഥമികസ്ഥാനം YBC തിരൂരിനാണ്. യങ് ബ്രദേഴ്സ് ക്ലബ്. എന്റെ സ്വന്തം ലോക്കൽ ക്ലബ്. ക്ലാസ് കഴിഞ്ഞുവന്നാൽ ഓരോരുത്തരായി എത്തും, ഇരുട്ടുംവരെ ഫുട്ബോൾ, ക്രിക്കറ്റ്. പിന്നെ വീടുകളിൽനിന്ന് ശാസന വരുംവരെ വർത്തമാനങ്ങൾ.

ആയിടയ്ക്ക് കൂട്ടത്തിൽ ആദ്യം ജോലിക്കാരനായതിന്റേതായ ഒരു പ്രിവിലേജ് എനിക്കുണ്ടായിരുന്നിട്ടുണ്ടാകണം. അന്തർമുഖനും ഒന്നിലും ഇടപെടാത്തവനും വരുന്നതു വരുന്നപോലെ കാണാം എന്ന ആറ്റിറ്റ്യൂഡ് ഉള്ളവനുമായിരുന്ന ഞാൻ, എന്തോ ഒരു മാറ്റം വേണം എനിക്ക് എന്നു തീരുമാനിച്ച കാലം കൂടിയാണത്. അതിന്റെ ഫലമായി ചിറ്റണ്ട സ്വദേശി വേലായുധന്റെ - അവനും KSEB ജീവനക്കാരനായിരുന്നു- താല്പര്യപ്രകാരം ഞങ്ങൾ മാജിക്ക് പഠിക്കാൻ തീരുമാനിച്ചു. നാട്ടിലെ എന്റെ ആത്മസുഹൃത്തായിരുന്ന നാരായണനും ഉണ്ടായിരുന്നു കൂടെ. ഒരു സ്റ്റേജിൽ കയറി നാലു വാക്ക് സംസാരിക്കുക എന്നത് എന്റെ അതിവിദൂരസ്വപ്നത്തിൽ പോലും ഇല്ലായിരുന്നു. ആ ഞാൻ സ്റ്റേജിൽ ഏറ്റവും റിസ്ക് ഉള്ള മാജിക്ക് ഷോ നടത്താൻ എന്റെ ക്ലബ്ബ് എനിക്കു ധൈര്യം നൽകി എന്നു പറഞ്ഞാൽ മതിയല്ലോ! പതിയെപ്പതിയെ എന്റെ സഭാകമ്പങ്ങൾ ഒഴിഞ്ഞുമാറിത്തുടങ്ങി. ഒതുങ്ങിനടന്നിരുന്ന ഞാൻ തല ഉയർത്തി നടക്കാൻ തുടങ്ങി. ലോകത്തോടു സംവദിക്കാൻ ആരംഭിച്ചു. സങ്കോചിച്ച തോളുകൾ വിടർന്നു. ക്രമേണ ക്ലബ്ബിന്റെ നേതൃത്വത്തിലേക്ക്

എന്റെ പേര് നിർദ്ദേശിക്കപ്പെട്ടു. ഏറെ പ്രാവശ്യം പ്രസിഡന്റോ സെക്രട്ടറിയോ ആയി.

ആദ്യകാലത്തൊക്കെ നാലു കവുങ്ങിൻതൂണുകളിൽ തുണി വലിച്ചുകെട്ടി പ്രോഗ്രാമുകൾ നടത്തിയിരുന്ന ഞങ്ങൾ ലെവലുകൾ ഉയർത്തിത്തുടങ്ങി. ക്ലബ്ബ് ഉത്സവനാളുകൾ വലിയ ഷോകൾ ആകാൻ തുടങ്ങി. നമ്മുടെ നാട്ടിലെ ചെറുപ്പക്കാരുടെ ഷോകൾ വച്ച് വാർഷികാഘോഷങ്ങളും ഓണാഘോഷങ്ങളും തുടങ്ങി. അവയൊക്കെ നാട്ടുകാർ വൻവിജയമാക്കുകയും ചെയ്തു. നിറഞ്ഞ സദസ്സിൽ സംഘാടനം മാത്രമല്ല, പരിപാടികൾ അവതരിപ്പിക്കാനും എനിക്ക് അവസരമുണ്ടായി. ചെറിയ നാടകങ്ങളിൽ തുടങ്ങി എന്റെ പങ്കാളിത്തം അവസാനം നാടകരചനയിൽ വരെ എത്തി എന്നു പറഞ്ഞാൽ മതിയല്ലോ.

മഹാഭാരതത്തിലെ ഒരു സന്ദർഭത്തിനെ അടിസ്ഥാനമാക്കി ഞാനൊരു നാടകം രചിച്ചു. ധർമ്മം മാത്രം പരിപാലിച്ചു ജീവിച്ച യുധിഷ്ഠിരൻ സ്വർഗ്ഗയാത്രാമധ്യേ അറുവഷളായ ഒരു സ്ഥലത്തെത്തി. അവിടം ചീഞ്ഞ ഗന്ധം. ഇതെന്താണ് താനിവിടെ എന്നത്ഭുതപ്പെട്ട് അദ്ദേഹം നിന്നു. ദ്രോണരെ വധിക്കാൻ താൻ ഉച്ചരിച്ച ആ പ്രസിദ്ധമായ 'സത്യനുണ' അശ്വത്ഥാമാ ഹത! കുഞ്ജര,യുടെ ഫലമായി ഒറ്റനിമിഷമെങ്കിലും നരകത്തിൽക്കൂടി പോകേണ്ടിവന്ന സന്ദർഭം. ഭീമനും ദുര്യോധനനും കർണ്ണനും ഒക്കെ കഥാപാത്രങ്ങളായി വന്ന എന്റെ നാടകത്തിൽ യുധിഷ്ഠിരന്റെ വേഷം എനിക്കായിരുന്നു. ഇന്നതൊക്കെ ഓർക്കുമ്പോൾ ഉള്ള ആഹ്ലാദം അനിർവചനീയംതന്നെ. പ്രസ്തുത നാടകം നാട്ടിൽ വളരെയേറെ സ്വീകരിക്കപ്പെട്ടു. തുടർന്ന് ഈ നാടകവുമായി ഞങ്ങൾ ഊരു ചുറ്റി. എല്ലാ നാടകമത്സരങ്ങളിലും പങ്കെടുത്തു. പഞ്ചായത്ത് കലാമേളയിലൊക്കെ സമ്മാനവുമടിച്ച് വന്നു. ഈ പ്രവർത്തനങ്ങളൊക്കെ എന്നിൽ ഉണ്ടാക്കിയ പരിണാമങ്ങൾ കുറച്ചൊന്നുമല്ല. എന്നിൽമാത്രമല്ല, ആ തലമുറയിലെ ഓരോരുത്തർക്കും ആ പ്രവർത്തനങ്ങൾ ഉണ്ടാക്കിക്കൊടുത്ത വ്യക്തിത്വ വികാസങ്ങൾ നിസ്സാരമല്ല. വ്യക്തി എന്ന നിലയിൽനിന്ന് സമൂഹം എന്ന നിലയിലേക്ക് ഞങ്ങളുടെ തലമുറ വളർന്നത് ഇമ്മാതിരിയുള്ള ക്ലബ്ബ് - വായനശാലകളിൽക്കൂടിയാണ്.

ഇന്നോ?

പുതിയ തലമുറ ഫോണിലേക്കു തലപൂഴ്ത്തിയിരിക്കുന്നു. അവർക്ക് ക്ലബ്ബുകൾ ഉണ്ടോ? കൂട്ടായ്മകൾ ഉണ്ടോ? ഉണ്ട്. അത് ഓൺ ലൈനിൽ ആണെന്നുമാത്രം. പ്രതീതിയാഥാർത്ഥ്യത്തിൽ (Virtual Reality) അഭിരമിക്കുന്നവരാണ് അവർ. ശരീരം കൊണ്ടല്ല അവരുടെ സംഘം ചേരൽ. അത് ശരിയോ തെറ്റോ എന്നു പറയാൻ ഞാൻ ആളല്ല. ഈ

കുട്ടികൾക്കു സാമൂഹ്യബോധം ഇല്ല എന്നും ഞാൻ പറയില്ല. കാരണം 2018 ലെ മഹാപ്രളയത്തിൽ ഇവരൊക്കെ സടകുടഞ്ഞെണീറ്റ് അവസരത്തിനൊത്തുയർന്നത് നമ്മളേവരും കണ്ടതാണ്. ഞങ്ങളുടെ തലമുറയെയും ക്ലബ്ബ് പ്രവർത്തനങ്ങളെയുമൊക്കെ അതിന്റെ മുൻതലമുറയും ചിലപ്പോൾ കുറ്റം പറഞ്ഞിരിക്കാം. എന്തായാലും നമ്മൾക്ക് നമ്മളുടെ നൊസ്റ്റാൾജിയ ആണല്ലോ വലുത്.

യങ് ബ്രദേഴ്സ് എന്റെ തൊട്ടടുത്തുള്ള കൂട്ടായ്മ ആയിരുന്നെങ്കിൽ TCC എന്ന തിരൂർ ക്രിക്കറ്റ് ക്ലബ്ബ് കുറച്ചുകൂടി വിശാലമായ ഒരു ഇടം ആയിരുന്നു. YBCയിലെ ഫുട്ബോൾ കളിയിൽ ഞാൻ സ്റ്റോപ്പർ ബാക്ക് എന്ന പൊസിഷനിൽ കുറച്ച് നല്ല പ്രകടനമായിരുന്നു. സ്വാഭാവികമായും TCCയുടെ ഫുട്ബോൾ ടീമിലേക്ക് എനിക്കു ക്ഷണം വന്നു. അവർ ക്രിക്കറ്റിൽ വ്യാഘ്രങ്ങളായിരുന്നു. ജില്ലയിലെ തന്നെ മികച്ച ടീം ആയിരുന്നു അത്. ക്രിക്കറ്റ് ടീമിൽ എനിക്കു പ്രവേശനം കിട്ടിയില്ല. അവരുടെ ഫുട്ബോൾ ടീമിലെ സ്ഥിരാംഗം എന്ന നിലയിൽ TCCയിലും ഞാൻ അംഗമായി. യങ് ബ്രദേഴ്സ് ക്ലബ്ബ് ഞങ്ങളുടെ 'മൂല'യിലെ സ്വന്തം പിള്ളേർസെറ്റ് ആയിരുന്നെങ്കിൽ TCC തിരൂർ ഏരിയയിലുള്ള എല്ലാവരുടേയും സങ്കേതമായിരുന്നു. എന്നും വൈകുന്നേരം കളി കഴിഞ്ഞാൽ രാത്രി വൈകും വരെ വർത്തമാനങ്ങൾ. ഇടയ്ക്കിടയ്ക്കു ടൂറുകൾ. അന്നത്തെ കളിക്കൂട്ടുകാരൊക്കെ ഇന്നും സുഹൃത്തുക്കൾ. ഇതിനിടയിൽ ഞാൻ പ്രൈവറ്റായി ഡിഗ്രി പഠനം കഴിഞ്ഞു. അതിനെതുടർന്ന് വർക്കർ തസ്തികയിൽനിന്ന് പ്രൊമോഷനാവുകയും കാഷ്യർ ആവുകയും ചെയ്തു.

ഇക്കാലയളവിൽ മറ്റൊരു പ്രധാന കാര്യം സംഭവിക്കുന്നുണ്ടായിരുന്നു. സിനിമ. പ്രീഡിഗ്രിക്കാലത്തെ എല്ലാ സിനിമയും കാണുക എന്ന പ്രക്രിയ എന്റെ രക്തത്തെ സിനിമാരക്തമാക്കിയിരുന്നു. വായനാചക്രവാളം വികസിച്ചതോടെ ദൃശ്യകല (visual art) എന്നാൽ തട്ടുപൊളിപ്പൻ സിനിമകളല്ല എന്നു മനസ്സിലായി. ചേതന സ്റ്റുഡിയോ എന്നൊരു സ്ഥാപനം ഉണ്ട്. അതിന്റെ ജീവനാഡി ബെനഡിക്റ്റ് അച്ചൻ. അദ്ദേഹം ബുധനാഴ്ചദിവസങ്ങളിൽ ഫ്രീ ആയി ലോക ക്ലാസിക് പടങ്ങൾ സ്ക്രീനിംഗ് നടത്തുന്നതായി അറിഞ്ഞു.

സംവിധായകൻ ഭരതന്റെ മരുമകൻ ഒരു ശിവരാമേട്ടൻ ഉണ്ട്. അദ്ദേഹത്തിൽനിന്നാണ് ഞാനതറിഞ്ഞത്. എനിക്കോർമ്മയുണ്ട് ആദ്യമായി കണ്ടത് 'ബൈസിക്കിൾ തീവ്സ്'. ആ പടം കണ്ടുകഴിഞ്ഞപ്പോൾ എനിക്കുണ്ടായ വികാരം വിവരിക്കാൻ വാക്കുകളില്ല. വെളിച്ചവും ശബ്ദവും ഉപയോഗിച്ച് ഇതുപോലെ നമ്മളിൽ ചലനമുണ്ടാക്കാൻ കഴിയുന്ന മായാജാലമാണിതെന്ന് അന്നാണെനിക്കു

മനസ്സിലായത്. സിനിമയ്ക്കു ഭാഷ എന്നൊന്ന് ഇല്ലെന്നും. പിന്നീട ങ്ങോട്ട് ബുധനാഴ്ചകൾ എന്റെ പ്രിയപ്പെട്ട ദിവസങ്ങളായി. ബർ ഗ്മാൻ, പസോളിനി, കുറസോവ തുടങ്ങിയവർ നമ്മുടെ സ്വന്തം ആൾക്കാരായി. തൊട്ടതെല്ലാം പൊന്നാക്കിയ ഇറാൻ സംവിധായകൻ മജീദി മജീദി എന്റെ ഗുരു ആയി. എലിപ്പത്തായം കണ്ടതോടെ ഇവരെക്കാളൊക്കെ കേമനായ അടൂർ ഗോപാലകൃഷ്ണൻ എന്റെ സ്വന്തം കാരണവരാണെടോ എന്ന് ഇവരോടൊക്കെ എനിക്കു വിളിച്ചു പറയാൻ തോന്നി.

അപ്പോഴാണ് iffkയുടെ വരവ്! ബുധനാഴ്ചകളിൽ ബെനഡിക്റ്റ് അച്ചൻ വിളമ്പിത്തരുന്ന ഒരു തുണ്ട് അമൃത് കഴിച്ച് മതിയാകാതെ കൊതിച്ചുനടന്നിരുന്ന എനിക്ക് അതാ അമൃതിന്റെ ഒരു മല. Iffkക്ക് പോകൽ പിന്നീടെനിക്കു തീർത്ഥയാത്ര പോലെയായി. സിനിമ എഴു തണം, സിനിമ ചെയ്യണം എന്ന ചിന്ത ഉള്ളിൽ നുരഞ്ഞു പൊന്തി. ഇപ്പോഴും ആവർത്തിച്ചാവർത്തിച്ച് ഞാൻ കാണുന്ന ചില സിനിമ കളുണ്ട്. ഇന്റർസ്റ്റെല്ലർ, ഇരുവർ, ഡോക്ടർ സ്ട്രെയിഞ്ച്. എന്റെ ജീവിത യാത്ര നിങ്ങൾ വായിച്ചുകഴിയുമ്പോൾ ഇതൊക്കെ എന്തിനായിരുന്നു എന്നു കൃത്യമായി മനസ്സിലാകും.

എല്ലാം ശരിയായി പോകുന്നു എന്ന തോന്നലിൽ മുന്നോട്ടുപോകു മ്പോഴാണ് അപ്രതീക്ഷിതമാണ് ജീവിതത്തിന്റെ വഴികൾ എന്നു നമ്മളെ ബോധ്യപ്പെടുത്താൻ പ്രകൃതിക്കു തോന്നുക.

വിവാഹം

അച്ഛന്റെ വിയോഗത്തെതുടർന്നുണ്ടായ ജീവിതമാറ്റം ഒരു പകപ്പ് സൃഷ്ടിച്ചുവെങ്കിലും പതുക്കെപ്പതുക്കെ അതിൽനിന്ന് കരകയറി ത്തുടങ്ങി. അങ്ങനെ ജീവിതം മുന്നോട്ടു പോകുമ്പോഴാണ് വിധി യുടെ അടുത്ത പ്രഹരം ഏൽക്കുന്നത്. അനുജന്റെ മരണം.

ഞാൻ പറഞ്ഞല്ലോ, പൊതുവെ അന്തർമുഖനും എന്തിനേയും കുറച്ചൊക്കെ വിട്ടുവീഴ്ചാമനോഭാവത്തോടെ കാണുന്ന പ്രകൃതവു മാണെന്റേത്. അനിയൻ അങ്ങനെ അല്ല. അവൻ എനർജറ്റിക്ക് ആ യിരുന്നു. കൂട്ടുകാരുടെ സംഘങ്ങളിലൊക്കെ നേതാവുപോലെ ഇവനെക്കാണാം. എന്തിനുമേതിനും 'ദാ ഇപ്പോ തയ്യാർ' എന്നായി രുന്നു അവന്റെ ഒരു നിലപാട്. ആ അവൻ ഒരു ദിനം പൊടുന്നനെ ഇല്ലാതാവുകയാണ്. എനിക്കു താങ്ങാനാവുന്നതല്ലായിരുന്നു അത്. അമ്മയുടെ കാര്യമോർക്കുമ്പോഴായിരുന്നു ഏറെ വിവശത. എനിക്ക് ഈ ലോകത്തോടു മൊത്തം വെറുപ്പായി. ഒരു പ്രഖ്യാപിത വിശ്വാസി ഒന്നുമല്ലായിരുന്നെങ്കിലും അച്ഛന്റെ അസുഖകാലങ്ങളിലൊക്കെ ഞാൻ ആരുമറിയാതെ ഈശ്വരനോടു പ്രാർത്ഥിക്കുമായിരുന്നു. എന്റെ പ്രാർത്ഥന ചെവികൊള്ളാഞ്ഞ ദൈവങ്ങളോട് എനിക്ക് ഒര നിഷ്ടവുമുണ്ടായിരുന്നു. ഇപ്പോഴിതാ, നിന്നനില്പിൽ അനിയനും. പ്രപഞ്ചത്തോടു മുഴുവൻ എനിക്കു വെറുപ്പായി. ഇങ്ങനെ ദുഃഖം നൽകാനെങ്കിൽ എന്തിനാണ് ദൈവം നമ്മളെ സൃഷ്ടിക്കുന്നത്. ഞാൻ ഈശ്വരനുമായി കലഹിച്ചു.

ആ അവസരത്തിലാണ് അനുജന്റെ ഒരു പ്രിയ സുഹൃത്ത് ഒരു ദിവസം എന്നോടു പറയുന്നത്. നമുക്ക് അവന്റെ ജാതകം ഒന്നു നോക്കിച്ചാലോ എന്ന്. എന്തിന്? മരിച്ചുപോയ അനിയന്റെ ജാതകം ഇനി നോക്കിയിട്ടെന്തിന്? ഞാൻ അവനോട് ക്ഷുഭിതനായി. എന്നാൽ അവൻ സ്നേഹത്തിന്റെ അധികാരത്തിൽ എന്നെയുംകൊണ്ട് ഇറങ്ങി. തൃശ്ശൂരിലെ ഒരു കേമനായ ജ്യോതിഷിയുടെ അടുത്തെത്തി. അദ്ദേഹം ജാതകം വാങ്ങി പരിശോധിച്ചു. കവടി നിരത്തി എന്തൊക്കെയോ

ധ്യാനിച്ചു. ജീവിതത്തിൽ ഉണ്ടായ തിരിച്ചടികളാൽ നിഷേധിയായി മാറിയിരുന്ന ഞാൻ, ഇതൊക്കെ എത്ര കണ്ടിരിക്കുന്നു എന്ന മട്ടിൽ കുറച്ച് അവജ്ഞയോടെ ഇരുന്നു. ഒരുപിടി കവടി നെഞ്ചിൽ ചേർത്ത് കണ്ണടച്ച് ശ്ലോകമുരുവിട്ട് ധ്യാനിക്കുന്ന ജ്യോതിഷിയുടെ മുഖത്തു കാർമേഘങ്ങൾ ഉരുണ്ടുകൂടുന്നതു ഞങ്ങൾ ശ്രദ്ധിച്ചു. സ്പഷ്ടതയോടെ ശ്ലോകം ചൊല്ലിയിരുന്ന അദ്ദേഹമിപ്പോൾ ചുണ്ട് അനക്കുക മാത്രമേ ചെയ്യുന്നുള്ളൂ. പിന്നെ കണ്ണുതുറന്ന് കവടികൾ മുന്നിലെ പീഠത്തിലേക്കിട്ടു. ജാതകപുസ്തകം എടുത്ത് വീണ്ടും നോക്കി. പരിഭ്രമത്തോടെ ''ഈ ജാതകത്തിന്റെ ഉടമസ്ഥൻ ഇപ്പോഴും ജീവിച്ചിരിപ്പുണ്ടോ'' എന്നു ചോദിക്കുന്നു. ഒന്നു ഞെട്ടിയെങ്കിലും ഞാൻ 'പിന്നില്ലാതെ' എന്നോ മറ്റോ പറഞ്ഞെന്നു തോന്നുന്നു. ''എങ്കിലീ കുട്ടിയെ സൂക്ഷിക്കുക. യമദേവൻ വട്ടമിട്ടു പറക്കുകയാണ്.''

അപ്പോഴേക്കും സുഹൃത്ത് പറഞ്ഞു. ''അങ്ങ് ക്ഷമിക്കണം. ഇവൻ മൂന്നാഴ്ചമുമ്പ് മരിച്ചുപോയി. സമയദോഷം കൊണ്ടാണോ എന്നൊന്ന് അറിയണമായിരുന്നു. അവന്റെ ജ്യേഷ്ഠനാണീ ഇരിക്കുന്നത്.''

ജ്യോതിഷി എന്നെ ഒന്നു കൂർപ്പിച്ചു നോക്കി. ''പോയ ബുദ്ധി ആനപിടിച്ചാൽ കിട്ടില്ല. കുറച്ച് മുന്നേ വന്നിരുന്നെങ്കിൽ എന്തേലും പ്രതിവിധി ചെയ്യാമായിരുന്നു. മൃത്യുഞ്ജയ ഹോമത്താൽ കാലന് ഒരു തടയെങ്കിലുമിടാമായിരുന്നില്ലേ ചെറുപ്പക്കാരാ. തലവിധി മാറില്ല. എങ്കിലും നമ്മൾ ശ്രമിച്ചു എന്നെങ്കിലും കരുതാമായിരുന്നു. സത്യവാന്റെ ജീവൻ കാലന്റെ കയ്യീന്നു പിടിച്ചുവാങ്ങിയ സാവിത്രിയുടെ അനുഭവം അറിയാമല്ലോ...''

എന്നിൽ വലിയ വഴിത്തിരിവ് സൃഷ്ടിച്ച ഒരു സംഭവം ആയിരുന്നു അത്. എന്നിൽ രൂപപ്പെട്ടുവന്നിരുന്ന യുക്തിവാദിയുടെ യുക്തിയെ അടക്കിയ യുക്തിയായിരുന്നു അത്.

അമ്മയ്ക്കു ഞാനല്ലാതെ വേറെയാരും ഇല്ല ഇനി. അച്ഛൻ സ്വപ്നം കണ്ട ഒരു ഞാൻ ഉണ്ടല്ലോ. ആ ഞാനാകണം ഇനി ഞാൻ. ഉറപ്പിച്ചു. ഇനി അമ്മ കരയരുത്. ആ കണ്ണുകൾ ഇനി ഈറനാകരുത്.

ഇക്കാലംകൊണ്ട്, മേല്പറഞ്ഞ പ്രവർത്തനങ്ങളാലും സ്വയം ഒരു ലക്ഷ്യമൊക്കെ വന്നതിനാലും ഞാൻ ആകെ മാറി എന്ന് ഇപ്പോൾ മനസ്സിലാകുന്നു. അമ്മയ്ക്കു താങ്ങായി നിൽക്കണം എന്നതും, ഇനി അമ്മ സങ്കടപ്പെടാൻ അനുവദിക്കില്ല എന്ന ദൃഢപ്രതിജ്ഞയും എന്നിൽ വളരെ മാറ്റങ്ങൾ ഉണ്ടാക്കി. പൊതുവിൽ ഒരു നെഗറ്റീവ് വൈബ് സ്വയം എടുത്തണിഞ്ഞിരുന്ന ഞാൻ ഒരു പോസിറ്റീവ് എനർജി സോഴ്സ് ആയി അമ്മയ്ക്കും ബന്ധുക്കൾക്കും കൂട്ടുകാർക്കും ഒക്കെ തോന്നിത്തുടങ്ങി. ഇതിന്റെ ഒക്കെ പരിണതഫലം ഊഹിക്കാമല്ലോ? എന്നെ

കല്യാണം കഴിപ്പിക്കണം എന്ന ചിന്ത നാടിനും വീടിനും ഉണ്ടായിത്തുടങ്ങി. അന്നും ഇന്നും എന്നും ഇക്കാര്യങ്ങളിൽ നാട്ടുകാർക്കും വീട്ടുകാർക്കും ഉള്ള ശുഷ്കാന്തി നിങ്ങൾക്കു ഞാൻ പറയാതെതന്നെ അറിയാമല്ലോ. നോക്കുമ്പോൾ പ്രത്യേകിച്ച് ഒരു കുറവും ഇല്ലാത്ത ഒരു കല്യാണ കാൻഡിഡേറ്റ് ആണല്ലോ ഞാൻ. ഗവണ്മെന്റ് ജോലി. അത്യാവശ്യം പറമ്പ്, കൃഷി കാര്യങ്ങൾ. നാട്ടിലൊക്കെ ചീത്തപ്പേരില്ലാത്തവൻ. പോരേ? ആലോചനകൾ അവിടന്നുമിവിടന്നും വന്നുതുടങ്ങി. ഞാൻ ഒരു കുടുംബ ജീവിതത്തിനു തയാറാണോ? അതിനെപ്പറ്റി ഗൗരവമായി ആലോചിച്ചിട്ടാണോ? പങ്കാളിയെപ്പറ്റി എനിക്കുള്ള സങ്കല്പം എന്ത്? ഇതൊന്നും ആരും അന്വേഷിക്കുന്ന പതിവ് അന്നുമില്ല ഇന്നുമില്ല.

ഇക്കാലം കൊണ്ട് എനിക്കും എന്നെപ്പറ്റി മതിപ്പ് ഉയർന്നു. ഞാൻ സ്വയം നവീകരണങ്ങൾ നടത്തുന്നുണ്ടായിരുന്നു. സോഡാഗ്ലാസ് കണ്ണട മാറ്റി. ലേസർ ചികിത്സ നടത്തി കണ്ണടയെ ഒഴിപ്പിച്ചു. പല്ല് നിരയൊപ്പിച്ച് ഭംഗിയാക്കി. ജിമ്മിൽ തുടർച്ചയായി പോയി ശരീരം പുഷ്ടിപ്പെടുത്തി. കണ്ണാടിയിൽ നോക്കുമ്പോൾ ഈ ലോകത്തോട് കലി വരുമായിരുന്ന ഞാൻ, ഇപ്പോൾ കൊള്ളാമല്ലോ എന്നു കണ്ണാടിയിലെ എന്നോടു പറയാൻ തക്ക ആത്മവിശ്വാസത്തിലേക്കെത്തി. വായന എന്റെ കാഴ്ചപ്പാടുകൾ മാറ്റി. അതിന്റെ ആത്മവിശ്വാസം സമൂഹത്തിലിറങ്ങുമ്പോൾ എന്റെ തല ഉയർത്തിപ്പിടിപ്പിച്ചു. ഈയൊരു ദശാബ്ദംകൊണ്ട് (ഇരുപതുകൾ) ഞാൻ ആകെ മാറിക്കഴിഞ്ഞു.

കല്യാണാലോചനകൾ തകൃതിയായി നടന്നു. എല്ലാം പോസിറ്റീവ്. ദിപ്പോ നടക്കും എന്നു തോന്നിപ്പിക്കും. പക്ഷേ ഒന്നൊന്നായി അവയെല്ലാം പൊളിയുന്നു. ഒന്നും തീരുമാനമാകുന്നില്ല. ഞാനൊഴികെ എല്ലാവരും സങ്കടത്തിലാകുന്നു. അവസാനം അമ്മയാണ് ആ കാരണം കണ്ടുപിടിച്ചത്! വീടു പോരാ. സൗകര്യങ്ങളില്ല. ഈ വീട്ടിലേക്കു തങ്ങളുടെ മകളെ പറഞ്ഞയയ്ക്കാൻ ആരും മടിക്കും. എന്നെ സംബന്ധിച്ച് ഈ വീട് സ്വർഗമാണ്. നമുക്കതു home ആണ്. വരുന്നവൾക്ക് അതു houseഉം. കെട്ടിടം എന്ന നിലയിലായിരിക്കും, ജീവിതകാലം മുഴുവൻ താമസിക്കാൻ തയ്യാറായി വരാൻ പോകുന്ന പെൺകുട്ടി അതിനെ പ്രാഥമികമായി കാണുക. പിന്നീട് അതവർക്കൊരു home ആയി തോന്നുമായിരിക്കും. അതൊക്കെ ജീവിതത്തിന്റെ രസതന്ത്രം എന്നേ പറയാൻ കഴിയൂ. ആലോചനാവേളയിൽ വീട് ആധുനികമാണോ സൗകര്യങ്ങൾ ഉണ്ടോ എന്നതിനു മാത്രമാണല്ലോ പ്രസക്തി.

അങ്ങനെ വീട് പണിയാൻ തീരുമാനിച്ചു. ആ സമയമായപ്പോഴേക്ക് സാമ്പത്തികമായി ഒരുവിധം സ്റ്റേബിൾ ആയി. അമ്മയ്ക്ക്

അച്ഛന്റെ പെൻഷൻ ഉണ്ട്. എന്റെ ശമ്പളം ഉണ്ട്. അമ്മ പറമ്പിലെ കൃഷികാര്യങ്ങൾ വിദഗ്ധമായി നോക്കുന്നുണ്ട്. അങ്ങനെ ലോണുമെടുത്ത് വീട് മൊത്തം പുതുക്കിപ്പണിതു. സുഹൃത്തായിരുന്ന ലിക്സൻ കോൺട്രാക്ടർ എന്ന നിലയിൽ ഏറ്റെടുത്തു നടത്തിയ ആദ്യ വർക്ക് ആയിരുന്നു അത്. പിന്നീട് 2018ൽ ഞാൻ പുതിയ വീട് പണിയുമ്പോഴേക്കും ലിക്സൻ ഈ പ്രദേശത്തെ നമ്പർ വൺ കോൺട്രാക്ടറായി മാറിയിരുന്നു. അന്നും ഇന്നും ലിക്സൻ എന്റെ വീടുകൾ പണിതുതന്നത് അവന്റെ സ്വന്തം വീട് പണിയുന്ന അതേ ആത്മാർത്ഥതയോടെയാണെന്നത് പ്രത്യേകം പരാമർശിക്കാതെ വയ്യ!

2003ൽ കല്യാണവും കഴിഞ്ഞു. നമ്മുടെ ഒരു സാമൂഹിക സാഹചര്യം അനുസരിച്ച് കല്യാണം ഒരു ഭാഗ്യക്കുറി ആണെന്നു വേണം പറയാൻ, അല്ലേ? ഞാൻ വ്യക്തമാക്കാം. അറേഞ്ച്ഡ് മാര്യേജ് എന്നാൽ ഇനിയുള്ള കാലം ഒരുമിച്ചു ജീവിക്കാനുള്ളവർ കേവലം അരമണിക്കൂറാണ് കൂടിപ്പോയാൽ തമ്മിൽ കാണുക. 2003ൽ ഒക്കെ അത് അഞ്ചു മിനിറ്റോ പത്തു മിനിറ്റോ എന്നു പറയാം. നമ്മൾക്ക് പറ്റിയ പങ്കാളിയാണോ ഇത്, അഥവാ പരസ്പരമുള്ള വിളക്കിച്ചേർക്കലുകൾക്കു പറ്റുന്ന രണ്ട് മനസ്സുകളാണോ, നിലപാടുകളാണോ എന്നൊക്കെ അറിഞ്ഞിട്ടാണോ യെസ് പറയുന്നത്? അല്ലേ അല്ല. അത്രയ്ക്കടുത്തറിയാൻ ഇത്ര കുറഞ്ഞ സമയംകൊണ്ട് പറ്റില്ല. അപ്പോൾ കല്യാണം എന്നത് ഒരുതരം ഗാംബ്ലിംഗ് തന്നെ. ഒത്താൽ ഒത്തു.

ചില കാര്യങ്ങളിൽ ഞാൻ അളവറ്റതരത്തിൽ ഭാഗ്യവാനാണ്, വിവാഹക്കാര്യത്തിലും. ഒറ്റവാചകത്തിൽ പറഞ്ഞാൽ എനിക്ക് ഇവരെക്കാൾ അനുയോജ്യയായ ഒരു പങ്കാളിയെ കിട്ടില്ല എന്നതു കട്ടായം. കാരണം എന്റെ ജീവിതപാതയിൽ എന്നെ കൃത്യം മനസ്സിലാക്കുന്ന ഒരാൾ അല്ല എന്റെ ഭാര്യ എങ്കിൽ എനിക്കൊരിക്കലും സമാധാനത്തോടെ ചരിക്കാനാവില്ല. ഇതു വരുംഅധ്യായങ്ങളിൽനിന്ന് നിങ്ങൾക്കു മനസ്സിലാകും. എന്റെ ജീവിതത്തിലെ ഏറ്റവും പ്രധാനപ്പെട്ട വ്യക്തി അമ്മ ആയിരുന്നു എന്നു പറഞ്ഞല്ലോ. രണ്ടാമത്തെ വ്യക്തി ജിതയാണ്. പൊന്നൂക്കരക്കാരി. റിട്ട.സുബേദാർ മേജർ സുകുമാരന്റെ പുത്രി. എന്റെ രണ്ടു കുട്ടികളുടെ അമ്മ. ഷാമിലി എന്ന് ഔദ്യോഗികനാമം. ഇപ്പോൾ തൃശ്ശൂരിലെ പ്രമുഖ സ്കൂളിൽ അധ്യാപികയായി ജോലി ചെയ്യുന്നു. ഇപ്പോൾ എല്ലാം പറയുന്നില്ല. എങ്കിലും എന്റെ ഈ ജീവിതത്തിൽ താങ്ങും തണലും ജിത ആണെന്നു പറഞ്ഞേതീരൂ. കാരണം ഞാൻ ഗൃഹസ്ഥാശ്രമിയാണ്. വീട്ടിൽനിന്നു തുടങ്ങി വീട്ടിലേക്കെത്തുന്ന യാത്രകളാണെന്റെ ഏത് ആത്മീയ യാത്രകളും. അവിടം എനിക്കു സമാധാനം നൽകുന്നു. കാരണം അവിടത്തെ പ്രജാപതി എന്റെ സഹധർമ്മിണിയാണ്.

പറഞ്ഞുവന്നത് ഞാൻ എങ്ങനെ പരുവപ്പെട്ടു എന്നാണ്. ഇന്ന് നിങ്ങളീ പുസ്തകം വായിക്കുന്നതിന് ഒരു കാരണം ഉണ്ട്. ആ കാരണം എന്താണ്? ഞാനും എന്റെ പ്രസ്ഥാനവും. അതിലേക്ക് ഞാൻ എത്തിപ്പെട്ടത് അറിയാനുള്ള അഭിവാഞ്ഛയാണല്ലോ ഇപ്പോൾ നിങ്ങൾ ഈ പുസ്തകം വാങ്ങിയതിന്റേയും വായിക്കുന്നതിന്റേയും ഹേതു. ആ ഞാൻ രൂപപ്പെട്ടുവന്നത് പരിപൂർണ്ണമായി വ്യക്തമായി ല്ലെങ്കിൽ അർത്ഥമില്ലല്ലോ. മുമ്പേ പറഞ്ഞല്ലോ, ഇതിൽ ഞാൻ, എന്റെ മുതലായ വാക്കുകൾ ഏറെയാണ്. സദയം ക്ഷമിക്കുക. ഞാൻ, എന്റെ എന്നതിൽനിന്ന് നമ്മൾ, നമ്മളുടെ എന്ന വാക്കുകളിലേക്ക് ഞാൻ പരിവർത്തനം ചെയ്യപ്പെട്ട കഥയാണ് ഈ പുസ്തകമെന്നതിനാൽ ക്ഷമിക്കുക.

ഈ ഞാൻ ഇതൊക്കെയായിരുന്നു. ഇങ്ങനെയൊക്കെയാണ് ഈ ഞാൻ നിർമ്മിക്കപ്പെട്ടത്. നമ്മൾ ഓരോരുത്തരും ഇങ്ങനെയൊക്കെ ത്തന്നെയായിരിക്കും ഉരുത്തിരിഞ്ഞത്. തികച്ചും ഭൗതികർ തന്നെ യാണു നമ്മൾ. അതിനിടയിൽ നമ്മുടെ ഉള്ളിലേക്കു നോക്കാൻ പ്രകൃതി അല്ലെങ്കിൽ ഈശ്വരൻ ഓരോ ചൂണ്ടാണി ഇട്ടുതരും. ചില പ്പോൾ നമ്മൾ അതു ശ്രദ്ധിക്കില്ല, ഗൗനിക്കില്ല, അല്ലെങ്കിൽ അറി യുകയേ ഇല്ല. ഞാൻ അറിഞ്ഞു. അത് എങ്ങനെ അറിഞ്ഞു എന്നു നിങ്ങളോട് പറയുക എന്നതാണെന്റെ ദൗത്യം. അതിനായുള്ള ശ്രമം ഞാൻ തുടരട്ടെ!

ഓം ശരവണഭവായ നമഃ

മുരുകൻ സ്വപ്നത്തിൽ

നമ്മൾ ഓരോരുത്തർക്കും അതാത് സമയങ്ങളിൽ പ്രകൃതി ഓരോരോ സിഗ്നൽ തരുന്നുണ്ട്. പക്ഷേ, നമ്മളിൽ ഭൂരിഭാഗവും അതു തിരിച്ചറിയുന്നില്ല എന്നതാണ് സത്യം. തൽഫലമായി നമുക്കു വലിയ നഷ്ടങ്ങൾ ഉണ്ടാകുന്നു. എന്നാൽ നമ്മൾ അതറിയുന്നില്ല. ചെറിയ ഒരു ഉദാഹരണത്തിന് ഇതൊന്ന് ആലോചിച്ചുനോക്കൂ:

നമ്മൾ ഒരു ബസ്സ്റ്റോപ്പിൽ നിൽക്കുന്നു. ഒരു ലോട്ടറിവില്പന ക്കാരൻ അവിടെ നമ്മുടെ മുമ്പിൽ മൂന്നോ നാലോ വട്ടം 'സാർ അല്ലെങ്കിൽ മാഡം ഒന്നെടുക്കൂ' എന്നു പറയുന്നു. നമ്മൾ അത് ഒരു ശല്യമായി കണക്കാക്കി അവഗണിക്കുന്നു. നമ്മുടെ ബസ് വരുന്നു. നമ്മൾ പോകുന്നു. അയാൾ നമുക്കു നീട്ടിയ ടിക്കറ്റിനായിരുന്നു പിന്നീട് ബംബർ അടിച്ചത്. നമുക്കു പിറകെ അതു വാങ്ങിയ ആൾ കോടീശ്വരനായി. നമ്മൾക്കതിൽ യാതൊരു വിഷമവും ഉണ്ടാകില്ല. കാരണം നമ്മൾ അറിയുന്നില്ലല്ലോ, നമ്മുടെ മുമ്പിൽ ദൈവം നീട്ടി യിരുന്ന, നമ്മൾ പുച്ഛത്തിൽ അവഗണിച്ച ആ ടിക്കറ്റിനാണു ബംബർ പ്രൈസ് അടിച്ചത് എന്ന്! ഇനി അതെങ്ങാൻ അറിഞ്ഞാലോ? തീർച്ച യായും നമ്മളുടെ സമനില തെറ്റും.

അപ്പോൾ അതാണ് കാര്യം. ഓരോ പോയന്റിലും ദൈവം അല്ലെ ങ്കിൽ ഈ പ്രപഞ്ചത്തിന്റെ അധിപൻ നമ്മൾക്കു മുന്നിൽ ഓരോ സിഗ്നൽ തരുന്നുണ്ട്. നമ്മളത് ഉപയോഗിക്കുന്നുണ്ടോ, കുറഞ്ഞ പക്ഷം അറിയുന്നുണ്ടോ എന്നതിലാണ് കാര്യം.

കഴിഞ്ഞ അധ്യായങ്ങളിൽനിന്നു ഞാൻ എങ്ങനെ ഉരുവംകൊണ്ടു എന്നു നിങ്ങൾക്കു മനസ്സിലായല്ലോ? അതിസാധാരണമായൊരു മല യാളിജീവിതമായിരുന്നു എന്റേത്. എങ്കിലും കാലം അതിനുള്ളിൽ എനിക്കായി ചൂള ഒരുക്കിയിരുന്നല്ലോ. ആ മൂശയിൽ വാർത്തെടു ക്കപ്പെട്ട ഞാൻ നമ്മളെല്ലാവരെയുംപോലെ ജീവിതം വെട്ടിപ്പിടിക്കാൻ ശ്രമിച്ചു. ഒരു പരിധിവരെ വലിയ പൊള്ളലൊന്നുമേൽക്കാതെ വിജ യിച്ചു. ഇതിനിടയിലൊക്കെ നേരത്തേ പറഞ്ഞപോലെ പ്രകൃതി അല്ലെങ്കിൽ സ്രഷ്ടാവ് എന്റെ മുന്നിൽ സൂചനകൾ തന്നിരുന്നുവോ?

എടാ, ഈ വഴി നടക്കരുത്, അവിടെ ഇപ്പോൾ മുകളിൽനിന്ന് തേങ്ങ വീഴും അതിനാൽ വഴിമാറാൻ, അല്ലെങ്കിൽ നടത്തം സാവധാനമാക്കാൻവേണ്ടി എന്റെ കാലിൽ മുള്ള് തറപ്പിച്ചിരുന്നോ? ആർക്കറിയാം. ഉണ്ടായിരുന്നിരിക്കാം. ഞാൻ ജോലിക്കു ജോയിൻ ചെയ്യാൻ നേരം ഉണ്ടായ സംഭവങ്ങൾ നിങ്ങൾ വായിച്ചല്ലോ? അതൊക്കെ സർവവും നിയന്ത്രിക്കുന്ന അദ്ദേഹത്തിന്റെ കരങ്ങളായിരിക്കില്ലേ?

എന്തായാലും, അനുഭവിച്ച സമയം കേവല കുതൂഹലം മാത്രം എന്നിൽ ജനിപ്പിച്ചതും, പോകപ്പോകെ വ്യക്തമായ ഒരു പദ്ധതിയുടെ കൊടിപിടിച്ച് മുന്നിൽ നടക്കാൻ എന്നെ തിരഞ്ഞെടുത്തതാണെന്നു വ്യക്തമാക്കിത്തന്നതുമായ സംഭവങ്ങളിലേക്കു വരാം. എനിക്കന്നു പ്രായം 28 ആണ്. കല്യാണാലോചനകൾ തകൃതിയായി നടക്കുന്ന സമയം. ഒരു രാത്രിയിൽ ഉറക്കത്തിൽ ഒരു സ്വപ്നം കാണുന്നു. സ്വപ്നത്തിലെ ഞാൻ ഉറങ്ങിക്കിടക്കുന്നു. ഒരു വെളിച്ചം. പ്രഭ. അതെന്റെ മുന്നിൽ വന്നുനിൽക്കുന്നു. ആ വെളിച്ചം എന്നോട് സ്പഷ്ടമായി ഒരേയൊരു വാചകം പറയുന്നു.

''ഞാൻ മുരുകൻ! നിന്റെ മുപ്പതു വയസ്സിനുശേഷം നീ എന്റെ സംരക്ഷണയിലായിരിക്കും.''

ഇത്രമാത്രം.

ഞാൻ രാവിലെ ഉണർന്നു. അപ്പോഴും സ്വപ്നം അതിവ്യക്തമായി ഓർമ്മയുണ്ട്. ഇതെന്താണിങ്ങനെ? മുരുകൻ! ഞാനന്നേവരെ മുരുകഭഗവാനുമായി ഒരു ഇടപാടുമില്ല. വല്ലപ്പോഴും നമ്മുടെ അമ്പലങ്ങളിലെങ്ങാൻ പോയിട്ടുണ്ടെങ്കിൽതന്നെ അവിടെയൊന്നും മുരുകൻ ഉള്ളതായി അറിവില്ല. എന്തായാലും സ്വപ്നം കണ്ടതല്ലേ. മുരുകനെ പോയി തൊഴുതുകളയാം. മുരുകൻ എവിടെയുണ്ടാകും എന്നു ചിന്തിക്കുമ്പോൾ മലയാളിക്ക് ഏറ്റവുമാദ്യം വരുന്ന ഉത്തരം പഴനിതന്നെ ആണല്ലോ? എന്തായാലും പോയിക്കളയാം. നമുക്കെന്താണെന്ന്?

കല്യാണം കഴിഞ്ഞിട്ടില്ല. ജോലി കഴിഞ്ഞ് ഇഷ്ടംപോലെ സമയം. യാത്ര എന്നത് ഒരു ഹരവും. ഉറ്റ കൂട്ടുകാരൻ നാരായണനോടു പറഞ്ഞു. എടാ, നമുക്ക് പഴനിക്കൊന്ന് വിട്ടാലോ? എന്തിന് എപ്പോ എന്നൊരു ചോദ്യം അക്കാലങ്ങളിൽ ഞങ്ങൾക്കിടയിലില്ലല്ലോ. നേരെ ബസ് കയറി. പഴനിയിലെത്തി. സാദാ വരിയിൽ നിൽക്കുകയാണ്. അന്നേരമാണ് നാരായണനോടു ഞാൻ പറയുന്നത്. സ്വപ്നത്തെപ്പറ്റി. ക്യൂ നിൽക്കുമ്പോ ഉള്ള ബോറടിക്കിടയിൽ പറഞ്ഞതാണ്. നാരായണൻ എന്നെ അടിമുടി നോക്കി. എന്നിട്ട് കമന്റ്. സുവ്യക്തമായി ഓർക്കുന്നു അവന്റെ ആ ഭാവവും വാചകവും: ''എടേയ്, നീയിനി വല്ല്യ ആളാവോ?''

ഞാൻ ഒന്നു പൂത്തുലഞ്ഞു. അന്നു വലിയ ആളാകുക എന്നാൽ എന്റെ മനസ്സിൽ എന്താണ് എന്നു നിങ്ങൾക്കറിയില്ല. അത് ഒരു

സിനിമാ തിരക്കഥാകൃത്ത് ആവുക എന്നതാണ്. രഹസ്യമായി എഴുത്തുമുണ്ട്. കാര്യമായ ശ്രമങ്ങൾ ഒന്നുമില്ലെങ്കിലും ഒരുനാൾ മലയാളത്തിലെ എം ടി, പത്മരാജൻ, ലോഹിതദാസ് പോലെയോ തമിഴിലെ സുജാത, കെ ബാലചന്ദർ, ഭാരതിരാജ പോലെയോ ഷോലെ എഴുതിയ സലിം-ജാവേദ് പോലെയോ ഒക്കെ ഈ രജിത് കുമാർ എന്ന പേരും വരും എന്നതിൽ എനിക്ക് ഒരു സംശയവും ഇല്ലാതിരുന്ന കാലമാണ്! നാരായണന്റെ ആ 'വല്ല്യ ആളാകുമോ' എന്ന കുസൃതി കമന്റിൽ ഞാൻ മുഗ്ധനായ് നിന്നു.

എന്റെ മനസിൽ അപ്പോൾ ഞങ്ങളുടെ തൃശൂരിലെ രാഗം തിയേറ്ററിലെ സ്ക്രീനിൽ 'കഥ തിരക്കഥ സംഭാഷണം രജിത് കുമാർ' എന്ന ഫ്രെയിമും പശ്ചാത്തലത്തിൽ കാണികളുടെ കൈയടിയുമായിരുന്നു. ഹൊ! ഞാൻ പുളകിതഗാത്രനായി. നാരായണന്റെ വാക്കുകൾ പൊന്നായിത്തീരട്ടെ. സ്വപ്നത്തിൽ വന്ന ആ വെള്ളിവെളിച്ചം! യെസ്, അഭ്രപാളിയിലെ വെള്ളിവെളിച്ചമായ്... മുരുകൻ വന്ന് എന്നെ മുപ്പത് വയസുമുതൽ ഏറ്റെടുക്കും എന്നു പറഞ്ഞല്ലോ! ഒന്നും വെറുതെയല്ല. മുരുകാ! ആണ്ടവനേ! ഞാൻ നാരായണന്റെ രണ്ടു തോളിലും അമർത്തിപ്പിടിച്ച് കോരിത്തരിച്ചു നിന്നു. നാരായണനാകട്ടെ ഇവനിതെന്തു പറ്റി എന്ന ഭാവത്തിലും.

പ്രിയപ്പെട്ടവരെ, ആ 'നീയിനി വല്ല്യ ആളാകുമോ' എന്ന കൂട്ടുകാരന്റെ ഒരു നിർദ്ദോഷ ഹാസ്യ കമന്റ് ഇന്നീ ഇരുപതു വർഷങ്ങൾക്കിപ്പുറംനിന്ന് നോക്കുമ്പോൾ എനിക്കെന്താണു പറയാൻ കഴിയുക? അതിനുശേഷം മുരുകൻ എന്നെ നടത്തിക്കുകയാണ്. പതിനാലു രാജ്യങ്ങളിൽ ഭഗവാന്റെ ഇംഗിതപ്രകാരം 'ലയേൺ മയൂര റോയൽ കിങ്ഡം' സ്ഥാപിക്കപ്പെട്ടു. ഓരോ തവണയും അത്യത്ഭുത സൂചനകളുമായി ഭഗവാൻ എന്റെ അടുത്തു വന്നു. അതൊക്കെ ഞാൻ നടത്തിക്കൊണ്ടിരിക്കുന്നു. എന്നാൽ നോക്കൂ, 'നീ വല്ല്യ ആളാകുമോ' എന്ന ആ വാചകത്തിന്റെ അർത്ഥം ഇന്നു നോക്കുമ്പോൾ 'ഇല്ല, ഞാൻ കൂടുതൽ ചെറിയ ആളാവുകയാണ് ഉണ്ടായത്. ഒരു സ്വാർത്ഥനായ വെറും മനുഷ്യൻ, മഹത്വകാംക്ഷിയായ ഒരു മനുഷ്യൻ, സിനിമാരചയിതാവാകാൻ ആറ്റുനോറ്റിരുന്ന ഒരുവൻ എന്ന നിലയിൽ നിന്ന്, സാക്ഷാൽ മുരുകഭഗവാന്റെ ഡയറക്ഷനിൽ അവിടന്നു കിട്ടുന്ന സൂചനകൾ കൂട്ടിച്ചേർത്തു ചേർത്തു വയ്ക്കുന്ന ഒരു വെറും ഭടൻ എന്ന നിലയ്ക്കാണ് എന്റെ വളർച്ച! അതു വലിയ ആളാകലല്ല. ചെറിയ ആളായി നിന്ന് വലിയ പ്രവൃത്തികൾ ചെയ്യലാണ്. അദ്ദേഹം അന്നുമുതൽ എന്നെ നടത്തിക്കുകയാണ്. ഓരോരോ സമയങ്ങളിലായി ചില നിഗൂഢമായ വെളിപാടുകളിലൂടെ, ഓരോ ചെറിയ സൂചനകളിലൂടെ ലോകത്തിന്റെ പല ഭാഗങ്ങളിലേക്ക് എന്നെ എത്തിച്ചുകൊണ്ടേയിരിക്കുന്നു. ആ സ്ഥലങ്ങളിലേക്കൊക്കെ ഞാൻ

എത്തിപ്പെടുമ്പോൾ എനിക്ക് എന്തോ ഒരു 'ദേജാവു എഫക്റ്റ്' കിട്ടുന്നു. ആ സ്ഥലങ്ങൾക്കെല്ലാം ഒരു മിസ്റ്റിക്ക് പരിവേഷം ഉണ്ടെന്നു തിരിച്ചറിയുന്നു. ഞാൻ മുമ്പ് കണ്ടിട്ടുള്ള സ്ഥലംപോലെ ഒരു വികാരം എന്നിൽ ഉളവാകുന്നു. മറ്റാർക്കും കിട്ടാത്ത ഒരു ഫ്രീക്വൻസിയിൽ മറ്റേതോ ടൈം സോണിൽനിന്ന് എനിക്കു സന്ദേശങ്ങൾ കിട്ടുന്ന പോലെ തോന്നുന്നു. തോന്നലല്ല, അതു ശരിക്കും ലഭ്യമാകുന്നു. അവിടെ ഇന്നു ലഭിക്കുന്ന സിദ്ധികൾ, ജ്ഞാനം, തെളിച്ചം! ഭഗവാൻ മുരുകൻ എനിക്കു നൽകുന്ന നിർദ്ദേശങ്ങളിലൂടെ, അദ്ദേഹത്തിന്റെ ആജ്ഞയാൽ സ്ഥാപിക്കപ്പെട്ട, ഇപ്പോൾ 16 രാജ്യങ്ങളിൽ യൂണിറ്റുകളുള്ള LMRK എന്ന പ്രസ്ഥാനം! വരുംഅധ്യായങ്ങളിൽ ആ അനുഭവങ്ങളെപ്പറ്റി വിശദമായി എഴുതാം.

അന്നു പോയി മുരുകഭഗവാനെ തൊഴുത് ഈ 'നിയുക്ത തിരക്കഥാകൃത്ത്' മലയിറങ്ങി. ലോകത്തിന്റെ ഇങ്ങേത്തലയ്ക്കലുള്ള ഒരു ചിത്രശലഭത്തിന്റെ ചിറകടി ലോകത്തിന്റെ അങ്ങേയറ്റത്ത് ഒരു സുനാമിപോലും ഉണ്ടാക്കിയേക്കാം എന്നൊരു സിദ്ധാന്തമുണ്ടല്ലോ. ബട്ടർഫ്ളൈ എഫക്റ്റ്. ആ ചെറിയ ചിറകടിയായിരുന്നു പ്രിയപ്പെട്ടവരേ, അന്നു ഞാൻ കണ്ട ആ ചെറിയ സ്വപ്നം. ഭഗവാൻ എനിക്കു നൽകിപ്പോരുന്ന സൂചനകളുടെ, ടാസ്കുകളുടെ ആദ്യ പടിയായിരുന്നു അത്.

മുരുകൻ എന്നാൽ പഴനിയിൽ കുടിയിരിക്കുന്ന ദൈവം, ശിവപാർവതിമാരുടെ മകൻ എന്നൊക്കെ മാത്രം അറിയുന്ന ഒരു ശരാശരി മലയാളിയായിരുന്ന എന്റെ മുന്നിലേക്ക് ഇടിമുഴക്കം പോലെ കയറി വന്ന ഒരു പേരായിരുന്നു ഭോഗർ സിദ്ധർ!

അതേ, ചിലർ ചരിത്രം എഴുതുന്നു. മറ്റു ചിലർ സ്വയം ചരിത്രമാകുന്നു. അത്യപൂർവം ചിലർ ഇവ രണ്ടുമാകുന്നു. അവരിലൊരാളാണ് ഭോഗർ സിദ്ധർ.

ഇന്നും ശാസ്ത്രലോകം അമ്പരന്നു നിൽക്കുന്ന ഒരു സംഭവം ഉണ്ട്. പഴനിയിലെ വിഗ്രഹം. അതിവിദഗ്ധനായൊരു ആൽക്കെമിസ്റ്റിന്റെ ബുദ്ധിയും കരവിരുതുമുണ്ടതിൽ. ഒമ്പത് വിഷപദാർത്ഥങ്ങളെ പ്രത്യേക അനുപാതത്തിൽ കൂട്ടിച്ചേർത്ത് കരിങ്കല്ലിനേക്കാൾ കാഠിന്യമാക്കിയതാണത്. അതിനേക്കാൾ അത്ഭുതം ഈ ഒമ്പത് വിഷങ്ങളും കൂടിച്ചേർന്നപ്പോൾ അതൊരു ഔഷധവുമായി എന്നുള്ളതാണ്. പഴനിമുരുകന്റെ വിഗ്രഹത്തിൽ അഭിഷേകം ചെയ്യപ്പെട്ട എന്തും രോഗസംഹാരിയായി മാറുമെന്നതു നിങ്ങൾക്കറിയാമല്ലോ.

നവപാഷാണം എന്നറിയപ്പെടുന്ന ആ ഒമ്പത് വിഷങ്ങളുടെ കൂട്ടുകൊണ്ട് മുരുകവിഗ്രഹം നിർമ്മിച്ച, പ്രതിഷ്ഠിച്ച, പഴനിമുരുകന്റെ കീഴിലെ രഹസ്യ അറയിൽ സമാധിയായി ജ്യോതിസ്വരൂപമായി മാറിയ സാക്ഷാൽ ഭോഗർ മഹർഷി!

മുപ്പതാം വയസ്സിലെ വഴിത്തിരിവ്

സംഗതി എന്തൊക്കെയായാലും ഞാനും കൂട്ടുകാരും നിസ്സാരമാക്കി എടുത്തെങ്കിലും, മുപ്പതു വയസ്സിൽ എന്താണു സംഭവിക്കാൻ പോകുന്നത് എന്നൊരു ആകാംക്ഷ എന്നെ ഭരിക്കാൻ തുടങ്ങിയിരുന്നു. ഉള്ളിന്റെ ഉള്ളിലെവിടെയോ എന്തൊക്കെയോ മാറ്റങ്ങൾ ഉണ്ടാകും എന്ന് ആഴത്തിൽ പതിയുന്നുണ്ടായിരുന്നു, ആ ആദ്യാനുഭവത്തിനും മുപ്പതിനുമിടയിൽ, ഉപരിപ്ലവമായി, പ്രത്യക്ഷത്തിലത് എന്റെ സിനിമാ മോഹങ്ങളിലേക്കു വഴിതിരിച്ചുവിടുമെങ്കിലും, അതല്ല അതല്ല എന്നു ഗോപ്യമായി എന്റെയുള്ളം എന്നോടു പറയുന്നുണ്ടായിരുന്നു.

മുപ്പതു വയസ്സിലാണ് എന്റെ വിവാഹം കഴിയുന്നത്. അതിനു തൊട്ടുമുമ്പാണ് അടുത്ത സംഭവം നടക്കുന്നത്. ഒരു രാത്രി. ഏകദേശം ഒമ്പത് ഒമ്പതര ആയിക്കാണും. അമ്മയും ഞാനും മാത്രമേ ഉള്ളുവല്ലോ. അമ്മ കിടന്നു. ഞാൻ എന്റെ മുറിയിലേക്കു പോയി. കിടക്കയെല്ലാം ഒന്നു കുടഞ്ഞുവിരിച്ചു. ഫാൻ ഇട്ടു. ലൈറ്റ് ഓഫ് ചെയ്തു. കിടന്നു. കിടന്ന ഉടൻ ശരീരം കുഴയുന്നപോലെ ഒരനുഭവം ഉണ്ടായി. സാധാരണ ഉറക്കമൊഴിച്ച് പകൽ ഉറങ്ങുമ്പോഴോ, വലിയ തളർച്ചയിൽ പകൽ ഉറങ്ങുമ്പോഴോ നമ്മളിൽ പലർക്കും അനുഭവിക്കേണ്ടി വന്നിട്ടുള്ള സ്ലീപ്പിംഗ് പാരലൈസ് എന്ന അവസ്ഥ അറിയാമായിരിക്കും നിങ്ങൾക്ക്. ശരീരം ഉണരാതെ മനസ്സ് മാത്രം ഉണരുന്ന ഒരു അവസ്ഥ. ചുറ്റും നടക്കുന്നതൊക്കെ നമുക്ക് അറിയാം. എന്നാൽ ഒന്നു കൈ ഉയർത്തുവാനോ, ഹോയ് എന്ന് ഒന്നൊച്ച വയ്ക്കുവാനോ പറ്റാത്ത അവസ്ഥാവിശേഷം. എന്നാൽ അപ്പോഴെനിക്കുണ്ടായത് അതല്ല. കാരണം, ഞാൻ ലൈറ്റണച്ചു കിടന്നിട്ട് ഒരു മിനിറ്റു പോലുമായിട്ടില്ല. എന്റെ ശരീരം ഒരു പദാർത്ഥം മാത്രമായി കിടക്കയിൽ കിടക്കുന്നുണ്ട് എന്ന് എനിക്കറിയാം. എന്നാൽ അനക്കാൻ വയ്യ. ഉറക്കെ അലറാൻ ശ്രമിക്കുന്നുണ്ട്, പക്ഷേ, തൊണ്ടയിലെ ഞെരമ്പുകൾ തളർന്നിരിക്കുന്നു. കാലുകളും കൈകളും എങ്ങനെയാണോ, അതേപോലെ ഫ്രീസ് ആയി ഇരിക്കുന്നു. ഞാനാകെ ചകിതനായി. അമ്മേ എന്ന് അലറാൻ ശ്രമിക്കുന്നുണ്ട്. പക്ഷേ വിഫലം.

ആ സമയം ഒരു പാദപതനശബ്ദം. എന്റെ ഭയം പാരമ്യതയിലെത്തി. ഒരു പുഴുവിനെക്കാൾ മോശം അവസ്ഥയിലാണെന്റെ ശരീരം. പിടയാനോ അനക്കാനോ കഴിയുന്നില്ല. ആ കാല്പാദശബ്ദം അടുത്തു വരുന്നു. എനിക്ക് കണ്ണുയർത്തി അടുത്തുവരുന്ന ആളെ നോക്കണം. പക്ഷേ, കഴിയുന്നില്ല. അപ്പോൾ എന്റെ ചെവിയിലായി ആ രൂപം ശബ്ദമായി വന്നു. ഒരു കുട്ടിയാണെന്നെനിക്കു തിരിഞ്ഞു. കുനിഞ്ഞു കൊണ്ടല്ല എന്റെ ചെവിയിലേക്ക് എന്തോ പറയുന്നത്. നടന്നുവന്ന് നേരെ എന്നോടു സ്വകാര്യംപോലെ പറയുകയാണ്.

''ഞാൻ നിനക്ക് ഒരു മന്ത്രം ഉപദേശിക്കാനാണ് വന്നിരിക്കുന്നത്. നീയതിപ്പോൾ ഏറ്റുചൊല്ലുക.''

ഉം എന്നു മൂളാൻപോലും കഴിയാതെ ഞാൻ. പിന്നെ മൂന്നു തവണ ഞാൻ ചെവിയിൽ ഒരു മന്ത്രം കേൾക്കുന്നു. നിർത്തിനിർത്തി, സ്പഷ്ടമായി, ഞാൻ അത് ഏറ്റുചൊല്ലുന്നുണ്ട്. എന്റെ നാവ് അനങ്ങുന്നുണ്ട്. എന്നാൽ ഒച്ച പുറത്തേക്കു വരുന്നില്ല. ആ മന്ത്രമെന്റെ ആത്മാവിലേക്കു പടരുന്നത് ഞാനറിയുന്നുണ്ട്. എന്തുകൊണ്ടോ എന്റെ പരിഭ്രമം അകലുന്നു. ഞാൻ റിലാക്സ്ഡ് ആകുന്നു. വീണ്ടും ആ കാലടിശബ്ദം. അത് അകന്നകന്നു പോകുന്നു. ഞാൻ ഒരു നീല ജലാശയത്തിന്റെ അടിത്തട്ടിലേക്ക് പതുക്കെപ്പതുക്കെ താഴ്ന്നു പോകുന്നു. അത്യന്തം സുതാര്യമായൊരു ജലാശയം. ഇളംനീലയോ പച്ചയോ പോലെയുള്ള തെളിനീർ. ഞാൻ അതിന്റെ അടിത്തട്ടിൽ വെള്ളിമണൽപ്പരപ്പിൽ മലർന്നുകിടക്കുന്നു. കണ്ണടച്ചു കിടക്കുകയാണെങ്കിലും ജലാശയത്തിൽ പയ്യെപ്പയ്യെ പോകുന്ന സ്വർണ്ണമീനുകളും മറ്റും. എന്റെ തലയ്ക്കുള്ളിലെ ഏതോ അറയിൽ ഒരു ഓങ്കാരത്തിന്റെ ഹുങ്കാരധ്വനിയോടെ ആ വൈബ്രേഷൻ. ജീവിതത്തിൽ ഇതുവരെ അനുഭവിക്കാത്തൊരു സ്വസ്ഥതയോടെ ഞാൻ ഉറങ്ങുന്നു.

പിറ്റേന്നു രാവിലെ ഇതിന്റെ അവ്യക്തമായൊരു ഓർമ്മയേ ഉള്ളൂ. പക്ഷേ, പല ആദ്യങ്ങളുടേയും ഒരു മനോഹാരിതയുണ്ടല്ലോ. ആദ്യമായി സ്കൂളിൽ പോയത്, ആദ്യമായ് ഐസ്ക്രീം കഴിച്ചത്, ആദ്യമായ് ഊട്ടിയിൽ പോയത്, ആദ്യ പ്രണയാനുഭവം തുടങ്ങി നമ്മൾക്കു മാത്രമായി ലഭിക്കുന്ന ഒരു ആദ്യാനുഭൂതിയുടെ അനിർവചനീയമായ ആനന്ദം. അന്നും ഉറ്റസുഹൃത്തായ നാരായണൻ, വേണു, ലാലു എന്നിവരോടു പറഞ്ഞതൊഴിച്ചാൽ ഞാനതെന്റെ സ്വകാര്യമായി സൂക്ഷിക്കുന്നു. വേറെ ആരോടും പറഞ്ഞില്ല. പതുക്കെപ്പതുക്കെ അതൊരു സാധാരണ, വിചിത്രമായ സെമിസ്ലീപ് അനുഭവം എന്ന നിലയിൽ വിസ്മൃതിയിലേക്കു പോവുകയായിരുന്നു.

പിന്നീട് 2004ലാണ് ഇതുവരെ പറഞ്ഞ രണ്ട് മിസ്റ്റിക് അനുഭവങ്ങളുടെ തുടർച്ച ഉണ്ടാകുന്നത്. മുപ്പതു വയസ്സുമുതൽ നിന്നെ ഞാൻ

കൂടെ നടത്തും എന്ന മുരുകവചനം. പിന്നെ ഈ അനുഭവം. ഇവ രണ്ടും ഞാൻപോലും ഓർക്കാതെയായി. വിവാഹം കഴിഞ്ഞ് അതിന്റെ ആനന്ദങ്ങളും അസ്കിതകളുമായി ജീവിതചക്രം നീങ്ങിത്തുടങ്ങി. ഇതിനിടയിൽ സ്ക്രിപ്റ്റ് എഴുത്ത് ഉണ്ട്. മുരുകഭഗവാൻ എന്നെ അതിൽ സഹായിക്കും എന്ന അതിമോഹവും ഉണ്ട്. ആയതിനാൽ മനസ്സിൽ പ്രാർത്ഥിക്കണം എന്നു തോന്നുമ്പോഴൊക്കെ രൂപം മുരുകനായി എന്നതൊഴിച്ചാൽ അമ്പലങ്ങളിൽ പോകലോ ഭക്തിമാർഗ്ഗമോ ഒന്നും വേറെയില്ല. മുരുകൻ മുപ്പതു വയസു കഴിഞ്ഞാൽ നമ്മളെ ഏറ്റെടുക്കും, അതുവഴി തിരക്കഥാകൃത്താവും എന്ന വെറും വിശ്വാസം മാത്രമുണ്ട് കൂടെ, എന്നുതന്നെ കുമ്പസാരിക്കട്ടെ!

ഇതൊക്കെ ഇന്നു വേണമെങ്കിൽ എനിക്കു പറയാതിരിക്കാം. പക്ഷേ, ഞാൻ ഗാന്ധിജിയുടെ 'എന്റെ സത്യാന്വേഷണപരീക്ഷണങ്ങൾ' എന്ന പുസ്തകത്തിന്റെ ആരാധകനാണ്. ഞാൻ ഉരുത്തിരിഞ്ഞുവന്ന വഴികൾ സത്യസന്ധമായി വ്യക്തമാക്കിയേ തീരൂ. ഒരു ശരാശരി മനുഷ്യന് ഉണ്ടാകുന്ന എല്ലാ ബലഹീനതകളും എനിക്കുണ്ടായിരുന്നു. അതു നിങ്ങളുമായി പങ്കുവെയ്ക്കുന്നതിൽ എനിക്ക് ലജ്ജയേതുമില്ല. ഇന്നത്തെ ഞാൻ ഒരുപക്ഷേ എന്തും നിർമമതയോടെ നോക്കിക്കാണാൻ കഴിവുള്ളവനായിരിക്കാം. ആ ഞാൻ ഉണ്ടായത് ഇങ്ങനെയൊക്കെയാണെന്നു പറയുന്നതിൽ എന്തിനു മടിക്കണം? ശരിയല്ലേ? അതെ. അപ്പോൾ പറഞ്ഞുവന്നത് മൂന്നാമത്തെ മിസ്റ്റിക് അനുഭവത്തെപ്പറ്റിയാണ്. ഈ മൂന്നും എന്നെ പരിവർത്തിപ്പിച്ചവയല്ല. എന്നാൽ, തീർച്ചയായും അവ ചെറിയ ശലഭച്ചിറകടികൾ തന്നെയാണെന്ന് ഇന്നു തിരിച്ചറിയുന്നു.

2005ൽ എന്റെ മുപ്പത്തൊന്നാം വയസ്സിൽ ഒരു സ്വപ്നം കാണുന്നു. ഞാനൊരമ്പലത്തിൽ തൊഴുന്നു. മുരുകക്ഷേത്രം ആണത്. വലിയൊരു പാറയ്ക്കു മുന്നിൽ ഗോപുരംപോലെ ഒന്ന്. അവിടെനിന്ന് കുറച്ചുയരത്തിലേക്കു പാറമേലേക്കു നടക്കുന്നു. അവിടെയും എന്തോ പ്രതിഷ്ഠ ഉണ്ട്. തൊഴുന്നു. ഇത്രയുമാണ് സ്വപ്നം. ഞാനത് ഗൗരവമായി എടുത്തില്ല. പക്ഷേ, കണ്ട് മറന്നുപോകുന്ന സ്വപ്നം പോലെ blur അല്ലായിരുന്നു അത്. ആ ക്ഷേത്രവും പരിസരവുമൊക്കെ ഒരു സിനിമാ സ്ക്രീൻ പോലെ സകല detailing ഓടെ മനസ്സിൽ പൊന്തി നിൽക്കുന്നുണ്ട്.

രണ്ടു മാസം കഴിഞ്ഞുകാണും. അലസമായൊരു ഓഫ് ഡേ. ചാനലുകൾ മാറ്റിമാറ്റി പോകുന്നു ഞാൻ, സെറ്റിയിൽ കിടന്നുകൊണ്ട്. ഇങ്ങനെ പോകുമ്പോൾ ഏതെങ്കിലും സിനിമയിൽ നിൽക്കും. അതു മുഴുവൻ കാണും, അല്ലെങ്കിൽ കണ്ടുകൊണ്ട് ഉറങ്ങും. ഇതാണു പതിവ്. പക്ഷേ, അന്ന് ചാനൽ മാറ്റുന്നതിനിടയിൽ പെട്ടെന്ന്

ഞെട്ടിപ്പോയി. അതാ ആ ക്ഷേത്രം. എക്സാക്റ്റ്ലി എന്റെ സ്വപ്നത്തിൽ കണ്ടത്. ക്ഷേത്രപരിചയം എന്നോ ക്ഷേത്രായനം എന്നോ മറ്റോ ഉള്ളൊരു പരിപാടിയാണ്. ഞാൻ ഞെട്ടി എണീറ്റു. സ്വപ്നത്തിൽ കണ്ട ക്ഷേത്രത്തിന്റെ ഡിറ്റോ വേർഷൻ! അറിയാതെ മുരുകാ എന്നു വിളിച്ചുപോയിരിക്കണം ഞാൻ! തിരുപ്രാംകുന്ദ്രം (Thiruparan kundram) മുരുകക്ഷേത്രം. അതിന് ഒരു വശത്തു പിറകിലായി മുകളിൽ പാറപ്പുറത്ത് മറ്റൊരു പ്രതിഷ്ഠ!! എല്ലാം സെയിം സെയിം. നാരായണനെ വിളിച്ചു. കാര്യം പറഞ്ഞു. പോകാം! അവൻ പറഞ്ഞു. കൂട്ടത്തിൽ മാരുതി 800 സ്വന്തമായുള്ള മനോജിനെ പൊക്കി. അവനും താത്പര്യമായി. കെഎസ്എഫ്ഇയിൽ കമ്പനി സെക്രട്ടറി ആണവനന്ന്. ഞങ്ങൾ നേരെ വിട്ടു. ആദ്യം പഴനി. പിന്നെ തിരുപ്രാംകുണ്ഡ്. സ്വപ്നത്തിൽ ദർശിച്ച അതേ സ്ഥലം. എനിക്കതൊരു അനുഭൂതിതന്നെ ആയിരുന്നു. മുരുകപ്രതിഷ്ഠ. മുകളിൽ മച്ചാർ മുനി എന്നൊരു സിദ്ധന്റെ സമാധിയാണ്.

എന്തായാലും ഇത് എന്നെ കുറച്ചൊന്ന് ഇരുത്തിച്ചിന്തിപ്പിച്ചു. കഴിഞ്ഞ മൂന്നു കൊല്ലത്തിനിടയിൽ നടന്ന ഈ മൂന്ന് അനുഭവങ്ങളും കൂട്ടിവെച്ചുനോക്കണോ? ഏയ്. യാദൃച്ഛികതകൾ, അല്ലാതെന്ത്. ഇതൊക്കെ ആകെ പങ്കുവെയ്ക്കുന്നത് നമ്മുടെ ചങ്കുകളെന്നു പറയാവുന്ന വേണു, ലാലു, നാരായണൻ എന്നിവരോടാണ്. കുട്ടിക്കാലം മുതൽ കൂടെനിൽക്കുന്നവരാണിവർ. വേണു ആന്തരിക യാത്രയിൽ മാത്രം വിശ്വസിക്കുന്നവനാണ്. ഒളിമ്പിക്സ് കാണാൻ പോകാം എന്നു പറഞ്ഞാലും അനങ്ങില്ല. വേണേൽ ഒളിമ്പിക്സ് തിരൂരിൽ വരട്ടെ, അപ്പോ നോക്കാം - ഇതാണ് ആറ്റിറ്റ്യൂഡ്. നാരായണനാകട്ടെ ഇതൊക്കെ വെറും തമാശ. എന്നോടുള്ള കറതീർന്ന സൗഹൃദവും, യാത്ര എന്ന കാര്യത്തിലെ ഇഷ്ടവുമാണ് അവന്റെ താത്പര്യഘടകങ്ങൾ. ഇതിലൊന്നും വല്ല്യ കാര്യമില്ലടെയ് എന്നാണ് അവന്റെ ആറ്റിറ്റ്യൂഡ്. അങ്ങനെ ഞാനും അതൊക്കെ വിട്ടു. പ്രയോരിറ്റിയിൽ വരുന്ന കാര്യങ്ങളൊന്നുമല്ലാതായി ഇതൊക്കെ.

എന്നാൽ, പ്രിയപ്പെട്ടവരെ, ഇതുവരെ ഉണ്ടായത് ശലഭം സ്ലോമോഷനിൽ ചിറകുകൾ ഒന്നു വിടർത്തിയടച്ച് നമ്മളെ കാണിച്ചുതന്നതാണ്. ശരിക്കും മുഖത്തേക്ക്, എന്റെ തലയിലേക്ക് കാറ്റടിക്കും മാതിരി അത് ചിറകൊന്ന് ആഞ്ഞുവീശി. ആ അനുഭവം എന്റെ ടേണിംഗ് പോയന്റ് ആയിരുന്നു! അന്ന് 33 വയസ്സ്. ആത്മീയതയിൽ ഈ പ്രായത്തിനു വലിയ പങ്കുണ്ട്. ആ അനുഭവം ഞങ്ങളെ ശരിക്കും ഉലച്ചുകളഞ്ഞു. മുരുകൻ വെറുതെ വന്നതല്ല, ചില ജോലികൾ ഏല്പിക്കാനും എന്നെക്കൊണ്ട് ചെയ്യിക്കാനും ആണെന്ന് അതോടെ എനിക്കുറപ്പായി. അതിനെക്കുറിച്ച് പറയാം ഇനി.

സ്വപ്നദർശനവും പഴനിയാത്രയും

മുപ്പത്തിമൂന്ന് വയസ്സായിരുന്നു അന്ന് എനിക്ക്. ഒരു രാത്രി വളരെ തെളിമയോടെ ഒരു സ്വപ്നം കാണുകയാണ്.

ഞാൻ പഴനി അമ്പലത്തിനകത്താണ്. വലിയ തിരക്ക് ഇല്ല. പകലാണ്. ഉച്ചസമയം. പഴനിയിൽ രാവിലെ നടതുറന്നാൽ രാത്രി ഒമ്പതുവരെ തുടർച്ചയായി നട തുറന്നിരിക്കും. കേരളത്തിലെപ്പോലെ ഉച്ചയ്ക്ക് ഇടവേളകളും മറ്റുമില്ല. സ്വപ്നത്തിൽ ഞാൻ തൊഴുത് അമ്പലത്തിനുള്ളിൽ നടക്കുമ്പോൾ പെട്ടെന്ന് ഒരു ലഹള. 'പുറത്തു പോ പുറത്തു പോ' എന്ന് ദേവസ്വം ഉദ്യോഗസ്ഥർ പറയുന്നു. പതിവില്ലാത്തൊരു കാര്യംപോലെ ആളുകൾ പരസ്പരം നോക്കുന്നു. വാതിലുകൾ എല്ലാം ഒന്നൊന്നായി അടയ്ക്കുന്നു. എല്ലാവരും തിരക്കുകൂട്ടി പുറത്തേക്കു പോകുന്നു.

ആദ്യം ശ്രീകോവിലിരിക്കുന്നതിന്റെ ചുറ്റുമുള്ള കവാടങ്ങൾ അടഞ്ഞു. പിന്നെ ചുറ്റമ്പലത്തിന്റേയും. ഞാനും എങ്ങനെയോ പുറകുവശത്തുള്ള ഒരു വാതിലിൽകൂടി പുറത്തെത്തുന്നു. അത് പഴനിമലയുടെ പിറകുവശമാണ്. അവിടെ ലേഡീസ് ടോയ്‌ലറ്റിന്റെ ഒരു വശത്തുകൂടി താഴോട്ട് ഒരു വഴിയുണ്ട്. അതിലൂടെ സ്വപ്നത്തിലെ ഞാൻ ഇറങ്ങുന്നു. ഇറങ്ങാതെ വഴിയില്ല. എല്ലാവരും പോ പോ എന്ന് ദേവസ്വംകാരുടെ ആക്രോശം പിറകിൽ. അവിടെയായി ഒരു പാറ. ആ പാറയിൽ ഒരു കുരങ്ങ് ഇരിപ്പുണ്ട്. അതിലൂടെ ഞാൻ ആളുകൾക്കൊപ്പം അങ്ങനെ നടന്നു. അവിടെ ഒരു വശത്തായി ഒരു ഗുഹ. അന്നേരം ആരോ പറയുന്നു, ''ഭോഗർ സിദ്ധർ വച്ച രണ്ടാമത്തെ വിഗ്രഹമാണ് ഇതിനുള്ളിൽ.'' ഇത്രയുമാണ് സ്വപ്നം. ഭോഗർ സിദ്ധർ എന്ന പേരുതന്നെ ഞാൻ ആദ്യമായി കേൾക്കുന്നത് ആ സ്വപ്നത്തിലാണ്. വിചിത്രമായ പേരാണല്ലോ എന്നു തോന്നുകയും ചെയ്തു.

അന്ന് എന്റെ ഓഫീസിൽ ഇടയ്ക്കു വരുന്ന ഒരാളുണ്ട്. ഞാനപ്പോൾ കാഷ്യർ ആണ്. തിരക്കില്ലാത്ത സമയത്താണ് ഇദ്ദേഹം വന്നത്.

ഭാവാഹാദികളിൽതന്നെ ഒരു മുരുകഭക്തൻ എന്നു തോന്നുന്ന ആൾ. പഴനിയിൽ മുമ്പ് പോകുന്ന സമയം അവിടത്തെ സിസ്റ്റത്തെപ്പറ്റിയൊക്കെ ഇദ്ദേഹത്തോടു ചോദിച്ചിരുന്നു. ആ ഓർമ്മയിൽ അന്നു ചോദിച്ചു.

''ഭോഗർ മഹർഷിയാണ് പഴനിമുരുകന്റെ വിഗ്രഹം ഉണ്ടാക്കിയത്. പുള്ളി ഒരു ആൽക്കെമിസ്റ്റാണ്. ആ വിഗ്രഹം ഒമ്പത് വിഷങ്ങൾ

പഴനി മുരുകക്ഷേത്രത്തിൽ

പ്രത്യേക അനുപാതത്തിൽ കൂട്ടിച്ചേർത്തുണ്ടാക്കിയതാണ്. എല്ലാം ചേർന്നപ്പോൾ അതൊരു ദിവ്യൗഷധം ആയി. വിഗ്രഹത്തിൽ അഭിഷേകം ചെയ്യുന്ന എന്തും രോഗസംഹാരിണി ആയി.

''ആ ശരിയാണ്. ഭോഗർ രണ്ട് വിഗ്രഹങ്ങൾ ഉണ്ടാക്കിയിരുന്നു. അതിൽ ഒന്ന് ശ്രീകോവിലിൽ. രണ്ടാമത്തെ എവിടെയെന്ന് ആർക്കും അറിയില്ല. പഴനിമലയിലെവിടെയോ ആണെന്നൊക്കെ കഥകൾ ഉണ്ട്. എന്താണ് ചോദിക്കാൻ കാരണം?''

''ഒന്നുമില്ല അങ്ങനെയൊക്കെ കേട്ടു'', എന്ന് ഞാനും പറഞ്ഞു.

സ്വപ്നത്തിൽ കണ്ട, ഞാനിതുവരെ നേരിട്ടു കണ്ടിട്ടില്ലാത്ത അവിടം ഒന്നു പോയി കാണണം എന്ന് എനിക്കു തോന്നി. ഒരു കുതൂഹലം. അപ്പോൾ മുരുകഭഗവാൻ അടുത്ത വഴി വെട്ടിത്തെളിയിച്ചു. പഴനിയിൽ പോകുമ്പോ അവിടെ എനിക്ക് ഒരു കോണ്ടാക്റ്റ് ഉണ്ട്. പഴനി ദേവസ്വത്തിന്റെ കോളേജിൽ ജോലിചെയ്യുന്ന ഒരു തിരൂരുകാരൻ വഴി പരിചയപ്പെട്ട ദേവസ്വം ബാർബറായ മഹാലിംഗം. ആദ്യമായി പോയപ്പോൾ ഇദ്ദേഹത്തെ കണ്ടാൽ മതി എന്നുപറഞ്ഞ് നമ്പർ തന്നതാണ്. മഹാലിംഗം വളരെ സഹായമനഃസ്ഥിതിയുള്ള ആളും. അദ്ദേഹമുണ്ട് എന്നെ വിളിക്കുന്നു. ആളുടെ കല്യാണമാണ് വരണം, എന്തായാലും വരണം എന്ന്. അങ്ങനെ വിളിക്കാൻ തക്ക പരിചയം ഒന്നുമില്ല. ശരിക്കു പറഞ്ഞാൽ, സ്വപ്നം കണ്ടത് ഉള്ളതാണോ എന്നറിയാൻവേണ്ടി പോകണോ പോകണ്ടയോ എന്ന വിചാരത്തിലായിരുന്ന ഞാൻ ഉറപ്പിച്ചു. നാരായണൻതന്നെ തുണ.

പോയി. കല്യാണചടങ്ങ് രാത്രിയിലാണ്. പകൽ മലകയറി. തൊഴുതു കഴിഞ്ഞ് പിറകുവശത്ത് ഇറങ്ങി ആ സ്ഥലമൊക്കെ കാണണം എന്ന ത്രില്ലിൽ മല ഈസിയായി കയറി. തൊഴുതു.

പ്രിയപ്പെട്ടവരേ, ഇതെഴുതുമ്പോൾപോലും എനിക്ക് ഉള്ളിൽ അന്നത്തെ ആ ഫീൽ തിരയടിക്കുന്നു. ഞങ്ങൾ തൊഴുതുകൊണ്ട് നിൽക്കുമ്പോൾ അവിടെ ഒരു ആരവം. ''വെളിയെ പോങ്കോ പോങ്കോ'' എന്ന ദേവസ്വംകാരുടെ കലമ്പൽ. വാതിലുകൾ ഒന്നൊന്നായി അടയുന്നു. ഞാനും നാരായണനും പരസ്പരം നോക്കി. ഞാൻ ഒരു ക്രിസ്റ്റഫർ നോളൻ സിനിമയിലെ കഥാപാത്രമായപോലെ. ഇന്നു നടക്കുന്നത് ഒരാഴ്ചമുമ്പ് നടന്നതാണ്. എന്റെ സ്വപ്നത്തിൽ അതു ടൈം തെറ്റി വന്നതാണ്. പ്രിയപ്പെട്ടവരേ, അതുപോലെ ഞങ്ങൾ പിറകിലെ വാതിലുകളൊന്നിൽകൂടി പുറത്ത്! ഹൊ! അവിടെയതാ ലേഡീസ് ബാത്ത് റൂം. അതിന്റെ വശത്തുകൂടി താഴേക്കു വഴി! മുരുകാ... ഞാൻ തലയൊക്കെ ഒന്നു കുടഞ്ഞ് ആകാശത്തേക്കു നോക്കി.

സൂരസംഹാരം ആണത്രെ അന്ന്! ഭഗവാൻ വർഷത്തിലൊരിക്കൽ പഴനിയിൽനിന്ന് ഇറങ്ങുന്ന ദിവസം. താഴെ തേരുകൾ റെഡിയായിരിക്കും. അതിലേറി മലയ്ക്കു ചുറ്റും പ്രദക്ഷിണം. അസുരന്മാരെ

സംഹരിച്ച് രാത്രിയേ തിരിച്ചുവരൂ! ആ ദിവസം ആയിരുന്നു എന്റെ സ്വപ്നത്തിൽ. ആ ദിവസംതന്നെയാണ് ഞാനവിടെയെത്തുന്നത്! ഇതൊക്കെ അപ്പൊ മനസ്സിലാക്കിയ കാര്യങ്ങളാണ്. ആ വഴിയുടെ മുന്നിൽ ഒരു പയ്യൻ ഉണ്ട്. ദേവസ്വംകാരനാണ്. അവൻ വഴിതടഞ്ഞു. ''പോഹമുടിയാത്.'' ചുറ്റി മുൻവശത്തുകൂടി താഴേക്കു പോകാൻ പറയുന്നു. അവനോട് ഞാൻ കാര്യം പറഞ്ഞു. സ്വപ്നത്തിൽ ഭഗ വാൻ പറഞ്ഞതാണ്, ഒന്ന് ഇറങ്ങിനോക്കിയിട്ടു വരാം. അവൻ എന്തോ പൊക്കോളൂ എന്നു പറഞ്ഞ് അനുവാദം തന്നു. ''താഴെ സെക്യൂരിറ്റി ഉണ്ട്. അവർ അപ്പുറം വിടില്ല സാർ'' എന്നുകൂടി പറഞ്ഞു.

ഞങ്ങൾ കുറച്ച് ഇറങ്ങി. ചെറിയൊരു നിരപ്പുസ്ഥലത്ത് യൂണിഫോം ഡ്യൂട്ടിക്കാരൻ. കർക്കശക്കാരൻ. വിടില്ല എന്നു പറഞ്ഞു. രണ്ടാണ് കാര്യം. ഒന്ന് ഈ വഴി ഉപയോഗിക്കുന്നത് പണ്ടാരങ്ങൾ എന്നറിയ പ്പെടുന്ന ഗോത്രക്കാരാണ്. അവരുടെ താമസസ്ഥലത്തേക്കുള്ള വഴി യാണ്. നന്ദാവനം എന്നറിയപ്പെടുന്ന ഒരു കുളം അവിടെയുണ്ട്. അവിടെ നിന്നുള്ള വെള്ളം മാത്രമേ അഭിഷേകത്തിന് ഉപയോഗിക്കൂ. അതു പണ്ടാരങ്ങളുടെ അവകാശമാണ്. രണ്ട്, കുത്തനെയുള്ള റിസ്ക് വഴിയാണ്. കാലുതെന്നിയാൽ എത്തുന്നത് മലയുടെ കീഴെ ശവമായിട്ടായിരിക്കും. ഉത്തരവാദിത്വം സെക്യൂരിറ്റിക്കും. സമാധാ നം പറയാൻ എന്തുണ്ട്. അതുകൊണ്ട് തിരിച്ചുപോവുക. എനിക്കാ കെ അസഹ്യതയായി.

''ഭഗവാൻ തന്ന ഡയറക്ഷനിൽ വന്നതാണു ഞാൻ. താങ്കൾ അതിനിടയിൽ നിൽക്കരുത്. ദയവുചെയ്ത് ഇതിലേ ഒന്നു പോയി നോക്കാൻ അനുവദിക്കണം.''

അയാൾ അയഞ്ഞില്ല. കടുംപിടുത്തം. ''പോക മുടിയാത് സാർ'' എന്ന ഒറ്റ പിടി.

ഞാൻ ഞാനറിയാതെ അല്പം ഭാവം മാറിയെന്നു വേണം പറയാൻ. ''നിങ്ങളിപ്പോൾ ഇടങ്കോലിട്ടത് മുരുകഭഗവാന്റെ ഇംഗിതത്തിനാണ്. അത് അത്ര നല്ലതിനല്ല'', എന്നുപറഞ്ഞ് ഞാൻ നാരായണനേയും വിളിച്ച് തിരിച്ചുനടന്നു. മുകളിലെത്താറായപ്പോഴേക്കും അയാൾ വിളിച്ചു.

''പോങ്കോ സാർ. ആണ്ടവനുക്ക് അതു താൻ വേണമെങ്കിൽ ഞാൻ എന്ന പണ്ണത്?''

ഞങ്ങൾ ആഹ്ലാദത്തോടെ അയാൾക്കു നന്ദി പറഞ്ഞ് ഇറങ്ങി. ഗുഹയൊന്നും കണ്ടില്ല. പരതിപ്പരതി താഴേക്ക്. എവിടെ? ഗുഹയും ഇല്ല, പാറയും ഇല്ല. പഴനിമലയുടെ പിൻവശത്ത് അടിവാരത്തെത്തി. മനസ്സ് ചത്തു. തളർന്നു. ഒരു കുതിരവണ്ടിയിൽ കേറി മലചുറ്റി മുൻവശത്തെത്തി.

ഇനി എന്ത്?

''എന്ത്? ഊണുകഴിക്കുക. ഒന്നുറങ്ങുക. മഹാലിംഗത്തിന്റെ തിരുമണം കാണുക. തിരിച്ചുപോവുക. അതന്നെ.'' നാരായണൻ പറഞ്ഞു.

അതെ. തിരിച്ചുപോവുക. പക്ഷേ! സ്വപ്നത്തിലെ ആദ്യഭാഗം എക്സാക്റ്റ് അതേപോലെ ആയിരുന്നല്ലോ. അപ്പോൾ ഇതു വെറും കളിയല്ല. അങ്ങനെ വിട്ടുപോകണോ. ഞാൻ ചിന്താകുലനായി. ഒരെത്തുംപിടിയുമില്ലാതെ ചുറ്റും നോക്കി.

അപ്പോഴുണ്ട് ഒരു ബോർഡ്. പഴനി ഹിസ്റ്റോറിക്കൽ മ്യൂസിയം! എന്റെ തലയിൽ വെളിച്ചം മിന്നി. വഴിതെറ്റിവന്ന രണ്ടുപേരെ നോക്കുന്ന പോലെ മ്യൂസിയം സൂക്ഷിപ്പുകാരൻ! വഴിതെറ്റിയതല്ല, മൊത്തം ഒന്നു കാണാനും ചിലത് അറിയാനും വന്നതാണെന്നു പറഞ്ഞപ്പോൾ അയാൾ ചാർജ്ഡ് ആയി.

''വാങ്കോ വാങ്കോ സാർ.'' അപൂർവമായി കിട്ടുന്ന തൊഴിൽ സംതൃപ്തിയിൽ അയാൾ ഉഷാറായി.

''ആരാണീ ഭോഗർ സിദ്ധർ?'' ഞാൻ ചോദിച്ചു.

ഭോഗർ സിദ്ധരും ആ ഗുഹയും

ഭോഗർ സിദ്ധർ

ഭോഗർ സിദ്ധരെപ്പറ്റി നിങ്ങളിൽ പലരും കേട്ടുകാണും. ഞാനെന്തായാലും ആ സ്വപ്നത്തിലാണ് ആദ്യമായി കേട്ടത്. പിന്നെ ഓഫീസിൽ വന്ന ആ മനുഷ്യനിൽനിന്നും. അന്നൊക്കെ എന്തിനുമേതിനും ഗൂഗിൾ ശരണം ആയിട്ടില്ല. ജ്ഞാനികളെ കണ്ടെത്തുക, ലൈബ്രറികളെ ആശ്രയിക്കുക മാത്രമേ പാങ്ങുള്ളൂ അന്ന്.

അപ്പോൾ പറഞ്ഞുവന്നത്, ഈ മ്യൂസിയം ഉദ്യോഗസ്ഥൻ ഞങ്ങളെ കണ്ടപ്പോ വളരെ സന്തോഷവാനായി.

''എല്ലാവർക്കും പഴനി ആണ്ടവനെ കാണണം. കാണുന്നതിലും സ്പീഡിൽ തിരിച്ചുപോകണം. പഴനിമലയോ അതിന്റെ ചരിത്രമോ ഒന്നിലും ആരും വലിയ താത്പര്യം കാണിക്കുന്നില്ല.'' അദ്ദേഹം പരിഭവപ്പെട്ടു.

എന്റെ അഭ്യർത്ഥനപ്രകാരം ഭോഗർ സിദ്ധരെപ്പറ്റി പറഞ്ഞു. സിദ്ധർ വേറെ, മഹർഷിമാർ വേറെ. മഹർഷിമാർ കൂടുതലും അവനവനിസക്കാരാണ്. സിദ്ധർ ലോകനന്മയ്ക്കിറങ്ങുന്നവരും. മഹർഷിമാർ താരതമ്യേന നിശ്ശബ്ദ ധ്യാനക്കാർ. സിദ്ധർ അങ്ങനെയല്ല. അവർ പ്രവർത്തിച്ചുകൊണ്ടേയിരിക്കും. മഹർഷിമാരുടെ ജ്ഞാനം ആത്മീയതയിലായിരിക്കും. സിദ്ധർ ശാസ്ത്രത്തിന്റെ കൂടി ഉപാസകരായിരിക്കും. അഗസ്ത്യമഹർഷി സിദ്ധനുംകൂടി ആയിരുന്നു.

ഭോഗർ സിദ്ധർ പഴനിമലയ്ക്കടുത്ത് വൈഗാവൂർ എന്ന ഗ്രാമത്തിൽ ജനിച്ചു. ഏകദേശം 5000 വർഷങ്ങൾക്കുമുമ്പ്. കലൈങ്ഗി സിദ്ധരുടെ ശിഷ്യനായിരുന്നു. ഗുരുവിനെ വെല്ലുന്ന ശിഷ്യനായി.

ഭോഗർ ആൽകെമി, ക്രിയായോഗ, ധ്യാനം എന്നു വേണ്ട പലവിധ മേഖലകളിൽ അതിപ്രഗത്ഭനായിരുന്നു. ഇതൊന്നും മിത്തുകളല്ല. അദ്ദേഹമെഴുതിയ അനേകം ഗ്രന്ഥങ്ങളാണതിനു സാക്ഷി. ഇദ്ദേഹം പലവട്ടം ചൈന സന്ദർശിക്കുകയുണ്ടായിട്ടുണ്ടത്രെ. അതുമാത്ര മല്ല, ചൈനീസ് ഒറിജിൻ ആയ താവോയിസം എന്ന മതത്തിന്റെ സ്ഥാപകനായ ലാവോസ് ഇദ്ദേഹമാണെന്ന അതിപ്രബലമായൊരു വാദം നിലനിൽക്കുന്നുണ്ട്.

ഭോഗർ സിദ്ധരെപ്പറ്റി ഇനിയുമേറെ ഈ പുസ്തകത്തിൽ പരാ മർശിക്കേണ്ടി വരും. ഭോഗർ സിദ്ധരുടെ ഏറ്റവും വലിയ പ്രത്യേക തയായി എനിക്ക് എടുത്തുപറയാനുള്ളത് പഴനിയിലെ നവപാഷാണ വിഗ്രഹം നിർമ്മിച്ച പുണ്യാത്മാവ്, അതു പഴനിമലയിൽ പ്രതിഷ്ഠിച്ച മഹാത്മാവ് എന്ന നിലയിലാണ്.

ഭോഗർ പഴനിമലയെ തിരഞ്ഞെടുത്തതെന്തിനായിരിക്കും? ചൊവ്വാ ഗ്രഹത്തിൽനിന്നുള്ള രശ്മികൾ ഏറ്റവുമധികം പതിക്കു ന്നൊരു പ്രദേശം എന്ന നിലയിലാണോ? അതോ മറ്റെന്തെങ്കിലും കാരണം കൊണ്ടാണോ? ഇനിയുള്ള യാത്രകളിൽ ഭഗവാൻ എന്നെ നയിച്ചത് ഇതിനുള്ള വലിയ വലിയ ഉത്തരങ്ങളിലേക്കാണെന്നു മാത്രം ഇപ്പോൾ പറയട്ടെ!

ഈ മ്യൂസിയം വിദ്വാനോട് അപ്പോൾ കിട്ടിയ സ്വാതന്ത്ര്യത്തിൽ ഞാൻ ചോദിച്ചു. ‘‘ഭോഗർ സിദ്ധർ നവപാഷാണം ഉപയോഗിച്ച് ഒരു വിഗ്രഹവും കൂടി നിർമ്മിച്ചിട്ടുണ്ടെന്നും അതെവിടെയോ മറച്ചു വച്ചിരിക്കുകയാണെന്നും മറ്റും മറ്റും ഒരു കഥയുണ്ടല്ലോ സാർ?’’

‘‘കഥയോ? കഥയല്ല അത്. സത്യം. ഐതിഹ്യം. ശിവൻ വിഷ്ണു ബ്രഹ്മൻ, അതു കഥയാ? അല്ലൈ. നിജം. സത്തിയം. സിദ്ധർ രണ്ട് വിഗ്രഹങ്ങൾ ഉണ്ടാക്കി. അതിൽ ഒന്ന് ഫ്യൂച്ചറിലേക്കുള്ള ഡിപ്പോ സിറ്റ്. ഈ ലോകം ഇപ്പടിയേ ഇരിക്കാത്. ഒരു പ്രമാദമാന എനർജി ഷിഫ്റ്റ് വരും. മുമ്പ് ഇരുന്ന ദിനോസർ ഒക്കെ ഇന്നെവിടെ? അതു പോലെ. ആ സമയത്ത് ഈ വിഗ്രഹം ആവശ്യം വരും. ഭോഗർതന്നെ അന്നുമുണ്ടാകും. സിദ്ധർ മരിക്കില്ല. സമാധിയെന്നേ പറയൂ. അവർ മറ്റൊരു ടൈം സോണിൽ ഇപ്പോഴും ഉണ്ടാകും. ഭോഗർ ആ സമ യത്തു തിരിച്ചുവരും. വരില്ലെന്നാൽ ഒരാളെ പറഞ്ഞുവിടും. അയാൾ ആ വിഗ്രഹം കാണിച്ചുകൊടുക്കും.’’

എന്റെ ഉള്ളിൽ ഒരു വെള്ളിടി മിന്നി. സ്വപ്നത്തെക്കുറിച്ച് ഇദ്ദേ ഹത്തോടു പറയാഞ്ഞതു നന്നായി എന്നു തോന്നി. ആ സമയത്ത് അദ്ദേഹം പറഞ്ഞ വാക്കുകൾ ചെറിയൊരു ഇടിമുഴക്കംപോലെ എന്നെ പിടിച്ചുകുലുക്കി.

''ഭോഗർ ഒരാളെ നിയോഗിക്കും. അയാൾ ഈ രണ്ടാം വിഗ്രഹം ലോകത്തിനു കാണിച്ചുകൊടുക്കും.''

ചിരിച്ചുകൊണ്ട് അദ്ദേഹം തുടർന്നു, ''അത് ആരുമാകാം. ഒരു വേള ഞാനാകാം, നിങ്ങളാകാം.''

ഞാൻ വിയർത്തു. ഞങ്ങൾ പുറത്തിറങ്ങി. ഞാൻ തെരുവിൽ നിന്ന് പഴനിമലയുടെ ഉച്ചിയിലേക്കു നോക്കി. വെയിലിൽ തിളങ്ങുന്ന

പഴനിയിലെ ഭോഗർ ഗംഗയിൽ

അമ്പലം. എന്റെ തോന്നലാകാം. അതിനു മുകളിലെ മേഘത്തിനു പഴനിമുരുകന്റെ രൂപം. തോന്നൽതന്നെയെന്ന് സമ്മതിച്ചുകൊണ്ട് പറയട്ടെ; മുരുകൻ എന്നെ മാടിവിളിക്കുന്നു.

ഞങ്ങൾ വീണ്ടും മുകളിലേക്കു കയറി. അമ്പലം അപ്പോഴും അടച്ചിട്ടിരിക്കുകയാണ്. താഴെ അടിവാരത്തിൽ തെരുവിൽ ഗിരിവരം ചുറ്റുന്നതിന്റെ ആരവം. എന്തുചെയ്യണം? ഒരെത്തുംപിടിയും കിട്ടുന്നില്ല! നാരായണൻ ഇതൊന്നും ശ്രദ്ധിക്കാതെ ഉഷാറായി മലകേറുന്നു. എന്റെ പരവേശമൊന്നും അവനറിഞ്ഞ മട്ടില്ല.

ഞങ്ങൾ ഉച്ചിയിലെത്തി. താരതമ്യേന വിജനമാണ്. ഉദ്യോഗസ്ഥരുണ്ട്. പെട്ടെന്നാണ് ഞാൻ ഒരാളെ കാണുന്നത്. വെള്ളഷർട്ടും വെള്ളമുണ്ടും. കപ്പടാ മീശ. ഇദ്ദേഹം പ്രത്യക്ഷപ്പെട്ടതോടെ ദേവസ്വം ഉദ്യോഗസ്ഥരുടെ ശരീരഭാഷയിൽ ആകെ മാറ്റം. എവിടെയോ ഞാൻ കണ്ടുമറന്ന മുഖം. ആജ്ഞ സ്ഫുരിക്കുന്ന മുഖഭാവം. എനിക്കോർമ്മ വന്നു! മുമ്പ് വന്നപ്പോൾ ഞങ്ങൾ മലയിറങ്ങുമ്പോൾ, വലിയൊരു കാവടി തോളിൽവച്ച് മലകയറുന്നു ഇദ്ദേഹം. മുമ്പിൽ വഴിയുണ്ടാക്കിക്കൊണ്ട് മൂന്ന് ദേവസ്വം ഉദ്യോഗസ്ഥർ, രണ്ട് പൊലീസുകാർ. പിറകിൽ ആറടി ഉയരത്തിൽ അംഗരക്ഷകൻ. കറുത്ത സഫാരി സ്യൂട്ട് ഇട്ട ആ അംഗരക്ഷകനെ പൊക്കംകാരണം മറക്കില്ല.

ഞാൻ തൊട്ടടുത്തു നിന്നിരുന്ന ഒരു ദേവസ്വം ജീവനക്കാരനോടു ചോദിച്ചു.

''ഇദ്ദേഹം?''

''ഇവർ താൻ ഇങ്കെ ചീഫ്. ദേവസ്വം കമ്മീഷണർ. സുന്ദരം സാർ.''

ഒന്നാലോചിച്ചുനോക്കണം, ഞാനന്ന് ചെറുപ്പം. യുക്തിയായിരുന്നു എന്നെ ഭരിച്ചിരുന്നെങ്കിൽ മിണ്ടാതെ നിന്നേനേ. മ്യൂസിയത്തിൽ പോയതും ഭോഗർ സിദ്ധരെ അറിഞ്ഞതും കഥകൾ കേട്ടതും മുരുകൻ ഇങ്ങു വരാൻ പറഞ്ഞതും ഇപ്പോൾ ഈ ദേവസ്വം കമ്മീഷണറുടെ മുന്നിലെത്തിയതും ഒന്നും എന്തായാലും യുക്തികൊണ്ട് അളക്കാൻ പറ്റില്ല. എന്നെ ആരോ നിയന്ത്രിക്കുന്നുണ്ട്, തീർച്ച. ഈ സമയം ഞാൻ ഞാനല്ല!

''സാർ, എനിക്ക് കമ്മീഷണറെ ഒന്നു കാണണം. ഒരു പ്രധാന കാര്യം പറയണം. അഞ്ചു മിനിറ്റ് മതി. ഒന്ന് ഹെൽപ്പ് ചെയ്യണം.''

അല്പം തടിച്ച പ്രകൃതമുള്ള ടിയാൻ എന്നെ അടിമുടി ഒന്നു നോക്കി. കമ്മീഷണർ അപ്പോഴേക്കും അകത്തേക്കു പോയിരുന്നു. എന്നെ അടിമുടി നോക്കിയ ആ മനുഷ്യൻ അകത്തുപോയി. തിരികെ വന്നു. ''ഇന്നു സൂരസംഹാരം. അവർ വന്ത് ബിസി. അലോ പണ്ണാതെ. തിരികെപ്പോ തമ്പി...'' എന്ന്!

ഞാൻ നിരാശനായി. ഇനി തിരികെയിറങ്ങുക തന്നെ. മുരുകന്റെ ഇംഗിതം അതാണെന്നാണല്ലോ മനസിലാക്കേണ്ടത്. നാരായണൻ, ഇനി ഞാൻ അടുത്ത ടാസ്ക് എന്താണാവോ എടുക്കാൻ പോകുന്നത് എന്ന സന്ദേഹത്തിൽ ''വാടാ, പോകാം. കുറച്ച് ഉറങ്ങാം. വൈകുന്നേരം കല്യാണംകൂടി ബസ് കയറാം. വാ'', എന്ന് ഒരേ പിടി. ഞാൻ നാരായണനോട് ഒരു അഞ്ചുമിനിറ്റ് കടം വാങ്ങി. ആറാം മിനിറ്റിൽ നമുക്കിറങ്ങാം എന്ന ഉറപ്പു കൊടുത്തു.

സുഹൃത്തുക്കളേ, മുരുകൻ ചിലതു നിശ്ചയിച്ചിട്ടുണ്ടായിരുന്നു.

നാലാം മിനിറ്റിൽ ആ മനുഷ്യൻ, കമ്മീഷണർക്കു പിന്നിൽ നിഴൽപോലെ ഉള്ള ആറരയടിക്കാരൻ പുറത്തുവന്നു ഞങ്ങളുടെ മുന്നിൽകൂടി നടന്നു. തൊട്ടടുത്തെത്തിയപ്പോൾ ആരോ എന്നെക്കൊണ്ട് അദ്ദേഹത്തെ ബ്ലോക്ക് ചെയ്യുംപോലെ നിർത്തിച്ചു.

''സാർ, ഞാൻ കേരളത്തിൽനിന്നു വരുന്നു. പേര് രജിത് കുമാർ. മുരുകഭഗവാൻ സ്വപ്നത്തിൽ എന്നെ ഒന്നു കാണിച്ചു. ഭോഗർ സിദ്ധർ ഉണ്ടാക്കിയ രണ്ടാമത്തെ മുരുകന്റെ പ്രതിമ ഇവിടെ അടുത്ത് ഒരു ഗുഹയിൽ മറഞ്ഞിരിപ്പുണ്ടെന്ന്. എനിക്കിത് ഒന്നു കമ്മീഷണറോടു ശൊല്ലണം. ശൊല്ലിയേ തീരൂ.''

എന്റെ അന്നേരത്തെ ധൈര്യം അപാരമായിരുന്നു. അദ്ദേഹം എന്നെ സൂക്ഷിച്ചുനോക്കി. ഞാനും കൂസാതെ നോക്കി. എന്റെ കണ്ണിൽനിന്ന് അദ്ദേഹം എന്തോ പിടിച്ചെടുത്തു എന്നുവേണം കരുതാൻ.

കാളിയപ്പൻ എന്നായിരുന്നു ആ മനുഷ്യന്റെ പേര്. ഇന്ന് പതിനേഴോളം വർഷമാകാറാകുന്നു, അദ്ദേഹം ഇപ്പോഴും എന്റെ അടുത്ത സുഹൃത്താണ്.

കാളിയപ്പൻ ഒന്നും മിണ്ടാതെ തിരികെ നടന്നു. കമ്മീഷണറുമായി സംസാരിച്ചു. ഉടനെ ഓടിവന്ന് 'നീങ്ക വാങ്കോ' എന്നു പറഞ്ഞു. കമ്മീഷണർ ഞങ്ങളെ കണ്ടപാടെ ഇവരാ എന്നുപറഞ്ഞ് എണീറ്റ് വാതിൽക്കൽ വന്നു. അദ്ദേഹം ആകെ തിരക്കിലെന്നപോലെ പറഞ്ഞു. ''കാളിയപ്പാ, ഇവർക്കു നമ്മുടെ സത്രത്തിൽ ഒരു മുറി ഏർപ്പാടാക്കൂ. തമ്പീ ഇന്ന് ആകെ തിരക്കു മയം. സൂരസംഹാരം. നാളെ കാലെയിലെ ഒരു ഏഴുമണിക്ക് ഇങ്കെ വാങ്കോ. പേശലാം.''

അങ്ങനെ ഞങ്ങൾ പഴനി ദേവസ്വത്തിന്റെ അതിഥികളായി ദേവസ്വം വക സത്രത്തിലെ മുറിയിൽ എത്തി. വിശ്രമിച്ചു. മഹാലിംഗത്തിന്റെ കല്യാണംകൂടി. സദ്യയും സൽക്കാരവും കഴിഞ്ഞ് തിരിച്ചു വന്ന് കിടന്നു.

നാരായണൻ സുഖമായി കൂർക്കം വലിച്ചുറങ്ങുന്നു. എനിക്കുണ്ടോ

ഉറക്കം വരുന്നു? ഇക്കാണുന്നതെല്ലാം സ്വപ്നമാണോ? ഞാൻ കാര്യങ്ങളെ ഒന്ന് റീവൈൻഡ് ചെയ്തു.

ശരിയാണ്, മൊത്തം ഒരു പുകപോലെ തോന്നുന്നു. ഞാൻ ഒരു സ്വപ്നം കാണുന്നു. ആ സ്വപ്നത്തിൽ ഭോഗർ സിദ്ധർ എന്നൊരു പേരു കേൾക്കുന്നു. അദ്ദേഹം ഉണ്ടാക്കിയൊരു വിഗ്രഹം പഴനിയിലെ ഒരു ഗുഹയിൽ ഉണ്ടെന്നു കാണുന്നു. അമ്പലത്തിനു പിറകിലെ ലേഡീസ് ബാത്ത് റൂമിന്റെ സൈഡിലെ നടപ്പാത കാണുന്നു. അവിടെ ഒരു പാറ കാണുന്നു. ആ പാറയിൽ ഒരു കുരങ്ങൻ ഇരിപ്പുണ്ട്. അതിന്റെ അപ്പുറമായി ആ ഗുഹയും കാണുന്നു.

ഇത്രയും സ്വപ്നം. പിന്നെ ഭോഗറെപ്പറ്റി അറിയുന്നു. കൂടുതൽ അന്വേഷിക്കുന്നു. പഴനിയിൽ പോയാലോ എന്നു ചിന്തിക്കുന്നു. വേണോ വേണ്ടയോ എന്ന് മനസ് ചാഞ്ചാടുന്നു. മുപ്പത് കഴിഞ്ഞാൽ നിന്നെ ഞാൻ വഴിനടത്തിക്കും എന്ന, ആ മിഥ്യയോ യാഥാർത്ഥ്യമോ എന്നറിയാത്ത സ്ലീപ്പിംഗ് പാരലൈസ്ഡ് അനുഭവം ഓർക്കുന്നു. ഹോ, എന്റെ എഴുതി പൂർത്തിയാക്കിയ സ്ക്രിപ്റ്റുകളെപ്പറ്റി ഓർക്കുന്നു. പാഷനായ സിനിമാമോഹത്തെ മുരുകൻ സഹായിക്കും എന്ന ചിന്ത വീണ്ടും വരുന്നു. പഴനിയിൽ പോയി ഈ സ്വപ്നത്തിലെ കാര്യമൊക്കെ ഉള്ളതാണോ എന്നറിഞ്ഞാലോ എന്ന ചിന്ത കൂടി വരുന്നു. അപ്പോഴും വേണോ വേണ്ടയോ എന്ന ചാഞ്ചാട്ടംതന്നെ. അപ്പോഴുണ്ട് മുരുകഭഗവാന്റെ വിളി, മഹാലിംഗത്തിന്റെ കല്യാണക്ഷണത്തിന്റെ രൂപത്തിൽ വരുന്നു. നാരായണൻ വാടാ പോയി നോക്കാം എന്നു പറയുന്നു. ഇവിടെയെത്തുന്നു.

നാരായണൻ സുഖസുഷുപ്തിയിലാണ്. ഞാൻ ഉറക്കം വരാതെ മുറി പൂട്ടി പുറത്തിറങ്ങി. പഴനിമല വെളിച്ചത്തിൽ കുളിച്ചു നിൽക്കുന്നു.

‘‘മുരുകാ, എങ്ങോട്ടേക്കാണ് നീയെന്നെ നടത്തിക്കുന്നത്? നീ വിചാരിക്കുംപോലെ എന്നെ നയിക്കുകയാണോ? ആണ്ടവാ.’’

ഞാൻ അപ്പോഴും ചിന്തിക്കുന്നത് എന്താണെന്നോ സുഹൃത്തുക്കളേ, ആണ്ടവാ ഇതൊക്കെ അന്ന് അങ്ങ് സൂചിപ്പിച്ചപോലെ എന്നെ ഇനി അങ്ങ് നടത്തിക്കും എന്നതുതന്നെയല്ലേ? എന്റെ തിരക്കഥകൾ സ്ക്രീനിൽ വരില്ലേ? പ്രിയപ്പെട്ടവരേ, ഇന്നാലോചിക്കുമ്പോൾ എത്ര ബാലിശമായിരുന്നു അന്നെന്റെ ചിന്തയെന്ന് എനിക്കുതന്നെ ലജ്ജ തോന്നുന്നു. മുരുക ഭഗവാൻ അല്ലെങ്കിൽ കാലം അല്ലെങ്കിൽ നിയതി എഴുതിയ തിരക്കഥയിൽ എനിക്കാടാൻ ഒരു പ്രധാന വേഷം ഉണ്ടെന്ന് എനിക്കുണ്ടോ അന്ന് അറിയുന്നു?

ഉറക്കമില്ലായിരുന്നെങ്കിലും രാവിലെ എനിക്കു പതിന്മടങ്ങ് ഊർജ്ജ മായിരുന്നു. ഞങ്ങൾ ഏഴുമണിക്കു മുമ്പേ മുകളിൽ ഹാജരായി. കമ്മീഷണറും കാളിയപ്പനും കാത്തിരിക്കുന്നു.

''എന്നാ തമ്പി, എന്നാ സ്വപ്നം നീ കണ്ടത്?'' കമ്മീഷണർ ഗൗരവത്തിലായിരുന്നു. ഞാൻ വിശദമായി വിവരിച്ചു.

തലേദിവസം ഞങ്ങളെ ആദ്യം തടഞ്ഞ സെക്യൂരിറ്റിമാർ ഇന്ന് ആകെ പകച്ചുപോയി. സാക്ഷാൽ കമ്മീഷണർ ഇന്നലെ വന്ന ഈ മലയാളിപ്പയ്യന്മാർക്കൊപ്പം! അവർ വാപൊളിച്ചു നിൽക്കുന്നു. പക്ഷേ, എന്തു ഫലം? ഇന്നലെ ഞങ്ങൾ തിരഞ്ഞപോലെ അല്ല ഇന്ന് ആധി കാരികതയോടെ അവിടമെല്ലാം തിരയുന്നു. ഒരു ഗുഹയുടെ ലക്ഷണം ഒന്നുമില്ലാത്ത ഇടം.

നിരാശ! എന്റെ മുഖത്തെ നിരാശ കണ്ടിട്ടാകാം കമ്മീഷണർ എന്നെ വിളിച്ച് സ്വപ്നം ഒന്നുകൂടി വിശദമായി പറയാൻ ആവശ്യ പ്പെട്ടു. ലേഡീസ് ബാത്ത് റൂം. സൈഡിൽ ഒരു നടപ്പാത. അതിലേ മുന്നോട്ടുപോകുമ്പോൾ ഒരു പാറ. അതിൽ ഒരു കുരങ്ങൻ ഇരിപ്പു ണ്ടായിരുന്നു. അതിന്റെ സൈഡിൽകൂടി...

''എന്ന തമ്പീ, കുരങ്ങനാ?''

''ആമാങ്ക സാർ.''

ഞാൻ അദ്ദേഹത്തെ നോക്കി. കാളിയപ്പാ വാടാ എന്നു പറഞ്ഞ് അദ്ദേഹം തിരിച്ചുകയറി. ലേഡീസ് ബാത്ത് റൂം കഴിഞ്ഞ് വശത്ത് ഒരു ചെറിയ വഴി. ആരും ഉപയോഗിക്കാതെ അടഞ്ഞപോലെ. അതിൽ പാറയിൽ ചവിട്ടുപടിപോലെ കൊത്തിയിട്ടുണ്ട്. ഉത്സാഹത്തോടെ കമ്മീഷണർ മുന്നോട്ട്. ഞങ്ങൾ പിറകെ. കുറെ പോയപ്പോൾ അതാ ഒരു പാറ.

''തമ്പീ, അതുതാൻ കുരങ്ങൻപാറ.'' ശേഷം അദ്ദേഹം കൂടെ ഉണ്ടായിരുന്ന മൂന്നുനാല് ദേവസ്വംകാരോടും സെക്യൂരിറ്റിയോടും തിരികെ പോകാൻ ആവശ്യപ്പെട്ടു.

ഞങ്ങൾ തനിച്ചായി!

''ശരി. ഇനി നോക്ക്. ഇവിടെ ആയിരുന്നില്ലേ നിന്റെ സ്വപ്ന ത്തിലെ ഗുഹ?'' ഞാൻ ആവേശത്തിൽ മുന്നോട്ടുപോയി.

മുരുകാ... അതാ താഴെ ഒരു ഇടുക്കിൽ ഒരു ഗുഹാകവാടം!

പ്രിയപ്പെട്ടവരേ, അന്നേരം എനിക്കുണ്ടായത് പറഞ്ഞറിയിക്കാ നാവാത്ത ആശ്വാസമായിരുന്നു. വെറുതെ ആയില്ലല്ലോ. സ്വപ്നം. ഈ വരവ്. ഒന്നും വെറുതെ ആയില്ലല്ലോ. എന്റെ സ്ക്രിപ്റ്റുകൾ നടക്കും. മുരുകൻ നടത്തിക്കും.

അതിനുള്ളിലേക്ക് നൂണ്ടുകയറുക എന്നുള്ളതാണല്ലോ അടുത്ത നീക്കം.

''വേണ്ട.'' കമ്മീഷണർ കർശനമായി പറഞ്ഞു!

''വാങ്കോ.'' അദ്ദേഹം തിരിച്ചുനടന്നു.

ഇതെന്ത് മറി. സംഗതി കണ്ടെത്തീപ്പോ വേണ്ടാ എന്നോ. ആ എന്തെങ്കിലുമാകട്ട്. എന്റെ ദൗത്യം കഴിഞ്ഞു. ഇതാണെന്റെ ചിന്ത. ഈ പഴനിമലയിൽ മുരുകൻ കഴിഞ്ഞാൽ ഏറ്റവും പവർഫുൾ കമ്മീഷണർതന്നെ. അദ്ദേഹത്തെ ഇവിടെവരെ എത്തിച്ചു. ഇനി അവരായ് അവരുടെ പാടായി. നമുക്ക് ഇത്രയേ ഉള്ളൂ. മുരുകാ ദോ നീ പറഞ്ഞ പോലെ ഞാൻ ഇവിടെ എത്തി. തീർന്നു. എന്നെ കൂടെനടത്തിക്കും എന്നായിരുന്നല്ലോ നിന്റെ വാഗ്ദാനം. എന്റെ സിനിമ. അതു നടത്തിച്ചുതരണേ.

നൂറ്റാണ്ടുകൾ പഴക്കമുള്ള മുരുകവിഗ്രഹം കണ്ടെത്തിയെന്ന ചരിത്രദൗത്യത്തിന്റെ മുനമ്പിൽ നിന്നുകൊണ്ടാണ് എന്റെ ഈ പൊള്ളയായ ചിന്ത. സ്ക്രിപ്റ്റ്. സിനിമ. ഇപ്പോ ഓർക്കുമ്പോ ആ എന്നെ ഇന്നത്തെ എനിക്ക് രണ്ടു തല്ല് കൊടുക്കാനാണു തോന്നുന്നത്. സത്യം. തിരികെ കമ്മീഷണറുടെ റൂമിന്റെ പരിസരത്തെത്തി. ഞങ്ങളെ ഇരുത്തി അദ്ദേഹവും കാളിയപ്പനും അകത്തു കയറി. പത്തു പതിനഞ്ച് മിനിറ്റ്. ശേഷം പുറത്തുവന്ന് കമ്മീഷണർ പറയുന്നു.

''നിങ്ങൾ തൊഴുത് പൊയ്ക്കോളൂ. ഒരു പ്രധാന കാര്യം. ഉടനേ ഞാൻ തൃശൂർ വരും. ഞങ്ങളുടെ കൂടെ ഒരു സ്ഥലംവരെ നീ വരണം. വന്നേ തീരൂ. പറ്റില്ലേ തമ്പീ?''

''ഓ, അതിനെന്ത്? വരുന്ന കാര്യം രണ്ടുനാൾ മുന്നേ അറിയിച്ചാൽ മതി.'' ഞാൻ പറഞ്ഞു.

കാളിയപ്പൻ ഞങ്ങളെ യാത്രയാക്കി. ഫോൺ നമ്പർ, അഡ്രസ് ഒക്കെ വാങ്ങി. രണ്ടാഴ്ച ആയിക്കാണണം. കാളിയപ്പന്റെ വിളി വന്നു.

''മറ്റന്നാൾ ഞങ്ങൾ തൃശ്ശൂർ എത്തുന്നു. വെരി ഇമ്പോർട്ടന്റ് മാറ്റർ. രഹസിയം. നീങ്ക തനിയെ വന്നാൽ മതി. ഒരു നൈറ്റ് തങ്ങാൻ കരുതി വരണം.''

രാഗം തിയേറ്ററായിരുന്നു ഞാൻ പറഞ്ഞ അടയാളം. ദേവസ്വം കമ്മീഷണറുടെ ലൈറ്റ് വച്ച കാറിലാണവർ വന്നത്. മുൻസീറ്റിൽ ഡ്രൈവറും കാളിയപ്പനും. പിറകിലെ സീറ്റിൽ കമ്മീഷണറും ഞാനും. ഇറങ്ങി എന്റെ ബാഗ് വാങ്ങി ഡിക്കിയിൽവച്ച് പിറകിലെ ഡോർ തുറന്നുതന്നത് കാളിയപ്പൻ. മൊത്തം ഒരു നിശ്ശബ്ദത. കാർ കോഴിക്കോട് റൂട്ടിലേക്കാണ് പോകുന്നതെന്നതൊഴിച്ചാൽ വേറെ ഒന്നും

എനിക്കു പിടികിട്ടുന്നില്ല. കമ്മീഷണറാകട്ടെ ഞാൻ എന്നൊരാൾ കാറിൽ ഉണ്ടെന്ന് അറിഞ്ഞ മട്ടില്ല.

അന്തരീക്ഷത്തിന്റെ കനം കുറയ്ക്കാൻ ഞാൻ സംസാരശ്രമം നടത്തി. എന്താ ചൂട് എന്നും തമിഴ്നാട് രാഷ്ട്രീയത്തെയും ഒക്കെ പ്രയോഗിച്ചു നോക്കി. എവടെ, കേട്ട ഭാവമില്ല ആർക്കും. ഇതെന്തൊരു കഷ്ടം. നിശ്ശബ്ദത കൊണ്ട് കമാൻഡിംഗ് പവർ തീർക്കുന്ന ഒരാളാണ് കമ്മീഷണർ സുന്ദരം എന്നു പഴനിയിൽവച്ചേ എനിക്കു തോന്നിയിരുന്നു. എന്റെ കോൺവർസേഷൻ സ്റ്റാർട്ടർ ശ്രമമൊക്കെ പരാജയപ്പെട്ടു. എന്തായാലും ലീവെടുത്ത് തുനിഞ്ഞിറങ്ങി. വരുന്നിടത്തു വച്ച് കാണാം എന്നൊരു ലൈനിലായി ഞാനും. കാറിനുള്ളിലെ മൗനത്തിന്റെ കരിങ്കോട്ടയിൽ ഞാനും എന്റെ ഷെയറായി കല്ലുകൾ വെച്ചുകൊടുത്തു.

എവിടെയോ വണ്ടി നിർത്തി. ഭക്ഷണം കഴിക്കാൻ. കമ്മീഷണർ ഇറങ്ങി മൂത്രമൊഴിക്കാനോ മറ്റോ മാറിയ നാലഞ്ചു നിമിഷംകൊണ്ട് കാളിയപ്പൻ മൗനത്തിന്റെ കരിന്തോട് പൊട്ടിച്ചു. പോകുന്നത് പരപ്പനങ്ങാടി ഉണ്ണികൃഷ്ണപ്പണിക്കരെ കാണാൻ.

ഞാൻ ഞെട്ടി. 2001ൽ ജയലളിത മുഖ്യമന്ത്രിയാകും എന്നു പ്രവചിച്ച ഉണ്ണികൃഷ്ണപ്പണിക്കർ. ഇപ്പോൾ തമിഴ്നാടിന്റെ ആസ്ഥാന ജ്യോതിഷി. മുഖ്യമന്ത്രി ജയലളിതയെ ഏറ്റവും സ്വാധീനിച്ച വ്യക്തി. പണിക്കർ കമ്മീഷണറോട് ഏതാനും നാൾമുമ്പ് പ്രവചിച്ചത്രെ, ഈ നൂറ്റാണ്ടിലെ ഏറ്റവും വലിയൊരു വാർത്ത ഇദ്ദേഹത്തെ തേടി എത്താൻ സമയം ആയെന്ന്. അതിനായി 90 ദിവസത്തെ വ്രതമെടുത്ത് പഴനിയിൽതന്നെ കഴിയാൻ. ആ വ്രതത്തിന്റെ ആദ്യനാളായിരുന്നു ഞാൻ വലിയൊരു കാവടിയുമായി അദ്ദേഹം മലകയറുന്നതു കാണുന്നത്. ആ വ്രതത്തിന്റെ അവസാന നാളുകളിലാണ് ഞാൻ അദ്ദേഹത്തെ കാണുന്നത്! ഭോഗർ സിദ്ധർ മാറ്റിവച്ചിരിക്കുന്ന മുരുകന്റെ രണ്ടാം വിഗ്രഹം കണ്ടുകിട്ടുന്നു എന്നതിലും വലിയ വാർത്ത എന്താണ്? എന്നാൽ പണിക്കരുടെ ഉപദേശം തേടിയതിനുശേഷം മതി തുടർനടപടി എന്നു കമ്മീഷണർ തീരുമാനിച്ചു. കാളിയപ്പൻ ഒറ്റശ്വാസത്തിൽ ഇതൊക്കെ പറഞ്ഞു. കമ്മീഷണറുടെ തല കണ്ട പാടെ വീണ്ടും മൗനത്തിന്റെ മാസ്കണിഞ്ഞു.

എനിക്കു ഭക്ഷണം ഇറങ്ങിയില്ല. എന്തൊക്കെയാണീ കേൾക്കുന്നത്. എന്റെ ജീവിതം എങ്ങോട്ടാണ്? എന്തായാലും മുരുകൻ എന്ന പാവകളിക്കാരന്റെ കൈയിലാണെന്റെ ജീവിതത്തിന്റെ നൂലുകൾ. അദ്ദേഹത്തിന്റെ ഇംഗിതമനുസരിച്ച് ആടുകതന്നെ!

പരപ്പനങ്ങാടിയിലെ ഒരു ഹോട്ടലിലായിരുന്നു സ്റ്റേ. പുലർച്ചെ അഞ്ചിന് ഞങ്ങൾ പരപ്പനങ്ങാടി പണിക്കരുടെ വസതിയിലെത്തി.

അപ്പോഴേക്കും അവിടെ നാലോ അഞ്ചോ അത്യാഡംബര കാറുകൾ ഹാജരുണ്ട്. എല്ലാം തമിഴ് – തെലുങ്ക് വൻ പണക്കാർ. പണിക്കരുടെ വസതിയിൽ ഭക്തിസാന്ദ്രമായ പുലരി. പശ്ചാത്തലത്തിൽ മുരുക സ്തുതി. അദ്ദേഹം പൂമുഖത്തു വന്നു. എല്ലാവരും തൊഴുതു. ഒരു കാര്യം ഞാൻ നോട്ട് ചെയ്തത്, രാവിലെ അദ്ദേഹത്തിനു കവടി സഞ്ചിയും മറ്റും ആചാരപൂർവം എടുത്തുകൊടുക്കുന്നത് സഹധർമ്മിണി ആണെന്നതാണ്.

പഴനി ദേവസ്വം കമ്മീഷണർ, ജയലളിതയുടെ സ്വന്തം ആൾ. സ്വാഭാവികമായും ആദ്യ ടേൺ ഞങ്ങൾക്കായിരുന്നു. കാറിൽ തയാറാക്കിവച്ചിരുന്ന വലിയ താലത്തിൽ പഴങ്ങൾ ആദിയായവ, പണം ഒക്കെയുമായി കാളിയപ്പനും സർവപ്രൗഢിയോടെ കമ്മീഷണറും അകത്തേക്ക്. എന്നെ പുറത്ത് ഇരുത്തി. ഞാൻ ഒരു അത്ഭുത ലോകത്തിലെന്നപോലെ ഇരുന്നു. അകത്തുനിന്ന് സംസാരം കേൾക്കാം. ഞാൻ ചെവി വട്ടംപിടിച്ചു. പണിക്കരുടെ 'മലയാളിയോ' എന്ന അത്ഭുതം കൂറുന്ന സ്വരം ഉയർന്നുകേട്ടു, 'വിളിക്ക്' എന്നും. കാളിയപ്പൻ വന്ന് എന്നെയുംകൂട്ടി അകത്തേക്ക്.

പണിക്കർ ചമ്രംപടിഞ്ഞ് ഇരിക്കുന്നു. മുമ്പിൽ പീഠം. കവടി. നിലവിളക്ക്. കമ്മീഷണർ താലവുമേന്തി ഭക്തിയാൽ ഒന്നു കുനിഞ്ഞു നിൽക്കുന്നു. ഞാൻ നോക്കുമ്പോൾ, താലം പണിക്കർക്കു സമർപ്പിച്ച് കമ്മീഷണർ നെടുനീളത്തിൽ അദ്ദേഹത്തിന്റെ കാലിൽതൊട്ട് നമസ്കരിക്കുന്നു. അടുത്തത് കാളിയപ്പന്റെ ആറര അടി ദേഹം ദണ്ഡ നമസ്കാരം. ഞാനാകട്ടെ ചെറുപ്പത്തിന്റെ ധാർഷ്ട്യവും മറ്റുമായി കൈകെട്ടി നിന്നു. കമ്മീഷണർ എന്നോട് കണ്ണുകൊണ്ട് നമസ്കരിക്ക്, നമസ്കരിക്ക് തമ്പീ എന്നു കാണിക്കുന്നു. ഞാനതു ചെയ്യാൻ വൈമുഖ്യം കാട്ടി.

കൂട്ടത്തിൽ ഓഫ് ടോപ്പിക് ആയിപ്പറയാം. ഇന്നും ഞാൻ LMRK അംഗങ്ങളെ കർശനമായി വിലക്കിയിട്ടുണ്ട്. ഈ കാലുപിടി നമസ്കരിക്കലൊക്കെ. നമ്മൾ മനുഷ്യർ ആരും ആരുടെയും മുകളിലല്ല എന്നുള്ളതാണ് നമ്മുടെ പോളിസി എന്നും.

ഞങ്ങൾ ഇരുന്നു. പണിക്കർ കവടിനിരത്തി. ഗണിച്ചു. ഏറെനേരം ധ്യാനിച്ചു. അരമണിക്കൂർ ആയിക്കാണും. പിന്നെ പറഞ്ഞുതുടങ്ങി. എന്നെ ഇന്റർവ്യൂ ആയിരുന്നു ആദ്യം. നാട്, വീട്, ജോലി, കുടുംബം, സ്വപ്നങ്ങളെപ്പറ്റി ഒക്കെ വിശദമായി. പ്രിയപ്പെട്ടവരേ, അപ്പോഴും ഞാൻ, എന്റെ സിനിമ എന്താകും, ചർച്ചകൾ പലതും നടക്കുന്നു. അതൊന്നു ഗണിച്ചു പറ എന്നൊരു ആറ്റിറ്റ്യൂഡിലായിരുന്നു എന്നു പറഞ്ഞാൽ നിങ്ങൾ വിശ്വസിക്കുമോ?

ഏറെ നീണ്ടുനിന്ന ചോദ്യോത്തര സെഷനുശേഷം പണിക്കർ പറഞ്ഞു: ''ഇയാൾ കണ്ടത് 99.5 ശതമാനവും ശരിയാണ്. എന്നാൽ ചില ചെറിയ തടസ്സങ്ങൾ കാണുന്നു. ക്ലിയർ ആകുന്നില്ല. നിങ്ങളെ എന്തായാലും മുരുകൻ എന്തോ ചരിത്രദൗത്യം ഏല്പിക്കാൻ പോകുന്നു എന്നത് മൂന്നരത്തരം. അതിന്റിടയിൽ സിനിമ, നാടകം ഒന്നുമല്ല പ്രാധാന്യം. കേട്ടല്ലോ? ഒരു കാര്യം ചെയ്യുക. ഞാൻ മൂന്ന് ഡേറ്റുകൾ തരാം. അതിൽ ഏതെങ്കിലും ഒന്നിൽ പഴനിയിൽ പോയി 21 ദിവസത്തെ വ്രതം ഇരിക്കണം. ഇരുപത്തൊന്നിനു ഞാൻ അവിടെ വരാം. എന്നിട്ടൊരു അഷ്ടമംഗല്യം നടത്തിയിട്ട് തീരുമാനിക്കാം. നിസ്സാരകളിയല്ല. ആ വിഗ്രഹത്തിന്റെ ഊർജ്ജം താങ്ങാൻ ഭൂമി പരുവമായോ എന്നതിൽ ഒരു തെളിമ കാണുന്നില്ല.

ഞാൻ കണ്ണുമിഴിച്ചു. 21 ദിവസം ധ്യാനിക്കാൻ. ഞാനന്നു ക്യാഷ്യറാണ്. ഒരു ദിവസത്തെ ലീവ് പോലും കഷ്ടം. അപ്പോഴാണു 21. എന്നാൽ പറയുന്നത് ആരാണ്? പ്രവചനസിംഹം സാക്ഷാൽ പരപ്പനങ്ങാടി ഉണ്ണികൃഷ്ണപ്പണിക്കർ. ആ ദേഹമാണ് നിസ്സാരനായ എന്നോടു പറ്റുമോ എന്നു ചോദിക്കുന്നത്, ഞാനാകെ അങ്കലാപ്പിലായി.

''ചെയ്യാം. ലീവ് കിട്ടുമോ എന്നാണ്.''

''കിട്ടും. കിട്ടും. ഞാനല്ലേ പറയുന്നത്. മുരുകന്റെ ഇംഗിതമാണ്.''

''ശരി. ഞാൻ വ്രതമിരിക്കാം. 21 ദിവസം. പഴനിയിൽ.''

പഴനിമലയിൽ എന്റെ വ്രതദിവസങ്ങൾ

കെഎസ്ഇബി എന്നാൽ കേരളത്തിൽ ഇലക്ട്രിസിറ്റി വിതരണം നടത്തുന്ന ഗവണ്മെന്റ് സ്ഥാപനമാണ്. അന്ന് ഞാൻ രാമവർമപുരം ഓഫീസിൽ കാഷ്യറാണ്. മലയാളികൾക്ക് ഓർമ്മയുണ്ടാകും. അന്ന് കറന്റ് ബിൽ അടയ്ക്കുക എന്നതൊരു ടാസ്ക് ആണ്. ഒരു ദിവസം അതിനുവേണ്ടി പോക്കാണ്. വലിയ ക്യൂ ഉണ്ടാകും. മിക്ക ഓഫീസിലും ഒരു കാഷ്യറേ ഉണ്ടാകൂ. ക്യൂ നിൽക്കുന്ന ഉപഭോക്താക്കൾക്ക് അക്ഷമ ഉണ്ടാകും. സ്വാഭാവികമാണ്. ഇന്നത്തെപ്പോലെ കമ്പ്യൂട്ടർ ആയിട്ടില്ല. അവർ കൊണ്ടുവരുന്ന കാർഡിൽ നോക്കി സ്ലാബ് കണ്ടുപിടിച്ച് ബിൽ കാൽക്കുലേറ്റ് ചെയ്ത് പണം വാങ്ങി റസീറ്റ് എഴുതി സീല ടിച്ച് ബാക്കിസഹിതം കൊടുക്കണം. ഒന്ന് മൂത്രമൊഴിക്കാനോ നടു നിവർത്താനോ മുതിർന്നാൽ ക്യൂനിൽക്കുന്നവരുടെ മുറുമുറുപ്പ് കേൾ ക്കണം. ഊണുകഴിക്കാൻ ബ്രേയ്ക്ക് എടുക്കൽ അതിലും വലിയ പണിയാണ്. ഏറെനേരം ക്യൂ നിന്ന് മുന്നിൽ എത്തുന്നവനോട്,

പഴനിക്കടുത്തുള്ള ഐവർമലയിറങ്ങുന്നു

പഴനി ശ്രീ ദണ്ഡായുധപാണിസ്വാമി ക്ഷേത്രത്തിൽ

നിൽക്കൂ ഞാൻ ഒന്നു ലഞ്ച് കഴിച്ചോട്ടെ എന്നുപറഞ്ഞാൽ കാണാം, കഥകളിയിലെ കത്തിവേഷംപോലെ ആട്ടം. ഇന്നൊക്കെ മൊബൈലിൽ ഒറ്റക്കുത്തിൽ ബില്ലടയ്ക്കാം. 90നു ശേഷം ജനിച്ച, ഇതു വായിക്കുന്നവർക്കു മേൽപ്പറഞ്ഞത് അതിശയോക്തിയായി തോന്നാം.

പറഞ്ഞുവന്നത് കാഷ്യർ എന്ന തസ്തികയിൽ ഇരിക്കുന്ന എനിക്ക് ഒറ്റ ദിവസം ലീവ് എടുക്കണമെങ്കിൽപോലും 'ടാസ്ക്'

ആണ്. നല്ലവരായ ഓഫീസ് സ്റ്റാഫ് ആരെങ്കിലും അന്നൊരുദിവസം നമ്മൾക്കുവേണ്ടി കാഷ്യർ ആകണം. മുരുകൻ സഹായിച്ച് എനിക്കാ ഓഫീസിൽ കിട്ടിയ സഹപ്രവർത്തകരൊക്കെ ഹൃദയമുള്ളവരായിരുന്നു. പക്ഷേ, 21 ദിവസം ലീവ് ഒക്കെ അസംഭവ്യം എന്നേ പറയാൻ പറ്റൂ. (ഇതിനിടയിൽ ഒരു രസകരമായ കാര്യം പറയാം. കാഷ്യർ തസ്തികയിൽ ഇരിക്കുന്ന ആൾക്ക് പ്രമോഷൻ ട്രാൻസ്ഫർ ഒക്കെ വന്നാലും പകരം ആൾ ചാർജ്ജെടുക്കാതെ പോകാൻ പറ്റില്ല. പകരം ആൾ എത്തുകയുമില്ല. ഇവിടേക്ക് നിയോഗിക്കപ്പെടുന്നവർ (മിക്ക ട്രാൻസ്ഫറുകളും അന്തർജില്ല ആയിരിക്കും) നേരെ ലീവെടുത്ത് തലസ്ഥാനത്തു പോയി ട്രാൻസ്ഫർ മാറ്റുകയോ അടുത്ത സ്ഥലങ്ങളിലേക്ക് ആക്കുകയോ ചെയ്യും. പലവട്ടം ട്രാൻസ്ഫറായ ഞാൻ പകരം ആളുവരാത്തതിനാൽമാത്രം രാമവർമപുരം ഓഫീസിൽ 15 കൊല്ലം ഇരുന്നിട്ടുണ്ട്. ഭാഗ്യം. വീട്ടിൽനിന്ന് പത്തു മിനിറ്റേ ഉള്ളൂ.)

ഇങ്ങനെയൊക്കെ ആണെങ്കിലും ഞാൻ ഒരു മാസം ലീവിന് അപേക്ഷ കൊടുത്തു. അത്ഭുതം! ഒരു ചോദ്യമോ ഉത്തരമോ ഇല്ലാതെ ലീവ് പാസായിരിക്കുന്നു.

ഇത്തവണ പോക്ക് ഒറ്റയ്ക്കായിരുന്നു. കമ്മീഷണർ - കാളിയപ്പൻ - ഉണ്ണികൃഷ്ണപ്പണിക്കർ എപ്പിസോഡ് വന്നു പറഞ്ഞപ്പോൾ എന്റെ സന്തതസഹചാരികൾ ലാലു, വേണു, നാരായണൻ വാപൊളിച്ചുപോയി. വിശ്വസിക്കാനാവുന്ന കാര്യമല്ലല്ലോ സംഭവിച്ചിരിക്കുന്നത്. പക്ഷേ, എങ്ങനെ വിശ്വസിക്കാതിരിക്കും? ഇതു സീരിയസ് ആണല്ലോ എന്നവർക്കു ബോധ്യമായി, എനിക്കും.

ഇടയ്ക്കിടയ്ക്കു വരാം എന്ന ഉറപ്പിൽ എന്നെ യാത്രയാക്കി. ഇപ്പോൾ ഞാൻ കമ്മീഷണർ സുന്ദരംസാറിന്റെ സ്വന്തം ആളാണ്. വിഐപി പരിഗണനയാണ്. എന്നാൽ നമ്മുടെ മിഷൻ അതീവ രഹസ്യമായിരിക്കണം എന്നാണ് കമ്മീഷണറുടെ നിർദ്ദേശം. സ്ഫോടനാത്മകമായ ഒരു വാർത്തയാണല്ലോ ഇത്. ഭോഗർ സിദ്ധർ അയ്യായിരം കൊല്ലം മുമ്പുണ്ടാക്കിയ രണ്ടാം നവപാഷാണ മുരുകവിഗ്രഹം കണ്ടെത്താനായുള്ള മിഷന്റെ ഭാഗമായി ഒരു മലയാളി പഴനിയിൽ 21 ദിവസം വ്രതമിരിക്കുന്നു! ലോകം മുഴുവൻ ശ്രദ്ധിക്കാൻ പോകുന്ന വാർത്ത. അതിനാൽതന്നെ അത്രയും ഗോപ്യമാക്കാൻ കർശനനിർദ്ദേശം നൽകി അദ്ദേഹം. 'കേരളത്തിലെ ഒരു പുരാതന മനയിലെ സന്താനം നല്ലനടപ്പിനായി വ്രതമിരിക്കാൻ വന്നതാണ്, കമ്മീഷണറുടെ വേണ്ടപ്പെട്ട കുടുംബമാണ്' എന്നാണ് കാളിയപ്പൻ പ്രചരിപ്പിച്ചത്.

പ്രിയ സുഹൃത്തുക്കളേ, എന്റെ ആ ദിനങ്ങൾ വർണ്ണിക്കാനാവതല്ല! മുരുകനോടൊത്ത് ഉണ്ട്, ഉറങ്ങി, കളിച്ച്, ചിരിച്ച്, ഒരുമിച്ചുതാമസിക്കുന്ന ഫീൽ. 2005 നവംബർ - ഡിസംബർ ആണ്. പതിവില്ലാത്ത

വിധം മഴയായിരുന്നു. എല്ലാംകൊണ്ടും നല്ല ആംബിയൻസ്. ഞാൻ മുരുകനോട് ഒട്ടിയത് ആ ദിവസങ്ങളിലാണെന്നു പറയാം. താഴെ സത്രത്തിൽ സൂപ്പർ മുറി. അസ്സൽ ശാപ്പാട്. മിക്കവാറും സമയം മുകളിൽ കോവിലിൽ. എല്ലാ അഭിഷേകങ്ങളും കൺമുന്നിൽ ഇരുന്നു കാണാം. ആനന്ദനിമിഷങ്ങൾ അല്ലേ?

എട്ടാമത്തെയോ മറ്റോ ദിവസം ലാലു വന്നു. അവൻ വന്നതു ചില വാർത്തകൾ കൊണ്ടാണ്. രജിത് സന്യസിക്കാൻ പോയി എന്നാണ് ഒരു വാർത്ത. ജോലി കളഞ്ഞിട്ടാണ് പോയതെന്ന് ഒരു വിഭാഗം. ഭാര്യയേയും ഉപേക്ഷിച്ച് ശിഷ്ടകാലം സന്ന്യാസിയായി പഴനിയിൽ കൂടാൻ പോകുന്നെന്നു മറ്റൊരു വാദവുമുണ്ടത്രെ.

ഭാര്യ ജിത അന്നു ഗർഭിണിയാണ്. എറണാകുളത്ത് ഒരു ഐടി കമ്പനിയിലാണ്. അവൾക്കു മൊബൈൽ ഉണ്ട്. ഞാൻ ഉപയോഗിച്ചു തുടങ്ങിയിട്ടില്ല. ദിവസവും വൈകുന്നേരം ഞാൻ അവളെ വിളിക്കാറുണ്ട്. ഇമ്മാതിരി വാർത്തകളൊന്നും അവൾ പറഞ്ഞില്ലല്ലോ. ഞാൻ അപ്പോൾതന്നെ ഒരു ബൂത്തിൽക്കേറി അവളെ വിളിച്ചു. ഞാൻ നിന്നെ ഉപേക്ഷിച്ചോ? ജോലി ഉപേക്ഷിച്ചോ? സന്യസിക്കാൻ പോയോ? ഇതു കേട്ട് അവൾ ചിരിയോ ചിരി. വ്രതമെടുക്കാൻ പോയ ആൾ വ്രതമെടുക്ക് മനുഷ്യാ, നാട്ടുകാർ പറയട്ടെ. എല്ലാവരുടെയും വായ നമുക്ക് തുന്നിക്കെട്ടാൻ പറ്റുമോ എന്നു ജിത! അത്രയും സമാധാനമായി.

ജിത ബുദ്ധിയും വിവേകവും ഉള്ളവളാണ്. അന്ന് ഞാൻ വിളിച്ചപ്പോ 'Let the dogs bark, Lion is still the King' തിയറി പറഞ്ഞവളാണ്. പക്ഷേ, അതിനു മുമ്പേതന്നെ അവളേയും വിളിച്ചു പറഞ്ഞിരുന്നുവത്രെ അഭ്യുദയകാംക്ഷികൾ. അതിലും സ്നേഹമുള്ള ചിലർ അവളുടെ അച്ഛനേയും അമ്മയേയും കൂടി അറിയിച്ചു. സ്നേഹമാണല്ലോ അഖിലസാരമൂഴിയിൽ! എന്തായാലും ഒരു കാര്യം പറയാതെ വയ്യ. എന്റെ ജീവിതയാത്രയിൽ എനിക്ക് ഏറ്റവും യോജിച്ച പങ്കാളിയെയാണ് ഭഗവാൻ തന്നത് എന്ന കാര്യത്തിൽ ഇന്നെനിക്കു സംശയമില്ല.

നാട്ടിലാകെ ഇതൊരു സംസാരവിഷയമായതിൽ ഒരു പങ്ക് എന്റെ അമ്മയ്ക്കാണ്. ഞാൻ മുമ്പ് പറഞ്ഞല്ലോ. അനിയനെ നഷ്ടപ്പെട്ട ഒരു പോയന്റിൽ അമ്മയെ ഇനി വിഷമിപ്പിക്കില്ല എന്ന എന്റെ തീരുമാനം. അമ്മയോട് ഞാൻ എല്ലാം പറയുമായിരുന്നു. അമ്മ ഇത് ഞാനറിയാതെ അഭ്യുദയകാംക്ഷികളോടു പറയും. അവനിപ്പോ മുരുകന്റെ ഭക്തനാ മുതലായ കാര്യങ്ങൾ. അമ്മ അതു നിഷ്കളങ്കമായും സന്തോഷത്തോടെയുമാണ് പറയുന്നത്. അങ്ങനെ കേട്ട നാലഞ്ചു പേർ. അതങ്ങനെ മറ്റുള്ളവർ. അങ്ങനെ തിരൂർ ദേശത്ത് എല്ലാവരും അറിയുന്നതാണ് കാര്യം. ഈ 21 ദിവസ വ്രതവുംകൂടെ ഉണ്ണികൃഷ്ണപ്പണിക്കർ, ഭോഗർ, രണ്ടാംവിഗ്രഹം ഇതൊക്കെ കുറച്ച് എക്സൈറ്റ്മെന്റിൽ ലാലുവും വേണുവും ചിലരോടു പറഞ്ഞുപോയി പോലും.

''എന്തായാലും, നീ ഇപ്പോ നാട്ടിൽ താരമായി.'' വേണു പറഞ്ഞു.

''എന്തായാലും നന്നായെടാ. എല്ലാവരുംകൂടി എന്നെ സന്യസിപ്പിക്കുമെന്നു തോന്നുന്നു'', ഞാൻ അവനോടു പരിഭവിച്ചു. അവനു ചിരി.

എന്നാൽ വിചാരിച്ച പോലെ അല്ലായിരുന്നു കാര്യങ്ങൾ. പഴനിയിൽ ഒരു തിരൂരുകാരൻ ഉണ്ടായിരുന്നു, പ്രഭേട്ടൻ. പുള്ളി നാട്ടിൽനിന്ന് വിവരം അറിഞ്ഞു. വന്ന് എന്നെ കാണുന്നു. പുള്ളി പൊടിക്കു സ്പിരിചൽ കൂടിയാണ്. ഞാൻ മുമ്പ് പഴനിയിൽ വന്നപ്പോഴൊന്നും അദ്ദേഹത്തെ കണ്ടിരുന്നില്ല. ചെന്നുകാണാൻ തക്ക പരിചയമൊന്നുമുണ്ടായിരുന്നില്ല താനും. നാട്ടിലെ ബന്ധുക്കൾ ഇദ്ദേഹത്തെ വിളിച്ചു ചോദിക്കുകയാണ്. അതും വാർത്തകൾ പരന്ന്, ജയലളിത എന്നെ സന്ദർശിച്ചു എന്നുവരെ എത്തിക്കഴിഞ്ഞിരുന്നു. ഭാവനയ്ക്കു നമ്മൾക്കാർക്കും ക്ഷാമമില്ലല്ലോ. എന്തായാലും പ്രഭേട്ടൻ വന്നു. എന്നും രാത്രി ആൾ വരും. ഒന്നുരണ്ടു മണിക്കൂർ സംസാരിക്കും. പോകും.

ഒരു ദിവസം, എനിക്കു തോന്നുന്നു, വ്രതമാരംഭിച്ച് പന്ത്രണ്ടാം നാൾ അദ്ദേഹം ഒരാളെയും കൂട്ടിയാണ് വന്നത്. വി.എസ്. ബാലസുബ്രഹ്മണ്യം എന്ന ഒരു മനുഷ്യൻ. ഇദ്ദേഹം അടിമുടി റിബൽ ആണ്. വലിയ മുരുകഭക്തൻ എങ്കിലും ദേവസ്വത്തിനെതിരെ എപ്പോഴും പ്രതികരിക്കും. കോടതിയിൽ പോകും. നിരാഹാരമിരിക്കും. ഭോഗറുടെ രണ്ടാം വിഗ്രഹം സ്വപ്നത്തിൽ ദർശിച്ച ആൾ എന്നു കേട്ടപ്പോ കാണാൻ വന്നതാണ്.

ഇതിനിടയിൽ ചില കാര്യങ്ങളുണ്ടായി. പ്രഭേട്ടൻ പോയി കാളിയപ്പനോടു പറഞ്ഞു. ''നമ്മുടെ പയ്യനാണ് കേട്ടോ. അവൻ മുരുകൻ സഹായിച്ച് വിഗ്രഹം എടുത്തുതരും, നോക്കിക്കോ'' എന്നും മറ്റും! പരമരഹസ്യമായി വച്ച വിവരമാണ്. കാളിയപ്പൻ എന്റെ അടുത്തേക്കു പാഞ്ഞുവന്നു. ഞാൻ പറഞ്ഞതല്ല. നാട്ടിലെ കൂട്ടുകാർക്കൊക്കെ അറിയാമല്ലോ, അവർവഴി എങ്ങനെയോ അറിഞ്ഞതാണ്. എന്തായാലും കമ്മീഷണർക്ക് അതൊരിഷ്ടക്കേട് വരുത്തി. സംഗതിയുടെ രഹസ്യം നിമിത്തം കോവിലിനുള്ളിൽ കാണുമ്പോളൊന്നും കമ്മീഷണർ ചിരിക്കുകപോലും ഇല്ലായിരുന്നു. ഒരു കൈ അല്പം ഉയർത്തും. സുഖമല്ലേ എന്ന ചോദ്യമാണത്. അപ്പോഴാണു പ്രഭേട്ടൻ ചെന്ന് നിസ്സാരമായി വിഗ്രഹക്കാര്യം പറയുനത്.

വി.എസ്. ബാലസുബ്രഹ്മണ്യം അന്ന് എന്നെ നിർബന്ധിച്ച് ഒരു സ്ഥലത്തു കൊണ്ടുപോയി. ഞാൻ കണ്ട സ്വപ്നവും പണിക്കരുടെ പ്രവചനവും ഒക്കെ ശരിയാണോ എന്നറിയാനാണത്രെ. പഴനിയിൽ നിന്ന് ഏറെ ഉള്ളിൽ വലിയ തോട്ടത്തിനു നടുവിൽ ഒരാൾ. തമിഴ് സ്റ്റൈൽ മന്ത്രവാദി പോലെ. പച്ചമുണ്ട്. ഭസ്മക്കുറികൾ. അങ്ങേരുടെ മുന്നിൽ കർപ്പൂരത്തട്ട്. അതിൽ നിറയെ കർപ്പൂരമിട്ട്

കത്തിച്ചു. എതിരെ ഞങ്ങൾ നാലുപേർ. ചമ്രം പടിഞ്ഞിരുന്നു. പ്രഭേട്ടൻ, ബാലസുബ്രഹ്മണ്യം, നാരായണൻ, ഞാൻ.

എനിക്കാകെ രസം തോന്നി. ടി ദേഹം മന്ത്രം ഒന്നുമല്ല. പിറുപിറു സംസാരം. മുന്നിലിരിക്കുന്ന അദൃശ്യനായ ആരോടോ... സൂക്ഷിച്ചാ നമുക്കു കേൾക്കാം. ''ഞാൻ പറഞ്ഞിട്ട് നീ വന്നില്ലല്ലോ. പോ. നിന്നെ വിളിച്ചില്ല. പോ. വന്നപ്പൊ ഞാൻ എല്ലാം തന്നില്ലേ. തിന്നല്ലോ. പോ. വേണ്ട''

ഇങ്ങനെ ദേഷ്യത്തിൽ, ക്രോധത്തിൽ ഒക്കെ. അദൃശ്യന്റെ വർത്തമാനം കേൾക്കാൻ ഇടയ്ക്കു നിശ്ശബ്ദത. പിന്നെ വീണ്ടും ഈ ചറുപിറു സ്പീഡിലുള്ള സംസാരം. അഞ്ചു മിനിറ്റ്. പത്തു മിനിറ്റ്. അരമണിക്കൂർ. നാല്പതു മിനിറ്റ്. ഇരുന്നിരുന്നു ബോറടിച്ചു. ഞാൻ കൈ പിറകിൽ കുത്തി കാലൊന്നു നീട്ടി അലസഭാവത്തിലായി ഇരിപ്പ്. പെട്ടെന്ന് എന്റെ തോളിൽ ആരോ ആഞ്ഞൊരടി. ഹെയ്യ് എന്നു പറഞ്ഞ് ഞാൻ പിറകിലേക്ക് കൈവീശി. ആരുമില്ല. എല്ലാവരും എന്നെ നോക്കുന്നു. അയാൾ ചോദിക്കുന്നു. ''എന്താ ഉണ്ടായേ.''

''ആരോ എന്നെ ഒറ്റ അടി പിറകിൽനിന്ന്.''

''ഹാ. ശരി. പൊയ്ക്കോ. നീ കണ്ട സ്വപ്നം ഒക്കെ നിജം. ധൈര്യമായി മുന്നോട്ടുപൊയ്ക്കോ.''

ഈ സംഭവത്തോടെ പ്രഭേട്ടൻ എനിക്കൊരു ഉപകാരം ചെയ്യാൻ വന്നു. സൺ ടിവി ലേഖകനെ കൊണ്ടുവന്നിരിക്കുന്നു!! ഇത് രഹസ്യമാണ് എന്നൊക്കെ ഞാൻ ആയിരംവട്ടം പറഞ്ഞതാണ്. യെവടെ! അന്നൊക്കെ ഇന്നത്തെപ്പോലെ അഗ്രസ്സീവ് ജേണലിസം അല്ല. ആയിരുന്നെങ്കിൽ എന്നെ കാണുന്നതിനുമുമ്പേ സ്ക്രോൾ വന്നേനെ: രണ്ടായിരത്തിയഞ്ഞൂറു വർഷങ്ങൾക്കുമുമ്പ് ഭോഗർ സിദ്ധർ ഒളിപ്പിച്ചു വച്ച നവപാഷാണ മുരുകവിഗ്രഹം എടുക്കാൻ മലയാളി യുവാവ് പഴനിയിൽ വ്രതം തുടങ്ങി. ദേവസ്വം കമ്മീഷണറുടെ ഒത്താശയോടെ! എങ്കിൽ എല്ലാം തീർന്നു. ഇത് അന്നു വന്ന പയ്യൻ മുരുകഭക്തനായതുകൊണ്ടോ എന്തോ എന്റെ അഭ്യർത്ഥനയിൽ അയാൾ പോയി.

പത്തൊമ്പതാം നാൾ രാവിൽ ഞാനൊരു സ്വപ്നം കണ്ടു. ആ വഴി. കമ്മീഷണർ ചൂണ്ടിക്കാണിച്ച ആ വഴി. അതൊരു കനത്ത ഇരുമ്പുഗേറ്റിട്ടു പൂട്ടിയിരിക്കുന്നു. ഞാനും കമ്മീഷണറും കാളിയപ്പനും ഉണ്ട്. എന്തുചെയ്തിട്ടും അതു തുറക്കാനാകുന്നില്ല.

ഞാൻ ഉണർന്നു. സമയമായില്ല. ഇതിനുണ്ടാകേണ്ടിയിരുന്ന അതീവരഹസ്യാത്മകത പുലർത്താൻ എനിക്കായില്ല. വ്രതം അവസാനിപ്പിക്കാൻ ഞാൻ തീരുമാനിച്ചു. അതിനെനിക്കു കമ്മീഷണറുടെ അനുവാദം വേണ്ട. മുരുകൻ പറഞ്ഞിരിക്കുന്നു.

ഞാൻ പടിയിറങ്ങി.

തിരിച്ചെന്തൂരിൽ മുരുകനൊപ്പം ഒരു രാത്രിയുറക്കം

പഴനി മുരുകൻ കോവിലിൽതന്നെ ഭഗവാനോടൊട്ടി 18 ദിവസം ഇത്ര അടുത്ത് എല്ലാ അഭിഷേകങ്ങളും കണ്ടുനിറഞ്ഞ് തൊഴുതു ജീവിക്കുക എന്ന അപൂർവസൗഭാഗ്യം ഒരുപക്ഷേ നൂറ്റാണ്ടുകൾക്കിടയിൽ അനുഭവിച്ച ഏകവ്യക്തി ഞാനായിരിക്കും. പഴനിയിൽ വ്രതമിരുന്നവർ ഏറെയുണ്ടാകാം. എന്നാൽ ഇത്ര പ്രിവിലേജോടെ, സ്വാതന്ത്ര്യത്തോടെ മുരുകഭഗവാന്റെ സ്വന്തം ആളായി ശ്രീകോവിലിനു മുന്നിൽ നടതുറന്നടയുംവരെ കൂടെയിരിക്കാൻ അവസരം കിട്ടിയിരിക്കുന്നത് എനിക്കു മാത്രമായിരിക്കും. ആ ചിന്തതന്നെ നൽകുന്ന അനുഭൂതി എത്ര വലുതാണെന്നോ?

തിരികെ പോരേണ്ടിവന്നതിൽ എനിക്കു കുണ്ഠിതമില്ല. എനിക്കറിയാം, എനിക്കു പാകത വന്നിട്ടുണ്ടായിരുന്നില്ല എന്ന്. അല്ലെങ്കിൽ, ലോകം ഭോഗർ നിർമ്മിച്ച ആ രണ്ടാം വിഗ്രഹത്തിന്റെ തേജസ്സ് വഹിക്കാൻ പര്യാപ്തമായിട്ടില്ലെന്ന്. മുരുകൻ എന്നെ പരീക്ഷിക്കുകയായിരുന്നു. ആ പരീക്ഷണത്തിന്റെ ഒരു ഗുണഫലം ഇതാണ്: ഇത്രനാൾ ഒരു സന്ദേഹി ആയിരുന്ന എന്നെ ഭഗവാൻ ഇപ്പോൾ പൂർണഭക്തനാക്കിയിരിക്കുന്നു. സിനിമാലോകത്ത് എത്തിപ്പെടുക എന്ന എന്റെ ചിന്തയൊക്കെ എത്ര ബാലിശമായിരുന്നു എന്ന് എനിക്കു തോന്നാൻ തുടങ്ങി. മുരുകൻ ഏറെ പ്രധാനപ്പെട്ട ചില ദൗത്യങ്ങൾക്കു തിരഞ്ഞെടുത്തിരിക്കുന്ന ഒരുവനായി എന്നെ എനിക്കു തിരിച്ചറിയാൻ തുടങ്ങി. എന്നാലോ ഞാനായി ഒന്നും ചെയ്യണ്ട എന്നു തീരുമാനവുമെടുത്തു.

വെറും സാധാരണക്കാരനായ രജിത് കുമാർ എന്ന മനുഷ്യനായി മാത്രം ജീവിക്കാൻ അന്നുമുതൽ തീരുമാനിച്ചു. അത് ഇന്നും തുടരുന്നു. എന്നെക്കൊണ്ട് എന്തെങ്കിലും ചെയ്യിക്കണം എന്നുണ്ടെങ്കിൽ മുരുകഭഗവാൻ അതിന്റെ ഡയറക്ഷൻസ് തരുമെന്നും ആ പറഞ്ഞത്

ചെയ്യുക അല്ലെങ്കിൽ ചെയ്യാൻ ശ്രമിക്കുക എന്നും മാത്രം തീരുമാന മെടുത്തിട്ടാണ് ഞാൻ അന്ന് പഴനിമല ഇറങ്ങിയത്.

ദേവസ്വം കമ്മീഷണർ സുന്ദരം സാറിന്റെ ഭാഗത്തുനിന്ന് ചിന്തിച്ചു നോക്കിയാലോ? തന്റെ ഭരണകാലത്ത്, എത്രയോ നൂറ്റാണ്ടായി ഒളി ഞ്ഞിരിക്കുന്ന ആ വിഗ്രഹം കണ്ടെത്തുക എന്ന ചിന്തയായിരിക്കാം. കൂടാതെ പരപ്പനങ്ങാടി ഉണ്ണികൃഷ്ണപ്പണിക്കരുടെ വാക്കുകളും. എന്നാൽ തിരികെപ്പോരാൻ എനിക്ക് ഭഗവാൻ അരുളപ്പാട് തന്ന പ്പോൾ സ്വാർത്ഥതയേതുമില്ലാതെ ''പൊയ്ക്കോളൂ സമയമായി ക്കാണില്ല'' എന്നദ്ദേഹത്തെ പറയിപ്പിച്ചത് അദ്ദേഹത്തിന്റെ നല്ല മനസ്സും മുരുകനോടുള്ള അചഞ്ചല കൂറും തന്നെയല്ലേ?

ഇനി കാളിയപ്പന്റെ മനോഭാവം എന്തായിരുന്നിരിക്കാം. മുരുക നോടും തന്റെ ബോസിനോടുമുള്ള വിധേയത്വം. സുന്ദരം സാറിന്റെ അതിവിശ്വസ്തനായ കാളിയപ്പൻ ഇന്നും എന്റെ നല്ല സുഹൃത്താണ്.

പിന്നെ പ്രഭേട്ടനാണ്. തിരൂരുകാരനായ എന്നോടുള്ള വാത്സല്യ മല്ലാതെ മറ്റൊന്നുമല്ല അദ്ദേഹത്തിനു ഇക്കാര്യത്തോടുള്ള ബന്ധം. തികച്ചും സ്നേഹത്തിൽനിന്നു വരുന്നതുതന്നെ അത്.

ഇന്ന് ഈ നിമിഷം ആലോചിക്കുമ്പോൾ അന്നില്ലാത്ത പല ഉത്തരവും എന്നിലുണ്ട്. അന്ന് എന്നെപ്പോലൊരു ചെറുപ്പക്കാരനെ ഒരു ദൗത്യമേൽപ്പിക്കാൻ ഭഗവാൻ തിരഞ്ഞെടുത്തുവെന്നേയുള്ളൂ എന്ന് ഇന്നു ഞാൻ മനസ്സിലാക്കുന്നു. ആ ഒരു ദൗത്യം ഏൽപ്പിക്കാൻ എന്നെ പരുവപ്പെടുത്തിയെടുക്കുന്നതിന്റെ ആദ്യ നാന്ദിയായിരുന്നു എന്റെ വിചിത്ര സ്വപ്നങ്ങളും യാദൃച്ഛികമെന്നു കരുതാവുന്ന തര ത്തിലുള്ള ചെറിയ ചെറിയ സംഭവങ്ങളുടെ ഒന്നിനുപിറകെ ഒന്നാ യുള്ള അണിചേരലും ഒക്കെത്തന്നെ. അതിൽ ഭഗവാന്റെ നിയോഗ ത്താൽ ഓരോരുത്തരും അവരവരുടെ ഭാഗം ഭംഗിയായി തീർത്തു.

ലോകം ഒരു വൻ എനർജി ഷിഫ്റ്റിലേക്ക് എത്തിച്ചേരുന്നതിന്റെ ആദ്യസൂചനകൾപോലും ഇല്ലായിരുന്നു അക്കാലത്ത്. വെറുമൊരു സാധാരണ ആത്മാവ് വഹിക്കുന്ന ദേഹമായിരുന്ന എന്നെ പതി നെട്ടു സിദ്ധരുടെ ഊർജ്ജത്തിന്റെയും പങ്കുപറ്റാനായി പതിനെട്ടു ദിവസം വ്രതമനുഷ്ഠിപ്പിക്കാനുള്ള അരങ്ങൊരുക്കം മാത്രമായിരുന്നു അത്. അവിടന്നിങ്ങോട്ട് എന്നെ ഭഗവാൻ നടത്തിച്ചു. എന്റെ ശരീ രവും ആത്മാവും മറ്റൊരു ഫ്രീക്വൻസിയിൽ വൈബ്രേറ്റ് ചെയ്യണ മെങ്കിൽ ലോകത്തിലെ ഞാനിതുവരെ കേൾക്കുകയോ കാണുകയോ ചെയ്യാത്ത പല ഊർജ്ജസ്രോതസ്സുകളിലും എന്നെ കൊണ്ടുപോയി ഇരുത്തണമായിരുന്നു. ആ ജോലി ഭഗവാൻ അഭംഗുരം ചെയ്തു കൊണ്ടിരിക്കുകയായിരുന്നു ഇക്കണ്ട വർഷങ്ങളത്രയുംതന്നെ. ആ ഊർജ്ജം താങ്ങാൻ എനിക്കു കെല്പുണ്ടാകുന്ന നിമിഷം ലോകവും അതിനു തയ്യാറാകുമെന്ന് ഇന്നെനിക്കു പൂർണവിശ്വാസമാണ്.

ഞാൻ തിരിച്ചുവന്നു, സാധാരണപോലെ. രാവിലെ ജോലിക്കു പോകുന്നു. തിരിച്ചുവരുന്നു. വായിക്കുന്നു. ഉറങ്ങുന്നു. ഗർഭിണിയായ ഭാര്യയെ പരിചരിക്കുന്നു. കൂട്ടുകാരോടൊത്ത് കളിചിരി ഒക്കെയുണ്ട്. ആളുകൾ പെട്ടെന്നുതന്നെ ശാന്തരായി. ഏയ്, ഇവൻ സന്ന്യാസിയും ദിവ്യനും ഒന്നും ആകുന്ന ലക്ഷണമില്ല എന്ന് അവർക്കു ബോധ്യമായി. ഇതി നിടയിൽ ഭാര്യയുടെ പ്രസവമടുത്തു. ഞാൻ വെറുതെ കലണ്ടർ നോക്കുകയായിരുന്നു. എന്നായിരിക്കും കുഞ്ഞ് ജനിക്കുക എന്ന്. വെറുതെ. ഏതു ഭർത്താവും നോക്കുമല്ലോ. ഡോക്ടർ തന്നിരിക്കുന്ന ഡേറ്റിനു കുറെ മുമ്പൊക്കെ ആവുമല്ലോ പ്രസവം. അപ്പോഴാണ് ഷഷ്ഠി എന്നു കാണുന്നത്. അന്നേരം ഞാൻ ഒന്നു ചിന്തിച്ചു. മുരുക ഭഗവാൻ എന്റെ ജീവിതത്തിലേക്കു കടന്നുവന്നതും ഇത്രയ്ക്ക് എത്തി യതും ഒന്നും കേവലം യാദൃച്ഛികമല്ല. ഉറപ്പ്. അങ്ങനെയെങ്കിൽ എന്റെ പ്രഥമസന്താനം ഷഷ്ഠിനാൾ തന്നെ ജനിക്കണം. മുരുക സ്പർശം എനിക്കുണ്ടെന്ന് ഉറപ്പാക്കാൻ അങ്ങനെ നടന്നേ തീരൂ. ഞാൻ ഭാര്യയോടു പറഞ്ഞു. നീ നോക്കിക്കോ, കുഞ്ഞ് പുറത്തു വരിക ഷഷ്ഠിദിനമായിരിക്കും ഉറപ്പ് എന്ന്. എന്തുറപ്പാണെന്ന് അവൾ. അന്നേക്കു സിസേറിയൻ ഡേറ്റ് ഫിക്സാക്കിയോ എന്നു ജിത തമാശ യ്ക്കു ചോദിക്കുന്നു. ഏയ്, ഇതു നോർമൽ ഡെലിവറി ആകും ഉറപ്പ് എന്നു ഞാനും.

ചില കാര്യങ്ങൾക്കു യാദൃച്ഛികതയുടെ ആവരണമിടേണ്ടിവരും, യുക്തിയിൽ തർക്കിക്കുന്നവർക്ക്. എനിക്ക് അതില്ല. എനിക്കുമുണ്ട് യുക്തി. ആ യുക്തി മുരുകഭഗവാൻ എന്നെ നേരിട്ട് അനുഗ്രഹിച്ചിരി ക്കുന്നവൻ എന്നുള്ള യുക്തിയാണ്. എന്തായാലും ഷഷ്ഠിനാൾ ഞങ്ങളുടെ ജീവിതത്തെ കൂടുതൽ വർണ്ണാഭമാക്കിക്കൊണ്ട് അവൾ വന്നു. നക്ഷത്ര.

വ്രതാനുഷ്ഠാനത്തിനൊടുവിൽ പടിയിറങ്ങിയെന്നു പറഞ്ഞല്ലോ. അഥാലമൊഥൈ ഞാനൊരു സാധാരണജീവിതത്തിലേക്ക് കടക്കുക യായിരുന്നു. ഞാനായി ഒന്നും ചെയ്യേണ്ടതില്ല എന്ന ഉത്തമബോധ്യം വന്നു. എന്തെങ്കിലും ഞാൻ ചെയ്യേണ്ടതുണ്ട് എങ്കിൽ ഭഗവാൻ ഡയ റക്ഷൻ തരും എന്നതും.

അങ്ങനെയിരിക്കെ വീണ്ടും ഒരു സ്വപ്നം കാണുകയാണ്. ഒരു മല. അവിടെയൊരു ഗുഹ. അതു ഭോഗർ സിദ്ധരുമായി ബന്ധമുള്ള താണ്. ഏറ്റവും തെളിമയായി ഓർമ്മയിൽ നിൽക്കുന്നത് ഒരു ഉറവ അവിടെനിന്ന് ഉത്ഭവിക്കുന്നതാണ്. പ്രഭേട്ടനും വി.എസ്. ബാലസു ബ്രഹ്മണ്യനുമാണ് എന്റെ പ്രിയപ്പെട്ടവർ ആ സമയം. ബാലസുബ്ര ഹ്മണ്യം പഴനിമലകളെപ്പറ്റിയൊക്കെ വൻ അറിവുള്ളവനാണ്. ഇപ്പ റഞ്ഞ സകല ലക്ഷണങ്ങളുമായി ഒത്തുപോകുന്ന ഒരു സ്ഥലം ഇവിടെയുണ്ട്. കന്നിവാഡി. നീ വാ. നമുക്കു പോകാം.

അങ്ങനെ ഞാൻ എത്തി. അതൊരു പൊങ്കൽദിനമായിരുന്നു എന്നു വ്യക്തമായ ഓർമ്മയുണ്ട്. നേരേപോയി മലകേറി മുരുകനെ തൊഴുതു. തിരിച്ചിറങ്ങി പ്രഭേട്ടനോടൊത്ത് ബാലസുബ്രഹ്മണ്യത്തിന്റെ വസതിയിൽ പോയി. അവിടെനിന്ന് പൊങ്കൽപ്പായസം കഴിച്ചു. അമ്പതു കിലോമീറ്റർ ദൂരമുണ്ടത്രെ സ്വപ്നത്തിൽ ദർശിച്ച സ്ഥല ത്തേക്ക്. വണ്ടി വിളിക്കണം.

അന്നൊക്കെ ഞാൻ സാമ്പത്തികമായി ദുരിതം അനുഭവിക്കുന്ന കാലമാണ്. വീട് പുതുക്കിപ്പണിതു. കല്യാണം നടത്തി. രണ്ടും സാമാന്യം നല്ല രീതിയിൽതന്നെ ആയിരുന്നു. ഒരു പ്രശ്നം എന്തെന്നു വച്ചാൽ ഇതിന്റെയൊക്കെ ചിലവ് ഞാൻ മാത്രം വഹിക്കണമല്ലോ. സാധാരണഗതിയിൽ ഇക്കാര്യങ്ങളിലൊക്കെ പിതാവോ സഹോദ രങ്ങളോ ഒക്കെ ഭാരം പങ്കുവെയ്ക്കാൻ ഉണ്ടാകും. എനിക്ക് അതി ല്ലല്ലോ. അതിന്റേതായ ഭാരം എനിക്കുമേൽ ഭീകരമായി പതിച്ചിരുന്ന കാലമാണ്.

പ്രഭേട്ടൻ ഒരു വാൻ പോലെയുള്ള ചെറിയ വണ്ടി വിളിച്ചു. സ്ഥലം പറഞ്ഞു. 1500 ആകും. ഞാനൊന്നു വിളറി. എന്റെ പോക്കറ്റിൽ കഷ്ടി 800 – 850 ഉണ്ടാകും. നടക്കില്ല പ്രഭേട്ടാ. പണം തികയില്ല. നിന്റേൽ എത്ര ഉണ്ടാകും? ഒരു 600 പറ്റും. ഞാൻ പറഞ്ഞു. പ്രഭേട്ടൻ ആ വണ്ടിക്കാരനെ പറഞ്ഞുവിട്ടു. ഇനി വേറെ വഴിയില്ല. ഞങ്ങൾ ബാല സുബ്രഹ്മണ്യത്തിന്റെ വീട്ടിൽനിന്ന് തെരുവിലിറങ്ങി. ഗിരിവീഥിയിൽ തന്നെയാണ് അദ്ദേഹത്തിന്റെ വീട്. ഞാൻ അവിടെനിന്ന് പഴനിമല യിലേക്കു നോക്കി. ‘‘ഇത്തവണ പറ്റില്ല. എന്റേൽ പണമില്ല. പിന്നെ ഒരിക്കലാകാം ഈ യാത്ര’’ ഞാൻ മൗനമായ് മുരുകനോട് പറഞ്ഞു.

അന്നേരം പിറകിൽനിന്ന് പ്രഭേട്ടൻ എടാ എന്നു വിളിക്കുന്നു. ആ 600 എട് എന്ന്. നോക്കുമ്പോൾ ഒരു വൃദ്ധൻ. അയാളുടെ ടാക്സി യിൽ പോകാമത്രെ, 600 മതിയെന്ന്!

വൈകുന്നേരത്തോടെ അവിടെയെത്തി. കന്നിവാഡി. സ്വപ്ന ത്തിൽ കണ്ട ഓരോന്നും ദേജാവു പോലെ ഞാൻ കാണുന്നു. ഭോഗർ ഇവിടെനിന്ന് നവപാഷാണ നിർമ്മിതിക്കുള്ള ചില ചേരുവകൾ എടുത്തി ട്ടുണ്ടെന്ന് ഐതിഹ്യം. ഉറവ! എല്ലാം കൺകുളിർക്കെ കണ്ടു. സ്വപ്ന യാത്ര യാഥാർത്ഥ്യമാകുന്നതിന്റെ ആനന്ദം ആവോളം നുകർന്നു.

ഇടയിലൊരു സംഭവമുണ്ടായി. ബാലസുബ്രഹ്മണ്യം എന്നെ വേണ്ടപോലെ കെയർ ചെയ്യുന്നില്ലെന്ന മട്ടിലൊരു സംശയം പ്രഭേ ട്ടനു തോന്നി. ഗതി എന്തെന്നാൽ, മുരുകവിഗ്രഹം കണ്ടുപിടിക്കുക എന്നതിന് എനിക്കു പ്രയോരിറ്റി ഇല്ലാതായല്ലോ. അത് ഇനി എന്നെ ങ്കിലും ഞാൻ പാകപ്പെടുമ്പോൾ, ലോകം പാകപ്പെടുമ്പോൾ മാത്രം. പക്ഷേ, അദ്ദേഹത്തിന് അതായിരുന്നു മുഖ്യം. തന്മൂലം എന്നോടുള്ള

ആഭിമുഖ്യം കുറഞ്ഞുവരുന്നതുപോലെ പ്രഭേട്ടനു തോന്നിയത്രെ. അദ്ദേഹം ഒരിക്കൽ അതും പറഞ്ഞ് വഴക്കാക്കി. ഒച്ചപ്പാടായി. ബാലസുബ്രഹ്മണ്യത്തിന്റെ ശിഷ്യൻ പോലൊരുവൻ അതു കേട്ട് ഇടപെട്ടു. ''എന്താണു പ്രശ്നം അണ്ണേ'' എന്നു ചോദിക്കുന്നു. പ്രഭേട്ടൻ അയാളെ മാറ്റിനിർത്തി കാര്യങ്ങൾ പറയുന്നു.

''നമ്മുടെ ഒരു പയ്യനാടേ. അവനിടയ്ക്കിടയ്ക്കു സ്വപ്നങ്ങൾ കാണും. ഓരോ സ്ഥലങ്ങൾ. അന്നു ഭോഗർ മറച്ചുവച്ച വിഗ്രഹം എടുക്കാൻ സുന്ദരം കൊണ്ടുവന്നില്ലേ, അവൻ. അവൻ ഓരോ സ്ഥലം സ്വപ്നം കാണും. മുമ്പ് കണ്ടിട്ടുണ്ടാകില്ല. അത് എവിടെ എന്നു തപ്പിനടക്കും. അതിനീ ബാലസുബ്രഹ്മണ്യം സഹായിക്കും. ഈയിടെ ഇങ്ങേർക്കു വലിയ കോളില്ല. അണ്ണൻ അയാളെ ഫോൺ വിളി. ഞാൻ സംസാരിക്കട്ടെ...''

സെന്തിൽ! അന്ന് 2006 മുതൽ 2015 വരെ, പിന്നീട് സെന്തിലായിരുന്നു എന്റെ സന്തതസഹചാരി. എന്റെ സ്വപ്നയാത്രകളിലൊക്കെ സഹയാത്രികനായി, അല്ലെങ്കിൽ ഒരു നാവിഗേറ്ററായി പിന്നെ സെന്തിലായിരുന്നു. വേറെയും ഒരു രസമുണ്ട്. അന്നു വിളിച്ച് സെന്തിലിനെ പരിചയപ്പെടുത്തിത്തന്ന പ്രഭേട്ടനെ പിന്നീട് ഞാൻ കാണുന്നത് പതിന്നാലു കൊല്ലങ്ങൾക്കു ശേഷം ഇങ്ങു തിരൂർ വച്ചാണ്. മുരുകൻ പ്രഭേട്ടനു കൊടുത്ത ഡ്യൂട്ടി സെന്തിലിനെ എന്റെയടുത്തെത്തിക്കലാണെന്നല്ലാതെ ഇതിനെപ്പറ്റി ഞാനെന്തു പറയാനാണ്. ഞങ്ങൾ ഒരു പിണക്കമോ മറ്റൊന്നുമായിരുന്നില്ല ഇക്കാലമത്രയും. കണ്ടില്ല അത്രതന്നെ. എന്തുകൊണ്ട്? ആ, ഉത്തരമില്ല.

ഇതിനിടയിൽ ഒരു സംഭവവികാസമുണ്ടായി. നാരായണൻ ആണല്ലോ എന്റെ സോൾമേറ്റ്. ലാലു, വേണു ഒക്കെയും അങ്ങനെ തന്നെ ആണെങ്കിലും രാത്രിയിലെ സ്വപ്നങ്ങൾ അതിരാവിലെ ഞാനെണീറ്റുപോയി പറയുന്നതു നാരായണനോടായിരുന്നു. ഈ നാരായണനു തൃശൂർ മെഡിക്കൽ കോളേജിലെ ഒരു സ്പെഷലിസ്റ്റ് ഡോക്ടറുമായി സൗഹൃദമുണ്ട്. ഇദ്ദേഹത്തോടു നാരായണൻ എന്റെ വിചിത്രാനുഭവങ്ങൾ പറയാറുണ്ട്. ഡോക്ടർ ഉപദേശിച്ചത്രെ. നാരായണാ, നിങ്ങളീപ്പറഞ്ഞ കാര്യങ്ങൾ ഒക്കെ ഇല്യൂഷൻസ് ആണ്, ഭ്രമവിചാരങ്ങൾ. പോകപ്പോകെ ഇത് ഇല്യൂഷൻ മാത്രമായിരുന്നെന്ന് അവനു മനസ്സിലാകും. ആ സമയത്ത് അത് അംഗീകരിക്കാൻ കഴിയാതെ തകർന്നുപോകും. ഇപ്പോഴേ ഇതൊക്കെ വിടാൻ പറ.

നാരായണൻ എന്നെ ഒന്നുപദേശിക്കാൻ നോക്കി. എന്തു ഫലം. ഞാൻ അനുഭവിക്കുന്നതൊക്കെ എനിക്കറിയാം. അരശതമാനം പോലും കള്ളം ഞാനെവിടെയും പറഞ്ഞിട്ടില്ല. പിന്നതെങ്ങനെ തോന്നലുകളാകും? ഞാൻ അതുവരെ കേൾക്കാത്ത ഭോഗർ സിദ്ധർ

എങ്ങനെ എന്റെ സ്വപ്നത്തിൽ വരും? ഇതുവരെ കാണാത്ത കുരങ്ങൻപാറ എങ്ങനെ കണ്ടു? ഞാനിതുവരെ കാണാത്ത സ്ഥലങ്ങൾ ഞാൻ സ്വപ്നത്തിൽ കാണുന്നു. ആ സ്ഥലം ഏതു വിധേനയും കണ്ടെത്തുന്നു.

നാരായണനും ഡോക്ടറും തമ്മിലുണ്ടായ ഈ സംഭാഷണങ്ങളും അന്ന് അതിനോടെനിക്കുണ്ടായ സമീപനവും മുകളിൽ എഴുതിയല്ലോ? ഇന്നത്തെ എനിക്ക് ഇതാലോചിക്കുമ്പോൾ നല്ല രസം തോന്നുന്നു. കാരണം LMRK എന്ന നമ്മുടെ ഈ പ്രസ്ഥാനത്തോടൊപ്പം എത്രയോ ഡോക്ടർമാർ. ശാസ്ത്രം അറിഞ്ഞവർ! അതിലും വലിയ തെളിവ് എന്താണ്? ശാസ്ത്രവും വിശ്വാസവും വിരുദ്ധ ധ്രുവങ്ങളാണ്. വിരുദ്ധ ധ്രുവങ്ങൾ ആകർഷിക്കും എന്നതു സയൻസാണ്, വിശ്വാസമല്ല!

ചിന്തിക്കുന്നവർക്കു ദൃഷ്ടാന്തമുണ്ട്. എന്തായാലും നാരായണൻ ഒന്നു പിൻവലിഞ്ഞു. ഒരു ദർശനം ഉണ്ടായാൽ എനിക്കോടിച്ചെന്ന് ഇവനോടു പറയാൻ തോന്നാതായി. ആ വൈബ് ഇവനിൽനിന്ന് പോയി. ഇതൊക്കെയാണെങ്കിലും നാരായണൻ അന്നും ഇന്നും എന്നും ചങ്ക് പറിച്ചുതരുന്ന സ്നേഹിതനാണെന്ന കാര്യം പ്രത്യേകം വ്യക്തമാക്കട്ടെ. ഉറ്റസുഹൃത്തിനെന്തെങ്കിലും വിഷമം വന്നു ഭവിക്കരുത് എന്ന ഒറ്റപോയന്റ് അജണ്ടയേ അവനുള്ളൂ. ഇന്നും ഒരു വിളിയിൽ എന്താ എന്നു ചോദിക്കാതെ ഓടിപ്പുറപ്പെടുന്ന ഏകോദര സഹോദരസമാനൻതന്നെ നാരായണൻ.

ഈ സമയം കിട്ടിയ സൗഹൃദമായിരുന്നു സെന്തിൽ. സെന്തിലാകട്ടെ ഇക്കാര്യങ്ങളിലൊക്കെ വലിയ താല്പര്യമുള്ളവൻ. മുന്നോട്ടു വായിക്കുന്തോറും നിങ്ങൾക്കതു മനസിലാകും. സെന്തിലും സഹോദരങ്ങളുംകൂടി മലയടിവാരത്തിൽ കടകൾ നടത്തുകയാണ്. പഞ്ചാമൃതം മുതലായ മധുരപദാർത്ഥങ്ങളുടെയും, കളിപ്പാട്ടം മുതലായവയുടേയും.

അങ്ങനെയിരിക്കെ ഞാൻ വ്യക്തമായ ഒരു സ്വപ്നം കാണുന്നു.

ഒരു മുരുകക്ഷേത്രം. തൊട്ടുമുന്നിൽ കടൽ. നീയിവിടെ വരണം എന്ന് അശരീരി. ഞാൻ വരുന്നില്ല എന്നു സ്വപ്നത്തിലെ ഞാൻ വിളിച്ചുപറയുന്നു. ഇതു പതിവില്ലാത്തതാണ്. ആ സമയം കടലിൽ അങ്ങകലെ ഒരു അനക്കം. കടൽവെള്ളം ഒരു കോട്ടകണക്കെ ഉയരുന്നു. അത് ഹുങ്കാരത്തോടെ ഇങ്ങടുത്തുവരികയാണ്. വളരെ വേഗത്തിൽ എനിക്കു മുന്നിൽ ഒരു വൻ സമുദ്രമല! ഞാൻ അന്തം വിട്ട് ഉറക്കെ കരഞ്ഞു. ഞാൻ എത്തിക്കോളാമേ എന്നലറിക്കരഞ്ഞു. ഒരു നിമിഷം ആ ഉയർന്ന തിര അങ്ങനെ നിന്നു.

"എത്തിയാൽ പോരാ. നീയൊരു രാത്രി ഈ കോവിലിൽ ഉറങ്ങണം. എന്റെ അടുത്ത് ഉറങ്ങണം."

ഞാൻ ഞെട്ടിയെണീറ്റു. അന്നു പിന്നെ ഉറങ്ങാൻ പറ്റിയില്ല. മുരുകക്ഷേത്രങ്ങൾ എല്ലാംതന്നെ മലമുകളിലാണ്. അല്ലാത്ത ഒന്നേ ഒന്ന് തിരിച്ചെന്തൂരിൽ ആണെന്നാണ് എന്റെ അറിവ്. അന്വേഷിച്ചപ്പോൾ എല്ലാവരും അതു ശരിവച്ചു.

അങ്ങനെ ഞങ്ങൾ തിരിച്ചെന്തൂരിലേക്കു ട്രെയിൻ കയറുന്നു. ലാലു, ഞാൻ, സന്ദേഹിയായ നാരായണനും.

2004ലെ സുനാമിയിൽ കടൽ ആദ്യം ഉള്ളിലോട്ടു വലിഞ്ഞല്ലോ. തിരികെ മാരകമായി ആഞ്ഞടിച്ച് നാശം വിതറിപ്പോയി. തിരിച്ചെന്തൂരിൽ അതുപോലെ ഉള്ളിലോട്ടുപോയ കടൽ തിരിച്ചുവന്നില്ല! അമ്പലം കടലിൽനിന്ന് കേവലം അറുപതു മീറ്ററുകൾക്കുള്ളിലാണെന്നോർക്കണം. അതാണാ സ്ഥലത്തിന്റെ ശക്തി. പഞ്ചഭൂതങ്ങൾ ഒത്ത് പരസ്പരം ബാലൻസിംഗ് ആയി നിൽക്കുന്ന ഭൂമിയിലെ ഒരിടമാണ് തിരിച്ചെന്തൂർ. അവിടെ പഞ്ചഭൂതങ്ങളുടെ ശിലയുണ്ട്. ആ പ്രത്യേകത കൊണ്ടാണവിടെ കോവിൽ പണിതത്.

എന്ത്, ഏത് എന്നറിയാതെയാണല്ലോ ഞങ്ങളുടെ പുറപ്പെടൽ. തൃശ്ശൂർനിന്ന് തിരുനെൽവേലിക്കു ട്രെയിൻ പിടിച്ചു. അവിടെനിന്ന് ലോക്കൽ ട്രെയിനിൽ തിരിച്ചെന്തൂർ എത്തി. യാത്രയിലുടനീളം രാത്രി അമ്പലത്തിനുള്ളിൽ ഉറങ്ങണം എന്നാണ് സ്വപ്നത്തിലെ ഇൻസ്ട്രക്ഷൻ മുരുകഭഗവാന്റെ. എങ്ങനെ? ഒമ്പതുമണി കഴിഞ്ഞാൽ അടയ്ക്കാത്ത അമ്പലങ്ങളുണ്ടോ?

അവിടെ എത്തിയപ്പോഴോ? ഞെട്ടിപ്പോയി. വൻ ജനക്കൂട്ടം. അഭൂതപൂർവമായ ജനക്കൂട്ടം. അടുക്കാൻ നിവൃത്തിയില്ല. കാര്യമിതായിരുന്നു: സൂരസംഹാരത്തിന് ആറുദിവസത്തെ വ്രതം നാളെ തുടക്കമത്രെ. അതിവിടെ ബഹുകേമമാണ്. ഞങ്ങൾ ഉള്ളിൽ കടന്നു. തിരിച്ചെന്തൂർ മുരുകൻകോവിലിൽ പോകാത്ത ആരെങ്കിലും ഇതു വായിക്കുന്നവരിൽ ഉണ്ടെങ്കിൽ മസ്റ്റ് ഗോ ലിസ്റ്റിൽ ഇടണം. ഫുൾ കരിങ്കല്ലുകൊണ്ടാണു നിർമ്മിതി. ആദ്യം ഒരു ചുറ്റമ്പലം. അതിനുള്ളിൽ വിശാലമായ സ്ഥലം. വീണ്ടുമൊരു ചുറ്റമ്പലം. അതിനുള്ളിൽ വീണ്ടും വലിയ സ്ഥലം. മൂന്നാമതൊരു ചുറ്റമ്പലംകൂടി. അതിനുള്ളിൽ കയറിയാൽ ശ്രീകോവിൽ മുതലായവ. എല്ലാം കരിങ്കല്ലുമാത്രം. എഞ്ചിനിയറിംഗ് അത്ഭുതം എന്നേ പറയേണ്ടൂ. പ്രധാന കോവിൽ 137 അടി ഉയരത്തിൽ ഗോപുരം!

ആദ്യ ചുറ്റമ്പലത്തിനകത്തു കയറി ഞങ്ങൾ അമ്പരന്നു! കാരണമെന്താ? വിശാലമായ ഉൾവശത്തു തറയിൽ ഓരോ നമ്പർ നാട്ടിയിരിക്കുന്നു. പലതിലും പായവിരിച്ച് ആൾക്കാർ കിടക്കുന്നു, ഇരിക്കുന്നു.

ഇതെന്തു മറിമായം. അവിടെ കണ്ട ഉദ്യോഗസ്ഥരോട് അന്വേഷിച്ചു. സൂരസംഹാരത്തിന് ഇനിയുള്ള ആറുദിവസവും വ്രതമിരിക്കുന്നവരാണത്രെ. അവർ ഈ ആറുദിവസവും ഇവിടെ കഴിയും. ബുക്കിംഗ് ഉണ്ട്. ബുക്ക് ചെയ്തവർക്കേ പറ്റൂ. ഞങ്ങൾ കാര്യം പറഞ്ഞു. അയാൾ ഓഫീസ് കാണിച്ചുതന്നു. ബുക്കിംഗ് ഒക്കെ എത്രയോ മുന്നേ തീർന്നുപോയി. ഒരു രക്ഷയുമില്ല. ഇതുപോലെ മുരുകഭഗവാന്റെ സ്വപ്നദർശനം ഒക്കെ വിവരിച്ചു. അവർ നിസ്സഹായരാണുപോലും. ലാലു പിന്നെയും കുറെ കെഞ്ചിനോക്കി. ഒരു പത്തുമണിയാകുമ്പോൾ വന്നുനോക്ക്, എവിടേലും ഒഴിവുണ്ടെങ്കിൽ കിടന്നോ. പക്ഷേ, ബുക്ക് ചെയ്തവർ വന്നാൽ തർക്കത്തിനു മുതിരരുത് എന്ന്.

ഞങ്ങൾ പോയി തൊഴുതു. ഓരോ ഇഞ്ചും ബുക്കിംഗ് ആണ്. നമ്പർ നിരത്തിയിരിക്കുന്നു. പുറത്ത് ഒരു ഹോട്ടൽ റൂം ഏറെ അലഞ്ഞിട്ടു കിട്ടി. പത്തുമണിയാകുംവരെ കടലിനുമുന്നിൽ ഞങ്ങൾ മുവരും ഇരുന്ന് വർത്തമാനം പറഞ്ഞു. പത്തുമണിയായപ്പോൾ ഞാനും ലാലുവും അകത്തേക്കു പോയി. വാതിൽ അടയ്ക്കാൻ തുടങ്ങുകയായിരുന്നു. ഓടി അകത്തു കയറുകയാണുണ്ടായത്. നാരായണൻ വന്നില്ല. ഹോട്ടൽ റൂമിൽ പോയിക്കിടന്ന് ഉറങ്ങിക്കൊള്ളാം എന്നുപറഞ്ഞ് അവൻ പോയി.

ഞാനും ലാലും അകത്തു മുഴുവൻ നടന്നുനോക്കുന്നു. എല്ലാ ഇടവും നിറവ്. ഒരു സ്ഥലത്തുപോലും ഒഴിവില്ല. കുറെ നടന്നു. അവസാനം ഒരു വരാന്തയിൽ ഞങ്ങൾക്കുവേണ്ടി എന്നോണം രണ്ട് പുല്പായകൾ വിരിച്ചിട്ടിരിക്കുന്നു. മുകളിൽ ഫാൻ കറങ്ങുന്നു! വൃത്തിയുള്ള രണ്ട് തലയിണകളും. ഒന്നും നോക്കിയില്ല. നീണ്ടു നിവർന്നു കിടന്നു. ഫാനിന്റെ കുളിർമ. ആകാശം. നക്ഷത്രങ്ങൾ. കടലിന്റെ ഹുങ്കാരം സംഗീതം. ഠപ്പേന്ന് ഉറക്കത്തിലേക്ക്. തിരിച്ചെന്തൂർ മുരുകന്റെ സവിധത്തിൽ ഉറക്കം. ഇതു സ്വപ്നമോ യാഥാർത്ഥ്യമോ? സ്വപ്നത്തിൽ ആവശ്യപ്പെട്ടപോലെ ഞാനിതാ ഇവിടെ. മുരുകന്റെ കൂടെ. ഹൊ!

ഇടയ്ക്കെപ്പോഴോ ആരോ തട്ടിവിളിച്ചു. ചോദ്യം ചെയ്തു. ഇതു സ്റ്റാഫിനുള്ള സ്ഥലമത്രെ! എന്തോ ആവശ്യത്തിന് അവർ പുറത്തു പോയതായിരുന്നുപോലും! സമയം രണ്ടര. നാലുമണിക്കൂർ ഉഗ്രൻ നിദ്ര കിട്ടി. ഇനിയുള്ള സമയം നടന്നോ ഇരുന്നോ കളയാം. അപ്പോൾ അവർ പറഞ്ഞു, രണ്ടരയായി. മൂന്നിനു നടതുറക്കും. വേഗം കുളിച്ചുവന്നാൽ ആദ്യമേ കാണാം. ഞങ്ങൾ ഓടി. കുളിക്കുന്ന നേരമുണ്ട്, മണിയടി! ഹാ മുരുകാ! ക്യൂവിൽ മൂന്നാമതു ഞാൻ. നാലാമത് ലാലു. ഹൊ! കൺകുളിർക്കെ അഭിഷേകം കണ്ടു. തിരികെ പുറത്തിറങ്ങുമ്പോഴേക്കും കിലോമീറ്ററുകളായിരിക്കുന്നു വരി!

ഭോഗർ സിദ്ധരുടെ സ്പർശത്തിൽ മയങ്ങിയുറങ്ങിയൊരു രാത്രി

ഞങ്ങൾ ഒരർത്ഥത്തിൽ അതിർത്തിതലമുറ ആണ്. ഞങ്ങൾ എന്നാൽ എന്റെ പ്രായത്തിലുള്ളവർ. ഞങ്ങൾക്കു മുൻപുള്ളവർ കമ്പ്യൂട്ടർ തൊട്ടിട്ടില്ല. ഞങ്ങൾക്കു ശേഷമുള്ളവരോ ജനിച്ചുവീണതേ കമ്പ്യൂട്ടറിലേക്കെന്നപോലെയാണ്. ഇന്ന് എന്തെങ്കിലുമൊരു വാക്കു പറഞ്ഞാൽ എന്റെ മക്കൾ രണ്ടുപേരും അതിന്റെ ചരിത്രം, ഭൂമിശാസ്ത്രം ഒക്കെ വിത്തിൻ സെക്കൻഡ്സ് സെർച്ച് ചെയ്ത് പറഞ്ഞുതരും. ഇതേതാ ചെടി എന്നുചോദിച്ചാൽ ഗൂഗിൾ ലെൻസ് എന്ന ആപ്പ് വച്ച് ഒറ്റക്ലിക്ക്. ആ ചെടിയെപ്പറ്റി അറിയേണ്ടതെല്ലാം മുന്നിൽ തെളിയും. ഞങ്ങൾ കമ്പ്യൂട്ടർ എന്ന വസ്തുവിനെപ്പറ്റി അത്ഭുതത്തോടെ കേട്ടു. അത്ഭുതത്തോടെ കണ്ടു. അത്ഭുതത്തോടെ തൊട്ടു! ഇന്റർനെറ്റ് എന്നൊരു അദൃശ്യഭീകരൻ ഉണ്ടെന്നു കേട്ടു. പിന്നെ അവനെ അറിഞ്ഞു. ലോകം വിരൽത്തുമ്പിലാകും എന്നു കേട്ടു. കണ്ടു. ഇതൊക്കെ ഇപ്പൊ പറയാൻ കാരണം, മുരുകൻ എന്നെ വഴിനടത്തി കൊണ്ടുപോയ സ്ഥലങ്ങൾക്കൊക്കെ ഒരു ല സാ ഗു (LCM - Least Common Multiple) ഉണ്ടല്ലോ എന്നു ഞാൻ മനസിലാക്കുന്നത് ഏറെ സ്വപ്നങ്ങളും യാത്രകളും കഴിഞ്ഞപ്പോഴാണ്. അതു വഴിയേ പറയാം.

സെന്തിലിനെ കണ്ടുമുട്ടിയത് ഒരു വഴിത്തിരിവായെന്നു പറഞ്ഞല്ലോ. ഞാൻ ഒരു സ്വപ്നം കാണുന്നു. രാവിലെ സെന്തിലിനെ വിളിക്കുന്നു. ഒരുവിധം മുരുകകോവിലുകളെല്ലാം സന്ദർശിച്ചിട്ടുള്ള സെന്തിൽ ആ ലക്ഷണങ്ങളുള്ള സ്ഥലം പറയുന്നു. അവനു പരിചയമില്ലാത്തത് രണ്ടാഴ്ചയ്ക്കുള്ളിൽ പലരോടും തേടി കണ്ടുപിടിച്ച് കൊണ്ടുവരുന്നു. മിക്കവാറും എന്റെകൂടെ ആ സ്ഥലത്തേക്കു വരുന്നു. പോകപ്പോകെ സെന്തിൽ ഒരു കാര്യം തിരിച്ചറിയുന്നു. ഞാൻ സ്വപ്നത്തിൽ ദർശിക്കുന്ന സ്ഥലങ്ങളിൽ അവനു പരിചയമില്ലാത്തവ അവനു പിടികിട്ടുന്നത് മിക്കവാറും അവൻ അങ്ങോട്ട് അന്വേഷിച്ചിട്ടല്ല എന്നതാണത്. അവർക്കു രണ്ടുമൂന്ന് കടകളാണല്ലോ. പഞ്ചാമൃതം ടോയ്സ് ഇത്യാദി. അവിടെ വരുന്ന കസ്റ്റമേഴ്സിനോടു സംസാരത്തിനിടയിലാണു

മിക്കതും തെളിഞ്ഞുവരുന്നത്! സെന്തിൽ ചോദിക്കാതെതന്നെ ഇങ്ങോട്ട് ഇൻഫർമേഷൻ വരുന്ന ഒരു വിചിത്ര അവസ്ഥ!

ഞങ്ങളങ്ങനെ പല പല സ്ഥലങ്ങളിലും പോയി. വിസ്താരഭയത്താൽ എല്ലാം ഈ പുസ്തകത്തിൽ ഉൾക്കൊള്ളിക്കാൻ കഴിയുന്നില്ല എന്ന സങ്കടം ബാക്കി. അതിലൊന്നായിരുന്നു ചെന്നൈയ്ക്കടുത്തുള്ള നക്ഷത്രക്കുണ്ഡ് യാത്ര. അതിനു സെന്തിൽ വന്നിരുന്നില്ല...

അങ്ങനെ ജീവിതം മുന്നോട്ടുനീങ്ങുന്നു, തികച്ചും ശാന്തമായി. ജോലി, വീട്, കുഞ്ഞ്, അമ്മ, ഭാര്യ. പ്രാരബ്ധപൂർണ്ണമായ സാധാരണ ജീവിതം.

അങ്ങനെയിരിക്കെ ഒരു സ്വപ്നം കാണുന്നു. ഒരു മല. പ്രത്യേകത എന്തെന്നാൽ ഒരൊറ്റ മരംപോലും ഇല്ലാത്ത ഒരു മൊട്ടമലയാണ്. മൊത്തം പാറ. അതിൽ ഭോഗർമഹർഷി തപസ്സ് ചെയ്തിരുന്നെന്ന് സ്വപ്നത്തിൽ അരുളപ്പാട്. പക്ഷേ, പെട്ടെന്ന് സ്വപ്നത്തിലാകെ ഒരു ക്ലിയറാകാത്ത മുസ്ലീം അന്തരീക്ഷം. പച്ച നിറമോ, ചന്ദനത്തിരികളുടെ ആധിക്യമോ മണമോ, പശ്ചാത്തലത്തിൽ വാങ്ക് വിളിയോ അറിയില്ല, ഇസ്ലാമികമായ എന്തോ ആണെന്ന് അറിയാം. അതെന്താണങ്ങനെ എന്നു ചിന്തിച്ചു ഞാൻ.

പതിവുപോലെ സെന്തിലിനോടു പറഞ്ഞു. പറഞ്ഞുതുടങ്ങിയപ്പോഴേ സെന്തിൽ സ്ഥലം തിരിച്ചറിഞ്ഞു. പഴനിയിൽ സെന്തിലിനൊരു ടീം ഉണ്ട്. ചന്ദ്രു, മുരുകേശൻ മുതൽ അവിടെ ജനിച്ചുവളർന്നു കച്ചവടം ചെയ്യുന്നവർ. അവരുടെ പിതാക്കന്മാർ കടകൾ നടത്തുന്നവരാണ്. അതിനാൽതന്നെ അവരുടെ വിദ്യഭ്യാസമൊക്കെ ഇതുതന്നെ. അച്ഛന്മാരെ സഹായിക്കുക. സ്വന്തം കാലിൽ നിൽക്കാറാകുമ്പോഴേക്കും കടയിടുക. ഇതാണ്. അതിൽ ചന്ദ്രുവിന്റെ ബന്ധുവീട് മധുരയ്ക്കടുത്താണ്. അവിടെയാണ് ഈ മൊട്ടമല.

അക്കാലത്ത് എന്റെ ഇങ്ങനെയുള്ള യാത്രകളിൽ കൂട്ടിനായി രെഞ്ജിത് ഉണ്ടാകാറുണ്ട്. പുള്ളിക്കു യാത്രകൾ ഹരമാണ്. കറന്റ് അഫയേഴ്സ് എന്നൊരു മാഗസിന്റെ ഉടമയായിരുന്നു അന്ന്. പിന്നീട് ബഹറൈനിൽ പോയി. ഭാരതീയ ആത്മീയ പാരമ്പര്യത്തിൽ അഭിമാനിക്കുന്നവനും അതിലൊക്കെ വലിയ അറിവുള്ളവനുമാണ് അദ്ദേഹം. അന്നുമിന്നും ഒരേ സ്നേഹം നിലനിർത്തുന്ന സുഹൃത്തും സഹായിയുമാണ്. രഞ്ജിത്തിന്റെ കാറിൽ നേരെ പഴനിയിലേക്ക്. അവിടെനിന്ന് സെന്തിലും ചന്ദ്രുവും കൂടെ. മധുര. ഇരുപതോളം കിലോമീറ്റർ ഉള്ളിൽ മുരുകക്ഷേത്രം. ഞാൻ കണ്ട സ്വപ്നത്തിലെ അതേപടി. മൊട്ടമല. മല കയറി. മുകളിൽ ഒരു കുളവും സ്വപ്നത്തിലെ അതേപടി.

എനിക്കാവേശമായി. ഭോഗർ സിദ്ധർ താമസിച്ച പ്രദേശം. പക്ഷേ, ഞാൻ കണ്ട സ്വപ്നത്തിലെ ഇസ്ലാം അംശം? ഇക്കാര്യം ഞാൻ

സെന്തിലിനോടു പറഞ്ഞിരുന്നില്ല. പറയാതിരിക്കാൻ കാരണം താഴെ മുരുകൻകോവിൽ, ഒറ്റമരമില്ലാത്ത മൊട്ടമല... ഇത്ര പറഞ്ഞപ്പോഴേക്കും സെന്തിൽ സ്ഥലം ഐഡന്റിഫൈ ചെയ്തുവല്ലോ. അവൻ ചന്ദ്രുവുമൊത്ത് പലവട്ടം വന്നിട്ടുള്ള സ്ഥലമത്രെ. പിന്നെ സ്വപ്നത്തിലെ ഇസ്ലാം സ്പർശം കുറച്ച് ബ്ലർ ആയിരുന്നല്ലോ. ക്ലാരിറ്റി ഇല്ലായിരുന്നു.

അവിടെയെത്തിയപ്പോൾ ഞാൻ ചുറ്റിലും തിരയാൻ തുടങ്ങി. കൂടെ ചന്ദ്രുവിന്റെ അമ്മാവനുമുണ്ട്. അദ്ദേഹം ലോക്കലാണല്ലോ. അദ്ദേഹമെന്നെ മലയുടെ മറുപകുതി കാണിക്കാൻ കൊണ്ടുപോയി.

പ്രിയപ്പെട്ടവരേ, നിങ്ങൾ വിശ്വസിക്കില്ല! ഞാൻ മൂന്നുവട്ടം കണ്ണു കുടഞ്ഞുനോക്കി! അവിടെ, മലയുടെ മറുപകുതിക്കപ്പുറത്ത് ഒരു മുസ്ലീം ദർഗപോലെ എന്തോ?

എന്റെ മുഖഭാവം കണ്ട് ചന്ദ്രുവിന്റെ അമ്മാവൻ ഒന്ന് അമ്പരന്നു.

''അതു യാക്കൂബ് സിദ്ധരുടെ സമാധി.'' അദ്ദേഹം പറഞ്ഞു.

പ്രിയരേ, എനിക്കു നിയന്ത്രിക്കാനായില്ല. ഞാൻ ആകാശത്തേക്കു നോക്കി. ഇല്യൂഷനുമല്ല ഒന്നുമല്ല എനിക്കുറപ്പാണ്. ആകാശത്തുനിന്ന് ഉൽക്ക പോലൊരു സ്വർണ്ണവെളിച്ചം ഉറുമിപോലെ വീശിയെന്റെ നേരെ വന്നു. എനിക്കു വെട്ടേറ്റപോലെ. ഞാനെന്തോ ഒച്ചയിട്ടെന്നു തോന്നുന്നു. സെന്തിലും ചന്ദ്രുവും ഓടിവന്നു. ചുറ്റിലും നടന്ന് ഫോട്ടോ എടുക്കുകയായിരുന്ന രഞ്ജിത്ത് എത്തിയപ്പോഴേക്കും ഞാൻ സമനില വീണ്ടെടുത്തിരുന്നു. വിയർത്തു വിവശനായ ഞാൻ അവരോടു കാര്യം പറഞ്ഞു.

പ്രിയപ്പെട്ടവരേ, ഈ യാക്കൂബ് സിദ്ധർ എന്നൊരാളുണ്ടെന്നൊന്നും എനിക്കന്നേരം അറിയാൻ വയ്യായിരുന്നു. പിന്നീടാണ് അദ്ദേഹത്തെപ്പറ്റി കൂടുതൽ അറിയാനിടവരുന്നത്. രാമദേവർ സിദ്ധർ എന്ന പേരിലറിയപ്പെടുന്ന, ഭോഗർ സിദ്ധർപോലും അതിശയിക്കുംവിധം ജ്ഞാനപടു ആണിദ്ദേഹം. ചാക്രികയോഗയുടെ ഒക്കെ അവസാനവാക്ക്. അദ്ദേഹം എഴുതിയ ഗ്രന്ഥങ്ങൾ അത് അടിവരയിടുന്നു. സിദ്ധവൈദ്യത്തിൽ അഗ്രഗണ്യൻ. കുണ്ഡലിനിയോഗയിൽ അപ്രമാദ്യൻ.

തുറമുഖനഗരമായ നാഗപട്ടണത്തായിരുന്നു വാസം. അതുവഴി അറബികളുമായി മികച്ച ബന്ധത്തിലായിരുന്നുവത്രെ. ഒരിക്കൽ ടൈം ട്രാവൽ നടത്തി അദ്ദേഹം. അതായത് നാഗപട്ടണത്ത് ഒരു രാത്രി ധ്യാനത്തിലിരുന്ന അദ്ദേഹം കണ്ണുതുറക്കുമ്പോൾ മെക്കയിൽ എത്തിയത്രെ!

Time. സമയം. ഇവ എന്നെ ഹഠാദാകർഷിക്കാൻ തുടങ്ങിയത് അന്നു മുതലാണ്. നമ്മൾ സമയം സമയം എന്ന് ടെൻഷനടിച്ചോടുന്നുണ്ടല്ലോ. ഈ സമയം എന്താണ്? സിമ്പിൾ ആയിപ്പറഞ്ഞാൽ കൊച്ചിയിൽനിന്ന് തിങ്കൾ രാവിലെ 8 മണിക്ക് അമേരിക്കയിലെ

ഫ്ളോറിഡയിലേക്കു വിമാനം കേറിയ ഒരാൾ 17–20 മണിക്കൂർ വിമാനത്തിനുള്ളിലാണ്. അവിടെ ഇറങ്ങുമ്പോൾ തിങ്കൾ രാവിലെ 10 മണി ആയാൽ എങ്ങനെയിരിക്കും? അപ്പോൾ അയാളുടെ 15 മണിക്കൂർ എവിടെ? നിങ്ങളും ഇതൊക്കെ ചിന്തിച്ചുകാണും ഇല്ലേ? ടൈം എന്നത് ഒരു വിസ്മയമാണ്. അത് ഒരേസമയം നമ്മളെ ബൗദ്ധിക നാക്കും, അതേസമയം വിഡ്ഢിയുമാക്കും.

രാമദേവ സിദ്ധർ അങ്ങനെ മെക്കയിലെത്തി. പിന്നീട് അദ്ദേഹം യാക്കൂബ് സിദ്ധർ എന്ന് അറിയപ്പെട്ടു. അനേകം അറബികൾ അദ്ദേഹത്തിനു ശിഷ്യരായി മാറിയത്രെ. ഇതെല്ലാം പ്രീ ഇസ്ലാമിക് കാലഘട്ടമാണെന്ന് അറിയുക! മെക്കയിൽ സമാധിയായ അദ്ദേഹത്തെ നാല്പതു വർഷങ്ങൾക്കുശേഷം നമ്മുടെ ആൽകെമിയുടെ അവ സാനവാക്കായ ഭോഗർ സിദ്ധർ എന്തോ വിദ്യയാൽ സമാധിയിൽ നിന്ന് ഉണർത്തി പോയതുപോലെ ഇങ്ങോട്ടെത്തിച്ചു. ശേഷം ഏറെ ക്കാലം മൊട്ടമലയിലിരുന്ന് നിരവധി ഗ്രന്ഥങ്ങൾ എഴുതുകയും ഇവിടെ സമാധിയാവുകയും ചെയ്തു എന്നാണ് ഐതിഹ്യം.

എന്തായാലും, അദ്ദേഹം എഴുതിയ ഗ്രന്ഥങ്ങൾ നിരവധിയുണ്ട്. ഇതു വായിക്കുന്ന നിങ്ങളിൽ ചിലരെങ്കിലും അദ്ദേഹത്തെ ആഴത്തിൽ അറിഞ്ഞിട്ടുണ്ടാകാം. അല്ലാത്തവരിൽ ചിലർക്കെങ്കിലും അദ്ദേഹത്തെ അറിയാൻ ആവേശം തോന്നുന്നുണ്ടാകാം. എന്തായാലും ബി.സി കാലത്ത് തമിഴ് ഭാഷയിൽ അദ്ദേഹമെഴുതിയ ഗ്രന്ഥങ്ങൾ നമ്മുടെ മുമ്പിലുണ്ടല്ലോ! തായ് തമിഴ് എത്രയോ ഉന്നതിയിലാണ്.

ഇതിനിടയിൽ മറ്റൊരു അത്ഭുതകാര്യമുണ്ടായി. രഞ്ജിത് നിറയെ ഫോട്ടോസ് എടുത്തെന്നു പറഞ്ഞല്ലോ. ആ ഒരു സ്വർണ്ണവെളിച്ചം എന്നിൽ വന്നുപതിച്ചതിനുശേഷമാണ് രഞ്ജിത് യാക്കൂബ് സിദ്ധ രുടെ സമാധി കാണുന്നത്. നിറയെ ഫോട്ടോസ് എടുത്തതിൽ ഒന്നു പോലും ശരിയായി പതിഞ്ഞില്ല. ഇന്നാലോചിക്കുമ്പോൾ ആ സമ യത്ത് അവിടെ പൊടുന്നനെ നിറഞ്ഞ എനർജി നമ്മുടെ ഫോട്ടോ സിഗ്നലുകളുടെ ഫ്രീക്വൻസിയെ ഓവർലാപ്പ് ചെയ്തതാകുമോ എന്നു ഞാൻ സന്ദേഹിക്കുന്നു. ആ, ആർക്കറിയാം. എങ്കിലും ഫോട്ടോ പതിഞ്ഞില്ല എന്ന ഫാക്റ്റ് അവശേഷിക്കുന്നു!

ഇതെല്ലാം 2007ൽ നടക്കുന്ന സംഭവങ്ങളാണ്.

ഒരിക്കൽ കണ്ട മറ്റൊരു സ്വപ്നത്തെപ്പറ്റി ഇനി പറയാം. ഒരു ഇന്ത്യൻ പട്ടണമെന്നു തോന്നുന്ന വീഥിയിൽകൂടി ഞാൻ നടക്കുന്നു. വിദേശി കളെയാണ് പക്ഷേ, മുമ്പിൽ കാണുന്നത്. സായ്പ്പുമാരും മദാമ്മ മാരും. ഞാൻ നടക്കുകയാണ്. ദീർഘനടത്തം. നടന്നുനടന്ന് എത്തി ച്ചേരുന്നത് ചെങ്കുത്തായൊരു മലയ്ക്കുമുന്നിൽ. താഴെ ഒരു ക്ഷേത്രം

പോലെ. മല പക്ഷേ, അതീവ കുത്തനെയുള്ള ഒന്നാണ്. ഭോഗർ സിദ്ധരുടെ സാന്നിദ്ധ്യം മലയ്ക്കു മുകളിലുണ്ടെന്ന് അരുളപ്പാടും.

പതിവുപോലെ സെന്തിൽ തിരച്ചിൽ തുടങ്ങി. ഒരാഴ്ചയ്ക്കുള്ളിൽ സ്ഥലം കണ്ടുപിടിച്ചു. ചെന്നൈ തിരുവണ്ണാമലൈ നഗരത്തിനടുത്തുള്ള പർവതമലൈ. മലകേറുക എളുപ്പമല്ല എന്നും സെന്തിൽ പറയുന്നു.

ഇക്കാലത്തിനിടെ എന്റെ ഈ യാത്രകളിലുള്ള താല്പര്യം മൂലം കൂട്ടുകാരായി കിട്ടിയ മൂന്നുപേരെ പരാമർശിക്കാതെയിരിക്കുന്നത് നീതികേടായിരിക്കും. ഒന്ന് നേരത്തേ പറഞ്ഞ രഞ്ജിത്. പിന്നെ പ്രദീപ് പാലിയത്ത്. മൂന്നാമത്തെയാൾ സദാനന്ദൻ നമ്പൂതിരി. ഇവരോടൊക്കെ ഇക്കാര്യങ്ങൾ ചർച്ചചെയ്യുക എന്റെ പതിവായിരുന്നു. സമയം അനുവദിച്ചാൽ യാത്രയിൽ കൂട്ടുവരാനും താല്പര്യമുള്ളവരായിരുന്നു അവർ.

പർവതമലൈയുടെ കാര്യം പറയുന്ന നേരം ഇതിലെ പ്രദീപേട്ടൻ പറയുന്നു.''ഞാൻ ഇപ്പോ ചെന്നൈയിലുണ്ട്. നാളെ രാവിലെ ഇവിടെ വന്നാൽ അളിയന്റെ കാറുണ്ട്. സുഖമായി പോകാം.'' ഇങ്ങനെയുള്ള കാര്യങ്ങൾ പിന്നത്തേക്കു നീക്കിവയ്ക്കുന്ന പതിവ് അന്നുമിന്നും എനിക്കില്ല. വൈകുന്നേരം ബസ് പിടിച്ചു. പുലർച്ചെ ചെന്നൈയിലെത്തുകയാണ്. പ്രദീപേട്ടന്റെ അളിയൻ ശിവ. ശിവ തിരുവണ്ണാമലയ്ക്ക് ഇടയ്ക്കു പോകുന്ന ആളാണ്. പ്രമുഖനുമാണ്. എം.ജി.ആറിന്റെ മന്ത്രിസഭയിൽ ധനകാര്യമന്ത്രി ആയിരുന്ന ആളാണ് ശിവയുടെ പിതാവ്. തിരുവണ്ണാമലയിൽനിന്ന് നാല്പതു കിലോമീറ്ററുണ്ട് പർവതമലൈയിലേക്ക്. ആ വഴിയിൽനിന്ന് അദ്ദേഹം ഒരു സന്ന്യാസിയെ കാറിൽ കയറ്റി. ഒരു ഗൈഡ് ആയി അദ്ദേഹമിരിക്കട്ടെ എന്ന്. സന്ന്യാസിയാകട്ടെ പർവതമലൈയും അരുണാചലക്ഷേത്രവുമെക്കെ ഉള്ളംകൈയിലെന്നപോൽ വാഗ്ധോരണി! ഞാൻ മലയുടെ ഉച്ചിയിലെ ഭോഗർ പ്രതിഷ്ഠയെപ്പറ്റി ചോദിച്ചപ്പോൾ എന്റെ ഹൃദയം തകർക്കുന്ന മറുപടി: അങ്ങനെയൊരു സംഭവമേ ഈ മലയ്ക്കു മുകളിലില്ല! ഞാൻ ആകെ ഖിന്നനായി. എങ്കിൽ, എന്റെ സ്വപ്നത്തിലെ അരുളപ്പാട്???

തിരുവണ്ണാമലയിൽ ഇഷ്ടംപോലെ വിദേശികളെ കാണാം. സാക്ഷാൽ രമണമഹർഷിയുടെ ആശ്രമം ഇരിക്കുന്ന നഗരമാണ്. വിഖ്യാതമായ മൗനത്താൽ ലോകം കീഴടക്കിയ മഹാൻ! 1950ൽ മരിച്ചിട്ടും ഇന്നും അദ്ദേഹത്തിന്റെ അനുയായികൾ എത്രയെത്ര! ലോകം മുഴുവൻ!

ഞങ്ങൾ അങ്ങനെ അടിവാരത്തിലെത്തി. ഭോഗർ സിദ്ധരുടെ സാന്നിദ്ധ്യമില്ല എന്ന സന്ന്യാസിയുടെ വാക്കുകൾ എന്റെ സർവ

ആവേശവും കളഞ്ഞല്ലോ. ഈ മല കണ്ടതോടെ ബാക്കിയുള്ള ആവേശവും കെട്ടു. കൂടെ സന്ന്യാസിയുടെ നിരുത്സാഹപ്പെടുത്തൽ വർദ്ധിച്ചുവന്നു. ഇപ്പോ കേറിയാൽ സന്ധ്യകഴിയും ഉച്ചിയിലെത്താൻ. ഇന്നു തിരിച്ചിറങ്ങാൻ കഴിയില്ല. വേണോ? കേറണോ? അദ്ദേഹം ആവർത്തിച്ച് ബ്രെയിൻ വാഷിങ് ആണ്. വേണ്ട പോകാം എന്നു പറയാം എന്നു ഞാൻ ചിന്തിച്ച നിമിഷം ഫോൺ റിംഗ് ചെയ്തു. സെന്തിൽ.

''ഓ രജിത്ജീ. ഒരു ഇമ്പോർട്ടന്റ്മാറ്റർ അറിയുമോ? നാളത്തെ ദിവസത്തിനൊരു വൻ പ്രത്യേകതയുണ്ട്.''

എനിക്ക് ഒന്നും ഓർമ്മ വന്നില്ല.

''ഭോഗർ സിദ്ധരുടെ ജയന്തി. വൈശാഖത്തിലെ ഭരണി.'' എവിടെ നിന്നാണോ എനിക്ക് ഊർജ്ജം കേറിയത് എന്നറിയില്ല.

''വരൂ കയറാം'' എന്ന എന്റെ വാക്ക് കേട്ടതും പ്രദീപേട്ടനും ഉഷാറായി. ഒന്നു മങ്ങിയ മുഖത്തോടെ സന്ന്യാസിയും. ശിവ കയറുന്നില്ല.

''ഞാൻ പോയി തിരുവണ്ണാമലയിൽ റൂമെടുക്കാം. നാളെ ഇങ്ങ് എത്തിക്കോളാം. ഇറങ്ങുമ്പോൾ ഒരുമണിക്കൂർ സമയം കണ്ട് എനിക്കു ഫോൺ ചെയ്താൽ മതി.'' അദ്ദേഹം പറഞ്ഞു. ഞങ്ങൾ മുരുകഭഗവാനെ ധ്യാനിച്ച് കയറ്റം തുടങ്ങി.

പ്രിയ സുഹൃത്തുക്കളേ, ഇതു വായിക്കുന്നവരിൽ ട്രെക്കിംഗ് സ്നേഹികൾ ഉണ്ടെങ്കിൽ ഒരു സംശയവും വേണ്ട, ഇതു നിങ്ങൾക്കൊരു എക്സ്പീരിയൻസ് ആയിരിക്കും. ചലഞ്ചിങ് എക്സ്പീരിയൻസ്.

ആ മലയിലെ പ്രതിഷ്ഠ മല്ലികാർജ്ജുനനാണ്. ശിവൻ. മലയ്ക്കു കാവൽ കാലഭൈരവനാണ്. അദ്ദേഹത്തിന്റെ വാഹനം നായ് ആണല്ലോ. നിങ്ങൾക്കു പോയാൽ മാത്രമേ വിശ്വാസം വരൂ. രണ്ടു നായ്ക്കൾ കാവൽപോലെ ഞങ്ങൾക്കൊപ്പം മലകയറാനുണ്ടായിരുന്നു! കയറിക്കയറി പകുതിയെത്തുമ്പോഴേക്കും എന്റെ സകല എനർജിയും തീർന്നു. മുമ്പിൽ ആകാശംമുട്ടെ മല ഇനിയും കയറാൻ കിടക്കുന്നു. ഇടയ്ക്കിടയ്ക്കു ചെറിയ കടകൾ ഉണ്ട്. അവിടെ ഇരിക്കുന്നവരെല്ലാം ഭാരവുമായി മലകയറിയിറങ്ങി ഉരുക്കുപോലെ ബോഡി ഉള്ളവർ. എന്റെ കയ്യിനും കാലിനും തലച്ചോറിനൊപ്പം പ്രവർത്തിക്കാനാവുന്നില്ല. ഞാൻ തളർന്നിരുന്നു. പ്രദീപേട്ടനും തളർന്നു. സന്ന്യാസിക്കുമാത്രം വലിയ കിതപ്പൊന്നും കണ്ടില്ല.

ഞങ്ങൾ ഇരിക്കുമ്പോൾ കൂടെവന്നിരുന്ന നായ്ക്കളും ഇരിക്കും. വിശ്രമിക്കും.

''വേണ്ട, പോകാം, തിരിച്ചിറങ്ങാം.'' ഞാൻ പറഞ്ഞു. അന്നേരം താഴെനിന്ന് ഓടിക്കയറുമ്പോലെ വന്ന രണ്ടുപേർ. ചെന്നൈക്കാരാണത്രെ. ''ഏയ് വാ, ഞങ്ങളുണ്ട് കൂടെ.. വാ, എണീക്ക്.'' ഇങ്ങനെ പറഞ്ഞ് പ്രോത്സാഹനം. വീണ്ടും കഠിനകയറ്റം. ഒരുവിധം അറ്റമെത്താറായി. മേഘങ്ങൾ ഞങ്ങളെ മുട്ടിയുരുമ്മുംപോലെ.

''ഇനി രണ്ടു കിലോമീറ്ററേ ഉള്ളൂ. വാ'', ചെന്നൈ ചെറുപ്പക്കാർ പ്രോത്സാഹിപ്പിച്ചു. ഇനി 200 മീറ്ററേ ഉണ്ടാകൂ എന്നു കരുതി സമാധാനിച്ചിരുന്ന എന്റെ സപ്തനാഡികളും തളർന്നു. അവിടന്നങ്ങോട്ട് പാറയിൽ അള്ളിപ്പിടിച്ച് കയറണം കുറച്ച്. പ്രിയപ്പെട്ടവരേ, പിടിവിട്ടു താഴെപോകും എന്നു കരുതിയ നിമിഷങ്ങൾ എത്രയെത്ര. നിങ്ങൾ വിശ്വസിക്കില്ല. ചമ്മൽ, ഈഗോ ഒക്കെ മറന്ന് ആണ്ടവാ എന്ന് ഉറക്കെയുറക്കെ അലറിക്കരഞ്ഞുകൊണ്ടായിരുന്നു പിന്നെ എന്റെ കയറ്റം. കാലിലെ ചെറുവിരലിന്റെ അറ്റം മുതൽ മുടിനാരുവരെ ഭയത്താലോ ക്ഷീണത്താലോ വൈബ്രേറ്റ് ചെയ്യുന്നു. ഇടയ്ക്കൊന്നു തിരിഞ്ഞു നോക്കിയപ്പോൾ താഴെ കൂടെയുണ്ടായിരുന്ന നായ്ക്കൾ തിരിച്ചിറങ്ങുന്നു! വീണ്ടും അള്ളിപ്പിടിച്ച് മുകളിലേക്ക്. ''ആണ്ടവാ മുരുകാ മയിൽവാഹനാ ഷണ്മുഖാ...'' വായിൽനിന്നല്ല, നാഭിയിൽനിന്നായിരുന്നു വാക്കുകൾ ഉദ്ഭവിച്ചിരുന്നത്. ഒരു കണക്കിന് ആ റിസ്ക് ചെങ്കുത്ത് കയറി. പിടിച്ചതിലും വലുത് അളയിൽ എന്നായി അവസ്ഥ! മുന്നിൽ അഗാധത. അപ്പുറത്തുള്ള മലയിലേക്കു കടക്കണം. നടുവിൽ മൂവായിരത്തഞ്ഞൂറ് അടി ആഴം. കടക്കാനുള്ളത് ആറു മീറ്റർ വീതി. രണ്ട് റെയിൽപ്പാളങ്ങൾ ഇടയിൽ. അതിൽകൂടി സർക്കസുകാരെപ്പോലെ നടക്കണം. കൈവരി ഒന്നുമില്ല.

ഹെന്റെ ആണ്ടവാ... ഞാൻ ചുറ്റും നോക്കി. സന്ധ്യ കരിമ്പടം വിരിക്കുന്നു. പടിഞ്ഞാറ് മേഘങ്ങൾ ചെഞ്ചോപ്പു നിറം!

ജീവിതത്തിനും മരണത്തിനുമിടയ്ക്കുള്ള നൂൽപ്പാലം. ചെന്നൈ ചെറുപ്പക്കാർ ആവേശത്തോടെ കടന്നു. സന്ന്യാസിയാകട്ടെ നിസ്സംഗനായി കടന്നു. പ്രദീപേട്ടൻ കണ്ണടച്ചോ മറ്റോ നാലു കവയ്ക്ക് അപ്പുറത്തെത്തി.

നൂൽപ്പാലം ജീവിതത്തിനും മരണത്തിനുമിടയ്ക്കല്ല, എനിക്കും മുരുകനുമിടയിലാണ്. എനിക്കവിടെ എത്താനുള്ള പരീക്ഷണമാണത്. ഒറ്റ ആവേശത്തിൽ ഞാനും അപ്പുറത്തെത്തി, മുരുകാ എന്ന് ഉറക്കെ കരഞ്ഞു. ഹൊ!

മുകളിൽ ഒരു ശിവക്ഷേത്രം. മല്ലികേശ്വരപ്രതിഷ്ഠയാണ്. ഒരരികിൽ മുരുകനുമുണ്ട്. ആർക്കും എപ്പോ വേണമെങ്കിലും വന്നു പൂജിക്കാം. താഴെയുള്ള ആശ്രമത്തിന്റെ ഒരു ശാഖ ഇവിടെയുണ്ട്. അവർ അവിടെ രാത്രിയുമുണ്ടാകും. ഊഷ്മളമായ സ്വീകരണമായിരുന്നു. ഞങ്ങൾ പ്രാർത്ഥിച്ചു. ചുറ്റിലും നടന്നു കണ്ടു. ഭോഗർ പ്രതിഷ്ഠ!

മുരുകാ... ഞാൻ ഇരുളിലേക്കു മാറി. എന്റെ കണ്ണിൽനിന്നു കണ്ണീർ ധാരധാരയായി ഒഴുകി. എവിടെയോ ഇരുന്ന് വിശ്രമിക്കുകയായിരുന്ന നമ്മുടെ ഗൈഡ് സന്ന്യാസിയെ ഞാൻ കൈപിടിച്ച് കൊണ്ടുവന്നു ഭോഗർ പ്രതിഷ്ഠയ്ക്കു മുന്നിൽ നിർത്തി. ഇതെന്താണ് സ്വാമി യാരെ? ഞാൻ ചോദിച്ചു. ''ഞാനിതുവരെ ഇക്കാര്യം ശ്രദ്ധിച്ചിട്ടില്ലായിരുന്നു.'' സന്ന്യാസി നിസ്സംഗമല്ലാത്തൊരു ലജ്ജയിൽ ചിരിച്ചു.

ഈ കയറ്റം കയറിവരുന്ന ഒരാളുടെ ശരീരം ഏഴു ചാക്രിക യോഗകളും ചെയ്തതിനു തുല്യമായി മാറിയിട്ടുണ്ടാകുമത്രെ. മാറും. അത്രയ്ക്ക് ആയാസപ്പെട്ടാണ് കയറ്റം! ആ അവസ്ഥയിൽ ചുറ്റുമുള്ള മലകളെ തഴുകിവരുന്ന ഔഷധഗുണമുള്ള കാറ്റ് ശരീരത്തെ അത്യന്ത്യം ഊർജ്വസലമാക്കും. കൊടുംതണുപ്പാണാ കാറ്റിന്. രണ്ടായിരത്തിൽപ്പരം വർഷം പഴക്കമുള്ള കൽഭിത്തികൾക്കുള്ളിൽ ഒട്ടും തണുപ്പില്ല. സന്ന്യാസിമാർ തന്ന ഭക്ഷണം കഴിച്ച് ന്യൂസ്പേപ്പർ വിരിച്ചു കിടക്കുമ്പോൾ ശാരീരികമായി ഞാൻ ഒരു യോഗിയെപ്പോലെയായി. മനസ്സ് നിറഞ്ഞുതുളുമ്പി. ഭോഗർ സിദ്ധരുടെ ജയന്തിദിനം അദ്ദേഹത്തിന്റെ സ്പർശമേറ്റ മണ്ണിൽ, ഭൂനിരപ്പിൽനിന്ന് 4500 അടി മുകളിൽ! ഇതു സ്വർഗമല്ലെങ്കിൽ മറ്റെന്താണ്. ഇതിനിടയിൽ എന്നെ വലിച്ചുകയറ്റിയ, എനിക്ക് ഊർജ്ജം തന്ന ആ ചെന്നൈ ചെറുപ്പക്കാർ എവിടെപ്പോയി? അവർ തൊഴുത ഉടനെ യാത്രപോലും പറയാതെ തിരിച്ചിറങ്ങിയത്രെ!

ഈ അധ്യായത്തിൽ ആദ്യം പറഞ്ഞ ല സാ ഗു എന്തായിരിക്കാം? മറ്റൊന്നുമല്ല. സ്വപ്നനിർദ്ദേശങ്ങളിൽകൂടി മുരുകഭഗവാൻ എന്നെ നടത്തിക്കുന്നതു ഭോഗർ സിദ്ധർ നടന്ന വഴിയിലൂടെയാണ്.

ഞാൻ പുറത്തിറങ്ങി.ആ ഉച്ചിയിൽനിന്ന് ഞാൻ ചുറ്റുമുള്ള നക്ഷത്രങ്ങളെ നോക്കി.

ഭൗതികനായ ആത്മീയവാദി

2005 മുതൽ 2012 വരെ ഉള്ള ഏഴുകൊല്ലം എന്നെ എത്രയധികം മാറ്റിമറിച്ചു എന്നു പറയുകവയ്യ. അതിലേറെയും ഇപ്പോൾ പങ്കുവെച്ചു കഴിഞ്ഞതിനാൽ നിങ്ങൾക്കും അതു കൃത്യമായി മനസ്സിലായിക്കഴിഞ്ഞിരിക്കുമല്ലോ.

സെന്തിലിനെ പ്രഭേട്ടൻ പരിചയപ്പെടുത്തിത്തന്നത് അതിൽ വലിയൊരു ടേണിംഗ് പോയന്റ് ആയിരുന്നുവെന്നു പറഞ്ഞേതീരു. അതിനുശേഷം ഞാൻ പഴനിയിൽ ജനിച്ചുവളർന്ന ഒരുവനെപ്പോലെയായി. സെന്തിലിന്റെ ഒരു ടീമുണ്ട്. പത്തുമുപ്പത് പേർ വരും. മിക്കവരും കട നടത്തുന്നവർ. ഞാൻ വിളിച്ചാൽ സെന്തിൽ റൂം ബുക്ക് ചെയ്യും. ഞാനെത്തുമ്പോൾ സ്റ്റാൻഡിൽ വരും. എന്നെയുമെടുത്ത് റൂമിൽ പോകും. മല കയറും. തൊഴുതു വന്നാൽ അവന്റെ കടയിലിരിക്കും. ഒരുമിച്ചു ഭക്ഷണം. രാത്രി അവന്റെ കട അടയ്ക്കുംവരെ അവിടെ ഇരുന്ന് വർത്തമാനം. പിന്നെ പഴനി ഉറങ്ങുമ്പോൾ ഗിരിവീഥിയിൽ ഇരുന്ന് വെളിച്ചത്തിൽ തിളങ്ങിനിൽക്കുന്ന പഴനിമലയെ നോക്കിയിരുന്ന് മുരുകനെപ്പറ്റി, ഭോഗർ മഹർഷിയെപ്പറ്റി, എന്റെ സ്വപ്നങ്ങളെപ്പറ്റി... നിശ്ശബ്ദമായ പഴനിക്ക് വേറെയൊരു ആമ്പിയൻസാണ്. വേറെയൊരു ഗന്ധംപോലുമാണ്. അങ്ങനെ എത്രയെത്ര തവണ.

ആ മൂന്നു വർഷം കൊണ്ട് മുരുകഭഗവാൻ എന്നെ ഭോഗർ മഹർഷി സ്പർശിച്ച ഇടങ്ങളിൽകൂടി നടത്തിച്ചെന്നു പറഞ്ഞല്ലോ. അതിലെല്ലാം ഇവിടെ പരാമർശിച്ചിട്ടില്ല. വിസ്താരഭയം തന്നെ. ഈ സമയമായപ്പോഴേക്കും ഭഗവാൻ എനിക്കു മറ്റൊരു ഡയറക്ഷൻ തരികയാണ്. ഇതു നീയും ഞാനും തമ്മിലുള്ള ഉടമ്പടിയാണ്. ഇനിയെല്ലാം രഹസ്യമാക്കിവയ്ക്കുക.

ഇത് എന്നെ നല്ലവണ്ണം മഥിച്ചു. ശരിക്കും ഞാൻ പെരുമ്പറകൊട്ടി നടന്നിട്ടുണ്ടോ? ഇല്ലല്ലോ? പിന്നെ ഇത്തരം ഒരു മുന്നറിയിപ്പ് ഭഗവാൻ എനിക്കെന്തിനു നൽകി? എന്റെ ജോലിസ്ഥലത്ത് ആർക്കും ഇതിനെക്കുറിച്ച് ഒരു സൂചനപോലും ഇല്ല. ഇടയ്ക്കു ലീവെടുക്കുന്നു. അതും സ്വാഭാവികമായ ലീവേ ഉള്ളൂ. ഒരിക്കൽ വ്രതാനുഷ്ഠാനത്തിന് ഒരു

മൂത്ത മകൾ നക്ഷത്ര, ഭാര്യ ഷാമിലി, ഇളയ മകൾ ഗംഗ

മാസം എടുത്തതുപോലും വേറെ കാരണം പറഞ്ഞാണ്. പിന്നെ നമ്മുടെ സ്വന്തം ലാലു, വേണു, നാരായണൻ, അമ്മ, ജിത. അതൊക്കെ സ്വാഭാവികമാണ്. ഒരിക്കലും ഞാൻ ഒരു പബ്ലിസിറ്റി സ്റ്റണ്ടിനു പിറകെ പോയിട്ടില്ല. പിന്നെ എന്താണു ഭഗവാൻ ഇങ്ങനെ ഒരു നിർദ്ദേശം നൽകിയത്?

ഇത്തരുണത്തിൽ മറ്റുചില ചിന്തകൾ നിങ്ങളുമായി പങ്കുവെയ്ക്കാൻ ആഗ്രഹിക്കുന്നു. ഞങ്ങൾ മലയാളികൾക്ക്, ഇന്ത്യക്കാർക്ക് ആരോ ഡിസൈൻ ചെയ്തുവച്ച ഒരു ജീവിതമുണ്ട്. ഒരു അലിഖിത ഫ്ളോ ചാർട്ട്. ജനിക്കുക, പഠിക്കുക, ജോലി നേടുക, വിവാഹം കഴിക്കുക, സന്താനോല്പാദനം നടത്തുക, മക്കളെ നോക്കുക, പേരക്കുട്ടികളെ ലാളിക്കുക, മരിക്കുക. ഹൗ ബ്യൂട്ടിഫുൾ. സൈലന്റ്. ക്ലീഷേയുടെ എക്സ്ട്രീം!

ഇതൊരു പ്രീസെറ്റ് റൂട്ടാണ്. ഇതിൽനിന്നു വ്യതിചലിക്കുന്നവരെ സമൂഹം ട്രീറ്റ് ചെയ്യുന്ന ഒരു രീതിയുണ്ട്. അത് എന്തുമായിക്കൊള്ളട്ടെ. എഴുത്തുകാരനാകാൻ, സ്പോർട്സ് താരമാകാൻ, സിനിമക്കാരനാകാൻ, കലാകാരിയാകാൻ... എന്തിനായാലും തുനിഞ്ഞിറങ്ങുന്നവർക്ക് സമൂഹത്തിന്റെ നാലുഘട്ട ജഡ്ജ്മെന്റ് അല്ലെങ്കിൽ, എന്താണു പറ്റിയ ഒരു വാക്ക് എന്നറിയില്ല, സമൂഹത്തിന്റെ ഒരുതരം ഓഡിറ്റിംഗ് അല്ലെങ്കിൽ സ്ക്രൂട്ടിനി നേരിടേണ്ടിവരും.

അതിലാദ്യത്തേത് പുച്ഛം, കളിയാക്കൽ, പരിഹസിക്കൽ. മുന്നിൽ നിന്നും പിന്നിൽനിന്നും. രാവിലെ കിറ്റുമെടുത്ത് സ്പോർട്സ് പ്രാക്റ്റീസിനു പോകുന്ന പയ്യനെ കണ്ടാൽ, ദിവസവും നൃത്തം പ്രാക്റ്റീസ് ചെയ്യുന്ന ഒരുവളെ കണ്ടാൽ, കുറച്ച് ആത്മീയമായി ഒരുവൻ ചിന്തിക്കുന്ന കണ്ടാൽ... ഒക്കെ തുടങ്ങും. ന്താടാ ടെൻഡുൽക്കർ ആകാനുള്ള ഒരുക്കമാണോ? എടീ, നീയിനി തൃശ്ശൂർ മൃണാളിനി സാരാഭായ് ആകുമോ? എന്താടാ, സന്യസിക്ക്യാൻ ഉള്ള ഒരുക്കമാണോ... ഇത്യാദി കമന്റുകൾ മുന്നിലും പിന്നിലും വശങ്ങളിലും കേൾക്കും. കുറെയേറെ ദുർബലഹൃദയർ സഹികെട്ട് ഈ ആദ്യ സ്റ്റേജിലേ സംഗതി അവസാനിപ്പിക്കും.

നിർത്തിയില്ലെന്നു കരുതുക! പിന്നെ ഒരു സമ്പൂർണ അവഗണനയാണ്. സഹിക്കില്ല! അമ്മാതിരിയൊരു കണ്ടില്ലെന്നു നടിക്കലാണ്. ഹൊ! സമൂഹം ശരിക്കും ഒരു സൈക്കോ ആണ്.

ഇവിടെയും തളരാതെ മുന്നോട്ടുപോകുന്നവർ ഉണ്ടെങ്കിൽ സൊസൈറ്റി പതുക്കെ ഒന്നയയും. അവൻ/അവൾ വിചാരിച്ചപോലെ അല്ലാട്ടാ. എന്തൊക്കെയോ ചെയ്യുന്നുണ്ട്. സീരിയസാന്ന് തോന്നുന്നു. ഇതായി മാറും ആറ്റിറ്റ്യൂഡ്.

നാലാം ഘട്ടത്തിൽ ഇവർ സക്സസ് ആയി തുടങ്ങുന്നു എന്നറിയുമ്പോ, ഹെന്റമ്മോ, അതേ സൊസൈറ്റി തന്നെ, ഹാ.. ഇതു നമ്മടെ പയ്യനല്ലേ. എന്താ ഒരു കഴിവ്. നമ്മുടെ കണ്മുന്നിൽകൂടി അല്ല്യോ വളർന്നത്! ഗവാസ്കറും സച്ചിനും സെവാഗുമൊക്കെ കുട്ടിക്കാലത്തു തെരുവിൽ ക്രിക്കറ്റ് കളിക്കുമ്പോൾ തങ്ങളുടെ ജനൽഗ്ലാസ് സിക്സറടിച്ചുടച്ചത് വലിയ അഭിമാനത്തോടെ ഗീർവാണമടിക്കുന്നവരെ കണ്ടിട്ടില്ലേ? ഉടച്ച സമയത്ത് ഇവരെയൊക്കെ ചീത്തപറഞ്ഞ് ഓടിച്ചവരായിരിക്കും എല്ലാവരും.

എങ്ങനെയുണ്ട്?

എന്റെ കാര്യം പറയുകയാണെങ്കിൽ ആദ്യഘട്ടത്തിൽ ഇതു നന്നായി ഹാൻഡിൽ ചെയ്തു. മുകളിൽപ്പറഞ്ഞില്ലേ? എല്ലാം സൈലന്റിലായിരുന്നു. അതിനാൽ പുച്ഛം, പരിഹാസം ഉണ്ടായിട്ടില്ല. വ്രതമനുഷ്ഠിക്കാൻ പോയപ്പോൾ ഒരു ഓളം നാട്ടിലുണ്ടായെങ്കിലും തിരികെ വന്ന് നോർമലായി ജോലിക്കു പോയതോടെ അതടങ്ങി.

എന്റെ ആദ്യഘട്ടം കഴിഞ്ഞപ്പോൾ, സ്പിരിചൽ യാത്രകളിൽ സ്വാഭാവികമായി വരുന്ന ആ അന്വേഷണത്വരയുടെ ഒരു ഘട്ടം ഉണ്ട്. ഇതെല്ലാം എന്താണ്. എന്താണിങ്ങനെ? എന്തുകൊണ്ടിങ്ങനെ? ഈ ഒരു ഘട്ടം പ്രധാനമാണ്. ശകലം അപകടകരവും. ഭഗവാൻ സഹായിച്ച് എനിക്ക് അതൊരിക്കലും എക്സ്ട്രീം ആയില്ല. മറ്റൊരുതരത്തിൽ പറഞ്ഞാൽ എന്റെ അലച്ചിൽ ആന്തരികമായിരുന്നു. ചിന്തകളിലായിരുന്നു മുഖ്യമായും എന്റെ അലഞ്ഞുതിരിയൽ. ഫിസിക്കലായി ഉണ്ടായില്ല എന്നല്ല. ഉണ്ടായി. എനിക്കൊരു ഭാഗ്യമുണ്ടായത് സോൾമേറ്റ് പോലെ ഉണ്ടായിരുന്ന മൂന്ന് കൂട്ടുകാരായിരുന്നുവെന്നും പറയാം. രണ്ടാമത് എന്റെ അലച്ചിലിന്റെ ടാർഗറ്റ് മുരുകനും ഭോഗർ മഹർഷിയുമായിരുന്നു. കൂടുതൽ സ്പെസിഫിക്ക് ആയിരുന്നതിനാൽ കുറച്ച് മൈൽഡ് ലെവലായിരുന്നു.

ശാരീരികമായ എന്റെ അലച്ചിൽ എന്റെ വേരുകളിൽനിന്ന് തെറിച്ചുപോയി തിരികെ എത്തുന്ന തരമായിരുന്നു. വീട്ടിൽനിന്നു പോയി വീട്ടിലേക്ക് എത്തുന്ന തരം എന്നതിനെക്കാളുപരി, അമ്മ എന്ന ശക്തിയിൽനിന്ന് ഇറങ്ങി ആ ശക്തിയിലേക്കു തിരികെവരും തരം. അവയിലേറെ പഴനിയിലേക്കായിരുന്നു. കൂടെയുള്ള കൂട്ടുകാരെ റൂമിൽ വിശ്രമിക്കാൻ വിട്ട് ഞാൻ പഴനി മുഴുവൻ അലഞ്ഞുതിരിഞ്ഞിട്ടുണ്ട്. പലയിടത്തും പകൽ കിടന്നുറങ്ങിയിട്ടുണ്ട്. പഴനിമലയുടെ ഓരോരോ ഭാഗങ്ങളിലിരുന്ന് ചിന്തിച്ചുകൂട്ടിയിട്ടുണ്ട് മണിക്കൂറുകളോളം. ഒരു അവധൂതനായി, ആരാലും അറിയപ്പെടാതെ അലഞ്ഞു തിരിയാനോ അന്വേഷിക്കാനോ ഭഗവാൻ എന്നെ വിട്ടിട്ടില്ല.

നമ്മുടെ ആ ഒരു ഘട്ടത്തിൽ ഉപദേശങ്ങൾ ഇഷ്ടംപോലെ കിട്ടും. വേഷത്തിൽ ശ്രദ്ധിക്കണം. ഒരു സ്പിരിചൽ മേൽവിലാസം ഉണ്ടാക്കണം.

കാവി ഉടുക്ക്. പുതയ്ക്ക്! അനുയായികളെ ഉണ്ടാക്കണം. ഇങ്ങനെ മറ്റും മറ്റും. അതിനെക്കുറിച്ചുകൂടി വ്യക്തമാക്കി എന്റെ യാത്രകളുടെ അടുത്ത ഘട്ടത്തിലേക്കു കടക്കാം എന്നു തോന്നുന്നു.

തുടക്കത്തിലേ, അതായത് വ്രതമനുഷ്ഠിച്ചു തിരിച്ചുവന്ന് സാധാരണ ജീവിതം തുടർന്ന ആ അവസരത്തിലേ എനിക്കു ഭഗവാൻ കൃത്യമായ ഡയറക്ഷൻ നൽകി. അതെന്റെ സ്പിരിചൽ ജീവിതത്തിലെ അടിസ്ഥാനപ്രമാണങ്ങളായി ഞാൻ ഹൃദയത്തിൽ ക്രോഡീകരിച്ചു വച്ചിട്ടുണ്ട്.

അതിൽ ഒന്നാമത്തേത്: നീ ഒരിക്കലും ഗുരു എന്നു സ്വയം വിശേഷിപ്പിക്കരുത്. കൂടെ ആളുകൾ ഉണ്ടാകും. നീ ഒരു ദൂതൻമാത്രം. ദൈവമെന്നു സ്വയം കരുതരുത്. കരുതാൻ ആരെയും സമ്മതിക്കുകയും അരുത്.

ഇന്ന് എത്രയോ രാജ്യങ്ങളിൽ LMRK യുടെ ആൾക്കാരുണ്ട്. ഒരാളും എന്നെ ഗുരു ആയോ ദിവ്യനായോ കാണരുത് എന്നു ഞാൻ വ്യക്തമായി, കർശനമായി നിർദ്ദേശിക്കാറുണ്ട്. പാലിക്കപ്പെടുന്നുവെന്ന് ഉറപ്പു വരുത്താറുണ്ട്. വലിയൊരു ദൗത്യത്തിൽ പങ്കാളികളാകാൻ എത്തിയവരാണവർ. ഞാനും ആ ദൗത്യത്തിൽ ഒരു പങ്കാളി മാത്രം. ഭഗവാന്റെ നിർദ്ദേശങ്ങൾ എനിക്കാണ് ലഭിക്കുന്നത് എന്നതുകൊണ്ടു മാത്രം ഞാൻ ഉന്നതനാകുന്നില്ല. ഇതുപക്ഷേ പലർക്കും ബുദ്ധിമുട്ടുണ്ടാക്കുന്നതു കൊണ്ടുമാത്രം ഈ ദൗത്യത്തിന്റെ ക്യാപ്റ്റൻ എന്ന് വിശേഷിപ്പിക്കാനാണ് ഞാൻ ഇഷ്ടപ്പെടുന്നത്. ഏവരുമിപ്പോൾ ക്യാപ്റ്റൻ എന്നാണ് അഭിസംബോധന. ഗുരുവോ ശിഷ്യരോ ഇല്ലേയില്ല. എനിക്ക് അവർ ജ്യേഷ്ഠനോ ചേച്ചിയോ അനിയനോ അനിയത്തിയോ ഒക്കെമാത്രം.

രണ്ടാമതായി ഭഗവാൻ നൽകിയ ഡയറക്ഷൻ വേഷഭൂഷാദികളെപ്പറ്റിയാണ്. നിന്റെ വസ്ത്രംകൊണ്ട് ആരും നിന്നെ തിരിച്ചറിയാൻ പാടില്ല. മറിച്ച് വാക്കുകളും പ്രവൃത്തികളും മാത്രമായിരിക്കണം നിന്നെ അടയാളപ്പെടുത്തേണ്ടത്. ഇതും ഞാൻ അക്ഷരംപ്രതി പാലിച്ചുപോരുന്നുണ്ട്. കുറച്ച് സ്പിരിചൽ വഴിയിലായതുകൊണ്ട് ഭൗതികത്വം മറച്ചുവെച്ചുകളയാം എന്ന വിചാരമുണ്ടെങ്കിൽ അതു ഭഗവാൻ വിലക്കി.

ആദ്യ അധ്യായം ഓർക്കുമല്ലോ. ഞാൻ ഒരു തികഞ്ഞ ഭൗതികനാണ്. ഭൗതികനായ ആത്മീയവാദി. അത് എന്റെ തിരഞ്ഞെടുപ്പല്ല. എല്ലാം മുരുകഭഗവാന്റെ നിശ്ചയം.

ഓം ശരവണഭവായ നമഃ

ശ്രീലങ്കയിലെ കതിർഗാമയിലേക്ക്

ഒരിക്കൽ സ്വപ്നത്തിൽ കിട്ടിയൊരു മെസേജ് സെന്തിൽ ഈസി യായി ഐഡന്റിഫൈ ചെയ്തു. പഴനിക്കടുത്ത് ഹനുമാനുമായി ബന്ധമുള്ള ഒരു മല. അവിടെ.. അതു പറഞ്ഞപ്പോഴേക്കും സെന്തിൽ, കമോൺ... കൂടുതൽ ഒന്നും പറയണ്ട. ആറുദിവസത്തെ വ്രതമെടുത്തു വരിൻ. സൂരസംഹാരദിവസം ഇവിടെ എത്തിയാ മതി എന്നു പറഞ്ഞു.

ഞാൻ നാട്ടിൽ ആറുദിവസം വ്രതമനുഷ്ഠിച്ചു. അതായത് സന്ധ്യയ്ക്ക് ആറുമണിവരെ ജലപാനമില്ല. അങ്ങനെ ആറു ദിവസം. അവിടെ ചെന്നപ്പോൾ സെന്തിലിന്റെ ടീം എട്ടുപേരുണ്ട്. പഴനിയിൽ നിന്നു ആറു കിലോമീറ്റർ പോകണം. ബാലസമുദ്രം എന്ന സ്ഥല ത്താണീ മല. ലോക്കലായി 'രംഗനാഥർ കരട്' എന്നാണവർ പറ യുന്നത്. ഈ മല കണ്ടമാത്രയിൽ ഞാൻ അമ്പരന്നുപോയി. ആഞ്ജ നേയർ മലർന്നു കിടക്കുന്നതുപോലെ കൃത്യമായി. കഠിനമാണു കയറ്റം. കൂടെ ആറുദിവസത്തെ ഉപവാസവും. മല നിസാരമല്ല. പർവതമലയുടെ അത്ര റിസ്ക് ഇല്ലെങ്കിലും ചെങ്കുത്തായ ഇടങ്ങളും വഴിത്താരകളില്ലായ്മയും. താഴെ കൃഷിയിടങ്ങളിലേക്ക് ആന കടക്കാ തിരിക്കാൻ ലൈവ് വൈദ്യുത കമ്പിവേലിയുമുണ്ട്.

സംഗതികളൊക്കെ കണ്ടപ്പോൾ കൂടെയുണ്ടായിരുന്ന രഞ്ജിത് പിൻവാങ്ങി. പഴനിയിൽ കാണാം എന്നുപറഞ്ഞ് അദ്ദേഹം വിട്ടു. കേറ്റം കഠിനം. അതിലും കഠിനം ഉപവാസത്താൽ ക്ഷീണിതമായ ശരീരം. ഞാൻ തളർന്നു. പക്ഷേ, മിണ്ടാൻ പറ്റില്ല. കാരണം വൈകു ന്നേരം ആറുമണിവരെ വ്രതവും ശേഷം ഭക്ഷണവും ആയിരുന്നു ഞാൻ. കൂടെയുള്ള സെന്തിലും കൂട്ടുകാരും ഒരു ദിവസം ഒരു ഗ്ലാസ് പാലുമാത്രം കുടിച്ച് ആറുദിവസം വ്രതമെടുത്തവരും! അവർ ഉഷാ റായി കയറുന്നു. ഞാനും ക്ഷീണം ഭാവിക്കാതെ കേറി ഒരുവിധേന. അവസാന ഇരുന്നൂറു മീറ്റർ ഹെവി റിസ്ക്.

ഈ കഠിനപ്രയത്നമെല്ലാം അത്യാഹ്ലാദത്തിലേക്കെത്തുന്ന ഒരു നിമിഷമാണ് ഉച്ചിയിലെത്തുന്ന നിമിഷം. ഒരു നിമിഷം നാമെല്ലാം മറക്കും. ആഞ്ജനേയർ മലയുടെ മുകളിൽ ഒരു മേൽക്കൂരയില്ലാ

കോവിൽ. അതിൽ അനന്തശയനം മോഡൽ വിഷ്ണുവിഗ്രഹം. മുഖം നേർരേഖയിൽ പഴനിമലയിലേക്കാണ്. സെന്തിലും കൂട്ടരും ഒരു പ്രത്യേക ആഹാരം പാകംചെയ്തു കൊണ്ടുവന്നിരുന്നു. ഉണ്ണി പ്പിണ്ടിയും സവാളയും മറ്റും ഇട്ട് ഒരുതരം സ്വാദുള്ള ആഹാരം. ആറുദിവസത്തെ നിരാഹാരം നിർത്തുമ്പോൾ വയർ ക്ലീനാക്കാനുള്ള ഔഷധമത്രെ.

ആഞ്ജനേയർ മലയുടെ മുഖപ്പ് പഴനിയിലേക്കു ഡയറക്റ്റ് ആണെന്നു പറഞ്ഞല്ലോ. മറുവശം കാർത്തികനക്ഷത്രത്തിന്റെ ദൃഷ്ടി വീഴുന്നിടമാണ്. കാർത്തികനക്ഷത്രം. സെവൻ സിസ്റ്റേഴ്സ്. The Pleiades. അവിടെ ചെന്നുനിന്നപ്പോൾ എനിക്കു വേറൊരുതരം വൈബ്രേഷൻ കിട്ടി. ഞാൻ മറ്റുള്ളവരെ നോക്കി. അവരൊക്കെ സാധാരണ പോലെ. എനിക്കെന്തോ ഒരുതരം ഭ്രമാവസ്ഥ. മറ്റൊരു dimensionൽ എത്തിപ്പെട്ടപോലെ, ഒരുതരം കമ്പനാവസ്ഥ. അന്നു ഞാനിതവരോടു പറഞ്ഞില്ല. Pleiadians ആത്മീയതയുടെ വഴിയിൽ ഏറെയേറെ പ്രാധാന്യം ഉള്ളതാണ്. പ്രിയ വായനക്കാർ ഇത് ഓർത്തുവയ്ക്കുക. എന്റെ അനുഭവവഴികളിൽ Pleiadians ഇനിയും വരും.

പക്ഷേ, പിന്നെയും എന്നെ ആഞ്ജനേയർ മല മാടിവിളിക്കും പോലൊരു ഉൾവിളി ഉണ്ടായി. രണ്ടു തവണകൂടി അവിടെ ഉച്ചി യിലെത്തിയിട്ടുണ്ട് പിന്നീട്. എത്രയോ തവണ തനിയെ മലയുടെ അടിവാരത്തിലും പോയിട്ടുണ്ട്.

ഒരിക്കൽ ഒരു അമാവാസിരാത്രി ആഞ്ജനേയർ മലയുടെ ഉച്ചി യിൽ താമസിക്കാൻ ഇടവന്നു. സന്ധ്യ കഴിഞ്ഞപ്പോഴാണ് അന്നു മല കയറാൻ തുടങ്ങിയത്. രാത്രി ഒമ്പത് ഒമ്പതരയ്ക്ക് അവിടെ എത്തിച്ചേർന്നു. അന്നേരം അപ്രതീക്ഷിത മഴ, തുള്ളിക്കൊരു കുടം എന്ന കണക്കിൽ. അവിടെയുണ്ടായിരുന്ന ഒരു ഷെഡ്ഡിൽ കഴിച്ചു കൂട്ടി. രാത്രിയുടെ ഏതോ യാമത്തിൽ കൂടെയുള്ള എട്ടുപേരും ഉറങ്ങി ക്കിടക്കുമ്പോൾ ഞാനെണീറ്റ് മലയുടെ മറുവശത്തേക്കു പോയി. അവിടം എത്തുമ്പോൾ എനിക്കുണ്ടാകുന്ന ഒരു മാറ്റം ഞാൻ പറ ഞ്ഞല്ലോ. എന്റെ സ്പേസ് ഷട്ടിലാണ് ആഞ്ജനേയർ മല എന്നും, അതിൽനിന്ന് പുറത്തിറങ്ങി ശൂന്യാകാശത്തു നിൽക്കുകയാണ് ഞാൻ എന്നും തോന്നും.

കാർത്തികനക്ഷത്രത്തിന്റെ ഏഴു സഹോദരിമാർ എന്നറിയപ്പെടുന്ന Pleiades കൂട്ടത്തിന്റെ തൊട്ടടുത്ത് ഞാൻ എത്തിയപോലെ തോന്നും. 444 പ്രകാശവർഷം അകലെയാണവർ. ഇപ്പോൾ എന്റെ ദേഹത്തു പതിക്കുന്ന പ്രകാശം അപ്പോൾ എത്ര കോടി വർഷം മുമ്പത്തെയാകും? അവിടെയങ്ങനെ നിൽക്കുമ്പോൾ ഉണ്ടാകുന്ന അനുഭൂതി എന്തു കൊണ്ടോ ബഹിരാകാശ യാത്രികരുടേതാകും എനിക്കെന്നും. പ്രപഞ്ചത്തിന്റെ അനന്തത ഇൻഫിനിറ്റി ഓർക്കും. That absolute zero എവിടെയായിരിക്കും എന്നോർക്കും. സമയം എന്ന വിചിത്ര

വസ്തു. എന്തിനോട് തട്ടിച്ചുനോക്കിയാണു നമ്മൾ സമയം അളക്കുന്നത്? അതു ശരിയാണോ? സമയം എന്നൊന്നുകൊണ്ടല്ലേ കാലം നിർമ്മിച്ചിരിക്കുന്നത്? അപ്പോൾ ഭൂമിയുടെ സൂര്യനെ അടിസ്ഥാനമാക്കിയ സമയമേഖലയ്ക്കപ്പുറം ഒരാൾ പോയാലോ? അയാളെ കാലം ബാധിക്കില്ല എന്നാണോ? അവിടെയിരുന്ന് ഇതൊക്കെ ആലോചിക്കുമ്പോൾ നക്ഷത്രങ്ങൾ എനിക്കു ചുറ്റും ഒഴുകിപ്പരക്കും പോലെ തോന്നും. എന്തൊരു രസാനുഭൂതി!

അടുത്ത യാത്ര ആദ്യമായി ഇന്ത്യയ്ക്കു വെളിയിലേക്കായിരുന്നു. ആ സ്വപ്നത്തിന് ഒരു പ്രത്യേകതയുണ്ടായിരുന്നു. ഈ സ്വപ്നത്തിൽ എനിക്ക് അരുളപ്പാട് നൽകിയത് ഗുരു ബാബാജി ആണ്. ഈ ഗുരു ബാബാജി എന്ന മഹാസിദ്ധർ ഇവിടംമുതൽ എന്റെ കൂടെയുണ്ട്. ഇദ്ദേഹത്തെപ്പറ്റി സവിസ്തരം നിങ്ങളോടു പറയാം, ഈ പുസ്തകത്തിൽതന്നെ!

സ്വപ്നമാണോ മയക്കത്തിലുണ്ടായൊരു ഉൾവിളി ആണോ എന്ന് ഉറപ്പില്ല. പക്ഷേ, ബാബാജി പറഞ്ഞ സ്ഥലങ്ങളെല്ലാം പേരുസഹിതം കൃത്യമായിരുന്നു. ലങ്ക. കതിർ ഗാമ മുരുകക്ഷേത്രം. പക്ഷേ, അതിലെ രസം എന്തായിരുന്നു എന്നാൽ ഒരു കാടും ഏകാന്തതയും. ഒരിറക്കമിറങ്ങുംപോലെയെന്ന് ഒരു അവ്യക്തമായ ഓർമ്മയേ ഉള്ളൂ. ഇറക്കം പടികളാണോ എന്നതിനു വ്യക്തതയില്ല. അവിടെ നീ പോകണം എന്നതു മുരുകഭഗവാന്റെ കർശനനിർദ്ദേശമായിരുന്നു എന്നതുമാത്രം വ്യക്തമാണ്.

ഈ കഴിഞ്ഞ വർഷങ്ങൾകൊണ്ട് എനിക്കു ചില കാര്യങ്ങളിൽ ധാരണകൾ വന്നിട്ടുണ്ട്. ഓരോ മെസേജുകളിലും, അതായത് ഇമ്മാതിരിയുള്ള സ്വപ്നങ്ങളിലും ഒരു പോയന്റ് ഉണ്ടാകും. അതായിരിക്കും മെയിൻ എന്ന് ഇപ്പോഴെനിക്ക് ഈസിയായി തിരിയും. ശ്രീലങ്ക, കതിർ ഗാമ, മുരുകക്ഷേത്രം ഇതിനൊന്നുമല്ല ഭഗവാൻ ഊന്നൽ നൽകുന്നത് എന്ന് ഉറപ്പാണെനിക്ക്. അത് ഇതുപോലെ എന്തോ ഒന്നാണ്. അതെന്താണെന്നൊട്ടു വ്യക്തമല്ലതാനും. എന്തായാലും പറഞ്ഞപ്പോഴേക്കും രഞ്ജിത് കൂടെവരാൻ തയാറായി. അയാളുടെ ആ ഊർജ്ജവും ആവേശവും അന്നെന്റെ ഇന്ധനമായിരുന്നുവെന്നു പറയാം, നന്ദിയോടെതന്നെ. ശ്രീലങ്കയിലേക്കു വരാൻ രഞ്ജിത് റെഡി. ഞാനും റെഡി.

പ്രിയ സുഹൃത്തുക്കളേ, ഞാൻ റെഡി ആയി. പക്ഷേ, പണം വേണമല്ലോ? ഇന്നു ഭഗവാൻ സഹായിച്ച് എന്തിനുമേതിനും നമ്മുടെ ആൾക്കാരുണ്ട്. ട്രസ്റ്റ് ഉണ്ട്. ആളും അർത്ഥവും ഉണ്ട്. അന്ന് അതല്ല സ്ഥിതി. ഈ യാത്രകളെല്ലാംതന്നെ എന്റെ പോക്കറ്റിൽനിന്നാണ്. നമ്മൾ ഭൗതികനുംകൂടി ആണല്ലോ. ശമ്പളം അടവുകൾ ചെലവുകൾ ഒക്കെയായി മാഞ്ഞുപോകാൻ ദിവസങ്ങളൊന്നും വേണ്ട. അതിൽ

നിന്ന് മിച്ചംപിടിച്ചും ഓരോ മാസവും മറ്റെന്തെങ്കിലും ഒക്കെ കോമ്പ്ര മൈസ് ആക്കിയുമാണ് എന്റെ യാത്രകൾക്കുള്ള ദ്രവ്യം ഉണ്ടാക്കുന്നത്. ഇന്ത്യയിൽ നമ്മുടെ തെക്കേ അറ്റത്തുള്ള കുറച്ച് സ്ഥലങ്ങളിലേക്കാ യിരുന്നതുകൊണ്ടും പബ്ലിക്ക് ട്രാൻസ്പോർട്ട് താരതമ്യേന ചിലവ് കുറഞ്ഞതുകൊണ്ടും ഭഗവാന്റെ ദൗത്യമായതുകൊണ്ടും ഒക്കെ നടന്നു. എങ്ങനെ എന്നു ചോദിച്ചാൽ അറിയില്ല. ഒന്നുപോലും മുടങ്ങി യിട്ടില്ല എന്നുമാത്രം അത്ഭുതത്തോടെ പറയാം. പക്ഷേ ഇതു വിമാന യാത്ര. അന്യരാജ്യം. എവിടെ പണം?

അവിടെയും ഭഗവാൻ പ്രവർത്തിച്ചു. ഭാരതീയ പാരമ്പര്യങ്ങളിലും പുരാണങ്ങളിലും അതീവതാല്പര്യമുള്ള ആളും, ഭോഗർ മഹർഷി യെപ്പറ്റി എനിക്കു കൂടുതലറിയാനും എന്റെ വഴി കൃത്യമായി ഭഗ വാന്റെ നിശ്ചയംതന്നെയെന്ന് എന്നെ ബോധ്യപ്പെടുത്താനും ഒട്ടേറെ സഹായിച്ച എഴുത്തുകാരൻ ശ്രീ എം.കെ. രാമചന്ദ്രനെ എനിക്കു മുട്ടിച്ചുതന്ന ആളുമായൊരു സുഹൃത്തുണ്ട്; ശ്രീ ജെയ്സൻ. മാധ്യമ പ്രവർത്തകനാണ്. ആദ്യം സൂര്യ ടിവിയിലും പിന്നീട് മാതൃഭൂമിയി ലുമായിരുന്നു. ഭാരതപുരാണങ്ങൾ സ്വന്തം പൈതൃകമാണെന്നതിൽ അഭിമാനിക്കുകയും ചെയ്യുന്ന അദ്ദേഹം എന്റെ വിഷമാവസ്ഥ മനസ്സിലാക്കി. രജിത് എല്ലാം തയ്യാറാക്ക് യാത്രയ്ക്ക്. മുരുകഭഗ വാന്റെ ഇംഗിതമെങ്കിൽ വഴിയും അദ്ദേഹം കണ്ടിരിക്കും എന്ന് എന്നെ പ്രോത്സാഹിപ്പിച്ചു. അതുപ്രകാരം ഞാൻ ഒരുക്കങ്ങൾ തുടങ്ങി. തൃശൂരിലെ മുൻ രാഷ്ട്രീയനേതാവായിരുന്ന, ഇപ്പോൾ സജീവ രാഷ്ട്രീയത്തിലില്ലാത്ത ശ്രീശൻ അടയാട്ട് എന്ന ശ്രീശേട്ടൻവഴി ഒരു ട്രാവൽ ഏജൻസിയുമായി ബന്ധപ്പെട്ടു. അതേസമയം ജെയ്സൻ എന്നെ തൃശ്ശൂരിലെ ഏറ്റവും പ്രസിദ്ധമായ ഭാരത് ഹോട്ടലിലേക്കു കൊണ്ടുപോയി. അതിന്റെ ഉടമ ശ്രീകുമാറേട്ടൻ ഇരുപതിനായിരം രൂപ എടുത്ത്, ഇതു നിനക്കല്ല മുരുകഭഗവാന്റെ ദൗത്യത്തിന് എന്റെ വക എന്നുപറഞ്ഞ് ഇരുകൈകളും നീട്ടാൻ പറഞ്ഞു. പ്രിയപ്പെട്ട വരേ, ആ നിമിഷം എന്റെ അവസ്ഥ! പഴനിയാണ്ടവന് എത്തിക്കാ നുള്ള ഭിക്ഷ വാങ്ങുന്നൊരു ഭിക്ഷുവിനെപ്പോലെ ഞാനതു വാങ്ങി. പിന്നീട് തിരിച്ചുകൊടുക്കാൻ ഞാൻ നടത്തിയ ശ്രമങ്ങളൊക്കെ അദ്ദേഹം ചിരിയാലോ സ്നേഹശാസനയാലോ ഒടിച്ചുമടക്കും.

എന്റെ ആദ്യവിമാനയാത്ര പുഷ്പകവിമാനം പറന്ന റൂട്ടിലൂടെ യായി. അതും ആ മരതകദ്വീപിലേക്ക്. ഒരു സബർജിൽ പഴത്തിനെ പ്പോലെ ഭാരതത്തോടു ഞെട്ടിയൊട്ടിച്ചിരിക്കുന്ന സാക്ഷാൽ ലങ്ക.

വിളിപ്പാടകലെ കിടക്കുന്ന ആ രാജ്യത്തു ചെന്നിറങ്ങിയപ്പോൾ ഇതു വരെ ഞങ്ങൾക്കു ശീലമില്ലാത്തൊരു അന്തരീക്ഷം. നിറയെ സംശയ ത്തിന്റെ കണ്ണുകൾ. ആയിടയ്ക്കുണ്ടായ ആഭ്യന്തരയുദ്ധത്തിന്റെ അല യൊലികൾ എങ്ങും. എവിടെയും എപ്പോഴും വാഹന പരിശോധന.

ദേഹപരിശോധന. കൊളംബോ നഗരം വിടുംവരെ എത്ര തവണ നിർത്തി, ഇറക്കി പരിശോധന നടന്നു എന്നു പറയുക വയ്യ! നഗരം വിട്ടതോടെ ആ പിരിമുറുക്കം അയഞ്ഞപോലെ തോന്നി. എന്നാലും, അന്തരീക്ഷത്തിന്റെ ശാന്തമായ മൗനത്തിൽ ഒരു ഭീകരതയുടെ വിത്ത് ഉള്ള അവസ്ഥ.

ഞങ്ങൾ ഗാലി (Galle) എന്ന സ്ഥലത്തെത്തി. വലിയ ക്രിക്കറ്റ് സ്റ്റേഡിയം. ശ്രീലങ്കയെ ഓർക്കുമ്പോൾ ആദ്യം മനസ്സിൽ വരിക സംഹാരരുദ്രനായി ബാറ്റുകൊണ്ട് താണ്ഡവമാടുന്ന ജയസൂര്യയാണ്. 96 വേൾഡ് കപ്പിൽ വൺഡേ മാച്ചിനെ 20:20 സ്റ്റൈലാക്കിയ ജയസൂര്യ, പാറപോലെ ഉറച്ചുനിൽക്കുന്ന അരവിന്ദ ഡിസിൽവ എന്നിവരൊക്കെയാണ്.

ഗാലിയിൽനിന്ന് കതിർ ഗാമ.

അവിടെയുള്ള മുരുകക്ഷേത്രം ഭോഗർ സിദ്ധർ പ്രതിഷ്ഠ നടത്തിയതാണ്. വിഗ്രഹമല്ല. ഒരു മുരുകയന്ത്രം. അതാകട്ടെ ഒരു പെട്ടിക്കുള്ളിലും. ആ പെട്ടിയാകട്ടെ, ക്ഷേത്രത്തിനുള്ളിൽ. അതിനു മുമ്പിൽ ഒരു തിരശ്ശീല. നമുക്ക് ആ തിരശ്ശീലയേ കാണാൻ കഴിയൂ. തിരശീലയിൽ മനോഹരമായൊരു ചിത്രവുമുണ്ട്. ഷണ്മുഖനായ, മയിൽവാഹനനായ മുരുകന്റെ ഇടംവലമായി ഭാര്യമാർ ദേവയാനിയും വള്ളിയും.

പെട്ടിക്കുള്ളിലെ മുരുകയന്ത്രം വർഷത്തിലൊരിക്കൽ പുറത്തേക്ക് എഴുന്നള്ളിക്കും, ആനപ്പുറത്ത്. ഈ യന്ത്രം ഭോഗർ മഹർഷി നിർമ്മിച്ചതാണ്. എന്താണ് ഈ യന്ത്രമെന്നു നമ്മുടെ ഗൈഡുകൾക്കോ അവിടെയുണ്ടായിരുന്ന ബുദ്ധസന്ന്യാസിമാർക്കോ അറിവില്ല.

വൈകുന്നേരം ആരരയോടെ ഗംഭീരമായൊരു അനുഷ്ഠാനമുണ്ടായി. ദിവസവും ഉള്ളതത്രെ അത്. കുറെപ്പേർ പലവിധ വാദ്യോപകരണങ്ങളുമായി അവിടെ എത്തി. രണ്ടു ലങ്കൻ വനിതകൾ പ്രത്യേകതരം മുണ്ടുകൊണ്ടുള്ള സാരിചുറ്റി കയ്യിലുള്ള കർപ്പൂരത്തട്ട് കത്തിച്ച് പ്രത്യേക വൈദഗ്ധ്യത്തോടെ ചുഴറ്റും. പലവിധ വാദ്യോപകരണങ്ങളുടെ നമുക്കു പരിചയമില്ലാത്തൊരു താളലയം. അരമണിക്കൂർ നീണ്ട ഒരു നവ്യാനുഭൂതിതന്നെ ആയിരുന്നു അത്. പിന്നീട് പഴനി കോവിലിനു സമാനമായി അവിടെയടുത്തുള്ള മുരുകക്ഷേത്രം സന്ദർശിച്ചു. അവിടെ ഗുരു ബാബാജിയുടേയും ഭോഗർ മഹർഷിയുടേയും പ്രതിഷ്ഠയും തൊഴുതു.

അടുത്തദിവസം അതിനടുത്തുള്ള സെല്ല കതിർഗാമ എന്ന സ്ഥലത്തേക്കു പോയി. അപ്പോഴും എന്റെ മനസ്സിൽ ഇല്ല, തീർന്നില്ല എന്ന തോന്നൽ മാത്രം. കാട്, ഇറക്കം, ഒരു ഗുഹ തുടങ്ങിയ എന്റെ അവ്യക്തമായ ക്ലൂകൾ ഞാൻ രഞ്ജിത്തിനോടും, രഞ്ജിത്ത് ഇംഗ്ലീഷിൽ കൂടെയുള്ള ഗൈഡിനോടും ഡ്രൈവറോടും പറഞ്ഞിരുന്നു. ഏയ്, അങ്ങനെയൊരു സ്ഥലം ആ ഏരിയയിലില്ല എന്നാണ് അവരുടെ

വാദം. കാട് ഏറിയ ആണത്. വലിയൊരു കയറ്റത്തിനു മുകളിലാണു ഞങ്ങൾക്കു പോകേണ്ട മുരുകക്ഷേത്രം. അങ്ങോട്ട് കുടജാദ്രി പോലെ ജീപ്പ് യാത്രയേ പറ്റൂ. ജീപ്പിനു ഞങ്ങൾ കാത്തിരിക്കുകയായിരുന്നു. ഒരു കൈ യുദ്ധത്തിൽ നഷ്ടപ്പെട്ട ഒരു പാവത്താൻ സെക്യൂരിറ്റി. ഒരുവശത്ത് ഒരു പടുവൃദ്ധനായ ബുദ്ധസന്യാസി. ശരീരം ശുഷ്കിച്ച് ഉണങ്ങി. പക്ഷേ, വാചകതല്പരൻ. രഞ്ജിത്തുമായി അയാൾ മുറിഇംഗ്ലീഷും ആംഗ്യവിക്ഷേപങ്ങളും മറ്റുമായി വൻ കമ്യൂണിക്കേഷൻ. ഞാൻ, ആ വശത്തെങ്ങാൻ എന്റെ സ്വപ്നത്തിലെ സ്ഥലം ഉണ്ടോ എന്ന വ്യാമോഹത്തോടെ പരതുന്നു. കാട് ഏറിയ ആണ്. അധികമൊന്നും അകലാൻ പറ്റില്ല. ടെൻഷനാണ്. അക്കാലം ലങ്കയിലാകെ അരക്ഷിതാവസ്ഥയാണ്. അപ്പോഴേക്കും പഴയ ബ്രിട്ടീഷ് കാലത്തെ വില്ലീസ് ജീപ്പ് വന്നു. ജീപ്പിലിരിക്കുമ്പോൾ രഞ്ജിത് പറയുകയാണ്. നമ്മുടെ ആ പടുവൃദ്ധൻ സന്ന്യാസിയോടു കാര്യങ്ങൾ അന്വേഷിക്കുകയായിരുന്നു. വൻ സംസാരപ്രിയനാണ്. പടിക്കെട്ടിറങ്ങുന്ന എന്തെങ്കിലും സ്ഥലം ഈ കാട്ടിലുണ്ടോ. മുരുകനുമായി സംബന്ധിച്ച ഒന്ന്. അപ്പോൾ അയാൾക്കു കാര്യം അറിയണം. രഞ്ജിത് എന്റെ സ്വപ്നദർശനങ്ങളും സന്ദർശനങ്ങളും ഒക്കെ ചെറുതായി ഒന്നു വിശദീകരിച്ചു. അപ്പോൾ സന്ന്യാസിക്ക് ഒരേ നിർബന്ധം, അയാളുടെ ഭാവി ഞാൻ ഒന്നു ഗണിച്ചുപറയാൻ. ജീവിതത്തിൽ ഇനി ഗതി പിടിക്കുമോ എന്ന് അറിയാനാണെന്ന്! സർവവും ത്യജിച്ച ബുദ്ധസന്ന്യാസിയാണ്. പ്രായംനോക്കിയാൽ സാക്ഷാൽ ബുദ്ധന്റെ ക്ലാസ്മേറ്റായി വരും. നിസ്വനും സർവാംഗപരിത്യാഗിയുമായ തൊണ്ണൂറുകഴിഞ്ഞ സന്ന്യാസിയുടെ ഭാവിയറിയാനുള്ള ത്വര ഓർത്ത് ഞങ്ങൾ ഏറെ ചിരിച്ചു.

ഉടുമ്പ് ചുമരിൽ കയറുംപോലെ നാലു ചക്രങ്ങളാൽ ഭൂമിയെ പൊത്തിപ്പിടിച്ച് ജീപ്പ് മുകളിലെത്തി. തൊഴുതു. തിരിച്ചിറങ്ങി.

കാറിൽ തിരികെ വരുമ്പോൾ ഞാൻ എന്റെ സ്ഥലം എവിടെ എന്നു ചോദിച്ചുകൊണ്ടേയിരുന്നു. രണ്ടോ മൂന്നോ ഇടങ്ങളിൽ ഗൈഡ് കൊണ്ടുപോയി. ഇറങ്ങിനോക്കും. ഇതല്ല ഇതല്ല എന്നു ഞാൻ നിരാശനാകും. അവസാനം ഡ്രൈവർക്ക് ഇറിറ്റേഷൻ ആയിത്തുടങ്ങി. നാലാമത് ഒരു സ്ഥലത്തേക്കും കൊണ്ടുപോയി. ''നോ, ഇതല്ല'', ഞാൻ തലകുടഞ്ഞ് പറഞ്ഞു. രഞ്ജിത്തിനുവരെ ചെറുതായി അസ്കിത ആയിത്തുടങ്ങി. സമയവും അതിക്രമിച്ചു. എല്ലാ പ്ലാനുകളും തെറ്റിത്തുടങ്ങി. പക്ഷേ, മുരുകഭഗവാൻ ഇതുവരെയെല്ലാം കൃത്യമായി എന്നെ എത്തിച്ചിട്ടുണ്ടല്ലോ. എനിക്ക് ഉപേക്ഷിച്ചു പോരാൻ വയ്യ! എന്റെ ശാഠ്യം ഞാൻ വിട്ടില്ല. ദേഷ്യംപൂണ്ട ഡ്രൈവറും ഗൈഡും വണ്ടിനിർത്തി പലരോടും അന്വേഷിച്ചു. കിം ഫലം? അവസാനം ആരോ ഒരാൾ അവിടെനിന്ന് ആറേഴുകിലോമീറ്റർ മാറി ഒരു സ്ഥലം നിർദ്ദേശിച്ചു. അതും കൂടി പോയിനോക്കും, അതും അല്ലേൽ തിരികെപ്പോകും എന്ന കരാറിൽ അങ്ങോട്ടു വിട്ടു.

സ്ഥലം അടുക്കുന്തോറും എനിക്കു വൈബ്രേഷൻ കിട്ടി. ഞങ്ങൾ കേറിയ ക്ഷേത്രത്തിന്റെ അടിവാരക്കാട്ടിലായിരുന്നു മൂന്നോ നാലോ മണിക്കൂർ ആയുള്ള ചുറ്റിത്തിരിയൽ! അവസാനം ആ സ്ഥലത്തെത്തി. കാർ നിന്നു. ഞാൻ ഒന്നും പറയാതെ ഇറങ്ങിനടന്നു. എന്റെ നടത്തം കണ്ടിട്ട് അവരൊക്കെ പിറകെ. വണ്ടിയിൽനിന്ന് ഒരിക്കലും ഇറങ്ങാത്ത ശീലമുള്ള ആ ഡ്രൈവറും. എന്റെ സ്പീഡിലുള്ള നടത്തം കണ്ടാൽ മുമ്പിൽ ആരോ നയിക്കുന്നുണ്ടെന്നു തോന്നും. അടുക്കുന്തോറും എന്റെ സ്വപ്നത്തിലെ ദൃശ്യങ്ങൾ വ്യക്തമായിത്തുടങ്ങി. ഒന്നൊന്നായി! ഹാ! അതാ ആ ഇറക്കം. ഞാൻ ഓടുംപോലെ ഇറങ്ങി. അവിടെ ഒരു ചെറിയ മുരുകപ്രതിഷ്ഠ. പിറകിൽ ഒരു മട. ഗുഹാമുഖം.

ഞാൻ മുട്ടുകുത്തി കൈകളുയർത്തി! ഹര ഹരോ ഹര എന്ന് ഉറക്കെ വിളിച്ചു. പിറകിൽ ഓടിയെത്തിയ അവരുടെ ആശ്ചര്യസൂചകമായ ഒച്ചകൾ ഞാൻ കേട്ടു.

മുരുകപ്പെരുമാൾ അവിടെയും എന്നെ കൈവെടിഞ്ഞില്ല.

ഓം ശരവണഭവായ നമഃ

ഇത്രയുംകൂടി പറയാനുണ്ട്: പഴനിമലയിൽനിന്ന് ഇറങ്ങുമ്പോൾ നിങ്ങൾക്കു കാണാം വലതുവശത്തായി ഭോഗർ സമാധി. ശരിക്കും അതല്ല സമാധി. അതൊരു ഗുഹാമുഖം ആണ്. അവിടെനിന്ന് സമാധിയാകാൻ സിദ്ധർ ഉള്ളിലേക്കു പോയെന്നേ ഉള്ളൂ. ആ ഗുഹ നീണ്ടുപോകുന്നതു പഴനി വിഗ്രഹത്തിന്റെ അടിവശത്തേക്കാണ്. അവിടെവച്ചാണ് ഭോഗർ സിദ്ധർ സൂക്ഷ്മശരീരത്തിലേക്ക് (aster body) വിലയം പ്രാപിച്ചത്.

എല്ലാ ക്ഷേത്രങ്ങളുടെ ഗർഭത്തിലും ഇതുപോലെ ഒരു സിദ്ധരുടെ സമാധി ഉണ്ടാകും. കതിർഗാമയിൽ ഞാൻ കണ്ട ആ ഗുഹ നീളുന്നത് ആ മുകളിലെ മുരുകക്ഷേത്രത്തിലേക്കു തന്നെ. ഏതു സിദ്ധരുടെയാണാ സമാധിയെന്നു ഗവേഷണം ചെയ്യേണ്ടിയിരിക്കുന്നു.

തിരികെ കാറിലിരിക്കുമ്പോൾ ഗൈഡും (ആൾ ഒരു ബുദ്ധഭിക്ഷു ആണ്) ഡ്രൈവറും എന്റെയാ ഭ്രാന്തമായ അവസ്ഥയെപ്പറ്റി പുകഴ്ത്തലോടു പുകഴ്ത്തലായിരുന്നു. ഞാനവരെ അത്രയ്ക്ക് ഇറിറ്റേറ്റ് ചെയ്യിച്ചിരുന്നല്ലോ. അവരതു പ്രകടിപ്പിക്കുകയും ചെയ്തു. ഈ സ്ഥലമെല്ലാം ഉള്ളംകൈയിലെന്ന പോലെ അറിയുമെന്നു ഹുങ്ക് പറഞ്ഞ അവർക്ക്, സ്വപ്നത്തിൽ കണ്ടിട്ട് അന്യരാജ്യത്തുനിന്നു വന്ന ഒരുവൻ ഇതു കാണിച്ചുതന്നല്ലോ എന്ന അത്ഭുതവും ആഹ്ലാദവും.

''ഇനി വരുന്ന എല്ലാ ടൂറിസ്റ്റുകൾക്കും ഈ സ്ഥലം ഞങ്ങൾ കൊണ്ടുവന്നു കാണിക്കും.'' അവർ പറഞ്ഞു.

മുരുകഭഗവാൻ എന്നെ തിരഞ്ഞെടുത്തതു വെറുതെയാകില്ല എന്ന് എന്റെ ആത്മവിശ്വാസം വാനോളം ഉയർന്ന നിമിഷമായിരുന്നു അത്.

അഘോരിസന്ന്യാസിയുമായി രാമേശ്വരം ശ്മശാനത്തിൽ

പുലിപ്പാണി സിദ്ധർ ഭോഗർ മഹർഷിയുടെ പ്രധാന ശിഷ്യനാണ്. അദ്ദേഹത്തിന്റേയും സമാധി പഴനിയിൽതന്നെ. അവിടെ ഒരു പുലി പ്പാണി സിദ്ധാശ്രമം ഉണ്ട്. പുലിപ്പാണി സിദ്ധരെയും ഗുരു ബാബാ ജിയേയുംപറ്റി വിശദമായി ഈ പുസ്തകത്തിൽ പിന്നീട് പറയു ന്നുണ്ട്.

ആയിടയ്ക്കു കണ്ടൊരു സ്വപ്നം കുറച്ച് രസകരമായിരുന്നു. അതായത്, പഴനിയിൽ ഞാൻ പോകുന്നു, പ്രാർത്ഥിക്കുന്നു. കൃഷ് ണനെ! കൃഷ്ണനെ ഞാൻ പ്രാർത്ഥിക്കുന്നു, പഴനിമലയിൽ. ഞാൻ എത്രയോ എത്രയോ വട്ടം പഴനിയിൽ പോയിരിക്കുന്നു. അവിടെ എത്രയോ അലഞ്ഞിരിക്കുന്നു. ഞാൻ കാണാത്ത ഒരു സ്ഥലവുമില്ല പഴനിയിൽ. പക്ഷേ, ഇതുവരെ കണ്ടിട്ടില്ല കൃഷ്ണന്റെ ഒരു പ്രതിഷ്ഠ പോലും.

സെന്തിലും കൺഫ്യൂഷനായി. എന്തായാലും കേറി വാ. നമുക്കു നോക്കാം. അങ്ങനെ ഞാൻ എത്തുന്നു. എത്തുന്ന സമയം അവിടെ യൊരു ചടങ്ങ് നടക്കുകയാണ്. പുലിപ്പാണി ആശ്രമത്തിലെ സന്ന്യാസി തിരുപ്പതിയിലേക്കു യാത്രപോകുന്നു. അതിന്റെ ആരംഭമാണ്. അനൗൺ സ്മെന്റും മറ്റുമുണ്ട്. ഞങ്ങൾ സെന്തിലിന്റെ കടയിലിരിക്കുകയാണ്. സെന്തിൽ ചിരിച്ചുകൊണ്ട് പറഞ്ഞു. രജിത്ജീ വന്നതും പുലിപ്പാണി സന്ന്യാസിയുടെ പോകലും തമ്മിലെന്തോ കണക്ഷൻ ഉള്ളപോലെ തോന്നുന്നു. സെന്തിലിന് ഈ കാലംകൊണ്ട് ചില ഗന്ധങ്ങൾ കിട്ടി ത്തുടങ്ങിയിരുന്നു. കൃത്യം ആ സമയം അവിടെയൊരാൾ കേറിവന്നു. കറുപ്പയ്യ. ഒരു ഇന്ററസ്റ്റിംഗ് കാരക്റ്ററാണ്. സ്പിരിചൽ അനുഗ്രഹം കിട്ടിയ ആളാണ്. പഴനിയിലെ പൂജാരിസമുദായത്തിലെ സന്തതി യാണ്. കോവിലിനുള്ളിൽ ഫുൾ പെരുമാറാൻ അവകാശമുള്ള വനാണ്. പക്ഷേ, ഇടയ്ക്കിടയ്ക്ക് അപ്രത്യക്ഷനാകും. പിന്നെ കുറെ നാൾ കാണില്ല.

ഇന്ന് ഇതാ മുന്നിൽ. സെന്തിൽ പറഞ്ഞു. കറുപ്പയ്യാ. രജിത്ജിക്ക് ഒരു ആവശ്യമുണ്ട്. നിനക്കു സഹായിക്കാൻ പറ്റുമായിരിക്കും. കറുപ്പയ്യ കാര്യം കേട്ടു. കൃഷ്ണനെ തൊഴാൻ പറ്റുമോ പഴനിയിൽ. അയാൾ ഒന്നു പുഞ്ചിരിച്ചു. കറുപ്പയ്യ സുമുഖനും സുന്ദരനുമാണ്. മുടിയൊക്കെ നീട്ടിവളർത്തി, ഒരു പ്രത്യേക കളർ മുണ്ടുമുടുത്ത് വലിയ അപ്പിയറൻസിലാണ് നടക്കുക. സ്പിരിച്വൽ അനുഗ്രഹം ശരിക്കു കിട്ടിയ ആളുമാണ്. ഒരു അവധൂതനാകാനുള്ള ത്വര രക്തത്തിൽ അലിഞ്ഞുചേർന്നപോലെ തോന്നും. കറുപ്പയ്യ ഇപ്പോൾ വരാം എന്നു പറഞ്ഞ് എങ്ങോ പോയി. ഉടനെ തിരിച്ചുവന്നു. എന്നെയും കൊണ്ട് മലമുകളിലേക്കു പോയി. അവിടെ ഭോഗർ സമാധിയുടെ വലതുവശത്തായി സകലസമയത്തും അടഞ്ഞുകിടക്കുന്ന മുറിയാണ്. ഇതിനുള്ളിലെന്തെന്നു ഞാൻ മുമ്പ് ചിന്തിക്കാറുണ്ട്. ഒരിക്കലും തുറന്നുകണ്ടിട്ടില്ലാത്തതും ഭക്തർക്കു പ്രവേശനമില്ലാത്തതുമായ മുറിയാണത്.

താക്കോലിട്ടു തുറന്നു. വെളിച്ചമായി.

ഒരു ചെറിയ ശിവലിംഗം. സമാധിക്കു മുകളിൽ എപ്പോഴും ശിവലിംഗം ഉണ്ടാകും എന്നെനിക്കറിയാം. നന്ദികേശന്റെ പ്രതിമയുമുണ്ട് അടുത്ത്. ആരുടെ സമാധിയാണിതെന്നു ഞാൻ ചിന്തിക്കുമ്പോഴേക്കും കറുപ്പയ്യ പറഞ്ഞു. ഇതു ഗുരുവിനെ വെല്ലുന്ന ശിഷ്യന്റെ, ഭോഗർ സിദ്ധരുടെ ശിഷ്യൻ പുലിപ്പാണി സിദ്ധരുടേത്. എന്നെ ഇവിടെ എത്തിക്കണം എന്ന ഭഗവാന്റെ ഇംഗിതം! ഞാൻ ഒന്നമ്പരന്നു. ഞാൻ പ്രാർത്ഥിച്ചു. അതിന്റപ്രത്ത് ഗണേശൻ, മുരുകൻ. കുറച്ചുമാറി 'ഇതാ ജീക്ക് കാണേണ്ട കാഴ്ച.' ഞാൻ ആകെ ഞെട്ടിപ്പോയി. കൃഷ്ണവിഗ്രഹം.

അക്കാലത്തൊക്കെ എനിക്ക് മുരുകഭഗവാനുമായി കണക്ഷൻ സ്വപ്നങ്ങളിലൂടെ മാത്രമായിരുന്നു. ഇതിൽ ഒന്നുപോലും തെറ്റിയില്ല. ഇപ്പോൾതന്നെ നോക്കൂ, പഴനിയിൽ കൃഷ്ണവിഗ്രഹം ഉള്ള കാര്യം എനിക്ക് അറിയില്ലായിരുന്നു. എന്റെ കാര്യം പോകട്ടെ, പഴനിയിൽ ജനിച്ചുവളർന്ന സെന്തിലിനുപോലും അറിയില്ലായിരുന്നു. വല്ലപ്പോഴുംമാത്രം തുറക്കാറുള്ളൊരു മുറിയാണത്. അതാണു ഭഗവാൻ മുരുകൻ എനിക്കുവേണ്ടി കാണിച്ചുതന്നത്. അതും അന്നേ ദിവസം, പുലിപ്പാണി ആശ്രമത്തിലെ സ്വാമി അവിടെനിന്ന് പുറപ്പെട്ട സമയത്തുതന്നെ! എല്ലാം മുരുകന്റെ നിശ്ചയങ്ങൾ എന്നല്ലാതെന്തു പറയാൻ.

അവധൂത സിദ്ധർ എന്ന ഒരു വിഭാഗമുണ്ട്. യഥാർത്ഥവൈരാഗികൾ. പൊതുവെ സിദ്ധർ സമൂഹത്തോടിണങ്ങി ജീവിക്കുന്നവരായിരിക്കും. അവരുടെ എനർജി സമൂഹത്തിനു ഗുണപരമായി

ഉപയോഗിക്കും. എന്നാൽ അവധൂത സിദ്ധർ അങ്ങനെയല്ല. അവർ അവരുപാസിക്കുന്ന ദൈവത്തെയല്ലാതെ മറ്റൊരു കാര്യത്തിലും ശ്രദ്ധിക്കില്ല. അവരെ നമ്മൾ സമീപിക്കാൻ ശ്രമിച്ചാൽ ആട്ടിയോടിക്കും. പോ പോ എന്ന് എറിഞ്ഞോടിക്കുന്നവർവരെയുണ്ട്. അവരേതെങ്കിലും അമ്പലപരിസരത്തോ മറ്റോ ഒറ്റയ്ക്ക്, ഒറ്റയ്ക്കു ജീവിക്കും. ഇതിന്റെ പിന്നിലെ കാര്യം എന്തെന്നാൽ, ഇവർ എനർജി സംഭരിക്കുകയാണ്. ഈ ജന്മം മാക്സിമം എനർജി സംഭരിച്ച് അവർ അടുത്ത ജന്മത്തിൽ ശക്തികൂടിയ സിദ്ധരാകും. ഭോഗറെപ്പോലെ, പുലിപ്പാണിയെപ്പോലെ! അങ്ങനെ ആ ജന്മം സമൂഹനന്മയ്ക്കായി നീക്കിവച്ച് അന്ത്യത്തിൽ ഭവദ്പാദങ്ങളിൽ വിലയം പ്രാപിക്കും. അതിനുവേണ്ടി ഈ ജന്മത്തിൽ ഊർജ്ജസ്വീകരണം മാത്രം! ഈ സമയം സാധാരണക്കാർ അടുത്തുചെന്നാൽ തങ്ങൾ സംഭരിച്ചുവച്ച പോസിറ്റീവ് എനർജി അവരിലേക്കു പകരും എന്ന ഭയത്താലാണ് ആട്ടിപ്പായിക്കുന്നത്.

എന്റെ ജീവിതയാത്രയിലുണ്ടായ മറ്റൊരു സംഭവത്തെപ്പറ്റി പറയാം. അതു വല്ലാത്തൊരു അനുഭവമായിരുന്നു. ഒരു മെസേജ് കിട്ടി. സ്വപ്നം തന്നെ. സ്വപ്നത്തിൽ രാമേശ്വരമാണ്. പക്ഷേ, സ്വപ്നം നിറയെ അഗ്നിയാണ്. അഗ്നിയങ്ങനെ ഉയർന്നുയർന്ന് അന്തരീക്ഷത്തിൽ ലയിച്ചു ചേരുന്നു. ശിവരാത്രിനാളിൽ നീയവിടെ പോവുക. രാത്രിയിൽ ചെയ്യേണ്ട ഒരു പൂജ ബാക്കിയുണ്ട്. ഇത്രയുമാണ് സ്വപ്നം.

തൃശൂരിലുള്ള രാമൻ നമ്പൂതിരി എന്ന സ്നേഹിതനായിരുന്നു അന്നു കൂടെ. അദ്ദേഹത്തിന്റെ മാരുതി 800ൽ നേരെ പഴനി. സെന്തിലുമായി ചർച്ച. അഗ്നി, രാത്രി, രാമേശ്വരം. സെന്തിലും തലപുകച്ചു. അവിടെ അമ്പലത്തിനടുത്തു കടലിനെ അഗ്നിതീർത്ഥം എന്നു പറയുമത്രെ. ഏയ്, ഇതു ജലവുമായി ബന്ധപ്പെട്ടതല്ല. അഗ്നിയാണ്. എന്തായാലും ചലോ രാമേശ്വരം.

യാത്രയായി. നാളെ ശിവരാത്രിയാണ്. രാത്രി പത്തുമണിയോടെ എത്തി. ഹോട്ടലിൽ റൂമെടുത്തു. സെന്തിൽ ഹോട്ടലുകാരോടും മറ്റും അന്വേഷിച്ചു. അഗ്നിസംബന്ധി ഒന്നും കിട്ടുന്നില്ല. ഞങ്ങൾ ഹതാശരായി. ഇനിയെന്ത് എന്നായി. എനിക്കും അവർക്കും ആകെ നിരാശയുമായി. ഞാൻ രാമേശ്വരത്തെ ആകാശത്തേക്കു നോക്കി. കണ്ണടച്ചു. പ്രിയപ്പെട്ടവരേ, എനിക്കു ശിവഭഗവാൻ ആകാശം നിറഞ്ഞുനിൽക്കുന്നതായി തോന്നി. പെട്ടെന്ന് എനിക്കൊരു അപരിചിതമായ മണമടിച്ചു. ഞാൻ കണ്ണുതുറന്നു. ചിതയെരിയുന്ന മണം. അരക്കിലോമീറ്റർ കടലിനരികിലൂടെ പോയാൽ ശ്മശാനമുണ്ടെന്ന് അറിഞ്ഞു. സെന്തിലേ പൂവല്ലേ എന്നു ഞാൻ ചോദിച്ചു. സെന്തിലും രാമനും റെഡി. രാത്രി പതിനൊന്നു കഴിഞ്ഞിട്ടുണ്ട്. വിജനം. ഞങ്ങൾ

നടന്നു. ഇരുട്ട് കനത്തതായിരുന്നു. അമാവാസി പോലെ ആകാശം. നക്ഷത്രങ്ങളും ഒരു ഉഷാറില്ലാതെ കത്തിനിൽക്കുന്നു.

അങ്ങനെ നടന്നുനടന്ന് ശ്മശാനമെത്തി. ഗേറ്റ് ഉണ്ട്. ഉള്ളിൽ ആകെ ഇരുട്ടുമാത്രം. ഞങ്ങൾ മൂവരും ഗേറ്റിൽ പിടിച്ച് ഇരുളിലേക്കു നോക്കിനിന്നു. അകത്തു കേറാൻ പേടി. എന്തിനു കേറണം? ഒരെത്തുംപിടീം ഇല്ല! കുറെ നേരമങ്ങനെ നിന്നുകാണും. പന്ത്രണ്ട് ആവാറായി. എന്നാൽ തിരിച്ചുപോകാം. ശരി എന്നുപറഞ്ഞ് ഞാൻ തിരിയുംവഴി ശ്മശാനത്തിനുള്ളിൽനിന്ന് ഒരു തീക്കുണ്ഡം ഉയർന്നു. നൈമിഷികം. ''അയ്യോ, അവിടെ ഒരാളിരിക്കുന്നു'', സെന്തിൽ ഉറക്കെ പറഞ്ഞു. ഞാൻ കണ്ടിരുന്നില്ല. പിന്നെയൊന്നും നോക്കിയില്ല. ഗേറ്റ് തുറന്ന് ഉള്ളിൽ കയറി. പതുക്കെപ്പതുക്കെ നടന്നു.

ആവോ ആവോ എന്നൊരു ഒച്ച. ഞങ്ങൾ ചെന്നു. ഒരു അഘോരി സന്യാസി! അന്നേരം എങ്ങനെ ധൈര്യം വന്നു എന്നറിയില്ല. ഭഗവാന്റെ നിർദേശമാണെന്നുള്ള ധൈര്യമാകാം. അഘോരികൾ ശിവ ഭഗവാന്റെ ഭക്തിയിൽ എക്സ്ട്രീമിസ്റ്റുകളാണ്. ശിവൻ അമ്പലങ്ങളിലോ കൈലാസത്തിൽപോലുമോ അല്ല എന്നാണിവരുടെ വിശ്വാസം. സംഹാരത്തിന്റെ മൂർത്തീഭാവം എല്ലാം അവസാനിക്കുന്നതിന്റെ മേലെ എന്നാണിവരുടെ മതം. ശിവൻ എന്നാൽ യൂണിവേഴ്സൽ എനർജിയാണ്. നമ്മൾ മനുഷ്യർ ആരാധിക്കുന്നത് ശിവന്റെ മനുഷ്യ വേർഷനായ ശങ്കരനെയാണ്. ശിവന്റെ എനർജി മുഴുവൻ കുടിയിരിക്കുന്നതു ശിവലിംഗത്തിലാണ്. ആറ്റോമിക റിയാക്ടറിന്റെ രൂപഘടന പോലും ശിവലിംഗത്തിന്റേതാണല്ലോ. മാക്സ് മുള്ളർ നിരീക്ഷിച്ച ഒരു കാര്യമുണ്ട്, ശിവന്റെ നടരാജരൂപം ഒരു ആറ്റം എക്സ്പ്ലോഷൻ ഉണ്ടാകുമ്പോൾ കൈവരിക്കുന്ന ആകൃതിയാണെന്നാണ്.

Beyond all. എല്ലാത്തിനുമപ്പുറം ഇതാണ് ശിവൻ. കാലത്തിനും സമയത്തിനുമൊക്കെ അപ്പുറം വിരിഞ്ഞിരിക്കുന്നവൻ. അനന്തത എന്ന നമുക്ക് സങ്കല്പിക്കാനാകാത്ത ഇൻഫിനിറ്റി ഒരു മുയലാണെങ്കിൽ അതിനുമുകളിൽ ചിറകുവിടർത്തിയിരിക്കുന്നവനാണ് ശിവൻ! സാക്ഷാൽ രുദ്രൻ. കാലേശ്വരൻ. ആ ശിവന്റെ ഏറ്റവും പരമരായ ഭക്തരാണ് അഘോരികൾ. അവർക്കു നമ്മളെപ്പോലെയുള്ള സാമാന്യ ജനവുമായി ബന്ധമില്ല. ശ്മശാനമാണ് അവരുടെ താവളം. ശവം തിന്നുന്നവർ എന്നൊക്കെ ഇവരെപ്പറ്റി തെറ്റായ ധാരണ പരത്തുന്നവരുണ്ട്. അതു ചില പ്രത്യേക താല്പര്യക്കാരുടെ പ്രൊപ്പഗാൻഡ ആണെന്നാണ് എന്റെ പക്ഷം.

എന്തായാലും, അങ്ങനെയൊരു അഘോരിയാണ് വാ വാ എന്നു വിളിക്കുന്നത്. ഞങ്ങൾ അയാൾക്കു മുമ്പിൽ ഇരുന്നു. ഒരു പന്തം അയാൾ കത്തിച്ചു. ശരിക്കും അഘോരി. രാമൻ ഹിന്ദിയിൽ നന്നായി സംസാരിക്കും. എന്റെ സ്വപ്നത്തെപ്പറ്റി പറയുന്നു. ''ആ ഇവിടെ ഇരി'' എന്നു പറയുന്നു. അടുത്തിരുത്തുന്നു. മുന്നിൽ തലയോട്ടി

പ്പാത്രം. അതിൽ പാൽ ഒഴിക്കുന്നു. എന്റെ കൈ നിറയെ കുങ്കുമം തരുന്നു. എന്നോട് 'ഓം നമഃശിവായ' എന്നു ചൊല്ലാൻ പറയുന്നു. നമ്മുടെ ഓം പോലെയല്ല അദ്ദേഹത്തിന്റേത്. നാഭിയിൽനിന്ന് ഉയരുന്ന ഓം. ആ അന്തരീക്ഷം മുഴുവൻ ശംഖുനാദംപോലെ നിറഞ്ഞു നിൽക്കുന്നു. ആ ഓംകാരധ്വനിയിൽ നക്ഷത്രങ്ങൾപോലും വിറകൊള്ളുന്നപോലെ. അങ്ങനെ ആ ശിവരാത്രിയിൽ പാതിരായ്ക്ക് അഘോരിസിദ്ധർക്കൊപ്പം ഞാൻ ശിവഭഗവാനെ പൂജിച്ചു. അവിശ്വസനീയം. അന്നു മുഴുവൻ എനിക്കുറങ്ങാനായില്ല. എങ്ങനെ കഴിയും? അഗ്നിയുമായി ബന്ധപ്പെട്ടൊരു സ്വപ്നം. ഒരു തുമ്പുമില്ലാതെ ഞങ്ങൾ ഇന്നലെ രാത്രിവരെ അലഞ്ഞുതിരിഞ്ഞു. എങ്ങനെ അതു ശ്മശാനത്തിലേക്കെത്തി? അവിടെ എങ്ങനെ ഒരു അഘോരി എന്നെ കാത്തെന്നപോലെ ഇരുന്നു? എന്തുകൊണ്ട് അയാൾ എന്നെ അടുത്തിരുത്തി ശിവഭഗവാനെ പൂജിച്ചു? ഒന്നിനും ഉത്തരമില്ല!

അടുത്തദിവസം ഞാനൊറ്റയ്ക്ക് അവിടംവരെ പോയിനോക്കി. അഘോരിയുടെ പൊടിപോലും കണ്ടെത്താൻ പറ്റിയില്ല.

അടുത്തദിവസം പഴനിമല കയറുകയായിരുന്നു. പെട്ടെന്ന് എനിക്കു ശ്മശാനത്തിന്റെ ഗന്ധമടിച്ചു. ഞാനൊന്നമ്പരന്നു. രാമൻ അപ്പോൾ എന്നോടു ചോദിക്കുന്നു. ഇന്നലത്തെ അവിടത്തെ സ്മെൽപോലെ തോന്നുന്നുണ്ടോ എന്ന്. ഞാൻ അത്ഭുതപ്പെട്ട് എന്തോ പറയാനാഞ്ഞപ്പോൾ എന്റെ നാവിൻതുമ്പിൽ ഒരു തരി ചാരം വന്നു വീണു. സ്വിച്ചിട്ടപോലെ ആ മണം പോയ്മറഞ്ഞു.

പ്രിയപ്പെട്ടവരേ, നമ്മൾ കാണുന്നത്, കേൾക്കുന്നത് ഒക്കെ മനുഷ്യശരീരത്തിനു ഡിസൈൻ ചെയതുവച്ച ഫ്രീക്വൻസിയിലുള്ള കാര്യങ്ങൾ മാത്രമാണ്. 20hz to 20khz. ഇതിനിടയിലുള്ള ശബ്ദമേ നമ്മൾ കേൾക്കൂ. ഈ പരിധിക്കു പുറത്തുള്ള ശബ്ദം? അത് ഇല്ലാതാകുന്നില്ലല്ലോ? അതവിടെയുണ്ട്. നമ്മൾ കേൾക്കുന്നില്ല. നായ്ക്കൾ. വവ്വാലുകൾ. പാമ്പുകൾ ഒക്കെ ചിലതു കേൾക്കുന്നുണ്ടാകാം. ഇനി ഇതേ തിയറി കണ്ണുകൾക്കും ബാധകമല്ലേ? അതായത് നമ്മുടെ കണ്ണിനു സെറ്റ് ചെയ്തു വച്ചിരിക്കുന്ന കാഴ്ചകളേ നമ്മൾ കാണുന്നുള്ളൂ. മറ്റൊരു തരംഗദൈർഘ്യത്തിലാണ് നമ്മുടെ കണ്ണെങ്കിൽ വേറെയും പലതും കാണാൻ പറ്റുമായിരുന്നേനേ. മരിച്ചുപോയ പ്രിയപ്പെട്ടവരുടെ ആത്മാവ് നമ്മുടെ പരിസരത്ത് ഉണ്ടാകാം. ഇല്ല എന്ന് എങ്ങനെ പറയാൻ പറ്റും? പക്ഷേ, നമ്മുടെ കണ്ണിനു ഗോചരമായ തരംഗദൈർഘ്യത്തിൽ അല്ല അവ എന്നുമാത്രം. എക്സ്റേ രശ്മി പോലെ മറ്റൊരു ആവൃത്തിയുള്ള കണ്ണുകളുണ്ടായിരുന്നെങ്കിൽ നാം കാണുന്ന കാഴ്ചകൾ എന്തൊക്കെ ആയിരുന്നേനെ? അതുകൊണ്ട് പ്രിയരേ, സയൻസ് ബേസിൽതന്നെ പറയാം: എല്ലാം മായ!

ഓം ശരവണഭവായ നമഃ

ആറുപടൈവീട് മുരുകപ്പെരുമാളുടെ പ്രധാന ക്ഷേത്രങ്ങൾ

ഈ പുസ്തകം വായിക്കുന്നവരിൽ ഭൂരിഭാഗം പേർക്കും ആറുപടൈ വീട് എന്താണെന്ന് അറിയുമായിരിക്കുമല്ലോ. LMRK സുഹൃത്തുക്കൾക്ക് എന്തായാലും അറിയുമെന്ന് ഉറപ്പ്. അല്ലാത്ത പ്രിയപ്പെട്ട വായനക്കാരുടെ അറിവിലേക്കായി ചില കാര്യങ്ങൾ പറഞ്ഞുകൊള്ളട്ടെ.

ആറുപടൈവീട് മുരുകപ്പെരുമാൾ പ്രതിഷ്ഠയുള്ള തമിഴ്നാട്ടിലെ ഏറ്റവും പ്രധാനപ്പെട്ട ആറു ക്ഷേത്രങ്ങളാണ്. താഴെ കാണുന്ന ഓർഡറിലാണവ സാധാരണ പറയുക:

1. സുബ്രഹ്മണ്യസ്വാമിക്ഷേത്രം, തിരുപ്പാങ്കുന്റം
2. സുബ്രഹ്മണ്യസ്വാമിക്ഷേത്രം, തിരുച്ചെന്തൂർ.
3. ദണ്ഡായുധപാണിസ്വാമിക്ഷേത്രം, പളനി
4. സ്വാമിനാഥസ്വാമിക്ഷേത്രം, സ്വാമിമല
5. ചോലമല മുരുകക്ഷേത്രം, പഴമുതിർച്ചോല.
6. സുബ്രഹ്മണ്യസ്വാമിക്ഷേത്രം, തിരുത്താണി

മുരുകൻ അഥവാ കാർത്തികേയന്റെ ജനനത്തെപ്പറ്റി ഏറെ മിത്തുകളും വാദങ്ങളുമുണ്ട്. സുരപത്മൻ കശ്യപമഹർഷിയുടെ മകനാണ്. താരകാസുരൻ ഒരു സഹോദരനും. സുരപത്മൻ കഠിനതപസ്സിനാൽ ശിവഭഗവാനെ പ്രസാദിപ്പിച്ച് വരം വാങ്ങി: ശിവന്റെ സന്തതികൾക്കല്ലാതെ മറ്റൊരാൾക്കും തന്നെ തോൽപ്പിക്കാൻ പറ്റില്ല എന്ന്! തുടർന്ന് അഹങ്കാരിയായി മാറിയ ഈ അതീവബലവാനായ അസുരനെക്കൊണ്ട് പൊറുതിമുട്ടി ദേവന്മാർ. ഗതികെട്ട ദേവകൾ ദേവേന്ദ്രന്റെ നേതൃത്വത്തിൽ ശിവഭഗവാന്റെ അടുത്തുപോയി സങ്കടം ഉണർത്തിച്ചു.

ശിവനാകട്ടെ, അതീവധ്യാനത്തിലായിരുന്നു. ഇനി അതിൽനിന്ന് ഉണർന്നുകിട്ടാതെ തങ്ങളുടെ കാര്യത്തിനു പരിഹാരം കിട്ടുകില്ലെന്നു ദേവകൾക്കു മനസിലായി. ദേവന്മാർ പാർവതിയുടെ സഹായം തേടി. പാർവതിയെ കണ്ടിട്ടും കുലുക്കമില്ല ശിവന്. ധ്യാനാവസ്ഥയിൽതന്നെ

തുടർന്നു. പാർവതീദേവിയുടെ അപേക്ഷകൾക്കോ പ്രലോഭനങ്ങൾക്കോ ഭഗവാനിൽ ഒരു കുലുക്കവും ഉണ്ടാക്കാൻ കഴിഞ്ഞില്ല. ഈ സമയം ദേവേന്ദ്രന്റെ നിർദ്ദേശപ്രകാരം കാമദേവൻ കൃത്യം സമയം നോക്കി ശിവന്റെ ദേഹത്തേക്കു മലരമ്പ് തൊടുത്തു. കാമബാണമേറ്റ ശിവൻ പാർവതിയുമായി രതിലീലകളിലേർപ്പെട്ടു. ശിവഭഗവാൻ എന്തിലും ഏറ്റവും അറ്റം കാണുന്ന ആൾ ആണല്ലോ. അതിതീവ്ര രതിലീല കൾ നീണ്ടുനീണ്ടുനീണ്ടുപോയി. ശിവന്റെ നെറ്റിയിൽനിന്ന് അഗ്നി യായി ഊർജ്ജം പ്രവഹിച്ചു. അതിൽനിന്ന്, ശിവശക്തിയിൽനിന്നു വീണുകിട്ടിയ വിത്ത് എടുത്ത് അഗ്നിദേവൻ പുണ്യഗംഗയിൽ നിക്ഷേ പിക്കുകയും ചെയ്തു. അഞ്ച് പഞ്ചഭൂതങ്ങളും ആറാമതായി ശിവന്റെ ഉള്ളിലെ ജ്ഞാനവും ചേർന്ന ആ വിത്തിൽനിന്ന് ഉയിർകൊണ്ട തേജ്ജസിയായ കുഞ്ഞിനെ ആദ്യം കണ്ടതു കാർത്തികനക്ഷത്രദേവി മാർ ആറുപേരാണ്. ഈ ആറുപേരും കുഞ്ഞിനെ വാത്സല്യത്തോടെ ഏറ്റെടുത്തു. ആറ് അമ്മമാരെയും ഒരേസമയം കാണാനായി ബാല മുരുകൻ ആറുതലയുള്ളവനായി, ഷണ്മുഖനായി.

പിന്നീട് ഈ സുരപത്മനെ മുരുകൻ വധിക്കുകയും, അവസാന ആഗ്രഹപ്രകാരം തന്റെ വാഹനമായി തുടർന്നുകൊള്ളാൻ അനുവ ദിക്കുകയുമുണ്ടായി. സുരപത്മൻ മയിൽരൂപമായി പിന്നീട് മുരുകന്റെ യാത്രകളിലെ വിശ്വസ്തവാഹനമായി മാറുകയും ചെയ്തു.

തമിഴ് സംസ്കൃതത്തിനും മുമ്പുള്ള ഭാഷയാണല്ലോ. തമിഴ് ചരിത്രത്തിന്റെ പഴക്കം അതനുസരിച്ച് ഏറെ മുമ്പുള്ളതുമാണ്. ആ തമിഴരുടെ ഏറ്റവും പ്രധാനപ്പെട്ട ദൈവമാണ് മുരുകൻ. വളരെയേറെ മിത്തുകൾ മുരുകന്റെ ജനനത്തെക്കുറിച്ച് പ്രചരിച്ചിട്ടുണ്ട്. മേൽപ്പറഞ്ഞ ആറു ക്ഷേത്രങ്ങളാണ് മുരുകന്റെ പ്രധാന താവളങ്ങളെന്നു വിശ്വ സിക്കപ്പെടുന്നു.

സുബ്രഹ്മണ്യസ്വാമിക്ഷേത്രം, തിരുപ്പാങ്കുൺഡ്രം

സുരപത്മനെ വധിച്ച മുരുകനു ദേവേന്ദ്രൻ തന്റെ മകൾ ദേവ യാനിയെ വിവാഹം കഴിപ്പിച്ചുകൊടുത്തതു തിരുപ്പാങ്കുൺഡ്രത്തു വച്ചാണ് എന്നാണ് ഐതിഹ്യം. ആറുപടൈവീടുകളിൽ ഒന്നാം സ്ഥാനം അലങ്കരിക്കുന്ന ഈ കോവിൽ മധുര ജില്ലയിൽ സ്ഥിതി ചെയ്യുന്നു. പ്രശസ്ത സംഘകാലകവി നക്കീരർ ധ്യാനമിരിക്കാറുള്ള സ്ഥലം എന്ന പ്രത്യേകതകൂടി ഇതിനുണ്ട്.

സുബ്രഹ്മണ്യസ്വാമിക്ഷേത്രം, തിരുച്ചെന്തൂർ

കടലിനോടു ചേർന്നുകാണുന്ന ഏക മുരുകക്ഷേത്രമാണ് തിരുച്ചെന്തൂർ. തിരുച്ചെന്തൂരിൽ നടന്ന യുദ്ധത്തിൽ മുരുകൻ സുരപത്മനെയും

കൂട്ടാളികളെയും വധിച്ച് ഇന്ദ്രനെ മോചിപ്പിക്കുകയും ചെയ്തു എന്നാണ് ഐതിഹ്യം. സംപ്രീതനായി ഇന്ദ്രൻ മകൾ ദേവയാനിയെ മുരുകനു വിവാഹം കഴിപ്പിച്ചുകൊടുക്കുകയും ചെയ്തു. സുരസംഹാരം ഇന്നും മുരുകന്റെ ഏറ്റവും പ്രധാനപ്പെട്ട ഉത്സവമായി ആഘോഷിക്കുന്നു. തൂത്തുക്കുടി ജില്ലയിൽ സ്ഥിതിചെയ്യുന്ന ഈ മുരുകക്ഷേത്രത്തിൽ ഒരിക്കൽ ഭഗവാന്റെ നിർദേശപ്രകാരം ഞാൻ പോയി ഒരു രാത്രി ഉറങ്ങിയത് മുമ്പ് വിവരിച്ചിരുന്നല്ലോ. കരിങ്കൽനിർമ്മിതിയായ ഈ ക്ഷേത്രത്തെ 2004 ലെ സുനാമി തൊട്ടില്ല എന്നത് അത്ഭുതമായി അവശേഷിക്കുന്നു. ഇവിടെവച്ചാണ് സുരപത്മാസുരനെ വധിച്ചത് എന്നും ഐതിഹ്യമുണ്ട്.

ദണ്ഡായുധപാണിസ്വാമിക്ഷേത്രം, പളനി

ആറുപടൈവീടുകളിൽ ഏറ്റവും പ്രാധാന്യമേറിയത് പളനി തന്നെയെന്ന് ഏവർക്കും അറിയാമല്ലോ. മഹർഷി നാരദൻ ഒരിക്കൽ ഒരു വിശിഷ്ട പഴവുമായി കൈലാസത്തിലെത്തി. ജ്ഞാനപ്പഴം എന്ന ആ വിശിഷ്ടഭോജ്യം മക്കളിൽ ആർക്കു കൊടുക്കും എന്ന ആശങ്കയിലായി ശിവനും പാർവതിയും. മക്കൾ രണ്ടുപേരും തങ്ങൾക്കു വേണം എന്നു വാശിയും. ആദ്യം ലോകം മൂന്നുതവണ ചുറ്റിവരുന്നവർക്ക് ജ്ഞാനപ്പഴം തരാം എന്ന വാഗ്ദാനം കേട്ടതും മുരുകൻ മയിൽപ്പുറത്തു കേറി ലോകം ചുറ്റാനോടി. തന്റെ ഭാരിച്ച തലയും ശരീരവും വച്ച് അതു നടക്കില്ലെന്നറിയാവുന്ന ഗണേശൻ, ''എന്റെ ലോകം എന്നാൽ നിങ്ങളാണ് അച്ഛാ അമ്മേ'' എന്നു പ്രഖ്യാപിച്ച് അവരുടെ ചുറ്റും മൂന്നു പ്രദക്ഷിണം വച്ചു, ജ്ഞാനപ്പഴം വാങ്ങി. ലോകം ചുറ്റി ക്ഷീണിച്ചു വന്ന മുരുകൻ ഇത് അനീതിയാണെന്നു വാദിച്ചു. പിണങ്ങി. പുറപ്പെട്ടുപോയി. പഴനിയിൽ വന്ന് കുടിയിരുന്നു. ഭോഗർ സിദ്ധരാണ് ഇന്നു കാണുന്ന ദണ്ഡായുധപാണി വിഗ്രഹം ഉണ്ടാക്കി പ്രതിഷ്ഠിച്ചത്.

സ്വാമിനാഥസ്വാമിക്ഷേത്രം, സ്വാമിമല

തഞ്ചാവൂർ ജില്ലയിൽ കുംഭകോണത്തിനടുത്താണ് സ്വാമിമല. ഒരിക്കൽ മുരുകൻ ബ്രഹ്മാവിനോട് 'ഓം' എന്നതിന്റെ അർത്ഥം ചോദിച്ചു. സൃഷ്ടി എന്ന വേലയിൽ എന്നും എപ്പോഴും തിരക്കിലായിരുന്ന ബ്രഹ്മാവ് 'ഓം'ന്റെ അർത്ഥം പഠിച്ചിരുന്നില്ല. മുരുകനു കോപം വന്നു. ചെറുപ്പത്തിന്റെ ആവേശത്തിനു ബ്രഹ്മാവിനെ പിടിച്ച് കാരാഗൃഹത്തിലിട്ടു. സ്വാഭാവികമായും പിതാവ് ശിവൻ ഇടപെട്ടു. അച്ഛനറിയുമോ ഓംകാരത്തിന്റെ അർത്ഥം എന്നായി മകൻ. ശിവൻ പരിഭ്രമിച്ചു. 'സത്യം പറഞ്ഞാൽ അറിയില്ല മകനേ' എന്നു പറഞ്ഞു.

പിതാവിനു പുത്രൻ ചെവിയിൽ ഓംകാരത്തിന്റെ അർത്ഥം വിശദീകരിച്ചു കൊടുക്കുകയുണ്ടായി. ആ സംഭവം നടന്ന മലയാണത്രേ ഇപ്പോൾ സ്വാമിമല എന്നറിയപ്പെടുന്നത്.

സ്വാമിക്കു ജ്ഞാനമോതി അവന്റെ നാഥനായിത്തീർന്ന മുരുകൻ ഇവിടെ സ്വാമിനാഥൻ എന്നറിയപ്പെട്ടുതുടങ്ങി. 'തന്തൈക്ക് ഉപദേസം സെയ്തവൻ, തകപ്പൻസ്വാമി' എന്ന പേര് അന്നുമുതൽക്കത്രേ മുരുകനു സ്വന്തമായത്.

ഓംകാരത്തിന്റെ ശക്തി ലോകം മുഴുവൻ അറിഞ്ഞത് പക്ഷേ, ഒരു സന്യാസിയിൽനിന്നോ ജ്ഞാനിയിൽനിന്നോ അല്ല. അത് ഓസ്കാർ വേദിയിൽ റസൂൽ പൂക്കുട്ടി എന്ന മനുഷ്യനിൽനിന്നാണ്. ശബ്ദലേഖനത്തിന് ഓസ്കാർ വാങ്ങിയ വേദിയിലെ ഒരുമിനിറ്റ് സ്പീച്ചിൽ പൂക്കുട്ടി ലോകത്തോടു പറഞ്ഞു.

''ഞാൻ വരുന്നത് എല്ലാ ശബ്ദങ്ങളുടേയും അമ്മയായ ഓംകാരത്തിന്റെ നാട്ടിൽനിന്നാണ്.''

ഈ വാക്കുകൾ 2009 ഫെബ്രുവരി 22 ഞായർ ഞാൻ കേൾക്കുന്നത് കാശിവിശ്വനാഥന്റെ മണ്ണിൽവച്ചാണ്. ''നാളെ ശിവരാത്രിയാണ്. ഭാരതത്തിനു കിട്ടിയ ശിവരാത്രിസമ്മാനമാണ് ഈ ഓസ്കാർ പുരസ്കാരം.'' പൂക്കുട്ടി കൂട്ടിച്ചേർത്തു. ഞാൻ അത്ഭുതത്തോടെ കാശിവിശ്വനാഥക്ഷേത്രത്തെ നോക്കി അപ്പോൾ. ഭാരതത്തിന്റെ നാഭിയിൽനിന്നുയർന്ന് ലോകത്തിനു മുകളിൽ ആകാശമായി ഓംകാരം വിടർന്നുനിൽക്കുന്നതായി എനിക്കനുഭവപ്പെട്ടു.

ചോലമല മുരുകക്ഷേത്രം, പഴമുതിർച്ചോല

പേരിൽതന്നെ ഒരു റൊമാന്റിക് ഭാവമുള്ള പഴമുതിർച്ചോല നൂപുരഗംഗ എന്നറിയപ്പെടുന്ന നദിക്കരയിലാണ്, മധുര ജില്ലയിൽ. ഇവിടെ മുരുകൻ രണ്ടു ഭാര്യമാരോടൊപ്പം സ്വസ്ഥമായി, പ്രണയോന്മാദിയായി സസുഖം വാഴുന്നു എന്നാണ് സങ്കല്പം. തമിഴിൽ അവ്വൈയാർ എന്നൊരു കവയിത്രിയുണ്ട്. അവരൊരു അവധൂതസന്യാസിനിയായിരുന്നു. നൂറ്റാണ്ടുകൾക്കപ്പുറവും അവരുടെ വരികൾ തമിഴ് സ്കൂളുകളിൽ പഠിപ്പിക്കുന്നുണ്ട്. ഇവരുമായി പഴമുതിർച്ചോലയ്ക്ക് ഒരു ബന്ധമുണ്ട്. ദേശങ്ങളിൽനിന്ന് ദേശങ്ങളിലേക്ക് അവധൂതയായ് മുരുകസൂക്തങ്ങൾ പാടി സഞ്ചരിക്കുന്ന സ്ത്രീ ആയിരുന്നു അവർ. ഒരിക്കൽ ഇവർ ചോലമലയിലെത്തി. മുരുകൻ കുസൃതിയുമായി ഒരു ഞാവൽമരത്തിൽ കാലുകളാട്ടി ഇരിക്കുകയായിരുന്നു, ഒരു ഇടയബാലനെപ്പോലെ. അവ്വൈയാർ ആ മരത്തിനടുത്തൂടെ പോകുന്നു. എങ്ങോട്ടാണ് മുത്തശ്ശീ യാത്ര എന്ന് ഇടയബാലൻ ചോദിച്ചു. ഒന്നുമില്ല കുഞ്ഞേ. വയ്യ നടക്കാൻ എന്ന് അവ്വൈയാർ. ഇരുന്നു വിശ്രമിക്കൂ

മുത്തശ്ശി. വിശപ്പും ദാഹവുമുണ്ടോ എന്നു ബാലൻ. ആ നല്ല വിശപ്പ് എന്ന് അവ്വൈയാർ. ചൂടുള്ള ആഹാരം വേണോ, തണുത്തതു വേണോ എന്നു പയ്യൻ. മോനെന്തുതന്നാലും മുത്തശ്ശി കഴിക്കുമല്ലോ കുട്ടാ എന്ന് അവ്വൈയാർ. മുരുകൻ ഇരിക്കുന്ന കൊമ്പ് ഒന്നാഞ്ഞുകുലുക്കി. നിറയെ ഞാവൽപ്പഴം വീണു. അവ്വൈയാർ പെറുക്കിയെടുത്തു. മണ്ണുപുരണ്ട ഞാവൽപ്പഴം അവർ ഒന്നെടുത്ത് ഊതി മണ്ണു കളയാൻ. ഹ ഹ. ചൂടുള്ള ആഹാരം കിട്ടിയില്ലേ മുത്തശ്ശീ എന്നു മുരുകൻ കളിയാക്കി. ആ നിമിഷം അവ്വൈയാർ അതു സാക്ഷാൽ മുരുകനാണെന്നു മനസിലാക്കി. തൊഴുതു. അതിനുശേഷമാണ് അവ്വൈയാരുടെ മികച്ച കവിതകൾ കുട്ടികളെ കേന്ദ്രീകരിച്ച് എഴുതപ്പെട്ടിട്ടുള്ളതത്രെ.

സുബ്രഹ്മണ്യസ്വാമിക്ഷേത്രം, തിരുത്താണി

ആറുപടൈവീട്ടിൽ അവസാനത്തേതാണ് ചെന്നൈയ്ക്കടുത്തുള്ള തിരുത്താണി ക്ഷേത്രം. തന്റെ ഭാര്യ വള്ളിയെ വേട്ടത് ഇവിടെ വച്ചാണെന്നാണ് ഐതിഹ്യം. ഒരു ആദിവാസിയായ വള്ളിയിൽ ഭഗവാൻ അനുരക്തനാവുകയും വിവാഹം കഴിക്കുകയും ചെയ്തു എന്നാണ് കഥ.

പ്രിയപ്പെട്ടവരേ, എന്റെ ജീവിതയാത്രയിൽ മുരുകപ്പെരുമാൾ എന്നെ നടത്തിക്കും എന്ന ആദ്യത്തെ സ്വപ്നസന്ദേശത്തിനു ശേഷമുണ്ടായ ഒട്ടുമിക്ക കാര്യങ്ങളും നിങ്ങളോടു പങ്കുവെച്ചുകഴിഞ്ഞല്ലോ. അതിൽ അതീവപ്രാധാന്യമുള്ള ഒന്നാണ് ഇനി വരുന്നത്. ഒരു വേൽ പൂജിക്കാനായിരുന്നു ആ സന്ദേശം. ആറുപടൈവീട്ടിലും ഒറ്റയാത്രയിൽ ഈ വേൽ കൊണ്ടുപോയി പൂജിക്കേണ്ടിയിരിക്കുന്നു.

ഇത്രയും കൂടി: ഈ അധ്യായത്തിൽ ഓംകാരത്തിനെപ്പറ്റി റസൂൽ പൂക്കുട്ടി ലോകത്തോടു വിളിച്ചുപറഞ്ഞത് എഴുതിയപ്പോൾ ഓർമ്മ വന്ന ഒരു കാര്യംകൂടി പറയട്ടെ. അന്ന്, 2009 ശിവരാത്രിനാൾ പുണ്യ ഗംഗാക്കരയിൽ നിൽക്കുമ്പോഴാണ് ജിത രണ്ടാമതും ഗർഭിണിയായ വിവരം ഞാനറിയുന്നത്. അപ്പോൾ അവിടെവച്ച് തീരുമാനിച്ചതാണ്, ഇതു മോളാണെങ്കിൽ ഗംഗ എന്നു പേരിടുമെന്ന്. ആ വർഷംതന്നെ രണ്ടാമത്തെ മകൾ ജനിച്ചു. ഗംഗ. മൂത്തവൾ നക്ഷത്ര ജനിച്ചത് ഷഷ്ഠിനാളിൽ എങ്കിൽ, ഗംഗ ജനിച്ചത് ശിവഭഗവാനു വിശേഷപ്പെട്ട പ്രദോഷനാളിലാണ്.

കുമാരികാണ്ഡം
Lemuria - The Lost Continent

പ്രിയപ്പെട്ടവരേ, വിവാഹിതനാകുംമുമ്പ് എനിക്കാദ്യമായി ഉണ്ടായ സ്വപ്നം ഓർക്കുമല്ലോ?

സ്വപ്നത്തിലെ ഞാൻ ഉറങ്ങിക്കിടക്കുന്നു. ഒരു വെളിച്ചം. പ്രഭ. അതെന്റെ മുന്നിൽവന്നു നിൽക്കുന്നു. ആ വെളിച്ചം എന്നോടു സ്പഷ്ട മായി ഒരേയൊരു വാചകം പറയുന്നു.

''ഞാൻ മുരുകൻ. നിന്റെ മുപ്പത് വയസിനുശേഷം നീ എന്റെ സംരക്ഷണയിലായിരിക്കും.''

ഇത്രമാത്രം.

അതിനുശേഷം എട്ടു വർഷമാകുമ്പോൾ ഇതാ, ആറുപടൈ വീട്ടിൽ ഒരു വേൽ പൂജിക്കാൻ ഞാൻ നിയുക്തനായിരിക്കുന്നു. കഴിഞ്ഞ അധ്യായത്തിൽ വിവരിച്ച മുരുകന്റെ ആ ആറു ക്ഷേത്രങ്ങളിലും ഞങ്ങൾ ആ വേലുമായി പോകുന്നു. വേൽ എല്ലാ അമ്പലങ്ങൾ ക്കകത്തും പൂജിക്കുന്നു. അന്ന് ആ ആദ്യ സ്വപ്നദർശനത്തിനുശേഷം പഴനിമലയിൽ ആദ്യമായി പോയ ഞാൻ ആരായിരുന്നു? സന്ദേഹി യായ ഒരു ചെറുപ്പക്കാരൻ. ഒരു സ്വപ്നം കണ്ടതിനെ തന്റെ സിനിമാ തിരക്കഥാമോഹങ്ങളുമായി കൂട്ടിക്കെട്ടി നടന്ന ഒരു സ്വാർത്ഥനായ ഭാഗ്യാന്വേഷി. എന്നാൽ ഈ വേലുമായി ആറു പടൈവീട്ടിൽ കേറി യിറങ്ങുന്ന ഞാനോ?

ആ 'രണ്ട് ഞാനുകൾ'ക്കിടയിലുള്ള ദൂരം എത്ര? ആ രണ്ടു ഞാനും തമ്മിൽ എന്താണ് വ്യത്യാസം?

വളരെ വളരെ വളരെ അധികമുണ്ട്. ഇക്കാലമത്രയും മുരുകൻ എന്നെ ഏറെ നടത്തിച്ചു. ഭോഗർ സിദ്ധർ നടന്ന വഴികളിലൂടെയാ യിരുന്നു അവയിൽ ഏറിയകൂറും.

ഈ വേലുമായ് ആറുപടൈവീട്ടിൽ കേറിയിറങ്ങുന്ന ഞാൻ പഴയ ഞാനല്ല. പവർഫുൾ ആണ്. കാരണം എന്നെ നടത്തിക്കുന്നത്

മുരുകനാണ്. എനിക്ക് ആരെയും ഭയക്കേണ്ട കാര്യമില്ല. ഈ ക്ഷേത്രങ്ങളിലെല്ലാം അകത്തുകയറ്റി വേൽ പൂജിക്കുക എളുപ്പമല്ല. സാധാരണ അത്രയെളുപ്പം നടക്കുന്ന സംഭവങ്ങളല്ലതന്നെ. പക്ഷേ, നമുക്ക് ഒഫീഷ്യലായിത്തന്നെ അതിനുവേണ്ട പേപ്പറുകളെല്ലാം ഈസിയായി ശരിയാകുന്നു. തൃശൂരിലെ സുഹൃത്ത് സദാനന്ദൻ നമ്പൂതിരി ഒരു ഇന്നോവ കാർ ശരിയാക്കുന്നു. 2012 ഡിസംബർ 18 മുതൽ മൂന്നേമൂന്നു ദിവസങ്ങൾക്കുള്ളിൽ ഈ ആറു ക്ഷേത്രങ്ങളിലും വേൽ പൂജിക്കുന്നു. സെന്തിൽതന്നെയായിരുന്നു ആ യാത്രയിൽ കൂട്ട്.

ആ വേൽ എന്റെ പൂജാമുറിയിൽ അതീവതേജസ്സോടെ ഇന്നും പരിലസിക്കുന്നു.

ഫിലിപ് സ്ക്ലേറ്റർ എന്ന ഒരു ബ്രിട്ടീഷ് സുവോളജിസ്റ്റ് ഉണ്ട്. നീണ്ട 42 വർഷക്കാലം (1860–1902) സുവോളജിക്കൽ സൊസൈറ്റി ഓഫ് ലണ്ടന്റെ സെക്രട്ടറിയായിരുന്നു. ഏറെ ജീവജാലങ്ങൾക്കു ശാസ്ത്രീയ നാമമായി ഇദ്ദേഹത്തിന്റെ പേരു ചേർത്തിട്ടുണ്ട്. ഇദ്ദേഹം നമുക്ക് പ്രിയങ്കരനാകുന്നത് 1864ൽ ഒരു hypothesis പ്രസിദ്ധീകരിച്ചതിലൂടെയാണ്. പിന്നീട് ലോകത്തെങ്ങുമുള്ള occultists എല്ലാവരുംതന്നെ നെഞ്ചിലേറ്റിയ ലിമ്യൂറിയ എന്ന കടലിൽ അപ്രത്യക്ഷമായ ഭൂഖണ്ഡത്തെപ്പറ്റിയുള്ള സിദ്ധാന്തം. വളരെക്കാലം മുമ്പ് ഭൂമിയുടെ ലാൻഡ്സ്കേപ്പ് ഇന്നു കാണുംവിധം അല്ലായിരുന്നുവെന്നും ഇന്ത്യയും ആഫ്രിക്കയും മറ്റും യോജിച്ചു കിടന്നിരുന്നുവെന്നും പിന്നീടുണ്ടായ അതിഭീകരമായൊരു പ്രകൃതിദുരന്തതാണ്ഡവത്തിലോ മറ്റോ കരകൾ പിളർന്നകന്നു മാറിയതാണെന്നും അദ്ദേഹം അവതരിപ്പിച്ച സിദ്ധാന്തത്തിൽ പറയുന്നു. ലിമ്യൂറിയ ഭൂഖണ്ഡം നിലവിലിരുന്നു എന്നതിനു പിന്നീട് തെളിവുകൾ ഓരോന്നോരോന്നായി പുറത്തുവന്നു.

ഇനിയങ്ങോട്ടുള്ള എന്റെ ജീവിതയാത്രയിലും ഈ പുസ്തകത്തിന്റെ മുന്നോട്ടുള്ള പോക്കിലും ഈ അപ്രത്യക്ഷമായ ഭൂവിഭാഗത്തിനു വൻ പ്രാധാന്യമുണ്ട്.

ആറുപടൈവീട്ടിൽ വേൽ പൂജിച്ച് പഴനിയിലെത്തി ഒരു യാഗം നടത്തിയിരുന്നു. അന്നു കിട്ടിയ ചില വെളിപാടുകളെപ്പറ്റി നിങ്ങളോടു പറയാൻ ഞാൻ ആഗ്രഹിക്കുന്നു.

നിങ്ങൾക്കൊക്കെ ഒരു കാര്യം ഓർമ്മയുണ്ടാകും. 2012ൽ ലോകമവസാനിക്കുമെന്നു വിശ്വസിച്ചിരുന്നവർ ഏറെയുണ്ടായിരുന്ന കാര്യം. ഒരു വിഭാഗം ആൾക്കാർ അവരുടെ മിത്തിക്കൽ കലണ്ടർ ഉദ്ധരിച്ചായിരുന്നല്ലോ ആ കാര്യം പൊന്തിവന്നത്. 2012 എന്നൊരു ഹോളിവുഡ് സിനിമയും ഇതിനെ സംബന്ധിച്ച് ഇറങ്ങിയിരുന്നു. തീർത്തും തെറ്റായ വിചാരങ്ങളായിരുന്നു അതെന്ന് ഇപ്പോൾ നമ്മൾക്കറിയാമല്ലോ?

എന്നാൽ, അതിൽ ചില വാസ്തവങ്ങൾ ഉണ്ടായിരുന്നു താനും. അതിനുമുമ്പ് ഒറ്റക്കാര്യം ചിന്തിച്ചാൽ മതി. ഭീമാകാരന്മാരായ ദിനോസറുകൾ ഈ ഭൂമിയിലുണ്ടായിരുന്നു. മാമത്ത് എന്ന ഭീമാകാരന്മാരായ ആനകൾ ഉണ്ടായിരുന്നു. ഇന്ന് ഇല്ല. അതിനർത്ഥം എന്താണ്? പലവിധ യുഗങ്ങൾ ഈ പ്രപഞ്ചത്തിൽ ഉണ്ടായിരുന്നു. അവയെയെല്ലാം സമ്പൂർണമായി തുടച്ചുനീക്കിക്കൊണ്ട് പുതിയ യുഗങ്ങൾ പിറവികൊണ്ടിട്ടുണ്ട്. ശാസ്ത്രം സമ്മതിക്കുന്നതാണിത്, അല്ലേ.

എങ്കിൽ കേട്ടുകൊൾക. ഭൂമിയിൽ വലിയൊരു എനർജി ഷിഫ്റ്റ് വരാൻ പോകുന്നു. ഒരു യുഗത്തിൽനിന്ന് മറ്റൊരു യുഗത്തിലേക്കു ഭൂമി ട്രാൻസ്ഫോം ചെയ്യാൻ പോകുന്നു. ഇതു കാർത്തികനക്ഷത്രവുമായി ബന്ധപ്പെട്ടായിരിക്കും. കാർത്തികനക്ഷത്രക്കൂട്ടം- സെവൻ സിസ്റ്റേഴ്സ് (Pleiadians). അവയുടെ രശ്മികൾ കേന്ദ്രീകരിച്ചായിരിക്കും ഈ യുഗത്തിന്റെ പ്രഭാവം. ഈ ഏഴു സഹോദരിമാരാണ് മുരുകന്റെ വളർത്തമ്മമാർ എന്നറിയാമല്ലോ.

കാർത്തികനക്ഷത്രക്കൂട്ടങ്ങൾക്ക് (Pleiadians) പ്രപഞ്ചത്തിലുള്ള സ്ഥാനം അദ്വിതീയമാണ്. ഭൂമിയിൽ അവയുളവാക്കുന്ന സ്വാധീനം എന്തൊക്കെയാണെന്ന് ശാസ്ത്രീയമായി വന്നിട്ടുള്ള വസ്തുതകൾ പ്രിയ വായനക്കാർ ഒന്ന് അന്വേഷിച്ചറിയുക. നീലനിറത്തിൽ പരിലസിക്കുന്ന ഇവയുടെ രശ്മികൾ പതിക്കുന്നിടം ആത്മീയമായ ഉന്നതിയാൽ അനുഗ്രഹിക്കപ്പെട്ടതായിരിക്കും. ലോകത്തെ ഏതു പുരാണങ്ങളിലും ഈ ഏഴു സഹോദരിമാരുടെ പ്രാധാന്യം എടുത്തു പറഞ്ഞിരിക്കുന്നത് ഒന്നുതന്നെ. ഭൂമിയിലെ അടുത്ത യുഗപ്പിറവിയിൽ കാർത്തികനക്ഷത്രങ്ങൾക്കുള്ള (Pleiadians) പങ്ക് നിസ്സീമമായിരിക്കും.

ആ യുഗപ്പിറവിക്കു മുന്നോടിയായുള്ള എനർജി ഷിഫ്റ്റിംഗിന്റെ ലക്ഷണങ്ങൾ ഭൂമിയുടെ astral bodyയിൽ അനുഭവപ്പെട്ടുതുടങ്ങി 2012 മുതൽ! ഞാൻ വ്യക്തമാക്കാം. നിങ്ങളെല്ലാം ഓറ (Aura) എന്ന പ്രതിഭാസത്തെക്കുറിച്ച് കേട്ടിരിക്കുമല്ലോ? നമുക്കു ചുറ്റുമുള്ളൊരു അദൃശമായൊരു ഊർജ്ജമണ്ഡലമാണ് ഓറ. ഈ ഓറ എന്ന പ്രതിഭാസം കാമറയിൽ പകർത്തുന്നതിൽ 1939ൽ റഷ്യക്കാരനായ Semyon Davidovich Kirlian എന്നയാൾ വിജയിച്ചു. കിർലിയൻ ഫോട്ടോഗ്രാഫി എന്നപേരിൽ ഇന്നും അനേകായിരങ്ങളെ ആകർഷിച്ചുകൊണ്ടിരിക്കുന്ന ഒരു ശാഖയാണ് ഓറ ഫോട്ടോഗ്രാഫി.

മനുഷ്യർക്കു മാത്രമല്ല ഭൂമിക്കും ഉണ്ട് ഓറ. അതായത് നമ്മുടെ ശരീരത്തിനു ചുറ്റും നമ്മൾ കാണാത്ത ഒരു പ്രഭാവമുണ്ട്. astral body. യഥാർത്ഥ ശരീരത്തെ ഒരു രോഗം അല്ലെങ്കിൽ ഒരു പ്രശ്നം ബാധിക്കുന്നതിനു മുമ്പ് അത് astral bodyയെ ബാധിക്കും. അത് അറിയാൻ സാധിച്ചാൽ യഥാർത്ഥശരീരത്തെ രക്ഷിക്കാൻ കഴിയും

എന്ന കാര്യത്തിൽ തർക്കമില്ലല്ലോ. അപ്പോൾ ഭൂമിയിൽ വലിയൊരു എനർജി ഷിഫ്റ്റ് വരുന്നു എന്നതിന്റെ അടയാളങ്ങൾ ഭൂമിയുടെ astral bodyക്ക് ആദ്യം ലഭിക്കും. അങ്ങനെ ലഭിക്കുന്നപക്ഷം പുതു യുഗപ്പിറവിയെ വേണ്ടവിധത്തിൽ വരവേൽക്കാൻ ഭൂമിക്കു സാധിക്കും. തീർച്ചയായും പ്രകൃതി അതിനുവേണ്ട മുന്നൊരുക്കങ്ങൾ നടത്തിയിരിക്കും. എന്തൊക്കെയാണാ മുന്നൊരുക്കങ്ങൾ എന്നു നിങ്ങളോടു പറയാൻ ഇപ്പോൾ എനിക്ക് അനുവാദം കിട്ടിയിട്ടില്ലെന്നു മാത്രം മനസിലാക്കുക.

തമിഴ് എന്നതു ഭാഷ മാത്രമല്ല. സ്വത്വവും വംശവും കുലവുമാണ്. ഭാഷയെ വച്ചുകൊണ്ട് ഒരു ദൈവം എന്ന സങ്കല്പം ലോകത്തു മറ്റൊരു ഭാഷയ്ക്കും ഉണ്ടാകുമെന്ന് എനിക്കു തോന്നുന്നില്ല. തമിഴ് കടവുൾ മുരുകൻ! ആ ഭാഷയ്ക്കൊരു ദൈവം ഉണ്ടെങ്കിൽ, ഒന്ന് ആലോചിച്ചുനോക്കൂ, എത്രയോ യുഗങ്ങൾക്കപ്പുറവും തമിഴ് എന്ന ഭാഷ ഉണ്ടായിരിക്കണം? ഇനി നമുക്ക് നേരത്തേ പറഞ്ഞ ലിമ്യൂറിയ എന്ന ലോസ്റ്റ് കോണ്ടിനെന്റിലേക്കു വരാം. ഒരു ഭൂഖണ്ഡം അപ്പാടെ കടലെടുത്തുപോയി എന്നാണ് തിയറി. പിന്നീട് തെളിവുകളോരോന്നായി പുറത്തുവരുന്നു. ആ അറ്റത്ത് ആസ്ത്രേലിയ മുതൽ ഈയറ്റത്ത് മഡ്ഗാസ്കർ വരെ നീണ്ടുകിടക്കുന്ന ഒരു വൻ ഭൂഖണ്ഡമായിരുന്നു അതെന്നു തെളിയുന്നു. കാരണം കടൽ കടന്ന് ഒരിക്കലും സഞ്ചരിക്കാത്ത ജീവിയുടെ ഫോസിൽ അങ്ങ് ആസ്ത്രേലിയയിൽ നിന്നും ഇങ്ങേയറ്റത്ത് മഡഗാസ്കറിൽനിന്നും കിട്ടുന്നു.

അപ്പോൾ?

ഇത്ര വലിയൊരു ഭൂഖണ്ഡം നമ്മുടെ കന്യാകുമാരി ഉൾപ്പടെ നിലനിന്നിരുന്നുവെന്നും അതിന്റെ പേര് ലിമ്യൂറിയ എന്നാണെന്നും വരുന്നു. തെറ്റ്! കാരണം കുമാരികാണ്ഡം എന്ന രാജ്യം നിലനിന്നിരുന്നുവെന്ന് തമിഴ് രേഖകൾ പറയുന്നു! ആ രാജ്യം അത്യന്തം സമ്പന്നമായിരുന്നു. ആ രാജ്യത്തിന്റെ അധിപനായിരുന്നു സാക്ഷാൽ മുരുകൻ. കുമാരികാണ്ഡം എന്ന രാജ്യത്തിന്റെ അധിപൻ. കുമാരികാണ്ഡത്തിലെ ജനങ്ങൾക്കു സിദ്ധികൾ കൂടുതലായിരുന്നു. അവർക്ക് ആന്റിഗ്രാവിറ്റി, ആന്റിമാറ്റർ ഉപയോഗങ്ങൾ അറിയാമായിരുന്നു. ഇന്നു ലോകത്തെ ഏറ്റവും പവർഫുൾ ബൂം ക്രെയിൻ ഉപയോഗിച്ചാൽ ഉയർത്താൻ സാധിക്കാത്ത കല്ലുകളും പാറകളും കൂറ്റൻ എടുപ്പുകൾക്കു മീതെ കൊണ്ടുവയ്ക്കാൻ അവർക്കു സാധിക്കുമായിരുന്നു. യെസ്, ഫിലിപ് സ്ക്ലേറ്റർ ലിമ്യൂറിയ എന്നു പേരിട്ട ആ നഷ്ടപ്പെട്ട ഭൂഖണ്ഡം നമ്മുടെ കുമാരികാണ്ഡം ആയിരുന്നു. പ്രിയപ്പെട്ടവരേ, ഈ പുസ്തകത്തിൽ ഇനിയങ്ങോട്ട് അതിന്റെ തെളിവുകൾ ഓരോന്നോരോന്നായി നിങ്ങൾക്കു കാണാം. എല്ലാം അവിശ്വസനീയമായി ടാലി ആയിവരികയാണ്.

ബോറിസ്ക കിപ്രിയാനോവിച്ച് എന്ന ഒരു റഷ്യൻ പയ്യൻ. 2007ൽ അവനു 11 വയസ്സ്. ചെറുപ്പത്തിലേ പയ്യന്റെ രീതികൾ വ്യത്യസ്തമായിരുന്നു. 2007ൽ അവൻ താൻ ഒരു ഏലിയൻ ആണെന്ന് അവകാശപ്പെടുന്നു. ചൊവ്വാഗ്രഹത്തിൽനിന്ന് തന്നെപ്പോലെ കുറെ കുട്ടികളെ ഭൂമിയിലേക്കു വിട്ടിട്ടുണ്ടത്രെ! ഇതൊക്കെ ഭ്രമം ആയി കണക്കാക്കി തള്ളിക്കളയേണ്ടവർക്കു കളയാം. എന്നാൽ അവൻ കുമാരീകാണ്ഡത്തെ(ലിമ്യൂറിയ)പ്പറ്റി പറയുന്നു. ചൊവ്വയിൽനിന്ന് അവൻ പണ്ട് ഭൂമിയിൽ വന്നിട്ടുണ്ടത്രെ. അവർ ടൈം ട്രാവലിനു കഴിവുള്ളവരാണ്. ഭൂമിയിൽ വരാൻ പോകുന്ന മാറ്റങ്ങളെപ്പറ്റിയും പയ്യൻ പ്രവചിച്ചിട്ടുണ്ട്. താൻ മാത്രമല്ല, തന്റെ ആളുകൾ വേറെയും ഭൂമിയിലേക്ക് ഇതേ മിഷനുമായി എത്തി ജീവിക്കുന്നുണ്ട് എന്നും ബോറിസ്ക പറയുന്നു. ഇപ്പോൾ ഏതോ രഹസ്യസങ്കേതത്തിലാണത്രെ പയ്യൻ.

അപ്പോൾ ലോകം ഒരു എനർജി ഷിഫ്റ്റിംഗിന്റെ വക്കിലാണ്. പറഞ്ഞപോലെ, 2013 മുതൽ ഭൂമിയുടെ astral bodyയിൽ അതിന്റെ അനുരണനങ്ങൾ വന്നുതുടങ്ങി. അതു സൂക്ഷ്മമായി നിരീക്ഷിക്കുന്നവർക്കു മനസ്സിലാകും. മനസ്സിലാകുന്നവർക്ക് അതിനെ സ്വാഗതം ചെയ്യാനായി തയാറെടുക്കാൻ കഴിയും. ഈ എനർജി ഷിഫ്റ്റ് എപ്പോൾ സംഭവിക്കും എന്നു പറയാൻ സാധിക്കില്ല. എന്തായാലും നമ്മൾ ആ പാതയിലാണ്. അതു സംഭവിക്കുമ്പോൾ ചിലർക്കു വൻ നഷ്ടങ്ങളുണ്ടാകാം. ചിലർക്കു വൻ ഗുണങ്ങളായിരിക്കാം ഉണ്ടാവുക.

ഒന്നു തീർച്ച. ആ എനർജി ഷിഫ്റ്റിംഗ് ഒരു ലോംഗ് അവെയ്റ്റഡ് ഐറ്റം ആണ്. ആർക്ക്? ഒരിക്കൽ ഈ പ്രപഞ്ചത്തെ കീഴടക്കാൻ ശേഷിയുള്ള, ആന്റിമാറ്റർ വരെ ഉള്ളംകൈയിലുണ്ടായിരുന്ന, എന്നാൽ അജ്ഞാതകാരണങ്ങളാൽ തുടച്ചുനീക്കപ്പെട്ട കുമാരികാണ്ഡം പ്രജകൾക്ക്. ഇതു വായിക്കുന്നവരിൽ പലരും കുമാരികാണ്ഡ പുനഃസ്ഥാപനത്തിൽ അവരവരുടേതായ പങ്കു വഹിക്കും. അതിന്റെ പര്യവസാനം, ഭാരതസംസ്കാരം അനേകായിരം വർഷങ്ങളായി സംരക്ഷിച്ചുപോരുന്ന അതിന്റെ പ്രഭാവത്തെ വീണ്ടുമൊരിക്കൽകൂടി മറ്റു സംസ്കാരങ്ങൾക്കു വഴികാട്ടിയായി മുന്നിൽനിന്നു നയിക്കലാകും. നടപ്പുയുഗത്തിൽ വിസ്മൃതിയിലാണ്ടു എന്ന് ഏവരും കരുതിയ, എന്നാൽ ചാരം മൂടിയതിനുള്ളിൽ ജ്വലിക്കുന്ന കനലായി കിടന്നിരുന്ന സിദ്ധസംസ്കാരത്തിനു പിന്നിൽ ഈ ലോകം അണിനിരക്കും. വീണ്ടുമൊരിക്കൽകൂടി ഭാരതം ലോകത്തെ മുന്നിൽനിന്ന് നയിക്കും! എനിക്കുറപ്പാണ്. ആ നാളുകൾ അടുത്തെത്തിക്കഴിഞ്ഞു.

ഞാനിതെഴുതുമ്പോൾ നിങ്ങൾക്ക് ഒരു അവിശ്വസനീയത തോന്നുന്നുണ്ടെന്ന് എനിക്കറിയാം. എന്തുകൊണ്ട് ഞാനിത് ഇത്ര ഉറപ്പിച്ചു പറയുന്നു എന്ന്! വായിച്ചു മുന്നോട്ടുപോകുമ്പോൾ പോകപ്പോകെ

അതു മാറും. കാരണം 2013 മുതൽ മുരുകൻ എന്നെ നടത്തിക്കുന്നത് അങ്ങനെയാണ്. കുമാരികാണ്ഡത്തിലെ ഓരോ സ്മരണകളെ അല്ലെങ്കിൽ ശേഷിപ്പുകളെ എന്റെ മുന്നിലേക്ക്, അല്ലെങ്കിൽ അവയിലേക്ക് എന്നെ, കൊണ്ടുപോവുകയാണ് മുരുകൻ. ഇതു വായിക്കുന്ന നിങ്ങളിൽ പലരും കുമാരികാണ്ഡത്തിലെ പ്രജകളായിരുന്നിരിക്കും. ചാരം മൂടിക്കിടക്കുന്ന കനൽ നിങ്ങളിൽ പലരുടെയും ഉള്ളിലുണ്ടായിരിക്കും. നാഭിയിൽനിന്നുത്ഭവിച്ച് സിരകളെ വൈബ്രേറ്റ് ചെയ്യിപ്പിക്കുന്ന ഓംകാരം ഒന്നുച്ചത്തിൽ ചൊല്ലിനോക്കൂ. ആ കമ്പനത്തിൽ മൂടിയ ചാരം പൊടിപൊടിയായി പറന്നുമാറും. ആ മാറുന്ന നിമിഷം നിങ്ങൾക്കു കാണാം ഉള്ളിലെ കനൽ! ആ കനൽ നിങ്ങൾക്കു കാണിച്ചുതരിക എന്നതാണ് എന്റെ ദൗത്യം. മുരുകഭഗവാൻ സഹായിച്ച് എനിക്കതിനു കഴിയും. നമുക്കതിനു കഴിയും.

ഓം ശരവണഭവായ നമഃ

രാജാധിരാജ മുരുകദർശനം

ഇത്രയും നാൾ, അതായത് 2012 വരെ എനിക്കു ഭഗവാൻ സ്വപ്ന ത്തിലൂടെയാണല്ലോ നിർദ്ദേശങ്ങൾ തന്നിരുന്നത്. നടക്കാൻ ഒരു ശതമാനം പോലും സാധ്യതയില്ലാത്ത പലതും അവസാന സെക്കൻഡിൽ ഭഗവാൻ ഇടപെട്ട് സാധിക്കുമാറാക്കും. ഓരോ ടാസ്കിലും ഭഗവാൻ കൈപിടിച്ചു നടത്തിച്ചു. അതുകൊണ്ടുമാത്രം പൂർത്തിയാക്കാൻ കഴിഞ്ഞ എത്രയോ കാര്യങ്ങൾ. അതെല്ലാം ഒട്ടുവിശദമായിത്തന്നെ നിങ്ങളോട് പങ്കുവെച്ചു കഴിഞ്ഞതാണല്ലോ.

2013ൽ ഒരനുഭവമുണ്ടായി. അന്നുമുതൽ സ്വപ്നങ്ങളിൽകൂടി യുള്ള നിർദ്ദേശങ്ങൾക്കു പരിസമാപ്തിയും നേരിട്ടു നിർദ്ദേശങ്ങൾ ലഭിക്കുന്ന രീതിക്ക് ആരംഭവുമായി. ഈ അനുഭവത്തെ അതിന്റെ അതേ തീവ്രതയോടെ അക്ഷരങ്ങളിൽക്കൂടി, വാക്കുകളിൽക്കൂടി പകർത്താനാകുമെന്ന് എനിക്ക് ആത്മവിശ്വാസം പോരാ. ഇന്നീ നിമിഷം വരെ എന്റെ ജീവിതത്തിലുണ്ടായ ഏറ്റവും ഉന്നതമായ നിമിഷങ്ങളാണതെന്ന് ഒരല്പംപോലും സംശയമേതുമില്ല.

അത് ഒരു സാധാരണ പകൽ ആയിരുന്നു. രാവിലെ ഒമ്പതര യ്ക്കു ഭാര്യ ജോലിക്കു പോയി. കുഞ്ഞുങ്ങൾ സ്കൂളിലും പോയി. എനിക്ക് അന്ന് ഉച്ചതിരിഞ്ഞാണു ഡ്യൂട്ടി. എന്തോ ഫോൺ വന്നു. ഒഫീഷ്യൽ മാറ്റർ. ഞാൻ സംസാരിച്ചുകൊണ്ട് മുറ്റത്തിറങ്ങി. ഗേറ്റിൽ പിടിച്ച് റോഡിനഭിമുഖമായി നിന്ന് സംസാരിക്കുകയാണ്. വഴിയിൽ കൂടി ആളുകൾ പോകുന്നുണ്ട്. അയൽക്കാരോ പരിചയക്കാരോ ഒക്കെത്തന്നെ. ഫോണിലായതിനാൽ അവരും ഞാനും ജസ്റ്റ് ചിരിയോ കൈ ഉയർത്തിയോ ഒക്കെ ഗൗനിക്കുന്നുണ്ട്. സംസാരം തീർന്ന് ഞാൻ ഫോൺ പോക്കറ്റിലിട്ടു.

ഗേറ്റിന്റെ അഴിയിൽ കൈവെച്ച് വെറുതെ അല്പനേരം നിന്നു. ഫോണിൽ സംസാരിച്ച വിഷയം ആലോചിച്ചായിരിക്കണം അങ്ങനെ നിന്നത്. തിരിച്ച് വീട്ടിനുള്ളിലേക്കു പോകാൻ തിരിഞ്ഞത് ഓർമ്മ യുണ്ട്. എന്റെ മുഖം, തല വീടിന്റെ വശത്തേക്കു തിരിഞ്ഞു, ശരീരം തിരിയാൻ പോകുന്നു. ഈ അവസ്ഥയിൽ ഞാൻ അവിടെ ഉറഞ്ഞു

പോകുന്നു. ഉറഞ്ഞുപോകുന്നു എന്നുപറഞ്ഞാൽ ഫ്രീസ്ഡ്. അന ങ്ങാൻ പറ്റുന്നില്ല. അമ്മ അടുക്കളയിലുണ്ട്. ഉറക്കെ അമ്മയെ വിളി ക്കാൻ ഞാൻ വെമ്പുന്നു, ശ്രമിക്കുന്നു. നാവു പോയിട്ട് കൃഷ്ണമണി പോലും അനക്കാൻ പറ്റുന്നില്ല! അങ്ങനെ മരവിച്ച നിൽപ്പ്. മുമ്പിൽ മുറ്റം, വീട്. അതൊക്കെ കാണാം. പക്ഷേ, ശരീരം മരവിച്ചുറച്ചു പോയോ? ശരിക്കും embarrassing സിറ്റുവേഷൻ.

റോഡിൽകൂടി പോകുന്ന ആൾക്കാർ കാണുന്നുണ്ടാവില്ലേ? ഇതെന്ത് വിചിത്ര അവസ്ഥ എന്നൊക്കെ ചിന്തിച്ചുനിൽക്കുമ്പോൾ എന്റെ കീഴ്ത്താടിയിൽ ബോക്സിംഗ് പഞ്ച് പോലെ അദൃശ്യമുഷ്ടിയാൽ ഒരിടി. ഹൊ! എന്റെ മുഖം മുകളിലേക്കായി. ആകാശത്തേക്കു നോക്കും പോലെ. അപ്പോൾ... ഒരു തെങ്ങിന്റെ ഉയരത്തിൽ ഒരു കാർമേഘ ക്കൂട്ടം. വിചിത്രമായ ആകാശം. ആ മേഘക്കൂട്ടത്തിനു നേരെ എന്റെ മുഖം ഉയർന്നുനിൽക്കുന്നു. അപ്പോഴും സ്റ്റാൻഡ് സ്റ്റിൽ ആണ്. പെട്ടെന്ന് ചുറ്റിലുമുള്ള വായു ചൂടാകുന്നപോലെ. അത് കൂടിക്കൂടി വരുന്നു. വല്ലാത്തൊരു അവസ്ഥ. അന്നേരം ആ കറുത്ത മേഘങ്ങൾ ക്കുള്ളിൽ ഒരു വിള്ളൽ പ്രത്യക്ഷമായി. അതിനുള്ളിൽ സ്വർണ്ണനിറം. കാണെക്കാണെ അതു വലുതായി. കണ്ണഞ്ചിപ്പോകുന്ന ദിവ്യപ്രഭ യിൽ ഒരു ജ്യോതി. 'മുരുകൻ രാജചിഹ്നങ്ങളോടെ വരുന്നു' എന്ന് എന്റെ ഉള്ളിൽ ഒരു അശിരീരി. എന്റെ ദേഹം അന്തരീക്ഷത്തിന്റെ ചൂടാൽ വിയർത്തൊഴുകാൻ തുടങ്ങി. ആ ജ്യോതി ഒരു കൈ നീള ത്തിൽ പൊൻവെളിച്ചം തൂകുന്നു. എന്റെ കൈകൾ രണ്ടും സ്വതന്ത്ര മായി. ബോഡി അയഞ്ഞു. ദേഹം വെന്ത ഞാൻ ജ്യോതിയെ നോക്കി കൈകൾ കൂപ്പി. എന്റെ കണ്ണിൽനിന്ന് നിലയ്ക്കാത്ത കണ്ണീർപ്രവാഹം.

രാജാധിരാജൻ മുരുകഭഗവാൻ എനിക്കു മുന്നിൽ പ്രത്യക്ഷമാ യതാണോ?

മൂന്നു മിനിറ്റിൽ എല്ലാം ശാന്തമായി. ഇത്രനേരം പ്രകൃതി നിശ്ചല മായിരുന്നു. ഞാൻ റോഡിലേക്കു നോക്കി. വിജനം. അമ്മ അടുക്കള യിൽതന്നെ. ഈ മൂന്നുനാലു മിനിറ്റ് അവിടം പ്രകൃതിപോലും സ്തംഭിച്ചിരുന്നു. ഞാൻ മുറിയിലേക്കു നടന്നു. കിടക്കണമെന്നുണ്ട്. പക്ഷേ, ജനാലയ്ക്കൽ പോയി അതിന്റെ അഴികളിൽ പിടിച്ച് ഞാൻ അനന്തമായ ആകാശം നോക്കിനിന്നു. എത്രനേരം എന്നറിയില്ല. എന്റെ ഉള്ളിൽ ഇതിനുമാത്രം കണ്ണീരുണ്ടെന്ന് എനിക്കറിയില്ലായിരുന്നു. നിശ്ശബ്ദമായി അതു ധാരധാരയായി ഒഴുകിക്കൊണ്ടേയിരുന്നു.

പ്രിയപ്പെട്ടവരേ, ഞാൻ പരാജയപ്പെടുന്നു. ഞാൻ അനുഭവിച്ച ആ നിമിഷങ്ങളെ അതേപടി നിങ്ങളിലേക്കെത്തിക്കാൻ എനിക്കാ വുന്നില്ലല്ലോ. അതിനീ ഭാഷ പോരാ! എന്തൊരു ഊർജ്ജമായിരുന്നു അത്. രാജാധിരാജൻ പഴനിവേൽമുരുകന്റെ എഴുന്നെള്ളിപ്പിന്റെ ഒരംശം ആണ് എന്റെ മുന്നിൽ ഗോചരമായത്. അതിന്റെ ഊർജ്ജം

താങ്ങാൻപോലും ഞാൻ അശക്തനായിപ്പോയല്ലോ! വെറുതെയല്ല ഭഗവാൻ കൃഷ്ണൻ വിരാടരൂപം കാണിക്കുംമുമ്പ് അർജുനന് ഒരു സവിശേഷ ശക്തി നൽകിയത്. അല്ലാത്തപക്ഷം ആ കാഴ്ചയിൽ അർജുനൻ ഭസ്മമായിപ്പോകുമായിരുന്നു. ഞാൻ എത്ര ഭാഗ്യവാൻ. ഇന്നിതെഴുതുമ്പോഴും ആനന്ദാതിരേകത്താൽ എന്റെ കണ്ണുകൾ നിറഞ്ഞൊഴുകുന്നു.

അതൊരു വഴിത്തിരിവായിരുന്നു. അതിനുശേഷം ഭഗവാൻ എന്റെ സ്വപ്നങ്ങളിൽ വരാതെയായി. നേരിട്ടായി സംവേദനം. എന്തെങ്കിലും ഒരു മെസേജ് എനിക്ക് ഉണ്ടെങ്കിൽ എനിക്കത് അനുഭവപ്പെടും. ഒരു ഊഷ്മാവ് വ്യതിയാനം എനിക്കു ചുറ്റും വന്നുതുടങ്ങും. അതെനിക്ക് ആദ്യമാദ്യമൊന്നും പിടികിട്ടിയിരുന്നില്ല. പോകപ്പോകെ അങ്ങനെയൊരു അവസ്ഥ വരുന്നതു കൃത്യമായി മനസ്സിലായിത്തുടങ്ങി. രണ്ടു ദിവസമൊക്കെ അതിന്റെ ഒരു വൈബ്രേഷനിൽ നടക്കും. പിന്നെ പൂജാമുറിയിൽ കയറി ഇരിക്കും. രാത്രി. ഒരു ഫാക്സ് സന്ദേശം പൊന്തിവരുംപോലെ ഭഗവാന്റെ മെസേജുകൾ വരും. ഒരു സുഡോക്കു ഗെയിം പോലെയാണത്. ചില ക്ലൂസ് ഓൺലി. ബാക്കി ഞാൻ പൂരിപ്പിക്കണം. ആദ്യമൊക്കെ അതൊന്നു ഫില്ലായിക്കിട്ടാൻ ഒന്നുരണ്ടാഴ്ച എടുക്കുമായിരുന്നു. അതു കണ്ടുപിടിക്കാൻ ഞാൻ എത്ര വൈകുന്നുവോ അതനുസരിച്ച് അടുത്ത മെസേജ് വൈകുന്നു എന്നു ഞാൻ മനസ്സിലാക്കി. അതിനുശേഷം കിട്ടിയ ക്ലൂവെച്ച് ടാസ്ക് കണ്ടുപിടിക്കാൻ ഞാൻ ഊർജ്ജിത ശ്രമം തുടങ്ങി. വരും അധ്യായങ്ങളിൽ നിങ്ങൾക്കതു മനസ്സിലാകും.

ഭഗവാൻ എന്നോടെന്തോ പറയാൻ ശ്രമിക്കുന്നുണ്ടെന്ന് പെട്ടെന്നു തിരിച്ചറിയാൻ തുടങ്ങിയെന്നു പറഞ്ഞല്ലോ. ആ സമയമൊക്കെ ഞാൻ വേറെ ഒരു ഡൈമൻഷനിലേക്കു പോകാൻ തുടങ്ങി. ഇതുപക്ഷേ, ആർക്കും തിരിച്ചറിയാൻ പറ്റില്ല. ജോലി, കുടുംബം, വിനോദം, വിശ്രമം ഒക്കെ പഴയതുപോലെ തന്നെ. പക്ഷേ, ആന്തരികമായി ഞാൻ ഭഗവാൻ തന്ന മെസേജ് ഡീകോഡ് ചെയ്യുകയായിരിക്കും. രണ്ടു ജീവിതവും ബാലൻസ് ചെയ്തു പോകാൻ പറ്റുന്നതാണ് എന്റെ അനുഗ്രഹവും വിജയവും എന്നു ഞാൻ വിശ്വസിക്കുന്നു.

അത്തരത്തിലുള്ള ആദ്യത്തെ ഭഗവാന്റെ ഇംഗിതം വളരെക്കാലമായുള്ള എന്റെ ഒരു സംശയം ദൂരീകരിച്ചു. എത്രയോ എന്നെ നടത്തിച്ചു ഭഗവാൻ. എനിക്കജ്ഞാതമായിരുന്ന എത്ര സ്ഥലങ്ങൾ കാട്ടിത്തന്നു. എത്രയോ ടാസ്കുകൾ ചെയ്യിച്ചു. എന്നാൽ, ഭഗവാന്റെ ഏറ്റവും ഇഷ്ടപ്പെട്ട കാവടി മാത്രം എന്നെക്കൊണ്ട് എടുപ്പിച്ചില്ല. ആ പരാതി മാറി. ഇതായിരുന്നു മെസേജ്. 'മറ്റന്നാൾ പൗർണമി. നീ പഴനിയിൽ വന്ന് കാവടി എടുക്കുക. കാവടി ഞാൻ തരും.'

ഉച്ചയ്ക്ക് ഞാൻ ഓഫീസിൽനിന്ന് സെന്തിലിനെ വിളിക്കുന്നു. കാവടി വേണം. സെന്തിൽ അത്ഭുതത്തോടെ പറയുന്നു. അന്നു രാവിലെ

പുൽപ്പാണി ആശ്രമത്തിലെ സ്വാമി സെന്തിലിനോടു പറഞ്ഞെന്ന്. അവിടെ ഒരു കാവടി ഉണ്ട്. 400 കൊല്ലം മുമ്പ് സാമൂതിരിയോ മറ്റോ സമ്മാനിച്ച ഒരു കാവടി. അതു പുറത്തിറക്കീട്ടുതന്നെ 250 കൊല്ലമായിട്ടുണ്ട്. അതൊന്നെടുത്ത് നല്ലോണം വൃത്തിയാക്കി സൂക്ഷിക്കണം!

''ഹേയ് സെന്തിൽ, അപ്പൊ അതുതന്നെ കാവടി! ഞാൻ നാളെ വരുന്നു.''

അതവിടെ നിൽക്കട്ടെ, ഇഡുംബൻ എന്നു നിങ്ങൾ കേട്ടിട്ടുണ്ടോ? ഇഡുംബർ മല എന്നു കേട്ടിട്ടുണ്ടോ? ഇഡുംബൻ ഒരു രാക്ഷസനായിരുന്നു. രാക്ഷസൻ എന്നുപറയുമ്പോൾ ദുഷ്ടനും പരാക്രമിയുമായിരുന്നുവെന്നു ധരിക്കരുത്. മഹാസാധുവും അഗസ്ത്യരുടെ ശിഷ്യനുമായിരുന്നു.

ഒരിക്കൽ അഗസ്ത്യർ ഇഡുംബനോട് ആവശ്യപ്പെട്ടു. രണ്ടു മലകൾ എടുത്ത് തന്റെ സ്ഥലത്തേക്കു കൊണ്ടുവരാൻ. ശിവഗിരി എന്നും ശക്തിഗിരി എന്നും പേരുള്ള രണ്ടു മലകളെയും തൂക്കിയെടുത്ത് തന്റെ തോളിൽ മുന്നിലും പിന്നിലുമായി തൂക്കിയിട്ട് ഇഡുംബൻ യാത്ര തുടങ്ങി. ഇടയ്ക്ക് ഒന്നു വിശ്രമിക്കാൻ മലകൾ താഴെവച്ചു. ക്ഷീണമകറ്റി വീണ്ടും മല ഏറ്റാൻ നോക്കുമ്പോൾ ശക്തിഗിരി മല അനങ്ങുന്നില്ല. ആരോ താഴേക്ക് അമർത്തുംപോലെ. നോക്കുമ്പോൾ ഒരു കുട്ടി മലയ്ക്കു മുകളിൽ ഓടിക്കളിക്കുന്നു. ഇഡുംബൻ കുട്ടിയുമായി തർക്കമായി. അടിയായി. യുദ്ധമായി. ജ്ഞാനപ്പഴം ഗണപതിക്കു കൊടുത്തതിൽ മാതാപിതാക്കളോടു പിണങ്ങി ദേഷ്യത്തിൽ നാടുവിട്ടുവന്ന പയ്യൻ മുരുകൻ ഇഡുംബനെ വധിച്ചു. വിവരമറിഞ്ഞ് ഓടിയെത്തിയ അഗസ്ത്യർ സിദ്ധർ, ഇഡുംബൻ പാവമായിരുന്നെന്നും ശിവഭഗവാന്റെയും നിന്റെയുമൊക്കെ ഭക്തനായിരുന്നുവെന്നുമൊക്കെ പറഞ്ഞു. മനസ്താപം വന്ന മുരുകൻ ഇഡുംബനെ ജീവൻ കൊടുത്ത് എണീപ്പിച്ചു. ആ മലകൾ അവിടെ ഉറയ്ക്കുകയും ഇഡുംബൻ മുരുകന്റെ പ്രഥമ ഭക്തനാവുകയും ചെയ്തു.

രണ്ടാമത്തെ മല ശിവഗിരിയാണ് പിന്നീട് ഇഡുംബർ മല ആയത്. പിണങ്ങിപ്പോയ മകനെ തേടിയിറങ്ങിയ ശിവൻ മലമുകളിൽ പിണങ്ങിയിരിക്കുന്ന ബാലമുരുകനെ കണ്ടു. പലതും പറഞ്ഞ് അനുനയിപ്പിക്കാൻ ശ്രമിച്ചു. ജ്ഞാനപ്പഴം കിട്ടാൻ ഗണപതി സൂത്രമുപയോഗിച്ചു പറ്റിച്ച കെറുവിൽ മുരുകൻ ഒട്ടും വഴങ്ങിയില്ല. നിനക്കെന്തിന് ഓമനേ ജ്ഞാനം? നീ ജ്ഞാനത്തിന്റെ നിറകുടമല്ലേ? നീതന്നെ ജ്ഞാനപ്പഴമല്ലേ? ഇങ്ങനെയൊക്കെ ശിവൻ തുടർന്നു. പഴം നീ... പഴനി എന്ന് ആ മലയ്ക്കു പേരു വീണു.

രണ്ടു കാര്യങ്ങൾ പറയാനാണ് ഈ മനോഹര മിത്തുകഥ ഇവിടെ പറഞ്ഞത്. ഒന്ന്: നമ്മൾ എത്രയൊക്കെ മുരുകഭക്തർ ആയാലും രണ്ടാംസ്ഥാനമേ കിട്ടൂ. മുരുകഭക്തരിൽ ഒന്നാമൻ ഇഡുംബൻതന്നെ. അത് മുരുകഭഗവാൻ കൽപ്പിച്ചുകൊടുത്തതാണ്.

പ്രിയപ്പെട്ടവരേ, ഇനി നിങ്ങൾ പഴനിയിൽ പോകുമ്പോൾ ഇഡുംബർ മലയിലും പോകണം. എ മസ്റ്റ് പ്ലേസ് ടു ഗോ! 570 സ്റ്റെപ്പ് ഉണ്ട്. മുകളിലെത്തിയാൽ ഇഡുംബ ക്ഷേത്രം കാണാം. 89 അടി പൊക്കമുള്ള ഇഡുംബ പ്രതിമ കാണാം. അവിടെ തിരക്കൊന്നുമുണ്ടാകാറില്ല. ആറ് ആറരയ്ക്ക് പൂജാരി പോകും. സന്ധ്യമയങ്ങുന്ന ആ നേരത്ത് അവിടെയിരുന്ന് പഴനിമലയെ നോക്കി ധ്യാനിക്കണം. നല്ല തണുത്ത കാറ്റിലങ്ങനെ ഇരിക്കുക. ആകാശം കുടചൂടിയ പഴനിമല കാണാം. ഓരോ ദിവസത്തെ ആകാശത്തിന് ഓരോ ഭാവമാണ്, ഭംഗിയാണ്. അതനുഭവിച്ചാലേ അറിയൂ. എഴുതിയോ പറഞ്ഞോ കൈമാറാൻ പറ്റാത്തൊരു അവാച്യാനുഭൂതിയാണത് പ്രിയ സുഹൃത്തുക്കളേ. ഇനി പോകുമ്പോൾ നിങ്ങൾ അവിടെ എത്തണം, സന്ധ്യയ്ക്ക്. ആകാശം അതിന്റെ വർണ്ണങ്ങൾ പഴനിമലയിലേക്കു കോരിയൊഴിക്കും. ഇരുളുംതോറും ആകാശം ഇരുളിലേക്കും പഴനി വെളിച്ചത്തിലേക്കും വരും! ആഹാ! സ്വർഗ്ഗീയാനന്ദം ആ കാഴ്ച. സകല വിഷമങ്ങളും തൂത്തുകളഞ്ഞ് മനസിനെ rejuvenate ആക്കും ആ കൺതുറന്നുള്ള ധ്യാനം.

ഇനി രണ്ടാമത്തെ കാര്യം. രണ്ടു മലയുടെ തുഞ്ച് കൂട്ടിക്കെട്ടി തന്റെ തോളിൽ മുന്നിലോട്ടും പിന്നിലോട്ടുമായി ഇട്ടല്ലോ ഇഡുംബൻ. അതിൽനിന്നാണ് കാവടി എന്ന സങ്കല്പം ജനിച്ചത്. മുരുകന്റെ ഇഷ്ടവഴിപാടായി കാവടി മാറിയത് അങ്ങനെയാണ്.

ഇനി തിരിച്ചുവരാം. സെന്തിൽ കാവടി അറേഞ്ച് ചെയ്തെന്നു പറഞ്ഞല്ലോ.

പുലർച്ചെ നാലരയ്ക്കു കയറാൻ തീരുമാനിച്ചു. കാവടി കണ്ടതും എന്നിൽനിന്ന് ഒരു കിളി പറന്നുപോയി. 'ഭഗവാനേ, ഇതിത്തിരി കടന്നുപോയി', ഞാൻ മനസ്സിൽ പറഞ്ഞു. സംഗതി പിച്ചള ആണ്. നാൽപ്പതു കിലോ വരും. അതു തോളിൽവച്ച് ഉച്ചിവരെ എത്തണം. സംഗതി എന്റെ തോളിൽ എടുത്തു വയ്ക്കപ്പെട്ടു. സെന്തിലും പിള്ളേരുമുണ്ട്. എന്റെ ഡ്രൈവർ ശശിയും ഉണ്ട്. ഞാൻ വേച്ചുപോയി. വിജനമാണ്. നാലര. സെന്തിൽ ഉറക്കെ ആഞ്ഞ് അലറി. ''വെറ്റി മുരുക വേലായുധ ഹരോ ഹര!'' ഞാൻ ആഞ്ഞു നടന്നു. പർവതമല കേറിയവനാണു ഞാൻ, അല്ല പിന്നെ. വിട്ടുകൊടുക്കാതെ ഞാനും സംഘത്തിലൊരാളായി. സെന്തിൽ ടീമിന്റെ ശരണംവിളി. ആവേശം. മുന്നോട്ട്.. മുകളിലേക്ക്... പകുതി കയറിക്കാണും. വിയർത്തു കുളിച്ച ഞാൻ ഒന്ന് ആകാശത്തിലേക്കു നോക്കി. വേറെയേതോ ടൈം സോണിലിരുന്ന് മൂന്ന് സിദ്ധർ എന്റെ ഈ കാവടി കാണുന്നു.

അവരാരൊക്കെയായിരിക്കും?

ഭോഗർ സിദ്ധർ, ഗുരു ബാബാജി, പുൽപ്പാണി.

ചൈനയിലെ മണ്ണ് പഴനിയിൽ

എന്റെ യാത്രകളിലെ ലസാഗു ഭോഗർ സിദ്ധർ നടന്ന വഴികളാണെന്ന് ഒരിക്കൽ പറഞ്ഞുവല്ലോ. ഭഗവാനുമായുള്ള എന്റെ കമ്യൂണിക്കേഷൻ സ്വപ്നദർശനം എന്നതു മാറി നേരിട്ടുള്ള മെസേജുകളായതിനുശേഷം അത് ഒരുതരം സുഡോക്കു കളിപോലെ ആയിരുന്നു എന്നും നിങ്ങൾക്കിപ്പോൾ അറിയാം. അതു ചില ക്ലൂകൾ വച്ചിട്ടുള്ളൊരു കളിയാണ്. അതീവ രസകരമാണത്. അത്തരത്തിലെ ആദ്യത്തെ മേജർ ടാസ്ക് ആയിരുന്നു, ഭോഗറുടെ ഒരു പ്രധാന പ്രവർത്തനമേഖലയായിരുന്ന ചൈനയിൽ പോയി അവിടന്ന് ഒരു പിടി മണ്ണുമായി പഴനിയിൽ പൂജിക്കുക എന്നത്.

ചൈന! ഇന്ത്യയുടെ ഇങ്ങേ അറ്റത്തു കിടക്കുന്ന ഞങ്ങളുടെ കേരളത്തിൽപോലും നിത്യജീവിത വ്യവഹാരങ്ങളിൽ ചൈനയ്ക്കുള്ള പങ്ക് നിസാരമല്ല. പാചകം ചെയ്യാനുപയോഗിക്കുന്ന ചീനച്ചട്ടി, കായലിൽനിന്നു മത്സ്യങ്ങളെ പിടിക്കാനുപയോഗിക്കുന്ന ചീനവല മുതൽ ഇന്നുപയോഗത്തിലുള്ള ടിവി മുതൽ കളിപ്പാട്ടംവരെ ചൈനയുടെ സ്വാധീനം എത്തിനിൽക്കുന്നു. ഹിമാലയം എന്ന മഹാമേരു ഇടയിൽനിന്ന് ഭാഷയേയും സംസ്കാരത്തേയും ഒരു പരിധിവരെ തടഞ്ഞെങ്കിലും ബിസിനസിന്റെ മതമായ കൊടുക്കൽ വാങ്ങൽ നിർലോഭം നടന്നിട്ടുണ്ട്.

സംഗതി ചൈന ആണെന്നു തിരിച്ചറിഞ്ഞു വന്നപ്പോൾ 'എത്ര സുന്ദരമായ നടക്കാത്ത സ്വപ്നം' എന്ന ചിന്തതന്നെ ആയിരുന്നു. കാരണം, അന്നൊക്കെ മാസശമ്പളം ലോൺ ഒക്കെയായി രണ്ടറ്റം കൂട്ടിമുട്ടിക്കാൻ ബദ്ധപ്പെടുന്ന സാധാരണക്കാരനാണു ഞാനും. എന്നിട്ടും, ചുമ്മാ ടൂർ പാക്കേജ് അന്വേഷിക്കാൻ തുടങ്ങി. അതിനു മുമ്പ് പിഎഫ് ലോൺ എത്ര കിട്ടും എന്നു രഹസ്യമായി അന്വേഷിച്ചു. 55,000 കിട്ടും. മൂന്നുകൊല്ലം കൊണ്ട് പലിശയില്ലാതിരിച്ചടവ് മതി.

അങ്ങനെയിരിക്കുമ്പോൾ പത്രത്തിൽ ഒരു പരസ്യം കണ്ടു. ബീജിംഗ്, ഷാങ്ഹായ്, മക്കാവു പാക്കേജ്. കോട്ടയം റിയ ട്രാവൽസ്. വിളിച്ചു. പക്ഷേ, 1,20,000. ആഗ്രഹങ്ങൾ അട്ടത്തുവച്ചു. നമ്മൾ സാധാരണ

ഒരു താവോയിസ്റ്റ് ക്ഷേത്രത്തിൽ

ജീവിതത്തിലേക്കു മടങ്ങി. പക്ഷേ, ഇതു ഭഗവാന്റെ ഡയറക്ഷൻ ആണല്ലോ. ഇതിനുമുമ്പും നടക്കില്ല എന്നു വിചാരിച്ച പലതും അവ സാനനിമിഷം അത്ഭുതമെന്നോണം യാഥാർത്ഥ്യമായല്ലോ. പക്ഷേ, അതിനൊക്കെ പിറകിൽ എന്റെ എളിയ ശ്രമങ്ങൾ ഉണ്ടായിരുന്നു എന്നുപറയാം. എത്തിപ്പിടിക്കാവുന്ന ദൂരങ്ങളിലുള്ള ടാസ്ക് ആയതു കൊണ്ടാകാം. Never give up എന്ന ഒരു ചിന്ത അന്നൊക്കെ ഉണ്ടായി രുന്നു. ഇതങ്ങനെ അല്ല. ബസോ ട്രെയിനോ കാറോ ആയി പോകാൻ പറ്റുന്ന ഇടമല്ല. വിസ, പാസ്പോർട്ട്, അതിനുപുറമേ ലക്ഷം രൂപ. ഞാൻ വിട്ടു. ഇവിടെ താൻ പാതി മുരുകൻ പാതി ഇല്ല. ഭഗവാൻ തന്നെ മുഴുവനും പ്രവർത്തിക്കണം. ഹാ! പ്രവർത്തിച്ചു.

രണ്ടാഴ്ച കഴിഞ്ഞപ്പോൾ ഫോൺ വരുന്നു. റിയ ട്രാവൽസ്. ബീജിംഗ്, ഷാങ്ഹായ് മാത്രം. താല്പര്യമുണ്ടെങ്കിൽ ഒറ്റ സീറ്റ് ഒഴിവു ണ്ടത്രെ. ദ്രവ്യം എത്ര? ദാറ്റ് ഓൺലി മാറ്റേഴ്സ്. ഇന്ത്യൻ രൂപ അമ്പ ത്തയ്യായിരം. കംപ്ലീറ്റ് പാക്കേജ് ഇൻക്ലൂഡിംഗ് ഫുഡ്!! ഒറ്റ ദിവസം കൊണ്ട് രൂപ കൈമാറി. തൃശൂർ റിയ ട്രാവൽസിൽ പണം കൊടു ത്താൽ മതി എന്ന് അവർ. കൊണ്ടുകൊടുത്തു. അപ്പോൾ ആ ടിപ്പി ക്കൽ തൃശൂർ പരിഭവം കേട്ടു: ''മ്മളൊക്കെ ഇവട്ണ്ട്ട്ടാ. കോട്ടയ ത്ത്ന്നാണ്ല്ലെ ബുക്കെയ്യൂ.'' ഇതിനിടയിൽ ലോൺ വാങ്ങി വിദേശത്തു കറങ്ങാൻ പോകുന്നു എന്ന വാർത്ത പൊതുവിൽ ചുറ്റുപാടും ഉയർന്നു. ആർഭാടം കാണിക്കലല്ലേ ഇതെന്ന മുറുമുറുപ്പ്. സ്വാഭാവികം.

പക്ഷേ, പ്രതിരോധഭിത്തി നിർമ്മിച്ചുകൊണ്ട് അമ്മയും ജിതയും ഒപ്പംനിന്നു. ആ ഒരു സമാധാനം എല്ലാകാലത്തും ഒരു കവചം തന്നെ. പറയാതെ വയ്യ എന്നതിനാൽ പറയുന്നു.

ഇനിയാണ് മെയിൻ കടമ്പ. നമ്മൾ 'പത്മനാഭന്റെ ചക്രം' വാങ്ങുന്ന ഗവണ്മെന്റ് സേവകൻ ആണല്ലോ. വിദേശത്തു പോകാൻ ഗവണ്മെന്റ് സമ്മതിക്കണം. എളുപ്പമല്ല. പേപ്പറുകൾ നീങ്ങണം. എന്റെ ഓഫീസിൽ നിന്ന്, ജില്ലാ ഓഫീസിൽനിന്ന്, കൊച്ചി മേഖലാ ഓഫീസിൽനിന്ന്. ഈ നീക്കങ്ങൾക്കൊക്കെ ഒരു സ്വാഭാവിക സ്പീഡ് ഉണ്ടല്ലോ. തന്നെയുമല്ല എന്തിന്, ഏതിന് മുതലായ queries ഒക്കെ ഇട്ടാൽ ഏറെക്കാലം കറങ്ങും ഫയൽ. അവിടെയും പക്ഷേ, അത്ഭുതങ്ങൾ നടന്നു. ഭൂമി സ്വയം തിരിയുംപോലെ അത്രയും സ്വാഭാവികമായി, സൈലന്റായി പേപ്പറുകൾ കറങ്ങി. NOC റെഡി ആയി.

ഞാൻ അങ്ങനെ യാത്ര പുറപ്പെടാൻ എത്തി. അപ്പോഴാണ് രസം. ഞാനും വേറെ പതിനാലുപേരും. അവർ ഒറ്റ ഗ്യാങ്. പതിനഞ്ചാമൻ ഞാൻ. അവർ ഫാമിലി ഗ്രൂപ്പാണ്. ഞാൻ മാത്രം ഒറ്റ. മുരുകഭഗവാൻ ഇവിടെ പ്രവർത്തിച്ചത് ഒരാളുടെ രൂപത്തിലാണ്. പുള്ളി പൊടി പ്രശസ്തനായ ഒരു മോട്ടിവേഷൻ സ്പീക്കർ. അദ്ദേഹത്തിനു ചൈന സന്ദർശിക്കാൻ മോഹം തോന്നി. എന്നെപ്പോലെ അന്വേഷിച്ചു. തുക കൂടുതൽ. ഞാൻ ഭഗവാനോടു വേണേൽ ശരിയാക്കിത്താ, എന്റെ കൈയിൽ അമ്പത്തയ്യായിരമേ ഉള്ളൂ. അതും ലോൺ എന്നു പരിഭവം പറഞ്ഞ് സംഗതി വിട്ടല്ലോ. ടി ദേഹം അതല്ല ചെയ്തത്. ആയിരക്കണക്കിനാളുകളെ മോട്ടിവേറ്റ് ചെയ്ത് ഉഷാറാക്കിവിട്ടിട്ടുള്ള അദ്ദേഹം തുനിഞ്ഞിറങ്ങി. മുരുകഭഗവാൻ ഇറക്കിയതാകാനേ തരമുള്ളൂ. പുള്ളി പതിനഞ്ചുപേരെ കൊണ്ടുവന്നാൽ എത്രയാകും പാക്കേജ് എന്നു ട്രാവൽസുകാരോടു ബാർഗെയിൻ ചെയ്തു. അങ്ങനെ 14 പേരെ സെറ്റാക്കി. ഒരാളെ ഞങ്ങൾ തരാം എന്നു റിയ. അങ്ങനെ ഒരു ലിഷർ വെക്കേഷൻ അച്ചായൻ ഗ്യാങിനൊപ്പം, ഭോഗർ നടന്ന വഴിയിൽനിന്നിച്ചിരി മണ്ണ് എടുക്കുക എന്ന രഹസ്യദൗത്യവുമായി ഈ ഞാനും.

ഭോഗർ സിദ്ധർ ചൈനയിൽ ഏറെക്കാലം പ്രവർത്തിച്ചിട്ടുണ്ട്. ലാവോത്സു എന്ന പേരിൽ അവിടെ അറിയപ്പെടുന്ന, താവോ മതം സ്ഥാപിച്ച സിദ്ധൻ ഭോഗർ ആണെന്നു പലരും വിശ്വസിക്കുന്നുണ്ട്. ഇതിനു വസ്തുതാപരമായ തെളിവുകളൊന്നും ഇല്ലെങ്കിലും ഒട്ടേറെക്കാര്യങ്ങളിലെ സാമ്യത അത്ഭുതമായി അവശേഷിക്കുന്നു. ലാവോത്സു സ്ഥാപിച്ച താവോ മതത്തിന്റെ അടിസ്ഥാനം ലാളിത്യം ആണ്. ഒരിക്കൽ ഒരു മരച്ചുവട്ടിലിരിക്കുമ്പോൾ ആ വൃക്ഷത്തിൽനിന്ന് ഒരില താഴേക്കുവീണതു ദർശിച്ച അദ്ദേഹത്തിനു ജ്ഞാനോദയം ഉണ്ടായി. ആ ഇല അലസമായി പാറി മനോഹരമായി ചാഞ്ഞും ചരിഞ്ഞും മറിഞ്ഞും പയ്യെപ്പയ്യെ താഴെയെത്തി. ബുദ്ധനു ബോധിവൃക്ഷച്ചുവട്ടിൽ വച്ചുണ്ടായപോലെ ഒരു ബോധോദയം

ലാവോത്സുവിനുണ്ടായി. അതിൽനിന്ന് പിറവികൊണ്ടതാണ് താവോയിസം. ഇതു മതത്തേക്കാളുപരി ഒരു ജീവിതശൈലിയാണ്.

താവോയിസത്തിൽ ദൈവം ഇല്ല. താവോയിസം ബ്രഹ്മത്തിൽ the absolute zero വിശ്വസിക്കുന്ന ഒരു ചിന്താധാരയാണെന്ന് ഒന്നിരുത്തി ചിന്തിച്ചാൽ നമുക്കറിയാൻ കഴിയും. താവോയിസ്റ്റുകൾ ചൈനയിലാകണം എണ്ണത്തിൽ കൂടുതൽ – ആറരക്കോടിയോളം പേർ. ജനസംഖ്യയുടെ അഞ്ചുശതമാനത്തിൽ താഴെ. ശതമാനക്കണക്കിൽ തായ്‌വാനാണ് ഏറ്റവും മുന്നിൽ. 44.5% ആളുകളും താവോയിസ്റ്റുകളാണ്. ഹോങ്കോങ് 15%, സിംഗപ്പൂർ 12% ഇങ്ങനെ പോകുന്നു. ലളിതമായ ജീവിതചര്യ പിന്തുടരുന്ന ഒരു മതം ഇത്രയേറെ പടർന്നുപിടിക്കുക എന്നാൽ നിസാരമല്ലല്ലോ. താവോ മതത്തിന്റെ സിംഗപ്പൂർ ആചാര്യനുമായി ഒരിക്കൽ കണ്ടുമുട്ടാനും ഭോഗർ സിദ്ധരെപ്പറ്റി സംസാരിക്കാനും ഒരിക്കൽ എനിക്ക് അവസരമുണ്ടായി. അത് പിന്നീടു വിശദീകരിക്കാം.

ലോകത്തെ മിക്ക വിശുദ്ധരുടെയും ജനനം പ്രത്യേക രീതിയിലാണല്ലോ. ലാവോത്സുവിന്റെയും വ്യത്യസ്തമല്ല. ഒരു പ്ലംമരത്തിനു ചുവട്ടിൽ നിൽക്കുകയായിരുന്ന അദ്ദേഹത്തിന്റെ മാതാവിന്റെ വയറ്റിലേക്ക് ആകാശത്തുനിന്ന് ഒരു ദിവ്യജ്യോതി പ്രവേശിക്കുകയും അതു ഗർഭമായി മാറുകയും ചെയ്തു എന്നാണ് ഇവിടെ മിത്ത്. ലാവോത്സു കൊട്ടാരത്തിലെ ഗ്രന്ഥശാലാ സൂക്ഷിപ്പുകാരൻ ആയിരുന്നെന്നും അവിടത്തെ ഗ്രന്ഥങ്ങൾ മുഴുവൻ വായിച്ച് വിജ്ഞാനഭണ്ഡാരമായി തീർന്നതാണെന്നും പറയപ്പെടുന്നു. പക്ഷേ, ഒരു വരിപോലും അദ്ദേഹം എഴുതിയില്ല. ജീവിതാവസാനം അദ്ദേഹം ഒരു പോത്തിൻപുറത്തേറി തിബത്തിലേക്കു പുറപ്പെട്ടു. അവിടെ ഇദ്ദേഹത്തിന്റെ മഹത്വം അറിയാവുന്ന ഒരു കാവൽക്കാരൻ തടഞ്ഞുനിർത്തി യാചിച്ചു. വരുംതലമുറയ്ക്കുവേണ്ടി അങ്ങ് എന്തെങ്കിലും എഴുതിയേ തീരൂ എന്ന്. അദ്ദേഹം ആ അപേക്ഷ സ്വീകരിക്കുകയും ഒറ്റരാത്രി കൊണ്ട് ഒരു ഗ്രന്ഥം എഴുതിത്തീർക്കുകയും ചെയ്തു. Tao Te Ching എന്ന, രണ്ടായിരം വർഷങ്ങൾക്കിപ്പുറവും ചർച്ച ചെയ്യപ്പെടുന്ന ഗ്രന്ഥം!

ഈ ലാവോത്സു ഭോഗറുടെ ആത്മാവ് പുനർജനിച്ചതാണെന്നു വിശ്വസിക്കുന്ന അനവധി പേരുണ്ട്. പക്ഷേ, ചൈനയിൽ ഭോഗർ മഹർഷിയുടെ അവശേഷിപ്പുകൾ ഒന്നുംതന്നെ കാണാൻ സാധ്യതയില്ല. പ്രത്യേകിച്ചും ഈ യാത്രയിൽ ഞാൻ ഒരു സംഘത്തൊടൊപ്പം സഞ്ചരിക്കുന്നു എന്നല്ലാതെ എന്റേതായ ഒരന്വേഷണമോ എക്സ്പ്ലോറിംഗോ നടക്കുകയുമില്ലല്ലോ.

വിദേശത്തു യാത്രചെയ്യുമ്പോൾ ശ്രദ്ധിക്കേണ്ട പല പല കാര്യങ്ങളും ഞാൻ പഠിച്ചത് ഈ ചൈനായാത്രയിലാണ്. അങ്ങനെ ചൈനയിലിറങ്ങി. വൻമതിൽ കണ്ടു. ലോകാത്ഭുതങ്ങളിൽ ഒന്നായ, ചന്ദ്രനിൽ

നിന്ന് ഭൂമിയെ നോക്കുമ്പോൾ ഒരു വടുപോലെ കണ്ടു എന്നു പറയപ്പെടുന്ന വന്മതിലിൽ ഇരുന്ന് ഞാൻ പിന്നിട്ട വഴികളൊക്കെ ഒന്നുകൂടി റീക്യാപ് ചെയ്തു. അവിശ്വസനീയം എന്നേ പറയാൻ കഴിയൂ.

ചൈനീസ് ഭക്ഷണങ്ങൾ വിൽക്കുന്ന തെരുവ് കാണേണ്ട കാഴ്ച തന്നെയാണ്. ദൈവത്തിന്റെ സൃഷ്ടിതന്നെയായ മനുഷ്യരിൽ എത്രയെത്ര വ്യത്യസ്തതയാണ്. തെരുവിന്റെ ഒരു വശത്തു നെടുനീളത്തിൽ ഭക്ഷ്യശാലകൾ. പാകം ചെയ്തു വച്ചിരിക്കുന്ന പാറ്റ ഫ്രൈ, പുഴു ഫ്രൈ! ഒക്കെ നല്ല വിലയുള്ളത്. ജീവനുള്ള പാമ്പുകൾ. കസ്റ്റമർ ചൂണ്ടിക്കാണിക്കുന്നതിനെ എടുത്ത് ഫ്രൈ ആക്കി കൊടുക്കുന്നു. ടിയാനൻമെൻ സ്ക്വയർ. അവിടെ നിൽക്കുമ്പോൾ ഉണ്ടായ മനോവിചാരങ്ങൾ വിവരിക്കാനാകുന്നതല്ല. വാർത്തകളിലും വായനകളിലും സിനിമകളിലുംകൂടി നമുക്കേറെ പരിചയമുണ്ടെന്നു തോന്നിക്കുന്ന സ്ഥലങ്ങളിൽ നമ്മൾ ഉടലോടെ പോയിനിൽക്കുമ്പോൾ ലഭിക്കുന്ന അനുഭൂതി ഒന്നുവേറെതന്നെ. നമ്മുടെ ഗൈഡിനോട് ടിയാനൻമെൻ എന്നു ചോദിക്കുമ്പോഴൊക്കെ അയാൾ ബധിരനാവുമായിരുന്നു എന്നതു കൗതുകകരമായി തോന്നി.

ടിയാനൻമെൻ സ്ക്വയറിനോടനുബന്ധിച്ചുള്ള ആ പഴയ കൊട്ടാരം! ഞാനേറെ തവണ കണ്ടിട്ടുള്ള ബെർണാഡോ ബെർട്ടലൂച്ചിയുടെ the last empire എന്ന സിനിമയിലുള്ള ആ കൊട്ടാരത്തിനുള്ളിൽ ഞാൻ ഇങ്ങനെ നടക്കുമെന്ന് എന്റെ അതിവന്യവിദൂര സ്വപ്നങ്ങളിൽ പോലും ഉണ്ടായിരുന്നില്ല. എല്ലാം മുരുകന്റെ അനുഗ്രഹം. ചൈനക്കാരുടെ ശ്വാസത്തിൽപോലും അലിഞ്ഞുചേർന്നിരിക്കുന്ന ചെയർമാൻ മാവോയുടെ ഭൗതികശരീരം ഒരു കേടുപാടുമില്ലാതെ സൂക്ഷിച്ചിരിക്കുകയാണ്. എന്തൊക്കെ പറഞ്ഞാലും ഇന്നു ലോകത്തിലെ ഏറ്റവും ശക്തിമത്തായ രാജ്യത്തെ ഏറ്റവും ആരാധിക്കപ്പെടുന്ന ആൾ. ചരിത്രം നിർമ്മിച്ച മനുഷ്യൻ.

എന്റെ കൂടെയുള്ളവർ ഒരു ആനന്ദ വെക്കേഷൻ മൂഡിലും, ഞാനാകട്ടെ ഒരു സ്പിരിച്വൽ മൂഡിലുമായിരുന്നെങ്കിലും ഞാനും അവരുമായി നല്ല സിങ്ക് ആയി. എല്ലാം പ്ലാൻഡ് ടൂർ ആയതിനാൽ സമയക്ലിപ്തത ഉണ്ടായിരുന്നു. എനിക്കാണേൽ ഒറ്റയ്ക്കു പോയി ഇരുന്നൊന്നു ധ്യാനിക്കണം. ആ മണ്ണ് ഒരുപിടി വാരിക്കൊണ്ടു വരേണ്ടതുണ്ട്. അവസാനം, അങ്ങനെ ഒരവസരം കിട്ടി. ഭോഗർ പലവട്ടം വന്നിട്ടുള്ള, ജീവിച്ച ചൈനീസ് മണ്ണിൽ ഞാൻ ഇരുന്നു ധ്യാനിച്ചു. ഒരുപിടി മണ്ണുവാരി പൊതിഞ്ഞു.

തിരിച്ച് നാട്ടിലെത്തി നേരെ പഴനിയിലേക്കു പോയി. ഭോഗർ വിഗ്രഹം സൂക്ഷിച്ചുവെച്ചതെന്ന് എനിക്കു സ്വപ്നദർശനമുണ്ടായ ഗുഹയ്ക്കു മുന്നിലെത്തി ഞാൻ മുട്ടുകുത്തിനിന്നു. ആ ചൈനീസ് മണ്ണ് ഇരുകൈക്കുമ്പിളിലും എടുത്ത് ഞാൻ ഭോഗറെ മനസ്സിൽ ധ്യാനിച്ചു. എന്റെ കണ്ണുകൾ എന്തിനെന്നറിയാതെ നനഞ്ഞു. അല്ലയോ

സിദ്ധരേ, എട്ടുകൊല്ലംമുമ്പ് ഭഗവാൻ സ്വപ്നത്തിൽ പറഞ്ഞപ്പോഴാണു ഞാൻ അങ്ങയുടെ നാമം ആദ്യമായി കേൾക്കുന്നത്. ഇന്നിവിടംവരെ എത്തുമ്പോൾ അങ്ങെന്റെ ആരാണ് എന്നോർത്ത് ഞാൻ ഞെട്ടുകയാണ്. അങ്ങു നടന്ന വീഥികളിൽകൂടി ഭഗവാൻ എന്നെ നടത്തിക്കുന്നതെന്തിന്? അല്ലെങ്കിൽ എന്റെ ചിന്തയിൽപോലും വരാത്ത ഇടങ്ങളിൽകൂടി എന്നെ എന്തിനു നടത്തി? അങ്ങയുടെ ഊർജ്ജം ഇന്നും പ്രസരിക്കുന്ന ഭൂമിയിലെ എല്ലാ ഇടങ്ങളിലും മുരുകൻ എന്നെ എന്തിനു കൊണ്ടിരുത്തി? ഇതു നോക്കൂ, അങ്ങ് ചവുട്ടിനടന്ന ചീനയിലെ മണ്ണ്. നിസ്സാരനായ എന്നെക്കൊണ്ട് ഭഗവാൻ അതിവിടെ എത്തിച്ചു. എന്തിന്? സത്യത്തിൽ ഞാൻ ആരാണ്? എന്തിനാണിതൊക്കെ??

ഞാൻ അതിൽനിന്ന് അല്പം മണ്ണ് അവിടെ തൂവിയിട്ടു. തിരിച്ച് സെന്തിലിനൊപ്പം മുരുകനെ തൊഴുമ്പോൾ എനിക്ക് എന്തെന്നില്ലാത്ത ആത്മസംതൃപ്തിയായിരുന്നു.

പഴനി വിഗ്രഹപ്രതിഷ്ഠ നടത്തിയ ഭോഗർ സിദ്ധർക്കുവേണ്ടിയുള്ള ആഘോഷങ്ങൾ അങ്ങനെ എവിടെയും ഉള്ളതായി അറിവില്ല. അന്ന് 2007 മുതൽ സെന്തിലും ഞാനും നടത്തിയ യാത്രകളിൽ പലതും ഭോഗർ കണക്ഷനുള്ളതായി തിരിച്ചറിവുണ്ടായപ്പോൾ 2010 മുതൽ സെന്തിലിന്റെ മുൻകൈയിൽ ഭോഗർ അഷ്ടമി വലിയ ഗിരിവലം ഘോഷയാത്രയോടെ ആർഭാടമായി ആഘോഷിക്കുന്നു.

സെന്തിലിന്റെ ഗുരുസ്ഥാനീയനായ ബാലസുബ്രഹ്മണ്യം മുൻപ് പറയാറുണ്ടത്രെ, പുതിയ യുഗാരംഭത്തിനുമുമ്പ് ഭോഗർ വീണ്ടും പുറത്തിറങ്ങുമെന്ന്. ആ വാക്കുകൾ ശരിവെച്ച ഒരനുഭവം ഉണ്ടായി. ഭോഗർ ജയന്തിയാഘോഷസമയത്ത് ഭോഗർ സമാധിയിലുള്ള മരതകശിവലിംഗം പൂജിക്കാറുണ്ട്. ഭോഗർ സിദ്ധർ പൂജിച്ചിരുന്ന ശിവലിംഗം.

2013ൽ ഒരു സംഭവമുണ്ടായി. ഈ ശിവലിംഗപൂജ നടക്കുന്ന സമയം ഭക്തർ വളരെയധികം കൂടുകയും എല്ലാവർക്കും ശിവലിംഗപൂജ ദർശിക്കുക എന്നതു പ്രായോഗികമല്ലാതാവുകയും ചെയ്യുന്ന ഒരവസ്ഥയിലെത്തി. ആ സമയം പുൽപ്പാണി ആശ്രമത്തിലെ സ്വാമി പെട്ടെന്നൊരു തീരുമാനമെടുക്കുകയുണ്ടായി. നൂറ്റാണ്ടുകളായി പുറത്തെടുക്കാത്ത, ഭോഗർ സിദ്ധർ പൂജിച്ചിരുന്ന ആ മരതകശിവലിംഗം പുറത്തേക്കു കൊണ്ടുവന്ന് കൂടിനിന്ന ഭക്തർക്കെല്ലാം ദർശനത്തിനായി വച്ചു. പുതിയ യുഗാരംഭത്തിൽ ഭോഗർ സിദ്ധർ പുറത്തേക്കു വരും എന്നതിന് ഇതിലും വലിയ തെളിവ് വേണോ? നിങ്ങൾ പറയൂ, ഇതിനൊക്കെ ഒരു ചെറിയ അളവിലെങ്കിലും കാരണഭൂതനാണെന്ന അഭിമാനം ഉള്ളിന്റെ ഉള്ളിലെങ്കിലും എനിക്ക് സൂക്ഷിച്ചുകൂടെ?

ഓം ശരവണഭവായ നമഃ

ഭൂട്ടാൻ ശുദ്ധം, ജൈവം

വിദേശത്തേക്കു യാത്ര പോവുക എന്നത് ഒരു പ്രൊജക്റ്റ് പോലെയാണ്. പ്രൊജക്റ്റ് എന്നാൽ അതിൽ അതീവപ്രാധാന്യമുള്ള ഒരു കാര്യമാണ് പ്ലാനിംഗ്. പ്ലാനിംഗ് നന്നായാൽ പകുതി നന്നായി. ഞാൻ ഇക്കാലംകൊണ്ട് പഠിച്ചെടുത്തതും പ്രയോഗത്തിൽ വരുത്തിയതുമായ കുറച്ചു കാര്യങ്ങൾ ഇവിടെ കുറിക്കുന്നത് ഉചിതമാകുമെന്നു തോന്നുന്നു. പോകുന്ന സ്ഥലത്ത് നമ്മളെ റിസീവ് ചെയ്യാൻ ആളില്ലാത്ത യാത്രകളെപ്പറ്റിയാണ് ഇതെല്ലാം എന്നു പ്രത്യേകം ഓർക്കുക. ഇന്നു ലോകത്ത് എവിടെപ്പോയാലും അവിടത്തെ എല്ലാ കാര്യങ്ങൾക്കും LMRK കുടുംബാംഗങ്ങൾ ഉണ്ട്. A to Z കാര്യങ്ങൾക്ക് അവർ മുന്നിലുണ്ട്. അന്നത്തെ സ്ഥിതി വിഭിന്നമാണ്. പോകുന്ന സ്ഥലത്ത് പലയിടത്തും ഒറ്റ പരിചയക്കാരൻപോലും ഉണ്ടാകില്ല.

അന്ന് ഭഗവാന്റെ അരുളപ്പാടു പ്രകാരം എനിക്കു പോകേണ്ടിവന്ന സ്ഥലങ്ങൾ മിക്കവാറുംതന്നെ അങ്ങനെയുള്ളതായിരുന്നു. ഏകനായി പോയി ഏകനായി മടങ്ങലായിരുന്നു, പക്ഷേ, മനസ്സ് നിറഞ്ഞുകൊണ്ടായിരിക്കുമെന്നു മാത്രം. തിരിച്ചുവരുന്ന സമയത്ത് ഗൈഡിനോട് അരമണിക്കൂർ - ഒരുമണിക്കൂർ മുമ്പ് എയർപോർട്ടിലെത്തിക്കണേ എന്ന് ആവർത്തിച്ച് ആവശ്യപ്പെടാറുണ്ട്. കാരണം ഫ്ളൈറ്റ് എങ്ങാൻ മിസ്സായാൽ അടുത്ത ടിക്കറ്റ് എടുക്കാൻ പണമില്ലല്ലോ എന്ന യാഥാർത്ഥ്യം.

എന്നെ സംബന്ധിച്ച് ഒരു വിദേശയാത്ര എന്നതിലെ പ്രാഥമിക കടമ്പ NOC സംഘടിപ്പിക്കലായിരുന്നെന്നു പറഞ്ഞല്ലോ. അതൊക്കെ കുറച്ചു നീണ്ട പ്രോസസുകളാണ്. അവിടെയെല്ലാം മുരുകന്റെ അനുഗ്രഹവും സീറ്റിലിരിക്കുന്നവരുടെ സ്നേഹവും തുണയായെന്നു വേണം പറയാൻ.

ആദ്യപടി നമുക്കു പോകേണ്ട സ്ഥലം, അവിടെ ചിലവഴിക്കാനുദ്ദേശിക്കുന്ന ദിവസങ്ങൾ, അവിടെ സന്ദർശിക്കേണ്ട സ്ഥലങ്ങളുടെ കൃത്യമായ ഡീറ്റെയിൽസ് ഇവ സ്വരുക്കൂട്ടുകയാണ്. ഇതു 100% ഫിക്സ് ചെയ്താൽ ഒരു ട്രാവൽ ഏജൻസിയെ സമീപിക്കുക. ഏറ്റവും

നല്ലത് ഈ മേഖലയിൽ വർഷങ്ങളായി നിലനിൽക്കുന്നവരെ തിര ഞ്ഞെടുക്കുകയായിരിക്കും ഉചിതം.

മിക്കവാറും ഇങ്ങനെ പോകുമ്പോൾ നമ്മൾ എടുക്കുന്ന ആദ്യത്തെ ഒരു പോളിസി എക്കണോമിക്കൽ ആവുക എന്നതായിരിക്കുമല്ലോ. സ്വാഭാവികം. പക്ഷേ, ഒരു കാര്യം പ്രത്യേകം ശ്രദ്ധിക്കുക. ഒരിക്കലും ഗ്രൂപ്പ് ആയിട്ടുള്ള സൈറ്റ് സീയിംഗ് പരിപാടിക്കു നിക്കരുത്. പത്തു രൂപ കൂടുതൽ ആയാലും ഒറ്റയ്ക്ക് ഒരു കാറും ഗൈഡും എന്ന ഓപ്ഷൻ സ്വീകരിക്കുക. അല്ലാത്തപക്ഷം വളരെയധികം പ്രശ്നങ്ങൾ ഉള്ള തായിട്ടാണ് അനുഭവം. കൃത്യസമയം പാലിക്കാനായില്ലെങ്കിൽ നമ്മൾക്കു വേണ്ടി അറേഞ്ച് ചെയ്ത വണ്ടി പോകും. എത്രയോ തവണ പല ടൂറിസ്റ്റുകളും അതിന്റെ പേരിൽ ആകെ ദുഃഖത്തിലും സംഭ്രമത്തിലും നിൽക്കുന്നതു ഞാൻ കണ്ടിരിക്കുന്നു. സൈറ്റ് സീയിംഗ് ബസുകൾ ഒറ്റമിനിറ്റ് കൂടുതൽ വെയ്റ്റ് ചെയ്യില്ല. എന്നാൽ സ്വന്തമായി ഒരു വണ്ടിയും ഗൈഡും ഉണ്ടായാൽ ഈ പ്രശ്നം ഇല്ല. അനവധി യാത്ര നടത്തിയ ഒരാളെന്ന നിലയിൽ ഇതെന്റെ ഒരു നിർദ്ദേശമാണ്.

അതുപോലെ വിദേശത്തു പോകുമ്പോൾ നമ്മുടെ രേഖകളുടെ എല്ലാം ഒരു കോപ്പി എടുത്ത് അവ ക്രമീകരിച്ച് ഫയൽ ചെയ്ത് കയ്യിൽ സൂക്ഷിക്കുക. അക്കാര്യത്തിൽ ഞാൻ ഒരിക്കലും വിട്ടുവീഴ്ച ചെയ്യാറില്ല. ഒരു സെറ്റ് കോപ്പി എപ്പോഴും ഹാൻഡ് ബാഗിൽ ഉണ്ടാകും. മറ്റൊരു സെറ്റ് ബാഗിലും. ഇനിയൊരു സെറ്റ് മെയിൻ ലഗേജിലും സൂക്ഷിക്കും. നാലാമത്തെ സെറ്റ് വീട്ടിലും കൊടുക്കും, with complete itinerary details. ഈ സിസ്റ്റം പിന്തുടരുന്നതുകൊണ്ട് എനിക്ക് എവിടെയും തപ്പലോ തടസ്സങ്ങളോ ഉണ്ടായിട്ടില്ല.

വേറെ ഒരു പ്രധാന ഘടകം സാമ്പത്തികമായിരുന്നു. പിഎഫിൽ നിന്ന് ലോണെടുത്ത് ചൈനയിൽ പോയപോലെ എല്ലാ യാത്രയ്ക്കും പറ്റില്ലല്ലോ. എന്താണു മാർഗം? മുരുകൻ ഉണ്ടല്ലോ. ഒരു വഴികാട്ടി ത്തന്നു. ചില കാര്യങ്ങൾ നടത്തിത്തരാൻ അതാതു സമയത്ത് ഭഗ വാൻ പരിഹാരങ്ങളുമായി എത്തും.

എന്റെ രണ്ടു സുഹൃത്തുക്കൾക്ക് ആ സമയം ഒരു ബിസിനസ് ഉണ്ടായിരുന്നു. രണ്ടുപേരിലൊരാൾ സിഎ, അടുത്തയാൾ സിഎസ്. ഒരുതരം പ്രത്യേക പരിപാടി ആയിരുന്നു. വ്യക്തമായി എന്താണ് എന്നെനിക്കറിയില്ല. രേഖാപരമായി കമ്പനി രജിസ്റ്റർ ചെയ്യുകയോ, ചെയ്തവർക്ക് കമ്പനി പ്രൊഡക്ഷൻ, അല്ലെങ്കിൽ നടത്തിക്കൊണ്ടു പോകാൻ താല്പര്യം ഉള്ളവർക്കു വിൽക്കുക എന്ന പരിപാടി. ഉദാ ഹരണത്തിന് മി. എക്സ് എന്നയാൾ ഒരു കമ്പനി ഫോം ചെയ്യുന്നു. അതിനുവേണ്ട എല്ലാ സഹായവും ഇവർ ചെയ്യുന്നു. കടലാസുകൾ എല്ലാം ശരിയാകുന്നു. ലൈസൻസ് കിട്ടുന്നു. കംപ്ലീറ്റ് പേപ്പറുകൾ ശരിയായിക്കഴിഞ്ഞാൽ ഈ കമ്പനി മി. വൈ ക്ക് വിൽക്കുന്നു. മി.

പശ്ചാത്തലത്തിൽ ഭൂട്ടാനിലെ ടൈഗർ നെസ്റ്റ് മൊണാസ്റ്ററി

വൈ ആ കമ്പനി നടത്തുന്നു. ഇവരുടെ ജോലി ഈ പ്രക്രിയ ഏറ്റെടുത്തുനടത്തലാണ്.

ഇതു കൃത്യമായി ക്ലച്ച് പിടിക്കുന്നുണ്ടായിരുന്നില്ല. ബിസിനസ് ഒക്കെ വരുന്നുണ്ട്. പക്ഷേ, ഒന്നുമങ്ങ് ആകുന്നില്ല. ഇവർ വിചാരിച്ച പോലെ അല്ല പോക്ക്. അങ്ങനെ അവർ ഒരിക്കൽ ഈ സങ്കടവുമായി വന്നു. എന്നോടൊന്നു പ്രാർത്ഥിക്കാൻ പറഞ്ഞു. ഇങ്ങനെയൊരു കാര്യം ആദ്യമായിട്ടാണ്. എന്തായാലും ഞാൻ അന്നു രാത്രി പൂജാമുറിയിൽ കേറി ധ്യാനിച്ചു. ഒരു വെളിപാട് കിട്ടി. ഞാൻ അവരോടു പറഞ്ഞു. നിങ്ങളുടെ ലാഭത്തിൽനിന്ന് ഒരു ചെറിയ ശതമാനം മുരുകന് എന്നു തീരുമാനിച്ച് ഒന്നു പ്രാർത്ഥിക്ക്. അവർ സമ്മതിച്ചു.

അത്ഭുതമെന്നേ പറയാൻ പറ്റൂ. മഹാമേരുവായി മുന്നിൽ വന്നു നിന്ന തടസങ്ങളൊക്കെ പൊടിഞ്ഞുപോകുന്നതായി അവർക്ക് അനുഭവപ്പെടാൻ തുടങ്ങി. മൂന്നു വർഷക്കാലം അവരായിരുന്നു എന്റെ മുരുകഭഗവാൻ ടാസ്കുകളുടെ സ്പോൺസർമാർ. ഉറ്റ സുഹൃത്തുക്കളാണ്. പേരു പരാമർശിക്കാത്തത് രണ്ടുപേരും ഇന്നു രണ്ട് സ്ഥാപനങ്ങളിൽ ഉന്നതസ്ഥാനം വഹിക്കുന്നവരായതുകൊണ്ടു മാത്രമാണ്.

മുമ്പ് പറഞ്ഞല്ലോ, സ്വപ്നദർശന നിർദ്ദേശങ്ങൾ മാറി ഡയറക്റ്റ് മെസേജുകൾ ആയ കാര്യം. അത് ഒരു ക്ലൂ ആയിരിക്കുമെന്നും പറഞ്ഞു. പിന്നെ ഞാൻ വേറെ ഒരു വൈബിലായിരിക്കും. ഇതു ഡീകോഡ് ചെയ്യാനായി ശ്രമമാരംഭിക്കും. അതിന്റെ ക്ലൂ വരുന്നത് ഒരു കാഴ്ച യിൽനിന്നാകാം. ഒരു മൃഗമോ പക്ഷിയോ ആകാം. ഒരു പേപ്പറിൽ കാണുന്ന വാർത്താശകലത്തിൽ നിന്നാകാം. എന്തായാലും ഒരു ക്ലൂ കിട്ടുമ്പോൾ, അതു ചേർത്തുവയ്ക്കുമ്പോൾ ഡീകോഡിംഗ് ഒരുപടി മുന്നോട്ടുപോകുമ്പോൾ എന്നിൽ ആവേശം നിറയും. ഈ സംഗതി ഡീകോഡിംഗ് വൈകുമ്പോൾ, എനിക്കതിനു സാധിക്കാതെ വരു മ്പോൾ, ഭഗവാൻ നേരിട്ട് അതു മനസിലാക്കിത്തരും. അങ്ങനെ വന്നാൽ അതിനു ശിക്ഷയെന്നോണം അടുത്ത മെസേജ് വൈകും. അതു കൊണ്ട് ഞാൻ പരമാവധി കണ്ണും കാതും സർവ്വ ഇന്ദ്രിയങ്ങളും തുറന്നുവെയ്ക്കും. എത്രയും പെട്ടെന്നു കണ്ടുപിടിക്കുക ഒരുവാശി യായി. ഒരു ഗെയിം കളിക്കുന്ന ത്രില്ലോടെ ഞാൻ ഭഗവാന്റെ നിർ ദ്ദേശങ്ങൾ ഡീകോഡ് ചെയ്ത് കണ്ടുപിടിക്കാൻ തുടങ്ങി.

അങ്ങനെ ഒരു മെസേജ് ഡീകോഡ് ചെയ്തപ്പോ വന്ന സ്ഥലം. ടൈഗർ നെസ്റ്റ്. ഭൂട്ടാൻ. സൂരസംഹാരദിവസം അതിന്റെ ഉച്ചിയിലുണ്ടാ കണം. ഭൂട്ടാനിലേക്കു പോകാൻ രണ്ടു മാർഗമേ ഉള്ളൂ. കൽക്കത്തയിൽ നിന്ന് റോഡ് മാർഗം ഒന്ന്. രണ്ട് കൽക്കത്ത ഭൂട്ടാൻ ഫ്‌ളൈറ്റ്. Druk Air എന്ന ഭൂട്ടാന്റെ airlines. ഞാൻ വിമാനത്തിലാണ് പോയത്. ഭൂട്ടാ നിലെ Paro Airport. മൂവായിരം അടി ഉയരത്തിൽ കൊടുമുടികൾ ക്കിടയിലൂടെ വേണം വിമാനമിറങ്ങാൻ. വളരെ എക്സ്പീരിയൻ സുള്ള പൈലറ്റിനേ ഇവിടെ വിമാനമിറക്കാൻ സാധിക്കൂ. എനിക്ക് ഇടതുവശത്തായിരുന്നു സീറ്റ്. വിൻഡോ സീറ്റ്. എപ്പോഴോ പൈലറ്റ് അനൗൺസ് ചെയ്തു, ''ഇടതുവശത്തേക്കൊന്ന് നോക്കൂ, നിങ്ങ ളുടെ ജീവിതത്തിലെ ഏറ്റവും വലിയ കാഴ്ച കാണൂ.'' എല്ലാവരും നോക്കി. ഞാനും, ഹമ്പോ! ചില കാഴ്ചകൾ അനുഭവിക്കാനുള്ളതാണ്. വിവരിച്ചാലൊന്നും കിട്ടില്ല, അന്നേരം ഞാനനുഭവിച്ച അനുഭൂതി. വെയിലിൽ കുളിച്ച് ആകാശത്തേക്കു മുളച്ചൊരു വേൽ പോലെ നേപ്പാളികളുടെ സാഗരമാത. യെസ്, ദ മൗണ്ട് എവറസ്റ്റ്.

വേറെ ഒരു പണിയുമില്ലാതെ, എന്നാൽ എവറസ്റ്റ് ഒന്നു കീഴടക്കി ക്കളയാം എന്നുപറഞ്ഞ് ഇതിന്റെ ഉച്ചിയിലേക്കാദ്യമായി നടന്നെ ത്തിയ ഹിലാരിയെ ഓർത്തു ഞാൻ. അദ്ദേഹത്തിന്റെ യാത്ര ലക്ഷ്യ ത്തിലെത്തിച്ച ടെൻസിംഗിനേയും. സൂര്യന്റെ വെള്ളിവെളിച്ചത്തിൽ കുളിച്ച വൈഢൂര്യംപോലെ എവറസ്റ്റ്!! മുരുകാ, നീയെന്നെ എന്തൊ ക്കെ കാണിക്കുന്നു. ജീവിതത്തിലെ അവിസ്മരണീയമായ കാഴ്ച കളിൽ ഒന്നുകൂടി അങ്ങനെ എഴുതിച്ചേർത്തുകൊണ്ട് ഞാൻ ഭൂട്ടാൻ മണ്ണിൽ ഇറങ്ങി. സുന്ദരമായ ഒരു കാർ. അതിനിശ്ശബ്ദനായ ഒരു

ഡ്രൈവർ. സൗമ്യതയുടേയും വിനയത്തിന്റേയും പര്യായമായ ഒരു ഗൈഡും.

നിശ്ശബ്ദമായ ഒരു രാജ്യം. എങ്ങും എവിടെയും സന്തോഷം. വൃത്തി, വെടുപ്പ്. തെളിനീർ അരുവികൾ. ലോകത്ത് സംതൃപ്തി ഇൻഡെക്സിൽ ഒന്നാംസ്ഥാനത്തു നിൽക്കുന്നത് ഈ ജനതയത്രെ. ടൈഗർ നെസ്റ്റ്. സമുദ്രനിരപ്പിൽനിന്ന് പതിനായിരം അടി ഉയരെ. നവംബറിന്റെ വൻ തണുപ്പും. ഒന്നുരണ്ട് ദിവസം ബാക്കിയുണ്ട് കയ്യിൽ, സൂരസംഹാരദിവസത്തിനു മുമ്പ്. ഉത്സാഹത്തോടെ ഞാൻ പലപല സ്ഥലങ്ങൾ സന്ദർശിച്ചു. മൂന്നാം നാൾ ടൈഗർ നെസ്റ്റ് കയറി. എളുപ്പമല്ല. മൂന്ന് മൂന്നരമണിക്കൂർ കൊണ്ട് എത്തി. ധാരാളം വിദേശീയർ അവർ ട്രെക്കിംഗ് നടത്തുന്നുണ്ട്. മിക്കവാറും അമേരിക്കക്കാരാണ്. അതൊരു ബുദ്ധിസ്റ്റ് ക്ഷേത്രമാണ്. 24 മണിക്കൂറും മുടക്കമില്ലാതെ അവിടെ മന്ത്രോച്ചാരണങ്ങളാണ്. റൗണ്ട് ദ ക്ലോക്ക്! ബട്ട് വൈ!

ഗൈഡ് പറഞ്ഞു: ''സാർ, ഞങ്ങൾ സാധുക്കളാണ്. ഒരു കുഞ്ഞ് രാജ്യം. പക്ഷേ, ഞങ്ങൾ സന്തുഷ്ടരാണ്. ഞങ്ങൾക്കു സൈനികശേഷി ഇല്ല. ഞങ്ങളൊരാളെയും പ്രകോപിപ്പിക്കാറുമില്ല. ഞങ്ങൾക്കു കടൽ കേട്ടുകേൾവിയാണ്. ഇതുവരെ ഒരു രാജ്യവും ഞങ്ങളെ ആക്രമിച്ചിട്ടില്ല. അതിനു കാരണം ഇതാണ്. കേട്ടുനോക്കൂ! ഭൂട്ടാനിലെ എല്ലാ ബുദ്ധക്ഷേത്രങ്ങളിലും 24 മണിക്കൂറും ഇതു മുഴങ്ങിക്കേൾക്കാം. അന്തരീക്ഷത്തിലീ മന്ത്രം അലയടിക്കുമ്പോൾ ഞങ്ങൾ സുരക്ഷിതരാണ്. ഞങ്ങളെ രക്ഷിക്കുന്ന കവചമാണിത്.''

എനിക്കയാളോട് വലിയ സ്നേഹം തോന്നി. എത്ര നല്ല ആൾക്കാരാണ്. അവിടെ ഒരു ചൈനീസ് സിദ്ധന്റെ പ്രതിഷ്ഠയുണ്ട്, രണ്ടു ഭാര്യമാരോടൊപ്പം. എനിക്ക് മുരുകനെയും വള്ളി-ദേവയാനിമാരെയും ഓർമ്മ വന്നു. ഗുരുപരമസാംബവ എന്നാണാ സിദ്ധന്റെ പേര്. ബുദ്ധന്റെ അവതാരമാണെന്നാണ് വിശ്വാസം. മുരുകനുമായി കണക്റ്റഡ് ആണ് ഈ സ്ഥലം എന്നാണ് എനിക്കു കിട്ടിയ മെസേജ്. കുബേരനുമായി എന്തോ ബന്ധവുമുണ്ട്. എന്തിനാണ് മുരുകൻ എന്നെ ഇവിടെ എത്തിച്ചത്? ഇവിടത്തെ എന്തോ ഊർജ്ജരഹസ്യം പിന്നീട് ഭഗവാൻ എനിക്കു വെളിപ്പെടുത്തുമായിരിക്കും. പക്ഷേ, ഒന്നുറപ്പാണ്, ഇത്ര ശുദ്ധമായ സ്ഥലം ഭൂമിയിൽ വേറെയുണ്ടെന്നു തോന്നുന്നില്ല.

അവിടെ ഉച്ചിയിൽ ധ്യാനിച്ചിരിക്കുമ്പോൾ എനിക്കുണ്ടായ ഒരു ചിന്ത കൂടി പങ്കുവെയ്ക്കട്ടെ. എന്റെ അവസാനകാലത്ത് ഞാനിവിടെ ആയിരിക്കും എന്നൊരുൾവിളി. ആർക്കറിയാം? എല്ലാം ഭഗവാൻ നിശ്ചയിക്കും. അല്ലാതെന്ത്?

എന്തായാലും ആ നാലുദിവസം കൊണ്ട് ഞാൻ ഒത്തിരി വിമലീകരിക്കപ്പെട്ടു. ഭൂട്ടാൻ എത്ര കാർബൺ ഫ്രീ ആണോ, അത്രയും ഞാനും എന്റെ മനസ്സും ശരീരവും ശുദ്ധമായി.

മോസ്കോയിലെ ഗഗനചാരി

ഭഗവാനിൽനിന്ന് ഒരു മെസേജ് കിട്ടുന്നു. 2014 ജനുവരിയിലാണ്. സ്പേസ് - ശൂന്യാകാശത്തെ സംബന്ധിച്ച ഒന്നാണ്. പോവുക. പ്രാർത്ഥിക്കുക. വരിക. ഇത്രയേ ഉള്ളൂ മെസേജ്. പതിവുപോലെ ഞാൻ അലർട്ടായി. അടുത്ത ക്ലൂകൾക്കു മനസും കണ്ണും തുറന്നുവച്ചു. പെട്ടെന്നുതന്നെ അത് മോസ്കോ ആണെന്നു തെളിഞ്ഞുവന്നു. ഇങ്ങനെ ഒരു സ്ഥലം തെളിഞ്ഞുവന്നാൽ അവിടം സംബന്ധിച്ച എല്ലാ പുസ്തകങ്ങളും വായിക്കും. മോസ്കോയെ സംബന്ധിച്ച് അങ്ങനെ വായിച്ച പുസ്തകങ്ങളിൽ ഏറ്റവും ആകർഷിച്ചത് ശ്രീ സന്തോഷ് ജോർജ്ജ് കുളങ്ങരയുടെ 'നടാഷയുടെ വർണ്ണബലൂണുകൾ' എന്ന പുസ്തകമാണ്. ഞങ്ങൾ മലയാളികൾക്കിടയിലെ നമ്പർ വൺ ലോകസഞ്ചാരിയാണിദ്ദേഹം. വെറും കറങ്ങലല്ല, ഒരു ഹാൻഡികാം വച്ച് ആ കാഴ്ചകൾ എല്ലാം വിവരണസഹിതം ചാനലിൽകൂടി മലയാളികളെ കാണിക്കുന്നു, എത്രയോ വർഷങ്ങളായി.

ആ പുസ്തകത്തിലെ ഒരനുഭവം വായിച്ച് ഞാൻ അമ്പരന്നുപോയി. അദ്ദേഹം മോസ്കോയിൽ ചെന്നു താമസിക്കുന്ന ഹോട്ടലിനു മുന്നിൽ ചെന്നിറങ്ങിയ വഴി തണുപ്പിന്റെ മൂർച്ചയേറിയ നാറ്റുകൊണ്ടൊരു വെട്ടു കൊണ്ടത്രെ. റൂമിലെത്തിയിട്ടും ആ തണുപ്പിന്റെ അറ്റാക്ക് മാറാതെ അദ്ദേഹം അവശനായി. അതൊരു വലിയ ഹോട്ടലായിരുന്നു. റിസപ്ഷനിൽ വിളിച്ചിട്ടൊന്നും കാര്യമില്ല. അവസാനം റിസപ്ഷനിസ്റ്റിന്റെ നിർദ്ദേശപ്രകാരം എങ്ങനെയൊക്കെയൊ ഏതോ ഫ്ളോറിൽ, ഏതോ കുറെ ഇടനാഴികൾക്കപ്പുറം ഏതോ മുറിയിൽ ഒരു വയസ്സന്റെ മുന്നിലെത്തി. ഡോക്ടർ ആണത്രെ. അയാൾ ഉറക്കം മുറിഞ്ഞ അസ്കിതയോടെ കുളങ്ങരയെ പരിശോധിച്ചു. ഒരു ഗുളിക കൊടുത്തു. കൊടുംപനി ആയിരുന്നു അപ്പോഴേക്കും. എങ്ങനെയൊക്കെയോ തിരികെ റൂമിൽ എത്തി. ഗുളിക വിഴുങ്ങിയത് ഓർമ്മയുണ്ട്. പിറ്റേന്ന് എണീക്കുമ്പോൾ പകൽ പത്തര. വിയർത്തൊഴുകി കിടക്ക കുതിർന്നിരിക്കുന്നു. പനി എങ്ങോ ഓടി ഒളിച്ചിരിക്കുന്നു. ഇതു വായിച്ചതും ഞാൻ ഞെട്ടിപ്പോയി. രണ്ട് കാരണം ഉണ്ട്. ഒന്ന്,

റഷ്യയിലെ റെഡ് സ്ക്വയറിനു മുൻപിൽ

എനിക്കു ബുക്ക് ചെയ്തു കിട്ടിയത് അതേ ഹോട്ടലാണ്. രണ്ട്, അദ്ദേഹം നവംബറിലെ തണുപ്പിലാണ് വീണത്. ഞാൻ ഫെബ്രുവരിയാകും. തണുപ്പ് ഒന്നുകൂടി താണ്ഡവമാടുംകാലം. ലോകം മുഴുവൻ സഞ്ചരിച്ചിരിക്കുന്ന ഇദ്ദേഹത്തിന്റെ അനുഭവം ഇതെങ്കിൽ ഇക്കാര്യത്തിൽ ഒരു നേഴ്സറിക്കുട്ടിയായ ഞാൻ ആ പനിയിൽ അവിടെ കിടന്നു മരിക്കുമല്ലോ എന്നോർത്താണ് ഞെട്ടിയത്. റഷ്യൻ തണുപ്പ് ലോകചരിത്രത്തെ തിരുത്താൻ തക്ക ശേഷിയുള്ളതാണല്ലോ.

1812ൽ നെപ്പോളിയൻ മോസ്കോ വരെ കീഴടക്കിയതാണ്. പക്ഷേ, ആ സമയം സൈന്യത്തെക്കാൾ വലിയൊരു പ്രതിരോധം അവർക്കു ഭേദിക്കാനുണ്ടായിരുന്നു. തണുപ്പ്! യൂറോപ്യൻസ് ആയിട്ടുപോലും അവർക്കു റഷ്യൻ തണുപ്പിന്റെ കരാളഹസ്തത്തിൽനിന്ന് ഒഴിഞ്ഞു മാറാനായില്ല. ജൂൺ മുതൽ തുടങ്ങിയ യുദ്ധം ഡിസംബർ ആയതോടെ ഗതിമാറി. റഷ്യൻ സൈന്യം തണുപ്പിന്റെ മറയിൽ തിരിച്ചടിച്ചു. നെപ്പോളിയൻ തോറ്റോടി.

ഹിറ്റ്ലർക്കും പറ്റി ഇതേ അബദ്ധം. 1941 ജൂണിൽ ലോകത്തെ അമ്പരപ്പിച്ചുകൊണ്ട് ഹിറ്റ്ലർ റഷ്യയെ അടിച്ചു. ഒരുഭാഗത്തു സഖ്യകക്ഷികളുമായി യുദ്ധം ചെയ്യുമ്പോൾ മറുഭാഗത്തു റഷ്യയെക്കൂടി ആക്രമിക്കുക എന്ന വിഡ്ഢിത്തം. മോസ്കോ റെയിൽവേ സ്റ്റേഷൻ വരെ നാസിപ്പട പിടിച്ചെടുത്തു. എന്നാൽ റേഡിയോ സ്റ്റേഷൻ എത്തിയില്ല. ഡിസംബറിനു മുമ്പ് മോസ്കോ പിടിക്കാം എന്ന ഹിറ്റ്ലറുടെ കണക്കുകൂട്ടൽ തെറ്റി. തണുപ്പ് ഒരിക്കൽകൂടി കാവൽഭടനായി.

ആ തണുപ്പ് ഞാൻ അതിജീവിക്കുമോ?

അന്നു റഷ്യയിൽ ഞാനറിയുന്ന മൂന്നോ നാലോ അഞ്ചോ പേരേ ഉള്ളൂ. ലെനിൻ, സ്റ്റാലിൻ, ടോൾസ്റ്റോയ് & വൺ ആൻഡ് ഓൺലി ദസ്തയേവ്സ്കി. പക്ഷേ, അവരാരും ജീവിച്ചിരിപ്പില്ലല്ലോ! ഒരാളെയും പരിചയമില്ല, ഒരിക്കലും അനുഭവിക്കാത്ത കാലാവസ്ഥ, കേട്ടിട്ടേ ഇല്ലാത്ത ഭാഷ! മുരുകാ, നീ തന്നെ കൊണ്ടുപോകുന്നു, നീ തന്നെ തിരികെ എത്തിക്കും എന്ന ഒറ്റ വിശ്വാസം മാത്രം. കൂട്ടത്തിൽ പറയട്ടെ, ഇന്ന് ഈ നിമിഷം ഞാൻ റഷ്യയിലേക്കു പോകുമ്പോൾ എയർപോർട്ടിൽനിന്നേ വന്നെടുത്തുകൊണ്ടുപോകാൻ LMRK കുടുംബാംഗങ്ങൾ ഉണ്ടവിടെ! അതും മുരുകന്റെ വിലാസങ്ങൾ, അല്ലാതെന്ത്.

നേരത്തേ പറഞ്ഞല്ലോ, എന്റെ രണ്ടു കൂട്ടുകാർ. അവരുടെ ബിസിനസിനുവേണ്ടി ഞാൻ ഭഗവാനോടു പ്രാർത്ഥിക്കാൻ തുടങ്ങിയതും മറ്റും. അതിൽപിന്നെ അവർക്കു മുന്നിൽ തടസങ്ങൾ മാറാൻ തുടങ്ങി. മുരുകന് അവകാശപ്പെട്ട പണം അവർ നീക്കിവെയ്ക്കുന്നുണ്ട്. ഞാനതു വാങ്ങാറില്ല. അവർതന്നെ സൂക്ഷിക്കാൻ പറയും. ആവശ്യം വരുമ്പോൾ മുരുകൻ അവരെ തോന്നിപ്പിക്കും എന്നു പറയും. മോസ്കോ

കാര്യം അറിഞ്ഞതും അവർ ഫണ്ട് വേറെ നോക്കരുതെന്നു കട്ടായം പറഞ്ഞു.

റിയ ട്രാവൽസ് തന്നെയാണ് എല്ലാം അറേഞ്ച് ചെയ്തത്. ആദ്യം കൊളംബോ. അവിടെ രാത്രി റിസോർട്ടിൽ. രാവിലെ അഞ്ചരയ്ക്കു തിരികെ ഫ്ളൈറ്റിലേക്ക്. ശ്രീലങ്കൻ എയർലൈൻസിൽ. മോസ്കോ ഫ്ളൈറ്റിൽ. വലിയ വിമാനം. ഞാനൊഴികെ എല്ലാവരും വെള്ളക്കാർ. മുന്നൂറ്റിച്ചില്ല്വാൻ പേരിൽ ഞാൻമാത്രം തിരിവ്. രസം എന്തെന്നാൽ ടിക്കറ്റിലൊക്കെ എന്റെ പേര് രജിത് കുമാർ അല്ല. രെജിത് കുമാര! കുമാര സംഗക്കാര ഒക്കെ ഓർമ്മ വന്നു. എയർ ഹോസ്റ്റസുമാരിലൊരാൾ ചെവിയിൽ പറയുന്നു, നിങ്ങൾ മാത്രം ശ്രീലങ്കൻ, ബാക്കി എല്ലാവരും റഷ്യൻസ് എന്ന്. ഞാൻ തിരുത്താൻ പോയില്ല. അവർ പിന്നീട് എന്നോടു വൻസ്നേഹമായിരുന്നു.

അങ്ങനെ മോസ്കോയിലെത്തി. ഇമിഗ്രേഷൻ ക്യൂവിലെത്തി. വലിയ ടെൻഷനായിരുന്നു. ഇവർ എന്താണു ചോദിക്കുക, ഏതു ഭാഷയിൽ എന്നൊക്കെ അറിയില്ലല്ലോ. ടെൻഷനാകാൻ കാരണമുണ്ട്. റഷ്യൻ വിസ കിട്ടാൻ നമ്മൾ താമസിക്കുന്ന ഹോട്ടലിന്റെ ഒറിജിനൽ വൗച്ചർ വേണ്ടിയിരുന്നു. അതു കൊറിയറിലെത്താൻ വൈകിയത് വലിയൊരു കൺഫ്യൂഷൻ ആയിരുന്നു. ഇതൊക്കെ കാരണം ആകെയൊരു ടെൻഷനിലായിരുന്നു. ഭാഗ്യത്തിന് ഇമിഗ്രേഷനിൽ ഒരു ചോദ്യമോ ഉത്തരമോ ഉണ്ടായില്ല. പുറത്തെത്തി. നമ്മുടെ പേരുള്ള ബോർഡുമായി ആളുണ്ടാകണം. പലരും നിൽപ്പുണ്ട്. നമ്മുടെ പേരുമാത്രം ഇല്ല. ആജാനുബാഹുക്കളായ ജിണ്ടന്മാർ ടാക്സി വേണോ എന്ന ചോദ്യവുമായി ശല്യവും. നമ്മുടെ ആളുമില്ല, പേരുമില്ല. ഞാൻ വേപഥുപൂണ്ട് അലഞ്ഞുനടക്കുമ്പോൾ ഒരു മൂലയിൽ ഒരുത്തൻ ബോർഡ് താഴ്ത്തിപ്പിടിച്ച് അലസമായി നിൽക്കുന്നു. അയാളുടെ മുന്നിൽ ചെന്ന് ബോർഡിലേക്കു കുനിഞ്ഞുനോക്കി ഞാൻ. യെസ്! അവനൊരു ഭാവഭേദവുമില്ല. വാ എന്നുകാണിച്ച് നടന്നു, ഞാൻ പിറകെയും.

മോസ്കോ, റഷ്യ, സോവിയറ്റ് യൂണിയൻ.

ഞങ്ങൾ മലയാളികൾ ഏറ്റവുമധികം അറിഞ്ഞ രാജ്യം സോവിയറ്റ് യൂണിയൻ ആയിരിക്കും. 1991 ൽ സോവിയറ്റ് യൂണിയൻ ശിഥിലമാകുംവരെ സോവിയറ്റ് എന്നൊരു സ്വർഗ്ഗം ഉണ്ടെന്നു വിശ്വസിച്ചിരുന്നവരാണു മലയാളികൾ. ദസ്തയേവ്സ്കിയും ടോൾസ്റ്റോയിയും ഒന്നും ഞങ്ങൾക്കു വേറെ രാജ്യക്കാരല്ലായിരുന്നു. അവിടെനിന്നു വന്നിരുന്ന, വിലകൂടിയ ഗ്ലോസി പേപ്പറിൽ അച്ചടിച്ചിരുന്ന കുട്ടിക്കഥകൾ വായിക്കാതെ ഒരു മലയാളിക്കുട്ടിയും എൺപതുകളവസാനം വരെ വളർന്നുകാണില്ല. പ്രവ്ദ റഷ്യൻ പത്രമാണെന്നറിയാത്ത മലയാളി

ഉണ്ടാകില്ലെന്നതു പോകട്ടെ, പ്രവ്ദ എന്നു പേരുള്ള ഇപ്പോൾ നാല്പതു കഴിഞ്ഞ എത്രയോ പെൺകുട്ടികൾ ഉള്ള നാടാണ് കേരളം! ലെനിൻ, സ്റ്റാലിൻ, നടാഷ, വൈഗ ഇതൊക്കെ ഇന്നു കേരളത്തിലെ കോമൺ പേരുകളാണ്. മോസ്കോ എന്നു പേരുള്ള എത്ര കവലകൾ ഉണ്ടെന്നോ കേരളത്തിൽ. ആ മോസ്കോയിലാണിപ്പോൾ ഞാൻ. ഭഗവാൻ കൃപ!

അടുത്ത ദിവസം കൃത്യസമയത്ത് ഗൈഡ് എത്തി. ഒരു സുന്ദരി. സ്വെറ്റ്ലാന. ഇവർ വളരെയധികം പ്രൊഫഷണലാണ്. ഭൂട്ടാനിലെ ഗൈഡൊക്കെ വളരെ ഫ്ളെക്സിബിൾ ആണ്. ഒമ്പതുമണിയാണു പേപ്പറിലെ പ്രോഗ്രാം ടൈം എങ്കിൽ 8.30 നു ഹാജരാകും. വൈകുന്നേരം ഒന്നോ രണ്ടോ മണിക്കൂർ വൈകിയാലും അവർക്കു യാതൊരു കുഴപ്പവുമില്ല. സ്വെറ്റ്ലാന അങ്ങനെ അല്ല. എല്ലാം കിറുകൃത്യം. ഒരിഞ്ചു മുന്നോട്ടോ പിന്നോട്ടോ ഇല്ല. എന്താണോ പ്രോഗ്രാം ചാർട്ടിൽ ഉള്ളത് അതു കൃത്യമായി ചെയ്യും, ഭംഗിയായും. രാവിലെ ബ്രേക്ക് ഫാസ്റ്റ് ഹോട്ടലിൽനിന്നാണ്. നമുക്ക് പരിചയമുള്ളതായി ബ്രഡ് ചീസ് ജാം. പിന്നെ മുട്ട ആഗോളവ്യാപി ആണല്ലോ. മൂന്ന് മുട്ട ഓംലറ്റും ബ്രഡുമായിരുന്നു ഹെവി ബ്രേക്ക് ഫാസ്റ്റ്. ഹെവി ആക്കാൻ കാരണമുണ്ട്. നമ്മുടെ ഗൈഡ് സുന്ദരി വൻ സ്ട്രിക്റ്റ് ആണ്. ഒമ്പതര - നാലര പാക്ക്ഡ് പ്രോഗ്രാംസ് ആണ്. ഇതിനിടയിൽ ഭക്ഷണം കഴിക്കാൻ നിന്നാൽ നാലര എന്നതു തെറ്റും. അതിനാൽ ഹെവി ബ്രേക്ക് ഫാസ്റ്റ് കഴിക്കുക. നാലരയ്ക്ക് തിരികെ ഹോട്ടലിൽ എത്തിയിട്ടു പിന്നെ നിങ്ങളായി, നിങ്ങളുടെ പാടായി, ഇതാണ് മിസ്. സ്വെറ്റ്ലാനയുടെ കല്പന. അവർ ഒരു മികച്ച ഗൈഡായിരുന്നു.

മോസ്കോ മ്യൂസിയങ്ങളുടെ നഗരമാണ്. നമ്മൾക്കില്ലാതായിപ്പോയൊരു കൾച്ചർ ആണത്. എത്രയോ പുരാതനമാണു നമ്മുടെ സംസ്കാരം. അതിനെപ്പറ്റി ജനങ്ങൾക്ക് ഒരു അവബോധമുണ്ടാക്കാൻ മ്യൂസിയങ്ങൾ നിർമ്മിക്കുക എന്നത് നമ്മുടെ അജണ്ടയിൽ ഇല്ല. കാലത്തെ കാഴ്ചകളാക്കി വരുംതലമുറയ്ക്കായി പ്രദർശിപ്പിക്കാൻ കഴിയില്ല എന്നത് ഒരു വൻവീഴ്ചതന്നെ. ഓരോ കാഴ്ചകളും ലളിതമായ ഇംഗ്ലീഷിൽ സ്വെറ്റ്ലാന മനോഹരമായി വിവരിച്ചു തരും. മോസ്കോ കണ്ടപ്പോൾ എനിക്കു തോന്നിയത് ആ സോവിയറ്റ് കാലച്ഛായ ഇപ്പോഴും അതേപടി എന്നാണ്. ഗവണ്മെന്റ്ഛായയുള്ള ബിൽഡിംഗുകൾ. റോഡുകളിലൊന്നും ഫ്ളൈഓവർ സംസ്കാരം വന്നിട്ടില്ല. ഒറ്റനിരപ്പിൽ പന്ത്രണ്ടോ പതിനെട്ടോ വരി പാതകൾ പോലെ.

ശ്രീലങ്കയിൽനിന്നു വിമാനം കയറിയപ്പോൾ മുതൽ എന്തോ ഒരു എനർജി എന്നിലാവേശിക്കുന്നത് എനിക്കറിയാം. ഇതൊരു

ലക്ഷ്യമില്ലായാത്ര പോലെയാണെങ്കിലും, എന്തോ ഭഗവാൻ കാത്തു വച്ചിട്ടുണ്ടെന്ന് ഉറപ്പാണെനിക്ക്. എന്നാൽ അതിലേക്ക് ഒരു ക്ലൂവും ഇല്ലതാനും. സ്പേസ് സംബന്ധിയാണത് എന്ന് ഒരു ഊഹമുണ്ട്. അതിനെ ഊട്ടിയുറപ്പിക്കാൻ ചില നിമിത്തങ്ങൾ ഉണ്ടാവുകയും ചെയ്തു. വിമാനത്തിൽ മുന്നിലുള്ള സ്ക്രീനിൽ ഞാൻ കുത്തിയ പ്പോൾ ആദ്യം വന്ന സിനിമതന്നെ ഏതോ സ്പേസിൽ നടക്കുന്ന ഒന്നായിരുന്നു.

അഞ്ച് ദിവസമാണിവിടെ ഉള്ളത്. നാലുദിവസവും തീരുന്നു. ടോൾസ്റ്റോയിയുടെ വീടുസന്ദർശനം അതിൽ അവിസ്മരണീയം. പണ്ട് വായനശാലയിൽനിന്ന് എടുത്തുകൊണ്ടുവന്ന് മുനിഞ്ഞുകത്തുന്ന മഞ്ഞബൾബിനു കീഴെ ഇരുന്നു വായിച്ച കഥാപാത്രങ്ങൾ ഉരുവം കൊണ്ട ഇടത്തിൽ നില്ക്കുമ്പോൾ എന്നിലുണ്ടായ വികാരാവേശം പറഞ്ഞറിയിക്കവയ്യ.

റഷ്യൻ ഗൈഡുകളുടെ പൊതുസ്വഭാവമാണീ ടൈം കീപ്പിംഗ്. രാവിലെ ഒമ്പതരയ്ക്കു സ്റ്റാർട്ട് ചെയ്താൽ ഉടനെ ഇന്നത്തെ ഷെഡ്യൂൾ എടുത്ത് മിസ് സ്വെറ്റ്ലാന പ്രഖ്യാപിക്കും. അന്ന് അഞ്ച് സ്ഥലങ്ങൾ ഉണ്ടെങ്കിൽ അവയ്ക്കൊക്കെ സമയം നിശ്ചയിക്കും. ഇടയിൽ ഒരു ജ്യൂസ് പോലും നമ്മൾ വാങ്ങിക്കൊടുത്താൽ കഴിക്കില്ല. 'യു ഡ്രിങ്ക്. ഐ സിറ്റ് വിത്ത് യു' എന്നാണ് പല്ലവി.

കൃത്യം നാലരയ്ക്കു ഹോട്ടലിനു മുന്നിൽ എന്നെ എത്തിക്കും. അതൊരു വലിയ ഹോട്ടലാണ്. 1980 ലെ മോസ്കോ ഒളിമ്പിക്സി നു വേണ്ടി പണിതതാണ്. റിസപ്ഷൻ കഴിഞ്ഞാൽ രണ്ടു സൈഡും നിറയെ ലിഫ്റ്റുകൾ. കാർഡ് ഉള്ളവരെയേ പിന്നീട് കയറ്റൂ. ഞാൻ അഞ്ച് അഞ്ചരയോടെ ഫ്രഷായി അന്നത്തെ കണക്കുകളും ഡയറി ക്കുറിപ്പുകളും തയ്യാറാക്കും. വെളിയിലേക്കുള്ള ചില്ലുചുമരിൽകൂടി പുറം കാണാം. അവിടെയിരുന്ന് ആകാശം നോക്കും. എന്തു രഹസ്യ മാണ് ഇവിടെ എനിക്കായി ഭഗവാൻ ഒരുക്കിവച്ചിട്ടുള്ളത്?

എന്റെ മുറി പന്ത്രണ്ടാം നിലയിലാണ്. ആ കാഴ്ചയിൽ അപ്പു റത്ത് താഴെ റോഡും എതിരേ കെട്ടിട എടുപ്പുകളുമാണ്. അവയ്ക്ക പ്പുറം എന്തോ ഒന്ന് ഉയർന്നുനിൽക്കുംപോലെ കാണാം. ഒരു വാൽ പൊന്തിനിൽക്കുംപോലെ. അതെന്ത് എന്ന ഒരു കുതൂഹലം എനി ക്കുണ്ടായിരുന്നു. രാത്രിയിലെ നഗരം കാണണമെന്നുണ്ട്. പക്ഷേ, വായിച്ച പുസ്തകങ്ങളിൽനിന്നൊക്കെ കിട്ടിയ ചിത്രം അത്ര പന്തിയാ യിരുന്നില്ല. എന്തെങ്കിലും സംഭവിച്ചാൽ വിളിക്കാൻ ഒരാൾപോലും പരിചയക്കാരില്ല. മിസ് സ്വെറ്റ്ലാന പോലും 9.30–4.30 കഴിഞ്ഞാൽ ഫോൺ എടുക്കുമെന്നു തോന്നുന്നില്ല.

രാവിലെ ഭക്ഷണം ഹോട്ടൽ പാക്കേജിൽ ഉണ്ടെന്നു പറഞ്ഞല്ലോ. രാത്രി തൊട്ടരികിൽ ഒരു ഹോട്ടലിൽ അരി വേവിച്ചത്, ഗ്രീൻ പീസ് പോലെ എന്തോ ഇട്ട് വേവിച്ചതു കിട്ടുമെന്നു കണ്ടെത്തി. അതിന്റെ കൂടെ ഇളം പച്ചനിറത്തിൽ ഒരു ചെറുകുപ്പിയിൽ ഗ്യാസുള്ള പാനീയവും. നിരക്ക് നോക്കിയാൽ ഇന്ത്യൻ രൂപ ആയിരം. അതായിരുന്നു ഈ അഞ്ചു ദിവസവും അത്താഴം.

രാത്രി നഗരം കാണണം എന്നു ഞാൻ സ്വെറ്റ്ലാനയോടു പറഞ്ഞു. അതു പാക്കേജിൽ ഇല്ലല്ലോ എന്ന് അവരും. സാരമില്ല, ഞാൻ പേ ചെയ്യാം എന്നു ഞാനും. ശരി 6.30 മുതൽ 12 വരെ. നൂറ് ഡോളർ. ഞാൻ സമ്മതിച്ചു.

പിറ്റേന്ന് ലെനിൻ സ്ക്വയർ ആയിരുന്നു. റഷ്യയുടെ ഐക്കൺ പ്ലേസ്. ഒരു വശത്തു താഴികക്കുടം വച്ച പള്ളി. നടുവിൽ ചെങ്കല്ല് പതിച്ച എടുപ്പ്. പിന്നെ ലെനിൻ ടോംബ്. ലെനിന്റെ ഭൗതികശരീരം സൂക്ഷിച്ച സ്ഥലം. ആദ്യം പള്ളിയിൽ കയറി. അകത്തു ഗായക സംഘം ഉണ്ട്. ടൂറിസ്റ്റുകൾ താരതമ്യേന കുറവാണ്. ഗായകസംഘം ഒരിന്ത്യക്കാരനെ കണ്ടപ്പോൾ സന്തോഷം പ്രകടിപ്പിച്ചു. എനിക്കായി എന്നുപറഞ്ഞ് ഒരു ഗാനവും അവതരിപ്പിച്ചു. സ്വെറ്റ്ലാനയും സ്വാഭാവിക ഗൗരവം വെടിഞ്ഞ് അത് ആസ്വദിച്ചു. ഞാൻ സന്തോഷത്തോടെ അവരെ തൊഴുത് നന്ദിപറഞ്ഞു. അവിടെനിന്ന് നടന്ന് നേരെ ലെനിൻ ടോംബിലെത്തി. ലെനിന്റെ ശരീരം നോക്കിനിൽക്കുമ്പോൾ എന്റെ ഉള്ളിൽ നിറഞ്ഞ വികാരം എന്താണെന്നു പറഞ്ഞറിയിക്കുക പ്രയാസം. എത്രയോ ഞങ്ങൾ പഠിച്ച പാഠപുസ്തകത്തിൽനിന്നും, ജോൺ റീഡ്സിന്റെ 'ലോകത്തെ പിടിച്ചുകുലുക്കിയ പത്ത് ദിവസങ്ങൾ' വായിച്ചും കൈവന്ന ആവേശം അന്നേരം എന്നെ ഭരിച്ചു. ലെനിന്റെ ശരീരം വലംവച്ച് ആ മുഖത്തേക്കു നോക്കി ഞാൻ ഒരു സല്യൂട്ട് അടിച്ചു. ആ നിമിഷം ഞാൻ ചരിത്രത്തിന്റെ മുന്നിൽവന്നു നിന്ന പോലെ തോന്നി. കുറച്ചുനേരമേ അവിടെ നിൽക്കാൻ അനുവാദമുള്ളൂ. വലിയ ചെക്കിംഗ് കഴിഞ്ഞും സാധനങ്ങൾ എല്ലാം ക്ലോക്ക് റൂമിൽ വെപ്പിച്ചിട്ടുമാണ് അകത്തേക്കു കയറ്റുന്നത്. ഞങ്ങൾ പുറത്തേക്കുള്ള വഴിയിലൂടെ നടക്കുകയാണ്. ആ നിമിഷമാണ് എന്റെ റഷ്യൻ യാത്രയിലെ അനർഘനിമിഷം. കുറച്ചകലെ നിൽക്കുന്ന ഒരു റഷ്യൻ സ്ത്രീ എന്റെ നേരെ കൈചൂണ്ടി ഓടിവന്നു. റഷ്യൻ ഭാഷയിൽ എന്തോ കലപില വർത്തമാനം പറയുന്നു. ഞാൻ അമ്പരന്നു. സ്വെറ്റ്ലാന ആദ്യം അമ്പരന്നെങ്കിലും അവരോടെന്തോ പറഞ്ഞു. ആ സ്ത്രീ എന്നെ നോക്കി ചിരിച്ചുകൊണ്ട് പിൻവാങ്ങി. 'ഇവിടെവരെ വന്നിട്ട് യൂറി ഗഗാറിന്റെ ശവകുടീരം കാണാതെ പോകുന്നോ താങ്കൾ' എന്നാണ് അവർ ചോദിക്കുന്നത്. ആണ്ടവാ... ഞാൻ ആകെ പൂത്തുലഞ്ഞു. എന്റെ ഭാവമാറ്റം കണ്ട് ഗൈഡ് ഒന്നമ്പരന്നു.

റഷ്യയിലെ ഗൈഡ് സ്വെറ്റ്‌ലാനയ്ക്കൊപ്പം

''എവിടെ?'' ഞാൻ ചോദിച്ചു.

സ്വെറ്റ്‌ലാന എന്നെ അവിടെ കൊണ്ടുപോയി. ഞാൻ ആകെ മാറിയിരുന്നു. കഴിഞ്ഞ മൂന്നുദിവസവും എന്റെ ബോഡി ലാംഗ്വേജിലേ ഉണ്ടായിരുന്ന ഒരു ഗ്ലാനി ചിതറിപ്പോയിരുന്നു. എന്നിലാകെ ഊർജ്ജം നിറഞ്ഞിരുന്നു. ശൂന്യാകാശത്തിൽ ആദ്യമായി പോയ ഗഗനാചാരിയുടെ ശവകുടീരം! എന്നെ അവിടെ എത്തിക്കുക എന്നതായിരുന്നു മുരുകഭഗവാന്റെ ലക്ഷ്യം. എന്റെ ആവേശം കണ്ട് സ്വെറ്റ്‌ലാനയ്ക്ക് ആകെ വിസ്മയമായി. യൂറി ഗഗാറിന്റെ കുടീരത്തിനു മുന്നിൽനിന്ന് ഞാൻ പ്രാർത്ഥിക്കുന്നതും, കഴിഞ്ഞ് സെല്യൂട്ട് ചെയ്യുന്നതുമെല്ലാം അവർ അത്ഭുതത്തോടെ നോക്കിനിന്നു. അവർക്കറിയില്ലല്ലോ എന്റെ ഉള്ളിലെ തുടി. ഭഗവാൻ എന്നെ അയയ്ക്കുന്നതു സ്പേസിനെ സംബന്ധിച്ച ഒരു കാര്യത്തിനാണെന്ന് എനിക്കറിയാം. അവസാന ദിവസംവരെ എനിക്ക് ഇതിന്റെ ഒരു സൂചനകളും ഇല്ലായിരുന്നല്ലോ.

ബഹിരാകാശത്തെ ശൂന്യതയിൽകൂടി ആദ്യം സഞ്ചരിച്ച മനുഷ്യന്റെ ശവകുടീരത്തിനു മുന്നിൽ എന്നെ എത്തിക്കുകയായിരുന്നു ഭഗവാൻ! എങ്ങനെ എന്നു നോക്കൂ. ഗൈഡ് സ്വെറ്റ്‌ലാനയ്ക്കു യൂറി ഗഗാറിന്റെ ശവകുടീരം അത്ര പ്രാധാന്യമുള്ളതായി തോന്നിയിരിക്കില്ല.

അതുകൊണ്ട് അതൊരുപക്ഷേ ഞങ്ങൾ സന്ദർശിക്കാതെ സ്കിപ്പ് ചെയ്യുമായിരുന്നു. പുറത്തേക്കുള്ള വഴിയിലൂടെ ഇറങ്ങി ക്ലോക്ക് റൂമിൽനിന്ന് ഫോണും വസ്തുക്കളും വാങ്ങാൻ പോകുകയായിരുന്നു ഞങ്ങൾ. അപ്പോഴാണ് ഭഗവാൻ ഒരു റഷ്യൻ സ്ത്രീയുടെ ശരീരത്തിൽ പ്രവർത്തിക്കുന്നത്! അതോ, ഞാൻ അതിനു മുമ്പും പിമ്പും കണ്ടിട്ടില്ലാത്ത ഒരു റഷ്യൻ ലേഡി.

ഇങ്ങനെയുള്ള അനുഭവങ്ങൾ പിന്നീട് പലപ്പോഴും എനിക്കുണ്ടായിട്ടുണ്ട്.

ഗഗാറിന്റെ കുടീരത്തിനു മുന്നിൽ നിൽക്കുമ്പോൾ സമയം എന്ന പ്രഹേളികയെ വീണ്ടും കണ്ടുമുട്ടുന്ന അനുഭവം. പിന്നീടുള്ള എന്റെ യാത്രയിൽ സമയവും ഞാനുമായുള്ള ബന്ധത്തിൽ ലഭിച്ചുകൊണ്ടിരിക്കുന്ന എനർജിയുടെ ആദ്യകാല റിസീവിങ്ങ് ആയിരുന്നു ആ സമയം സംഭവിച്ചത്. ലോകത്തിന്റെ ഓരോ ഭാഗത്തും ഓരോതരത്തിലുള്ള ഊർജ്ജത്തിന്റെ സ്രോതസ്സുണ്ട്. റഷ്യ അങ്ങനെ അനുഗ്രഹിക്കപ്പെട്ടതു ഭൂമിക്കപ്പുറമുള്ള പ്രപഞ്ചവുമായുള്ള കണക്ഷന്റെ കാര്യത്തിലാണ്. അമേരിക്കയെക്കാളൊക്കെ എത്രയോ മുന്നിലായിരുന്നു ഒരുസമയം റഷ്യ സ്പേസ് സയൻസിൽ. എന്തായാലും ആ ഗഗനചാരിയുടെ കുടീരത്തിനു മുന്നിൽനിന്ന് എനിക്കാവോളം എനർജി കിട്ടി. എന്റെ റഷ്യൻ യാത്ര സാർത്ഥകമായി.

അന്നു തിരികെ ഹോട്ടലിൽ വിടുമ്പോൾ ഞാൻ സെ്വറ്റ്ലാനയോടു ചോദിച്ചു. അപ്പുറം കാണുന്ന ആ വാൽ എന്തെന്ന്. അതോ, അതു സ്പേസ് മ്യൂസിയം! എന്റെ മുറിയിലിരുന്നാൽ കാണുന്ന ആ വാൽ. അതു സ്പേസ് മ്യൂസിയത്തിന്റെ ആണെന്ന്! എനിക്കവിടെ പോണം.

''ഒറ്റയ്ക്കു പൊയ്ക്കോളൂ. ഈ റോഡ് സബ്‌വേ വഴി ക്രോസ് ചെയ്താൽ പോകാം. എന്റെ ടൈം കഴിഞ്ഞല്ലോ. തന്നെയുമല്ല നിങ്ങൾ വിചാരിക്കുംപോലെ അത്ര മോശമല്ല മോസ്കോ. അതൊക്കെ വെറുതെ പറഞ്ഞുണ്ടാക്കുന്നതാണ്.''

റൂമിൽ വന്ന് ഫ്രെഷായ ഞാൻ കുറെ ആലോചിച്ചു. ഒറ്റയ്ക്കു പോകണോ? എന്തെങ്കിലും പിടിച്ചുപറിയോ അറ്റാക്കോ? സബ്‌വേ വഴി ഒക്കെ പോകണ്ടേ? ഇവിടെവരെ എത്തിച്ചതു മുരുകനെങ്കിൽ, മുരുകൻ കൂടെയുള്ളപ്പോൾ ഭയമെന്തിന്? ഞാൻ റെഡിയായി. കോട്ടിട്ടു. മഫ്ളർകൊണ്ട് കണ്ണൊഴികെ എല്ലാം മൂടി. കൈയിൽ ഗ്ലൗസും ഇട്ടു. ഞാനിപ്പോ ഒരു റഷ്യക്കാരൻ എന്നു കരുതി. റഷ്യൻ സ്റ്റൈൽ നടത്തം കൂടി നടന്നു. ടിക്കറ്റ് എടുത്തു. അതൊരു നീളൻ മ്യൂസിയം. ഉയർന്നു നിൽക്കുന്ന ഒരറ്റമാണ് എന്റെ മുറിയിൽനിന്ന് കണ്ടിരുന്നത്.

ഒന്നരമണിക്കൂർ ചുറ്റിനടന്ന് ഞാൻ അതെല്ലാം കണ്ടു. യൂറി ഗഗാറിനെപ്പറ്റി ഏറെ കൂടുതൽ മനസിലാക്കി. 1983 ഏപ്രിൽ 23ന് Soyuz T-11 എന്ന റഷ്യൻ ബഹിരാകാശവാഹനത്തിൽ പോയി ശൂന്യാകാശത്ത് ഇറങ്ങിനടന്ന രാകേഷ് ശർമ്മയുടെ യാത്രയുടെ ചരിത്രവും ഫോട്ടോയും ഒക്കെ കണ്ടു. റഷ്യ ഒരു കാലത്ത് അമേരിക്കയെപ്പോലും ലജ്ജിപ്പിക്കുംവിധം സ്പേസ് റിസർച്ചിൽ എന്തുകൊണ്ട് ഉന്നതിയിലെത്തി എന്നതിന്റെ ചരിത്രമെല്ലാം കണ്ട് നിറഞ്ഞ മനസോടെ തിരിച്ചെത്തി.

യൂറി ഗഗാറിൻ ചെറുപ്പത്തിൽ എന്നെ ഏറെ സ്വാധീനിച്ച വ്യക്തിയാണ്. എട്ടിലോ മറ്റോ പഠിക്കുമ്പോൾ ചിന്ത പബ്ലിക്കേഷൻസിന്റെ യൂറി ഗഗാറിൻ എന്നൊരു ചെറിയ പുസ്തകം ഞാൻ എത്രയോ ആവർത്തി വായിച്ചിട്ടുണ്ടെന്നോ? ആ പുസ്തകം, അതേ പുസ്തകം, 2020ൽ എന്റെ മകൾ നക്ഷത്ര എവിടെനിന്നോ തപ്പിയെടുത്തു. അന്നവൾ അതെന്നെ കൊണ്ടുകാണിച്ചപ്പോൾ സമയം എന്ന പ്രതിഭാസം എന്നെ വീണ്ടും വന്നു തൊട്ട ഫീൽ. എന്നിൽ അത് അനല്പമായ അമ്പരപ്പും ആഹ്ലാദവും ഉണ്ടാക്കി! ആ ഗഗനചാരി എന്റെ ജീവിതത്തിൽ ഒരു നിത്യസാമീപ്യമായി എന്നുമുണ്ട്!

അഞ്ചാംദിനം രാത്രി. സ്വെറ്റ്ലാന കൃത്യം ആറരയ്ക്കെത്തി. എനിക്ക് മോസ്കോയുടെ രാത്രിമനോഹാരിത കാണണം. സ്വെറ്റ്ലാന എന്തോ അന്നു പകൽസമയത്തെ ഗൗരവക്കാരി ഗൈഡ് അല്ലായിരുന്നു. ഒരുപക്ഷേ ഇത് ഔദ്യോഗികമല്ലാത്ത യാത്രയും, 100 ഡോളർ എക്സ്ട്രായും ആയതുകൊണ്ടായിരിക്കണം. തെരുവീഥികളിൽകൂടി ആ ആജാനുബാഹു ഡ്രൈവർ വണ്ടിയോടിച്ചു. ലൈറ്റിൽ കുളിച്ച മോസ്കോ. അവസാനം ഒരു കോട്ട. അവിടെ വണ്ടിനിർത്തി. ഞാനും സ്വെറ്റ്ലാനയും ഇറങ്ങി. വെള്ളിവെളിച്ചത്തിൽ കുളിച്ചുനിൽക്കുന്ന കോട്ട. അതിനു ചുറ്റുമുള്ള കിടങ്ങിലെ വെള്ളത്തിൽ അതിന്റെ പ്രതിഫലനം. അതിനു ചുറ്റും ഉദ്യാനം. നടപ്പാതകൾ. ഓരത്തായി മരങ്ങൾ. മൈനസ് മൂന്നോ നാലോ ഡിഗ്രി തണുപ്പ്. നേർത്ത ശീതക്കാറ്റ്. ആകാശം നിറയെ നക്ഷത്രങ്ങൾ. യൂറി ഗഗാറിനിലേക്കെത്തിയതോടെ മുരുകഭഗവാന്റെ ഇംഗിതം നടപ്പായി എന്ന ആഹ്ലാദം എന്നെ മൃദുലചിത്തനാക്കിയതുകൊണ്ടായിരിക്കാം, പ്രകൃതി മുഴുവൻ എന്റെ ആഹ്ലാദത്തിൽ പങ്കുചേരുന്നതായി തോന്നി. ആകാശത്തിൽ ഞാൻ കാർത്തികനക്ഷത്രക്കൂട്ടത്തെ തിരഞ്ഞു. കരിങ്കൽ പാകിയ നടപ്പാത. മരങ്ങളിൽ വീഴുന്നതു മഞ്ഞോ നിലാവോ? അറിയില്ല. അങ്ങുമിങ്ങും കമിതാക്കൾ കൈകോർത്തു നടക്കുന്നു. ഞാൻ ഒരു റഷ്യൻ നോവലിലെ കഥാപാത്രമായി എന്നെനിക്കു തോന്നി.

''മിസ് സ്വെറ്റ്‌ലാന, കാൻ യു സിങ് എ റഷ്യൻ സോങ് ഫോർ മി?'' നടത്തത്തിനിടയിൽ അവർ ഒന്നു നിന്നു. പുരികങ്ങൾ ചോദ്യ ചിഹ്നങ്ങളായി.

''വൈ?''

''ഐ ഫീൽ ലൈക്ക് നൗ അയാം ഇൻസൈഡ് എ റഷ്യൻ നോവൽ.''

സ്വെറ്റ്‌ലാന മനോഹരമായി പുഞ്ചിരിച്ചു.

''ഹാവ് യു റീഡ് മെനി റഷ്യൻ നോവൽസ്?''

''സോ മെനി.'' ഞാൻ പറഞ്ഞു.

അവളുടെ കണ്ണുകളിൽ ഒരു സാഹോദര്യം വിരിഞ്ഞു. അക്ഷര ങ്ങളിലൂടെ ഉടലെടുത്ത ബന്ധത്തിൽ അവൾ മുഗ്ധയായപോൽ. താഴേക്കുനോക്കി ഇരുകൈകളും ജീൻസ് പോക്കറ്റിലിട്ട് മിസ് സ്വെറ്റ്‌ലാന നടന്നു. അവളിൽനിന്ന് പയ്യെപ്പയ്യെ ഒരു ഗാനം പുറത്തു വന്നു. ഭാഷ അറിയില്ലെങ്കിലും അതിൽ നിറഞ്ഞുനിന്നതു മുഴുവൻ സ്നേഹമാണെന്നെനിക്കു മനസ്സിലായി.

വാസുകിയുടെ നാട്ടിലും ബാങ്കോക്കിലും

2014ൽ കിട്ടിയ ഒരു മെസേജായിരുന്നു എന്നെ ഇൻഡോനേഷ്യയിൽ എത്തിക്കുന്നത്. കൊച്ചിയിൽനിന്ന് സിംഗപ്പൂർ എയർലൈൻസിലായിരുന്നു യാത്ര. സിംഗപ്പൂരിൽനിന്ന് ബാലിയിലേക്കു കണക്ഷൻ ഫ്‌ളൈറ്റ്. അവിടത്തെ ഒരുപാടു ദ്വീപുകളിൽ ഒന്നാണ് ബാലി. വിമാനമിറങ്ങുന്ന റൺവേ ശരിക്കും കടലിലാണെന്നു തോന്നും.

ഇൻഡോനേഷ്യയെപ്പറ്റി നിങ്ങൾക്കൊക്കെ അറിയാമല്ലോ. ലോകത്ത് ഏറ്റവുമധികം മുസ്ലീങ്ങൾ ഉള്ള രാജ്യം. എന്നാൽ സാമ്പ്രദായിക മുസ്ലീം ഭൂരിപക്ഷ രാജ്യങ്ങളിൽനിന്ന് ഇൻഡോനേഷ്യയെ വേറിട്ടു നിർത്തുന്ന ഒന്നുണ്ട്. അതെന്താണെന്നോ? അവർ പ്രാഥമികമായി സ്വന്തം സ്വത്വത്തിൽ അഭിമാനിക്കുന്നു. ഇൻഡോനേഷ്യക്കാരുടെ പേരുകൾ ശ്രദ്ധിച്ചിട്ടുണ്ടോ? മേഘാവതി, ദേവി, കാർത്തിക ഒക്കെ ഇഷ്ടംപോലെ കാണാം. ഇവരിൽ മിക്കവരും മുസ്ലീങ്ങളായിരിക്കും. അതുപോലെ അവിടെ തെരുവുകളിൽ റൗണ്ട് എബൗട്ടുകളിലൊക്കെ ഗീതോപദേശ പ്രതിമകൾ കാണാം. അവരുടെ ഔദ്യോഗിക എയർലൈൻസിന്റെ പേര് ഗരുഡ! അസാധാരണം എന്നു നമ്മുടെ ശീലങ്ങളാൽ തോന്നാം. പക്ഷേ, അവർ അവരുടെ സ്വത്വം നിലനിർത്തുന്നു. അതേസമയം വിശ്വാസവും.

ആ രാജ്യത്തെ അനേകം ദ്വീപുകളിൽ ഒന്നാണു ബാലി എന്നു പറഞ്ഞല്ലോ. അവിടേക്കു പോകാൻ എനിക്ക് ഒരു മെസേജ് കിട്ടി, ഭഗവാന്റെ. 100ൽ തൊണ്ണൂറോളം പേരും ഹൈന്ദവരുള്ള ദ്വീപാണത്. നിറയെ ഹൈന്ദവ ക്ഷേത്രങ്ങളും.

മേൽക്കൂരയുള്ള ക്ഷേത്രങ്ങളുടെ കാലഘട്ടത്തിനുമുമ്പ് ഉണ്ടായിരുന്ന കാവ് സംസ്കാരമുണ്ടല്ലോ. അതുപോലെയാണു ബാലിയിൽ. അവിടെ തുറന്ന ക്ഷേത്രങ്ങൾ ഇഷ്ടംപോലെ. മൂന്നു പ്രതിഷ്ഠയാണ് മെയിൻ. കല്ലുകൾ. വലിയ കല്ലുകൾ. വിഷ്ണു, മഹേശ്വരൻ, ബ്രഹ്മാവ്. പിന്നെ വിനായകരുടെ വിഗ്രഹപ്രതിഷ്ഠയും കാണാം. ഇഷ്ടംപോലെ അമ്പലങ്ങൾ. ജനങ്ങളാണെങ്കിൽ സ്പിരിച്ചലുമായി

വൻ കണക്ഷനാണ്. എല്ലാ വീട്ടിലും ഒരു ചെറിയ അമ്പലമുണ്ടാവും. രാമായണ, മഹാഭാരതകഥകളൊക്കെ ഏവർക്കും അറിയാം. രസകരമായൊരു കാര്യം, ഗ്രന്ഥവായനയിൽകൂടിയല്ല ഇതൊന്നും അവർക്കു പകർന്നുകിട്ടുന്നത് എന്നാണ്. വാമൊഴിയിൽകൂടി തലമുറകളായി അതു കൈമാറ്റം ചെയ്യപ്പെടുകയാണത്രെ! വെള്ളഷർട്ടും വെള്ളമുണ്ടുമുടുത്ത പൂജാരികൾ. അതിവിചിത്രമായി നമുക്കു തോന്നുന്ന ഒരു കാര്യം, അമ്പലങ്ങളിൽ മാംസം പൂജിക്കും എന്നുള്ളതാണ്!

ഇവിടെയുള്ള മിക്കവാറും അമ്പലങ്ങളിൽ ആരാധിക്കാൻ ചെല്ലുന്നവർക്കും പൂജിക്കാം എന്നതും പ്രത്യേകതയാണ്. പൂജാരി കൂടാതെ തൊഴാൻ ചെല്ലുന്നവർക്കും പൂജാരിയുടെ കൂടെയിരുന്നു പൂജിക്കാം. പൂജാരിമാർ ശ്രീകോവിലിൽ ഇരുന്ന് ദൈവത്തിന്റെ പ്രതിപുരുഷനെപ്പോലെ ആക്റ്റ് ചെയ്യുകയല്ല അവിടെ. തൊഴാൻ വരുന്നവരുമായി ഇന്ററാക്ഷൻ ആണ്. സംസാരിക്കും. ഉപദേശിക്കും. ചിലപ്പോൾ കർശനമായി ഉപദേശിക്കുന്നതൊക്കെ കണ്ടു.

ഇതൊക്കെ കണ്ടും ആസ്വദിച്ചും നടക്കുകയായിരുന്നു ഞങ്ങൾ. ഞങ്ങൾ എന്നാൽ ആരൊക്കെ? ഞാനും ഭാര്യയും. ജിതയുടെ ആദ്യത്തെ വിദേശയാത്രയായിരുന്നു അത്. അതുകൊണ്ടുതന്നെ അതൊരു ഉല്ലാസയാത്രയാണെന്ന മട്ടായിരുന്നു. പക്ഷേ, ഓരോ ദിനവും കൊഴിഞ്ഞുവീഴവേ, ഓരോ മണിക്കൂറും കഴിയവേ എന്നിൽ അസ്വസ്ഥതപോലെ ഒരു വികാരം നിറയാൻ തുടങ്ങി. അതെന്തുകൊണ്ടാണ്? എന്നോട് ഭഗവാൻ ഇവിടെ വരാൻ പറഞ്ഞത് എന്തിനായിരിക്കണം? ഇതുവരെയുള്ള അനുഭവങ്ങൾ വച്ചിട്ട് എന്തെങ്കിലും ഒരു കാര്യം എന്നെ കാണിച്ചുതരാനാണെന്ന കാര്യത്തിൽ തർക്കമില്ല. എന്നാലും, എന്നിൽ ഒരു ഗ്ലൂമിനെസ് ഡെവലപ് ചെയ്യാൻ ആരംഭിച്ചു.

അവസാനദിവസം ഒരു അഗ്നിപർവതം കാണാൻ പോയി. കിന്താമണി എന്ന സ്ഥലത്തുള്ള മൗണ്ട് ബാത്തൂർ. മുപ്പതിനായിരം വർഷം മുമ്പ് രൂപം കൊണ്ട ഒന്നത്രെ ഇത്. 1963ൽ ഉണ്ടായ അപ്രതീക്ഷിതമായ വിസ്ഫോടനത്തിൽ 1700 ഓളം പേർ കൊല്ലപ്പെട്ടത്രെ. ഇപ്പോഴും ഉള്ളിൽ കനൽ അണയാതെ സൂക്ഷിക്കുന്ന ഒന്നാണീ അഗ്നിപർവതം. 2017-18 കാലഘട്ടത്തിൽ ഇതു പുകഞ്ഞു തുള്ളിയതിനെതുടർന്ന് അന്താരാഷ്ട്ര വിമാനവീഥികളിൽ വലിയ അലോസരമുണ്ടായി. ബാലിയിൽ പോകുന്ന ടൂറിസ്റ്റുകളുടെ ഒരു മസ്റ്റ് സീ ഐറ്റമാണിത്. ഒരു മല. ഉള്ളിൽ ഉരുകിയൊലിക്കുന്ന ലാവ! ഏതുനിമിഷവും ചീറ്റാൻ വെമ്പുന്ന, ഇന്ത്യക്കാർക്കു വായിച്ചറിയാൻമാത്രം സാധിച്ചിട്ടുള്ള, പ്രകൃതിയുടെ ഒരു ഭീഷണമുഖം.

ജിത ആവേശത്തോടെ ഇതുവരെ കാണാത്ത ആ കാഴ്ചയിൽ അഭിരമിച്ചു നടപ്പാണ്. ഇവിടെ എന്താണ് ഭഗവാൻ എനിക്കായി ഒളിപ്പിച്ചുവച്ചിരിക്കുന്നത് എന്ന ചിന്തയിൽ ഞാനും. പതിവുവെച്ച് ആ

ബാലിയിൽ ഭാര്യ ഷാമിലിക്കൊപ്പം

സമയമാവുമ്പോഴേക്കും എനിക്കൊരു വൈബ്രേഷൻ അനുഭവപ്പെടേണ്ട താണ്. എന്നാൽ ഒന്നും സംഭവിക്കുന്നില്ല.

പ്രോഗ്രാം ചാർട്ടിൽ ഇനിയാകെ ഉള്ളത് ഒരു അമ്പലംമാത്രം. പുര ബസാക്കി ടെമ്പിൾ. അതിവിചിത്രമായൊരു നിർമ്മിതിയാണിത്. അവിടേക്കു കയറുമ്പോഴേക്കും ഒരു വൈബ്രേഷൻ കിട്ടുന്നതായി ഞാനറിഞ്ഞു. പുര ബസാക്കി അമ്പലം അനേകം ചെറുനിർമ്മിതികളുടെ ഒരു സമുച്ചയമാണ്. Mount Agungന്റെ വശങ്ങളിലായി നിറയെ സ്റ്റെപ്പു കളാൽ നിർമ്മിച്ചിട്ടുള്ള ഒരു പ്രത്യേക നിർമ്മിതി. കുറച്ച് എത്തിയ പ്പോഴേക്കും എനിക്ക് ആ സംഗതികൾ കിട്ടിത്തുടങ്ങി. ജിതയെ അവിടെ യൊക്കെ കറങ്ങാൻ വിട്ട് ഞാൻ ഒരുമണിക്കൂറോളം ധ്യാനിച്ചു.

ആ മെഡിറ്റേഷൻ ടൈമിൽ എന്റെ അവസ്ഥ ഒരു ബ്ലാക്ക് ഹോളിൽ കൂടി ഊർന്നിറങ്ങി മറ്റൊരു ടൈം സോണിൽ എത്തിയതുപോലെയായി. ഇപ്പറയുന്ന അവസ്ഥ എത്രത്തോളം പറഞ്ഞു ഫലിപ്പിക്കാനാകുമെന്ന് എനിക്കറിയില്ല. പുരാണത്തിലെ സംഭവങ്ങളിൽ ഏറ്റവും വിഷമമേറിയ ടാസ്ക് എന്നു വിശേഷിപ്പിക്കാവുന്ന പാലാഴിമഥനത്തിന്റെ ഒച്ചപ്പാടുകൾ എനിക്കു ചുറ്റും മുഴങ്ങുംപോലെ. ആ പുണ്യഭൂമികയിൽ അതേ കാലത്തേക്കു ടൈം ട്രാവൽ ചെയ്തുകൊണ്ട് ഞാനും! ഒരു വശത്തു ദേവന്മാരും മറുവശത്ത് അസുരന്മാരും. മന്ദരപർവ്വതത്തെ ചുറ്റിപ്പിണഞ്ഞ വാസുകി. അതെ! പുര ബസാക്കി! വാസുകി! പാലാഴിമഥനത്തിന്റെ ചരിത്രം തേടിപ്പോയാൽ ഇപ്പോൾ ഞാനിരിക്കുന്ന സ്ഥലത്തെത്തുമോ? തീക്ഷ്ണമായ ആ പ്രക്രിയയുടെ ഉപോല്പന്നമായി ആ പർവതത്തിന്റെ അടിവയർ ഉരഞ്ഞു കത്തുന്നതാകുമോ കിന്താമണി അഗ്നിപർവതം! എന്നിലെ ഓരോ അണുവും ത്രസിക്കുന്ന അനുഭവം. ഓരോ സ്ഥലത്തേക്കും എന്നെ ഇതുപോലെ എത്തിച്ച് ഭഗവാൻ എന്തിനാണെന്നെ പരീക്ഷിക്കുന്നത്? ഇത്രയധികം ഊർജ്ജപ്രവാഹം താങ്ങാൻ എന്റെ ഭൗതികശരീരത്തിനാകുമോ? ഒരു മണിക്കൂറിലധികം മറ്റൊരു ലോകത്തു ചിലവഴിച്ച എനിക്ക് അത് ഒരു സെക്കൻഡിൽ തീർന്നൊരു ജ്യോതിസ്പർശനമായിരുന്നു. പുര ബസാക്കിയിലെ ആ ഇരിപ്പിൽനിന്ന് ഞാൻ എണീക്കുമ്പോൾ ഞാൻ പഴയ ഞാനല്ലായിരുന്നു!

ഈ പാലാഴിമഥനം ചെയ്തപ്പോൾ അമൃത് ഉറഞ്ഞുവരുന്നതിനു മുമ്പ് കാളകൂടം എന്ന അത്യുഗ്രവിഷം ചീറ്റി പുറത്തുവന്നല്ലോ. എല്ലാവർക്കും അറിയുന്ന കഥയെങ്കിലും എനിക്കു കിട്ടിയ ഉൾവിളിയുമായി അതിനൊരു കണക്ഷനുണ്ട്. കാളകൂടം താഴെ ഭൂമിയിൽ പതിച്ചാൽ ഭൂമി അതോടെ ഭസ്മമാകും. മഹേശ്വരൻ അതു തടയാൻ ആ കാളകൂടവിഷമത്രയും കുടിച്ചു. ഇതുകണ്ട് ഭയന്ന പാർവതീദേവീ ശിവന്റെ കഴുത്ത് ഞെക്കിപ്പിടിക്കുകയും വിഷം കഴുത്തിൽ ഉറഞ്ഞ് അവിടം നീലവർണ്ണമാവുകയും ചെയ്തു. അങ്ങനെ ശിവൻ നീലകണ്ഠനായി. പക്ഷേ, ഇത്ര ഉഗ്രവിഷം കഴിച്ച മഹാദേവൻ ആ രാത്രിയിൽ തന്നെ മരിച്ചുപോകും എന്നു ഭയന്ന് പാർവതീദേവിയും മറ്റു ദേവന്മാരും പ്രാർത്ഥനയുമായി ഉപവാസമിരുന്നു. ആ ഉറക്കമില്ലാരാത്രിയാണു മഹാശിവരാത്രി!

ഇനി അറിഞ്ഞുകൊള്ളുക.

ബാലിയിലെ ഏറ്റവും പ്രധാനമായ ഒരാഘോഷം മഹാശിവരാത്രിയാണ്. അവർ ചെയ്ത പാപങ്ങൾക്കു പശ്ചാത്തപിച്ച് മഹാദേവനോടു മാപ്പിരക്കുന്ന രാത്രിയാണ്. അന്നു ബാലി സ്റ്റാൻഡ്സ്റ്റിൽ ആകും. എല്ലാവരും ഉപവസിക്കും. ധ്യാനവും യോഗയുമായി ആ രാത്രി ചിലവഴിക്കും. എനിക്കവിടെയിരുന്നപ്പോൾ കിട്ടിയ ഊർജ്ജം,

ആ പാലാഴിമഥനം എന്ന ലിങ്ക് എത്ര അന്വർത്ഥമായി എന്നു പിന്നീ ടാലോചിക്കുമ്പോൾ തോന്നുന്നു.

ആതിഥേയമര്യാദ, വിനയം ഇവകൊണ്ട് നമ്മളെ അമ്പരപ്പിക്കും ബാലിക്കാർ. ആ നാടിന്റെ മനോഹാരിത, ബാലിയുടെയും ചേർന്നു കിടക്കുന്ന കുട്ട എന്ന അതിമനോഹര ബീച്ചിന്റേയും അങ്ങനെ തന്നെ അവരുടെ പെരുമാറ്റത്തിലും പകർത്തിവച്ചിരിക്കുന്നുവെന്നു പറഞ്ഞാൽ അതിശയോക്തിയല്ല. ഒരുപക്ഷേ മനസിന്റെ ആ നൈർ മല്യവും തെളിമയും കൊണ്ടായിരിക്കണം മറ്റൊരു അധിനിവേശമില്ലാതെ ഹൈന്ദവപാരമ്പര്യം നൂറ്റാണ്ടുകളായി അവർക്കു നിലനിർത്താൻ സാധിക്കുന്നത്. പ്രധാനമായും എടുത്തുപറയേണ്ട ഒരു കാര്യം, ലോക ത്തിലെ ഏറ്റവും കൂടുതൽ മുസ്ലീം പോപ്പുലേഷനുള്ള രാജ്യത്താണു ഈ ദ്വീപും സമൂഹവും തലയുയർത്തി നിലനിൽക്കുന്നത്. ഇൻഡോ നേഷ്യൻ ഗവണ്മെന്റിനെ ഇത്തരുണത്തിൽ പ്രശംസിക്കാതെ വയ്യ.

ഇവിടെ വന്നുപോകുന്ന ഓരോ ടൂറിസ്റ്റും മറ്റുള്ളവരെ ഇങ്ങോട്ടു പറഞ്ഞുവിടുമെന്ന് ഉറപ്പ്. എപ്പോഴും ധാരാളം വിദേശികൾ ഉണ്ടാ കുമിവിടെ സന്ദർശകരായി. തൊട്ടടുത്തുകിടക്കുന്ന ആസ്ത്രേലിയ ക്കാരുടെ ഏറ്റവും ഇഷ്ട ലൊക്കേഷൻ ബാലി ദ്വീപാണത്രെ!

ഭോഗർ സിദ്ധർ ചൈനയിൽ പലതവണ പോയിട്ടുണ്ടെന്ന് ഇതി നോടകം നിങ്ങൾക്കറിയാമല്ലോ. ഭഗവാൻ എന്നെ നടത്തിക്കുന്നതും ആ വഴികളിൽകൂടിയാണെന്നും നിങ്ങൾക്കറിയാം. ഇതിനിടയിൽ ഒരു മെസേജ് ഭഗവാൻ എനിക്കു തന്നതു കുറച്ച് കൺഫ്യൂഷൻ ഉണ്ടാക്കിയിരുന്നു. 2014ൽ തന്നെയാണിത്. മെസേജ് ഒരു യോഗ ദണ്ഡ് നിർമ്മിക്കണം എന്നതായിരുന്നു. അത് ഓക്കെ. എന്നാൽ അതുംകൊണ്ട് പോകേണ്ട സ്ഥലം ഏതെന്നു പിന്നീടു കിട്ടിയ ക്ലൂകളിൽനിന്ന് മനസ്സിലായപ്പോൾ ഞാൻ ഞെട്ടിയെന്നതാണു സത്യം. തായ്‌ലണ്ട്... ബാങ്കോക്ക്! ഞാൻ പറയാതെതന്നെ നിങ്ങൾക്കറിയാ മല്ലോ ബാങ്കോക്ക് എന്തിനാണ് പ്രസിദ്ധം എന്ന്! എനിക്ക് ആകപ്പാടെ പ്രയാസമായി.

ലൗകിക ജീവിതത്തിന്റെ പറുദീസയായ ബാങ്കോക്ക്. നൈമി ഷിക ജീവിതാസ്വാദനത്തിനായി ആളുകൾ ഈയാംപാറ്റയെപ്പോലെ പറന്നടുക്കുന്ന വെളിച്ചമാണത്. അവിടെ ഭഗവാൻ എന്നെ അയ യ്ക്കുന്നതെന്തിന്. ഞാൻ കുറച്ച് കൺഫ്യൂഷനിലായി. ഭോഗറുടെ ജീവചരിത്രം ഒന്നുകൂടി തിരഞ്ഞു. എന്നെ അത്ഭുതപ്പെടുത്തിക്കൊണ്ട് ഒരു പുതിയ കാര്യം വെളിപ്പെട്ടു.

ഭോഗർ ഒരുകാലത്ത് ചൈനയിൽ എത്തി അതിസുന്ദരികളായ ചില സ്ത്രീകളുടെ വശീകരണത്തിൽ വീണത്രെ! കുടിച്ചും ഭുജിച്ചും രമിച്ചും അദ്ദേഹം തന്റെ സിദ്ധജീവിതത്തെ മറന്നു. വിവരമറിഞ്ഞ

ശിഷ്യൻ പുലിപ്പാണിസിദ്ധർ ഗുരുവിനെത്തേടി പുറപ്പെട്ടു. പഴനിയിൽ പൂജിച്ച ഒരു യോഗദണ്ഡുമായിട്ടായിരുന്നു യാത്ര. അവിടെ തന്റെ ഗുരു അലസനും രതിലോലുപനുമായി കഴിയുന്നതുകണ്ട് കോപംകൊണ്ട് വിറച്ചുപോലും. പൂജിച്ച ദണ്ഡിനാൽ ആ സ്ത്രീകളെ ഓടിപ്പിച്ചുവിട്ടു. ശാസിച്ചും വിലപിച്ചും കാലുപിടിച്ചും ഭോഗർ സിദ്ധരെക്കൊണ്ട് താൻ കൂടെ കൊണ്ടുവന്ന പഴനിയിൽ പൂജിച്ച യോഗദണ്ഡ് പിടിപ്പിച്ചു. അതോടെ ഭോഗർ സിദ്ധരുടെ ലൗകിക ചിന്തകൾക്കു ശമനം വരികയും ശിഷ്യൻ നിർബന്ധിച്ച് കൂട്ടിക്കൊണ്ടുപോരുകയും ചെയ്തു എന്നതാണ് കഥ! ഇതോടെ എനിക്ക് എല്ലാം കൃത്യമെന്നു മനസ്സിലായി. ഇവിടെ ഞാൻ ഒരു ബുദ്ധി കാണിച്ചു. എന്റെ നല്ല പാതി ജിതയെയും കൂടെക്കൂട്ടി പോകാൻ തീരുമാനിച്ചു. ഒരു ചെറിയ ദണ്ഡ് നിർമ്മിക്കാൻ കൊടുത്തു.

അങ്ങനെ ബാങ്കോക്ക്, പട്ടായ - ഏഴുദിവസത്തെ ട്രിപ്പ്. ഇതു തികച്ചും ഉല്ലസിക്കാനുള്ളൊരു യാത്രയാണ് ഭഗവാൻ എനിക്കുവേണ്ടി തയാറാക്കിയത് എന്ന് പൂർണ്ണബോധ്യം ഉണ്ടെങ്കിൽ, ഈ ദണ്ഡ് ഉണ്ടാക്കി കൈയിൽ പിടിക്കാൻ പറഞ്ഞത് എന്തിനെന്ന് ഒട്ടും ലിങ്ക് ആകുന്നുണ്ടായിരുന്നില്ല.

ബാങ്കോക്ക്, പട്ടായ ഒക്കെ ഉല്ലാസ വെക്കേഷൻ കേന്ദ്രം എന്നതിനാണ് ഒന്നാം സ്ഥാനം എങ്കിലും ചീപ്പ് ആൻഡ് ബെസ്റ്റ് പർച്ചേസിംഗ് ഡെസ്റ്റിനേഷൻകൂടി ആണെന്നാണ് എന്റെ തോന്നൽ. ഇന്ത്യക്കാരോട് അവർക്കുള്ള ഒരു അവഗണന പ്രത്യേകം പരാമർശിക്കേണ്ടിയിരിക്കുന്നു. കൂട്ടമായി വന്ന് ബാർഗെയ്ൻ ചെയ്ത് ഒന്നും വാങ്ങാതെ പോകുന്നതിൽ ഇന്ത്യക്കാരാണ് മുന്നിലെന്നു ഗൈഡ് പറയുന്നു. അതിനാൽ നമ്മളെ കടക്കാരൊന്നും അത്ര ഗൗനിക്കില്ല. ഒരു വില അവർ പറയും. വേണെങ്കിൽ എടുക്കടേയ് ഇല്ലെങ്കിൽ സ്ഥലം കാലിയാക്കടേയ്, ഇതാണ് ആറ്റിറ്റ്യൂഡ്. ചില വിരലിലെണ്ണാവുന്ന ഇന്ത്യക്കാർ മുഖാന്തിരം ഒരു മഹാരാജ്യത്തിന്റെ വിലയിടിയുക എന്നത് എത്ര ദയനീയമാണ് എന്നു പറയാതെ വയ്യ.

ഇതിനൊരുദാഹരണം നേരിട്ട് അനുഭവിച്ചു. ഞങ്ങളുടെ ഹോട്ടലിന്റെ പിറകുവശത്ത് അതിമനോഹരമായ നീന്തൽക്കുളമുണ്ട്. ഞങ്ങൾ അവിടെ ഇരിക്കുകയായിരുന്നു. വിജനമാണ്. ഒരു സായിപ്പ് മാത്രം മലരൻകസേരയിൽ ആകാശംനോക്കി കിടപ്പുണ്ട്. ജിത വൈകുന്നേരം വാങ്ങേണ്ട സാധനങ്ങളുടെ ലിസ്റ്റ് ഉണ്ടാക്കുന്നു. ഞാൻ ഫുൾ റിലാക്സ്ഡ് മൂഡിലും ഇരിക്കുന്നു. പുറത്തേക്കൊരു കൊച്ചുഗേറ്റുണ്ട്. എനിക്കു തോന്നുന്നത് സ്റ്റാഫിനൊക്കെ ഉള്ള എൻട്രി എന്നാണ്. അതിൽകൂടി നാലഞ്ചുപേർ അകത്തുകയറുന്നു. ഭക്ഷണം കാറിലിരുന്ന് കഴിച്ച് പ്ലേറ്റ് കൊണ്ടാണ് വരവ്. വന്നിട്ട് സ്വച്ഛശീതളമായ നീലക്കളറിൽ അനങ്ങാതെ കിടക്കുന്ന ആ നീന്തൽക്കുളത്തിനോരത്ത് കുന്തിച്ചിരുന്ന് എച്ചിൽപ്ലേറ്റ് കഴുകുന്നു! തല ഉയർത്തി നോക്കിയ

സായിപ്പ് ചാടിയെഴുന്നേറ്റ് ഉഗ്രൻ ഇംഗ്ലീഷ് തെറിയുമായി അവരെ ഓടിക്കുന്നു. അവർ കൂസലില്ലാതെ 'കുളത്തിൽ പാത്രം മോറ്യേന് ഈ സായിപ്പിനെന്താണിത്ര വെഷമം' എന്ന ഭാവത്തിൽ പതുക്കെ പുറത്തേക്ക്. സായിപ്പ് ഓടി ഹോട്ടലുകാരെ വിളിച്ചുകൊണ്ടുവന്നു. ചീത്തയോടു ചീത്ത. മൊത്തം ഭാരതീയർ തുമ്മിയിട്ടുണ്ടാകും! എല്ലാം കണ്ട് തൊലിയുരിഞ്ഞപോലെ ഞങ്ങൾ രണ്ട് ഇന്ത്യക്കാരും. നമ്മൾ ഇന്ത്യക്കാർ പബ്ലിക് പ്ലേസിൽ ശ്രദ്ധിക്കേണ്ട പലതുമുണ്ട് ഇങ്ങനെ.

തായ്‌ലന്റ് പുറംലോകം അറിയുന്നവിധം അല്ല ശരിക്കും ഉള്ളിൽ. അതിമനോഹരമായ ഒരു നഗരിയാണത്. അതിമനോഹര ബീച്ചുകൾ, ഏറ്റവും സ്വാദിഷ്ടമായ ഭക്ഷണവൈവിധ്യങ്ങൾ, ഷോപ്പിംഗ് വിസ്മയങ്ങൾ, സർവ്വോപരി ആത്മീയമായൊരു പരിവേഷം സൂക്ഷിക്കുന്ന ജീവിതശൈലി... ഇക്കാര്യങ്ങൾകൊണ്ടെല്ലാം സമ്പന്നമാണീ രാജ്യം എന്നു പറയാതെവയ്യ. മൂന്നാംദിനം the truth എന്ന മ്യൂസിയം ആയിരുന്നു കാഴ്ച. ഞാനും ജിതയും അതിനകത്തു കയറി. മൊത്തം മരനിർമ്മിതിയാണ്. അതിനുള്ളിലാകെ പുരാതനമണം. എനിക്ക് ആ വൈബ്രേഷൻ കിട്ടിത്തുടങ്ങി. ഈ യാത്രകളിലൊക്കെ ഞാൻ ആ ദണ്ഡ് കൈവശം വയ്ക്കണമായിരുന്നല്ലോ. അതായിരുന്നല്ലോ ഭഗവാന്റെ ഡയറക്ഷൻ. ഒരു ബർമ്മക്കാരി സ്ത്രീയായിരുന്നു ഉള്ളിലെ ഗൈഡ്. ഓരോന്നു കാണുമ്പോഴും എനിക്ക് എനർജി കേറുന്നത് അനുഭവപ്പെട്ടുകൊണ്ടിരുന്നു. ഒരു സ്ഥലത്ത് ഉയരത്തിലായി ഒരു രൂപം. കണ്ടാൽ നരസിംഹാവതാരമെന്നൊക്കെ തോന്നും. അതിൽ നിന്ന് ഒരു ഊർജ്ജപ്രവാഹം! ഇതാരാണ്? ഞാൻ ചോദിച്ചു. ബർമ്മക്കാരിക്കു പറഞ്ഞുതരാൻ അറിയുന്നില്ല.

അവർ ഭയങ്കരമായി എന്തോ ഓർത്തെടുക്കുന്നപോലെ മുഖം ചലിപ്പിച്ച് ''ഒരു പഴേ ദൈവമാണ്. വളരെ പഴയത്. എന്റെ നാവിൻ തുമ്പിലുണ്ട്.'' അവരാകെ തലകുടഞ്ഞ് ആലോചിച്ചു. ഓർമ്മയിൽ ഉണ്ട്, നാവിൽ വരുന്നില്ല എന്ന അവസ്ഥ..

ഇങ്ങനെ പറഞ്ഞുകൊണ്ടാണവർ ആലോചന:

''ഒരു ദൈവം ഇല്ലേ... ഇന്ത്യക്കാരുടെ? ഇടയ്ക്കു ദേഷ്യം വരുന്ന ഫെയ്സും ഇടയ്ക്കു ശാന്തനാകുന്ന ഫെയ്സും ഉള്ള കുട്ടി ദൈവം'', ഞാൻ അവരുടെ ഈ പ്രസ്താവനകൾ കേട്ട് മനസിലറിയാതെ വിളിച്ചു,

''ആണ്ടവനേ.. ബാലമുരുകാ. ഭോഗർ സിദ്ധരെ നടത്തിയ വഴികളിൽകൂടി നീയെന്നെ നടത്തിച്ചു. പക്ഷേ, ഈ തായ്‌ലണ്ടിൽ, ഇവിടെയും.''

ഭാര്യ ഷാമിലിക്കൊപ്പം ബാങ്കോക്കിലെ (തായ്‌ലാന്റ്) ട്രൂത്ത് മ്യൂസിയത്തിൽ

ബർമ്മക്കാരി പെട്ടെന്ന് ആവേശത്തിൽ കുറച്ച് ഉറക്കെ പറഞ്ഞു പോയി: 'ആ.. പിടികിട്ടി. നിങ്ങളുടെ വിനായകരുടെ ബ്രദർ ഇല്ലേ, പീക്കോക്കിന്റെ കൂടെ.

മതി, ഇത്രയും മതി! ഞാനറിയാതെ മുട്ടുകുത്തി. ആണ്ടവൻ. എന്നെ ഇവിടെ എത്തിച്ചതു വെറുതെയല്ല. ഭോഗർ സിദ്ധർ ചൈനയിൽ പോയി സുഖലോലുപനായി ജീവിച്ചു എന്ന കഥയിലെ യഥാർത്ഥ സ്ഥലം ഇതാണ്. എനിക്കിനി വേറെ തെളിവു വേണ്ട. പഴനിയിൽ പൂജിച്ച യോഗദണ്ഡാണ് ഭോഗറെ അതിൽനിന്ന് ഉണർത്തിയത്. ഞാൻ അവിടെ കണ്ണടച്ചുനിന്നു. എനിക്കുള്ളിലെ കൊടുങ്കാറ്റ് ഇരുകൈയിലുംകൂടി പിടിച്ചിരിക്കുന്ന ദണ്ഡിനെയും വിറപ്പിച്ചിരുന്നു.

തായ്‌ലന്റിൽ പട്ടായയിലെ The Truth എന്ന മ്യൂസിയത്തിനുള്ളിലാണിതെല്ലാം നടക്കുന്നതെന്ന് നിങ്ങളോർക്കണം. ജിതയും ഗൈഡും ബാക്കി ഭാഗങ്ങളൊക്കെ കണ്ടുതീരുംവരെ എന്നിലെ തിരയൊതുക്കി ഞാൻ മുരുകനു മുന്നിൽ നിന്നു. പഴനിയിലെ ആ ഗുഹയ്ക്കു മുന്നിൽ ആ ദണ്ഡ് പൂജിച്ച് എന്റെ പൂജാമുറിയിലേക്കു കൊണ്ടുവരുമ്പോൾ പ്രിയപ്പെട്ടവരേ, എത്രയോ നൂറ്റാണ്ടുകൾക്കപ്പുറത്തേക്ക് ടൈം ട്രാവൽ ചെയ്ത പ്രതീതിയിലായിരുന്നു ഞാൻ.

ആദ്യ പൊതുവേദി

എന്റെ ആത്മീയയാത്രയ്ക്കൊപ്പം നിങ്ങളും സഞ്ചരിക്കുകയായിരുന്നല്ലോ മുൻ അധ്യായങ്ങളിൽകൂടി. ഒന്നു തിരിഞ്ഞുനോക്കി അപഗ്രഥിച്ചാൽ മനസിലാകുന്ന ഒരു കാര്യമുണ്ട്. ഓരോ ഘട്ടങ്ങളുണ്ടായിരുന്നു അതിന്. 2005ൽ പഴനിമലയിൽ 18 ദിവസം വ്രതമനുഷ്ഠിച്ച ആദ്യഘട്ടം. 2012ൽ വേലുമായ് ആറുപടൈവീട്ടിൽ പൂജയ്ക്കു പോയ ഘട്ടം. ഭഗവാൻ പകൽസമയത്ത് തന്റെ ഊർജ്ജത്തിലൊരു കണികയാൽ എന്നെ ചാർജ്ജ് ചെയ്ത സുപ്രധാനനിമിഷം, അതിനുശേഷം സ്വപ്നങ്ങൾ നിന്ന് ഭഗവാൻ ഉൾവിളികളായി വരാൻ തുടങ്ങിയ അടുത്ത ഘട്ടം. ഭോഗർ സാന്നിദ്ധ്യമുണ്ടായിരുന്ന സർവസ്ഥലങ്ങളിലും, ഭൂമിയിലെ ഊർജ്ജ മുനമ്പുകളിലും എന്നെ നടത്തിച്ച ഘട്ടം.

ഈ സമയങ്ങളിലെല്ലാം ഇതു ഭഗവാനും ഞാനും തമ്മിലുള്ളൊരു രഹസ്യ ഉടമ്പടിപോലെ ആയിരുന്നു. അതായത് കർശനമായ വിലക്കുണ്ടായിരുന്നു എനിക്ക്, ഇതൊന്നും ഒരു പൊതുവിടത്തിൽ കൊട്ടിഘോഷിക്കാനുള്ളതല്ല എന്ന്. രഹസ്യമായിരിക്കണം എന്ന്. എന്റെ ഏറ്റവും പ്രിയപ്പെട്ട വിരലിലെണ്ണാവുന്നവരൊഴികെ ആർക്കും ഇതറിയില്ലായിരുന്നു. ഔദ്യോഗികമായി അനുവാദങ്ങൾ വേണ്ട സംഗതികളുണ്ടായിരുന്നതിനാൽ എന്റെ യാത്രകൾ രഹസ്യമാക്കാനും പറ്റില്ലായിരുന്നു എന്നിരിക്കലും ഭഗവാന്റെ കടാക്ഷംകൊണ്ടും എന്റെ യാത്രാനുവാദ പേപ്പറുകൾ കൈകാര്യം ചെയ്യുന്നവരുടെ സ്നേഹവും അന്തസ്സും കൊണ്ടും ഭഗവാന്റെ നിർദ്ദേശം kept this only between us ഒരു വലിയ അളവുവരെ എനിക്കു സൂക്ഷിക്കാനായി.

ആദ്യകാലഘട്ടങ്ങളിൽ എന്റെ കരുതൽകുറവോ അമിതാവേശമോ കൊണ്ട് ഇക്കാര്യങ്ങൾക്കൊക്കെ രഹസ്യാത്മകത കുറവായിരുന്നു. അതായത് 2005 മുതൽ 2007 വരെ. അക്കാലത്തൊക്കെ എനിക്കു വലിയ ഉപദേശങ്ങളും കിട്ടിയിരുന്നു. വേഷഭൂഷാദികൾ, പേര് മുതലായവയിലൊക്കെ മാറ്റം വരുത്തുക. സ്വയം ഒരു ദിവ്യനായി പ്രഖ്യാപിക്കുക ആദിയായവ. ആദ്യ അധ്യായത്തിലേ ഞാൻ പറഞ്ഞിട്ടുള്ളത്

ഓർക്കുമല്ലോ? ഞാൻ ഒരു തികഞ്ഞ ഭൗതികനാണ്. ആ എനിക്ക് ഭഗവാൻ ഈ നിമിഷംവരെ, അതായത് ഇതെഴുതുന്ന 2022 ഏപ്രിൽ 25 വരെ നൽകിയിരിക്കുന്ന നിർദ്ദേശം, അതുമാതിരി ഒരു വേഷം കെട്ടിനും നിൽക്കരുത് എന്നാണ്. കാരണം ഞാൻ ദൈവമല്ല. മുരുക ഭഗവാൻ ചില പ്രത്യേക ടാസ്കുകൾ മുരുകയുഗാരംഭത്തിൽ ചെയ്യാൻ തിരഞ്ഞെടുത്ത ഒരു സാധാരണ മനുഷ്യൻ മാത്രമാണ് ഞാൻ. മുമ്പ് ഞാൻ പറഞ്ഞതു പ്രിയപ്പെട്ടവർ ഓർക്കുമല്ലോ? ഭഗവാൻ കാണിച്ചുതന്ന ചെറിയചെറിയ നിമിത്തങ്ങളുടെ പിറകെ ഒരു കുതൂഹലത്താലും ചെറിയ സ്വാർത്ഥതയാലും പോയി എന്ന കാര്യമേ ഞാൻ ചെയ്തിട്ടുള്ളൂ. എന്നാൽ ഞാനതിൽ മുഴുകും എന്നുറപ്പായപ്പോൾ വെറും സാധാരണക്കാരനായ എന്നെ ഭഗവാൻ ഊർജ്ജം കേറ്റി ശക്തിമാനാക്കാൻ സഹായിച്ചു. ഇതിൽ ഏതു ഘട്ടത്തിലും ഞാൻ പതറിപ്പോകുമായിരുന്നിരിക്കണം. അതില്ലാതെ വന്ന് ഒരു മിനിമം ശക്തി എനിക്ക് ആയിക്കഴിഞ്ഞപ്പോഴാണ് അന്ന് ജ്യോതിരൂപത്തിൽ പ്രത്യക്ഷനായി എന്നെ തൊട്ടിരിക്കുക.

എന്തായാലും 2007 മുതൽ 2015 വരെ ഞാൻ എന്റെ യാത്രകൾ സ്വകാര്യമാക്കി വച്ചു. എന്റെ അനുഭവങ്ങൾ, എന്റെ ടൈം ട്രാവലുകൾ, ചില പ്രത്യേക സ്ഥലങ്ങളിൽ പോകുമ്പോൾ സ്പേസിലെത്തിയ എന്റെ അനുഭവങ്ങൾ... എല്ലാമെല്ലാം എന്റെ മാത്രം രഹസ്യങ്ങളായിരുന്നു.

2015 ഒക്ടോബർ മാസം ഭഗവാൻ എനിക്ക് ക്ലിയർ ആയി ഒരു മെസേജ് തരികയാണ്. പത്തുവർഷമായി നിന്നെ ഞാൻ നടത്തിക്കുന്നു. അന്നു നീ വെറും മനുഷ്യനായിരുന്നു. ഇന്നു നീ പലവിധ ഊർജ്ജങ്ങൾ സ്വീകരിച്ച് പ്രാപ്തനായിരിക്കുന്നു. ഇനി നിനക്ക് ഇതു മറ്റുള്ളവരോടു പറയാം. മുരുകയുഗാരംഭത്തിന്റെ കേളികൊട്ടുയരുന്ന സമയമാണ്. എല്ലാവരും അതിനു തയ്യാറായിരിക്കേണ്ടതുണ്ട്. ഇനി നിനക്കിതു പ്രഖ്യാപിക്കാം. കൂടെ, നിന്നെത്തേടി സങ്കടങ്ങളും സന്തോഷങ്ങളും പങ്കുവെയ്ക്കാൻ വരുന്നവരോട് നിനക്കിനി സംവദിക്കാവുന്നതാണ്. അവർക്കു പറയാനുള്ളതു കേൾക്കാം. നിനക്കു പറയാനുള്ളതു പറയാം. ഒരു കാര്യംമാത്രം ഓർക്കുക. നിന്നെ കാണാൻ വരുന്നവർ സാധാരണ മനുഷ്യരായിരിക്കും. നീ താണ്ടിയ ദൂരം അവർ താണ്ടിയിരിക്കണം എന്നില്ല. അതു മനസിൽവെച്ച് അവരോട് വർത്തമാനം പറയുക. അവരോടൊപ്പം പ്രാർത്ഥിക്കുക. നീ ആർജ്ജിച്ച എനർജിയിൽനിന്ന് ഒരു അംശം അവരിലേക്കു പ്രസരിപ്പിക്കുക. ഒരാളെയും ഒന്നിനും നിർബന്ധിക്കരുത്. കുമാരികാണ്ഡത്തിൽ ഒരിക്കൽ ജീവിച്ചിരുന്ന ആത്മാക്കളെങ്കിൽ നീ പകുതി പറയുമ്പോഴേക്കും അവർക്കതു കണക്റ്റ് ആകും. അല്ലാത്തവരുണ്ടാകും.

ചിലർ വെല്ലുവിളിച്ചെന്നു വരാം. അതെല്ലാം പുഞ്ചിരിയോടെ നേരിടുക. പിതാവ് മഹേശ്വരന്റെ കഴുത്തിലെ സർപ്പത്തിനു ഗരുഡനെ പേടിയില്ലെന്നു പറയുന്നതുപോലെ, എന്റെ ഊർജ്ജത്തിൽ സ്പർശിച്ച നിനക്ക് ഒന്നും പേടിക്കേണ്ടതില്ല. സംസാരിച്ചുകൊള്ളുക. കുമാരികാണ്ഡത്തിന്റെ പ്രഥമ പ്രതിപുരുഷനാകുക!

ഭഗവാന്റെ ഈ ഡയറക്ഷൻ എനിക്കാകെ വെപ്രാളമാണുണ്ടാക്കിയത്. പ്രിയപ്പെട്ടവരേ, ഒരു കാര്യം ഞാൻ പറയട്ടെ. ഇതു നിങ്ങൾ എപ്പോഴും മനസ്സിൽ വയ്ക്കണം. ഒരു വൈബ്രേഷൻ കിട്ടുമ്പോൾ, അല്ലെങ്കിൽ ഇങ്ങനെ ഭഗവാനുമായുള്ള സംവാദവേളയിൽ ഞാൻ ഞാനല്ല. ആ സമയം എനിക്ക് ഇതൊക്കെ ഉൾക്കൊള്ളാനാകും. വലിയ ശക്തി തോന്നും. എന്നാൽ അതല്ലാത്ത സന്ദർഭങ്ങളിൽ ഞാൻ വെറും മനുഷ്യനാണ്. സങ്കടം, ദേഷ്യം, അപമാനം, കാമം, ക്രോധം തുടങ്ങി എല്ലാമുള്ള വെറും മനുഷ്യൻ. ആ വെറും മനുഷ്യനായിട്ടാണ് ഒരു ദിവസത്തിൽ തൊണ്ണൂറുശതമാനവും ഞാൻ കഴിച്ചുകൂട്ടുന്നത്. ആ എനിക്കു വെപ്രാളപ്പെടാതെ എന്തു തരം?

സമൂഹത്തോടു വിളിച്ചുപറയുക എന്നാണ് ഭഗവാന്റെ അരുളപ്പാട്. എന്ത്, എപ്പോ, എങ്ങനെ? നമ്മൾക്ക് എന്നും താങ്ങും തണലുമായ അവരെത്തന്നെ സമീപിച്ചു. ലാലു, വേണു മുതലായ എന്റെ ബാല്യകാലസഖാക്കൾ. ഇരുന്നാലോചിച്ചു. സ്വന്തം നാട്ടിൽതന്നെ മതി. ഒരു ഗംഭീര ഫങ്ഷനാക്കണം. സ്വന്തം നാട്ടിൽതന്നെ ആകുമ്പോൾ രണ്ടു കാര്യമുണ്ട്. ഒന്ന്, മുമ്പു പറഞ്ഞപോലെ പൊതുവിൽ 'ഇവനെന്താണ് ഇങ്ങനെ കുറെ യാത്രകൾ' എന്ന സംശയത്തിൽ നടക്കുന്ന കുറെപ്പേരുണ്ടല്ലോ. അവരൊക്കെ ഒന്നു കാണട്ടെ എന്ന സ്വാർത്ഥത. അത് എന്നേക്കാളേറെ എന്റെ കൂട്ടുകാർക്കായിരുന്നു. രണ്ട്, നമ്മൾക്കു പറയാനുള്ളതു ജനിച്ചുവളർന്ന നാട്ടിൽ ആദ്യം പറയുക. എന്നിട്ടു മതി പുറത്തേക്ക്.

അങ്ങനെ ഒരു വലിയ സമ്മേളനം നടത്താൻ തീരുമാനമായി.

പക്ഷേ, ബഡ്ജറ്റ് ഇട്ടതോടെ ഞങ്ങളെല്ലാം മൂഡ്ഓഫ് ആയി. ആറുലക്ഷത്തോളം രൂപ വരും. എവിടന്ന്? ആരുതരും? എന്റെ അന്നത്തെ സാമ്പത്തികാവസ്ഥ എന്നാൽ കൃത്യം സീറോ ബഡ്ജറ്റ് ആയിരുന്നു. വരവ് സമം ചിലവ്. അതിനുമാത്രം തിരിച്ചടവുകളും ചിലവുകളും. കോശസ്ഥിതി അമ്പേ മോശം. പക്ഷേ, ഞാൻ പറഞ്ഞല്ലോ നമ്മുടെ കൂട്ടുകാർ. ചെറുപ്പം മുതൽ ഒരുമിച്ചുവളർന്നവർ. അവർ കീഴടങ്ങാൻ തയ്യാറായിരുന്നില്ല. അങ്ങനെ ഈ ആറുലക്ഷം രൂപയോളം ലഭിക്കും എന്ന നിലവന്നു.

ആയിരംപേർ കാണികൾ വേണമെന്നാണ് പ്ലാൻ. വേദിയിൽ വിശിഷ്ടരും വേണം. എന്റെ അനുഭവങ്ങൾ ഞാൻ വേദിയിൽ പറയും.

പിന്നെ ഒരു സൂപ്പർ ഭക്തിഗാനമേള. തിരൂർ അമ്പലപ്പറമ്പിൽ venue. എല്ലാം തീരുമാനമായി. നോട്ടീസടി, വിതരണം. ഫ്ളക്സടി. അവ പലയിടത്തായി സ്ഥാപിക്കൽ. വിശിഷ്ടാതിഥികളെ ക്ഷണിക്കൽ. എല്ലാം പുരോഗമിച്ചു. എല്ലാത്തിനും നമ്മുടെ യുവരക്തങ്ങളും ക്ലബ്ബിലെ കൂട്ടുകാരും ഒക്കെയുണ്ട്. സെന്തിലും ടീമും എല്ലാ പിന്തുണയുമായി ഉണ്ടായിരുന്നു. (സമ്മേളനദിവസം അവർ പഴനിയിൽനിന്ന് രണ്ടുമൂന്ന് വണ്ടിയിൽ ഒരു തീർത്ഥാടനംപോലെ എത്തിച്ചേർന്നു.)

എനിക്കാകെ വേവലാതി തുടങ്ങി. ആളുകൾ വരുമോ? അതിഥികളായി വരുന്നതു ദേശീയ രാഷ്ട്രീയ/ ഭരണരംഗത്തെ അതികായരും ആത്മീയരംഗത്തെ അതിപ്രഗത്ഭരുമൊക്കെയാണ്. അന്നേരം ആകെ 30 പേരാണ് കാണികളെങ്കിൽ..? എന്റെ ഉറക്കം പോയി. ഇനി നാലഞ്ചു ദിവസം മാത്രം പരിപാടിക്ക്. അപ്പോൾ, ഇടിവെട്ടിയവനെ പാമ്പു കടിച്ചു എന്ന നിലയിൽ പണം തന്നു സഹായിക്കാമെന്നേറ്റ ചിലർ പിൻവാങ്ങി. ആകെ കിട്ടുക മൂന്നര ലക്ഷം. ആകെ ചിലവ് ആറിനടുത്ത്.

ഞാൻ മുകളിലെഴുതിയില്ലേ ദിവസത്തിൽ ഏറിയ പങ്കും സാധാരണ മനുഷ്യനാണു ഞാൻ. മുരുകൻ കൈപിടിക്കുമ്പോൾ ആനപ്പുറത്തിരിക്കുന്നവന്റെ ധൈര്യവും ശക്തിയും വരും. അല്ലാത്തപ്പോ ഇതുപോലെ ടെൻഷനുമാണ്. എന്റെ ഉറക്കം നഷ്ടപ്പെട്ടു. മുരുകനെ വിളിച്ച് കരഞ്ഞു. നീ ആയിട്ടെടുത്ത വൻ ഫങ്ഷൻ, നീ തന്നെ അനുഭവിക്ക് എന്നു മുരുകൻ പറയുംപോലെ തോന്നി.

ഉറക്കമില്ല. ഊണില്ല. എന്തുചെയ്യും. സംഘാടനം എന്നാൽ ചെറിയ പണിയല്ല. എന്റെ അവസ്ഥ കണ്ട കൂട്ടുകാർ മനോജിന്റെ ഒരു ഫ്രണ്ടിന്റെ കയ്യിൽനിന്ന് രണ്ടരലക്ഷം പലിശയ്ക്കെടുക്കാൻ തീരുമാനിച്ചു. വേറെ വഴിയില്ല. രേഖകളൊക്കെ ഞാൻ ഒപ്പിട്ടുകൊടുത്തു പണം വാങ്ങി. വട്ടിപ്പലിശ. മാസം 6000!

അക്ഷരാർത്ഥത്തിൽ ജനം ഒഴുകിവന്നു പരിപാടിക്ക്. 750 കസേരകൾ വാടകയ്ക്കെടുത്തിരുന്നു. അതു തികയാതെ ഏറെപ്പേർ നിന്നു കണ്ടു പ്രോഗ്രാം. പ്രോഗ്രാം വൻവിജയമെങ്കിലും എന്റെ മനസ് നിറഞ്ഞില്ല. ടെൻഷൻതന്നെ കാരണം.

പ്രോഗ്രാം കഴിഞ്ഞു. അരങ്ങൊഴിഞ്ഞു. എല്ലാ മാസവും ആദ്യം ആറായിരംവച്ച് അടവ്. പരിപാടി വൻവിജയമായിരുന്നതിനാൽ നമ്മളോടു സ്നേഹത്തിലായ ചിലർ ആ സമയം മുതൽ അടയ്ക്കും വരെ ഒരു തുക മാസം കോൺട്രിബ്യൂട്ട് ചെയ്യാം എന്ന് ഇങ്ങോട്ടു വാഗ്ദാനം നൽകി. ഒരു മാസം, രണ്ടു മാസം അവർ സഹായിച്ചു. പിന്നെ ഇല്ല. അവരേയും പറഞ്ഞിട്ടു കാര്യമില്ല.

ഇതു വായിക്കുമ്പോൾ നിങ്ങൾക്ക് ആ അവസ്ഥ കൃത്യമായി അറിയാൻ പറ്റുമോ? ശമ്പളം കിട്ടുന്നു. അന്നുതന്നെ മുഴുവൻ കഴി യുന്നു. ഇനി മുപ്പതുദിവസം എങ്ങനെ ജീവിക്കും എന്നതു ചോദ്യ ചിഹ്നമായി നിൽക്കുന്നു. ഇപ്പോൾ ഓർക്കുമ്പോൾപോലും എനിക്കു തലപെരുക്കുന്ന അവസ്ഥയാണ്.

അങ്ങനെ രണ്ടുമാസം പോയി. പിടിച്ചുനിൽക്കാൻ പറ്റാതായി. ഒരു ദിവസം രാത്രി പൂജാമുറിയിൽ വാതിലടച്ചിരുന്ന് ഞാനൊഴുക്കിയ കണ്ണുനീർ! എവിടെയാണെനിക്കു പിഴച്ചത് എന്നതിനും ഇത്രനാളായും ഭഗവാൻ ഒരു ക്ലൂവും തന്നില്ല. എന്റെ ഹൃദയവേദന കണ്ണുനീരായി ഒഴുകി. ഒരുതരത്തിലുള്ള മെസേജും ഭഗവാൻ തരുന്നില്ല. പക്ഷേ, ഒരത്ഭുതം എനിക്കനുഭവപ്പെട്ടു. എന്റെ എല്ലാ ഭാരവും ഒഴിഞ്ഞു പോയപോലെ. അന്നു രാത്രി ഏറെ നാളുകൾക്കുശേഷം ഞാൻ സുഖമായി ഉറങ്ങി. പിറ്റേന്ന് രാവിലെ പത്രത്തിൽ ഞങ്ങളുടെ ശമ്പള പരിഷ്കരണ ബിൽ ഈ മാസം മുതൽ നടപ്പാക്കുന്നു എന്ന വാർത്ത! ലോങ് പെൻഡിംഗ് ആയി പ്രതീക്ഷ ചത്ത ഒന്നായിരുന്നു അത്. വിത്ത് അരിയേഴ്സ് ഈ മാസം മുതൽ.

പ്രിയപ്പെട്ടവരേ, നിങ്ങൾ വിശ്വസിക്കില്ല. അന്നുമുതൽ ഈ നിമിഷംവരെ മുരുകഭഗവാന്റെ കടാക്ഷത്താൽ എനിക്ക് സാമ്പത്തിക മായി ഒരു നിമിഷംപോലും വിഷമിക്കാൻ ഇടവന്നിട്ടില്ല.

മൂന്നാമത് കണ്ണ്

ഇനിമുതൽ ലോകത്തോടു പറയാം എന്റെ അനുഭവങ്ങൾ എന്ന് അരുളപ്പാട് കിട്ടിയല്ലോ. അതിനുശേഷം സംഭവങ്ങളുടെ ഗതി ആകെപ്പാടെ മാറി. സ്വന്തം നാട്ടിൽവച്ച് നാട്ടുകാരോടുതന്നെ ആദ്യം എല്ലാം പറയുക എന്ന ആഗ്രഹത്തിന്റെ പുറത്ത് നടത്തിയ, പോയ അധ്യായത്തിൽ വിവരിച്ച പ്രോഗ്രാം വൻവിജയമായിരുന്നു. എല്ലാ സന്ദേഹങ്ങളേയും കാറ്റിൽ പറത്തിക്കൊണ്ട് ഗംഭീരമായി നടന്ന ഒരുജ്ജ്വല പരിപാടിയായി അത്. പക്ഷേ, അത് എനിക്കു നൽകിയ സ്ട്രെസ്സ് സീമാതീതമായിരുന്നു. ഞാനും എന്റെ നൻപരും മാത്രമായിരുന്നല്ലോ സംഘാടനക്കമ്മിറ്റി. സംഘാടനം എന്നതു നിസ്സാരമല്ല എന്നു കൃത്യമായി തിരിഞ്ഞു. അതിനപ്പുറം രണ്ടരലക്ഷം കടക്കാരനുമായി. അതിന്റെ പലിശയിനത്തിൽതന്നെ മൂന്നുവർഷത്തോളം ആകെ രണ്ടു ലക്ഷത്തിനു മീതെ കൊടുത്തു. പിന്നീടാണ് മുതൽ കൊടുത്ത് അതിൽനിന്നു രക്ഷപ്പെട്ടത്. ഇതെല്ലാംവച്ച് ആലോചിച്ചപ്പോൾ, ഇനി സുശക്തമായൊരു സംവിധാനം കൂടെയില്ലാതെ ഇതുപോലൊരു ടാസ്ക് ചെയ്യില്ല എന്നു തീരുമാനം എടുത്തു.

ആ സമയത്താണ് പഴനിയിൽ സെന്തിലിനെ ഒരു ചാനൽ എന്തോ പ്രോഗ്രാമിന്റെ ഭാഗമായി സമീപിക്കുന്നത്. വേന്ദർ ടിവി. അതു ലോകം മുഴുവൻ തമിഴ് പ്രേക്ഷകരുള്ള ചാനലാണ്. അവർ 'മൂന്നാമത് കണ്ണ്' എന്നൊരു പ്രോഗ്രാം ചെയ്യുന്നുണ്ട്. മിസ്റ്റിക് സ്വഭാവമുള്ള സ്പിരിചൽ സ്ഥലങ്ങൾ, അനുഭവങ്ങൾ മുതലായവ എക്സ്പ്ലോർ ചെയ്യുന്ന പ്രോഗ്രാമാണ്. നാഗരാജ് എന്നൊരാളാണ് ഈ പ്രോഗ്രാം ഡയറക്ടർ. പുള്ളിയോട് സെന്തിൽ എന്റെ യാത്രകളെപ്പറ്റിയും അനുഭവങ്ങളെപ്പറ്റിയുമൊക്കെ പറഞ്ഞു. പഴനിയിൽവച്ച് നാഗരാജും ഞാനും കണ്ടുമുട്ടി. ഒരു എപ്പിസോഡ് ചെയ്യുന്ന കാര്യം പരിഗണിക്കാനായിരുന്നു അത്. എന്നാൽ ആദ്യ കൂടിക്കാഴ്ചയിൽ എന്റെ കഥകൾ കേട്ടതോടെ നാഗരാജ് 45 എപ്പിസോഡ് ചെയ്യാൻ പദ്ധതിയിട്ടു. അവർ ക്രൂ സഹിതം തൃശൂരിലേക്കു വന്നു.

ഞങ്ങൾ മലയാളികളും തമിഴരും ദ്രാവിഡർതന്നെ. തമിഴ്നാടിനും കേരളത്തിനുമിടയിൽ ഉയർന്നുനിൽക്കുന്ന ഒരു കോട്ടയാണ് പശ്ചിമ ഘട്ട സഹ്യപർവതനിരകൾ. ഇങ്ങനെയൊരു പ്രകൃത്യാലുള്ള മതിലുണ്ടായിട്ടും ഈ രണ്ടു ജനതകൾ തമ്മിൽ സഹോദരതുല്യമായ ഇഴയടുപ്പമുണ്ട്. തമിഴ് മക്കൾ അവരുടെ തായ്തമിഴിൽ അഭിമാനിക്കുമ്പോൾതന്നെ എല്ലാക്കാലത്തും മലയാളികളെ അന്യരെന്നു കരുതിയിട്ടില്ല. ചെന്നൈയിൽ നുറുകൊല്ലത്തിനപ്പുറവും ഇന്നും നിങ്ങളുടെ കണ്ണെത്തുംദൂരത്ത് ഒരു നായർ ടീക്കട കാണാതെ പോകില്ല. തമിഴരുടെ നിഷ്കളങ്കത അതിപ്രസിദ്ധമാണല്ലോ. അവർക്ക് പൊയ്മുഖം ഇല്ല. അവർ സന്തോഷം വന്നാൽ ഉറക്കെ ചിരിക്കും. കെട്ടിപ്പിടിക്കും. തെരുവിൽ ഡാൻസ് ചെയ്യും. ജനനം, വിവാഹം, മരണം, ഉത്സവങ്ങൾ എല്ലാം മതിമറന്ന് ആഘോഷിക്കും. കരയാൻ തോന്നിയാൽ ഉറക്കെ കരയും. മലയാളികൾ ഇതിലെല്ലാം കുറച്ചു പിറകിലാണ്. മറ്റുള്ളവർ എന്തു വിചാരിക്കും എന്നു കരുതി എയർ പിടിച്ചിരിക്കലാണു മലയാളിക്ക്.

നാഗരാജ് പ്രോഗ്രാം ചെയ്യാൻ വന്നപ്പോൾ, അദ്ദേഹത്തിന്റെ മനസിൽ ഈ എപ്പിസോഡുകളെപ്പറ്റി ഒരു ധാരണ ഉണ്ടായിരുന്നു. വേഷഭൂഷാദികൾ മാറ്റി, ഭസ്മം നിറയെ പൂശി. കുറച്ചൊരു മിസ്റ്റിക് സ്പിരിചൽ ആംബിയൻസോടെ... ഞാൻ അതെല്ലാം വേണ്ട, എന്താണോ ഞാൻ, അതുമതി എന്ന് കർശനമായി നിലപാടെടുത്തു. നാഗരാജിന് എന്റെ നിലപാട് മനസിലായി. വേഷംകെട്ടലോ ദിവ്യനാകാൻ ശ്രമിക്കലോ ഒക്കെ മുരുകഭഗവാൻ കർശനമായി വിലക്കിയിട്ടുണ്ടല്ലോ. അങ്ങനെ ആ പ്രോഗ്രാം ഷൂട്ട് ചെയ്തു. ഇതിനിടയിലെ ചർച്ചയിൽ എപ്പോഴോ ഒരു കാര്യത്തെപ്പറ്റി സംസാരം വന്നു. അതുവരേക്കും എനിക്കത് ഒരു അത്ഭുതകാര്യമായി തോന്നിയില്ലായിരുന്നു എന്നതാണ് സത്യം. അക്കഥ കൂടി നിങ്ങളുമായി പങ്കുവെയ്ക്കുന്നത് ഉചിതമാകുമെന്നു തോന്നുന്നു.

എന്റെ കളിക്കൂട്ടുകാരനാണ് ലാലു. എന്തിനുമേതിനും കൂടെയുണ്ടാകും. അവൻ ഒരു വർക്ക്ഷോപ്പ് നടത്തുകയാണ്. അതുകൊണ്ടു തന്നെ മുഴുവൻ സാന്നിദ്ധ്യം അവിടെ വേണ്ടിയിരുന്നു. തുടക്കകാലത്ത് ഞാനും നാരായണനും നടത്തിയ യാത്രകളിൽ അതിനാൽ അവനു വരാൻ കഴിയില്ലായിരുന്നുവെങ്കിലും പറ്റുന്ന തരത്തിൽ വരാറുണ്ട്. ലാലു എനിക്കു നൽകുന്ന സപ്പോർട്ട് ഉപാധികളില്ലാത്തതാണ് പണ്ടുമുതലേ. എനിക്കെന്നല്ല കൂട്ടുകാർക്കും. അവന് ഒറ്റ ശരിയേ ഉള്ളൂ, അത് കൂട്ടുകാരുടെ ശരി മാത്രം. അതിനെ എതിർക്കുന്നവരെ അവനെതിർക്കും. കയ്യും മെയ്യും മറന്ന് എതിർക്കും. അവിടെ നീതി, ന്യായം ഒന്നുമല്ല പ്രധാനം. എന്റെ കൂട്ടുകാർ എന്ന ഒറ്റ രാഷ്ട്രീയമേ ഉള്ളൂ.

2014-15 ലാണ്. ഒരിക്കൽ ലാലു അതീവദുഃഖിതനായി കാണപ്പെടുന്നു. കാര്യം പറയുന്നുമില്ല. എല്ലാവരും കുത്തിക്കുത്തി ചോദിച്ചിട്ടും ഇല്ല. അവസാനമാണ് കാര്യമറിയുന്നത്. അവന്റെ ഭാര്യ സൗമ്യ. ഒരു ചെറിയ മോൾ. സൗമ്യയ്ക്കു പുറത്ത് ഒരു മുഴപോലെ. ഡോക്ടറെ കാണിച്ചു. സ്കാനിംഗ് ഒക്കെ കഴിഞ്ഞപ്പോൾ ഡോക്ടർ പറയുന്നു, കാൻസർ ഡയഗ്നൈസ്ഡ് എന്ന്. തൃശൂർ അമല കാൻസർ സ്പെഷാലിറ്റി അല്ലെങ്കിൽ തിരുവനന്തപുരം റീജിയണൽ കാൻസർ സെന്റർ (RCC). ഇവിടേക്ക് റെഫർ ചെയ്തിരിക്കുന്നു.

ഞങ്ങൾ തകർന്നുപോയി. എന്തൊക്കെ പറഞ്ഞാലും കാൻസർ എന്ന വാക്കിന്റെ ഇംപാക്റ്റ് മരണം എന്നുതന്നെയാണിപ്പോഴും നമ്മുടെയൊക്കെ ബോധമനസ്സിൽ. ഞങ്ങൾ കൂട്ടുകാർ ആകെ തകർന്നു എന്നു പറയുമ്പോൾ ലാലുവിന്റെയും സൗമ്യയുടെയും കാര്യം എന്താകും? കംപ്ലീറ്റ് കൊളാപ്സ്. എന്തായാലും തിരുവനന്തപുരം RCC യിലേക്കു പോകാൻ തീരുമാനമായി. തലേരാത്രി എനിക്ക് ഉറങ്ങാൻ സാധിച്ചില്ല. ഞാൻ പൂജാമുറിയിലിരുന്നു. സത്യം പറഞ്ഞാൽ അവർ പോകുമ്പോൾ യാത്ര അയയ്ക്കാൻ പോകാൻവരെ എനിക്കു ശക്തിയില്ലായിരുന്നു. എന്തിനാണ് മുരുകാ, ഒരു തെറ്റും ചെയ്യാത്ത പാവങ്ങളുടെ മേൽ വിധി എന്നപേരിൽ ഈ ക്രൂരത. ഞാൻ കണ്ണടച്ചിരുന്നുകൊണ്ട് ചോദിച്ചു. പെട്ടെന്ന് എനിക്കൊരു വെളിപാട് കിട്ടി. എന്ത്, എങ്ങനെ എന്നറിയില്ല. ഞാൻ മിനിറ്റുകൾക്കുള്ളിൽ ലാലുവിന്റെ വീട്ടിലെത്തി. അവിടെ അയൽക്കാർ, ബന്ധുക്കളൊക്കെ ആയി കുറച്ചുപേർ. പാക്കിംഗ് ഒക്കെ കഴിഞ്ഞിരിക്കുന്നു. പൂർണ്ണ ആരോഗ്യത്തോടെ യാത്രപോകുന്ന സൗമ്യ ഇനിയെങ്ങനെ ആയിരിക്കും തിരിച്ചുവരിക എന്നതായിരുന്നു അവിടെ കൂടിയിരിക്കുന്ന ഏവരുടെയും ആലോചന. ഞാൻ ലാലുവിന്റെ കൈപിടിച്ച് കൂട്ടത്തിൽ നിന്നു മാറ്റി.

''എടാ, സത്യം പറ. എന്നോടു പറയാത്ത എന്തെങ്കിലും ഉണ്ടോ? സത്യം പറ.''

ലാലു ആദ്യം കണ്ണുമിഴിച്ചു. പിന്നെ ശബ്ദം താഴ്ത്തി പറഞ്ഞു. ''എടാ. സൗമ്യ കഴിഞ്ഞമാസം ഒരു സ്വപ്നം കണ്ടു. ബാലമുരുകൻ അവളോട് നിന്റെ മുടി എനിക്കു തരുമോ എന്ന്. അവളാകെ പേടിച്ചു പോയി. നിന്നോട് പറയണ്ടാ എന്ന്.''

എനിക്കെല്ലാം ക്ലിയറായി. ''നീ അകത്തുചെന്ന് സൗമ്യയെക്കൊണ്ട് പ്രതിജ്ഞ എടുപ്പിക്ക്. സൗഖ്യമായി വന്നാൽ പഴനിയിൽ പോയി മൊട്ടയടിക്കുമെന്ന്. എന്നിട്ട് ധൈര്യമായി പോ. ഒന്നും പേടിക്കാനില്ല. ഞാൻ പറയുന്നതല്ല. മുരുകപ്പെരുമാളാണ്. അതാണു ഞാനിപ്പോ ഓടിവന്നത്.''

അവർ തിരുവനന്തപുരത്തെത്തി. ഒന്നിനുപിറകെ ഒന്നായി ടെസ്റ്റുകൾ. പത്താംനാൾ ലാലു എന്നെ വിളിക്കുന്നു. ഒറ്റക്കരച്ചിൽ.

''മടുത്തെടാ. ഇവിടെ നില്ക്കാൻ പറ്റില്ല. അമ്മാതിരി ദുരിതക്കാഴ്ചകളാണ് ചുറ്റും. സൗമ്യയ്ക്കാണെങ്കിൽ ഡെയ്‌ലി ഓരോ ടെസ്റ്റും. ഇവർ ഒന്നും പറയുന്നുമില്ല. മടുത്തെടാ. ഒക്കെ വിട്ട് അങ്ങു വരാൻ പൂവാ. വല്ല അമലയിലും പോകാം. ഇത് അന്യനാട്ടിൽ.''

എനിക്ക് ഒന്നും പറയാൻ തോന്നിയില്ല. ലാലു ഫോൺ വെച്ചു കഴിഞ്ഞപ്പോൾ ഞങ്ങളുടെ കൂട്ടുകാരൻ പഞ്ചാബ് എന്നു ഞങ്ങൾ വിളിക്കുന്ന സുധീറിന്റെ ഫോൺ. ''എടാ, ഞാനും വിനോദും തിരുവനന്തപുരം പൂവാണ്. ലാലു അവടെ ഒറ്റയ്ക്കല്ലേ. ഒന്നു പോയി കണ്ടിട്ടു വരാം. നീ വരുന്നുണ്ടോ. ക്വാളിസ് ആണ്. ഇഷ്ടംപോലെ സ്ഥലമുണ്ട്.''

എനിക്കപ്പോൾ ഒരു വൈബ്രേഷൻ അടിച്ചു. യെസ്! അതുതന്നെ. ഞാൻ ലാലുവിനെ വിളിച്ചു.

''ലാലൂ, പഞ്ചാബും വിനോദും വരുന്നുണ്ട്. അവന്റെ ക്വാളിസിലാണ്. നാളെ നിങ്ങൾക്കു വരാനുള്ള വണ്ടിയാണ്.''

''ഒന്നു മിണ്ടാണ്ടിരുന്നേടാ.. ഇപ്പോ ഡോക്ടർ വന്നുപോയി റൗണ്ട്സിന്. ഒന്നും പറയുന്നില്ല. നാളെ നാട്ടിൽക്ക് വരാൻ ഇവർ ഡിസ്ചാർജ് ആക്കണ്ടേ..''

ഞാൻ ഒന്നും മിണ്ടിയില്ല.

അരമണിക്കൂർ കഴിഞ്ഞു ലാലുവിന്റെ വിളി. എന്തൊരാഹ്ലാദമാണവന്റെ ശബ്ദത്തിൽ.

''എടാ, നാളെ രാവിലെ ഡിസ്ചാർജ്. ഒന്നുമില്ല. എല്ലാ ബയോപ്സി ടെസ്റ്റും ചെയ്തെന്ന്. ഇതൊരു സാദാ മുഴ. വേണേൽ സാദാ സർജനെക്കൊണ്ട് എടുത്തുകളയിച്ചോ. അല്ലെങ്കിൽ അവിടെത്തന്നെ ഇരുന്നോട്ടെ. വലുതാകുന്നതല്ലത്രെ.''

ലാലുവിന്റെ ശബ്ദത്തിലെ ആഹ്ലാദം വാക്കുകളിൽ വിവരിക്കാൻ പറ്റില്ല. എന്റെ ഉള്ളിലെ തുടിയും. ഞാൻ അപ്പോൾതന്നെ ലീവെഴുതി വീട്ടിൽ വന്നു. നേരെ പൂജാമുറിയിൽ കേറി. മുരുകനെ നോക്കി. ഒരു പാഠം പഠിപ്പിച്ച് ബാലമുരുകൻ കുസൃതിയിൽ നോക്കുന്നു. എനിക്കു ദേഷ്യവും സന്തോഷവും വന്നു. കണ്ണിൽ ആനന്ദക്കണ്ണീരും.

ലാലുവും സൗമ്യയും കുഞ്ഞുമോളും പഴനിയിൽ പോയി മുടി ബാലമുരുകനു കാണിക്കവെച്ചു. ഈ അനുഭവം, ആ ടിവി പ്രോഗ്രാം ചെയ്യുന്നതുവരെ എനിക്ക് ഒരു അത്ഭുതപ്രവൃത്തിയായി തോന്നിയിരുന്നില്ല. അതെനിക്ക് എന്റെ ആത്മനൻപന്റെ ജീവിതമായിരുന്നു.

കഥ കേട്ട നാഗരാജിന് അപ്പോൾ ലാലുവിനെ കാണണം, ഷൂട്ട് ചെയ്യണം. ഈ പ്രോഗ്രാം നാലു എപ്പിസോഡുകൾ ലോകം മുഴുവൻ ആളുകൾ കണ്ടു. അതിൽ പലർക്കും കോൾമയിർ വന്നു. അവരൊക്കെ ഒരു ടൈമിൽ കുമാരികാണ്ഡത്തിലെ പ്രജകളായിരുന്നു എന്നതിൽ സംശയം വേണ്ട. എനിക്കു ലോകത്തിലെ നാനാഭാഗങ്ങളിൽ നിന്ന് കോളുകൾ വരാൻ തുടങ്ങി. ഇത്രയധികം പേർ മുരുകയുഗത്തിൽ മുന്നണിപ്പോരാളികളായുണ്ടെന്നത് എന്റെ ഊർജ്ജം പതിന്മടങ്ങ് കൂട്ടി. ആ ഒരു സമയം പ്രത്യേകത നിറഞ്ഞതായിരുന്നു. ആളുകളുടെ വിളികൾ. ചിലർ ഇവിടേക്ക് എന്നെ അന്വേഷിച്ചു വരുന്നു. പലപ്പോഴും മുൻകൂട്ടി അറിയിക്കാതെ.

ഒരിക്കൽ ഞാൻ ഓഫീസിലിരിക്കുമ്പോൾ വീട്ടിൽ രണ്ടുപേർ വന്നു. മറ്റൊരിക്കൽ ഒരാൾ തൃശൂർ റെയിൽവേ സ്റ്റേഷനിൽ എത്തിയിട്ടുണ്ടെന്നു പറഞ്ഞ് വന്നു. ഇതൊക്കെ കൈകാര്യം ചെയ്യാൻ എളുപ്പമല്ലല്ലോ. ഞാൻ ഇതിനെല്ലാം ഒരു ചിട്ട ഉണ്ടാക്കണമെന്ന് ഉറപ്പിച്ചു, ഒന്ന് ഓർഗനൈസ്ഡ് ആകേണ്ടതുണ്ടെന്നും. ഭഗവാൻ ഡയറക്ഷൻ തരുന്നതല്ലാതെ മറ്റൊന്നും ചെയ്യരുത് എന്നും സദാ ഞാനെന്നെ ഓർമ്മിപ്പിച്ചു. ഈ ഒരു തീരുമാനം പെട്ടെന്നെടുക്കാതിരുന്നെങ്കിൽ അന്നേ വലിയ പിഴവുകൾ സംഭവിച്ചേനേ എന്ന് ഇന്നാലോചിക്കുമ്പോൾ ഉറപ്പായും തോന്നുന്നുണ്ട്.

എന്തായാലും, ആ ടിവി പ്രോഗ്രാം വളരെ പ്രധാനപ്പെട്ടതായിരുന്നു. എന്റെയും പ്രസ്ഥാനത്തിന്റെയും മാർഗത്തിൽ അതൊരു വഴിത്തിരിവായിരുന്നു.

തിരിച്ചടികൾ, ശൂന്യത

മൂന്നാമത് കണ്ണ് നാല് എപ്പിസോഡുകൾ സംപ്രേഷണം ചെയ്തതിനു ശേഷം, മുരുകനാൽ നയിക്കപ്പെടുന്ന എന്റെ ജീവിതത്തിൽ ഉണ്ടായ മാറ്റം ചെറുതായി വിവരിച്ചുവല്ലോ. ഭഗവാൻ എന്നോട് ഇനിയൊന്നും ആരോടും മറച്ചുവെക്കേണ്ടതില്ല എന്നു കല്പിച്ചതിനെ തുടർന്ന് ഞാൻ നടത്തിയ രണ്ട് പബ്ലിക് അപ്പിയറൻസുകൾ അവ മാത്രമായിരുന്നു.

ഒന്ന്, എന്റെ ജന്മനാട്ടിൽ നടത്തിയ സമ്മേളനം. ഉദ്ദേശിച്ച പോലെയെല്ലാം കാര്യങ്ങൾ വൻ വിജയമായിരുന്നെങ്കിലും ആഴത്തിൽ വിലയിരുത്തുമ്പോൾ, അന്നു പാതിരായ്ക്ക് ഭഗാവന്റെ മുന്നിലിരുന്നു കരഞ്ഞ സമയത്തെ എന്റെ മാനസികാവസ്ഥ ഒക്കെ ഓർക്കുമ്പോൾ എന്താണ് പറയേണ്ടതെന്നറിഞ്ഞുകൂടാ. ആരുടെ മുന്നിലും കൈ നീട്ടാതെ വട്ടിപ്പലിശ കൃത്യമായി കൊടുക്കാൻ ഭഗവൽകൃപ കൊണ്ട് സാധിച്ചു. എങ്കിലും മൊത്തത്തിൽ വിശകലനം ചെയ്യുമ്പോൾ എന്റെ ആ ആദ്യത്തെ പ്രോഗ്രാം അത്ര വലിയൊരു വിജയമായിരുന്നില്ല എന്നാണെന്റെ വിലയിരുത്തൽ.

രണ്ടാമത്തെ സംഗതി വേന്ദർ ടിവിയിലെ ആ പ്രോഗ്രാമാണ്. അതിൽനിന്നു ഞാൻ മനസ്സിലാക്കിയ ഒരു കാര്യം പറയട്ടെ. ടെക്നോളജി എന്നതിന്റെ സാധ്യത നമ്മൾ ഊഹിക്കുന്നതിനും അപ്പുറമാണ്. നോക്കൂ, ഞാൻ ജന്മനാട്ടിൽ ഒരു പ്രോഗ്രാം നടത്തി. അതിനു വന്നെത്തിയത് ആയിരംപേരാണ്. അതൊരു സാമ്പ്രദായിക രീതിയാണ്. ഒരു വേദി. അതിൽ പ്രഗത്ഭരായ അതിഥികൾ. പ്രസംഗങ്ങൾ. പ്രഭാഷണങ്ങൾ. അതു കേൾക്കുന്ന ആയിരംപേർ. തീർന്നു. എന്നാൽ ഒരു ടിവി പ്രോഗ്രാമിൽ? എന്റെ ഊഹങ്ങൾക്കപ്പുറത്തായിരുന്നു അതിന്റെ റീച്ച്. ലോകത്തെവിടെയൊക്കെ ആദിദ്രാവിഡർ ഉണ്ടോ അവിടെയൊക്കെ എത്തുകയാണത്!

റിയൽ ഇവന്റും വിർച്വൽ ഇവന്റും തമ്മിലുള്ള വ്യത്യാസം നോക്കൂ. ആറുലക്ഷം ചിലവിട്ട് ആയിരം പേരോട് നമ്മൾ മുരുകയുഗത്തെപ്പറ്റി അറിയിക്കുന്നു. എന്നാലോ വെറും ആറായിരംപോലും ചിലവിടാതെ

അറുപതിനായിരമോ അറുപതുലക്ഷമോ ആളുകൾ അതു കാണുന്നു! നമ്മൾക്കിതൊക്കെ രണ്ടായിരാമാണ്ടിനുശേഷം വന്ന അത്ഭുതം. എന്നാൽ കുമാരികാണ്ഡം എന്ന രാജ്യത്ത് ഇതും ഇതിന്റെ അപ്പുറവും ഉണ്ടായിരുന്നു എന്നറിയുമ്പോൾ? ചിരിച്ചുതള്ളാൻ വരട്ടെ. ഇരുപത് ആനയെക്കാൾ വലുപ്പമുള്ള ദിനോസർ തലങ്ങും വിലങ്ങും ഉണ്ടായിരുന്ന ലോകമാണിത്. ഏറ്റവും വലുതും ശക്തവുമായ പലതും ഇല്ലാതായ പ്രപഞ്ചത്തിന്റെ രഹസ്യങ്ങളെ പുച്ഛിക്കാൻ ശാസ്ത്രകാരന്മാർ തയാറാകില്ലല്ലോ. അതുപോലെ കുമാരികാണ്ഡത്തിലെ ടെക്നോളജി ഇന്നു നാം കാണുന്നതിനെക്കാൾ എത്രയോ മുന്തിയതായിരുന്നിരിക്കാം എന്നു ഞാൻ പറയുന്നത് വെറുതെ അല്ല എന്നുള്ളതിന്റെ തെളിവുകൾ ഭഗവാൻ നിങ്ങൾക്കു കാട്ടിത്തരും. ഈ പുസ്തകത്തിൽതന്നെ നിങ്ങൾക്കതു വായിക്കാം.

അതു പോകട്ടെ, പറഞ്ഞുവന്നത് എന്നെ അറിയാത്ത എത്രയോ ജനങ്ങൾ ലോകത്തിന്റെ വിവിധ കോണുകളിലിരുന്ന് എന്നെ അറിഞ്ഞു മൂന്നാമത് കണ്ണ് എന്ന പ്രോഗ്രാമിലൂടെ. ഇതിനെതുടർന്ന് ഏറെപ്പേർ എന്നെ ബന്ധപ്പെടാൻ ശ്രമിക്കുകയും അവർ അവരുടെ വേദനകൾ, പ്രശ്നങ്ങൾ ഇവയൊക്കെ എന്നോടു പങ്കുവെയ്ക്കുകയും ചെയ്തുതുടങ്ങി. അതെന്നെ കുഴക്കി. കേൾക്കാം, 'സാരമില്ല, ഭഗവാനോട് ഒട്ടിനിൽക്കൂ, എല്ലാം ശരിയാകും' എന്നു പറയാനും അവരുടെയൊപ്പം വിഷമിക്കാനും സഹതപിക്കാനും അല്ലാതെ നിസ്സാരനായ എനിക്കെന്തു കഴിയും! ഞാൻ വലിയൊരു ഡിലൈമയിലായി. കാരണം, ദിനംപ്രതിയെന്നോണം എനിക്കു വരുന്ന കോളുകൾ കൂടുകയാണ്. ഇക്കാര്യത്തിൽ എനിക്കു ഭഗവാന്റെ നിർദ്ദേശം കിട്ടിയേ തീരൂ എന്നെനിക്കുറപ്പായി. പിന്നീട് അതിനായി എന്റെ പ്രാർത്ഥന.

2004-2005ൽ എന്റെ ജീവിതത്തിൽ കടന്നുവന്ന് ഈ 2016 വരെ എന്നെ അവന്റെ ഇംഗിതം അനുസരിച്ച് പരീക്ഷിച്ച് നിരീക്ഷിച്ച് സന്തോഷിപ്പിച്ച് കരയിപ്പിച്ച് കൊണ്ടുനടന്നതിന്റേതായ ഒരു സ്വാതന്ത്ര്യം എനിക്കു മുരുകഭഗവാനോടു ഡെവലപ് ചെയ്തുവന്നിരുന്നതിനാൽ പരിഭവിക്കാനും പിണങ്ങാനും ഒക്കെയുള്ള ഇടം ഞങ്ങൾക്കിടയിൽ രൂപംകൊണ്ടിരുന്നു. ആയതുകൊണ്ടുതന്നെ ഞാൻ ഒട്ടു പരിഭവത്തോടെ വീണ്ടും ചോദിച്ചു.

''എന്തു ഞാൻ പറയാനാണ്? വിഷമവും വേദനയും വന്ന് പറയുന്ന നിന്റെ ഭക്തരോടു ഞാനെന്തു പറയാനാണ്?''

ഒരു രക്ഷയുമില്ല. രണ്ടോ മൂന്നോ രാവുകൾ അങ്ങനെ പോയി. ഒരു മെസേജ് എനിക്കു വരുന്നുണ്ടെങ്കിൽ അതിന്റെ ലക്ഷണങ്ങൾ മുൻകൂട്ടി എനിക്കറിയാൻ സാധിക്കും. ഇതങ്ങനെ ഒന്നും വരുന്നില്ല. എന്നിൽ നല്ല നിരാശ ഉടലെടുത്തു. മൂന്നാം രാത്രിയിൽ എന്റെ നിരാശ അസഹ്യതയിലേക്കു രൂപംമാറി.

''നീ തന്നെ ആജ്ഞാപിച്ചു, ഇനി ഒന്നും ഒളിച്ചുവെക്കേണ്ടതില്ലെന്ന്. അല്ലയോ മുരുകപ്പെരുമാളേ, ഞാൻ ഇപ്പോ നടുക്കടലിൽ വീണ പോലെയായല്ലോ. ശരി. തൽക്കാലം ഇനി ഞാൻ ഒരാളോടും ഒന്നും പറയാൻ പോകുന്നില്ല. മൗനവ്രതമെടുക്കാം. അല്ലാതെനിക്കെന്തു വഴി.''

ഞാൻ അന്നത്തെ പ്രാർത്ഥന അവസാനിപ്പിക്കാൻ തീരുമാനിച്ച് വേൽ കൈയിലെടുത്ത് തൊട്ടുഴുഞ്ഞ് തിരികെവയ്ക്കാൻ തുടങ്ങി. വേൽ തൊട്ടപ്പോൾ കിട്ടി, ആ വൈബ്രേഷൻ. ഞാൻ വേൽ നെഞ്ചോടു ചേർത്ത് കണ്ണടച്ചു. ദേഹത്തെ ചൂട് ക്രമാതീതമായി കൂടുന്നത് ഞാനറിഞ്ഞു.

''നീ പറയുക. നിനക്കു തോന്നുന്നതു പറയുക. അവർ വരുന്നതു നീ പറയുന്നത് കേൾക്കാനാണ്.''

''ഹേ! ഭഗവാൻ.'' എന്റെ കണ്ണുകൾ നിറഞ്ഞൊഴുകി. ''ഹേ ഭഗവാൻ, ഞാനെന്തു പറയാൻ, ഞാനെന്തു പറയാൻ.''

കണ്ണടച്ചിരിക്കുന്ന എനിക്ക് ഞാൻ ആഞ്ജനേയമലയിലെ കാർത്തികനക്ഷത്രങ്ങളുടെ നീലവെളിച്ചത്തിലെന്നു തോന്നി. അതീവ കുസൃതിയിൽ അവയ്ക്കിടയിലൂടെ ചേലകളുടുക്കാതെ ഏഴ് അമ്മമാരെ കബളിപ്പിച്ചോടുന്നതിനിടയിൽ ബാലമുരുകൻ എന്നോട് ഉറക്കെപ്പറഞ്ഞ് തിരിഞ്ഞോടുന്നു.

''അതിനു നീയല്ലല്ലോ പറയുന്നത്. ഞാനല്ലേ. ധൈര്യമായി പറയുക. നിന്റെ തോന്നൽ എന്റെ വാക്കുകളാകാൻ പ്രാർത്ഥിക്കുവിൻ.''

പ്രിയപ്പെട്ടവരേ, എനിക്കുണ്ടായ നിർവൃതി നിങ്ങൾക്ക് ഊഹിക്കാൻ കഴിയുമോ? ആ നിമിഷം മുതൽ ഇന്നേവരെ എന്നെ സമീപിക്കുന്നവർക്ക് ഒരു കൃത്യമറുപടി കൊടുക്കാതിരിക്കേണ്ട അവസരം ഉണ്ടായിട്ടില്ല. അതൊരു തരം ഹീലിംഗ് എന്ന പ്രക്രിയ ആണെന്ന് ഞാൻതന്നെ തിരിച്ചറിഞ്ഞതു വളരെ വൈകിയാണ്. ഒരാൾ അയാളുടെ വിഷമം പങ്കുവെയ്ക്കുമ്പോൾ മിക്കപ്പോഴും ഉടനെതന്നെ അതിനൊരു പരിഹാരം മുരുകൻ എന്റെ നാവിലെത്തിക്കും. ഈ കഠിന ജീവിതത്തിലെ ഏറ്റവും വലിയ പ്രതിഫലം അവർ പിന്നീട് വിളിക്കുമ്പോഴാണ്. അവരുടെ ആ സന്തോഷം. ഞാൻ താണ്ടിയ വഴികളുടെ അറ്റത്ത് ഫ്രൂട്ട്ഫുൾ ആയി കുലച്ചുനിൽക്കുന്ന മധുരമൂറും ഫലങ്ങളാണെന്ന ആ അതിമോദം. ഒരുതരം ലരമ്മ്യേ. അപ്പോഴും ഞാൻ അവരോടു പറയുന്ന ഒരു സ്ഥിരം മറുപടിയുണ്ട്.

''ഞാൻ ആരുമല്ല. എല്ലാം മുരുകപ്പെരുമാളുടെ കൃപ. അവനോടു നന്ദി പറയുക.''

2005ൽ പഴനിമല ഒരു കുതൂഹലത്തിൻപുറത്ത് സന്ദർശിക്കുമ്പോൾ എന്റെ അതിവിദൂരവന്യ സ്വപ്നങ്ങളിൽ ഉണ്ടായിരുന്നോ ഇതു വല്ലതും. ഒരാൾ പറഞ്ഞറിഞ്ഞ് മറ്റൊരാൾ, അങ്ങനെയങ്ങനെ

എന്റെ സുഹൃത്തുക്കളായ മുരുകഭക്തരുടെ എണ്ണം വർദ്ധിക്കാൻ തുടങ്ങി. പലർക്കും ഞാൻ വീട്ടിൽ വന്ന് പൂജ ചെയ്യണം എന്ന ആഗ്രഹം. ഇവരെല്ലാംതന്നെ കുമാരികാണ്ഡത്തിലെ പ്രജകളാണെന്നും തദ്വാര എന്റെ സ്വന്തം ആൾക്കാരാണെന്നും എനിക്കും അവർക്കും തിരിച്ചറിയാൻ തുടങ്ങി. പല സ്ഥലങ്ങളിലേക്കും അവരെന്നെ ക്ഷണിച്ചു കൊണ്ടുപോയി.

അക്കൂട്ടത്തിൽ 2016 നവംബർ മാസം യു.കെ. സന്ദർശിക്കുകയുണ്ടായി. ആറുമാസത്തേക്കുള്ള വിസ ആയിരുന്നു. നവംബർ മാസം ലണ്ടൻ ഹീത്രോ എയർപോർട്ടിൽ ചെന്നിറങ്ങുമ്പോൾ എന്റെ വികാരങ്ങൾ സമ്മിശ്രങ്ങളായിരുന്നു. മറ്റൊരു ടൈം സോണിൽ എത്തിപ്പെട്ട പോലെ. പൗരാണികതയെ ഒട്ടുമേ പോറലേൽപ്പിക്കാത്ത നഗരം. ശരിക്കും ബ്രിട്ടീഷുകാരെ കണ്ടുപഠിക്കണം നമ്മൾ എന്നു തോന്നും.

ആധുനികമായ എല്ലാ സുഖസൗകര്യങ്ങളും അനുഭവിക്കുമ്പോഴും അവർ തങ്ങളുടെ പാരമ്പര്യത്തെ മുറിവേൽപ്പിക്കാതിരിക്കാൻ ശ്രദ്ധിക്കുന്നു. ഇന്നും നമ്മൾ ലണ്ടൻ സ്ട്രീറ്റിൽകൂടി സഞ്ചരിക്കുമ്പോൾ മുന്നിൽ കാണുന്ന ആളുകളെല്ലാംതന്നെ പണ്ടു വായിച്ച നോവലുകളിലെ കഥാപാത്രങ്ങളാണെന്നു തോന്നും. പഴയ സിനിമയിൽ നമ്മൾ കാണുന്ന അതേ ടാക്സി, അതേ ഡ്രൈവർ! എന്റെ ആ സന്തോഷം പറഞ്ഞപ്പോൾ ടാക്സിക്കാരൻ അഭിമാനത്തോടെ എന്നെ ഡ്രൈവിംഗ് സീറ്റിലിരുത്തി പോസ് ചെയ്യിച്ച് ഫോട്ടോ എടുത്തു. തെംസ് നദിക്കു കുറുകെ കലണ്ടറിൽമാത്രം കണ്ടുശീലിച്ച വിഖ്യാതമായ ആ പാലത്തിൽകൂടി സഞ്ചരിക്കുമ്പോൾ നമ്മളും ചരിത്രത്തിൽ ഒരു വരി എഴുതിയപോലെ ഒരു ഫീൽ ആയിരുന്നു എനിക്ക്. അന്നു ലണ്ടൻ പരിസരങ്ങളിൽ ജീവിക്കുന്ന അനേകം വീടുകളിൽ പൂജ ചെയ്യാൻ എനിക്കു ക്ഷണം കിട്ടി. ഓരോ വീട്ടിലും എത്തി പൂജ കഴിയുമ്പോൾ അവർ എന്നെ അടുത്ത വീട്ടിലേക്കു കൊണ്ടുപോകും. ആ വീട്ടുകാർ പിന്നെ അടുത്ത വീട്ടിലേക്കും. ഇതിനിടയിൽ ബക്കിങ്ഹാം കൊട്ടാരവും മെഴുകുപ്രതിമകളുടെ മ്യൂസിയവും ഒക്കെ കാണാൻ പോയി. പൂജ ചെയ്യാൻ വന്ന ആൾ ഈ ചരിത്രസ്മാരകങ്ങളൊക്കെ കാണാൻ താല്പര്യപ്പെടുന്നത് അവർക്കൊക്കെ പുതുമ നിറഞ്ഞ അനുഭവമായിരുന്നത്രെ. അവിടെ ഒരു ക്ഷേത്രത്തിൽ ഞാനെത്തി. അതിന്റെ നടത്തിപ്പുകാർ മുരുകഭക്തരുമായിരുന്നു. ആ സമയത്ത് എനിക്കു തോന്നിയ ഒരു കാര്യം. ഇവിടെ മുരുകന്റെ ഒരു വിഗ്രഹം പ്രതിഷ്ഠിച്ചാലോ? പെട്ടെന്നുണ്ടായൊരു തോന്നലാണ്. പറഞ്ഞപ്പോൾ അവർക്കും വലിയ താല്പര്യം. അമ്പല നടത്തിപ്പു കമ്മിറ്റിയിൽ കാര്യം അവതരിപ്പിക്കാം എന്ന് അവർ ഏറ്റു.

ഞാൻ തിരികെ നാട്ടിലെത്തി. ആ അമ്പലക്കമ്മിറ്റി മുരുകപ്രതിഷ്ഠ വിഷയം പാസാക്കിയെന്നു വിളിച്ചുപറഞ്ഞു. വിഗ്രഹം പണിയുന്നതിനും അതു ലണ്ടനിൽ എത്തിക്കുന്നതിനുമുള്ള ചിലവുകൾ

അവർ ഏറ്റു. അങ്ങനെ എന്റെ ജില്ലയിലുള്ള ഇരിങ്ങാലക്കുടയിൽ ഒരു സ്ഥലത്തു വിഗ്രഹം നിർമ്മിച്ചു. അതു പഴനിയിൽ കൊണ്ടുപോയി പൂജിക്കണമെന്ന് എനിക്കു തോന്നി. പൂജിക്കുക മാത്രമല്ല അവിടെ ഈ വിഗ്രഹവുമായി ഒരു ഗിരിവലം നടത്തി. ഗംഭീരപരിപാടിയായി അത്. അതിന്റെ ചിലവുകളെല്ലാം അതീവസന്തോഷത്തോടെ ഞാൻ വഹിച്ചു. കമ്മിറ്റിക്കാരുടെ ആവശ്യപ്രകാരം വിഗ്രഹം ചെന്നൈയിലുള്ള അവരുടെ ആൾക്കാരുടെ അടുത്ത് എത്തിച്ചുകൊടുത്തു.

ഫെബ്രുവരിയിൽ വീണ്ടും ഞാൻ ലണ്ടനിലെത്തി. വിസ ആറു മാസത്തേക്കാണല്ലോ.

ഒരിക്കലും ഞാൻ പ്രതീക്ഷിക്കാത്ത കാര്യങ്ങളാണ് പിന്നീട് സംഭവിച്ചത്. ഞാൻ അവിടെ എത്തുന്നതിനിടയിൽ ആ അമ്പലക്കമ്മിറ്റിയിൽ രണ്ട് അഭിപ്രായമായിപോലും. വിഗ്രഹം പ്രതിഷ്ഠിക്കണ്ട എന്ന് ഒരു വിഭാഗം! യഥാർത്ഥത്തിൽ വേറെ ഏതോ പ്രശ്നത്തിൽ ഒരു മാസം മുന്നേമുതൽ അവർ തമ്മിൽ ഉരസൽ തുടങ്ങിയതാണെന്നാണ് അറിയാൻ കഴിഞ്ഞത്. അതിന്റെ അനുരണനങ്ങൾ ഭഗവാന്റെ വിഗ്രഹപ്രതിഷ്ഠ എന്ന കാര്യത്തിൽ എത്തി. ഈ പ്രതിഷ്ഠ നടത്തേണ്ടതില്ല എന്നത് ഒരു വിഭാഗത്തിന്റെ വാശിയായി. അവർ അതിന് ഏതുവഴിയും തിരഞ്ഞെടുക്കാൻ തയ്യാറായി. അതിലെന്നെ ഏറ്റവും തകർത്തുകളഞ്ഞത്, ഞാൻ കേരളത്തിലെ ബ്ലാക്ക് മാജിക്കുകാരനാണെന്നും, ഈ വിഗ്രഹത്തിൽ കൂടോത്രമോ മറ്റോ ചെയ്തിട്ടുണ്ടെന്നുംവരെ അവർ ആരോപിച്ച കാര്യം അറിഞ്ഞപ്പോഴാണ്. എന്റെ കാര്യം പോകട്ടെ, പഴനിയിൽ പൂജിച്ച് ആഘോഷത്തോടെ ഗിരിവലംവച്ച ഈ മുരുകപ്പെരുമാളുടെ വിഗ്രഹത്തിന്റെ മുകളിലാണു ചെറിയ വാശികൾ ജയിക്കാനുള്ള ഇത്തരം കടന്നാക്രമണങ്ങൾ. അവരോടു മുരുകൻ ക്ഷമിക്കട്ടെ.

ഈ സംഭവം എന്നെ കുറച്ചൊന്നുമല്ല ഉലച്ചുകളഞ്ഞത്. സമ്പൂർണ്ണ പരാജയമായി ഞാനതിനെ എണ്ണി. നിങ്ങൾക്ക് ഊഹിക്കാവുന്നതിലുമധികം എന്നെ അതു ബാധിച്ചു. അവിടെനിന്നു തിരികെവന്ന ഞാൻ പഴനിയിൽ പോയി രാത്രി ഒറ്റയ്ക്ക് വെളിച്ചത്തിൽ കുളിച്ചു കിടക്കുന്ന പഴനിമലയെ നോക്കിനിന്നു. കണ്ണിൽനിന്നു ധാരധാരയായി കണ്ണീരൊഴുകി. എന്തുകൊണ്ടീ പരാജയം? എന്നെ ഉള്ളംകൈയിൽ കൊണ്ടുനടക്കുന്ന പഴനിയാണ്ടവന്റെ അടുത്തുനിന്നുതന്നെ എനിക്കുത്തരം കിട്ടുമെന്നുള്ള ഉത്തമവിശ്വാസത്തോടെ ഞാൻ പഴനിമല ഏറെനേരം അങ്ങനെ നോക്കിനിന്നു.

ഇതേസമയം മുരുകൻ എന്നെ വീണ്ടും പരീക്ഷിച്ചു.

സെന്തിൽ എന്ന എന്റെ വലംകൈ. എത്രയോ യാത്രകളിൽ എന്റെ വഴികാട്ടിയായിരുന്നു. പഴനിമല എന്നാൽ എന്റേത് എന്ന് എനിക്കു

തോന്നിയതിനു പിന്നിൽ സെന്തിലായിരുന്നു. പഴനിയുടെ മുക്കും മൂലയും അറിയുന്നവൻ. അവൻ രാഷ്ട്രീയത്തിൽ ഇറങ്ങുകയും പെട്ടെന്നുതന്നെ ഡിണ്ടിഗൽ ജില്ലാ നേതൃത്വത്തിൽ എത്തുകയും പഴയപോലെ ഞങ്ങൾ തമ്മിൽ കണ്ടുമുട്ടലുകൾ കുറയുകയും ചെയ്തു. ഇതിനിടയിൽ സ്പിരിചൽ വഴിയിൽ അവനു ചില പരീക്ഷണഘട്ടങ്ങളെ നേരിടേണ്ടിവരികയും അവന്റെ ഉള്ള് ഉലയുകയും ചെയ്തു. സഹോദരന്റെ പെട്ടെന്നുള്ള മരണം തുടങ്ങി പലതും അവനെ ഉലച്ചു.

എത്രയോ രാത്രികളിൽ ഞങ്ങൾ ഒന്നര രണ്ടുമണിവരെ, വെളിച്ചത്തിൽ കുളിച്ചുകിടക്കുന്ന പഴനിമലയെ നോക്കിയിരുന്ന് സംസാരിച്ചിരിക്കുന്നു. അന്നും അങ്ങനെതന്നെ. അവസാനം അവൻ പറഞ്ഞു. ''ജീ, നമ്മൾ ഇത്രനാൾ ഒരുമിച്ച് യാത്രചെയ്തു. വഴിപിരിയാൻ സമയമായി എന്നു തോന്നുന്നു. സ്നേഹം എന്നും ഉണ്ടാകും.'' എന്റെ കൈകൾ രണ്ടും അവൻ കോരിയെടുത്തു പറഞ്ഞു. 'ഇനി നമുക്കു വഴിപിരിഞ്ഞു നടക്കാം.'' പെട്ടെന്ന് അവൻ എണീറ്റ് തിരിഞ്ഞു നടന്നു. ഞാൻ നടുങ്ങിപ്പോയി.

പത്തുവർഷമായി എന്തിനുമേതിനും കൂടെ ഉണ്ടായിരുന്നവനാണ്. ഇല്ലായ്മയുടെ കാലത്ത് ഒരുമിച്ചുനടത്തിയ യാത്രകളെത്ര! എത്രയോ ബസ് യാത്രകൾ. എത്രയോ ബസ് സ്റ്റാൻഡുകളിൽ രാത്രി ബസ്സും കാത്ത് ഞങ്ങളിരുന്നിരിക്കുന്നു. തമിഴ്നാടിന്റെ ഉള്ളറകളിൽകൂടി എത്രയോ സഞ്ചാരങ്ങൾ!

ആ സെന്തിൽ! ഇന്നും അവന് എന്നോടോ എനിക്ക് അവനോടോ ഉള്ള സ്നേഹം തരിമ്പും കുറഞ്ഞിട്ടില്ല. വല്ലപ്പോഴും പഴനിയിൽവച്ച് കാണുമ്പോൾ കണ്ണുകളിലെ പ്രകാശവും, 'ജീ, എപ്പടിയിറുക്കീങ്ക' എന്ന ചോദ്യവും എല്ലാം പറയുന്നുണ്ട്. എന്താണ് നിനക്കു പറ്റിയത് എന്ന് അവനോടു ഞാൻ ചോദിക്കില്ല. എന്റെ യാത്രയിലെ ഏറ്റവും വലിയ വഴികാട്ടിയായിരുന്നു അവൻ. എന്റെ അമ്മ സ്വന്തം മകനെ എന്നപോലെയാണ് അവനെപ്പറ്റി പറയുക. ഒരിക്കൽ എനിക്കു നഷ്ടപ്പെട്ട എന്റെ അനിയനുമപ്പുറമായിരുന്നു എനിക്കവൻ.

സ്പേസിലേക്ക് അയയ്ക്കുന്ന റോക്കറ്റുകളിൽ ഓരോ എഞ്ചിനും ഓരോ ധർമ്മം ഉണ്ടാകും. ഒരു നിശ്ചിതദൂരം ഈ എഞ്ചിൻ. അതു കഴിഞ്ഞാൽ അതിന്റെ ധർമ്മം കഴിഞ്ഞ് അത് വേർപെട്ടുപോകും. അതാണിവിടെ സംഭവിച്ചിരിക്കുന്നത് എന്നെനിക്കു തോന്നി. പക്ഷേ, ഞാനിതെങ്ങനെ സഹിക്കും.

ഞാൻ ആ പാതിരായിൽ പഴനിമലയെ നോക്കിനിന്നു.

ശരിക്കും ഏകനായപോലെ.

നിഗൂഢ അറിവുകൾ

ഈ അധ്യായം നിങ്ങൾക്കൊരുപക്ഷേ നിഗൂഢസിദ്ധാന്തങ്ങളെപ്പറ്റിയുള്ളതായി തോന്നാം. ഞാൻ അനുഭവിച്ച ചിലതിന്റെ ഒരു നേരിയ അംശം നിങ്ങളുമായി പങ്കുവെയ്ക്കുന്നു എന്നു കരുതിയാൽ മതി.

യുക്തിവാദികൾ മനുഷ്യോല്പത്തിയെ നോക്കിക്കാണുന്ന ആംഗിൾ എന്താണ്? സ്വാഭാവികമായി പരിണമിച്ചാണിവിടെ അണുക്കളും ഏകകോശജീവികളും മത്സ്യങ്ങളും മൃഗങ്ങളും മനുഷ്യരുമുണ്ടായത് എന്നാണ്. മതവിശ്വാസികളോ അവർക്കത് അവരുടെ വിശ്വാസമനുസരിച്ച് ഒരു സ്രഷ്ടാവ് ഉണ്ടാക്കിയെടുത്തതാണ്. മതങ്ങളിൽ പ്രത്യേകിച്ചു വിശ്വാസമില്ലാത്തവരാണെങ്കിൽ ഒരേയൊരു സ്രഷ്ടാവുണ്ടെന്നും പല വിഭാഗക്കാർ ആ ദൈവത്തെ പല പേരുകളിൽ വിളിക്കുന്നു എന്നും വിശ്വസിക്കുന്നു. എന്നാൽ വേറെ ഒരു വിഭാഗമുണ്ട്. ഇതിനൊക്കെ മേലെ മനുഷ്യരുടെ ഉല്പത്തിയും നിലനില്പും നിയന്ത്രിക്കുന്ന, ഭൂമിയിൽനിന്നോ ഒരുപക്ഷേ ഭൂമിക്ക് വെളിയിൽ നിന്നു പോലുമോ ചില ശക്തികൾ ഉണ്ടെന്നും, ആ ശക്തികളുടെ തർക്കങ്ങൾക്കോ ശാക്തിക ചേരികൾക്കോ മനുഷ്യ ജീവിതത്തിൽ വൻനിയന്ത്രണമുണ്ടെന്നും വിശ്വസിക്കുന്ന കൂട്ടർ.

എന്റെ പലപല റിസർച്ചുകളിൽനിന്നും വായനകളിൽനിന്നും ധ്യാനങ്ങളിൽനിന്നും ഉരുത്തിരിഞ്ഞുവന്ന നിഗമനങ്ങൾ പങ്കുവെയ്ക്കാം. ആത്മീയലോകത്തു നിലനിന്നുപോരുന്ന രണ്ട് ധാരകളുണ്ട്. ഒന്ന് പ്രത്യക്ഷമാണ്. രണ്ടാമത്തേത് ദുരൂഹമാണ്. ഞാനിതു പറയുമ്പോൾ അതൊരു ഗൂഢാലോചനാസിദ്ധാന്തത്തെ ഉയർത്തിപ്പിടിക്കലാണെന്നു തോന്നാം. ഒരിക്കലുമല്ല. ഈ പ്രപഞ്ചത്തിന്റെ ആധാരംതന്നെ ശരി, തെറ്റ് എന്നീ ദ്വന്ദ്വങ്ങളിലാണ്. ശരിയും തെറ്റും ആപേക്ഷികമാണ് എന്നതിൽ നിങ്ങളാരും തർക്കത്തിനു വരില്ലല്ലോ? ഒരു വിഭാഗത്തിന്റെ ശരി മറുവിഭാഗത്തിന്റെ തെറ്റാകാം. ഒരു വിഭാഗം തെറ്റാൽ നേടിയത് ആഘോഷിക്കുമ്പോൾ അത് അവരുടെ ശരിയാണെന്ന് ഉറപ്പാകുന്നു, അല്ലേ? ഇനി ശ്രദ്ധിക്കൂ. പ്രത്യേകിച്ചും പാശ്ചാത്യലോകത്ത്, ഇതിൽ

ഏതെങ്കിലും ഒന്നിന്റെ സപ്പോർട്ട് ഇല്ലാതെ നിങ്ങൾക്ക് ഒരു ദൗത്യവും ഒരു സംരംഭവും വിജയിപ്പിക്കാനാകില്ല. യൂറോപ്പിലും അമേരിക്കയിലും ഒക്കെ വിജയം വരിച്ച വ്യക്തിത്വങ്ങൾ സൂക്ഷ്മമായി നിരീക്ഷിച്ചാൽ ഇതു മനസ്സിലാകും. ഒരു റോസാപുഷ്പം കാണുമ്പോൾ നമ്മൾ അതിൽ മുഗ്ധരായി ആസ്വദിക്കുന്നു. ആ ചെടിയിൽ മുള്ളുണ്ടല്ലോ എന്ന കാര്യം നമ്മൾ മറക്കുന്നു. അതിന്റെ ഇലകൾ തിന്നുന്ന പുഴുക്കളെ നമ്മളോർക്കുന്നില്ല. അതിനർത്ഥം ആ ഇലകളും മുള്ളുകളും ഇല്ല എന്നാകില്ലല്ലോ? അവ ഉണ്ട്. അവ യാഥാർത്ഥ്യമാണ്. അവയെ അംഗീകരിക്കണ്ട, പക്ഷേ, അവ ഉണ്ട് എന്ന് അംഗീകരിച്ചേ പറ്റൂ. ശരിയല്ലേ?

ലോകത്ത് ആത്മീയ ഉണർവ്വുണ്ടാക്കിയ മിക്കവരും അവരുടെ മുപ്പതുകളിൽ ചെയ്യാനുള്ളതെല്ലാം ചെയ്തുതീർത്തു എന്നു കാണാം. ജീസസ്, വിവേകാനന്ദൻ മുതൽ എത്രയോ പേർ. മറ്റു ചിലർ മുപ്പതുകളിൽ ആത്മീയയാത്ര ആരംഭിച്ചവരാണെന്നും കാണാം. ആത്മീയത വിട്ട് മറ്റു രംഗങ്ങൾ നോക്കിയാലും കാണാം, ഈ പ്രതിഭാസം. നീറോ ചക്രവർത്തി, സിൽവിയ പ്ലാത്ത് തുടങ്ങി ഫ്രാൻസ് കാഫ്ക, ചങ്ങമ്പുഴ, ഗണിതപ്രതിഭാസം രാമാനുജം.

സ്പിരിചൽ ലോകത്തെപ്പറ്റി മാത്രം എടുക്കാം ഇനി. അവിടെ തങ്ങളുടെ ഒരു പരിധി വിട്ട് അടുത്ത ലെവലിലേക്കു പ്രവേശിക്കുമ്പോൾ ആ വ്യക്തിയെ ഈ പറഞ്ഞപോലെയുള്ള പല ശക്തികളും പലതരം എനർജികളും തേടിവരാനാരംഭിക്കും. അവയെ ഫോളോ ചെയ്താൽ അതു നയിക്കുന്നതു നല്ലതിലേക്കോ ചീത്തയിലേക്കോ എന്നു വളരെ ശ്രദ്ധിക്കേണ്ടതാണ്. ആ ഒരു സമയത്തെ നമ്മളുടെ തീരുമാനം അതീവപ്രാധാന്യമേറിയതാണ്. ആദ്യമായുണ്ടായ പരാജയത്തിൽനിന്ന് ഞാൻ പഠിച്ച പാഠം. പ്രത്യേകിച്ചും യൂറോപ്പിലോ അമേരിക്കയിലോ നിങ്ങൾ ഒരു കാര്യം ചെയ്യാൻ തുടങ്ങിയാൽ അവിടെ ഒരു എനർജി നിങ്ങളെ സഹായിക്കാനോ എതിർക്കാനോ ഉണ്ടാകും. അതാണ് ഇല്ലൂമിനാറ്റി എന്ന പ്രതിഭാസം. ഇതു പറയുമ്പോൾ നിങ്ങളുടെ മനസിൽ വരുന്ന ചിന്ത നിഗൂഢമായി പ്രവൃത്തിക്കുന്ന ഒരു പറ്റം മനുഷ്യർ എന്നോ പ്രസ്ഥാനങ്ങൾ എന്നോ ആയിരിക്കും. പക്ഷേ, ഞാനിവിടെ പ്രതിപാദിക്കുന്നത് അതല്ല. അതിനു പിറകിൽ പ്രവൃത്തിക്കുന്ന ഊർജ്ജത്തെയാണ്. അത് ഈ പറഞ്ഞ ഭൂവിഭാഗത്ത് അതിശക്തമാണ്. അതായത് യൂറോപ്പിലും അമേരിക്കയിലും മറ്റും. അതു ശരിയോ തെറ്റോ എന്നതു മുമ്പ് പറഞ്ഞപോലെ ആപേക്ഷികമാണ്. ആ ശക്തി ഉപയോഗിച്ചു വിജയിച്ചവർ ഏറെയുണ്ട്. ആ ഭാഗങ്ങളിൽ വിജയക്കൊടി പാറിച്ച പല ഉന്നതവ്യക്തിത്വങ്ങളുടെയും ചരിത്രം പരിശോധിച്ചാൽ ഈ ഇല്ലൂമിനാറ്റി പ്രതിഭാസത്തിന്റെ പിന്തുണ കാണാൻ കഴിയും.

ഈ ഊർജ്ജപ്രവാഹത്തെ തിരിച്ചറിയുക എളുപ്പമല്ല. എന്നാൽ പ്രധാനമാണ്. കൃത്യം ചെയ്യേണ്ട സമയത്ത് അവ കൃത്യമായി പ്രവർത്തിക്കും. ഇല്ലൂമിനാറ്റി അവരുടെ ചിഹ്നമായി പൊതുവേ കരുതിപ്പോരുന്നത് Eye of Providence എന്ന പിരമിഡിന്റെ ചിത്രത്തിൽ ആലേഖനം ചെയ്യപ്പെട്ടിട്ടുള്ള കണ്ണ് ആണ്. അത്യന്തം അത്ഭുതകരമായ കാര്യം ഒരു ഡോളറിന്റെ യുഎസ് നോട്ടിൽ അച്ചടിച്ചിരിക്കുന്നത് ഈ ചിഹ്നമാണ് എന്നുള്ളതാണ്. ജോർജ്ജ് വാഷിംഗ്ടൺ എന്ന അമേരിക്കയുടെ സ്ഥാപകനേതാവ് ആദ്യമായി അച്ചടിച്ച നോട്ടിന്റെ കാര്യമാണീപ്പറയുന്നത്! എന്നാൽ രേഖകൾ പരിശോധിച്ചാൽ എന്താണു കാണാൻ സാധിക്കുക? ജോർജ്ജ് വാഷിംഗ്ടൺ ഇല്ലൂമിനാറ്റി ലോകത്തിനു ഭീഷണിയാണെന്നു പ്രസ്താവന ഇറക്കിയിട്ടുണ്ട്! അതുവരെ ഒരു മിത്ത് എന്നോ ഇല്ലാത്തൊരു സങ്കല്പം എന്നോ സർവരും കരുതിപ്പോന്ന ഇല്ലൂമിനാറ്റി ഒരു യാഥാർത്ഥ്യം ആണെന്നു സ്ഥാപിക്കപ്പെടുകയാണ് ആദ്യ അമേരിക്കൻ പ്രസിഡണ്ടിന്റെ ഈ ഒറ്റ പ്രസ്താവനയിലൂടെ. കൂടാതെ തന്റെ ഗവണ്മെന്റ് അച്ചടിച്ച നോട്ടിൽ ഇല്ലൂമിനാറ്റിയുടെ സിംബലും!

ഇതൊക്കെ ഞാൻ എന്തിനാണിപ്പോൾ നിങ്ങളോടു പറയുന്നത് എന്നു തോന്നാം. കാരണമുണ്ട്, പറയാം. സ്പിരിച്വൽ വഴിയിൽ നിങ്ങൾ സഞ്ചരിക്കുമ്പോൾ ഒരു ലെവൽ കഴിഞ്ഞാൽ, വിഷമമേറിയ ഒരു ഘട്ടം തരണംചെയ്ത് അടുത്ത ഘട്ടത്തിലേക്കു പ്രവേശിക്കുമ്പോൾ നിങ്ങളെ വഴികാട്ടാൻ അല്ലെങ്കിൽ വശപ്പെടുത്താൻ, അവർ വരും. ഒരുപക്ഷേ നിങ്ങളതറിയുകയില്ല. അതു തിരിച്ചറിയുക എന്നതു സുപ്രധാനമത്രെ. പ്രത്യേകിച്ചും പാശ്ചാത്യലോകത്തു യൂറോപ്പിലും മറ്റും ഈ ശക്തികളുടെ സ്വാധീനം അളവറ്റതാണെന്നു പറയാതെ വയ്യ. നേരിട്ടനുഭവങ്ങൾ ഉള്ളതുകൊണ്ട് പറയുകയാണിത്.

ലോകത്തെ ആത്മീയമായി മാറ്റിമറിക്കാൻ കഴിവുള്ളൊരു മഹാപ്രസ്ഥാനം ഉണ്ടായിരുന്നു. പതിനേഴാം നൂറ്റാണ്ടിൽ രൂപീകരിച്ച ഈ മഹാപ്രസ്ഥാനത്തിന്റെ പ്രഖ്യാപിതലക്ഷ്യം ലോകത്തെ ആത്മീയമായി മാറ്റിമറിക്കാൻ കഴിവുള്ള ഒരു 'ലോക ഗുരു'വിനെ കണ്ടുപിടിക്കലായിരുന്നു. വിദേശത്ത് ആരംഭിച്ച ഈ പ്രസ്ഥാനം ആദിദ്രാവിഡർക്കിടയിലാണ് ലോകഗുരു ജനിക്കാൻ പോകുന്നതെന്നു പ്രവചിച്ചിരുന്നു. അതീന്ദ്രിയ ജ്ഞാനസിദ്ധിയുണ്ടായിരുന്ന ഈ പ്രസ്ഥാനത്തിന്റെ ഒരു പ്രവർത്തകൻ തെക്കെ ഇന്ത്യയിൽ ഒരു കടൽത്തീരത്തു കളിച്ചുകൊണ്ടിരിക്കുന്ന രണ്ടു കുട്ടികളെ കാണുകയും അതിൽ ഒരുവന്റെ തലയ്ക്കു ചുറ്റും ഓറ ദർശിക്കുകയും ചെയ്തു. ആ പ്രസ്ഥാനം ഈ കുട്ടികളെ ദത്തെടുത്ത് ഇംഗ്ലണ്ടിൽ കൊണ്ടുപോയി. അതിലെ ഒരുവൻ അതീവഗ്രാഹ്യശേഷിയുള്ളവനായി മാറി.

പോകപ്പോകെ അയാൾ ചെറുപ്രായത്തിലേ അനതിസാധാരണമായ കഴിവുകൾ പ്രദർശിപ്പിക്കുകയും പാശ്ചാത്യ ആത്മീയ ലോകത്ത് വൻതാരമാവുകയും ചെയ്തു.

ലോകം മുഴുവൻ വേരുകളുള്ള ആ മഹാപ്രസ്ഥാനം ലോകഗുരുവിനെ പ്രഖ്യാപിക്കാൻ നിശ്ചയിച്ചു. ഈ സമയത്താണ് അവന്റെ സന്തതസഹചാരിയായ സഹോദരൻ മരിച്ചത്. അമ്പേ തകർന്നുപോയ അയാൾ എല്ലാമുപേക്ഷിച്ചു. ലോകഗുരുവായി ഈ ലോകത്തെ മാറ്റിമറിക്കേണ്ട അദ്ദേഹം താൻ പഠിച്ചതിനേയും തന്റെ പ്രസ്ഥാനത്തേയും തള്ളിപ്പറഞ്ഞുകളഞ്ഞു.

ഇദ്ദേഹത്തിന്റെ ജീവിതത്തിലെ സുപ്രധാന നിമിഷത്തിൽ അദ്ദേഹത്തിനു സംഭവിച്ചതെന്താണ്? അല്ലാത്തപക്ഷം ലോക ആത്മീയ ചരിത്രംതന്നെ വഴിമാറിപ്പോയേനേ! ഇദ്ദേഹം ആരെന്നും എന്തെന്നും ഞാൻ പറയാതെ വിടുന്നു. നിങ്ങൾക്ക് ആളെ മനസിലായിക്കാണും. മനപ്പൂർവം ഞാനാ പേര് ഉപയോഗിക്കുന്നില്ല. ഇന്നു ജീവിച്ചിരിപ്പില്ലെങ്കിലും അതിപ്രശസ്തനാണദ്ദേഹം. എന്നാൽ, ഇതായിരുന്നില്ല യഥാർത്ഥത്തിൽ ഉണ്ടാകേണ്ടിയിരുന്നത്. ലോകചരിത്രത്തിൽ അമൂല്യമായൊരു സ്ഥാനം കണ്ടെത്തുമായിരുന്ന അദ്ദേഹത്തെ നേരത്തേ പറഞ്ഞ ആ ലെവൽ മാറുന്ന സമയത്തു മേൽപ്പറഞ്ഞ ശക്തികൾ വഴിമാറ്റിവിട്ടു എന്നേ പറയാൻ സാധിക്കൂ.

ഇത് എന്റെ മാത്രം നിഗമനമായി കണക്കാക്കിയാൽ മതി.

യൂറോപ്പിൽവച്ച് ഇങ്ങനെയൊരു നിരാശയുടെ അവസ്ഥയിൽ എത്തിയതുകൊണ്ടാണ് എനിക്കിതൊക്കെ മനസ്സിലാക്കാൻ സാധിച്ചത്. ഒരു ഘട്ടം കഴിഞ്ഞാൽ എല്ലാ സ്പിരിചൽ വഴികളിലും ഈ ഒരു പ്രതിസന്ധിയുണ്ട് എന്നു തിരിഞ്ഞു. ഈ ചെറിയ സെറ്റ്ബാക്കുകൾ, ഏകനായിപ്പോയപോലെയുള്ള സങ്കടങ്ങൾ ഒന്നുകൊണ്ടുമാത്രമാണ് ഞാനിരുന്ന് ഗവേഷണം നടത്തിയത്. ആയതിനാൽ എനിക്കതിനെ പ്രതിരോധിക്കാൻ പറ്റി. ഈ വിഷയത്തെപ്പറ്റി ഞാൻ പറയേണ്ട കാര്യമുണ്ടോ എന്ന് ഏറെ ആലോചിച്ചു. ഉണ്ട് എന്നാണുത്തരം കിട്ടിയത്. ഞാനറിഞ്ഞതിൽ പത്തുശതമാനംപോലും പറഞ്ഞിട്ടില്ല. ഈയൊരു അവസ്ഥ എല്ലാ സ്പിരിചൽ ഗുരുക്കന്മാർക്കും വന്നിട്ടുണ്ടാകും. ഉറപ്പ്. ആരും എന്നാലതിനെപ്പറ്റി എഴുതുകയോ പറയുകയോ ചെയ്തിട്ടില്ല. ഞാനും എനിക്കു മനസിലായതിലും അനുഭവിച്ചതിലും വലിയൊരു ശതമാനം ഇവിടെ പറയാതെ വിടുന്നു. ഇതുപോലെയുള്ള പ്രതിസന്ധികളാൽ ആർജ്ജിക്കാൻ കഴിഞ്ഞ പുതിയ അറിവുകളും പുതിയ ഊർജ്ജവുമായി ഞാൻ ഭഗവാന്റെ അടുത്ത നിർദ്ദേശത്തിനായി കാത്തിരിക്കുന്നു.

LMRK - Lion Mayura Royal Kingdom

ഒരു നിർണ്ണായകഘട്ടത്തിൽ എനിക്കു തിരിച്ചടിയേറ്റതും അതെന്തു കൊണ്ട് എന്നു ധ്യാനത്തിലൂടെയും ചിന്തയിലൂടെയുമൊക്കെ കണ്ടു പിടിച്ചതും മുൻ അധ്യായങ്ങളിൽ നിങ്ങൾ മനസ്സിലാക്കിയല്ലോ. അവിടെവച്ച് എന്നെ വേറെ എനർജികൾ സ്വാധീനിക്കാതെ ആ ഘട്ടവും ചാടിക്കടക്കാൻ സാധിച്ചത് ഒരു വലിയ നേട്ടമായി ഞാൻ കണക്കാക്കുന്നു. അതിനുവേണ്ടി ഭഗവാൻ സൃഷ്ടിച്ച പരാജയങ്ങളാ യിരിക്കാം അത്.

എന്തായാലും, അങ്ങനെ ചില നെഗറ്റീവ് ശക്തികൾ വട്ടമിട്ടു പറക്കുന്നുണ്ടെന്നുള്ള ഉത്തമബോധ്യത്താൽ അവയെ പെർമനന്റായി

LMRK അംഗങ്ങൾക്കൊപ്പം സിംഗപ്പൂരിലെ മക്റിച്ചി റിസർവോയറിൽ

മറികടക്കാൻ എന്തുമാർഗം എന്നതായി പിന്നീട് ഊണിലും ഉറക്കത്തിലും എന്റെ ചിന്ത. ഇവിടെയെല്ലാം ഭഗവാന്റെ ഡയറക്ഷൻസ് അഥവാ സജഷൻസ് വരും എന്ന് ഞാൻ കണക്കുകൂട്ടിയെങ്കിലും ഇക്കാലയളവിൽ ഒന്നെനിക്കു മനസിലായി. ഭഗവാൻ സ്പൂൺ ഫീഡിംഗ് നിർത്തിയിരിക്കുന്നു. വെറും നിസ്വനായ എന്നെ ഈ പന്ത്രണ്ടു കൊല്ലംകൊണ്ട് ഇത്ര എക്സ്പീരിയൻസുകളിൽകൂടി കൊണ്ടുപോയി ഒരു പോയന്റിൽ പരാജയമേറ്റു വാങ്ങിപ്പിച്ച് അതിന്റെ ഖിന്നതയിൽ ഇരിക്കുമ്പോൾ, വലംകൈ എന്നു വിചാരിച്ച ആൾ പിന്മാറി ഏകനായി ഇരുത്തി സ്വയം വിലയിരുത്തിച്ച് കാരണം കണ്ടെത്തിപ്പിച്ച് ഇത്ര പക്വതയിൽ എത്തിച്ചെങ്കിൽ, ഇനിയങ്ങോട്ട് കുറെ കാര്യങ്ങൾ സ്വന്തമായി പണിയെടുത്തു തീരുമാനിക്കൂ മകനേ എന്നു മുരുകപ്പെരുമാൾ പറയുന്നപോലെ എനിക്കു തോന്നി.

ഈ സമയത്ത് എനിക്കു ഗഗനചാരി യൂറി ഗഗാറിന്റെ ജീവിത കഥയിലെ ഒരേട് ഓർമ്മ വന്നു. അദ്ദേഹം വിമാനം പറത്താൻ പഠിക്കുന്ന സമയം. പതിവുപോലെ നേരത്തേ വന്ന് പ്രാക്ടീസ് ചെയ്യുന്ന ചെറു ഫ്ളൈറ്റിൽ കയറി. എല്ലാം കറക്റ്റാക്കി. ബെൽറ്റുകൾ മുറുക്കി. എഞ്ചിൻ സ്റ്റാർട്ടാക്കി. ഇനി ഗുരു വന്നു കയറിയാൽ മുന്നോട്ടു നീങ്ങാം. ഗുരു നടന്നടുത്തു. സൈഡ് വാതിൽ തുറന്ന് പറഞ്ഞു. ഗെറ്റ് സെറ്റ് ഗോ. ഇന്ന് എനിക്കു വയ്യ. യു കാൻ യൂറീ. ഗോ. അദ്ദേഹം വാതിലടച്ച് തിരിച്ചുനടന്നു. ഗഗാറിൻ തണുപ്പിനിടയിലും വിയർത്തു. ഇത്രയും നാൾകൊണ്ട് സമ്പൂർണ്ണമായും കൺട്രോൾ ചെയ്യുന്നതു താനാണെങ്കിലും അടുത്ത സീറ്റിൽ ഇരിക്കുന്ന ഗുരുവിന്റെ സാന്നിധ്യം അപാരധൈര്യം തന്നിരുന്നു! ഇതിപ്പോ.. ബേസ് സ്റ്റേഷനിൽനിന്ന് ആൾ ക്ലിയർ സിഗ്നൽ കിട്ടി. പിന്നെ ഒന്നും നോക്കിയില്ല. അതൊരു ഉശിരൻ ടേക്ക് ഓഫ് ആണെന്നു ചെവിയിൽ ശബ്ദം. ഗഗാറിന്റെ ഉള്ളം കുളിർത്തു. ബേസ് സ്റ്റേഷനിൽനിന്ന് ഗുരു തന്റെ പറക്കൽ നിരീക്ഷിക്കുന്നു. ഓരോ പിഴവിനും ഒച്ച വെച്ച് നേർവഴിക്കാക്കുന്നു. ചിലപ്പോഴൊക്കെ അഭിനന്ദിക്കുന്നു.

ഇതേ സെയിം അവസ്ഥയാണിപ്പോൾ ഞാനും മുരുകഭഗവാനുമായി. എന്നെ നടത്തിക്കുന്നു. മുമ്പത്തെപ്പോലെ കൈപിടിക്കുന്നില്ല. എന്നാൽ എന്റെ നടത്തം സമ്പൂർണ്ണമായി നിയന്ത്രിച്ചുകൊണ്ട്. വഴി തെറ്റിയാൽ ശാസനയുടെ അടി പിറകിൽ വീഴും എന്ന കുട്ടിയെപ്പോലെ ഞാനും. കാര്യങ്ങൾ ഇനിയങ്ങോട്ട് കുറച്ച് സിസ്റ്റമാറ്റിക്ക് ആക്കണമെന്ന് എനിക്കു തോന്നൽ വന്നു. ഇതിനോടകം ഏറെ രാജ്യങ്ങളിൽനിന്ന് ദിനേനയെന്നോണം മുരുകഭക്തരുടെ കോളുകൾ വരുന്നുണ്ടായിരുന്നു. അവയെല്ലാം എന്തെങ്കിലും വൈഷമ്യങ്ങൾ പറഞ്ഞായിരിക്കും. ഒന്നുകിൽ വ്യക്തിജീവിതത്തിലെ പ്രശ്നങ്ങൾ,

സ്കന്ദ ഭാരത മഹായാഗത്തിനു ശേഷം LMRK അംഗങ്ങൾക്കൊപ്പം

ബിസിനസ് സംബന്ധം അല്ലെങ്കിൽ ജോലിസംബന്ധം, പഠന സംബന്ധം. അവർക്കൊക്കെ കൊടുക്കാനുള്ള മറുപടികൾ മുരുക പ്പെരുമാൾ നാവിൻതുമ്പിലിട്ടു തരും. എല്ലാംതന്നെ ഞാൻ രേഖപ്പെ ടുത്തിവയ്ക്കുമായിരുന്നു. എല്ലാവരുംതന്നെ റിസൾട്ടും വിളിച്ചു പറയും. അക്കാലങ്ങളിൽ അതിന്റെ വിജയശതമാനം 92% ആയിരുന്നു എന്നു കണക്കുകൂട്ടി കണ്ടുപിടിച്ചിട്ടുണ്ട്. (കൂട്ടത്തിൽ പറയട്ടെ, ഈയ ടുത്ത് കോവിഡ് കാലയളവിലെ രണ്ടുവർഷത്തിൽ അത് 96-97% ആയി എന്നതും അത്യന്തം സന്തോഷം നൽകുന്നതാണ്.)

പറഞ്ഞുവന്നത്, 2017 ഏപ്രിൽ ഒക്കെ ആകുമ്പോഴേക്കും പല പല രാജ്യങ്ങളിൽനിന്നായി ഒരു വലിയ സംഖ്യ മുരുകഭക്തർ നമ്മുടെ കൂടെയുണ്ട് എന്ന സ്ഥിതിയായി. സ്വാഭാവികമായി ഉരുത്തിരിഞ്ഞു വന്ന ഒരു സൗഹൃദകൂട്ടായ്മ പോലെ ഊഷ്മളമായി മാറി അത്. അപ്പോൾ ആദ്യം പറഞ്ഞ കാര്യം, ഈ വഴികളിൽ പതുങ്ങിയിരി ക്കുന്ന കുഴികളെ ഒഴിവാക്കാൻ ഞാൻ കുറച്ച് ഓർഗനൈസ്ഡ് ആകണം എന്ന് ഉറപ്പിച്ചു. മറ്റൊരു കാര്യം ഉണ്ടായതെന്തെന്നാൽ കഴിഞ്ഞ പന്ത്രണ്ട് കൊല്ലമായി കൂടെയുണ്ടായിരുന്നവരിൽ മിക്ക വരും ഇപ്പോൾ കൂടെയില്ല. അതുസംബന്ധിച്ച് ഒരിക്കൽ ഭഗവാനിൽ നിന്ന് കിട്ടിയ സാന്ത്വനം എന്നെ ഏറെ സമാധാനപ്പെടുത്തുകയു ണ്ടായി. അതിപ്രകാരമായിരുന്നു: ''ഇതൊരു കപ്പൽയാത്രയാണ്. കുമാരികാണ്ഡമാണു ലക്ഷ്യസ്ഥാനം. നീയതിന്റെ കപ്പിത്താനാണ്. പോകുംവഴി പലപല ഹാർബറുകളിൽ കപ്പൽ നിർത്തും. ചിലർ ഇറങ്ങിപ്പോകും. അതുകണ്ട് നീ സങ്കടപ്പെടേണ്ട. അവർ അവർക്കു

കുമാരികാണ്ഡ പുനഃസ്ഥാപനത്തിനുള്ള ചെറിയ ഡ്യൂട്ടികൾ ചെയ്തു തീർത്തു എന്നുമാത്രം കരുതിയാൽ മതി. ഒന്നു നീ ഓർക്കുക. ഓരോ ഹാർബറിൽനിന്നും പുതിയ ആൾക്കാർ കയറുന്നുണ്ട്. അതിൽ പലരും കുമാരികാണ്ഡ പുനഃസ്ഥാപനത്തിൽ നിന്റെ ഇടംവലം നിൽക്കേണ്ട വരാണ്. അതിനാൽ ധൈര്യമായി മുന്നോട്ടുപോവുക.''

ഇതെനിക്കുളവാക്കിയ സമാധാനത്തിനു സീമകളില്ല. ഇപ്പറഞ്ഞ പോലെ ഈ സമയമായപ്പോഴേക്കും എന്റെ ദൗത്യത്തിൽ അറ്റംവരെ ഉണ്ടാകും എന്ന് ഉറപ്പുള്ള ഒരുപിടി കൂട്ടുകാർ നമ്മുടെ കപ്പലിൽ കയറിക്കഴിഞ്ഞിരുന്നു. ചെന്നൈയിൽ ജീവിക്കുന്ന ദേവേട്ടൻ, ഐ.ടി വിദഗ്ധനും ഉന്നത ഉദ്യോഗസ്ഥനുമായ ശ്രീനിവാസൻ, മുളങ്കുന്ന ത്തുകാവിലെ രാജേഷ്, തിരൂരിലെ അനൂപ്, അനു, ഗോകുൽ, ഇവരെക്കൂടാതെ പലപല രാജ്യങ്ങളിൽനിന്നായി ഏവരും സർവ്വാ ത്മനാ ഈ ദൗത്യത്തിൽ പങ്കാളികളായി. പിന്നെ ചെറുപ്പംമുതൽ എന്റെ കൂടെയുള്ള ലാലുവും വേണുവും. ഇവരുമായൊക്കെ ഞാൻ ഇനി മുന്നോട്ടുപോകേണ്ട രീതികൾ ചർച്ചചെയ്തു. മുരുകഭഗവാൻ തന്നെ അതിനൊരു വഴികാട്ടിത്തരട്ടെ എന്ന തീരുമാനത്തിലെത്തി ഞങ്ങളെല്ലാവരും.

അവസാനം 2017 ഏപ്രിൽ മാസം വിഷു കഴിഞ്ഞ സമയം. ഒരു രാത്രിയിലെ പ്രാർത്ഥനയിൽ എനിക്കതു ലഭിച്ചു. നമ്മുടെ പ്രസ്ഥാനം, എന്ത്, എങ്ങനെ എന്നൊക്കെ വിശദമായി ഭഗവാന്റെ ഡയറക്ഷൻ! ഏറ്റവും അടുത്ത ശുഭമുഹൂർത്തത്തിൽ, അടുത്ത ഷഷ്ഠിനാളിൽ, പ്രസ്ഥാനാരംഭത്തിന്റെ ശംഖൊലി മുഴക്കുവാനായിരുന്നു ആജ്ഞ. ശരിക്കു പറഞ്ഞാൽ ആ വൈബ്രേഷൻ ഒഴിഞ്ഞുപോകുംമുമ്പേ ഞാനത് അതേപടി കുറിച്ചുവയ്ക്കുകയായിരുന്നു. അതാണ് LMRK.

എന്താണ് LMRK?

ഒറ്റ വാചകത്തിൽ പറഞ്ഞാൽ, ഭഗവാന്റെ നിർദ്ദേശത്താൽ മുരുക യുഗാരംഭത്തിൽ കുമാരികാണ്ഡ പുനഃസ്ഥാപനത്തിനായി അനവ രതം പ്രയത്നിക്കാൻ ഉരുവംകൊണ്ട ഒരു പ്രസ്ഥാനം. ആരൊക്കെ യാണിതിലെ അംഗങ്ങൾ? ഭഗവാൻ മുരുകന്റെ ഭക്തർ ആർക്കും ഇതിൽ അംഗമാകാവുന്നതാണ്.

അംഗമായ ഒരാളെ LMRK ഏതു രീതിയിൽ സ്വാധീനിക്കും? ഇതൊരു പ്രധാന പോയന്റാണ്. സാമ്പ്രദായിക ഭക്തിപ്രസ്ഥാനങ്ങളെ പ്പോലെ LMRK നിങ്ങളെ ഒന്നിനും നിർബന്ധിക്കുകയില്ല. ഒരാളുടെ പ്രാഥമിക ഉത്തരവാദിത്വം വ്യക്തിജീവിതമാണ്. അതു പൂർണ്ണമായും കുടുംബം ഓറിയന്റഡായിരിക്കുമല്ലോ. ഭൗതികജീവിതലഹരി ഒഴിവാ ക്കിക്കൊണ്ട് നിങ്ങൾ LMRK അംഗങ്ങൾ ആകരുത്. ഉത്തരവാദിത്വം

പൂർണ്ണമായി കുടുംബജീവിതത്തിൽ നടപ്പാക്കുന്ന ഒരുവനേ/ഒരുവൾക്കേ ഒരു പ്രസ്ഥാനത്തിലും ആത്മാർത്ഥമായി പ്രവർത്തിക്കാനൊക്കൂ എന്നതാണ് LMRKയുടെ മതം.

അതുപോലെ സാമ്പ്രദായിക പ്രസ്ഥാനങ്ങളെപ്പോലെ നിങ്ങൾ എന്തു ഭക്ഷണം കഴിക്കണം മുതലായ ഒന്നുംതന്നെ ഇവിടെ ബാധകമല്ല. ഇപ്പോൾ നിങ്ങൾ എങ്ങനെ ജീവിക്കുന്നോ, അങ്ങനെതന്നെ ജീവിക്കുക. കഴിയുന്നതും ഭൗതിക സുഖങ്ങൾ മിതമായി ആസ്വദിക്കാൻ ശ്രമിക്കുക. ദിവസത്തിലൊരിക്കൽ മുരുകഭഗവാന്റെ ചിത്രത്തിനു മുമ്പിൽ ഒരു നിലവിളക്ക് കത്തിച്ചുവച്ച് ഒമ്പതു തവണ ഓം ശരവണഭവായ നമഃ എന്നു ചൊല്ലുക. ഇതിനു രണ്ടു മിനിറ്റു പോലും വേണ്ട. ബാക്കിസമയം നിങ്ങളുടെ ജീവിതം ജീവിക്കുക. ആഴ്ചയിലൊരിക്കൽ 15 മിനിറ്റ് മെഡിറ്റേഷൻ ചെയ്യുക. അതു സാധിക്കുമെങ്കിൽ ഞായർ ഇന്ത്യൻ സമയം രാവിലെ 10 മുതൽ 10.15 വരെയാക്കുക. ആ സമയം ഞാൻ ധ്യാനത്തിലായിരിക്കും. ഭൂമിയിലെ മുരുകന്റെ എനർജി സോഴ്സുകളെല്ലാം ആ സമയം തുറന്നിരിക്കും. ലോകത്തിന്റെ നാനാഭാഗങ്ങളിലിരുന്ന് നമ്മൾ ധ്യാനിക്കുമ്പോൾ അതിന്റേതായ ചലനം ഭൂമിക്കുണ്ടാകും. ഇന്നു നമ്മൾ ഇത്രപേർ മാത്രമേ ഉണ്ടായിരിക്കുള്ളൂ. ഒരിക്കൽ കുമാരികാണ്ഡ പുനഃസ്ഥാപന ശേഷം ആ 15 മിനിറ്റ് മുഴുവൻ മുരുകതേജസ്സിനാൽ ലോകം മുഴുവൻ വൈബ്രേറ്റഡ് ആകും.

LMRK അംഗമായതിനുശേഷം ഇതിൽനിന്ന് പിരിഞ്ഞുപോകണം എന്നു തോന്നിയാൽ? LMRKയുടെ കവാടം എപ്പോഴും തുറന്നിട്ടിരിക്കും. മുരുകഭക്തി മാത്രമാണു അതിന്റെ താക്കോൽ. ഓർക്കുക, ഏതു വാതിലും എൻട്രിമാത്രം ഉള്ളതല്ലല്ലോ. പുറത്തേക്കും അതെപ്പോഴും തുറന്നുകിടക്കും.

LMRK അംഗങ്ങളാകുന്ന സ്ത്രീകളുടെ കാര്യം? അവർ അശുദ്ധിയാകപ്പെടുന്ന ആ ഏഴു ദിവസങ്ങൾ പ്രാർത്ഥിക്കാനോ മറ്റോ? മുരുകഭഗവാന്റെ അമ്മ ശ്രീപാർവ്വതിയോ വളർത്തമ്മമാരായ ഏഴു കാർത്തികനക്ഷത്രങ്ങളോ അങ്ങനെ ഏഴു ദിവസം മാറിനിന്നതായി സ്കന്ദപുരാണത്തിൽ പറഞ്ഞിട്ടില്ല. LMRKയുടെ നിലപാട്, അത് അശുദ്ധിയുടെ ചിഹ്നമല്ല, മറിച്ച് സ്ത്രീയുടെ വിശുദ്ധിയുടെ, മാതൃത്വത്തിന്റെ അടയാളമാണ്. ദ്രാവിഡഗോത്രം ഭഗവതിയുടെ ആർത്തവം ദേവിയുടെ തിരുപുത്തിരിഉത്സവമായി ആഘോഷിക്കുന്നവരാണ്. മുരുകൻ അസ്സൽ ദ്രാവിഡപ്പെരുമാൾ ആണ്.

LMRK അംഗങ്ങൾക്കു വസ്ത്രധാരണത്തിൽ എന്തെങ്കിലും നിബന്ധനകളോ മറ്റോ? ഒന്നുമേ ഇല്ല. എന്നാൽ ചില ടാസ്കുകൾ മുരുകഭഗവാന്റെ ഇംഗിതമനുസരിച്ച് ചെയ്യുമ്പോൾ നീലയും ചുവപ്പും

അണിയാറുണ്ട്. അതാകട്ടെ ഒരു സന്തോഷ സൗന്ദര്യ കൂട്ടായ്മയ്ക്കായി അംഗങ്ങൾതന്നെയെടുത്ത തീരുമാനം മാത്രം.

LMRK. എന്താണീ പേരിന്റെ പൊരുൾ? L- Lion- സിംഹം. ഇതു നരസിംഹവുമായി ബന്ധപ്പെട്ടു കിടക്കുന്നു. ഇതിനു പിറകിൽ ഒരു വലിയ രഹസ്യമുണ്ടെന്നുമാത്രം ഇപ്പോൾ പറയാം. അതു വെളിപ്പെടുത്താനുള്ള സമയം സമാഗതമായിട്ടില്ല. M എന്നാൽ മയൂര. സുബ്രഹ്മണ്യ വാഹനമായ മയിലിനെ സൂചിപ്പിക്കുന്നു. R- Royal. രാജകീയം. K- Kingdom. സാമ്രാജ്യം. കുമാരികാണ്ഡമെന്ന സാമ്രാജ്യം. മുരുകയുഗം തിരിച്ചുവരുമ്പോൾ ലോക തലസ്ഥാനമാകാൻ പോകുന്ന ഇടം.

ഏറെ കൂടിയാലോചനകൾ നടന്നു. അങ്ങനെ 2017 മെയ് 1ന് ഷഷ്ഠിനാളിൽ പഴനിയിൽ ഞങ്ങൾ ഒത്തുകൂടി. ഒരു പൂജ നടത്തി. അവിടെവച്ച് LMRK രൂപംകൊണ്ടു.

ഒരു കാര്യം കൂടി പറഞ്ഞ് ഈ അധ്യായം അവസാനിപ്പിക്കാം. ഇതും ഭഗവാൻ പറഞ്ഞു മനസ്സിലാക്കിത്തന്നതാണ്. കുമാരികാണ്ഡത്തിൽ ജീവിച്ചിരുന്ന പലരും ഇന്നു ജീവിച്ചിരിപ്പുണ്ട്. പ്ലീഡിയൻസ് അഥവാ കാർത്തികനക്ഷത്രക്കൂട്ടത്തിന്റെ കാച്ച്മെന്റ് ഏരിയയിൽ ലോകത്തിന്റെ പല ഭാഗങ്ങളിലായി അവർ ചിതറിക്കിടക്കുന്നുണ്ട്. അവർ പല ദേശക്കാരാണ്, പല വർഗമാണ്, പല വംശമാണ്, പല ഗോത്രമാണ്. അവരിൽ രാഷ്ട്രനേതാക്കളുണ്ട്, ഡോക്ടർമാരുണ്ട്, ശാസ്ത്രജ്ഞരുണ്ട്, കർഷകരുണ്ട്, മീൻപിടുത്തക്കാരുണ്ട്, തൊഴിലാളികളുണ്ട്. കുമാരികാണ്ഡ പുനഃസ്ഥാപനത്തിന്റെ ജൈത്രയാത്രയുടെ ശംഖൊലി മുഴങ്ങുമ്പോൾ പുഴ കടലിലേക്കെന്നപോലെ അവർ എല്ലാവരും ഓരോ സമയങ്ങളിൽ എന്റെ കൂടെ ചേരും. ഓരോരുത്തരും കുമാരീകാണ്ഡ പുനഃസ്ഥാപനദൗത്യത്തിൽ ഓരോ ടാസ്കിനായി ഭഗവാനാൽ തിരഞ്ഞെടുക്കപ്പെട്ടവരാണ്. അവർ അതാതു സമയങ്ങളിൽ വന്നുചേരുമത്രെ! ഇപ്പറഞ്ഞത് ഇന്നീ നിമിഷംവരെ കൃത്യമാണ്. LMRK രൂപീകരണത്തിനുശേഷം ഭഗവാൻ ഏൽപ്പിച്ച ഡ്യൂട്ടികൾ അതു തെളിയിച്ചു.

ഇന്ന് LMRKയ്ക്ക് മലേഷ്യ, ഇൻഡോനേഷ്യ, സിംഗപ്പൂർ, ആസ്ത്രേലിയ, യു.കെ., യൂറോപ്പിലെ പല രാജ്യങ്ങൾ, മിഡിൽ ഈസ്റ്റ്, യു.എസ്., ശ്രീലങ്ക, റീയൂണിയൻ ഐലൻഡ്, മംഗോളിയ തുടങ്ങി പത്തിലധികം രാജ്യങ്ങളിൽ യൂണിറ്റ് ഉണ്ട്.

എല്ലാം ഭഗവാന്റെ നിശ്ചയം!

സിംഗപ്പൂർ, മലേഷ്യ യാത്രകൾ

മലേഷ്യ

2010ൽ ഒരുവട്ടം ഞാൻ മലേഷ്യ സന്ദർശിച്ചു. അന്ന് അവിടെയുള്ള ബാട്ടു കേവ്സിനു മുകളിൽ കാർത്തികനക്ഷത്രരശ്മികൾ പതിക്കുന്നുണ്ടെന്നും അവിടേക്കു പോയി പ്രാർത്ഥിക്കണമെന്നുമുള്ള ഭഗവാന്റെ സ്വപ്നദർശനത്തെ തുടർന്നായിരുന്നു.

സാമ്പത്തികം ഒരു പ്രശ്നമായിരിക്കുന്ന സമയം. ശ്രീലങ്കയിലേക്കു തന്നെ അപ്രതീക്ഷിത സഹായം ലഭിച്ചതുകൊണ്ടാണ് പോകാൻ കഴിഞ്ഞത്. ആ സമയത്തു ഭഗവാന്റെ അനുഗ്രഹംപോലെ എയർ ഏഷ്യ എന്നൊരു ബഡ്ജറ്റ് എയർലൈൻ നിലവിൽ വന്നു. കൊച്ചി – കോലാലംപൂർ വെറും 3500 രൂപ ടിക്കറ്റിന്. ഏഴായിരം രൂപയ്ക്കു പോയിവരാം. ഞാൻ ഇക്കാര്യം നമ്മുടെ TCC കൂട്ടുകാരോടു പറഞ്ഞു. അവരിൽ ചിലർ റെഡിയായി. അങ്ങനെ ഞങ്ങൾ അഞ്ചുപേർ – മനോജ്, രാജു, ബിജു, ഷിബു, ഞാൻ അവിടെയെത്തി. മലേഷ്യയിൽ ജീവിക്കുന്ന ജിതയുടെ ഒരു അടുത്ത ബന്ധുവുണ്ട്, സുരേഷ്. അദ്ദേഹമായിരുന്നു അവിടെ വേണ്ട സഹായങ്ങൾ ചെയ്തുതരാൻ അന്നുണ്ടായിരുന്ന ഏക ആൾ.

എടുത്തുപറയേണ്ട ഒരു കാര്യം മലേഷ്യയിലെ റോഡുകളുടെ ക്വാളിറ്റിയാണ്. എന്റെ നാടായ കേരളത്തിൽ റോഡുകൾ മിക്കവാറും അറ്റകുറ്റപ്പണികൾ വരുന്നതു മഴയുടെ ശല്യംകൊണ്ടാണെന്ന മിഥ്യാധാരണ മാറിക്കിട്ടി. കാരണം, മലേഷ്യയും മഴയുടെ കാര്യത്തിൽ സമ്പന്ന തന്നെയാണല്ലോ. ബാട്ടു കേവ്സ്. ഒരു കാണേണ്ട സ്ഥലംതന്നെയാണ്. വലിയ ഉയരത്തിലാണ് ഗുഹകൾ. ഗുഹ എന്നു പറയുമ്പോൾ നമ്മുടെ സങ്കല്പത്തിൽ വരുന്ന ചെറിയൊരു രൂപമില്ലേ? അതൊന്നുമല്ല ഇവിടെ. അതിവിശാലമായ വ്യാപ്തിയുള്ള ഗുഹകളാണിവ.

400 ദശലക്ഷം വർഷങ്ങൾക്കുമുമ്പ് രൂപംകൊണ്ട ചുണ്ണാമ്പുകല്ലുകളിന്മേലാണ് ഈ ഗുഹകൾ രൂപംകൊണ്ടിരിക്കുന്നത്. ബാത്തുമലൈ എന്നു തമിഴിൽ അറിയപ്പെടുന്ന മലയ്ക്കു മുകളിലാണിതിന്റെ

സ്ഥാനം. ആദ്യകാലങ്ങളിൽ മരംകൊണ്ട് നിർമ്മിച്ച ചവിട്ടുപടികളായിരുന്നു ഇവിടം. പിന്നീട് അതു കോൺക്രീറ്റ് ആക്കിയതാണ്. 272 പടികൾ ചവിട്ടിക്കയറിയാൽ ഗുഹാമുഖത്തെത്താം. അതിനകത്താണ് 1890ൽ ഒരു തമ്പൂസ്വാമി പിള്ള ഒരു മുരുകക്ഷേത്രം സ്ഥാപിച്ചത്. അകത്തു കയറിയാൽ രണ്ടു വഴികളുണ്ട്. ഒരു വഴിയിൽകൂടി ടൂറിസ്റ്റുകൾക്കു പോകാം. രണ്ടാംവഴി ഭക്തർക്കുള്ളതാണ്. 2010 ൽ പോകുമ്പോൾ ടൂറിസ്റ്റുകൾ സിഗററ്റ് ഒക്കെ പുകച്ചുനടക്കുന്നതു കണ്ടു. പിന്നീട് ഇപ്പോഴൊക്കെ അവിടം കൂടുതലായി ഒരു സ്പിരിചൽ പ്ലേസ് പോലെയായി മാറിക്കൊണ്ടിരിക്കുന്നു.

പിന്നീട് എത്രയോ തവണ അവിടെ പോയിരിക്കുന്നു. ഗുഹയ്ക്കകത്തെ ആദ്യ മുരുകക്ഷേത്രത്തിൽ പ്രാർത്ഥിച്ച് വീണ്ടും മുകളിലേക്കു കയറുമ്പോൾ മറ്റൊരു മുരുകൻകോവിൽ കൂടിയുണ്ട്. അവിടെ ഗുഹ അടഞ്ഞതല്ല. ഒരു വശം ആകാശത്തേക്കു തുറന്നിരിക്കുന്നു. ആ തുറസ്സിൽകൂടിയാണ് കാർത്തികനക്ഷത്രങ്ങളുടെ രശ്മികൾ പതിക്കുന്നത്. അവിടെ പോയി പ്രാർത്ഥിക്കുമ്പോൾ, ധ്യാനിക്കുമ്പോൾ അതിഗംഭീരമായൊരു എനർജി വേവ് തഴുകുന്നതുപോലെ എനിക്ക് അനുഭവപ്പെടും. 1892 മുതൽ ഇവിടെ തൈപ്പൂയം ആഘോഷിക്കുന്നു. മലയ ഭാഷയിൽ തൈപ്പൂസം എന്നറിയപ്പെടുന്നു. ഇന്നതു വമ്പൻ ഉത്സവമാണ്. അന്നു കോലാലംപൂരിൽ പൊതുഅവധിയത്രെ. തൈപ്പൂയ ആഘോഷസമയത്ത്, അവിടെ ആ ലക്ഷക്കണക്കിന് ആളുകൾക്കിടയിൽ നിൽക്കുമ്പോൾ നമ്മളൊരു തമിഴ്നാട്ടിലെ ക്ഷേത്രനഗരിയിലാണെന്നേ തോന്നൂ.

ബാട്ടൂ കേവ്സിന്റെ അടിവാരത്തു ചുറ്റിലുമായി ധാരാളം ഹോട്ടലുകൾ ടൂറിസ്റ്റുകൾക്കായി ലഭ്യമാണ്. രജനീകാന്തിന്റെ കബാലി എന്ന മലേഷ്യൻ ബേസ്ഡ് സിനിമയിലെ ചില രംഗങ്ങൾ ഈ ഭാഗങ്ങളിൽ ഷൂട്ട് ചെയ്തിരുന്നു. ഒരിക്കൽ അവിടെ ഹോട്ടലിൽ പോയപ്പോൾ ഒരു കസേര ട്രാൻസ്പേരന്റ് പ്ലാസ്റ്റിക്കിൽ പൊതിഞ്ഞു വച്ചിരിക്കുന്നതു കണ്ടു! അതിൽ ഒരു ലേബൽ ഒട്ടിച്ചുവച്ചിരിക്കുന്നു. രജനികാന്ത് ഇരുന്ന കസേരയാണത്രെ! സൂപ്പർസ്റ്റാർ രജനിക്ക് ഇന്ത്യ കഴിഞ്ഞാൽ ഏറ്റവും ആരാധകരുള്ളത് അവിടെയാണ് എന്ന് എനിക്കു തോന്നുന്നു.

കബാലിയെപ്പറ്റി എനിക്കൊരു കൗതുകകരമായ എക്സ്പീരിയൻസ് കൂടിയുണ്ട്. ആ സിനിമയിലെ നിർണ്ണായകരംഗങ്ങൾ ഷൂട്ട് ചെയ്തിരിക്കുന്നത് ഒരു ഭീമൻ കെട്ടിടത്തിന്റെ റൂഫിലാണല്ലോ. പശ്ചാത്തലത്തിൽ മലേഷ്യയുടെ സിഗ്നേച്ചർ ആയ 'ഇരട്ടഗോപുരങ്ങൾ' (Petronas Twin Tower) കാണാം. അതിനുള്ളിലെ തിയേറ്ററിലിരുന്നാണ് ഞാൻ കബാലി കണ്ടത്.

കോലാലംപൂരിൽനിന്ന് മുക്കാൽ മണിക്കൂർ യാത്രയ്ക്ക് അപ്പുറം ഗെന്റിംഗ് എന്നൊരു ഹൈറേഞ്ച് ഏരിയയുണ്ട്. നല്ല തണുപ്പുള്ള സ്ഥലം.

മലേഷ്യയിലെ ബാട്ടു ഗുഹകളിലെ മുരുകൻ ക്ഷേത്രത്തിൽ കുടുംബത്തോടൊപ്പം

ചൂതാട്ട കാസിനോകളാണ് അവിടത്തെ മുഖ്യ ആകർഷണം. ഗാംബ്ലിംഗ് ലഹരിക്കാർ നിയമപരമായി ഗാംബ്ലിംഗ് നടത്താൻ അവിടെയെത്തും. അതിന്റെയൊക്കെ മാനേജ്മെന്റെല്ലാം തികച്ചും പ്രൊഫഷണലായിട്ടാണ്.

ചരിത്രമുറങ്ങുന്ന മലാക്ക മറ്റൊരു മികച്ച ടൂറിസ്റ്റ് സ്പോട്ടാണ്. അവിടെ രാത്രി സൈക്കിളിംഗിനു പോകാം. പാട്ടുംകേട്ട് സൈക്കിൾ ചവിട്ടിയുള്ള ആ കറക്കം ശാന്തമായൊരു അനുഭൂതിയാണ്. കുടുംബവുമായി എൻജോയ് ചെയ്യാൻ പറ്റിയ ഒരു സ്പോട്ട്. ഒഴിവാക്കരുതാത്ത മറ്റൊരു ടൂറിസ്റ്റ് ഡെസ്റ്റിനേഷൻ ലങ്കാവി ആണ്. അവിടത്തെ അത്ഭുതപ്പെടുത്തുന്നതും മനോഹരവുമായ ഒരു അനുഭവമാണ്

ലങ്കാവി തൂക്കുപാലം. നാനൂറ്റിപ്പത്ത് അടിയിൽ വളഞ്ഞ് കർവ് ആയി ഡിസൈൻ ചെയ്തിട്ടുള്ള ആ പാലത്തിൽക്കൂടിയുള്ള യാത്ര അവിസ്മരണീയമായ ഒരനുഭവംതന്നെ! കുറഞ്ഞ ചിലവിൽ, കുടുംബവുമായി സമാധാനത്തോടെ, സന്തോഷത്തോടെ വിസിറ്റ് ചെയ്യാൻ ഏറ്റവും പറ്റിയ ടാർഗറ്റ് ആണ് മലേഷ്യ.

2010 ലെ എന്റെ ആദ്യയാത്ര ഒരു ടൂറിസ്റ്റ് പോലെ ആയിരുന്നു; എന്നെ ഞാനല്ലാതെ ആരും അറിയാത്ത കാലം. എന്നാലിന്ന് മലേഷ്യ LMRKയുടെ സജീവാംഗങ്ങളാൽ സമ്പന്നമാണ്. ഒരുപക്ഷേ തമിഴ്നാട് കഴിഞ്ഞാൽ LMRKയ്ക്ക് ഏറ്റവുമധികം അംഗങ്ങൾ ഉള്ളയിടം. അന്നത്തെ യാത്രയ്ക്കുശേഷം പലതവണ ഞാൻ മലേഷ്യയിലേക്കു പോയിട്ടുണ്ട്. സ്വന്തം നാട്ടിലേക്കു പോകുന്ന ആ പ്രതീതി ഉളവാക്കുന്നതു പ്രസ്ഥാനത്തിലെ സഹോദരങ്ങളായ മന്ദിര, സാറ, ദിൽഗൻ, സുബ്രഹ്മണ്യൻ, സുഭദ്ര, കറുപ്പണ്ണസ്വാമി, ഒരു പ്രവിശ്യയിലെ മന്ത്രിയും നേതാവുമായ ഷണ്മുഖം, മാല, കുമരേശൻ, ഗണപതി, ബാലചന്ദർ... കോലാലംപൂർതൊട്ട് ജോഹർവരെ പല സ്ഥലങ്ങളിൽ നിന്നുള്ളവരാണിവർ.

വളരെ ശക്തവും ഊർജസ്വലവുമായ LMRK ചാപ്റ്റർ ആണ് മലേഷ്യ. തമിഴ്നാടുമായി അവർക്കുള്ള പൊക്കിൾക്കൊടിബന്ധം അറിയാമല്ലോ. നാലോ അഞ്ചോ തലമുറമുമ്പേ ഇവിടെനിന്ന് കുടിയേറിയവരാണവർ. അതിൽ ഭൂരിഭാഗത്തിനും ഇന്ന് ഇന്ത്യയിൽ ആരും ബന്ധുക്കളായി ഉണ്ടാകില്ല. എങ്കിലും അവർക്കു തമിഴൻ എന്നതിലുള്ള അഭിമാനം, ദ്രാവിഡസംസ്കാരം കാത്തുസൂക്ഷിക്കാനുള്ള അവരുടെ ത്വര, ഇതൊക്കെ അവിശ്വസനീയമായി തോന്നും. എനിക്കു സംശയമൊന്നുമില്ല, കുമാരികാണ്ഡ പുനഃസ്ഥാപനത്തിൽ ഇവർക്കു വളരെ വലിയ പങ്കു വഹിക്കാനുണ്ടെന്ന്. ഇവരുടെയൊക്കെ വീട്ടിൽ ഞാൻ എത്രയോ തവണ പോയിരിക്കുന്നു. സ്വന്തം വീടുപോലെ എത്രയോ വീട്ടിൽ താമസിച്ചിരിക്കുന്നു.

മലായ് വംശജരും ചൈനീസും തമിഴരും സോദരത്വേന വാഴുന്ന ഇടം. എല്ലാവരും സഹായമനസ്കർ. നിഷ്കളങ്കർ. മലേഷ്യയുമായി എനിക്കു വേറെ ഒരു ബന്ധമുണ്ട്. ജിതയുടെ അമ്മ ജനിച്ച് കുറച്ചു കാലം ജീവിച്ചത് അവിടെയാണ്. അമ്മയുടെ ചേച്ചി അവിടെയാണ് ഇപ്പോഴും. ഒരിക്കൽ എന്റെ അമ്മയും ജിതയുടെ അച്ഛനും അമ്മയും കുഞ്ഞുങ്ങളുമൊത്ത് ഇവിടെ സന്ദർശിച്ചു. അവിസ്മരണീയമായിരുന്നു ആ സന്ദർശനം. കാരണം, ഒരു അന്യരാജ്യത്തെത്തി എന്ന ഫീൽ വരാതെ LMRK അംഗങ്ങൾ ഞങ്ങളെ സ്വീകരിച്ചു. മാതാപിതാക്കളും കുട്ടികളും ജിതയും അതിമനോഹരമായി ഓരോ സ്ഥലവും ആസ്വദിച്ചു. ഞങ്ങൾക്കു താമസിക്കാൻ സ്വന്തം ഫ്ളാറ്റ് വിട്ടുതന്നു പെർത്തിൽ താമസിക്കുന്ന ശരവണൻ. അതുപോലെ മാല എന്ന

മെംബർ സ്വന്തം ഫാമിലി വന്നപോലെതന്നെയായിരുന്നു ഞങ്ങളെ കൊണ്ടുനടന്നത്. ഇതൊക്കെ ഭഗവാന്റെ അനുഗ്രഹമല്ലാതെ മറ്റെന്താണ്.

സിംഗപ്പൂർ

ഒരു രാജ്യം മുഴുവനായും ഒരു നഗരമാണ് എന്നു നിങ്ങൾക്കു സങ്കല്പിക്കാനാകുമോ? ഇല്ലെങ്കിൽ ഇതാ സിംഗപ്പൂർ. റിപ്പബ്ലിക്ക് ഓഫ് സിംഗപ്പൂർ.

സിംഗപ്പൂരിന്റെ സിഗ്നേച്ചർ എന്നു പറയാവുന്നത് വൃത്തിയാണ്. സമ്പൂർണ്ണ ക്ലീൻ സിറ്റി. ഇന്ത്യയെപ്പോലെ ബ്രിട്ടീഷ് സാമ്രാജ്യത്തിന്റെ കോളനിയായിരുന്നു സിംഗപ്പൂരും. രണ്ടാം ലോകമഹായുദ്ധത്തിൽ, 1942ൽ ജപ്പാൻ സിംഗപ്പൂർ പിടിച്ചു. എന്നാൽ 1945 ലെ ജപ്പാന്റെ കീഴടങ്ങലോടെ വീണ്ടും ബ്രിട്ടീഷ് ആധിപത്യത്തിലായി. എങ്കിലും, പുതിയ ലോകസാഹചര്യങ്ങളിൽ ബ്രിട്ടീഷ് സാമ്രാജ്യം കോളനികളൊന്നൊന്നായി ഒഴിഞ്ഞപ്പോൾ 1959ൽ സിംഗപ്പൂർ ഭാഗികമായി സ്വതന്ത്രമായി. അക്കാലത്തു മലായ് സംസ്ഥാനങ്ങൾ, സിംഗപ്പൂർ, നോർത്ത് ബോർണിയോ, സാർവാകെ എന്നിവ ചേർന്ന് ഒരു ഫെഡറേഷൻ ഓഫ് മലായ എന്ന ഒറ്റരാജ്യമായി മാറി. എന്നാലതിന് വലിയ നിലനില്പുണ്ടായില്ല.

സിംഗപ്പൂരിലെ മെർലിയൺ പാർക്കിൽ

1965 ഓഗസ്റ്റ് 9ന് റിപ്പബ്ലിക് ഓഫ് സിംഗപ്പൂർ എന്ന ഔദ്യോഗിക നാമത്തിൽ നാം ഇന്നു കാണുന്ന ആധുനിക സിംഗപ്പൂർ ഒരു സമ്പൂർണ്ണ സ്വതന്ത്രരാജ്യമായി. സിംഗപ്പൂരിന്റെ സ്ഥാപകനേതാവാണ് LKY എന്ന ചുരുക്കപ്പേരിൽ അറിയപ്പെടുന്ന Lee Kuan Yew. 1959 മുതൽ 1990 വരെ പ്രധാനമന്ത്രിയായിരുന്ന ഇദ്ദേഹമാണ് ഇന്നത്തെ സിംഗപ്പൂരിന്റെ ശില്പി എന്നു പറയാം. ഫ്രീ ട്രേഡിംഗ് സാർവത്രികമാക്കിക്കൊണ്ട് ലോകത്തുള്ള സകല ബിസിനസുകാരെയും ആകർഷിച്ച് സിംഗപ്പൂർ പോർട്ടിനെ ലോകത്തെ ഏറ്റവും തിരക്കുള്ള തുറമുഖമാക്കി മാറ്റി.

ഒരു ചെറുരാജ്യം. വ്യക്തമായ ഇച്ഛാശക്തിയോടെ പടുത്തുയർത്തിയ നഗരം/രാജ്യം. ആദ്യവട്ടം ഞാൻ സിംഗപ്പൂർ പോകുന്നത് ജിതയുമായാണ്. പിന്നീട് എത്രയോ വട്ടം സന്ദർശിച്ചിരിക്കുന്നു. ഒരറ്റം മുതൽ മറ്റേ അറ്റംവരെ സഞ്ചരിക്കാൻ ഒന്നൊന്നരമണിക്കൂർ മതിയെന്നു തോന്നുന്നു. ഇതിനിടയിൽ ലോകോത്തരങ്ങളായ എത്രയോ ടൂറിസ്റ്റ് സ്പോട്ടുകൾ ഉണ്ടെന്നോ? എപ്പോൾ സിംഗപ്പൂർ പോയാലും ഞാൻ രണ്ടോ മൂന്നോ ദിവസം ഒരു ടൂറിസ്റ്റ് മാത്രമായി സഞ്ചരിക്കാറുണ്ട്.

സന്തോഷ ഐലൻഡ് എന്ന ഒരു ടൂറിസ്റ്റ് സ്പോട്ട്. എപ്പോൾ വേണമെങ്കിലും അതിനുള്ളിൽ പോകാം. എന്റർടെയ്ൻമെന്റിനുള്ള എല്ലാം ഒരുക്കിവച്ചിരിക്കുന്നു. ഫാമിലിയുമായി ചുറ്റിത്തിരിയാൻ പറ്റിയ ലോകത്തെ ഏറ്റവും മികച്ചൊരിടം. അതിഗംഭീരമായൊരു സൂ, അവിടെയുള്ള നൈറ്റ് സഫാരി ഒക്കെ അനുഭവിക്കേണ്ടതുതന്നെ. വേറെ, ഭീമൻ ജയന്റ് വീൽ - നഗരം മുഴുവൻ കാണാവുന്നത്ര വലുത്... അങ്ങനെയങ്ങനെ പറഞ്ഞാൽ തീരില്ല. ഇതു വായിക്കുന്ന നിങ്ങൾ എല്ലാവരുംതന്നെ ജീവിതത്തിൽ ഒരിക്കലെങ്കിലും ഇതൊക്കെ അനുഭവിക്കണം എന്ന് അതിശക്തമായി ഞാൻ റെക്കമന്റ് ചെയ്യട്ടെ.

ഞാൻ എപ്പോൾ സിംഗപ്പൂർ പോയാലും മിക്കവാറും LMRK സജീവാംഗമായ വാണിയുടെ വീട്ടിലായിരിക്കും താമസിക്കുക. അവരുടെ ഭർത്താവ് ദിനേശ് സിംഗപ്പൂർ പൊലീസിൽനിന്ന് റിട്ടയറായ ആളാണ്. സിംഗപ്പൂരിലെ സകല ഇടങ്ങളും അദ്ദേഹം ഞങ്ങളെ സ്വന്തം വാഹനത്തിൽ കൊണ്ടുപോയി കാണിച്ചു.

മലേഷ്യപോലെ എപ്പോൾ ചെന്നാലും നാം അന്യനാണെന്നു തോന്നിപ്പിക്കാത്ത രാജ്യമാണ് സിംഗപ്പൂർ. ധാരാളം സജീവാംഗങ്ങൾ പ്രസ്ഥാനത്തിനുള്ള ഇടം. എത്രയോ വീടുകളിൽ അവിടെ പൂജ ചെയ്തിരിക്കുന്നു. സിംഗപ്പൂരിന്റെ ഒരു മെച്ചം ഒരു വീട്ടിൽനിന്ന് അടുത്ത വീട്ടിലേക്കുള്ള ട്രാവലിംഗ് ടൈം തുച്ഛമാണ് എന്നുള്ളതാണ്. ഞങ്ങൾ എല്ലാവരുംകൂടി പോയപ്പോൾ താമസിച്ചതു രമേശിന്റെ ഫ്ളാറ്റിലാണ്. അദ്ദേഹം ആ സമയം ജോലിസംബന്ധമായി സ്വിറ്റ്സർലണ്ടിൽ ആയതിനാൽ ആ ഫ്ളാറ്റ് ഞങ്ങൾക്കു സ്വന്തമെന്നപോലെ ഉപയോഗിക്കാൻ വിട്ടുതന്നു.

വളരെ പ്രസിദ്ധമായ യൂണിവേഴ്സൽ സ്റ്റുഡിയോവിലെ കിഡ്സ് കോർണറിൽ കുട്ടികളെ കൊണ്ടുപോയതു പ്രസ്ഥാനത്തിലെ ശെൽവ മണി എന്ന അംഗമാണ്. അദ്ദേഹം അന്നൊക്കെ സ്നേഹം കൊണ്ടു മൂടി. ഞാൻ മനസിലാക്കുന്നത് ഒരു തമിഴ് ഫിലിം സംവിധാനം ചെയ്യുകയാണ് അദ്ദേഹത്തിന്റെ ആഗ്രഹം എന്നാണ്. ഭഗവാൻ അതി നദ്ദേഹത്തെ അനുഗ്രഹിക്കട്ടെ. ശെൽവമണിയുടെ കൂട്ടുകാരനും സിംഗപ്പൂരിലെ ഒരു ഹാസ്യനടനുമായ വീര. അങ്ങനെ എത്രയോ എത്രയോ പേർ. പറഞ്ഞാൽ തീരാത്തത്രയുണ്ട്. ഇടയ്ക്ക് എന്നെ വീട്ടിൽ കൊണ്ടുപോയി താമസിപ്പിക്കാറുള്ള സുന്ദരശേഖർ, റിട്ടയേഡ് മിലിട്ടറി പേഴ്സൺ. അതിരസികനായ മനുഷ്യൻ. ഞാനിതുവരെ കണ്ടിട്ടുള്ളതിൽ ഏറ്റവും മനോഹരമായ പൂജാമുറി ഇദ്ദേഹത്തിന്റെ വീട്ടിലെയാണ്. ഇനിയുമെത്രയോ പേർ. ഓരോരുത്തരുടേയും പേരെ ടുത്തുപറയാൻ വിസ്താരഭയംമൂലം സാധിക്കുന്നില്ല. അനിത, ശര വണൻ, ശേഖർ അങ്ങനെയൊരുപാടൊരുപാട് പേർ. കുമാരികാണ്ഡ പുനഃസ്ഥാപനത്തിൽ തങ്ങളുടേതായ പങ്കുവഹിക്കാനുള്ള എത്രയോ പേർ. ഭഗവാന്റെ ശ്രദ്ധ അവരിലെന്നുമെപ്പോഴുമുണ്ടാകും.

ഓം ശരവണായ നമഃ

സ്വസ്തിക! ആ ചിഹ്നം പവർഫുള്ളാണ്. അതിലെ ആ രണ്ട് ലൈ നുകൾ. അവ രണ്ട് എനർജിയെ പ്രതിനിധീകരിക്കുന്നു. ഒന്ന് കാർത്തിക നക്ഷത്രങ്ങളുടെ (The pleiadian cluster) ഊർജ്ജം. രണ്ടാമത്തേത് സപ്തർഷി നക്ഷത്രമണ്ഡലത്തിന്റെ (the big dipper) ഊർജ്ജവുമാണ്.

ഇവയുടെ ആ സംഗമസ്ഥാനമുണ്ടല്ലോ. അവിടം മെയിൽ & ഫീമെയിൽ എനർജി കൂടിച്ചേരുന്നു. ഒരുവശം യൂണിവേഴ്സൽ എനർജിയായ മഹാദേവൻ. അതിനു രൂപമില്ല. അടുത്ത വശം നോർത്തേൺ സ്റ്റാർ. ദേവിയുടെ എനർജി. ഈ രണ്ടും സംഗമിക്കുന്ന എനർജിയാണ് സ്വസ്തികയുടെ സെൻട്രൽ പോയന്റ്. ഈ സെ ൻട്രൽ പോയന്റിൽനിന്ന് ഭൂജാതനാകുന്ന മക്കൾ ലോകചരിത്രത്തെ മാറ്റി മറിച്ചിട്ടുണ്ട്. ദിവ്യജ്യോതിയിൽനിന്ന് ഗർഭധാരണം തുടങ്ങിയ മിസ്റ്ററി ലോകത്തെ നിർണ്ണായകമായി സ്വാധീനിച്ച എല്ലാവരുടെയും ജനനത്തിൽ കാണാം.

സിംഗപ്പൂരിൽ ആ സ്വസ്തിക സെൻട്രൽ പോയന്റിന്റെ എനർ ജിയുണ്ടെന്ന് എനിക്കു ഭഗവാന്റെ മെസേജ് കിട്ടി. അതായത് ഒരു വശം മഹാദേവന്റെ എനർജിയും മറുവശത്ത് താവോ മദറിന്റെ എനർജിയും കൂടിച്ചേർന്ന ഒരിടം അവിടെയുണ്ടെന്ന്. പിന്നെ കിട്ടിയ ഓരോ ക്ലൂസ് ഡികോഡ് ചെയ്തപ്പോൾ തെളിഞ്ഞുവന്നത് സിംഗ പ്പൂരിലെ മക്രിച്ചി എന്ന റിസർവോയറാണ്. അതിനെപ്പറ്റി കൂടുതല ന്വേഷിച്ചപ്പോൾ അത്ഭുതപ്പെടുത്തുന്ന ചില സത്യങ്ങൾ വെളിപ്പെട്ടു

വന്നു. സിംഗപ്പൂർ എന്ന മഹാനഗരത്തിനുള്ളിലൊരു കാടാണ് മഗ്രിച്ചി. വലിയൊരു ശുദ്ധജലതടാകത്തിനതിരിടുന്ന കൊടുംകാട്. ഈ മഹാനഗരത്തിനുള്ളിൽ!

രണ്ടാം ലോകമഹായുദ്ധത്തിൽ ജപ്പാൻ ബ്രിട്ടീഷുകാരിൽനിന്ന് പിടിച്ചടക്കിയപ്പോൾ സൈന്യം അവിടെ തമ്പടിച്ചു. അതിനകത്തു സൈനികമേധാവി ഒരു ജപ്പാനീസ് അമ്പലം സ്ഥാപിച്ചു. അദ്ദേഹത്തിനതിനുള്ളിൽ എന്തോ രഹസ്യം കിട്ടിയതിനെതുടർന്നായിരുന്നു ആ അമ്പലം സ്ഥാപിച്ചത്. പിന്നീട് യുദ്ധം ജയിച്ചപ്പോൾ ബ്രിട്ടീഷുകാർ സിംഗപ്പൂർ തിരിച്ചുപിടിച്ചു. അവർ ഈ അമ്പലം തകർത്തുകളഞ്ഞു. അതിന്റെ അവശിഷ്ടങ്ങൾ ഇപ്പോഴും ആ കാടിനുള്ളിലുണ്ട്. പക്ഷേ, അതിപ്പോൾ നിരോധിത മേഖലയാണ്. ആർക്കും പ്രവേശനമില്ല. പല രാജ്യങ്ങളിലും ഇങ്ങനെയുള്ള എനർജിപോയന്റുകൾ നിരോധിതമേഖലയാണെന്ന് മുമ്പേ ഈ പുസ്തകത്തിൽ സൂചിപ്പിച്ചിട്ടുള്ളത് ഓർക്കുമല്ലോ. കാരണങ്ങൾ പലതാണ് പറയുക. എങ്കിലും ഇതെന്തുകൊണ്ടാണ് എല്ലാ രാജ്യങ്ങളിലും ഇത്തരം എനർജി സോഴ്സ് ഏരിയകൾ അതാത് ഗവണ്മെന്റുകൾ ഇങ്ങനെ നിരോധിത മേഖലയാക്കുന്നത്? രഹസ്യങ്ങൾ. രഹസ്യങ്ങൾ. രഹസ്യങ്ങൾ.

എനിക്ക് ഭഗവാനിൽനിന്ന് കിട്ടിയ ഡയറക്ഷൻ പ്രകാരം ഇവിടെ മഹേശ്വരന്റെയും മദർ താവോയുടെയും ഊർജ്ജം ഒളിഞ്ഞുകിടക്കുന്നുണ്ട് എന്നാണ്. LMRK അംഗങ്ങളോട് ഞാൻ ഇക്കാര്യം വെളിപ്പെടുത്തുകയും അവരുടെ മുൻകൈയിൽ ഹിന്ദു സമുദായ നേതാക്കന്മാരെ കാണുകയുമുണ്ടായി. പിന്നീട് താവോയിസ്റ്റ് നേതാവായ ചുങ്ങിനെ കാണുകയുണ്ടായി. താവോസ് സ്ഥാപകനേതാവ് ലാവോത്സു ഞങ്ങളുടെ ഭോഗർ സിദ്ധർ ആണെന്ന ഐതിഹ്യത്തെപ്പറ്റി പറഞ്ഞപ്പോൾ ഏറെ താല്പര്യത്തോടെ വളരെനേരം അദ്ദേഹം സംസാരിച്ചു. ഭോഗർസിദ്ധർ ടൈം ട്രാവൽ സിദ്ധിയുള്ള മനുഷ്യനായിരുന്നെന്നും ചൈനയിലും ഇന്ത്യയിലും പരസ്പര സാംസ്കാരികവിനിമയം നടത്തിയിരുന്നുവെന്നുമുള്ള കാര്യമൊക്കെ ഞാൻ സംസാരിച്ചപ്പോൾ അദ്ദേഹം ഉത്സുകനായി. എന്നെ അദ്ദേഹത്തിന്റെ ഓഫീസിലേക്കും ഗ്രന്ഥപ്പുരയിലേക്കും കൊണ്ടുപോയി. മദർ താവോയെപ്പറ്റിയുള്ള പുസ്തകങ്ങൾ എനിക്കു കാണിച്ചുതന്നു. താവോസ് അമ്പലങ്ങളിലേക്ക് എന്നെ കൊണ്ടുപോയി പ്രത്യേക പൂജ ചെയ്യാനുള്ള അവസരംവരെ നൽകി.

ഈ ലാവോത്സുവിനെപ്പറ്റിയും താവോയിസത്തെപ്പറ്റിയും ഇവിടെ രണ്ടുവാക്ക് പറയേണ്ടിയിരിക്കുന്നു. ലാവോത്സു ചൈനയിലെ ഒരു മഹാത്മാവായിരുന്നു. കൺഫ്യൂഷസിന്റെ സമകാലികൻ. ഇദ്ദേഹത്തിന്റെ അമ്മയ്ക്ക് ഒരിക്കൽ ഒരു മരത്തിന്റെ ചുവടെ നിൽക്കുമ്പോൾ ആകാശത്തുനിന്ന് ഒരു ദിവ്യജ്യോതി തന്റെ വയറിനുള്ളിലേക്ക് ആവേശിക്കുന്നതായി അനുഭവപ്പെട്ടു. അങ്ങനെ ജനിച്ചതത്രെ ലാവോത്സു.

ജീവിതത്തിൽ ഏറിയകൂറും ചൗ രാജവംശത്തിന്റെ കൊട്ടാരത്തിൽ ഗ്രന്ഥസൂക്ഷിപ്പുകാരനായിരുന്നു ലാവോത്സു. അതിനാൽതന്നെ മുഴുവൻ ഗ്രന്ഥങ്ങളും കുടിച്ചുവറ്റിച്ച ജ്ഞാനപടുവായി മാറി. പക്ഷേ, ഈ ജ്ഞാനമൊന്നുമല്ല അദ്ദേഹത്തിനു ജ്ഞാനോദയമുണ്ടാക്കിയത്. ഒരിക്കൽ ഉദ്യാനത്തിൽ വിശ്രമിക്കുകയായിരുന്ന ലാവോത്സു മുമ്പിൽ മരത്തിൽ ഉയരത്തിൽനിന്നു പൊഴിഞ്ഞുവീഴുന്നൊരു ഇലയെ കണ്ടു. ഭാരമില്ലാതെ ഒഴുകി ചാഞ്ചാടി പതുക്കെപ്പതുക്കെ യാതൊരു ധൃതിയുമില്ലാതെ, ഭൂമിയിലേക്ക് ഒരു കനവും ഇല്ലാതെ അത് ഊർന്നിറങ്ങിയ കാഴ്ച അദ്ദേഹത്തെ മാറ്റിമറിച്ചു. അവിടെനിന്നാണ് താവോ എന്ന മതത്തിന്റെ ഉത്ഭവം. വഴി എന്നാണ് താവോ എന്ന വാക്കിന്റെ അർത്ഥം. ഒന്നിനോടും ഒരു ആർത്തിയോ മമതയോ ഇല്ലാതെ ലളിതമായൊരു ജീവിതചര്യ ആണ് താവോയിസം മുന്നോട്ടുവയ്ക്കുന്നത്.

ജീവിതസായാഹ്നത്തിൽ ഒരു പോത്തിന്റെ പുറത്തേറി അദ്ദേഹം തിബത്തിലേക്കു പോയി. അവിടെ ഒരു കാവൽക്കാരൻ അദ്ദേഹത്തെ തടഞ്ഞ്, ഇത്രമാത്രം അറിവുകൾ സ്വായത്തമാക്കിയതു രേഖപ്പെടുത്തി വരുംതലമുറകൾക്കു വഴികാട്ടിയാകണമേ എന്നു താണുകേണ് അപേക്ഷിച്ചു. ആ അപേക്ഷ കൈക്കൊണ്ട അദ്ദേഹം ആ ദ്വാരപാലകന്റെ വസതിയിൽ താമസിച്ച് എഴുതിയ ഗ്രന്ഥമാണ് 82 അധ്യായങ്ങളുള്ള 'താവോ തെ ചുങ്ങ്' എന്ന വിഖ്യാത ഗ്രന്ഥം.

ഇന്ന് താവോയിസം ചൈനയിൽ ആറേഴുകോടി ജനങ്ങൾ പിന്തുടരുന്നു.

ലളിതജീവിതവും ഒന്നിനോടും നിർബന്ധബുദ്ധി പാടില്ല എന്ന മുദ്രാവാക്യവുമാണ് താവോയിസത്തിന്റെ മുഖമുദ്ര. ഈ താവോസ് നേതാവ് ചുങ്ങിനോടും അവിടത്തെ ഹിന്ദുസമാജക്കാരോടും ഞാൻ ഒരഭ്യർത്ഥന മുന്നോട്ടുവച്ചു. മഗ്രിച്ച റിസർവോയറിൽ ഓപ്പൺ എയറിൽ ഒരു ശിവലിംഗം സ്ഥാപിക്കുക എന്നത്. അവരതു തത്വത്തിൽ അംഗീകരിക്കുകയും, എന്നാൽ മതപരമായ കാര്യങ്ങളിൽ സിംഗപ്പൂർ ഗവണ്മെന്റിന്റെ കർശനമായ നിലപാട് കാരണം പ്രായോഗികമാവുന്ന കാര്യത്തിൽ ഒരു തിട്ടമില്ല എന്ന് അറിയിക്കുകയും ചെയ്തു. പക്ഷേ, എനിക്ക് ഉറപ്പുണ്ട്, സമയമാകുമ്പോൾ അധികാരികൾ ഈ പ്രൊപ്പോസലുമായി സഹകരിക്കുമെന്നും, ഈ സ്വപ്നം പൂവണിയുമെന്നും. കാരണം, ഇങ്ങനെ ഒരു തോന്നൽ എന്നിലുണ്ടാക്കിയതു മുരുകപ്പെരുമാളാണ്. അദ്ദേഹം ഒന്നും വെറുതെ തോന്നിപ്പിക്കുകയില്ലതന്നെ! അനുഭവങ്ങൾ അങ്ങനെയാണ്.

ഓരോതവണ ഞാൻ പോകുമ്പോഴും ഞാനും LMRK അംഗങ്ങളും അതിനുസമീപം ഒത്തുകൂടാറുണ്ട്. അവിടെയിരുന്ന് ഞങ്ങൾ മുരുകപ്പെരുമാളേയും ശിവഭഗവാനേയും മദർ താവോയേയും ഭോഗർ സിദ്ധരേയും ധ്യാനിക്കാറുണ്ട്. മുമ്പിലെ റിസർവോയർ തടാകം

താണ്ടി അതിനപ്പുറമുള്ള ആ ഫോറസ്റ്റിലെ എനർജി സോഴ്സിൽ നിന്ന് ഒഴുകിയൊഴുകിവരുന്ന ഊർജ്ജം ഞങ്ങളിലേക്കു വന്നു നിറയുന്നത് അനുഭവിക്കാറുണ്ട്.

അതുപോലെ മറ്റൊരു എനർജി പോയന്റാണ് The Merlion Park. The Merlion എന്നത് ഒരു സിംഗപ്പൂർ മിത്താണ്. സാഗരസിംഹം എന്നാണീ വാക്കിന്റെ അർത്ഥം. സിംഹത്തിന്റെ തലയും മത്സ്യത്തിന്റെ ഉടലുമുള്ള പ്രതിമ. ഒരു തടാകത്തിനുള്ളിലാണ് സിംഗപ്പൂരിന്റെ സിഗ്നേച്ചർ ആയ ഈ പ്രതിമ. അതിന്റെ വായിൽനിന്ന് സദാ വെള്ളം ഫൗണ്ടൻപോലെ ചീറ്റും.

എല്ലാ സന്ദർശനങ്ങളിലും തിരക്കുകൾ കഴിഞ്ഞാൽ ഞാൻ രാത്രികളിൽ പ്രതിമയുടെ പരിസരത്തെത്താറുണ്ട്. അതിലൂടെ സൈറ്റ് സീയിംഗ് ബോട്ട് യാത്രയുണ്ട്. ഞാൻ ഒരിക്കലും അതു മിസ്സാക്കാറില്ല. അതൊരനുഭൂതിയാണ്. ലൈറ്റിൽ കുളിച്ചുകിടക്കുന്ന പടുകൂറ്റൻ കെട്ടിടങ്ങളുടെ പ്രതിബിംബം തടാകത്തിന്റെ ഒരു വശത്തെ തിളക്കമേറ്റിക്കൊണ്ടിരിക്കും. നല്ല തണുത്ത കാറ്റിലെ ആ ബോട്ടുയാത്ര അനുഭവിച്ചാലേ അതിന്റെ ത്രിൽ അറിയൂ.

കൗതുകകരമായൊരു വസ്തുതയുണ്ട്, സിംഗപ്പൂരിന്റെ എക്കണോമിയിൽ ഒരു പ്രധാനപ്പെട്ട റോൾ ബാങ്കുകൾക്കുണ്ട്. ലോകത്തെ എല്ലാ വൻകിട ബാങ്കുകളുടേയും കോർപ്പറേറ്റ് ഓഫീസുകൾ ഇവിടെയുണ്ട്. ഈ തടാകത്തിന്റെ ഒരു വശത്തായി അവ തലയുയർത്തി നിൽക്കുന്ന ഭീമൻ എടുപ്പുകളായി കാണാം. എന്നാൽ മറുവശത്ത് ഒന്നുമില്ല.

കാരണം അന്വേഷിച്ചപ്പോഴാണ് രസം. ചൈനീസ് വാസ്തുശില്പ പ്രകാരം ഈ ഏരിയയിൽ സമ്പത്തിനെ പ്രതിനിധീകരിക്കുന്ന ഊർജ്ജത്തിന്റെ മഹാപ്രവാഹമുണ്ടത്രെ. മറുവശത്ത് അതില്ലാത്തതിനാൽ അവിടെ ഒന്നും ഉയർന്നുവന്നില്ല. ഞാൻ ആവർത്തിക്കട്ടെ, ലോകത്ത് എന്തിന്റേയും വളർച്ചയ്ക്കു ഭൂമിശാസ്ത്രപരമായ ലൊക്കേഷനുകൾക്ക് അതിപ്രാധാന്യമുണ്ട്. എത്രയൊക്കെ പുരോഗമനം പറഞ്ഞാലും എത്ര വലിയ സമ്പത്തുള്ളവരായാലും, കാര്യംവരുമ്പോൾ ലോകം മുഴുവൻ ഊർജ്ജസ്രോതസ്സുകൾ അന്വേഷിച്ചുപോകുന്നുണ്ട്. ഒരു സംശയവും വേണ്ട. അതാതിടങ്ങളിലെ ബ്ലെസിംഗ്സ് പോലെ ലഭ്യമായ എനർജി സോഴ്സുകളെ മാത്രം ആശ്രയിച്ചിരിക്കുന്നു ഐശ്വര്യം! അറിഞ്ഞോ അറിയാതെയോ ആ ഇടം പുരോഗമനമുള്ള ഇടമായി വളർന്നു വികസിച്ചുവരുന്നു.

ഓം ശരവണഭവായ നമഃ

വിദേശങ്ങളിൽ എനിക്കേറ്റവും ഇഷ്ടപ്പെട്ട സ്ഥലങ്ങൾ ഏതെല്ലാം എന്നുചോദിച്ചാൽ തീർച്ചയായും സിംഗപ്പൂരും പിന്നെ ആസ്ത്രേലിയായും എന്നായിരിക്കും എന്റെ ഉത്തരം.

റിയൂണിയൻ ഐലൻഡും മംഗോളിയയയും

അങ്ങനെയിരിക്കെ എനിക്കു ഭഗവാന്റെ ഒരു മെസേജ് കിട്ടുകയാണ്. കുമാരികാണ്ഡത്തിലെ രണ്ടാം പടവീടിനെപ്പറ്റി. ആറുപടവീടുകളെപ്പറ്റി മുമ്പ് വിശദമായി വിവരിച്ചിരുന്നല്ലോ. തമിഴ്നാട്ടിലെ ആറു മുരുകക്ഷേത്രങ്ങളാണവ. അതായത് തമിഴ്നാട്ടിലെ ഏറ്റവും മുന്തിയ ആറ് എനർജി പോയന്റുകൾ. കുമാരികാണ്ഡം കടലെടുത്തു പോയപ്പോൾ പുരാണകുമാരികാണ്ഡയുഗത്തിലെ ആറു പടവീടുകൾ ഒന്നൊന്നായി തമിഴ്നാട്ടിൽ പുനഃസ്ഥാപിക്കുകയാണ് ഉണ്ടായത്.

കുമാരികാണ്ഡ പുനഃസ്ഥാപനം നടക്കുമ്പോൾ പടവീടുകൾ എവിടെയൊക്കെയായിരിക്കണം എന്നു മുരുകഭഗവാൻ എനിക്കു കാണിച്ചുതരികയാണ്. ഒന്നാം പടവീട് ആസ്ത്രേലിയയിലെ ലയണൽ ഐലൻഡും മൂന്നാം പടവീട് ഉജ്ജയിനുമാണ്. രണ്ടാം പടവീടിനെക്കുറിച്ചാണ് ഭഗവാൻ ഇപ്പോൾ മെസേജ് തരുന്നത്. വളരെ കുറച്ച് ആൾക്കാർ ജീവിക്കുന്ന ഒരിടം, അഗ്നിയുടെ നാട് തുടങ്ങി തുച്ഛമായ ഒരു ക്ലൂവേ ഉള്ളൂ. മഡഗാസ്കർ അടുത്ത് എന്നൊക്കെ ഡീകോഡ് ചെയ്തപ്പോൾ കിട്ടി. അങ്ങനെയങ്ങനെ നോക്കുമ്പോൾ അവസാനം സ്ഥലം പിടികിട്ടിയത് റിയൂണിയൻ എന്നൊരു സ്ഥലമാണ്.

1638 മുതൽ ഫ്രഞ്ച് അധീനതയിലുള്ളൊരു കൊച്ചുദ്വീപ്. ഇന്നും അതൊരു ഫ്രഞ്ച് പ്രവിശ്യതന്നെ. ഇന്നു ഫ്രഞ്ച് അധീനതയിൽ എന്നു പ്രയോഗിക്കാൻ പറ്റില്ല. കാരണം റിയൂണിയനിൽ ഇപ്പോൾ താമസിക്കുന്ന ഏവരുംതന്നെ സ്വയം ഫ്രഞ്ച് പൗരന്മാരാണ്. ഈ ചെറിയ ദ്വീപിൽ എണ്ണായിരം അടിയോളം ഉയരമുള്ള ഒരു ലൈവ് അഗ്നിപർവതം ഉണ്ട്. കൂടാതെ പൊട്ടിയൊലിച്ച് തണുത്തുറഞ്ഞു പോയ മൂന്ന് അഗ്നിപർവതങ്ങൾ വേറെ. ഭൂപടത്തിലെ ഒരു കുത്ത്. എന്റെ സ്വന്തം ജില്ലയായ തൃശൂരിനേക്കാൾ ചെറിയ ഭൂവിടം. ഫ്രഞ്ച് ഭരണത്തിലിരിക്കുന്ന ഒരു കൊച്ചുപ്രദേശം. അതോടെ നിരാശയായി. ഫ്രഞ്ച് വിസ കിട്ടുക എളുപ്പമേയല്ല എന്നറിയാം.

ആ നിരാശയിലിരിക്കുമ്പോൾ, അതാ മുരുകഭഗവാന്റെ ഇടപെടൽ. എനിക്കൊരു കോൾ വരുന്നു. ഭവാനി എന്നൊരു ലേഡി. ഭഗവാന്റെ കളികൾ നിസാരങ്ങളല്ല! അവർ റിയൂണിയൻ സ്വദേശി. തമിഴ്‌വേരുകൾ. മധുരയിൽ ക്ഷേത്രം സന്ദർശിക്കാൻ വന്നതാണ്. വരവ് പതിവുണ്ടത്രെ. LMRKയെപ്പറ്റിയും കുമാരികാണ്ഡത്തെപ്പറ്റിയും കേട്ടതിനെത്തുടർന്നാണ് എന്നെ വിളിക്കുന്നത്. പഴനി സന്ദർശിക്കാൻ വരുന്നുണ്ട്. ഒന്നു കാണാൻ സാധിക്കുമോ എന്നാണ് ചോദ്യം. ഇംഗ്ലീഷിലാണ് സംസാരം. തമിഴ് അറിയില്ല. ഞാൻ പഴനിയിലേക്കു പോകുന്ന സമയമായിരുന്നു. ഇവരുടെ ഇംഗ്ലീഷിന് ഒരു ഫ്രഞ്ച് ചുവയായതിനാൽ മനസ്സിലാക്കാൻ വിഷമമാണ്. ഞാൻ ദേവേട്ടനേയും കൂട്ടി. എനിക്കു കിട്ടിയ മെസേജും അതിന്റെ ഡീകോഡിംഗും കഴിഞ്ഞപ്പോൾ രണ്ടാം പടവീട് ഈ കൊച്ചു ഐലൻഡായിരുന്നു എന്നു തെളിഞ്ഞല്ലോ. ഫ്രഞ്ച് വിസാ നിയമങ്ങൾ ഒരു രക്ഷയുമില്ലതാനും.

വിവരമറിഞ്ഞ ഭവാനി പ്രഖ്യാപിക്കുന്നു. താങ്കൾ ഞങ്ങളുടെ ദ്വീപിൽ വരും. ഞാൻ കൊണ്ടുപോകും. സംശയം വേണ്ട. പക്ഷേ ഫ്രഞ്ച് വിസ? ഒരുവർഷം മുമ്പു മാത്രം ഫ്രഞ്ച് ഗവണ്മെന്റ് റീയൂണിയനിലേക്കുള്ള വിസാനിയമങ്ങളിൽ ഇന്ത്യയ്ക്ക് അനുകൂലമായൊരു മാറ്റം വരുത്തി. ഓൺ അറൈവൽ വിസ. മുരുകപ്പെരുമാൾ നിസാരക്കാരനല്ല!

ഭവാനി ഇന്ന് LMRKയുടെ സജീവാംഗമാണ്. അവർ ഞങ്ങൾക്ക് ഒരു ആതിഥേയ മാത്രമല്ലായിരുന്നു. എത്രയൊക്കെ പറ്റില്ല എന്നു പറഞ്ഞിട്ടും അവർ എനിക്കും ദേവേട്ടനുമുള്ള ഫ്ളൈറ്റ് ടിക്കറ്റ് അയച്ചു തരുന്നു. ചെന്നൈയിൽനിന്ന് ആഴ്ചയിൽ രണ്ട് ഡയറക്റ്റ് ഫ്ളൈറ്റുണ്ടത്രെ. ഈ ഫ്ളൈറ്റും ആരംഭിച്ചിട്ട് അധികം നാളായില്ല. അവർ വിമാനടിക്കറ്റ് എടുത്തുതന്നതിനെ എത്ര എതിർത്തിട്ടും സമ്മതിക്കുന്നില്ല. അതും ബിസിനസ് ക്ലാസ് ടിക്കറ്റ്.

ഞങ്ങൾ അങ്ങനെ ആ കൊച്ചു ഐലൻഡിൽ ഇറങ്ങി. അതീവ ശാന്തമായ ഒരു സ്ഥലം. ഞാൻ നിരീക്ഷിച്ച ഒരു പ്രത്യേകത അവിടെ ആരും തിരക്കുള്ളവരല്ല. എല്ലാത്തിനും ഒരു മനോഹരമായ അവധാനത. തിക്കും തിരക്കും ആർക്കുമില്ല. ഞങ്ങൾക്ക് ഒരു റിസോർട്ടിൽ താമസം ഭവാനി അറേഞ്ച് ചെയ്തിരുന്നു. ഉടമസ്ഥന്റെ താമസസ്ഥലത്തിനോടു ചേർന്നാണത്. ബുക്ക് ചെയ്തു വരുന്നവരായിട്ടും അയാൾക്ക് അങ്ങനെ ഒരു പ്രകടനപരത ഒന്നുമില്ല. ഒട്ടും തിരക്കു കൂട്ടാതെ പതിയെ ഞങ്ങളെ റൂമിലെത്തിച്ചു അദ്ദേഹം. രസകരമായ ഒരു കാര്യം, എസിയുടെ റിമോട്ട് കൈയിൽ തരുമ്പോൾ ഇതു പോകുമ്പോൾ തിരിച്ചേൽപ്പിക്കണം എന്നു പ്രത്യേകമായി പറഞ്ഞു.

നിറയെ അമ്പലങ്ങളുള്ള സ്ഥലം. അന്നുതന്നെ ഭവാനി അമ്പലത്തിൽ ഞങ്ങളെ കൊണ്ടുപോയി. 38% ഇന്ത്യക്കാർ. അതു മുഴുവനും തന്നെ തമിഴർ. കരിമ്പുകൃഷിക്കായി നൂറ്റാണ്ടു മുന്നേ എത്തിച്ചേർന്നവർ. വേരുകൾ എന്നോ മുറിഞ്ഞുപോയവർ. തമിഴ് പക്ഷേ, ആർക്കും അറിയില്ല. തലമുറകളുടെ കൈമാറ്റങ്ങൾക്കിടയിൽ ഭാഷ കൈമോശം വന്നു എന്നതു വിശ്വസിക്കാൻ ബുദ്ധിമുട്ടായി എനിക്ക്. കാരണം, അവരുടെ ഭക്തിയിൽ ദ്രാവിഡത്വം കളഞ്ഞിട്ടുമില്ല. ആ സംസ്കാരം നമ്മൾ ഇന്ത്യൻ ദ്രാവിഡരെക്കാൾ അവർ കാത്തു സൂക്ഷിക്കുന്നു. മിക്കവർക്കും ക്രിസ്ത്യൻ പേരുകളാണ്. ജോർജ്ജ്, ജേക്കബ്, ലൂസി... പക്ഷേ, ഇവരൊക്കെ ഹിന്ദുക്കളാണ്. ദ്രാവിഡന്മാരാണ്. ക്ഷേത്രങ്ങൾ സംരക്ഷിക്കുന്ന രീതികളും ചടങ്ങുകളും അനുഷ്ഠാനങ്ങളുമെല്ലാം നമ്മളെക്കാൾ ചിട്ടയോടെയാണ്.

കോവിലിൽ മനോഹരമായി തമിഴ് കീർത്തനം ആലപിച്ച ജോർജ്ജിനുപോലും തമിഴ് സംസാരിക്കാനറിയില്ല. പക്ഷേ, കൂടുതൽ പരിചയപ്പെട്ടുവന്നപ്പോൾ ഞാൻ അത്ഭുതപ്പെട്ടുപോയി. ജോർജ്ജ് കുമാരികാണ്ഡത്തെപ്പറ്റി ആഴത്തിൽ പഠിക്കുന്നവനാണ്.

ഭവാനി ഞങ്ങൾക്കൊരു സർപ്രൈസ് എന്ന നിലയ്ക്ക് അവിടത്തെ മോസ്റ്റ് എക്സ്പൻസീവ് എന്റർടൈയ്ൻമെന്റായ ഫ്ളൈറ്റ് റൈഡ് അറേഞ്ച് ചെയ്തു. രണ്ട് കൊച്ചുവിമാനങ്ങൾ. പൈലറ്റിനോടു

റിയൂണിയൻ ഐലന്റിലെ ഫ്ളൈറ്റ് റൈഡിനുശേഷം

ചേർന്ന് ഒരേയൊരു സീറ്റ്. അവിടെ എത്തിയപ്പോഴും അവർക്കു യാതൊരു തിരക്കുമില്ല. ഓ വന്നോ എന്ന ഭാവം. വളരെ പതുക്കെ ഞങ്ങളെ വിമാനത്തിൽ കയറ്റിയിരുത്തി. അതൊരു അനുഭവം തന്നെയായിരുന്നു. ഒരു കൈവിട്ട കളിപോലെ. കളിപ്പാട്ട വിമാനത്തിനുള്ളിൽ കയറിയിരിക്കുന്ന ഫീൽ. കുലുക്കത്തോടെ അതുരുണ്ട് ഉയർന്നു. ഒരു കിളിയെപ്പോലെ മേഘങ്ങൾക്കിടയിലൂടെ പറക്കുന്ന ഞാൻ. ശരിക്കും എന്റെ ഉള്ളിലെ കിളിപറന്നു. ഞാൻ വിവശനായി. താഴെ കടൽ പുണർന്നുകിടക്കുന്ന ചെറിയൊരു തുണ്ടുപോലെ റിയൂണിയൻ എന്ന ഫ്രഞ്ച് കോളനി. മേഘങ്ങൾക്കിടയിലെ തണുപ്പിലും ഞാൻ വിയർത്തു.

നമ്മുടെ പൈലറ്റിന് എന്റെ ഭാവം കണ്ട് ചിരി. എന്റെ ആ വിവശത അകറ്റാനാകണം ഒരുവേള ടിയാൻ വിമാനത്തിന്റെ കൺട്രോൾ എന്റെ കൈയിൽ തന്നു! ഒരു മാത്ര മാത്രം. എനിക്കും ദേവേട്ടനും അതൊരു മറക്കാനാവാത്ത എക്സ്പീരിയൻസ് ആയിരുന്നു.

ഭവാനിയും ഭർത്താവും ആതിഥേയത്വംകൊണ്ട് വീർപ്പുമുട്ടിച്ചു. വീട്ടിൽനിന്ന് പലഹാരങ്ങൾ, ഭക്ഷണങ്ങൾ ഒക്കെ മുറതെറ്റാതെ വന്നുകൊണ്ടേയിരുന്നു. ഭവാനിയുടെ ബന്ധുവായ ഒരു ചെറുപ്പക്കാരൻ ഒരു ദിവസം മുഴുവൻ ഞങ്ങളെയുംകൊണ്ട് കറങ്ങി. ഒരു അതിമനോഹര സ്ഥലം. കലണ്ടറിൽ വരച്ചപോലെ കാട്. നീലക്കളർ ശുദ്ധജലതടാകം. എത്രയോ നേരം ഞങ്ങൾ ആ തടാകത്തിൽ മദിച്ചു. പല വീടുകളിലും ഞാൻ പൂജ നടത്തി.

അടുത്ത ദിവസം തണുത്തുറഞ്ഞ അഗ്നിപർവതത്തിന്റെ ഏരിയയിൽ പോയപ്പോൾ ശരിക്കും ചൊവ്വാഗ്രഹത്തിൽ എത്തിയ പ്രതീതി. ചുവപ്പ് എങ്ങും. ഒരു പുൽനാമ്പ് പോലുമില്ലാത്ത, ലാവ ഉറച്ചയിടം. ഭൂമിക്കടിയിൽനിന്നു പൊട്ടിയൊലിച്ച് പുറത്തുവന്ന് തണുത്തുറഞ്ഞ ചില കല്ലുകൾക്കു വലിയൊരു എനർജി ഉണ്ടാകും. സിദ്ധരൊക്കെ സെലക്റ്റ് ചെയ്യുന്ന ഇടങ്ങളിൽ ഇവ ഉണ്ടാകും. അവിടെ ഒരു കവാടം. അതിൽ ഒരു ബോർഡ്. ഫ്രഞ്ച് ഭാഷയാണ്. ഭവാനി ട്രാൻസ്ലേറ്റ് ചെയ്തുതന്നു.

നിരോധിത മേഖല!

ഞാൻ രണ്ടുകൈയും എളിയിൽ കുത്തി ഒന്നു ചിരിച്ചു. നിരോധിത മേഖല! എവിടെയെല്ലാം ഇതുപോലെ എനർജിയുണ്ടോ അവിടെയെല്ലാം അതതു ഗവൺമെന്റുകൾ പ്രവേശനം നിരോധിക്കുന്നുണ്ട്. യാദൃച്ഛികം എന്നു നിങ്ങൾക്കു തോന്നുന്നുണ്ടോ? എനിക്കു തോന്നുന്നില്ല എന്തായാലും. എല്ലാം മുരുകപ്പെരുമാളുടെ പദ്ധതി. അല്ലാതെ മറ്റെന്താണ്?

റിയൂണിയൻ ഐലന്റിൽ ധ്യാനത്തിൽ

ഞങ്ങൾ അങ്ങനെ നിൽക്കുമ്പോൾ ഒരത്ഭുതം സംഭവിച്ചു. വീണ്ടും മുരുകന്റെ കളി എന്നേ പറയാൻ പറ്റൂ. അവിടെ ആ സമയം രണ്ടു മൂന്ന് ഫ്രഞ്ചുകാർ എത്തി, അകത്തുനിന്ന്. ഫ്രഞ്ച് ആർക്കിയോളജിക്കൽ ഡിപ്പാർട്ട്മെന്റിൽനിന്നുള്ള രണ്ടുമൂന്ന് ഉദ്യോഗസ്ഥരായിരുന്നു. ഭവാനി അവരുമായി എന്തോ സംസാരിക്കുന്നു. ഭവാനിയുടെ അഭ്യർത്ഥനയുടെ ആത്മാർത്ഥത മനസ്സിലാക്കിയിട്ടാണ്, അവർ എനിക്കുമാത്രം അകത്തേക്കു പ്രവേശനം തന്നു. ദേവേട്ടനും ഭവാനിയും പുറത്തു കാത്തുനിന്നു. ഞാൻ ഒറ്റയ്ക്ക് അകത്തേക്ക്, ആ ഉദ്യോഗസ്ഥരുടെ അകമ്പടിയോടെ. അവർ എന്നെ കുറച്ചുസമയം ധ്യാനിക്കാൻ സമ്മതിച്ചു. ഈ സന്ദർശനത്തിലെ ഉദ്ദേശ്യം സഫലമായി. നവകുമാരികാണ്ഡത്തിലെ രണ്ടാം പടവീടിന്റെ കൃത്യം എനർജി പോയന്റിൽനിന്ന് എനിക്ക് ആവോളം ഊർജ്ജം സ്വീകരിക്കാൻ കഴിഞ്ഞു.

കുമാരികാണ്ഡത്തിലെ രണ്ടാം പടവീട് അങ്ങനെ ഭഗവാൻ എനിക്കു പരിചിതമാക്കി. അങ്ങനെ ഭഗവാൻ ഏല്പിച്ച ഡ്യൂട്ടി തീർത്ത്, റിയൂണിയൻ എന്ന സമാധാനത്തിന്റെ നാട് മുഴുവൻ കൺനിറയെ കണ്ട്, അവിടത്തെ അല്പംപോലും പൊല്യൂട്ടാവാത്ത ശുദ്ധവായു ആവോളം നുകർന്ന്, അതിനിഷ്കളങ്കരും ശാന്തശീലരുമായ അവിടത്തെ ആളുകളുടെ ആതിഥേയത്വം സ്വീകരിച്ച്, പ്രത്യേകിച്ചും ഭവാനിയുടെയും ഭർത്താവിന്റെയും കലർപ്പില്ലാത്ത 916 കാരറ്റ് ശുദ്ധമായ സ്നേഹാഭിഷേകത്തിൽ കുളിച്ച്, നിറഞ്ഞ മനസ്സോടെ ഞങ്ങൾ അഞ്ചു ദിവസങ്ങൾക്കുശേഷം തിരികെ വിമാനമേറി.

ശാന്തത നിറഞ്ഞ അഞ്ച് ദിനങ്ങൾ!

മംഗോളിയ

ഭഗവാന്റെ ഒരു മെസേജ് വരുന്നു. ഗരുഡ എനർജിയും നാഗ എനർജിയും സംഗമിക്കുന്ന ഒരു സ്ഥലം. അവിടെ എന്റെ പിറന്നാൾ ദിവസം ഞാൻ ഉണ്ടാകണം. ഈ രണ്ട് എനർജികൾ പാരലലാണ്. അവ രണ്ടും സംഗമിക്കുക അപൂർവമാണ്. കാരണം ഗരുഡ എനർജി ഭൗതികവും നാഗ എനർജി സ്പിരിച്വലുമാണ്. ഇവയുടെ സംഗമം അത്യപൂർവമത്രെ. ഈ പ്രതിഭാസത്തെപ്പറ്റി ഉജ്ജയിൻ സന്ദർശനം വിവരിക്കുമ്പോൾ വിശദമായി പറയാം. ഭഗവാന്റെ ഈ നിർദേശവും, എന്റെ ജന്മദിനനാൾ ഞാൻ ഉണ്ടായിരിക്കേണ്ട ഇടത്തെപ്പറ്റി പിന്നീടു കിട്ടിയ ക്ലൂസും ഡീകോഡ് ചെയ്യുമ്പോൾ കിട്ടിയത് മംഗോളിയയിലെ ഗോബീ ഡിസർട്ട് ആണ്. ചെങ്കിസ് ഖാൻ എന്ന ലോകത്തിലെ ഏറ്റവും ശക്തമായ സാമ്രാജ്യത്തിന്റെ അധിപതിയുടെ നാട്.

മംഗോളിയ എന്നും ഗോബീ ഡിസർട്ട് എന്നും സ്ഥിരീകരിച്ചപ്പോൾ ആദ്യംതന്നെ എന്റെ മനസ്സിലേക്കോടി വന്നത് The Way Back എന്ന സിനിമയാണ്. സോവിയറ്റ് യൂണിയന്റെ കുപ്രസിദ്ധമായ സൈബീരിയൻ തടവറയിൽനിന്ന് രക്ഷപ്പെട്ടോടുന്ന മൂന്നു പേരുടെ കഥ. അതിനോടകം സോവിയറ്റ് അധിനിവേശത്താൽ തകർക്കപ്പെട്ടുകഴിഞ്ഞിരുന്ന മംഗോളിയയിലെ ബുദ്ധപ്രതിമകൾക്കും ബുദ്ധവിഹാരങ്ങൾക്കും ഇടയിലൂടെ അവർ ഗോബീ ഡിസർട്ട് താണ്ടുന്ന രംഗങ്ങളൊക്കെ ഉൾക്കിടിലത്തോടെ ഓർമ്മ വന്നു. കൂടാതെ മംഗോളിയയിലെ കൊടുംതണുപ്പ്. മൈനസ് മുപ്പത്തെട്ട് ഡിഗ്രിവരെ താഴുന്ന ആ തണുപ്പിനെപ്പറ്റി ഓർത്തപ്പോഴേ നട്ടെല്ലിൽ തണുപ്പിന്റെ ദംഷ്ട്രകൾ ആഴ്ന്നു പതിഞ്ഞപോലെ!

2015 മെയ് മാസം ഭാരതത്തിന്റെ പ്രധാനമന്ത്രി ശ്രീ നരേന്ദ്ര മോദി മംഗോളിയ സന്ദർശിച്ചതും മംഗോളിയയ്ക്കു ഭാരതത്തിന്റെ സ്നേഹമായി വലിയ സാമ്പത്തികസാങ്കേതിക പാക്കേജ് പ്രഖ്യാപിച്ചതും എനിക്കോർമ്മ വന്നു. (ഈ സമയം ഒരു കൗതുകകരമായൊരു കാര്യം പറയാം. മോദിയെ അദ്ദേഹത്തിന്റെ പാർട്ടി പ്രധാനമന്ത്രി സ്ഥാനാർത്ഥിയായി പ്രഖ്യാപിച്ച സമയം എന്നാണെന്നു നോക്കുക. അവരറിഞ്ഞോ അറിയാതെയോ ചരിത്രനിർമ്മിതിയിൽ ശോല എന്ന കൺസെപ്റ്റിനുള്ള പങ്കിനെ പിൻപറ്റുകയായിരുന്നു എന്നു മനസ്സിലാകും.)

ഗരുഡ നാഗ ഊർജ്ജങ്ങൾ സംഗമിക്കുന്ന പ്രദേശങ്ങളിൽ ശക്തരായ ഭരണാധികാരികൾ ഉണ്ടാകും. മംഗോളിയയും ഉജ്ജയിനുമാണ് ഇവ രണ്ടും സംഗമിക്കുന്ന രണ്ടു പ്രദേശങ്ങൾ. ഞാനും ദേവേട്ടനും മംഗോളിയ സന്ദർശനത്തിനു തയാറെടുക്കുമ്പോൾ അടുത്ത അത്ഭുതം. ഞങ്ങളുടെ യാത്രയ്ക്കു രണ്ടുനാൾ മുമ്പ് ഗ്രൂപ്പിലുള്ള ഒരാൾ വിളിക്കുന്നു. എന്റെ ഒരു ബന്ധു മംഗോളിയയിലുണ്ട്. രാംകുമാർ.

തലസ്ഥാനമായ ഉലൻബത്തോറിൽ. നിങ്ങൾ വരുന്ന കാര്യം ഞാൻ പറഞ്ഞിട്ടുണ്ട്. അവർ സന്തോഷത്തോടെ സ്വീകരിക്കും എന്ന്.

കഠിനമായ തണുപ്പുള്ള സ്ഥലമായതിനാൽ ടൂറിസ്റ്റുകൾ അങ്ങനെ പോകാത്ത സ്ഥലമാണ് മംഗോളിയ. അങ്ങനെ ഇന്ത്യക്കാർ അപൂർവമായി സന്ദർശിക്കുന്ന ആ മംഗോളിയയിൽ ഞാൻ എത്തുമ്പോൾ അവിടെ ഒരു തമിഴൻ നമ്മളെ സ്വീകരിക്കാൻ ഉണ്ടാവുക എന്നതൊക്കെ മുരുക ഭഗവാന്റെ ലീലാവിലാസങ്ങൾ അല്ലാതെന്താണ്?

രാംകുമാർ മംഗോളിയൻ സിറ്റിസൺഷിപ് എടുത്ത ആളാണ്. ഭാര്യ അവിടത്തുകാരി. വേറെയും ഇന്ത്യക്കാർ ഉണ്ട്. രാംകുമാറിന്റെ വീട്ടിലും പൂജ ചെയ്തു. കൂടാതെ അദ്ദേഹത്തിന്റെ അനേകം കൂട്ടുകാരുടെ വീട്ടിലും പൂജ ചെയ്തു.

സോവിയറ്റ് യൂണിയനും ചൈനയ്ക്കും ഇടയിൽ സാൻഡ്‌വിച്ച് പോലെയാണ് മംഗോളിയ കിടക്കുന്നത്. ഭൂരിഭാഗവും മരുഭൂമിയാണ്. ഖനികളുടെ നാടാണ്. ചെമ്പ്, കൽക്കരി എന്നിവയുടെ വൻനിക്ഷേപമുണ്ട്. അവരുടെ ഹീറോ ആണ് ചെങ്കിസ് ഖാൻ. ലോകത്തിലെ ഏറ്റവും ശക്തമായ സാമ്രാജ്യം പടുത്തുയർത്തിയ ചക്രവർത്തി. ഇദ്ദേഹത്തിന്റെ പ്രതിമകൾ ഉടനീളം കാണാം.

ചെങ്കിസ് ഖാൻ രാജവംശത്തിലാണ് ജനിച്ചത്. ചെറുപ്പത്തിലേ അദ്ദേഹത്തിന്റെ പിതാവിനെ ചിലർ വിഷം കൊടുത്തുകൊന്നു.

മംഗോളിയയിലെ ചെങ്കിസ്ഖാന്റെ ഇക്വസ്ട്രിയൻ പ്രതിമയ്ക്കു മുന്നിൽ നിന്ന് ഒരു സമീപദൃശ്യം

പിന്നീട് അരിഷ്ടിച്ച ജീവിതമായിരുന്നു. നാടോടിയായി അലഞ്ഞു തിരിഞ്ഞുനടന്ന അദ്ദേഹത്തിന് ഒരിക്കൽ ഒരു മലയിൽനിന്ന് ഒരു സ്വർണ്ണചാട്ടവാർ ലഭിച്ചു. അവിടെനിന്നാണ് അദ്ദേഹത്തിന്റെ ഉയർച്ച യുടെ ആരംഭം. ആ ചാട്ടവാർ ലഭിച്ച സ്ഥലത്ത് ഇപ്പോൾ വളരെ വലിപ്പത്തിലുള്ള ചെങ്കിസ്ഖാൻ പ്രതിമ ഉണ്ട്.

സൈന്യത്തെ നയിച്ച് സ്വയം യുദ്ധക്കളത്തിലിറങ്ങി പടവെട്ടിയ എത്ര രാജാക്കന്മാരുണ്ടാകും? അങ്ങനെയുള്ളവരുടെ സാമ്രാജ്യങ്ങ ളിൽ ഏറ്റവും വലിപ്പമുള്ള സാമ്രാജ്യം അലക്സാണ്ടറുടേതോ നെപ്പോളിയന്റേയോ ആണെന്നു ചിന്തിച്ചാൽ തെറ്റി. ഒന്നുമല്ല. മം ഗോളിയൻ സാമ്രാജ്യത്തിന്റെ അധിപനായ ചെങ്കിസ് ഖാൻ. 330 ലക്ഷം ചതുരശ്ര കിലോമീറ്റർ വിസ്തൃതിയുള്ള സാമ്രാജ്യത്തിന്റെ അധിപനായിരുന്നു ചെങ്കിസ് ഖാൻ. ചൈന, അഫ്ഗാനിസ്ഥാൻ, ഇറാൻ, ഇറാഖ്, സിറിയ തുടങ്ങി കാസ്പിയൻ കടലിന്റെ പടിഞ്ഞാറു സ്ഥിതി ചെയ്യുന്ന ജോർജിയവരെ ഈ സാമ്രാജ്യത്തിൽ ഉൾപ്പെടുന്നു.

ചെങ്കിസ് ഖാന്റെ മോംഗോൾ സാമ്രാജ്യത്തിന്റെ പതനത്തിനു ശേഷം രാജ്യം ക്ഷയിക്കാൻ ആരംഭിച്ചു. ചൈനയുടെയും സോവി യറ്റ് യൂണിയന്റേയും അധിനിവേശങ്ങൾ. സോവിയറ്റ് അധിനിവേശ ക്കാലത്ത് അവരുടെ മതങ്ങളും സംസ്കാരവുമെല്ലാം തകർക്കപ്പെട്ടു. അങ്ങനെ മംഗോളിയയിലെ എല്ലാ സ്ഥലങ്ങളും സന്ദർശിച്ചു. കമ്യൂ ണിസ്റ്റ് ഭരിച്ച സ്ഥലങ്ങളിലും അവർ നിർമ്മിച്ച സ്ക്വയർ ഉണ്ടാകു മല്ലോ. സോവിയറ്റ് അധിനിവേശം അവസാനിപ്പിച്ചപ്പോൾ കമ്യൂണിസ്റ്റ് പ്രതിമകളെല്ലാം മാറ്റി അതു ചെങ്കിസ് ഖാൻ സ്ക്വയറാക്കി മാറ്റി. പലരും ചെങ്കിസ് ഖാൻ മുസ്ലീം ആണെന്നു തെറ്റിദ്ധരിക്കുന്നുണ്ട്. അല്ല. തെങ്ക്രിയിസം എന്നൊരു ഗോത്രമതമായിരുന്നു അത്. തോന്നുന്ന പോലെ അനുഷ്ഠാനങ്ങളുണ്ടായിരുന്ന ആ മതത്തിന് ഒരു ക്രോഡീ കൃത രൂപമുണ്ടാക്കിയതു ചെങ്കിസ് ഖാനാണ്. യാസിക് എന്നറിയ പ്പെടുന്ന ക്രോഡീകരിക്കപ്പെട്ട അനുഷ്ഠാനങ്ങളടങ്ങിയ ഗ്രന്ഥമാണ് അവരുടെ പ്രമാണം.

ഉലൻബത്താറിൽനിന്ന് ഗോബീ ഡിസർട്ടിലേക്കുള്ള യാത്രയിൽ ഉറുഗ എന്ന വനിതാഗൈഡും ഡ്രൈവറുമായിരുന്നു ഞങ്ങളുടെ വഴികാട്ടികൾ. വണ്ടി ഒരു ലാൻസ് ക്രൂസിയർ. നഗരത്തിന്റെ അട യാളങ്ങൾ കഴിഞ്ഞാൽപിന്നെ അനന്തമായ ചക്രവാളവും നെടുനീള ത്തിൽ നടുവിലൂടെ റോഡും. രണ്ടുവശത്തും ഒരു മരംപോലുമില്ല. കുട്ട കമഴ്ത്തിവച്ചപോലെ ആകാശം മാത്രം അതിർത്തി.

ലാൻഡ് ക്രൂയിസർ അതിലൂടെ ചക്രവാളത്തിനപ്പുറത്തേക്കെ ന്നപോലെ കുതിച്ചുപായുന്നു. ഇടയ്ക്കിടയ്ക്കു ചെമ്മരിയാടിൻപറ്റ ങ്ങളെ ഇടയൻ കൊണ്ടുപോകുന്നു. മറ്റു ചിലപ്പോൾ കുതിരകളുടെ

പറ്റത്തേയും അങ്ങനെ കൊണ്ടുപോകുന്ന കാണാം. ഇടയ്ക്കിടയ്ക്കു കൊച്ചുവീടുകൾ. എസ്കിമോകളുടെ വീട് പാഠപുസ്തകങ്ങളിൽ കണ്ടിട്ടില്ലേ, അതുപോലെ. വലിയൊരു പാത്രം കമഴ്ത്തിവച്ച പോലെയാണ് വീടിന്റെ ഡിസൈൻ. നടുവിൽ ഒരു പുകക്കുഴൽ മുകളിലേക്കുയർന്നു നിൽക്കും. ഉറുഗ ഉത്സാഹത്തോടെ എല്ലാം വിവരിച്ചുതരുന്നുണ്ടായിരുന്നു.

നഗരം കഴിഞ്ഞാൽ പിന്നെ മംഗോളിയ ഖനികൾ മാത്രമാണെന്നു തോന്നും. ഭൂരിഭാഗം ആളുകളുടെയും വരുമാനം എന്നതു ഖനികളിലെ ജോലിയാണ്. കഠിനമായ തണുപ്പുകാലത്തേക്കു ഭക്ഷണം സംഭരിച്ചുവെയ്ക്കുന്ന കാര്യം ഉറുഗ പറഞ്ഞത് അവിശ്വസനീയം എന്നു നമുക്കു തോന്നും. കൊടുംതണുപ്പുകാലത്തിനു തൊട്ടുമുമ്പ് കുതിരകളേയോ ഒട്ടകങ്ങളേയോ കൊന്ന് ആ ഇറച്ചി സൂക്ഷിച്ചുവയ്ക്കും. മൈനസ് നാൽപ്പതിനടുത്ത് എത്തുന്ന ആ തണുപ്പുകാലത്ത് ആ ഇറച്ചി ഒട്ടുമേ കേടാകാതെ ഇരിക്കുമത്രെ.

ഖനിവ്യവസായം കഴിഞ്ഞാൽ മംഗോളിയയുടെ മറ്റൊരു പ്രധാന വ്യവസായം തുകലാണ്. മൃഗങ്ങളാണ് പ്രധാന ഭക്ഷണം എന്നതു കൊണ്ടുതന്നെ അവയുടെ തോലുകളുടെ ലഭ്യതയാണിതിനു കാരണം. യാതൊരു കലർപ്പുമില്ലാത്ത ഒറിജിനൽ ലെതർ ബാഗുകൾ അവിടെ ലഭിക്കും. ഞാൻ വാങ്ങിയ ഒരു ഹാൻഡ് ബാഗ് വർഷങ്ങൾക്കിപ്പുറവും പുത്തൻപോലെ ഉപയോഗിക്കാം. വെജിറ്റേറിയൻ ഭക്ഷണം അപൂർവമാണ്. ഭക്ഷണം കഴിക്കാൻ കയറിയപ്പോൾ കണ്ട ഒരു പ്രത്യേകത, അവർ ചോറ് വളരെ കുറവും കറികൾ കൂടുതലുമാണ് കഴിക്കുന്നത് എന്നതാണ്. നമ്മൾ കേരളത്തിലും തമിഴ്നാട്ടിലുമൊക്കെ നേരെ തിരിച്ചാണല്ലോ.

അങ്ങനെ ഞങ്ങൾ ഒരു മലയുടെ അടുത്തെത്തി. തൂൾ നദിയുടെ തീരത്ത്, സോഞ്ചിൻ ബോൾഡൊഗ് (Tsonjin Boldog). വളരെ അകലെ നിന്നേ കാണാവുന്ന ചെങ്കിസ്ഖാന്റെ പടുകൂറ്റൻ പ്രതിമ. തന്റെ കുതിരപ്പുറത്തു പടപ്പുറപ്പാടിന്റെ വേഷഭൂഷാദികളോടെ സ്റ്റെയിൻലസ് സ്റ്റീലിൽ തീർത്ത തിളങ്ങുന്ന ഗംഭീര പ്രതിമ. 130 അടി ഉയരം! 33 അടി ഉയരത്തിലുള്ള ചെങ്കിസ് ഖാൻ കോംപ്ലക്സ് എന്ന കോൺക്രീറ്റ് എടുപ്പിനു മീതെയാണ് ഈ പ്രതിമ. നിസ്തുലം എന്ന് അറിയാതെ നമ്മൾ പറഞ്ഞുപോകുന്നത്ര ഗംഭീരം. അവിടെയിറങ്ങി എല്ലാം ചുറ്റിക്കറങ്ങി കണ്ടു. ഉറുഗ എല്ലാം നല്ലവണ്ണം വിശദീകരിച്ചുതന്നു. മോംഗോൾ വംശത്തിൽ ചെങ്കിസ്ഖാന്റെ പിൻഗാമികളായ 36 ചക്രവർത്തിമാരെപ്പറ്റിയുള്ള എല്ലാ വിവരങ്ങളും അവിടെ ക്രോഡീകരിച്ചുവച്ചിട്ടുണ്ട്. യാത്ര വീണ്ടും തുടർന്നു. അങ്ങനെ ഞങ്ങൾ ഗോബി

ഡിസർട്ട് പരിസരത്തെത്തി. അവിടെയുള്ള കൊച്ചുടൗണിൽ ഹോട്ട ലിലായിരുന്നു താമസം. അടുത്ത പുലർച്ചെ. എന്റെ പിറന്നാൾദിനം. ഭഗവാന്റെ നിർദ്ദേശപ്രകാരം ഞാനിതാ ഇവിടെ എത്തിയിരിക്കുന്നു! ഗോബീ ഡിസർട്ട്.

ഓം ശരവണഭവായ നമഃ

രസകരമായ ഒരു മിത്തിനെപ്പറ്റി പറയാം. ഷംബാല എന്നറിയപ്പെ ടുന്ന ഒരു മിത്ത്. ഇതു വേറെ ഒരു ലോകമാണ്. ടൈം ട്രാവലർ സിദ്ധികൾ ഉള്ളവരുടെ ഒരു സംഗമഭൂമിയാണ് ഷംബാല. ഓരോ അവസരങ്ങളിൽ എന്തെങ്കിലുമൊരു ദൗത്യത്തിനായി ഭൂമിയിലേക്കു വരും. ദൗത്യം തീർത്ത് ഷംബാലയിലേക്കു തിരികെപ്പോകും. ലോകത്തെ മാറ്റിമറിച്ച പല അവതാരങ്ങളും മറ്റൊരു ടൈം സോണിൽ നിന്ന് ഭൂമിയിൽ വരുന്നതിനും ദൗത്യനിർവഹണത്തിനുശേഷം പോകുന്നതിനുമുള്ള ഗേറ്റ് വേ ആണ് ഷംബാല. കൂട്ടത്തിൽ പറ യട്ടെ, ഷംബാലയുടെ ലൊക്കേഷനെപ്പറ്റി പലവിധ വാദങ്ങളുണ്ട്. ചിലർ ടിബറ്റിലാണ് അതെന്നും മറ്റു ചിലർ ഹിമാലയസാനുക്കളി ലെവിടെയോ ആണെന്നും വേറെ ചിലർ ഇവിടെ ഗോബീ ഡിസർ ട്ടിലാണെന്നും കരുതുന്നു. എനിക്കു ഭഗവാൻ നൽകിയ ഡയറക്ഷൻ അതു ഗോബീ ഡിസർട്ടിലാണ് എന്നാണ്.

ഒരിക്കൽ ഒരു മംഗോളിയൻ സന്യാസി ഗോബീ ഡിസർട്ടിൽകൂടി സഞ്ചരിക്കുമ്പോൾ ഒരു വേവ് കാണുന്നു. അദ്ദേഹത്തിനപ്പോൾ കിട്ടിയ ജ്ഞാനദൃഷ്ടിപ്രകാരം നാലാം ഡൈമൻഷനിലേക്കുള്ള ഗേറ്റ് വേ ആണിത് എന്നു മനസ്സിലായി. അദ്ദേഹം അവിടെയുള്ള ജന ങ്ങളെ വിളിച്ചുകൂട്ടി ഈ പ്രദേശത്തിന്റെ സവിശേഷതയെപ്പറ്റി ഉദ് ബോധിപ്പിച്ചു. ആ ഇടം അന്നുമുതൽ ഒരു വിശുദ്ധസ്ഥലമായി കണ ക്കാക്കിത്തുടങ്ങി. അവിടെ വന്ന് പ്രാർത്ഥിക്കലും മറ്റും ആരംഭിച്ചു. ഈ സ്ഥലത്ത് ഇന്നു നാല് കവാടങ്ങൾ ഉണ്ട്. നാല് ഗേറ്റുകൾ എന്നാണവ അറിയപ്പെടുന്നത്.

ചുവന്ന മണ്ണ്. തണുത്ത കാറ്റ്. വെയിൽ. ധാരാളം ആളുകൾ അവിടെ ആ മണ്ണിൽ മലർന്നുകിടന്ന് എനർജി സ്വീകരിക്കുന്നുണ്ട്. ഞാൻ അവിടെ ആവോളം സമയമിരുന്ന് ധ്യാനിച്ചു. അന്നുരാവിലെ മുതലേ എനിക്ക് ആ ഒരു വൈബ്രേഷൻ കിട്ടുന്നുണ്ടായിരുന്നു. ധ്യാനസമയത്ത് അത് ഉച്ചസ്ഥായിയിലായി. മംഗോളിയൻ ഛായയി ല്ലാത്ത ഞങ്ങളെ ആളുകൾ അത്ഭുതത്തോടെ നോക്കുന്നുണ്ടായിരുന്നു വെന്നു ദേവേട്ടൻ പിന്നീടു പറഞ്ഞു. കൗതുകത്തോടെ അവർ ഞങ്ങ ളോടു സംസാരിച്ചു.

പിന്നീട് അവിടെയുള്ള ഒരു ഗുഹാമുഖത്ത് ഞാൻ കുറെ നേരം ഇരുന്നു. ചെങ്കിസ് ഖാൻ എന്ന പോരാളിയുടേയും സൈന്യത്തിന്റേയും ആരവം ഞാൻ കേട്ടു. അതൊന്നടങ്ങിയപ്പോൾ ഞാൻ ആലോചിക്കാൻ തുടങ്ങി.

ഈ സ്ഥലത്ത് എന്റെ ജന്മദിവസം എത്താൻ എന്നോടു ഭഗവാൻ ആവശ്യപ്പെട്ടിരിക്കുന്നതെന്തിന്? ഭഗവാൻ പിറന്നാൾദിനത്തിൽ എന്നെ അവിടെ എത്തിച്ച് ആ എനർജി സ്വാംശീകരിക്കാൻ കൽപ്പിച്ചെങ്കിൽ അതു വെറുതെയല്ല എന്നെനിക്ക് ഉറപ്പാണ്. അധികാരവും ആത്മീയതയും ഒത്തുചേരുന്ന എനർജി പോയന്റാണത്.

ഓം ശരവണഭവായ നമഃ

തിരിച്ച് ഉലൻബത്തോർ എത്തിയപ്പോൾ രാംകുമാറും ഭാര്യയും വീട്ടിൽവച്ച് അവരുടെ സങ്കടം പറഞ്ഞു. വിവാഹശേഷം അവർക്കിതുവരെ കുട്ടികളായില്ല. ഞാൻ മുരുകഭഗവാനെ വിളിച്ചു പ്രാർത്ഥിച്ചു. ഒരു പരിചയക്കാരുമില്ലാത്ത നാട്ടിൽ ഭഗവാനായി നമുക്കു സഹായിയാക്കിയ ആളാണ് രാംകുമാർ. അതിനാൽതന്നെ ഭഗവാൻ അവരെ നിരാശരാക്കില്ല എന്നൊരു ഉറപ്പ് എനിക്കുണ്ട്. ആ ഉറപ്പ് ഞാനവർക്കു നൽകി. ഇതെഴുതുന്ന ഈ നിമിഷം ആ വീട്ടിൽ അവരുടെ കണ്മണി കുസൃതിയുമായി ഓടിക്കളിക്കുന്നുണ്ട്! എല്ലാം മുരുകപ്പെരുമാളുടെ കൃപ.

ഇന്നു LMRKയ്ക്ക് കുറെ അംഗങ്ങളുള്ള ഒരു രാജ്യമാണ് മംഗോളിയ.

ഓം ശരവണഭവായ നമഃ

ആസ്ത്രേലിയ - കുമാരികാണ്ഡബാന്ധവം

അങ്ങനെയിരിക്കെ ഒരുനാൾ എനിക്കു ഭഗവാന്റെ മെസേജ് വരുന്നു. പഴയപോലെ വീണ്ടും. വ്യക്തമല്ല. ഞാൻ ഡീകോഡിംഗ് തുടങ്ങി. ഒന്നിനുപുറകെ ഒന്നായി ക്ലൂകൾ വന്നുതുടങ്ങി. ഒരു യുദ്ധം നടന്ന സ്ഥലം. കുമാരികാണ്ഡകാലം. മുരുകന്റെ പോരാളികൾ വിശ്രമിച്ച വലിയ ഗുഹ. ഒരു വലിയ മലയുടെ സൈഡിലാണ്. സൂരസംഹാര ദിവസം അവിടെ പൂജ നടത്തണം.

കിട്ടിയ വിവരങ്ങൾവച്ച് ഞാൻ എത്തുംപിടിയുമില്ലാതെ നിൽക്കുമ്പോൾ അതാ എനിക്ക് ഒരു കോൾ വരുന്നു. ആസ്ത്രേലിയയിൽനിന്ന്. ഊർജസ്വലമായ സ്വരത്തിൽ ഒരു പെൺകുട്ടി. ഷാരു. അവിടത്തെ ഒരു തമിഴ് FM റേഡിയോവിൽനിന്നാണ്. അവൾക്കൊരു ഇന്റർവ്യൂ വേണം! ഞാനപ്പോൾ പഴനിയിലേക്കുള്ള യാത്രയിലായിരുന്നു. അടുത്ത ദിവസം ഇന്ന സമയത്തു വിളിക്കാൻ പറഞ്ഞു. അന്നേരം ഞാൻ ഐവർമലയിലായിരിക്കും. ശാന്തം വിജനം ആയ സ്ഥലമാണ്. ഭഗവാന്റെ ഈ മെസേജ് ഞാൻ ഡീകോഡ് ചെയ്യുന്ന ദിവസങ്ങളിലാണല്ലോ ഷാരു വിളിക്കുന്നത്. അതിലും വലിയ ക്ലൂ എന്താണു ഭഗവാൻ തരാൻ?

അടുത്ത ദിവസം ഷാരു വിളിച്ച് ഇന്റർവ്യൂ എടുക്കുന്നു. അതിൽ ഞാൻ ഇക്കാര്യം പറഞ്ഞു. രണ്ടുനാൾ മുമ്പ് ഇങ്ങനെ ഭഗവാൻ എനിക്കൊരു മെസേജ് നൽകിയിരുന്നെന്നും അതിന്റെ ഡീകോഡിംഗ് പ്രക്രിയയിലായിരുന്നു ഞാനെന്നും. സ്ഥലം ആസ്ത്രേലിയ ആണെന്നു മാത്രമേ കിട്ടിയിട്ടുള്ളൂ എന്നും. ഇന്റർവ്യൂ കഴിഞ്ഞ ഉടൻ ഷാരു, എങ്കിൽ വരൂ ആസ്ത്രേലിയയിലേക്ക്, വൈകിക്കേണ്ട എന്ന്! എങ്ങനെ? ഞങ്ങൾ ഇൻവൈറ്റ് ചെയ്യാം എന്ന് അവൾ. ആസ്ത്രേലിയൻ വിസിറ്റിനു വിസ കിട്ടാൻ ആദ്യ നടപടി അത്തരം ഇൻവിറ്റേഷൻ ആണത്രെ. ഒരാഴ്ചയ്ക്കുള്ളിൽ എന്റെ ഡീകോഡിംഗ് പ്രക്രിയ പൂർത്തിയായി. ആസ്ത്രേലിയയിലെ ബ്ലൂ മൗണ്ടൻസ് & ജനോലിൻ കേവ്സ് എന്ന

സ്ഥലമാണ് ഇതെന്നും അവിടം ഞാൻ ഉടൻ സന്ദർശിക്കാൻ ഉദ്ദേശിക്കുന്നുവെന്നുംകൂടി പറഞ്ഞു.

പിന്നെ എല്ലാം പെട്ടെന്നായിരുന്നു. ആസ്ത്രേലിയ വിസയ്ക്കു പ്രൊസസിംഗ് കൂടുതലാണ്. വിസ കിട്ടി. അവിടെ എത്തി, സിഡ്നിയിൽ. നവംബറായിരുന്നു. സൂരസംഹാരകാലം. ആസ്ത്രേലിയയിൽ നവംബർ - ഡിസംബർ തണുപ്പല്ല. ചൂടുകാലമാണ്. മുമ്പത്തെപ്പോലെ റിയ ട്രാവൽസോ ഗൈഡോ ഹോട്ടലോ ഒന്നും വേണ്ട. ആസ്ത്രേലിയയിൽതന്നെ ഏറെ LMRK ഫ്രൻഡ്സ് ഉണ്ട്. ഷാരുവിന്റെ വീട്ടിലായിരുന്നു താമസം. സ്വന്തക്കാർപോലെ അവളും കുടുംബവും. എന്തിനും ഏതിനും നിറയെ നമ്മുടെ സ്വന്തം LMRK കൂട്ടുകാർ. അപരിചിതത്വം ഒട്ടുമേ തോന്നാത്ത സന്ദർശനം. അങ്ങനെ ബ്ലൂ മൗണ്ടൻസ് ഹില്ലിൽ എത്തി.

ആസ്ത്രേലിയയിൽ തനതു നിവാസികളായ അബോർഗിൻസിന്റെ സ്വർഗഭൂമിയായിരുന്നു ബ്ലൂ മൗണ്ടൻസ്. പടിഞ്ഞാറൻ സിഡ്നിയിൽ 1100 അടിയോളം ഉയരത്തിൽ നീലവർണ്ണത്തിലുള്ള ഒരുതരം ചെടികൾ നിറഞ്ഞ അവരുടെ വിഹാരഭൂമിയായിരുന്നു അത്. ഭൂമിയിലെ അതീവഭംഗിയുള്ള ഒരു മസ്റ്റ് സീ പ്ലേസാണിത്. തിരക്കുള്ള ടൂറിസ്റ്റ് കേന്ദ്രം. അതിന്റെ ഒരു ഭാഗത്ത് ഭഗവാൻ പറഞ്ഞതുപോലെ നിറയെ ഗുഹകൾ. ജനോലിൻ കേവ്സ്. പ്രകൃതി നിർമ്മിച്ച ഷെൽട്ടറുകൾ. ചുണ്ണാമ്പുകല്ലുകളാണ്. വളരെ വലുതും സ്പേഷ്യസുമായ ഒട്ടേറെ ഗുഹകൾ. 10 വമ്പൻ ട്രെയിലറുകൾ കേറ്റിയിട്ടാലും പിന്നെയും സ്ഥലം ബാക്കിയാവുംവിധമുള്ള വിശാലമായ ഗുഹകൾ. ഇവിടെയാണു കുമാരികാണ്ഡകാലത്തു ഭഗവാന്റെ പടയാളികൾ വിശ്രമിച്ചത്. പൊടുന്നനെ ആക്രമിക്കാനും ഒളിച്ചിരിക്കാനുമുള്ള തുറസ്സും ഒളിവിടങ്ങളുമുള്ള, ഒരു പെർഫെക്റ്റ് യുദ്ധഭൂമിയെന്നു തോന്നിപ്പിക്കുന്ന ഭൂമിക. ഭഗവാന്റെ പാദങ്ങൾ പതിഞ്ഞ ആ ഗുഹകളുടെ തറയിൽ ഞാൻ ദണ്ഡനമസ്കാരം ചെയ്തു.

കുമാരികാണ്ഡകാലത്ത് ആറുപടൈവീട് ഉണ്ടായിരുന്നു. ലോകത്തിലെ ആറ് എനർജി പോയന്റുകളാണവ. അതിലൊന്നാണിത്. കുമാരികാണ്ഡത്തിന്റെ വിനാശകാലത്തു ചിതറിത്തെറിച്ച ജനതയിൽ തമിഴ് മണ്ണിൽ ഒത്തുചേർന്നവർകൂടി പിന്നീട് ഈ പുരാതന ആറുപടൈവീടിന്റെ റിപ്ലിക്ക ഉണ്ടാക്കിയതാണ് തമിഴ്നാട്ടിൽ ഇപ്പോൾ നിലവിലുള്ള ആറുപടൈവീട് എന്ന ആറു മുരുകക്ഷേത്രങ്ങൾ. അതായത് തമിഴ്നാട്ടിലെ ആറ് എനർജി പോയന്റുകൾ. കുമാരികാണ്ഡ പുനഃസ്ഥാപനം നടക്കുമ്പോൾ ഈ പഴയ ഒറിജിനൽ ആറുപടൈവീട് പുനഃസ്ഥാപിക്കപ്പെടും. അതിൽ ഒന്നാമത്തേതാകും ബ്ലൂ മൗണ്ടൻസ്. തിരുച്ചെന്തൂരിന്റെ ഒറിജിനൽ വെർഷൻ എന്നു പറയാം. ഉള്ളിൽ കുമിഞ്ഞുകൂടിയ ഒരു തരം ഉന്മാദത്തോടെ ഞങ്ങൾ അവിടെ പൂജ

നടത്തി. കുമാരികാണ്ഡത്തിലെ പിതൃക്കൾക്കും ഭഗവാനുംവേണ്ടി. സത്യമായും മുരുകയുഗം ആരംഭിക്കുന്നതിന്റെ ആ ഒരു വൻ ത്രിൽ ഞങ്ങൾക്ക് അനുഭവിക്കാനായി.

സിഡ്നിയിൽ കുറച്ച് വീടുകളിലേക്കു പൂജ ചെയ്യാൻ ക്ഷണം കിട്ടി. അവിടെനിന്നു മെൽബണിലേക്കു പോയി. മെൽബണിൽ രണ്ടു പേരെ കാണേണ്ടതുണ്ടായിരുന്നു. നാലുദിവസവും കൈയിലുണ്ട്. താരതമ്യേന റിലാക്സ് ആയി നഗരക്കാഴ്ചകൾ കാണാം എന്നൊരു ആശ്വാസമുണ്ട്.

മെൽബണിൽ ചെന്നിറങ്ങിയപ്പോഴാണ് എന്റെ പഴയ ചങ്ങാതി ജോയി മെൽബണിൽ ആണല്ലോ എന്നോർത്തത്. തിരൂർകാരൻ. YBCയിലെ നാടകകലാ പ്രവർത്തനങ്ങളിൽ എന്നും കൂടെയുണ്ടായിരുന്നവൻ. പക്ഷേ, നമ്പർ കൈയിലില്ല. ഫേസ് ബുക്കിൽ കേറി നോക്കി. മെസഞ്ചറിൽ മെസേജിട്ടു. അടുത്ത സെക്കൻഡിൽ അളിയാ വിളി. പഴയ അതേ ആവേശം. അവൻ പക്ഷേ, മുന്നൂറു കിലോമീറ്റർ അകലെയാണ്. എനിക്ക് ആദ്യം പോകേണ്ടത് ശ്രീ ഇളങ്കോയുടെ വീട്ടിലും. മെൽബണിലെ സ്പിരിച്വൽ സോണിലെ ഒരു പ്രമുഖനാണ് ഇളങ്കോ എന്ന ശ്രീലങ്കക്കാരൻ. ജോയിയുടെ വീടിന്റെ ദിശയിൽ 150 കിലോമീറ്റർ പോകണം ഇളങ്കോയുടെ വീട്ടിലേക്ക്. അപ്പോൾ ജോയിക്കു 150 കിലോമീറ്റർ ലാഭമായി.

ഓസ്ട്രേലിയയിൽ ബോട്ട് യാത്രയ്ക്കിടെ

ഇളങ്കോയുടെ വീട്ടിൽ ചെന്നപ്പോഴാണു രസം. ഒരു അമ്പതു പേർ ഉണ്ടാകും. അവർ എന്നെക്കാണാനാണ് നിൽക്കുന്നത്. അവരാരും LMRK അംഗങ്ങൾ അല്ല. ഞങ്ങളുടെ രീതിയും അവർക്കറിയില്ല. സാമ്പ്രദായികരീതിയിലുള്ള ഒരു ആത്മീയദിവ്യനെ കാത്തു നിൽക്കുന്നവർ കാണുന്നത്, കാറിൽനിന്നിറങ്ങുന്ന ജീൻസും ഷർട്ടും ധരിച്ച സ്റ്റൈലൻ ബാഗ് പുറത്തിട്ട എന്നെയാണ്. വീട്ടിലെ ഹാളിൽ പ്രധാന സ്ഥാനത്തു സിംഹാസനംപോലെ ഒരു ചൂരൽക്കസേര. അതിൽ ചുവന്ന വെൽവെറ്റ് വിരിച്ചിട്ടിരിക്കുന്നു. ഇതൊന്നും നമുക്കു ശരിയാകില്ല എന്നു പറഞ്ഞ് ഞാൻ നിലത്തിരുന്നു. അത്ഭുതംകൊണ്ട് മിഴിഞ്ഞുനിൽക്കുന്ന എല്ലാവരേയും ചുറ്റുമിരുത്തി. പൂജ ചെയ്യുന്ന നേരം ജോയ് വന്നു. അവനും അവിടെ വൻസ്വീകരണം കിട്ടി. രസം എന്തെന്നാൽ ജോയി ഒരു യുക്തനാണ്, എന്നാൽ ഒരു ഭക്തനെപ്പോലെ ഇരുന്ന് പൂജയൊക്കെ കണ്ടു. പാവം.

അന്നു രാത്രി ജോയിയുടെ വീട്ടിലായിരുന്നു. അവന്റെ ഭാര്യയും അമ്മയും പിള്ളേരും. പുരാതന കുമാരികാണ്ഡത്തിലിരുന്നൊരു തിരൂർ സല്ലാപ രാത്രി.

അടുത്ത ദിവസം വിശ്വനാഥൻ എന്നൊരാളെ കാണേണ്ടതുണ്ടായിരുന്നു. അല്പം ആരോഗ്യപ്രശ്നങ്ങളുള്ള അദ്ദേഹത്തിനടുത്തേക്ക് എന്നെ കൊണ്ടുപോയതൊക്കെ പവൻ എന്നൊരാളാണ്. മലേഷ്യക്കാരൻ. തമിഴ് അറിയില്ല. വിശ്വാസി അല്ല. എനിക്കിനിയും രണ്ടു ദിവസമുണ്ട് മെൽബണിൽ. ഒന്ന് എല്ലായിടവും ചുറ്റിക്കറങ്ങണം എന്നു പറഞ്ഞപ്പോൾ പവൻ ആ രണ്ടുദിവസം മുഴുവൻ എന്റെ കൂടെനിന്നു. ഊഷ്മള സൗഹൃദം അനുഭവിച്ച രണ്ടു നാളുകൾ. ഇത്രത്തോളം ഞാൻ ഒരു സിറ്റിയും എക്സ്പ്ലോർ ചെയ്തിട്ടുണ്ടാകില്ല, സത്യം. (പിന്നീട് ഞാൻ ആസ്ത്രേലിയയിൽ എത്തിയപ്പോൾ എന്റെ എല്ലാ തിരക്കുകളും മാറ്റിവച്ച് പവനെ കാണാൻ പോയി. പാടുപെട്ടാണ് അരദിവസം ഫ്രീ ആക്കിയത് അന്ന്; ഇദ്ദേഹത്തെ കാണാൻ വേണ്ടി മാത്രം. അന്ന് അദ്ദേഹത്തെ കണ്ടപ്പോൾ, കാണാൻവേണ്ടി മാത്രം ഞാൻ ചെന്നതാണ് എന്നറിഞ്ഞപ്പോൾ പവൻ കണ്ണുനീരോടെ എന്നെ ആശ്ലേഷിച്ചു. സൗഹൃദം എന്നാലെന്തെന്നും സന്തോഷക്കണ്ണീർ എന്നാലെന്തെന്നും ജീവിതത്തിൽ ആദ്യമായിട്ടാണ് താനറിയുന്നതെന്നും പറഞ്ഞപ്പോൾ എന്റെ കണ്ണുനിറഞ്ഞു. നാം ഒരിക്കലും വിചാരിക്കാത്ത എത്രയോ ഊഷ്മള ബന്ധങ്ങളാണിങ്ങനെ ലോകത്തുള്ളത് എന്നു തോന്നി. എല്ലാം ഭഗവാന്റെ കൃപ എന്നു ഞാനും, ഇതൊക്കെ മാനവികതയുടെ സാക്ഷ്യങ്ങൾ എന്നു വിശ്വാസിയല്ലാത്ത പവനും ചിന്തിച്ചുപോയി.)

തിരികെയുള്ള യാത്രയിൽ രസകരവും ആഹ്ലാദകരവുമായ ഒരു സംഗതി ഉണ്ടായി. തൊട്ടടുത്ത സീറ്റിലിരിക്കുന്ന ഒരാൾ എന്നെ

ഓവറായി ശ്രദ്ധിക്കുന്നപോലെ. എന്തേ എന്ന എന്റെ ചോദ്യത്തിന്, അദ്ദേഹം ഏതോ ഒരു പേരു ചോദിച്ച് ഇന്ന ആളല്ലേ എന്ന്. ഞാൻ അല്ല എന്നും. അദ്ദേഹം സോറി പറഞ്ഞു. വിമാനം ടേക്കോഫ് സമയത്ത് ഞാൻ മൊബൈലിൽ മുരുക ഭഗവാന്റെ ഫോട്ടോ എടുത്ത് ഒന്നു തൊട്ടുഴിയുക പതിവാണ്. ഇതുകണ്ട അദ്ദേഹത്തിന്റെ മുഖം പ്രകാശിച്ചു. രജിത് കുമാർ? ഞാൻ അതേ! ഹൊ!! അദ്ദേഹത്തിന്റെ ആഹ്ലാദം കാണണമായിരുന്നു. അറുമുഖം. മെൽബണിൽ ബിസിനസുകാരൻ. മൂന്നാമത് കണ്ണ് പ്രോഗ്രാമിൽ കണ്ടതിനാൽ എന്നെ നല്ല മുഖപരിചയം തോന്നിയതാണത്രെ. എന്നാൽ അത് ഓർമ്മയും വന്നില്ല. മറ്റാരോ എന്നു കരുതിയാണ് ചോദിച്ചത്. പക്ഷേ, മുരുകന്റെ ഫോട്ടോ തൊട്ടുതൊഴുന്നതു കണ്ടപ്പോഴാണ് ഉറപ്പിച്ചത്.

ആ പ്രോഗ്രാം കണ്ടപ്പോൾ അദ്ദേഹം ആഗ്രഹിച്ചിരുന്നുവത്രെ, എന്നെ കാണാനും സംസാരിക്കാനും. എന്തായാലും സിംഗപ്പൂർ ഇറങ്ങുംമുമ്പ് ഞങ്ങൾ അടുത്ത സുഹൃത്തുക്കളായി മാറി. അവിടം കൊണ്ട് തീർന്നില്ല!

2018 ഫെബ്രുവരിയിൽ എനിക്ക് അടുത്ത മെസേജ് കിട്ടുന്നു. ഡീകോഡ് ചെയ്തപ്പോൾ ലയേൺ ഐലൻഡ് എന്ന സ്ഥലമാണ്. ന്യൂ സൗത്ത് വെയിൽസ് എന്ന സംസ്ഥാനം. ആസ്ത്രേലിയ. അത്ഭുതം നോക്കണേ, ഈ മെസേജ് ഡീകോഡ് ചെയ്ത ദിവസം അറുമുഖം എന്നെ വിളിക്കുന്നു. ടിക്കറ്റ് എടുക്കുന്നു. ഞാൻ ഉടൻ എത്തണം ആസ്ത്രേലിയയിലേക്ക്! എന്തിന്? അദ്ദേഹം പുതിയൊരു ബിസിനസ് സംരംഭം ആരംഭിക്കുന്നു. അതിന്റെ ഉദ്ഘാടനദിവസം പൂജിക്കണമെന്ന്. എന്റെ വിസ കാലാവധി കഴിഞ്ഞിരുന്നില്ല. അതിനാൽ ഓഫീസിൽനിന്ന് NOC എടുക്കുക എന്നൊരു കടമ്പയേ ഉണ്ടായിരുന്നുള്ളൂ. അങ്ങനെ രണ്ടാമതും ആസ്ത്രേലിയയിൽ എത്തുന്നു.

ഇത്തവണ ആസത്രേലിയയ്ക്കും മെൽബണിലും പെർത്തിലും ഒക്കെ ധാരാളം LMRK അംഗങ്ങളായിരുന്നു. അറുമുഖം സ്വീകരിക്കാൻ വന്നു. പെർത്ത് നഗരമായിരുന്നു അദ്ദേഹത്തിന്റെ തട്ടകം. സന്തോഷകരമായി അദ്ദേഹത്തിന്റെ പുതിയ സംരംഭത്തിനുവേണ്ടിയുള്ള പൂജ കഴിഞ്ഞു. ഏറെ വീടുകളിൽ പൂജ ഉണ്ടായിരുന്നു. ലയേൺ ഐലൻഡിന്റെ കാര്യം അറുമുഖത്തോടു പറഞ്ഞിരുന്നു. എല്ലാ ഏർപ്പാടും ഞാൻ ചെയ്തുതരും എന്ന് അറുമുഖം.

ഇനി നിങ്ങൾക്ക് ഒരാളെ പരിചയപ്പെടുത്താം. മിസ്റ്റർ കോളിൻ ഹെയ്തർ (Colin Hayter). ആർക്കിയോളജിസ്റ്റ് ആണ്. ആസ്ത്രേലിയൻ. അദ്ദേഹം എങ്ങനെയോ എന്റെ കുമാരികാണ്ഡ പുനഃസ്ഥാപനദൗത്യത്തെപ്പറ്റി അറിഞ്ഞ് മെസഞ്ചറിൽ ബന്ധപ്പെട്ടിരുന്നു. ഞങ്ങളുടെ വേവ് ലെങ്ത് ഒന്നാണെന്നു പെട്ടെന്നു പിടികിട്ടി. കുമാരി

കാണ്ഡത്തെപ്പറ്റി നല്ല വ്യുല്പത്തി ഉള്ള ആളാണദ്ദേഹം. അബോർ ഗിൻസിന്റെ (ആസ്ത്രേലിയയിലെ തനത് ആദിവാസികൾ) ഭാഷ യ്ക്ക് കുമാരികാണ്ഡവുമായി ബന്ധമുണ്ടെന്നാണ് അദ്ദേഹം പറ യുന്നത്.

അറുമുഖത്തെക്കൊണ്ട് അദ്ദേഹത്തെ വിളിപ്പിച്ചു. കാരണം ഫോണിൽകൂടി ആ ഇംഗ്ലീഷ് എനിക്കു പിടികിട്ടില്ല. അറുമുഖം സംസാരിച്ചു. വീണ്ടും മുരുകന്റെ കളി! എന്താണ്? വിളിക്കുമ്പോൾ അദ്ദേഹം ലയേൺ ഐലൻഡിനടുത്താണ് നിൽക്കുന്നത്. ശരിക്കും വീട് ആയിരം കിലോമീറ്റർ അപ്പുറം ക്വീൻസ് ലാൻഡിലാണത്രെ! നാളെ എത്തുകയാണെങ്കിൽ കാണാം ലയേൺ ഐലൻഡിൽ വച്ച് എന്ന് അദ്ദേഹം. രണ്ടുദിവസം ആളവിടെ ഉണ്ടെന്ന്. എന്റെ ഉള്ളം തുടിച്ചു.

അറുമുഖം ഉടൻ രണ്ട് ടിക്കറ്റെടുത്തു സിഡ്നിയിലേക്ക്. അവിടെ അറുമുഖത്തിന്റെ ഒരു സുഹൃത്ത് ഉണ്ട്. ഒരു റഷ്യക്കാരൻ. പേര് ഒലെഗ് (Oleg). രസികൻ. പിക്കപ്പ് വണ്ടി. പിറകിൽ ഫുൾ സെറ്റപ്പുണ്ട്. ബാർബിക്യൂ സ്റ്റാൻഡ്, ചൂണ്ട, മദ്യം. ജീവിതം ആഘോഷിക്കുന്ന ഒരാൾ. സന്തോഷവാനായും തന്റെ ഊർജ്ജം കൊണ്ട് ചുറ്റുമുള്ള തിനെയെല്ലാംതന്നെ ഊർജസ്വലരാക്കിയും ജിൽജിൽ എന്നു ത്രസിച്ചു കൊണ്ടിരിക്കുന്ന പേഴ്സണാലിറ്റിയാണ് ഒലെഗ്. വെളുപ്പിന് ഉദയ ത്തിനുമുമ്പ് എത്താനാണ് കോളിൻ പറഞ്ഞത്. ഒരു കാടിന്റെ പരിസരത്താണ് ചെല്ലാൻ പറഞ്ഞിരിക്കുന്നത്. ഞങ്ങളെത്തി അദ്ദേ ഹത്തെ വെയ്റ്റ് ചെയ്തു. കുറ്റാക്കൂരിരുട്ടിനെ തുളച്ചുകൊണ്ട് ഒലെ ഗിന്റെ വണ്ടിയുടെ വെളിച്ചംമാത്രം.

എനിക്കിപ്പോഴും ഒരു സിനിമാ ഫ്രെയിം പോലെ അതോർമ്മ യുണ്ട്. ഇരുളിൽനിന്നു ഹെഡ്ലൈറ്റ് വെളിച്ചം നിർമ്മിച്ച തുരങ്കത്തി ലേക്ക് ഒരാൾ കയറിവരുന്നു. ഒലെഗിന്റെ വണ്ടിയിലെ സ്റ്റീരിയോ യിൽനിന്നുള്ള ഏതോ റാപ്പ് സംഗീതത്തിന്റെ ബാക്ക്ഗ്രൗണ്ട് ഉള്ളതു കൊണ്ടോ എന്തോ കോളിന്റെ ആ വരവ് എന്റെ ഉള്ളിൽ പെർമെന ന്റായി രജിസ്റ്റർ ചെയ്യപ്പെട്ടു. ഒരു പർവതാരോഹകന്റെ മട്ടിൽ അദ്ദേഹം നടന്നുവരുന്നു. ഊർജ്ജം നിറഞ്ഞ നടത്തം. തിളങ്ങുന്ന കഷണ്ടി. അതിനേക്കാൾ തിളങ്ങുന്ന കണ്ണുകൾ. ചിരപരിചിതരാണല്ലോ നമ്മൾ എന്ന രീതിയിൽ അദ്ദേഹം വന്ന് വണ്ടിയിൽ കയറി.

കാട്ടിൽനിന്ന് അല്പദൂരം സഞ്ചരിച്ച് ഞങ്ങൾ കടലിന്റെ അടുത്തു പോയി. അങ്ങകലെ കടലിൽ, ഇരുളിൽ കൂടുതൽ ഇരുണ്ട് ഒരു സിംഹം കിടന്നുകൊണ്ട് തല ഉയർത്തുംപോലെ ലയേൺ ഐലൻഡ്. ഓരോ പകലും ഭൂമിയിൽ സൂര്യന്റെ ആദ്യരശ്മി പതിക്കുക ലയേൺ ഐലൻഡിൽ ആണെന്നു കോളിൻ പറഞ്ഞു. ആദ്യരശ്മി ഭൂമിയെ

തേടി എത്തുന്നത് അതിന്റെ മുഖപ്പിലുള്ള ഒരു ഗുഹയിലത്രെ. ഒരു പാട് രഹസ്യങ്ങൾ ഉള്ള സ്ഥലമാണ്. ഗവണ്മെന്റ് അതിലേക്കുള്ള പ്രവേശനം നിരോധിച്ചിരിക്കുന്നു. കുമാരികാണ്ഡത്തിന്റെ വിനാശ കാലത്ത് ഇവിടമാകെ മുങ്ങിപ്പോയപ്പോൾ ഇവിടെയുള്ളവർ ചിതറി ഈജിപ്തിലെത്തി. അവിടെ, ഈജിപ്തിൽ ലയേൺ ഐലൻഡിന്റെ റിപ്ലിക്ക ഉണ്ടാക്കിയത്രെ അവർ. സിംഹത്തല (Sphinx). ഇവിടെ പ്രകൃത്യാ ഉണ്ടായത്, അവിടെ മനുഷ്യനിർമ്മിതി. പിന്നീട്, ഈജി പ്തിൽനിന്ന് ഇദ്ദേഹം ഒരത്ഭുതം എന്നെ അറിയിച്ചു. അവിടെനിന്ന് കുഴിച്ചെടുത്ത വഞ്ചിയിൽ തമിഴ് അക്ഷരങ്ങൾ കണ്ടത്രെ! കോളിൻ ഹെയ്തർ ചിരിച്ചുകൊണ്ട് എന്നോട് അന്നു പറഞ്ഞ കാര്യം കേൾക്കൂ: ''ഞാൻ പ്രൊഹിബിറ്റഡ് ഏരിയയിലൊക്കെ ഒളിച്ചുകേറി ഓരോന്നു തേടിപ്പിടിക്കുന്നു. നിനക്ക് നിന്റെ മുരുകൻ ഒക്കെ ഫ്രീയായി പറഞ്ഞു തരുന്നു. കൊള്ളാം.''

ശരിയാണ്. പാറയുടെ നിറമുള്ള വസ്ത്രങ്ങൾ ധരിച്ച് അദ്ദേഹം ലയേൺ ഐലൻഡിൽ കടന്നുകയറിയിട്ടുണ്ടത്രെ. കൃത്യമായ ഇടവേളകളിൽ ഹെലികോപ്ടർ നിരീക്ഷണത്തിനു വരും. അകലെ നിന്നേ ചോപ്പർ വരുന്നതു കാണാമല്ലോ. അപ്പോൾ പാറയിൽ പറ്റി ച്ചേർന്നു കിടന്ന് പാറയുടെ കളറുള്ള തുണികൊണ്ടു മൂടി മറ്റൊരു പാറയായി നിരീക്ഷകരെ പറ്റിക്കുമത്രെ! അങ്ങനെ എടുത്ത പല ഫോട്ടോഗ്രാഫ്സും കാണാൻ എനിക്കു ഭാഗ്യമുണ്ടായിട്ടുണ്ട്.

അബോർഗിൻസ് ഉണ്ടല്ലോ, ആസ്ത്രേലിയൻ തനത് നിവാസി കൾ. അവരുടെ എല്ലാം അതിവിശ്വാസമാർജ്ജിച്ചിട്ടുള്ള മനുഷ്യനാണ് കോളിൻസ്. അവർ അങ്ങനെ ആരെയും വിശ്വാസത്തിലെടുക്കില്ല. എന്നാൽ ഇദ്ദേഹത്തെ അവർക്കു വിശ്വാസവും ബഹുമാനവുമാണ്. അവരുടെ ഔദ്യോഗിക വക്താവുപോലുമാണ് അദ്ദേഹം. അതിന്റെ ഭാഗമായി അവരുടെ ആചാരപ്രകാരം മൂപ്പൻ സ്റ്റാറ്റസ് ഉള്ളവർക്കു മാത്രം കൈയിൽ പിടിക്കാവുന്ന ഒരു നീളമുള്ള അധികാരദണ്ഡ് ഇദ്ദേഹത്തിനവർ കൈമാറിയിട്ടുണ്ട്. ഒരിക്കൽ ആ ദണ്ഡ് എനിക്കു പിടിക്കാൻ തന്നു.

വിശേഷങ്ങൾ പറഞ്ഞുനിൽക്കുന്നതിനിടെ സൂര്യൻ ഭൂമിയെ തേടിവന്നു. തന്റെ സ്വർണ്ണക്കൈ നീട്ടി ആദിത്യൻ ആ സിംഹത്തലയെ തൊട്ടു. പതുക്കെപ്പതുക്കെ ആ സിംഹരൂപൻ തെളിഞ്ഞുതെളിഞ്ഞു വന്നു! അതൊരു കാഴ്ചതന്നെയായിരുന്നു. ഹൊ, വാക്കുകൾ പോരാ എനിക്കതു വിവരിക്കാൻ.

ഉദയത്തിനുമുമ്പേ ഇവിടെ എത്തണമെന്നു നിഷ്കർഷിച്ച കോളിൻ സിനോട് എനിക്ക് ആദരവ് തോന്നി. യഥാർത്ഥ കുമാരികാണ്ഡ ത്തിനെപ്പറ്റിയുള്ള ഏറെ രഹസ്യങ്ങൾ സൂക്ഷിച്ചുവെച്ചിരിക്കുന്നത്

ഇവിടെയാണെന്ന അദ്ദേഹത്തിന്റെ നിഗമനം ശരിയാണെന്ന് എനിക്കു തോന്നി. നിങ്ങൾ സമയം കിട്ടുമ്പോൾ ഈ ലയേൺ ഐലൻഡും ഈജിപ്തിലെ Sphinxഉം ഒന്ന് കമ്പയർ ചെയ്തുനോക്കണം. കോളിൻ പറഞ്ഞതുപോലെ റിപ്ലിക്ക തന്നെ!

എന്റെ ഈ ജീവിതപാതയിൽ ഞാൻ കണ്ടുമുട്ടിയ ഏറ്റവും വില പിടിച്ച വ്യക്തിത്വമാണ് കോളിൻ ഹെയ്താർ. കുമാരികാണ്ഡത്തെ പ്പറ്റി ഭഗവാൻ എനിക്കു നൽകിയ അറിവുകൾ സ്വയം തേടിപ്പിടിച്ച ആളാണ് ഇദ്ദേഹം. ഇപ്പോഴും ഞാനുമായി നിറഞ്ഞ സ്നേഹബന്ധം നിലനിർത്തുന്ന അദ്ദേഹത്തിനു കുമാരികാണ്ഡ പുനഃസ്ഥാപന ദൗത്യത്തിൽ എന്തോ ഒരു പ്രധാന റോൾ ഭഗവാൻ കല്പിച്ചുവച്ചി ട്ടുണ്ട്. വിശ്വാസം, അല്ലെങ്കിൽ ഭഗവാന്റെ ഡയറക്ഷനിലൂടെ എനിക്കു കിട്ടുന്ന ഇൻഫർമേഷൻ ഒരു ആർക്കിയോളജിസ്റ്റിന്റെ ശാസ്ത്രീയ സമീപനത്തോടെ തേടിപ്പിടിച്ച മഹാൻ. ഇദ്ദേഹത്തിൽനിന്ന് ഇനിയും നമുക്കേറെ കിട്ടാനുണ്ട്. അതിന് അതിന്റേതായ ഒരു ഡയറക്ഷൻ ഭഗവാനിൽനിന്നു കിട്ടും എന്ന് എനിക്കുറപ്പാണ്.

ആസ്ത്രേലിയൻ ഒറിജിനൽ ആദിവാസികൾക്കു കുമാരികാണ്ഡ വുമായുള്ള കണക്ഷൻ, ഈജിപ്ഷ്യൻ സംസ്കാരത്തിനു കുമാരി കാണ്ഡവുമായുള്ള കണക്ഷൻ ഇവയൊക്കെ ആധികാരികമായി ലോകത്തെ അറിയിക്കാൻ നിയുക്തൻ ഇദ്ദേഹം ആകുമെന്ന് എനി ക്കൊരു ഉൾവിളിയുണ്ട്. വേണ്ട സമയത്തു ഭഗവാൻ അതിനുള്ള നീക്കങ്ങൾ നടത്താൻ എന്നോട് ആജ്ഞാപിക്കും എന്ന് എനിക്കു റപ്പാണ്.

അത്ഭുതം കേൾക്കണോ, ബ്ലൂമൗണ്ടൻസിൽ ഉള്ള അബോർഗിൻ സിന്റെ ഭാഷയിലെ പല വാക്കുകൾക്കും ഒരു തമിഴ് കണക്ഷൻ ഉണ്ട്. ത്രീ സിസ്റ്റേഴ്സ് എന്ന പേരിൽ അസാധാരണമായി ഉയർന്നു നിൽക്കുന്ന മൂന്നു പാറകളുണ്ട് ബ്ലൂ മൗണ്ടൻസിൽ. മീനി, വിമല, ഗുന്നെഡൂ എന്നാണവയുടെ പേരുകൾ. കാർത്തികനക്ഷത്രങ്ങളുടെ ദൃശ്യകോണിൽ വീണുകിടക്കുന്ന ആസ്ത്രേലിയ എന്ന കുമാരി കാണ്ഡത്തിനോട് ഏറ്റവും അടുപ്പമുള്ള കര LMRKയ്ക്ക് സ്വന്തം വേരുകളുള്ള ഭൂമിതന്നെ.

മൂന്നാമത് ഞാൻ ആസ്ത്രേലിയയിൽ എത്തുമ്പോഴേക്കും അവിടെ LMRK ശക്തമായി വേരോടിയിരുന്നു. നിറയെ പൂജകൾ. മെഡിറ്റേ ഷൻ വർക്ക്ഷോപ്പുകൾ അങ്ങനെയങ്ങനെ. കുമാരികാണ്ഡപുനഃ സ്ഥാപനമാർഗേ കൂടുതൽ മുന്നോട്ട് നാം ചലിച്ചു തുടങ്ങി എന്ന തിന് പ്രചോദനപരമായ ഉത്തേജനമാണ് LMRK ആസ്ത്രേലിയൻ ചാപ്റ്റർ. എനിക്കേറ്റവും പ്രിയപ്പെട്ട സ്ഥലവും മറ്റൊന്നല്ല.

ഗുരു ബാബാജിയും ജപ്പാനും

LMRKയുടെ ഒന്നാം വാർഷികത്തിനു ചെയ്യേണ്ടതായി ഭഗവാനിൽനിന്ന് ഒരു മെസേജ് കിട്ടുകയാണ്. 2018ൽ മെയ് 1ന്. ഗുരു മഹാവതാർ ബാബാജി എന്ന സിദ്ധരുടെ എനർജി ലാൻഡ് ചെയ്യുന്ന സ്ഥലത്ത് ഒരു മലമുകളിൽ ഉണ്ടാകണം. ആ എനർജി എന്റെ ശരീരത്തിൽ സ്വാംശീകരിക്കണം. പതിവുപോലെ ക്ലൂകൾ ഒന്നൊന്നായി കിട്ടി. ഡീകോഡിംഗ് പ്രക്രിയ ആരംഭിച്ചു. കിട്ടിയ സ്ഥലം ക്യോട്ടോ. പുരാതന ജപ്പാന്റെ തലസ്ഥാനം. ജപ്പാന്റെ സാംസ്കാരിക തലസ്ഥാനം എന്നറിയപ്പെടുന്ന ഇടം.

ഈ ദൗത്യത്തിന്റെ അരുളപ്പാടിൽ ഒരു വലിയ പ്രത്യേകത ഉണ്ടായിരുന്നു. എന്താണെന്നോ? ബാബാജിയുടെ ജന്മസ്ഥലമായ പറങ്കിപ്പേട്ടയിൽ ഞാൻ പോയി പ്രാർത്ഥിച്ചതിനുശേഷം വേണം ക്യോട്ടോയിലെത്താൻ. ഇതല്ല പ്രത്യേകത. പിന്നെന്താണ്? മുരുകൻ എന്നെ കൈപിടിച്ചു നടത്തിക്കാൻ ആരംഭിച്ച് 16 വർഷമാകുമ്പോൾ ആദ്യമായി ഒരു ദൗത്യത്തിൽ എന്റെ പ്രിയതമ ജിതയെക്കൂടി പങ്കാളിയാക്കുന്നു. ഞാൻ ക്യോട്ടോയിലെ മലമുകളിൽ പ്രാർത്ഥിച്ച് ബാബാജിയുടെ ഊർജം സ്വീകരിക്കുന്ന അതേ വേളയിൽ പറങ്കിപ്പേട്ടയിൽ മഹാവതാർ ബാബാജി ക്ഷേത്രത്തിൽ ബാബാജിയുടെ വിഗ്രഹത്തിനു മുമ്പിലിരുന്ന് ജിത പ്രാർത്ഥിക്കുകയും വേണം.

എന്തുകൊണ്ടാണ് ഗുരു ബാബാജി ആ ദിവസം അവിടെ എനർജിയുമായി എത്തുന്നു എന്നതിനു വ്യക്തമായ കാരണവും ഭഗവാൻ വിശദീകരിച്ചുതന്നു. കാരണം കുമാരികാണ്ഡ പുനഃസ്ഥാപനമിഷനിൽ ഓരോ സിദ്ധർക്കും ഓരോ ചുമതലകൾ ഭഗവാൻ നൽകിയിട്ടുണ്ട്. അതിൽ ലോകസമാധാനത്തിന്റെ ചുമതല കയ്യാളുന്നതു മഹാനായ ഗുരു ബാബാജി ആണ്.

അന്വേഷണത്തിൽ ജപ്പാനിൽ LMRK പ്രസ്ഥാനത്തിലെ രാജ് എന്ന അംഗം ഉണ്ടെന്ന വിവരം കിട്ടി. ഈ മെസേജ് എനിക്കു കിട്ടുന്ന

സമയങ്ങളിൽ ജപ്പാനിൽ സ്ഥിതി കുറച്ചു പ്രശ്നമായിരുന്നു. പസഫിക് ഏരിയയിൽ ടെൻഷൻ ഉരുണ്ടുകൂടിയിരിക്കുകയായിരുന്നു. അതീവപ്രകോപനകാരിയായ നോർത്ത് കൊറിയൻ സ്വേച്ഛാധിപതി കിം ജുങ് ഉൻ പത്തിലധികം തവണ ജപ്പാനു മുകളിലൂടെ ബാലിസ്റ്റിക് മിസൈൽ ടെസ്റ്റ് നടത്തി. ജപ്പാനെ മറികടന്ന് അവയൊക്കെ പസഫിക് സമുദ്രത്തിൽ പതിച്ചു. 1945ലെ ആറ്റംബോബ് ദുരന്തത്തിനുശേഷം ലോകസമാധാനത്തിനുവേണ്ടി മാത്രം നിലകൊള്ളുന്ന രാജ്യമായ ജപ്പാന്റെ ആവർത്തിച്ചുള്ള പ്രതിഷേധത്തെ കിം വകവെച്ചില്ല. വിഷയത്തിലിടപെട്ട സൗത്ത് കൊറിയയുടെ നീക്കങ്ങളാൽ മേഖലയിൽ യുദ്ധസമാനമായ ടെൻഷൻ രൂപംകൊണ്ടിരിക്കുന്ന സമയം.

എന്നാൽ, മഹാവതാർ ഗുരു ബാബാജിയുടെ സാന്നിദ്ധ്യം ആ മണ്ണിലുണ്ടെങ്കിൽ അവിടെ സമാധാനമേ പുലരുകയുള്ളൂ എന്നു ഭഗവാൻ എന്നോട് അരുൾ ചെയ്തു. പെട്ടെന്നുണ്ടായ ഒരു ഉൾവിളിയിൽ ഞാൻ ദേവേട്ടനെ വിളിച്ച് ഒരു നിർദേശം നൽകി. ജപ്പാന്റെ എംബസിയിലേക്ക് ഒരു കത്തയയ്ക്കുക. യാതൊരുവിധ പ്രതിസന്ധിയും ജപ്പാന് ഉണ്ടാകില്ലെന്നും ലോകസമാധാനത്തിന്റെ അംബാസഡറായ ഗുരു ബാബാജിയുടെ അനുഗ്രഹം നിങ്ങളുടെ മുകളിൽ കവചമായി ഉണ്ടെന്നും ആയതിനാൽ ഈ പ്രശ്നങ്ങളെല്ലാം ഉടൻ പരിഹരിക്കപ്പെടുമെന്നും എഴുതുക. ദേവേട്ടൻ ഒരു കത്ത് ഡ്രാഫ്റ്റ് ചെയ്ത് മെയിൽ അയയ്ക്കുകയുമുണ്ടായി.

''അവരതിനു പ്രതികരിക്കുകയൊന്നുമില്ല, പക്ഷേ, അത്ഭുതം സംഭവിക്കും. നോക്കിക്കോളൂ'', ഞാൻ ദേവേട്ടനോടു പറഞ്ഞു.

അത്യത്ഭുതമെന്നേ പറയേണ്ടൂ. സ്വിച്ചിട്ടപോലെ കൊറിയൻ പ്രതിസന്ധി അവസാനിച്ചു. ദേവേട്ടനത് അവിശ്വസനീയമായി. പക്ഷേ, എനിക്കു ഭഗവാന്റെ പ്രതിനിധിയായ ഗുരു ബാബാജിയുടെ അനുഗ്രഹത്താൽ ഈ പ്രതിസന്ധി ലോകത്തെ ബാധിക്കാതെ ഒഴിഞ്ഞുപോകും എന്ന് ഉറപ്പായിരുന്നു. കാരണം, എന്റെ ഇത്തരം തോന്നലുകളോ പ്രവൃത്തികളോ എന്റേതല്ലെന്നും അതു ഭഗവാൻ അവന്റെ ഇംഗിതം നടപ്പിലാക്കുന്നു എന്നേ ഉള്ളൂ എന്നും സുവ്യക്തമായി അനുഭവമുള്ളതാണല്ലോ. ആ എന്നെപ്പോലും അമ്പരപ്പിച്ച ഒരു തുടർച്ച അതിനുണ്ടായി. കൊറിയയും കൊറിയയും തമ്മിലൊരു കുരുക്ഷേത്ര യുദ്ധം ആവർത്തിക്കുമെന്നും സഹോദരർ പരസ്പരം കൊന്നുകൊലവിളിക്കുമെന്നും അതിനിടയിൽ ആദ്യം ജപ്പാനും പിന്നെ ലോകം മുഴുവനും ഉൾപ്പെട്ട് സർവ്വനാശത്തിലേക്ക് എത്തുമെന്നും 2017 പകുതിമുതൽ ലോകം ആശങ്കപ്പെട്ടിരിക്കുകയായിരുന്നല്ലോ. മേൽവിവരിച്ച വെളിപാടിന്റെ വെളിച്ചത്തിൽ പ്രതിസന്ധി

അവസാനിക്കുമെന്ന് എനിക്കു മെസേജ് കിട്ടുകയുമുണ്ടായല്ലോ. അത് നമുക്കാവുംവിധത്തിൽ, ഇരമ്പിപ്പായുന്ന ബാലിസ്റ്റിക് മിസൈൽ തലയ്ക്കു മുകളിലൂടെ പായുന്നതുകണ്ട് വിവശതയിലായ, ജപ്പാൻ ഗവണ്മെന്റിനെ അറിയിച്ചു. തുടർന്ന് ആ ടെൻഷൻ അവസാനിച്ചു.

പക്ഷേ, പ്രതിസന്ധി തൽക്കാലത്തേക്ക് അവസാനിച്ചെന്നു മാത്രമല്ല, ഒരിക്കലും നടക്കില്ലെന്നു കരുതിയ ഒന്ന് സംഭവിച്ചു. 27 ഏപ്രിൽ 2018ന് സൗത്ത് കൊറിയൻ പ്രസിഡണ്ടും നോർത്ത് കൊറിയൻ സ്വേച്ഛാധിപതി കിം ജുങ് ഉന്നും തമ്മിൽ അതിർത്തിയിൽ പരസ്പരം മീറ്റ് ചെയ്തു. അസംഭവ്യം! അതുകണ്ട് ലോകം മുഴുവൻ അവിശ്വസനീയതയോടെ വായും പൊളിച്ചുനിന്നു. വന്യഭാവനയിൽ പോലും അതുണ്ടാകില്ലെന്നു സകല നയതന്ത്രവിദഗ്ധരും കരുതിയിരുന്ന ഒന്നാണാ മീറ്റിംഗ്. ഉരുണ്ടുകൂടിയ, ഒരു മൂന്നാം ലോകമഹായുദ്ധത്തിലേക്ക് എത്തുമായിരുന്ന ഒരു വൻപ്രതിസന്ധി പരിഹരിക്കപ്പെട്ടു. എന്നെ കീഴ്മേൽ മറിച്ചത് ആ ഒപ്പിടൽ അല്ല, ഒപ്പിട്ട ദിവസമാണ്.

27 ഏപ്രിൽ 2018 വെള്ളിയാഴ്ച!

നിങ്ങൾ ഒരു കാര്യം വിശ്വസിക്കുമോ? ഒന്നരമാസം മുമ്പ്, ഏതു നിമിഷവും യുദ്ധം പൊട്ടിപ്പുറപ്പെടും എന്ന നിലയിൽനിന്ന് ഈ രണ്ടു രാജ്യങ്ങളുടെ സമുന്നതനേതാക്കൾ പരസ്പരം കൈകൊടുത്ത് ഒരു ഉടമ്പടിയിൽ ഒപ്പുവച്ചത് ഞാൻ ലോകസമാധാനത്തിന്റെ കുമാരികാണ്ഡ പ്രതിനിധിയായ ബാബാജിയുടെ ഊർജ്ജം സ്വീകരിക്കാൻ ജപ്പാനിൽ കാലുകുത്തിയ അതേ ദിവസമാണ്.

ഏപ്രിൽ 27.

ഒന്നും അങ്ങനെ യാദൃച്ഛികമല്ല.

രാജ് കവാസാക്കി എന്ന സ്ഥലത്താണ് താമസം. പൊതുവെ സ്പിരിച്വൽ വഴിയിൽ ചരിക്കുന്നവർ, ഗുരുക്കന്മാർ, മാസ്റ്റേഴ്സ്, യോഗികൾ മുതലായവർ യാത്രകൾ നടത്തുമ്പോൾ ശ്രദ്ധിച്ചിട്ടുണ്ടോ, അവർ എത്തിയ നാട്ടിലെ തീർത്ഥാടന കേന്ദ്രങ്ങളിലും പ്രോഗ്രാം അറേഞ്ച് ചെയ്തിരിക്കുന്ന ഹാൾ, ആഡിറ്റോറിയം, സമ്മേളനപ്പന്തൽ മുതലായ സ്ഥലങ്ങളിലേക്കുമേ പോകൂ. എന്റെ കാര്യം വ്യത്യസ്തമാണ്. അതായത് എന്നെ ഭഗവാൻ ഇതുവരെ നയിച്ചതും നയിച്ചുകൊണ്ടിരിക്കുന്നതും കാടും മേടും മലനിരകളും ഗുഹകളും തുടങ്ങി വേറെ ഒരുതരം ഏരിയകളിലാണ്. പോയി കണ്ടു വാ എന്നല്ല എന്റെ വഴികളെ മുരുകപ്പെരുമാൾ മാർക്ക് ചെയ്ത് എന്നെ അയയ്ക്കുന്നത്. ആ വഴിയേ പോ.. പോയി എക്സ്പീരിയൻസ് ചെയ്യ്. അവിടെ ഒരു രഹസ്യം നിനക്കായി ഒരുക്കിയിട്ടുണ്ട്. അത് അനുഭവിച്ചു വാ.

സന്ദർശിക്കലും അനുഭവിക്കലും തമ്മിൽ അന്തരമുണ്ട്. എന്നെ ഭഗവാൻ വിസിറ്റിംഗിനേക്കാൾ എക്സ്പ്ലോറിംഗ് എന്ന ദൗത്യത്തിനാണ് വിടുന്നതെന്നാണ് ഇതുവരെയുള്ള അനുഭവം.

ആയതുകൊണ്ട്, ഏതു സ്ഥലത്തു പോയാലും ഭഗവാൻ അസൈൻ ചെയ്ത ഡ്യൂട്ടിക്കു പുറമേ ആ ഏരിയ എക്സ്പ്ലോർ ചെയ്യുക എന്നത് എന്റെ ഒരു ശീലമാണ്. ഭഗവാന്റെ ദൗത്യം തീർന്നാൽ അതിനുവേണ്ടി ഞാൻ രണ്ടോ മൂന്നോ ദിവസം മാറ്റിവയ്ക്കാറുണ്ട്. ചരിത്രമുറങ്ങുന്ന സൗധങ്ങൾ, കോട്ടകൾ, മ്യൂസിയങ്ങൾ, പുതിയ തലമുറ മാളുകൾ, ബീച്ചുകൾ തുടങ്ങി എല്ലാം. കൂടാതെ രാത്രികാലങ്ങളിൽ താമസിക്കുന്ന ഹോട്ടലുകളുടെ സ്ഫടികജനലുകളിലൂടെ വെളിച്ചത്തിൽ കുളിച്ചുകിടക്കുന്ന വീഥികൾ നോക്കിനിൽക്കുക എന്നത് എന്റെ ഒരു ഒബ്സെഷൻ പോലെയുള്ള പതിവായിരുന്നു. ഉയരത്തിൽനിന്ന് ജനലിലൂടെ നോക്കിയുള്ള ആ നില്പ് എനിക്ക് ധ്യാനതുല്യമായൊരു ഫീൽ ആണ്. തിരക്കേറിയ വീഥികൾ. റഷ് ആയി പോകുന്ന വാഹനങ്ങൾ. അവയുടെ ആ മുകൾക്കാഴ്ച. രാത്രി 10 മുതൽ പന്ത്രണ്ടര-ഒന്ന് വരെ, വീഥിയിൽ വാഹനങ്ങൾ കുറഞ്ഞുകുറഞ്ഞു വരുന്നതുവരെ ഞാനങ്ങനെ നിൽക്കും.

ആ വാഹനങ്ങൾക്കുള്ളിലെ മനുഷ്യർ. ഓരോരുത്തർക്കും ഓരോരോ ടാസ്കുകൾ ഉണ്ടാകുമെന്നു ഞാൻ ഭാവനയിൽ കാണും. ജോലികഴിഞ്ഞ് എങ്ങനെയെങ്കിലും വീടെത്താൻ പായുന്നവരായിരിക്കാം, ചിലർ പാർട്ടി നൈറ്റിനു പോകുന്നവർ, ചിലർ ബീച്ചിലേക്കു പോകുന്നവർ, ചിലർ ഹോസ്പിറ്റലിൽ കിടക്കുന്ന പ്രിയപ്പെട്ടവരെ കാണാൻ പോകുന്നവർ, ഓരോരുത്തരുടെയും ലക്ഷ്യം വിഭിന്നങ്ങളായിരിക്കും. എനിക്ക് അപരിചിതരായവർ. ഓരോ മനുഷ്യരും അങ്ങനെ വ്യത്യസ്തമായ ഓരോ മാനസികാവസ്ഥയിലായിരിക്കും. ചിന്തകളെയങ്ങനെ മേയാൻ വിട്ട് അങ്ങനെ നിൽക്കുമ്പോൾ എനിക്കു സ്വയം ഒരു ഭാരക്കുറവ് തോന്നും.

മോസ്കോ, മെൽബൺ, സിഡ്നി, കോലാലമ്പൂർ, സിംഗപ്പൂർ എവിടെയുമാകട്ടെ, മനുഷ്യർ വ്യത്യസ്തരാകാം. പക്ഷേ, അവരുടെ വികാരങ്ങൾ, വിചാരങ്ങൾ വ്യത്യസ്തങ്ങളല്ല. സന്തോഷം, സങ്കടം, ആവേശം, കാമം, ക്രോധം തുടങ്ങി എല്ലാംതന്നെ ഒരേപോലെ; അല്ലേ? സ്ഥല, കാല, വസ്ത്ര, സംസ്കാര ഭിന്നതകൾക്കൊക്കെ അപ്പുറം മനുഷ്യർക്കൊരു ലസാഗു (Least Common Multiple) ഉണ്ട്. അത് ബേസിക് വികാരങ്ങളുടേതാണ്. അതിനു ലോകത്തെവിടെയും മാറ്റമില്ല. അന്തമില്ലാത്ത ഈ ചിന്തകളുമായി അങ്ങനെ തെരുവിലേക്കു നോക്കിനിൽക്കുക എന്നത് എന്റെയൊരു ശീലമാണ്.

അങ്ങനെയങ്ങനെ നിൽക്കുമ്പോൾ ഈ ഓട്ടങ്ങളും വികാരങ്ങളും ഒക്കെ നിയതിയുടെ ചതുരംഗ കരുനീക്കങ്ങളാണെന്ന ഉൾക്കാഴ്ച എനിക്കു കിട്ടും. ആദ്യ അധ്യായത്തിൽ പറഞ്ഞ വലിയ കപ്പലിനുള്ളിലെ അസംഖ്യം ആപ്പിളുകളിൽ ഒന്നിനുള്ളിലെ പുഴുക്കളെ ഓർമ്മവരും. മലയാളത്തിലെ എക്കാലത്തേയും ലോകകവി ആയിരുന്ന കുമാരനാശാന്റെ ഈ ശ്ലോകം ഉരുവിടാൻ തോന്നും.

ഒരു നിശ്ചയമില്ലയൊന്നിനും
വരുമോരോ ദശ വന്നപോലെ പോം
വിരയുന്നു മനുഷ്യനേതിനോ;
തിരിയാ ലോകരഹസ്യമാർക്കുമേ...

രാജ് കവസാക്കിയിൽ തനിയെയാണ് താമസിക്കുന്നത്. ഞാനും അവിടെയായിരുന്നു. എല്ലാ ദിവസവും പ്രഭാതഭക്ഷണം രാജ് കുക്ക് ചെയ്യുന്നതായിരുന്നു. ടോക്കിയോ നഗരമെല്ലാം രാജ് കൊണ്ടുനടന്നു കാണിച്ചു. ഞങ്ങൾ മൗണ്ട് ഫുജിയിലേക്കു പോയി. രാത്രി ബസിൽ കയറി പുലർച്ചെ എത്തി. ഞങ്ങൾ ഇവിടെ തൃശൂർ - ചെന്നൈ, തൃശ്ശൂർ - ബാംഗ്ലൂർ പോകുന്ന അതേ ഫീൽ. മൗണ്ട് ഫുജി ഒരു ആക്റ്റീവ് വൊൾക്കാനോ ഉള്ള സ്ഥലമാണ്. അവിടമെല്ലാം കണ്ടു. അവർ ആത്മീയമായി ആരാധിക്കുന്ന ഒരു പർവ്വതശ്രേഷ്ഠനാണ് മൗണ്ട് ഫ്യുജി. ഭാരതീയർക്കു ഹിമാലയം എന്നപോലെ.

മെയ് 1. ക്യോട്ടോയിലെത്തി. അവിടെയുള്ള ഇനാരു ക്ഷേത്രസമുച്ചയമാണ് എനിക്കു പ്രാർത്ഥിക്കേണ്ട ഇടം. ക്യോട്ടോ എന്നതു നിസാരമായ ഒരു സ്ഥലമല്ല. പുരാതന ജപ്പാന്റെ തലസ്ഥാനമായിരുന്നു ക്യോട്ടോ. ഇന്നു ജപ്പാന്റെ സാംസ്കാരിക തലസ്ഥാനം എന്നു തന്നെ പറയാം. അത്രമേൽ ആത്മീയാനുഭൂതി നിറഞ്ഞ സ്ഥലമാണ്.

ക്യോട്ടോയെപ്പറ്റി അധികമാർക്കും അറിയാത്ത ഒരു ചരിത്രമുണ്ട്. രണ്ടാം ലോകമഹായുദ്ധത്തിൽ അണുബോംബ് ഇടാനായി അമേരിക്ക ഷോർട്ട്ലിസ്റ്റ് ചെയ്ത നാലോ അഞ്ചോ നഗരങ്ങളിൽ ഒന്നാമത്തെ പേര് ക്യോട്ടോ ആയിരുന്നു. കാരണം ക്യോട്ടോ ജപ്പാൻ ജനതയുടെ ചരിത്രമുറങ്ങുന്ന, അവരുടെ അഭിമാനസ്തംഭമായ നഗരമാണ്. അടിക്കുമ്പോൾ മർമ്മത്തിൽതന്നെ അടിക്കുക എന്നതാണല്ലോ അമേരിക്കയുടെ എക്കാലത്തേയും നയം. അതുകൊണ്ട് ഒന്നാം പ്രയോരിറ്റി ക്യോട്ടോ തന്നെ ആയിരുന്നു.

എന്നാൽ, ക്യോട്ടോ എന്ന എനർജി പോയന്റിന് അതിന്റേതായ ഒരു ശക്തിയുണ്ടല്ലോ. കൂടാതെ മഹാവതാർ ബാബാജിയുടെ സംരക്ഷണകവചവും ഉണ്ടാകാം. 1945 ജൂൺ 12ന് ബോംബിടാനുള്ള നഗരങ്ങളുടെ അന്തിമ ലിസ്റ്റിൽ തീരുമാനമെടുക്കാനുള്ള മീറ്റിംഗ്. യു എസ് യുദ്ധകാര്യ സെക്രട്ടറി ഹെൻറി എസ്. സ്റ്റിംസൺ ഏറ്റവും

ജപ്പാനിലെ ക്യോട്ടോവിലെ ഫുഷിമി ഇനാരി ക്ഷേത്രത്തിൽ

പ്രയോരിറ്റിയിൽ ഒന്നാംസ്ഥാനത്തു കിടന്ന ക്യോട്ടോയെ ലിസ്റ്റിൽ നിന്നു വെട്ടുന്നു. കാരണം അജ്ഞാതം. ക്യോട്ടോയുടെ ഭാഗ്യം നാഗ സാക്കിയുടെ നിർഭാഗ്യം ആകുന്നു. ലോകത്ത് ഒരു കാര്യവും വെറുതെ നടക്കുന്നതല്ല എന്ന് ഈ സംഭവം അടിവരയിടുന്നു. അത്ര ആത്മീയ ഊർജ്ജം പ്രവഹിക്കുന്ന ക്യോട്ടോയ്ക്ക് ഒന്നും സംഭവി ക്കില്ല എന്നുറപ്പാണ്. ഇവിടെ നിമിത്തമായി വന്നത്, പ്രസിഡണ്ട് ട്രൂമാന്റെ വിശ്വസ്തനായ ഈ യുദ്ധകാര്യ മന്ത്രി, ഹെൻറി എസ്. സ്റ്റിംസൺ തന്റെ ഹണിമൂൺ ആഘോഷിക്കാനായി വർഷങ്ങൾക്കു മുമ്പ് ചിലവഴിച്ചതു ക്യോട്ടോയിലത്രെ! തന്റെ ജീവിതത്തിലെ മധുര മനോഹര നിമിഷങ്ങൾ പങ്കുവെച്ച ആ നഗരത്തെ മുച്ചൂടും കരിച്ചുകള യാൻ അയാൾക്കു മനസ്സുവന്നില്ല! എനർജി പ്രവർത്തിക്കുന്ന വഴികൾ കണ്ടുവോ?

ഞാൻ ഈ പുസ്തകത്തിൽ പലയിടത്തും സൂചിപ്പിച്ച ഒരു കാര്യം ആവർത്തിക്കട്ടെ, അടിവരയിട്ട് ആവർത്തിക്കട്ടെ. ഏതൊരു സ്ഥല ത്തിന്റേയും ചരിത്രവും പ്രശസ്തിയും നിർണയിക്കുന്ന, ആ സ്ഥല ത്തിന്റെ ജാതകം എന്നത് അവിടത്തെ എനർജി അഥവാ ഊർജ്ജ മാണ്. ബാക്കി എന്തും അതു കഴിഞ്ഞേ വരൂ.

ക്യോട്ടോ മലമുകളിൽ വിശാലമായി പരന്നുകിടക്കുന്ന ഇനാരി ക്ഷേത്രസമുച്ചയങ്ങളുടെ സമന്വയമാണ്. കുത്തനെ കയറുകയാണ് എന്നു പെട്ടെന്നു തോന്നിപ്പിക്കാത്ത പടവുകളേറെ. സമുദ്രനിരപ്പിൽനിന്ന് 800 അടിയോളം ഉയരമുണ്ട്. അങ്ങോട്ടുള്ള കയറ്റം പുരോഗമിക്കു ന്തോറും ചെറുതായി കിതപ്പ് ആരംഭിച്ചു. ഞങ്ങൾ കയറാൻ തുട ങ്ങുന്ന സമയം മുതൽ ജിത പറങ്കിപ്പേട്ടയിലെ മഹാവതാർ ബാബാജി ക്ഷേത്രത്തിൽ പ്രാർത്ഥന തുടങ്ങിയിരുന്നു. കൂടെ LMRK അംഗ ങ്ങളായ റീനയും സുമിയും ഉണ്ട്.

ഞങ്ങൾ മുകളിലെത്തി. കയറ്റം തുടങ്ങിയപ്പോഴേ എനിക്ക് ആ ഹൈ എനർജി വേവ് മണത്തുതുടങ്ങിയിരുന്നു. സാധാരണ പൂജ ചെയ്യാനുള്ള ദിവസം അതു കഴിയുംവരെ ഞാൻ ഉപവാസമായി രിക്കും. അതിന്റെകൂടി എന്നു തോന്നിപ്പിക്കുമാറ് എന്റെ ശരീരം വിറ യ്ക്കാൻ തുടങ്ങി. അങ്ങനെ ഇനാരു അമ്പല സമുച്ചയത്തിന്റെ മുകളിലെത്തി. ഉച്ചിയിലെത്തി നോക്കുമ്പോൾ മുന്നിൽ അനന്തചക്ര വാളം. ഞാൻ അവിടെയിരുന്ന് മുരുകഭഗവാനെ പ്രാർത്ഥിച്ചു. ഗുരു ബാബാജി ആകാശത്തിൽ ഇരുകൈകളുമുയർത്തി എന്നെ അനു ഗ്രഹിക്കുംപോലെ, എന്നിലേക്ക് അദ്ദേഹത്തിന്റെ ഊർജ്ജം കയറാൻ തുടങ്ങി. ഈ സമയം ജിതയ്ക്ക് അതേ വൈബ്രേഷൻ കിട്ടിയത്രെ. തന്നെ ബാബാജിയുടെ വിഗ്രഹം ഒരു കാന്തംപോലെ വലിച്ചെടു ക്കുന്നതായി തോന്നിയെന്നു ജിത പിന്നീട് പറഞ്ഞു. സാധാരണ

ആത്മീയമായ ഒരു കാര്യവും ജിത എന്നോടു ഡിസ്കസ് ചെയ്യാറില്ല. ഇതു വളരെ എക്സൈറ്റ്മെന്റോടെ ജിത പിന്നീട് എന്നോടു വിവരിച്ചതാണ്. പിന്നീട് പലപ്പോഴും എനിക്ക് അനുഭവപ്പെട്ടിട്ടുണ്ട്, ബാബാജിയുടെ അനുഗ്രഹം ഡയറക്റ്റ് ആയി ലഭിച്ചിട്ടുള്ള ഒരാളാണ് ജിത എന്ന്.

എന്റെ വൈബ്രേഷൻ ഒന്നടങ്ങിയപ്പോൾ ഞാൻ ശാന്തനായി. ലോകസമാധാനത്തിനായി പിന്നെ ഞാൻ ധ്യാനത്തിലിരുന്നു. അതീവ സംതൃപ്തിയോടെ ഞങ്ങൾ മലയിറങ്ങി. തിരികെയുള്ള യാത്ര ബുള്ളറ്റ് ട്രെയിനിലായിരുന്നു. ഷിങ്കൻസെൻ (Shinkansen) എന്നാണ് ബുള്ളറ്റ് ട്രെയിന്റെ ജപ്പാൻ നാമം. 260-320 കിലോമീറ്റർ ആണ് സ്പീഡ്. ആ യാത്ര വിസ്മയകരമായ ഒന്നായിരുന്നു. ജപ്പാന്റെ അൾട്രാ ഗ്രാമങ്ങൾക്കിടയിലൂടെ വലിയ വയലുകൾ, ഉൾഗ്രാമങ്ങൾ, ജപ്പാൻ വാസ്തുശില്പനിർമ്മിതിയിലുള്ള പഴയ വീടുകൾ... ഇതേ പോലെ ഒരനുഭവം മുമ്പുണ്ടായിട്ടുള്ളത് ചൈനയിലെ ഷാങ്ഹായ് - ബെയ്ജിങ് റൂട്ടിൽ ബുള്ളറ്റ് ട്രെയിനിൽ സഞ്ചരിച്ചപ്പോഴാണ്.

1964ൽ ആരംഭിച്ചതാണ് ജപ്പാനിൽ ഷിങ്കൻസെൻ സർവീസ്. ഈ അരനൂറ്റാണ്ടിൽ കൂടുതലായിട്ടും ഇന്നേവരേക്കും ജപ്പാനിൽ ബുള്ളറ്റ് ട്രെയിൻ അപകടം ഉണ്ടായിട്ടില്ല. ഒരു മനുഷ്യനുപോലും ജീവഹാനി നേരിട്ടിട്ടില്ല.

ടോക്കിയോ വികസനത്തിന്റെ പരകോടിയിലെത്തി നിൽക്കുന്ന നഗരമാണ്. അംബരചുംബികളായ കെട്ടിടങ്ങൾ എന്നത് അലങ്കാര പ്രയോഗങ്ങൾ അല്ലാതെയായി മാറുന്ന ഇടം. ലോകത്തിലെ ഏറ്റവും ബിസി ആയ ജങ്ഷൻ ടോക്കിയോവിലാണ്. Shinjuku Station. ഒരു സെക്കൻഡിൽ എത്രയോ ആയിരം ആളുകളെ കൊണ്ടുവരുന്നു, കയറ്റിക്കൊണ്ടുപോകുന്നു. അതിനുള്ളിൽ പോയി നിൽക്കുമ്പോൾ ആ മനുഷ്യമഹാപ്രവാഹത്തിൽ ഒരു തുള്ളിയായി മാറിയപ്പോൾ. അവിശ്വസനീയം എന്നേ പറയേണ്ടൂ.

ജപ്പാൻ സന്ദർശിക്കുന്ന ഒരാളും ഒരിക്കലും മിസ് ചെയ്യരുതാത്ത ഒന്നാണ് ഓൺസെൻ കുളി. പ്രകൃതിദത്ത പാറയിടുക്കുകളിൽനിന്ന് ഊറിവരുന്ന ഔഷധഗുണമുള്ള വെള്ളത്തിൽ കുളിക്കാം. മണിക്കൂറിനാണ് ചാർജ്ജ്. ഈ വെള്ളം ശേഖരിച്ച സ്വിമ്മിംഗ് പൂൾ ഉണ്ടാകും. പാറയിൽനിന്ന് ഷവർപോലെ വെള്ളംവീഴുന്ന ഇടങ്ങളുണ്ടാകും. ഇവിടെ ഒന്നോ രണ്ടോ മണിക്കൂർ കുളിച്ചാൽ ദേഹത്തെ ദുഷിപ്പുകളൊക്കെ ഊർന്നുപോകും. Rejuvenated ആയപോലെ ശരിക്കും തോന്നും. മുരുകഭഗവാൻ തുണച്ച് ഈ ഔഷധക്കുളിയും ആവോളം ആസ്വദിക്കാൻ സാധിച്ചു.

ജപ്പാനിലെ ജനങ്ങളുടെ ഒരു പൊതുസ്വഭാവത്തെക്കുറിച്ച് പറയാതെ ഈ അധ്യായം പൂർത്തിയാകില്ല. അത്യധ്വാനശീലരാണെന്നു നമുക്കറിയാത്തതല്ലല്ലോ. എന്നാൽ അതിന്റെ തെല്ലഹങ്കാരം പോലും ഇല്ല. വിനയശീലർ. അതിവിനയം എന്നു നമുക്കു തോന്നിപ്പോകും. സന്ദർശകരെ ദൈവതുല്യരായി കാണുന്നവരാണവർ. നമ്മൾ ഒരു സംശയം ചോദിച്ചാൽ അതു നിവർത്തിച്ചുതരേണ്ടത് അവരുടെ ഉത്തരവാദിത്വംപോലെയാണ്. അവർതന്നെ മറ്റു പലരോടും ചോദിച്ച് അതു ശരിയാക്കിത്തന്നേ നമ്മളെ വിടൂ.

ഐ ലവ്വ് ജപ്പാൻ. ഐ ലവ്വ് ജപ്പാൻ പീപ്പിൾ. വിധിയുടെ താണ്ഡവമേറ്റ് കരിഞ്ഞുപോയ രാജ്യം. ഒരു സെക്കൻഡ് പോലും കളയാതെ കുതറിയെഴുന്നേറ്റ് അത്യധ്വാനംകൊണ്ട് ലോകത്തിന്റെ നെറുകയിൽ ഉയരത്തിൽ തങ്ങളുടെ കൊടിനാട്ടിയ രാജ്യം. ഒരാളോടും പ്രതികാരവാഞ്ഛ കാണിക്കാതെ സമാധാനത്തിന്റെ വെള്ളരിപ്രാവായി നിൽക്കുന്ന രാജ്യം. ഗുരു ബാബാജിയുടെ സംരക്ഷണം തണലായി നിൽക്കുന്ന മഹാരാജ്യം.

രാജ് എന്ന LMRK അംഗത്തിന്റെ സഹായത്താൽ ഒരാഴ്ചയിൽ ഏറ്റവും ഭംഗിയായി എന്റെ ജപ്പാൻ സന്ദർശനം കഴിഞ്ഞ് ഞാൻ തിരികെപ്പോന്നു. ഗുരു ബാബാജി പകർന്നുനൽകിയ എനർജിയുമായി!

പിന്നീട് പലപ്പോഴും ബാബാജിയുടെ സാന്നിദ്ധ്യം എനിക്കു ലഭിച്ചിട്ടുണ്ട്. ഇന്ത്യ - പാക് യുദ്ധത്തിൽ ഇന്ത്യൻ പൈലറ്റ് പാക്കിസ്ഥാൻ പിടിയിലായപ്പോൾ ഏതു നിലയ്ക്കും എസ്കലേറ്റ് ആയി വൻയുദ്ധത്തിൽ കലാശിക്കുമായിരുന്ന സാഹചര്യത്തിൽ ഞാൻ ബാബാജിയെ പ്രാർത്ഥിച്ചു. അദ്ദേഹം ഒരു വെള്ളക്കൊടിയുമായി പുഞ്ചിരിയോടെ എന്നെ നോക്കി!

പിന്നീടൊരിക്കൽ ഇറാൻ - അമേരിക്ക ടെൻഷൻ ഉണ്ടായപ്പോഴും, ഇപ്പോൾ ഉക്രെയിൻ - റഷ്യ യുദ്ധം ഉണ്ടായപ്പോഴും ഏതു നിമിഷവും മൂന്നാം ലോകമഹായുദ്ധമായേക്കാവുന്ന രീതിയിൽ ടെൻഷൻ എസ്കലേറ്റ് ചെയ്തപ്പോഴും എനിക്കുറപ്പായിരുന്നു, ബാബാജിയുടെ സമാധാനത്തിന്റെ വെള്ളക്കൊടിക്കു കീഴിൽ അണയാത്ത ഒരു യുദ്ധതീപ്പൊരിയും ഇനിയുണ്ടാകില്ല ഈ ലോകത്തിൽ എന്ന്!

ലോകസമാധാനം മഹാവതാർ ബാബാജിയുടെ കൈയിൽ ഭദ്രമാണ്. കാരണം ആ ഡ്യൂട്ടി അദ്ദേഹത്തെ ഏൽപ്പിച്ചതു മുരുകപ്പെരുമാളാണ്.

ജയ് മഹാവതാർ ബാബാജി!

ജയ് മുരുകഭഗവാൻ!!

ഗ്രേറ്റ് ബ്രിട്ടനിലെ ഡ്യൂട്ടി

എനിക്ക് ആദ്യം ഒരു മെസേജ് കിട്ടുന്നതും അത് ഡീകോഡ് ചെയ്ത് സ്ഥലം കണ്ടുപിടിക്കുന്നതും എങ്ങനെയെന്ന് ഒരു സന്ദേഹം നിങ്ങൾക്കുണ്ടാകാം. സന്ദേശം ലഭിക്കുന്നത് ഒരു വാചകംപോലെ ആയിരിക്കും. ഉദാഹരണത്തിന്, വലിയൊരു യുദ്ധം കഴിഞ്ഞ് ഞാനും എന്റെ പടയാളികളും വിശ്രമിച്ച ഗുഹകൾ. ഒരു മല. സൂരസംഹാരത്തിനു പൂജ നടത്തുക. ഇതാകും മെസേജ്. ഇതു ലോകത്ത് എവിടെയുമാകാം. ഞാൻ അതു കണ്ടുപിടിക്കണം. ആദ്യമൊക്കെ ഞാൻ ശരിക്കു വലഞ്ഞിരുന്നു. ഒന്നുരണ്ടാഴ്ചയൊക്കെ ക്ലൂകൾ കിട്ടാനായി നടന്നലയും. ഈ ക്ലൂ എന്നു പറയുന്നത് ഒരു വാർത്തയാകാം. ഒരു ഫോൺവിളി ആകാം. ഏതെങ്കിലും ഒരു മൃഗമാകാം. ആദ്യ ക്ലൂ കിട്ടിയാൽ എനിക്കു കൃത്യം മനസിലാകും. കാരണം ശരീരത്തിൽ ഒരു വൈബ്രേഷൻ വന്നുതുടങ്ങും.

പോകപ്പോകെ രണ്ടോമൂന്നോ ദിവസം കൊണ്ട് ഡീകോഡിംഗ് പൂർത്തിയാകാൻ തുടങ്ങി. പിന്നെപ്പിന്നെ എനിക്കു ഫോൺകോളുകളുടെ ആധിക്യമായി തുടങ്ങിയപ്പോൾ മെസേജ് വന്നാൽ എനിക്കതിലേക്കു കോൺസൻട്രേഷൻ കൊടുക്കുക ബുദ്ധിമുട്ടായിത്തുടങ്ങി.

ഇപ്പോൾ മെസേജ് വന്നാൽ ഞാൻ ദേവേട്ടൻ, ശ്രീനിവാസൻ ഇവരോടു മാത്രം പറയും. രണ്ടുമൂന്ന് ദിവസത്തേക്കു ഞാൻ ധ്യാനത്തിലേക്കു പോകുന്നു. ഒരു മെസേജ് വന്നിട്ടുണ്ട്, ഡീകോഡ് ചെയ്തു വരാം എന്ന്. LMRK ഗ്രൂപ്പിൽ ധ്യാനത്തിലേക്കു പോകുന്നു എന്നു മാത്രം ഇടും.

ആദ്യ ക്ലൂ കിട്ടിക്കഴിഞ്ഞാൽ പിന്നെ എല്ലാം എളുപ്പമാണ്. മേൽപ്പറഞ്ഞ ഉദാഹരണം എടുക്കുക. മല. യുദ്ധം കഴിഞ്ഞ് മുരുകനും പടയാളികളും വിശ്രമിച്ച ഗുഹകൾ. ഞാൻ പഴനിയിലേക്കു യാത്രയാകുന്നു. ധ്യാനം അവിടെവച്ചാകാം എന്നു തീരുമാനിക്കുന്നു. മാർഗമധ്യേ ഷാരു എന്ന റേഡിയോ ജോക്കിയുടെ കോൾ ഫ്രം ആസ്ട്രേലിയ! അന്നേരം എനിക്കു കിട്ടിയ ഒരു വൈബ് ഉണ്ട്. മതി. ഇത് ആസ്ട്രേലിയ ആണെന്നു തിരിച്ചറിയാൻ ആ വൈബ് സഹായിക്കും.

ആ ഇനീഷ്യൽ ക്ലിയറൻസ് കിട്ടിയാൽ പിന്നെ എന്റെ അവസ്ഥ കുറച്ച് ഉന്മാദമാകും. എന്താണ് അടുത്ത ക്ലൂ എന്ന ലഹരിയിലെത്തും. ആ സമയം എന്തെങ്കിലും ഒരു വാർത്താശകലമോ, ടിവി പ്രോഗ്രാമോ, സിനിമയിലെ ഒരു രംഗമോ, മക്കൾ ഉറക്കെ വായിക്കുന്ന പാഠങ്ങളിലെ ഒരു വാക്കോ... അതിൽനിന്നെങ്ങാൻ കിട്ടും അടുത്ത ക്ലൂ. ഈ കേസിൽ ഊറിയുറഞ്ഞ ചുണ്ണാമ്പുകല്ലുകളുടെ ഗുഹയെപ്പറ്റി ഒരു ഡോക്യുമെന്ററിയോ ആർട്ടിക്കിളോ മറ്റോ കണ്ടതാണ്. അന്നേരത്തെ ഒരു മാറ്റം ശരീരത്തിനു വരുമ്പോൾ അറിയാം. ആവേശത്തോടെ limestone caves Australia എന്നു സെർച്ചുന്നു. ആദ്യം കിട്ടുന്നത് ജനോലിൻ കേവ്സ് ആണ്. അടുത്ത് മലയുണ്ടോ എന്നു നോക്കുന്നു. അതാ ബ്ലൂ മൗണ്ടൻസ്! സക്സസ്!

മൂന്നാമത് ഒരു ക്ലൂ കൂടി ഉണ്ടാകും. അത് ഒന്നിലും രണ്ടിലും കിട്ടിയ റിസൾട്ട് ശരിയാണോ എന്നറിയാൻ ഉള്ളതുമാത്രമാണ്.

അപ്പോൾ ഇതാണ് മെസേജ് ഡീകോഡിംഗിന്റെ മോഡസ് ഓപറാൻഡി. ഈ പുസ്തകമെഴുത്ത് പുരോഗമിക്കേ ഡ്രാഫ്റ്റ് റീഡിംഗ് നടത്തുന്നവർ പ്രകടിപ്പിച്ച സന്ദേഹം -ഭഗവാന്റെ മെസേജ് കിട്ടുന്നതും അത് ഡീകോഡ് ചെയ്യുന്നതും കൃത്യമായി ഡീറ്റെയിൽ ഇല്ലാത്തതൊരു പോരായ്മയാണ് - എന്നതുകൊണ്ടാണിത് ഇത്ര ഡീറ്റെയിൽഡ് ആയി എഴുതിയത്.

അങ്ങനെയിരിക്കെ അടുത്ത മെസേജ് വന്നു. ഡീകോഡ് ചെയ്തപ്പോൾ കിട്ടിയത് ഇപ്രകാരമായിരുന്നു: ശ്രീലങ്കയിൽ കതിർഗാമയിൽ നിന്ന് ഒരുപിടി മണ്ണ് എടുക്കുക. കതിർഗാമയിലെ മണ്ണ് ഈ ഭൂമിയിലെ മണ്ണല്ല. അതിൽനിന്ന് ഒരുപിടി മണ്ണുമായി ലണ്ടനിലെ ഒരു സ്ഥലത്തു പോവുക. The GateWay to Another Timezone. ആ മണ്ണ് അവിടെവച്ച് പ്രാർത്ഥിക്കുക. അതിനുശേഷം അവിടെ അഗസ്ത്യമുനി മുരുകയന്ത്രം സ്ഥാപിച്ച ഒരു മല ഉണ്ട്. അവിടെ പോവുക.

കൂട്ടത്തിൽ പറയട്ടെ, കതിർഗാമയിൽനിന്ന് മണ്ണ് എടുക്കാൻ ഭഗവാൻ പറഞ്ഞെങ്കിൽ, അതിന് എന്റെ ഉള്ളിൽ വന്നൊരു തോന്നൽ ഇതാണ്, കതിർഗാമയിലെ ഭൂമിയുടെ പ്രതലം ശൂന്യാകാശത്തുനിന്നോ, യുഗങ്ങൾക്കു മുമ്പ് എന്നോ വന്നുപതിച്ച എന്തോ പദാർത്ഥത്തിന്റെ ഭാഗമാണ്. ഭൂമിയിലെത്തുംമുമ്പേ കത്തിത്തീരാതെ വീണുചിതറിയൊരു ഉൽക്ക!

അങ്ങനെ ശ്രീലങ്കയിൽ എത്തി. ഇത്തവണ ഭാര്യയേയും കൂട്ടി. ആദ്യം അവിടെ പോയ കാര്യം നിങ്ങൾ മറന്നിട്ടുണ്ടാകില്ലല്ലോ. ഇത്തവണ അങ്ങനെയല്ല. അവിടെ നമ്മുടെ LMRK അംഗങ്ങളുണ്ട്. പഴയ ശ്രീലങ്കയല്ല. അന്നു ചുറ്റും പട്ടാളം, ഭയം. ഇന്നു സർവ്വം ശാന്തം.

ലണ്ടനിലെ ടവർ ബ്രിഡ്ജിന്റെ പശ്ചാത്തലത്തിൽ ഭാര്യ ഷാമിലിക്കൊപ്പം

കതിർഗാമയിലെത്തി. കൂടെ ഉണ്ടായിരുന്നത് LMRKയുടെ സജീവ പ്രവർത്തകയായിരുന്ന വിഘ്നേശ്വരി ആയിരുന്നു. അമ്പലങ്ങളിൽ തൊഴുതു. മണ്ണ് എടുത്തു.

ലണ്ടനിൽ Stonehenge എന്നൊരു പ്രതിഭാസമുണ്ട്. വിചിത്ര മായ ജ്യാമിതികണക്കിൽ നാലു മീറ്റർ ഉയരത്തിലും രണ്ടു മീറ്ററോളം

വീതിയിലും കരിങ്കല്ലുകൾകൊണ്ടൊരു നിർമ്മിതി. ബിസി 3000ത്തി ലൊക്കെ നിർമ്മിച്ചതായിരിക്കാം എന്ന് ആർക്കിയോളജിസ്റ്റുകൾ അവകാശപ്പെടുന്നു. ശരിക്കും മിസ്റ്ററി ചൂഴ്ന്നുനിൽക്കുന്ന ഇടം. എനിക്കു കിട്ടിയ മെസേജ് പ്രകാരം ഇതു മറ്റൊരു ടൈം സോണി ലേക്കുള്ള ഗേറ്റ്‌വേ ആണ്.

ഇതിനടുത്താണ് എനിക്കു മെസേജിൽ കിട്ടിയ ഡ്രാഗൺ ഹിൽ. അധികമാർക്കും അറിയാത്ത സ്ഥലമാണത്. തികച്ചും ഗ്രാമപ്രദേശം. ലണ്ടനിലെ ഗ്രാമത്തിലൊന്നു താമസിക്കണമെന്ന എന്റെ ആഗ്രഹം സഫലമായി. ഇത്ര വലിപ്പവും ഭംഗിയുമുള്ള പശുക്കളെ വേറെ എവിടെയും കണ്ടിട്ടില്ല. പശുക്കളെ മേയ്ക്കുന്ന കുതിരപ്പുറത്തു സഞ്ചരിക്കുന്ന കാവൽക്കാരൻ. ചെമ്മരിയാടിൻകൂട്ടങ്ങൾ. മരത്തിന്റെ ചുമരുകളുള്ള വീടുകൾ. അങ്ങിങ്ങ് കൂട്ടിയിട്ടിരിക്കുന്ന മര വീപ്പകൾ, ഇംഗ്ലീഷ് ഗ്രാമങ്ങൾ, വായിച്ചും സിനിമയിലും മാത്രം അനുഭവിച്ചിട്ടുള്ള തുമായ സ്വപ്നതുല്യമായ ഇടങ്ങൾ! ഒരു രാത്രി മുഴുവൻ ലണ്ട നിലെ ഗ്രാമത്തെ അനുഭവിച്ചു

ഡ്രാഗൺ ഹിൽ കേറി. ഒരു പീഠഭൂമി. മുകളിലേക്കു കയറാൻ പടികളുണ്ട്. മുകളിലെത്തിയാൽ പരന്നുകിടക്കുന്ന ഭൂമിയും.

പക്ഷേ, കാറിൽനിന്നു പുറത്തിറങ്ങിയപ്പോഴേ മനസിലായുള്ളൂ, നമ്മളെ പറത്തിക്കൊണ്ടുപോകുന്ന കാറ്റാണ്. ഹൊ! ഇത്രയും ഭീകര മായ കാറ്റ്. ഞങ്ങൾ എല്ലാവരും കൈകൾ കൂട്ടിപ്പിടിച്ച് പതുക്കെ പ്പതുക്കെ കയറി.

മറ്റൊരത്ഭുതം. ഒരുവശം ഫുൾ പച്ചപ്പ്. മറുവശം ഒരു പുൽ നാമ്പു പോലും മുളച്ചിട്ടില്ല! അതിന്റെ പിന്നിലെ കഥ, ഏതോ പുണ്യാ ളൻ ഡ്രാഗണെ കൊന്നപ്പോൾ അതിന്റെ ചോരവീണ മണ്ണിൽ പിന്നെ പുല്ല് മുളയ്ക്കില്ല എന്നതത്രെ! എന്തായാലും കാറ്റിനോടു പടവെട്ടി ഞങ്ങൾ കതിർഗാമയിലെ മണ്ണ് അവിടെ നിക്ഷേപിച്ചു.

അടുത്ത സ്ഥലം സിൽബറി ഹിൽസ് ആണ്. മനുഷ്യനിർമ്മിതി യായൊരു മൺ പിരിമിഡ്.

എനിക്കു കിട്ടിയ രഹസ്യം അഗസ്ത്യമുനി മുരുകയന്ത്രം സ്ഥാപിച്ച സ്ഥലമാണിതെന്നാണ്. ചരിത്രം പറയുന്നത് മനുഷ്യനിർമ്മിതമായ പിരിമിഡുകളിൽ ആദ്യത്തേതാണ് സിൽബറി ഹില്ലിലേത് എന്നാണ്. താഴെനിന്നു നോക്കുമ്പോൾ ഗിരിവല വീഥിയിൽനിന്ന് പഴനിമല കാണുന്ന കാഴ്ചയുടെ മിനിയേച്ചർപോലെ അനുഭവപ്പെട്ടു എനിക്ക്. ഈ പിരിമിഡ് മലയ്ക്കുള്ളിൽ എന്താണെന്ന് ആർക്കുമറിയില്ല. പല കാലങ്ങളിലായി ഇതിൽ ഖനനം നടത്താൻ മനുഷ്യർ ശ്രമിച്ചതിന്റെ അടയാളങ്ങൾ പലയിടത്തുമുണ്ട്. ഇപ്പോൾ ഗവണ്മെന്റ് നിയമത്താൽ നിരോധിച്ചിരിക്കുകയാണ് ഇവിടം. ഖനനവും മറ്റും അനുവദനീയമല്ല.

പഴനിയിൽ മയൂര സിംഹാസന ഗിരിവലത്തിനിടെ

ഇതിനുള്ളിൽ അഗസ്ത്യമുനി നിർമ്മിച്ച മുരുകയന്ത്രം ഉണ്ട്! അവിടെയിരുന്നും പ്രാർത്ഥിച്ചു. കുറേനേരം ശാന്തതയോടെ. കണ്ണടച്ചിരിക്കുമ്പോൾ എനിക്കനുഭവപ്പെട്ട ഒരുതരം അനുഭൂതിയുണ്ട്. അതെന്താണെന്നു വച്ചാൽ ആഞ്ജനേയർ മലയുടെ ഒരു വശത്തു പോകുമ്പോൾ കിട്ടാറുള്ളൊരു വൈബ്. നീലനിറം. കാർത്തികനക്ഷത്ര ദൃഷ്ടി. ചാരിക്കിടക്കുന്ന കസേരയിലിരുന്ന് നിങ്ങളേതെങ്കിലും പ്ലാനറ്റോറിയം ഷോ കണ്ടിട്ടുണ്ടോ? ഒരു സ്പേസ് ഷിപ്പിന്റെ മുൻസീറ്റിലിരുന്ന് ഗ്ലാസ് വിൻഡോയിലൂടെ ഗ്രഹങ്ങൾക്കും നക്ഷത്രങ്ങൾക്കുമിടയിലൂടെ സഞ്ചരിക്കുന്ന പ്രതീതി. അതിന്റെ ഒറിജിനൽ വേർഷനാണ് എനിക്കു കിട്ടുന്ന ഫീൽ.

അതായത് TIME ആയി ഒരു കൈകൊടുക്കൽ. അല്ലെങ്കിൽ ഒരു ആശ്ലേഷം. നൂറുകിലോമീറ്റർ സ്പീഡിൽ ഓടുന്ന ബസ്സിന്റെ ഒപ്പം നിങ്ങൾ നൂറുകിലോമീറ്റർ സ്പീഡിൽതന്നെ ഓടിയാൽ എന്താണുണ്ടാവുക എന്ന് ഓർത്തുനോക്കൂ? നിങ്ങൾക്കു ബസ് നിശ്ചലമാണ് എന്നുതോന്നും. ഡ്രൈവറുമായി കുശലപ്രശ്നം നടത്താൻപോലും പറ്റും. ഇനി ആ ബസ്സിനെ അതിന്റെ വഴിക്കുവിട്ട് അതു കറങ്ങിവരുമ്പോഴേക്കും നിങ്ങൾ ഒരു നടവഴിയിലൂടെ കുറുകെ ഓടി ബസ്സിന്റെ

വഴിയിൽ എത്തിയാലോ? ബസ്സിനേക്കാൾ ഏറെ മുമ്പിൽ നിങ്ങ ളെത്തും!

ആ ഒരു പ്രതീതിയാണ് എനിക്കപ്പോഴൊക്കെ. അനന്തതയെ നമ്മൾ കവച്ചുവെയ്ക്കുംപോലെ. ഭൂമിയിലെ സർവ്വചരാചരങ്ങളും ബന്ധിക്കപ്പെട്ടുകിടക്കുന്ന TIME എന്ന പ്രതിഭാസത്തെ അതിന്റെ മടയിൽചെന്ന് തോൽപ്പിക്കുന്ന ഒരുതരം അനുഭൂതി. ഹാ! അത് ഏവർക്കും അനുഭവിക്കാനുള്ള വിദ്യ അടക്കം ചെയ്തതായിരിക്കുമോ ഇതിനുള്ളിലെ മുരുകയന്ത്രം?

ഞാൻ കണ്ണുതുറക്കുമ്പോൾ അവിടെയൊക്കെ കണ്ടുനടക്കുന്ന എന്റെ സഹയാത്രികരെയെല്ലാം എത്രയോ വർഷം മാറി കണ്ടപോലെ എനിക്കു തോന്നി. ഞാനൊന്നു കണ്ണുതിരുമ്മി. തലകുടഞ്ഞു. തിരികെ ഭൂമിയിലെ 24 മണിക്കൂറിനുള്ളിലെ കേവല ഓട്ടക്കാരനായി.

ഈ രണ്ട് സ്ഥലങ്ങളിലും എനിക്ക് അനുഭവപ്പെട്ട കാര്യം, ഇവിടെ എന്തോ ഒരു താക്കോൽ ഉണ്ട്. ഇവിടെനിന്ന് നിങ്ങൾക്ക് ടൈം ട്രാവൽ ചെയ്യാം. അതെങ്ങനെ എന്നതിന്റെ രഹസ്യമാകാം ആ പിരിമിഡിനക ത്തുള്ള മുരുകയന്ത്രത്തിലുള്ളത്. കുമാരീകാണ്ഡ പുനഃസ്ഥാപന ത്തോടെ ഇതെല്ലാം പുറത്തെടുക്കപ്പെടും, തീർച്ച!

ഇവിടെവച്ച് ഒരു പ്രത്യേക കാര്യം നിങ്ങളോടു പറയാനുണ്ട്. അതെന്തെന്നാൽ ഇതുപോലെയുള്ള എനർജി പോയന്റുകളുണ്ടോ, അവിടെയൊക്കെ അതാത് ഗവൺമെന്റുകൾ പ്രവേശനം നിരോധി ക്കുകയോ നിയന്ത്രിക്കുകയോ ചെയ്തിട്ടുണ്ട്. അതിനു പറയുന്ന കാരണം മറ്റു പലതാകും. ഉദാഹരണത്തിന് ലയേൺ ഐലൻഡ് പൂട്ടിയിടാൻ കാരണം, വംശനാശഭീഷണിയുള്ള ലിറ്റിൽ പെൻഗ്വിൻസ് ഹാബിറ്റാറ്റ് ആയതുകൊണ്ടത്രെ!

ഇത്രനാളും ഭഗവാൻ എനിക്കു നൽകാറുള്ളതു മെസേജുകൾ, ഡയറക്ഷനുകൾ, അതിനോടനുബന്ധിച്ചുള്ള ടാസ്കുകൾ എന്നിവ യായിരുന്നു. ഇതിൽ ഒരു വ്യത്യാസമാണിനി വരാൻ പോകുന്നത്. അതു ശരിക്കും LMRK യ്ക്ക് നൽകുന്ന 'ഡ്യൂട്ടി' എന്നാണിനി മുതൽ വിശേഷിപ്പിക്കുക.

അപ്പോൾ 2018 ലാണ്. ഇതായിരുന്നു ഭഗവാൻ എന്നോട് കൽ പ്പിച്ച ഡ്യൂട്ടി: കുമാരികാണ്ഡ പുനഃസ്ഥാപനത്തിന്റെ നാന്ദികുറിക്ക ലിന്റെ ആരംഭമായി ഒരു മയൂരസിംഹാസനം നിർമ്മിച്ച് പഴനിയിൽ പൂജിച്ച് അതു സീറോ ടൈം സോണിൽ സ്ഥാപിക്കണം.

ഹൊ! ഒറ്റനോട്ടത്തിൽ ഇത് എളുപ്പമല്ല! കാരണം സീറോ ടൈം സോൺ എന്നു പറഞ്ഞാൽ ഇന്നത്തെ ലോകത്തു ഗ്രീനിച്ച് ആണ്. ഇംഗ്ലണ്ട്! യൂറോപ്പ്! ആണ്ടവാ! ഒന്നാമത് യൂറോപ്പിൽ ഒരു ടാസ്ക്

യു.കെ.യിൽ വെയിൽസിൽ

വിജയിപ്പിക്കുക എന്നത് മുൻ അനുഭവത്തിന്റെ വെളിച്ചത്തിൽ എളുപ്പമല്ല എന്നത് ഇതിനോടകം നിങ്ങൾക്കും അറിയാമല്ലോ. രണ്ടാമത്, ഗ്രീനിച്ച് ഏരിയയിൽ ഇങ്ങനെയൊരു സിംഹാസനം പ്രതിഷ്ഠിക്കാൻ ഒരു സ്ഥലം വേണമല്ലോ?

പക്ഷേ, പിറകോട്ടേക്കു നിൽക്കാൻ പറ്റില്ല. ഇതു ഡ്യൂട്ടിയാണ്. മുരുക ഭഗവാൻ അതികർശനമായി എന്നെ ഏൽപ്പിച്ച ഡ്യൂട്ടി.

അങ്ങനെ കൂടിയാലോചന തുടങ്ങി. LMRK അംഗങ്ങൾക്കെല്ലാം അതിആവേശമായി. എല്ലാവരും അതിആവേശത്തോടെ. എന്റെയുള്ളിൽ

യൂറോപ്പിലെ ദൗത്യങ്ങൾക്കുണ്ടാകാനിടയുള്ള തടസ്സങ്ങളുടെ ദുന്ദുഭി നാദം. നമ്മുടെ സുഹൃത്തുക്കളുടെ ആവേശം കാണുമ്പോൾ അതെല്ലാം മറക്കാനും പറ്റുന്നുണ്ട്. എങ്കിലും...

വേറെയും കാര്യങ്ങളുണ്ട്. ഈ ഡ്യൂട്ടി കിട്ടുമ്പോഴും ഞാൻ ആദ്യത്തെ പ്രോഗ്രാമിന്റെ ബാധ്യതയായ രണ്ടരലക്ഷത്തിനു വട്ടിപ്പലിശ കൊടുത്തുകൊണ്ടിരിക്കുകയാണ് മാസാമാസം. ഇതുകൂടാതെ യു.കെ.യിലെ മുൻ ടാസ്കായ മുരുകവിഗ്രഹപ്രതിഷ്ഠയുടെ പരാജയം നിമിത്തം ഉള്ള അങ്കലാപ്പ്. രണ്ടാമതൊരു പരാജയം താങ്ങാനുള്ള കരുത്ത് എനിക്കില്ലായിരുന്നു.

LMRK ട്രസ്റ്റിന്റെ അക്കൗണ്ടിലേക്ക് അംഗങ്ങൾ സർവാത്മനാ പണം ഇട്ടുതുടങ്ങി. എല്ലാവരിലും കണ്ട ആ ഉണർവ് കുമാരീകാണ്ഡ പുനഃസ്ഥാപനത്തിനെപ്പറ്റിയുള്ള സകല സംശയങ്ങളും മാറ്റാൻ പാകത്തിനുള്ളതായിരുന്നു. സിംഹാസനം ബ്രാസിൽ ആണു നിർമ്മിക്കുന്നത്. ഇത്ര വലിയൊരു നിർമ്മിതിക്കു വർക്ക്ഷോപ്പുകാർക്കു ചെറിയ ഭയം. അവസാനം കുംഭകോണത്ത് ഒരു വർക്ക്ഷോപ്പുമായി നിർമ്മാണക്കരാറായി. ഡിസൈനും മറ്റും അവിടെ കൊടുത്തു.

ഇനി അടുത്ത കടമ്പ. സീറോ ടൈം സോണിൽ എവിടെ? ധൈര്യപൂർവ്വം ആവേശത്തോടെ ഒരു സ്ത്രീ മുന്നോട്ടുവന്നു. ശക്തി. അവർ വെയിൽസിൽ താമസിക്കുന്നു. അവർ അവിടെ ഒരു അമ്പലക്കാരുമായി സംസാരിച്ചു. അവർക്കതിനു സമ്മതമാണെന്നറിയിച്ചു. എല്ലാവർക്കും സന്തോഷമായി. എനിക്കും. എന്നാൽ ഭഗവാന്റെ സമ്മതം വേണമല്ലോ. ഞാൻ അവരോട് ഒരു ദിവസം സമയം ആവശ്യപ്പെട്ടു.

അന്നു രാത്രി ഞാൻ ഏറെ ധ്യാനിച്ചു. ഭഗവാന്റെ കയ്യിൽ നിന്നൊരു ഗ്രീൻ സിഗ്നൽ കിട്ടുന്നില്ല. പക്ഷേ, ഭഗവാൻ മറ്റൊരു മെസേജ് തന്നു. രാവിലെ ഞാൻ ശക്തിയോടു ചോദിച്ചു. ആ പരിസരങ്ങളിൽ ആഞ്ജനേയന്റെ അമ്പലം ഉണ്ടാകുമെന്നാണല്ലോ ഭഗവാൻ പറയുന്നത്. ഒന്നന്വേഷിക്കാമോ?

ഉച്ചയ്ക്കുമുമ്പേ ശക്തി മറുപടി തന്നു. അവർ ചെല്ലാൻ കാത്തിരിക്കുംപോലെ ആയിരുന്നത്രെ! ഒരു ശ്രീലങ്കക്കാരൻ പരമശിവമാണ് ആ ക്ഷേത്രത്തിന്റെ ജീവനാഡി. താന്തോണ്ട്രി ആഞ്ജനേയർ ക്ഷേത്രം. സന്തോഷത്തോടെ അദ്ദേഹം സമ്മതിച്ചുവത്രെ. LMRK യുടെ എല്ലാ രാജ്യങ്ങളിലുമുള്ള യൂണിറ്റുകൾ ഉത്സവപ്രതീതിയിലായി.

മയൂരസിംഹാസനം പഴനിയിൽ കൊണ്ടുപോയി പൂജിച്ചിട്ടുവേണം ലണ്ടനിലെത്തിക്കാൻ. മുമ്പ് ഇതിനൊക്കെ ഒറ്റ ഫോൺവിളി മതിയായിരുന്നു. സെന്തിൽ! ഇന്ന് അവനില്ലല്ലോ! എന്റെ ഉള്ളിലെ വിഷമം പറയാൻ ഭഗവാനല്ലാതെ ആരുണ്ട്?

യെസ്. ഭഗവാൻ കേട്ടു. അതിന്റെ തെളിവായി ഒരാൾ പൊടുന്നനെ മുന്നിൽ വന്നുപെട്ടു. ജഗൻ.

സെന്തിലിനെപ്പോലെ പിന്നീട് പഴനിയിൽ എന്റെ വലംകൈ ആയി മാറിയ ജഗൻ. സൗമ്യപ്രകൃതി. പ്രസന്നവദനൻ. പഴനിയിൽ എന്തിനുമേതിനും ജഗന് ഒറ്റവിളി മതി. വിശ്വസിക്കാനാകാത്ത എക്സിക്യൂഷൻ ശേഷിയാണ് ജഗന്. ഒരു വലിയ സംഘം ചെറുപ്പക്കാർ ജഗന്റെ കൂടെയുണ്ട്. അന്നുമുതലിങ്ങോട്ട് പഴനിയിൽ എന്റെ വലംകൈ.

ചെന്നൈയിലുള്ള ശ്രീപ്രഭു സിംഹാസനത്തിന്റെ പഴനിയിലെ പ്രോഗ്രാമിന്റെ കൺവീനറായി. അദ്ദേഹത്തിന്റെ ഓർഗനൈസിംഗ് കപ്പാസിറ്റി അനുപമമായിരുന്നു. ഞാൻ വിചാരിച്ചതിനെക്കാൾ പല മടങ്ങ് മുകളിലായിരുന്നു പ്രോഗ്രാമിന്റെ സംഘാടനം. ലോകത്തിന്റെ എല്ലാ ഭാഗത്തുനിന്നും വരുന്നവർക്കെല്ലാം പ്രഭു ട്രസ്റ്റിന്റെ പേരിൽ റൂമുകൾ ബുക്ക് ചെയ്തു. ഇതൊന്നും ഞങ്ങളുടെ ചിന്താപദ്ധതിയിൽ ഉള്ള കാര്യങ്ങളേ അല്ലായിരുന്നു. പക്ഷേ, അതൊക്കെ നന്നായി. തങ്ങളുടെ പ്രസ്ഥാനം ചെറിയ രീതിയിലുള്ളതൊന്നുമല്ലെന്നും, മെഗാ ഇവന്റുകൾ പ്രൊഫഷണലായി സംഘടിപ്പിക്കാൻ കെല്പുള്ളതാണെന്നുമുള്ള അഭിമാനം ഓരോ അംഗത്തിനും ഉണ്ടാവുകയും, കുമാരികാണ്ഡ പുനഃസ്ഥാപനം നടത്താൻ നമുക്കു പറ്റും എന്നൊരു ആത്മവിശ്വാസം എല്ലാവരിലും ഉറയ്ക്കുകയും ചെയ്തു.

എല്ലാ ഭാഗത്തുനിന്നും വാഹനങ്ങൾ നിറയെ. ആദ്യം സിംഹാസനം ഐവർമലയിൽ പൂജ. അവിടെ എല്ലാവർക്കും സദ്യ. ഐവർമലയിൽ പൂജയ്ക്കുശേഷം അടിവാരത്തിൽ വൈകുന്നേരം ഗിരിവലം. പഴനിനിവാസികൾക്കെല്ലാം അത്ഭുതമായിരുന്നു. അത്രയധികം ബസുകൾ, കാറുകൾ, വാഹനങ്ങൾ, ആളുകൾ. ചുവപ്പും നീലയും വസ്ത്രമണിഞ്ഞ LMRK സുഹൃത്തുക്കൾ. മൊത്തം പഴനി ഇളകിമറിഞ്ഞു. ഗിരിവലത്തിനു മൂന്ന് വലിയ തേരുകൾ. ഒന്നിൽ സർവ്വപ്രൗഢിയോടെ മയൂരസിംഹാസനം. ഗിരിവലത്തിനുശേഷം ഓഡിറ്റോറിയത്തിൽ ഫങ്ഷൻ. പ്രശസ്ത സംഗീത സംവിധായകൻ ഗംഗൈ അമരൻ മുഖ്യാതിഥി.

എല്ലാം കൊണ്ടും സമ്പൂർണ്ണ വിജയമായി മാറി. LMRKയെ മുരുകയുഗാരംഭത്തിന്റെ ചരിത്രപുസ്തകത്തിൽ രേഖപ്പെടുത്തിയ മെഗാ ഇവന്റ്! നിറഞ്ഞ മനസ്സോടെയാണ് അംഗങ്ങൾ എല്ലാവരും അവരവരുടെ സ്ഥലങ്ങളിലേക്ക് തിരിച്ചത്.

മെൽബണിൽനിന്ന് ഇളങ്കോ വന്നിരുന്നു. പ്രോഗ്രാം എല്ലാം കഴിഞ്ഞു തിരികെപ്പോകാൻ നേരം ഇളങ്കോ പറഞ്ഞ വാക്കുകൾ ഞാനിവിടെ പകർത്താം:

''രജിത്, അന്ന് എന്റെ വീട്ടിലേക്ക് ആദ്യമായി വന്നതോർമ്മയുണ്ടോ? ആത്മീയ വേഷഭൂഷാദികളോടെ വരാൻ പോകുന്ന 'ദിവ്യനെ' പ്രതീക്ഷിച്ചിരുന്ന ഞങ്ങൾ കണ്ടതു കാറിൽനിന്ന് ഇറങ്ങുന്ന ജീൻസും ഷർട്ടും ധരിച്ച, ബാഗ് പിറകിൽ തൂക്കിയിട്ട് ഇറങ്ങി വരുന്ന ഒരു ചെറുപ്പക്കാരനെയാണ്. അവിടെ ഉണ്ടായിരുന്ന എല്ലാവരും ഞെട്ടിപ്പോയി. ഞങ്ങളൊരുക്കിയ പീഠത്തിലിരിക്കാതെ നിലത്തിരുന്നു അന്നു താങ്കൾ. ഞാനന്നു വളരെ സില്ലിയായ ഒരു ചെറുപ്പക്കാരൻ എന്നാണ് താങ്കളെ നിർവചിച്ചത്. പക്ഷേ, അന്നു നിങ്ങൾ പോയപ്പോൾ അവിടെ ഉണ്ടായിരുന്ന പത്തമ്പതു പേർക്കും വേറിട്ട ഒരനുഭവമായിരുന്നു കിട്ടിയത്. എല്ലാവരും എന്തുകൊണ്ടോ ഹാപ്പി ആയിരുന്നു. അവിടംമുതൽ നിങ്ങളെ സൂക്ഷ്മമായി നിരീക്ഷിച്ചു വരികയായിരുന്നു ഞാൻ. ഇന്നീ മെഗാ ഇവന്റ് കണ്ടപ്പോഴാണ്... അയാം റിയലി പ്രൗഡ് ഓഫ് യു! യു വാക്ക് ഓൺ എ വെരി ഡിഫറന്റ് വേ ഓൺ സ്പിരിച്വാലിറ്റി. നിങ്ങൾ മുകളിൽ കേറിയിരുന്നു നയിക്കുന്നില്ല. കൂടെനടന്ന് ഞങ്ങളെ മുകളിലേക്കെത്തിക്കുകയാണ്. റിയലി അമേസിംഗ്.''

പ്രിയപ്പെട്ടവരെ, ഇതിവിടെ കുറിക്കുന്നതിൽ അനൗചിത്യമുണ്ടെങ്കിൽ ക്ഷമിക്കണം. എന്റെ ആത്മീയവഴി ആ വാചകങ്ങളിലുണ്ട്. ആ സന്തോഷം എനിക്ക് ഒരു ലഹരിയാണ്. ഓർക്കുക, ഞാൻ ഭൗതികനായ ആത്മീയനാണ്. പുകഴ്ത്തലിൽ കുറച്ച് അഭിമാനിച്ചോട്ടെ!

ഈ ഇളങ്കോ LMRKയ്ക്ക് ചെയ്ത ഏറ്റവും വലിയ സംഭാവന വിമലനാഥൻ എന്ന വ്യക്തിത്വത്തെ ഞങ്ങളിലേക്കെത്തിച്ചതാണ്. ആസ്ത്രേലിയയിലെ LMRKയുടെ ഏറ്റവും ആക്റ്റീവ് പ്രവർത്തകനാണിപ്പോൾ ശ്രീ വിമലനാഥൻ!

അന്നവിടെ പാതിരായ്ക്കിരുന്ന് പഴയപോലെ വെളിച്ചത്തിൽ കുളിച്ചുനിൽക്കുന്ന പഴനിമലയെ നോക്കി ഞാൻ നെടുവീർപ്പിട്ടു. മലമുകളിലെ ഔഷധമണമുള്ള കാറ്റ് എന്നെ പൊതിഞ്ഞു.

അന്ന് ഒറ്റയ്ക്ക് ഒരു സ്വപ്നത്തിന്റെ നൂലുപിടിച്ചു വന്ന എന്നെ ഞാനോർത്തു. ഭോഗർ സിദ്ധരുടെ സ്നേഹവും ആണ്ടവന്റെ ആശ്ലേഷവും വേണ്ടുവോളം കിട്ടാൻ തക്ക എന്തു പുണ്യപ്രവൃത്തിയാണ് ഞാൻ ചെയ്തിട്ടുള്ളത്? എനിക്കറിയില്ല. ആദ്യം വരുമ്പോൾ കൂടെ ആരുണ്ടായിരുന്നു? ഇന്നോ? ലോകത്തിന്റെ ഏതൊക്കെ കോണിൽ നിന്ന് ആൾക്കാർ വന്നു, എന്റെ കൂടെ..!

ഓം ശരവണഭവായ നമഃ

മയൂരസിംഹാസനം

വിചാരിച്ചതിലും എത്രയോ എത്രയോ ഭംഗിയായി മയൂരസിംഹാസനം പൂജയും ഗിരിവലവും പഴനിയിൽ നടന്നുവെന്നു വിവരിച്ചല്ലോ. പക്ഷേ, നിങ്ങൾക്കറിയാം എന്റെ മനോവിചാരം എന്നു ഞാൻ വിശ്വസിക്കുന്നു. യൂറോപ്പിലേക്കാണിനി ഭഗവാന്റെ സിംഹാസനം പോകുന്നത്. അയയ്ക്കുമ്പോൾ മുതൽ അതിനു തടസങ്ങൾ വന്നുതുടങ്ങുമെന്ന് എനിക്ക് ഏതാണ്ട് ഉറപ്പായിരുന്നു. ദേവേട്ടനും ശ്രീനിവാസനും ഒക്കെ തുടക്കത്തിൽ അതെന്റെ ഒരു നിസ്സാരപരിഭ്രമം എന്ന നിലയിലേ എടുത്തുള്ളൂ. ഇവന്റ് സംഘാടനത്തിന്റെ ബുദ്ധികേന്ദ്രമായ പ്രഭുവിനായിരുന്നു കൊറിയർ ചെയ്യുന്നതിന്റേയും ചുമതല. ഇതിനിപ്പോൾ ഇത്ര വേപഥുകൊള്ളാനെന്തിരിക്കുന്നു എന്നാണ് അദ്ദേഹത്തിന്റെയും ചിന്ത. ഈ നിമിഷം മുതൽ ചില ശക്തികൾ അവരുടെ ഊർജ്ജം ഇതിനെതിരെ പ്രയോഗിച്ചു തുടങ്ങുമെന്ന് എനിക്കെന്തോ ഉറപ്പായിരുന്നു. ഇനിയങ്ങോട്ട് എല്ലാം ശ്രദ്ധിക്കണം. അയയ്ക്കുന്ന ഏജൻസിയെ ശ്രദ്ധിക്കണം. ഫോളോ അപ്പ് ചെയ്യണം. പൂജ നടന്നതു സെപ്തംബർ 22. പ്രതിഷ്ഠ പ്ലാൻ ചെയ്തിരിക്കുന്നതു നവംബറിൽ തിരുക്കല്യാണനാൾ, അതായത് സൂരസംഹാരത്തിന്റെ അടുത്ത ദിവസം.

ഒരു പത്തു ദിവസം മുമ്പേ എത്താൻ ഞാൻ പ്ലാൻ ചെയ്തു. കൂടെ ജിതയും ഉണ്ടായിരുന്നു. ഈ പത്തു ദിവസത്തിൽ കുറെ വീടുകളിൽ പൂജകളുണ്ട്. ഇടയിൽ കുറച്ച് ഫ്രീ ദിവസങ്ങൾ ജിതയ്ക്കായി മാറ്റി വച്ചിരുന്നു. ഇതിനിടയിൽ വേറെ ചില സംഭവങ്ങൾ ഉണ്ടായിരുന്നു. അതിൽ പലതും ലോകത്തോടു പറയണ്ട എന്നാണു ഭഗവാന്റെ ഇംഗിതം. പറയാൻ അനുവാദം കിട്ടിയ കാര്യങ്ങൾ ചുരുക്കിപ്പറയാം.

കഴിഞ്ഞ തവണ ഞാൻ ലണ്ടനിൽ വന്നപ്പോൾ കണ്ടുമുട്ടിയ അഞ്ചുപേരടങ്ങിയ ഒരു ഗ്രൂപ്പുണ്ടായിരുന്നു. അവർക്കു മറ്റൊരു ഗുരു ഉണ്ടത്രെ. നമ്മുടെ ലക്ഷ്യം കുമാരികാണ്ഡ പുനഃസ്ഥാപനം എന്നായിരുന്നതുകൊണ്ടും മുരുകഭക്തർ എന്ന ഒറ്റയോഗ്യതയിൽ മാത്രം LMRK മെമ്പർ ആകാം എന്നതുകൊണ്ടും ഇവരും നമ്മുടെ ഗ്രൂപ്പിൽ പെട്ടിരുന്നു. കൂടുതൽ പറയുന്നില്ല, ഇവർ ഗ്രൂപ്പിനുള്ളിൽ ചില

നെഗറ്റീവ് പരാമർശങ്ങൾ നടത്തുകയും ഇവരെ അഡ്മിൻ ശ്രീനിവാസൻ ഉടനടി ഗ്രൂപ്പിൽനിന്ന് എടുത്തുകളയുകയുമുണ്ടായിരുന്നു. ഇവർ ഇവരുടേതായ രീതിയിൽ പ്രവർത്തനം നടത്തുന്നുണ്ടായിരുന്നു.

ആഞ്ജനേയർ ക്ഷേത്രത്തിലെ സ്വാമിജിയെ ചിലർ വിളിച്ച് ഈ സിംഹാസന പ്രതിഷ്ഠയിൽനിന്നു പിന്മാറാൻ ആവശ്യപ്പെട്ടു. അല്ലാത്തപക്ഷം ക്ഷേത്രത്തിൽ വന്നുകൊണ്ടിരിക്കുന്ന പലരും വരവ് നിർത്തും എന്നാണു ഭീഷണി. സ്വാമിജി ശക്തിയെ വിളിച്ച് ഇതു പറഞ്ഞു. പരിഭ്രമിച്ചെങ്കിലും 'ഞങ്ങൾ വാക്കു നൽകിയതാണ്. ആ വാക്ക് തെറ്റിക്കില്ല' എന്നുംകൂടി സ്വാമിജി പറഞ്ഞപ്പോളാണ് ശക്തിക്കു ശ്വാസം നേരെവീണതത്രെ.

അപ്പോൾ വിരുദ്ധശക്തികൾ ഗോദയിലിറങ്ങിയിട്ടുണ്ടെന്നു വ്യക്തമായി. അതാ അപ്പോൾ അടുത്ത ടെൻഷൻ. മയൂരസിംഹാസനം ലണ്ടനിൽ എത്തിയിട്ടില്ല. ട്രാക്ക് ചെയ്യുമ്പോൾ സംഗതി ഫ്രാൻസിൽ ഗാരേജിൽ എന്ന്! ഏജൻസിയെ വിളിച്ച് ചാടിച്ചു ശ്രീനിവാസനും ദേവേട്ടനും. അടുത്ത ദിവസം ട്രാക്ക് ചെയ്യുമ്പോൾ സിംഹാസനമുണ്ട് ദുബായ് എയർപോർട്ടിൽ. എന്റെ ടെൻഷൻ കൂടിവന്നു. പരാജയം. ഇനിയുമൊരു പരാജയംകൂടി താങ്ങില്ല! അടുത്ത ദിവസം സിംഹാസനം മുംബൈയിൽ എത്തിയിരിക്കുന്നു! വിരുദ്ധശക്തികൾ വിജയം വരിക്കുകയാണോ? ഞാൻ മുരുകനെ വിളിച്ചുകരഞ്ഞു. ദേവേട്ടൻ കൊറിയർ ഏജൻസിയിലേക്കു പാഞ്ഞു. അവർ പറയുന്നത് നമ്മളുടെ കസ്റ്റംസ് രേഖകളിലെ മിസ്റ്റേക്ക് ആണെന്നും അവർ ഉത്തരവാദികളല്ലെന്നും. ശ്രീനിവാസനും ദേവേട്ടനും രോഷാകുലരായി. ഇനി അയയ്ക്കണമെങ്കിൽ വീണ്ടും ഫീസ് പേ ചെയ്യണമെന്ന് അവർ. രണ്ടുലക്ഷമാണ് ഫീസ്! ഭഗവാൻ സഹായിച്ച് പണം ഇപ്പോൾ വിഷയമല്ല. വീണ്ടും അയയ്ക്കണമെങ്കിൽ സകല പേപ്പറുകളും വീണ്ടും ഉണ്ടാക്കണം. അതുണ്ടാക്കി അയയ്ക്കാൻ നിന്നാൽ ഇനി മയൂരസിംഹാസനം എത്തുമ്പോഴേക്കും തിരുക്കല്യാണ ദിനം കഴിയും. തിയതി മാറ്റാൻ പറ്റില്ല. മാറ്റിയാൽ ദൗത്യം പരാജയമായേ കണക്കാക്കാൻ പറ്റൂ.

കൂടാതെ എന്റെ ഓഫീസിൽനിന്നു കിട്ടിയ NOC തീരാറായി. അതിനുമുമ്പ് മടങ്ങിയില്ലെങ്കിൽ ജോലിയെ ബാധിക്കും. സിംഹാസനം മുംബൈയിൽ ഇരിക്കുമ്പോൾ ലണ്ടനിലേക്കു വിമാനം കയറുന്ന എന്റെ അവസ്ഥ നിങ്ങൾക്ക് ഊഹിക്കാമല്ലോ പ്രിയപ്പെട്ടവരേ! കൂടെയുള്ള ജിതയോട് ഈ ടെൻഷൻ വല്ലതും പറയാൻ സാധിക്കുമോ? അവൾ ആകെ ത്രില്ലിലാണുതാനും. എന്റെ അവസ്ഥ. വിമാനത്തിൽ ഞാൻ കണ്ണടച്ചിരുന്നു. ഉള്ളിൽ ആശങ്കകൾ പെരുകി. ഈ ദൗത്യം പരാജയപ്പെട്ടാൽ ഞാനില്ല. ഒന്നാമതായി ഇയാളീപ്പറയുന്ന ടാസ്കുകളൊന്നും ഭഗവാന്റെ ഡയറക്ഷനല്ല, സ്വയം ഉണ്ടാക്കുന്നവയാണ്, അല്ലെങ്കിൽ രണ്ടുതവണ പരാജയപ്പെടുമോ? ഇതാകും ചോദ്യം.

ഹൊ! അതിലും അപമാനം എന്തുണ്ട്? മാത്രമോ? അതൊക്കെ പോട്ടെ, ക്യാപ്റ്റൻ എന്ന നിലയിൽ ഇനിയൊരു പരാജയം എനിക്കു താങ്ങില്ലല്ലോ? അത് LMRK എന്ന പ്രസ്ഥാനത്തിനെ എങ്ങനെ ബാധിക്കും? പിന്നീടൊരു ആത്മവിശ്വാസത്തിലേക്ക് എങ്ങനെ തിരിച്ചു വരും? ഹൊ! അസാധ്യം.

എല്ലാം പോട്ടെ, ഈ വിഷമങ്ങളൊക്കെ എനിക്ക് ആരെങ്കിലുമായി ഇപ്പോ പങ്കുവെയ്ക്കാൻ പറ്റുമോ? തൊട്ടടുത്ത് ഉത്സാഹത്തിൽ ആദ്യയൂറോപ്പ് യാത്രയിലിരിക്കുന്ന ജിത. അരികിൽ തീച്ചൂളയായാണ് ഭർത്താവ് ഇരിക്കുന്നതെന്നറിയാതെ കൗതുകത്തോടെ ഓരോന്ന് അവൾ ചോദിക്കുമ്പോൾ പ്രസന്നത അഭിനയിച്ച് മറുപടി പറയേണ്ട എന്റെ ഗതികേട്. ദേവേട്ടനും ശ്രീനിവാസനും ഞാനും മാത്രം പഞ്ചാഗ്നി മധ്യേ! ബാക്കി എല്ലാവരും തിരുക്കല്യാണദിനം നടക്കുന്ന മയൂര സിംഹാസനപ്രതിഷ്ഠയ്ക്ക് ആവേശത്തോടെ കാത്തിരിപ്പും.

ഞങ്ങൾ ലണ്ടനിൽ ചെല്ലുമ്പോൾ താമസിക്കാൻ തീരുമാനിച്ചിരുന്നത് മുമ്പത്തെ സന്ദർശനത്തിൽ കൂടെ മുഴുവൻ സമയവും ഉണ്ടായിരുന്ന റാമിന്റെ വീട്ടിലായിരുന്നു. ചെന്ന ദിവസംതന്നെ മനസിലായി, എന്തോ റാമിനത്ര സുഖം ഇല്ലെന്ന്. മിണ്ടുന്നുണ്ട്, സന്തോഷം പ്രകടിപ്പിക്കുന്നുണ്ട്, പക്ഷേ, എന്തോ ഒരു പ്രശ്നമുണ്ട്. അദ്ദേഹത്തെ കുറ്റം പറഞ്ഞുകൂടാ! കഴിഞ്ഞ ദൗത്യം പരാജയപ്പെടുമ്പോൾ കൂടെയുണ്ടായ ആളാണിദ്ദേഹം. ഇപ്പോൾ അമ്പലത്തിലേക്ക് ആരൊക്കെയോ വിളിച്ചുപറഞ്ഞ് പ്രശ്നങ്ങളുണ്ടാക്കുന്നുണ്ടെന്നും അറിഞ്ഞു. ഈ ദൗത്യവും പരാജയത്തിലേക്കാണെന്ന തോന്നലിലാണദ്ദേഹം.

പെട്ടെന്നുതന്നെ ഞാൻ പറഞ്ഞു, ''റാം, വൈഫ് കൂടെയുണ്ടല്ലോ, ഒരു ഹോട്ടൽ റൂം ബുക്ക് ചെയ്തുതരൂ. ഇവൾക്കവിടെ ആയിരിക്കും കംഫർട്ട്. ബില്ല് പേ ചെയ്യരുത്. ഞാൻ ചെയ്തോളാം.''

''രജിത്ജി പേ ചെയ്യുമോ?'' റാമിന്റെ മുഖം വിടർന്നു.

ദേവേട്ടന്റെയും ശ്രീനിവാസന്റെയും കൊറിയർകാരുമായുള്ള യുദ്ധം തുടരുന്നതിനിടയിൽ ട്രാക്കിംഗിൽ സിംഹാസനം ഇറ്റലിയിൽ എത്തിയിരിക്കുന്നു! ഹൊ! അറ്റ്ലീസ്റ്റ് മുംബൈയിൽനിന്നു പൊങ്ങിയല്ലോ. കുറച്ച് സമാധാനമായി. അടുത്ത ദിവസം മയൂരസിംഹാസനം ലണ്ടനിലെത്തി എന്നു വിവരം കിട്ടി. അഞ്ചാറുനാൾ നീണ്ടുനിന്ന മാനസികസമ്മർദ്ദം കുറച്ച് അവസാനിച്ചു.

റാം വിട്ടുപോയതിന്റെ സങ്കടം പൂർണ്ണമായും തുടച്ചുനീക്കിക്കൊണ്ട് പുതിയൊരാൾ ഞങ്ങളെത്തേടി വന്നു. യുവരാജ്. ആറടിപൊക്കത്തിൽ ഒത്ത ശരീരവുമായൊരു ചെറുപ്പക്കാരൻ. ലണ്ടനിൽ ഐടിക്കാരൻ. ഭാര്യയും ഐടിക്കാരി. കുഞ്ഞുമായി സന്തുഷ്ടജീവിതം. യുവരാജ് കുറെക്കാലമായി നമ്മുടെ ഗ്രൂപ്പിലുണ്ടെങ്കിലും ആക്റ്റീവ് അല്ലായിരുന്നു. പ്രസന്നമായ പേഴ്സണാലിറ്റിയാണ്. ജോലി ചെയ്യുക,

സിനിമ കാണുക, കുടുംബത്തോടൊത്ത് ക്വാളിറ്റി ടൈം ചിലവഴിക്കുക – ഇതാണ് യുവരാജിന്റെ ജീവിതം. അറുമുഖത്തിന്റെ പാർട്ണർ റഷ്യക്കാരൻ ഒലെഗ് പോലെ, ചുറ്റുമുള്ളതിനെയൊക്കെ ഊർജ്ജസ്വലമാക്കുന്ന ഒരു രീതിയുടെ ആളാണ് യുവരാജ്. മുരുകൻ നൂലിൽ കെട്ടി ഞങ്ങൾക്കു മുന്നിലേക്കു കൊണ്ടുനിർത്തിയപോലെ. ശരിക്ക് എനിക്കും ജിതയ്ക്കും ആ പ്രതിസന്ധിദിനങ്ങളെ മറികടക്കാൻ മുരുകൻ അയച്ച ദളപതി ആണിവൻ. തീർച്ച.

പ്രതിസന്ധികൾ തീരുന്നില്ലായിരുന്നു. മുമ്പു പറഞ്ഞ ഗ്രൂപ്പിന്റെ കുത്സിത നീക്കങ്ങൾ തുടർന്നുകൊണ്ടേയിരുന്നു. വെയിൽസിലെ ക്ഷേത്രത്തിന്റെ സാരഥി പരമശിവം, പൂജാരി സ്വാമിജി, കൂടാതെ ശക്തിയും പരിഭ്രാന്തരായി കാണപ്പെട്ടു. അമ്പലവുമായി ഇനി പലരും സഹകരിക്കില്ല എന്ന ആ ടീമിന്റെ പ്രൊപ്പഗാൻഡയും സിംഹാസനം എത്തുമോ ഇല്ലയോ എന്നുറപ്പില്ലാതെ പലപല എയർപോർട്ടുകളിൽ കറങ്ങിനടക്കുകയായിരുന്നു എന്ന അറിവുംകൂടി അവരെ മൂന്നു പേരെയും ആകെ അപ്സെറ്റ് ആക്കി. സ്വാഭാവികം.

വെയിൽസിലെ കൊറിയർ ഗാരേജിൽ സിംഹാസനം വന്നിരിപ്പുണ്ടെന്നറിഞ്ഞതോടെ മൂവരുടെയും പോയ മൂഡ് തിരിച്ചെത്തി. കൊറിയർ വണ്ടി വന്നപ്പോൾ ഇറക്കാൻ ആളില്ലാത്തതു മറ്റൊരു പ്രതിസന്ധി. 130-150 കിലോ ബ്രാസ് ആണ്. എളുപ്പമല്ല ഇറക്കാൻ. അവരുടെ കൈയിൽ ക്രെയിനില്ല. അവർ തിരികെപ്പോയി. മാൻപവർ വേണം. അതു നമ്മൾ അറേഞ്ച് ചെയ്യണം. അതെളുപ്പമല്ല. വീണ്ടുമൊരിക്കൽ കൂടി അവർ വന്നപ്പോഴും ആരുമില്ല.

ഇനി എന്തുചെയ്യും. മൊത്തം നെഗറ്റീവ് വൈബ്. ജിത കൂടെയുള്ളതിനാൽ എനിക്കൊന്ന് ഒറ്റയ്ക്കു ഭഗവാനെ വിളിച്ചു കരയാൻ പോലും ആകാത്ത അവസ്ഥ! തിരുക്കല്യാണ ദിവസം അടുത്തു വരുന്നു. പഴനിയിലെ ആഘോഷത്തിന്റെ ഉന്മാദത്തിൽ അന്നവിടെ വന്നവരിൽ പലരും ഇവിടെയും പ്രതിഷ്ഠാദിനം എത്താൻ ടിക്കറ്റെടുത്തു കാത്തിരിക്കുകയാണ്. സാധാരണ വാട്സാപ്പ് ഗ്രൂപ്പിലും സോഷ്യൽ മീഡിയയിലും ഞാൻ വളരെ അപ്ഡേറ്റ് ചെയ്യാറുണ്ട്. എന്നാൽ ഇത്രയും ഇംപോർട്ടന്റ് ഡ്യൂട്ടി ആയിട്ടും അപ്ഡേഷനുകൾ ഒന്നും കാണാത്തതിൽ അവരൊക്കെ കുറച്ച് നിരാശരായിരുന്നിരിക്കണം. ജിതയോട് തമാശപറഞ്ഞും ചിരിച്ചും അംഗങ്ങൾക്കു മുന്നിൽ ദൃഢനിശ്ചയനായ ക്യാപ്റ്റനായും ഉള്ളിൽ തീച്ചൂളയുമായി ഞാൻ പകർന്നാടി തളർന്നു.

അന്നു രാത്രി ഞാൻ മനംനൊന്ത് നിശബ്ദമായി കരഞ്ഞു. ശ്രീനിവാസന്റെയും ദേവേട്ടന്റെയും ശ്രമഫലമായി അടുത്ത ദിവസം കൊറിയർ സർവീസ് ഒരിക്കൽക്കൂടി സിംഹാസനം ക്ഷേത്രത്തിൽ എത്തിച്ചു. ഭഗവാൻ വീണ്ടും പ്രവർത്തിച്ചു! ആ സമയം പത്തുപതിനഞ്ചു പേർ

വെയിൽസിലെ പ്രതിഷ്ഠയ്ക്കുശേഷം മയൂരസിംഹാസനത്തിനു സമീപം

അവിടെ ഉണ്ടായിരുന്നു. അവരുടെ ശ്രമഫലമായി മയൂരസിംഹാസനം ക്ഷേത്രക്കെട്ടിടത്തിനകത്തെത്തി. അന്ന് സൂരസംഹാരം ആരംഭദിനമായിരുന്നു!

ഒരു കാര്യം നിങ്ങൾ ശ്രദ്ധിച്ചുവോ? ഞാൻ ലണ്ടനിലേക്കു വിമാനം കയറുംമുമ്പ് നമ്മൾ കയറ്റിവിട്ടതാണ് ഭഗവാന്റെ മയൂര സിംഹാസനം! എന്നാൽ അത് പാരീസ്, ദുബായ്, ഇറ്റലി, മുംബൈ തുടങ്ങിയ സ്ഥലങ്ങളിൽ അശ്വമേധം നടത്തുന്ന കുതിരയെപ്പോലെ ദിഗ്‌വിജയം മുഴക്കി സഞ്ചരിച്ചു എന്നേ ഞാൻ കണക്കാക്കുന്നുള്ളൂ ഇപ്പോൾ. ഞാൻ ലണ്ടനിൽ കാലുകുത്തിയ അന്ന് മയൂരസിംഹാസനവും ലണ്ടനിലെത്തി. ഞാൻ വെയിൽസിൽ എത്തിയ അന്ന് സിംഹാസനവും വെയിൽസിലെത്തി! സൂരസംഹാരാരംഭദിനം. അസുരനെ ഓരോ കൈയും കാലുമായി ഭഗവാൻ വെട്ടിയരിഞ്ഞപോലെ, എല്ലാ പ്രതിസന്ധികളേയും ഒന്നൊന്നായി തകർത്ത് അവസാനമിതാ മയൂരസിംഹാസനം നമ്മൾ ഉദ്ദേശിച്ചിടത്ത് എത്തിയിരിക്കുന്നു. ഹൊ! ഞാൻ മയൂരസിംഹാസനത്തിനടുത്തുനിന്ന് ഒരു ഫോട്ടോ എടുത്ത് ഗ്രൂപ്പിലിട്ടു.

പ്രിയപ്പെട്ടവരേ, എനിക്കുണ്ടായ ഒരു ആഹ്ലാദം. നിങ്ങൾക്ക് അതു കൃത്യമായി പിടികിട്ടിക്കാണുമെന്നു വിശ്വസിക്കുന്നു.

30 സെപ്തംബർ 2018.

തിരുക്കല്യാണദിനം. ആ ആഞ്ജനേയക്ഷേത്രം അണിഞ്ഞൊരുങ്ങി. നമ്മുടെ ജനങ്ങൾ ഒഴുകിയെത്തി. ശരവണമന്ത്രം നിറഞ്ഞൊഴുകുന്നതിനിടയിൽ മയൂരസിംഹാസനം അവിടെ സീറോ ടൈം സോണിൽ സ്ഥാപിതമായി.

LMRKയുടെ ആദ്യ ഡ്യൂട്ടി അങ്ങനെ ഒരു സമ്പൂർണ്ണ വിജയമായി. ഇതിനിടയിൽ ഞാൻ കുറെ വേദന തിന്നു. ഏറെ അന്തഃക്ഷോഭം അടക്കി. യൂറോപ്പിൽ നമ്മളൊരു കാര്യം ചെയ്താൽ അതിനെതിരെ മുൻ അധ്യായങ്ങളിൽ പറഞ്ഞ വലിയ എനർജികൾ രംഗത്തുവരും എന്നത് ഒരിക്കൽകൂടി തെളിഞ്ഞു. ഇതിനെതിരെ പ്രവർത്തിച്ച ആരോടും നമ്മൾക്കു ശത്രുത ഇല്ല. നിങ്ങൾ തെറ്റായ ഊർജ്ജത്തെ ആശ്ലേഷിച്ചതാണെന്നു നമുക്കറിയാം. ഒന്നുമാത്രം മനസ്സിലാക്കുക. മുരുകയുഗം ആരംഭിച്ചു. കുമാരികാണ്ഡം നിലവിൽ വരിക തന്നെ ചെയ്യും. ഈ അധ്യായം അവസാനിപ്പിക്കുംമുമ്പ് ഒരുകാര്യം കൂടി പറയട്ടെ.

ആ മയൂരസിംഹാസന പ്രതിഷ്ഠയുടെ കെയർടേക്കർ ആരാണെന്ന് ഊഹിക്കാമോ?

ദളപതി യുവരാജ്!

ഓം ശരവണഭവായ നമഃ

ഡ്യൂട്ടി നമ്പർ 2

2019 ഒക്ടോബർ ആയിരിക്കണം. സിംഗപ്പൂരിൽ ബ്രിട്ടീഷ് ബാങ്കിൽ ഉദ്യോഗസ്ഥനായ ശ്രീ രമേഷ് ഒരു ദിവസം വിളിക്കുന്നു. അദ്ദേഹത്തിന് ഒരു ഗുരു ഉണ്ട്. അദ്ദേഹം രമേഷിനു മുരുകവിഗ്രഹം സമ്മാനിക്കുന്നു. പക്ഷേ, അതങ്ങനെ ഷോകേസിൽ വയ്ക്കുന്നതിനോടു യോജിപ്പില്ല. രജിത് ജീക്കു തരട്ടെ? പൂജാമുറിയിലോ മറ്റോ വെക്കാമല്ലോ എന്നായിരുന്നു ചോദ്യം. എന്റെ മറുപടി "വെയ്റ്റ് ചെയ്യൂ. ഭഗവാന്റെ ഡയറക്ഷനില്ലാതെ ഒന്നും പറയാറില്ല ഈയിടെയായി" എന്നായിരുന്നു.

അങ്ങനെയിരിക്കേ 2019 ഡിസംബറിൽ ഭഗവാന്റെ ഒരു പുതിയ നിർദ്ദേശം. അതു രണ്ടാം ഡ്യൂട്ടി എന്ന നിലയിലായിരുന്നു. സംഗതി കുറച്ച് വിചിത്രവും കൺഫ്യൂസ്ഡും ആയിരുന്നു. ഡ്യൂട്ടി എന്നാൽ മുമ്പത്തെ മെസേജുകൾപോലെ ക്ലിഷ്ടം ആകില്ല എന്നായിരുന്നു എന്റെ ധാരണ. ഡ്യൂട്ടി ഓർഡറുകൾക്കു ഡീകോഡിങ്ങോ ഇന്റർപ്രട്ടേഷൻ പോലുമോ വേണ്ടിവരില്ലെന്നുള്ള എന്റെ വിശ്വാസം തെറ്റിയെന്നു പറയാം. കാരണം ഇതാണ് ഡ്യൂട്ടി: എന്റെ വിഗ്രഹം പ്രതിഷ്ഠിക്കുക. നവപാഷാണവിഗ്രഹം ആയിരിക്കണം. കുമാരികാണ്ഡ പുനഃസ്ഥാപനത്തിനോടു ബന്ധപ്പെട്ടാണ്. പ്രതിഷ്ഠിക്കുന്ന സ്ഥലം സമാധാനത്തിന്റെ മണ്ണായിരിക്കണം. പ്രധാനമാണ്. സാമ്രാജ്യത്തിന്റെ കോശസ്ഥിതിയുടെ അടിസ്ഥാനമാണ്. അതായതു ലോകത്തിലെ സമ്പത്തെല്ലാം ഒഴുകിവരുന്ന സ്ഥലം. അതിനുമുകളിൽ അധിപനായി മുരുകനെ ഇരുത്തണം.

പ്രതിഷ്ഠാദിനത്തിനുമുണ്ട് പ്രാധാന്യം. ഏപ്രിൽ 12, 2020. ഞാൻ ഒന്നു ചകിതനായി. പ്രധാനപ്പെട്ട ഇഷ്യൂ നവപാഷാണവിഗ്രഹം എന്നുള്ളതായിരുന്നു. ദേവീപട്ടണം എന്ന ഗ്രാമത്തിൽ വളരുന്ന ഹെർബലുകളിൽനിന്ന് എടുക്കുന്ന ഒമ്പതു തരം വിഷങ്ങൾ പ്രത്യേക ആൽക്കെമി ഫോർമുലയിൽ കൂട്ടിച്ചേർത്തു നിർമ്മിക്കുന്ന ഒന്നാണെന്നു കേട്ടിട്ടുണ്ട്. ഈ നൂറ്റാണ്ടിൽ ഈ വിദ്യ കൈവശമുള്ളവർ ആര്? എവിടെനിന്ന് തേടി കണ്ടുപിടിക്കും? എന്റെ തല വിയർത്തു.

പതിവുപോലെ ദേവേട്ടൻ, ശ്രീനിവാസൻ മുതലായവരോടു പറയാം ആദ്യം എന്നു വിചാരിക്കുമ്പോഴാണ് ഒരാഴ്ചമുമ്പ് സിംഗപ്പൂരിലെ നമ്മുടെ സ്വന്തം ആളായ രമേഷ് വിളിച്ച കാര്യം ഓർമ്മ വന്നത്.

യെസ്. ഉടനെ രമേഷിനു മെസേജയച്ചു. അന്നു പറഞ്ഞ വിഗ്രഹം രമേഷിനു തന്നതാരാണ്? വാങ്ങിയിട്ടില്ല. ഗുരുവിന്റെ കൈവശമാണ്. ആരാണ് ഗുരു? അദ്ദേഹം എവിടെയാണ്? അദ്ദേഹം ഹിമാലയത്തിലാണ്. സിംല. ഒരു കാര്യം എനിക്കറിയണമായിരുന്നു. ആ വിഗ്രഹം എന്തുകൊണ്ടാണ് ഉണ്ടാക്കിയിരിക്കുന്നത്? നവപാഷാണം. അതുകൊണ്ടല്ലേ, എന്റെ ഷോകേസിൽ വയ്ക്കാതെ മുരുകനെ ഉപാസിക്കുന്ന ജീയ്ക്ക് സമ്മാനിക്കാൻ ഞാൻ ആഗ്രഹിച്ചത്.

ഹൊ! ആണ്ടവാ. ഒന്നും വെറുതെയല്ല! എനിക്കു സമാധാനമായി. ഞാൻ രണ്ടാം ഡ്യൂട്ടി ലഭിച്ച വിവരം ഗ്രൂപ്പിൽ പറയുംമുന്നേ ദേവേട്ടൻ മുതൽപേരോടു വീണ്ടും ചർച്ചചെയ്തു. സ്ഥലം? കോശസ്ഥിതി എന്നാൽ സമ്പത്ത്. അതുമായി എന്തോ കണക്ഷൻ? എന്റെ തല പുകഞ്ഞു.

എന്തായാലും വിഗ്രഹം കൈയിലെത്തട്ടെ. രമേഷിനെ വിളിച്ചു വീണ്ടും. വിഗ്രഹം എത്തിച്ചോളൂ രമേഷ്. സംഗതി ഇപ്പോൾ എവിടെയുണ്ട്? അതു ഹിമാലയത്തിൽതന്നെയാണ്, ഗുരുവിന്റെ അടുത്ത്. ഞാൻ പോയി വാങ്ങിക്കോളാം. ഇവിടെ ക്രിസ്തുമസ് അവധി ഒരു മാസമുണ്ട്. അപ്പോൾ വരുന്നുണ്ട്. ഓഹ്! രമേഷ് ബ്രിട്ടീഷ് ബാങ്കിലാണ്. ആറുമാസം സിംഗപ്പൂർ. ആറുമാസം സ്വിറ്റ്സർലണ്ടിൽ! അദ്ദേഹം സ്വിസ്സിൽ ആകുമ്പോഴാണ് ഞാൻ സിംഗപ്പൂർ പോകുന്നതെങ്കിൽ പുള്ളിയുടെ വീട് സമ്പൂർണ്ണമായി നമുക്കു വിട്ടുതരുമായിരുന്നു. അതോർത്തില്ല. ഞാൻ വന്നു വിഗ്രഹം ചെന്നൈയിലെത്തിക്കാം ജീ...

രമേഷ് ഫോൺ വച്ചപ്പോഴേക്കും എനിക്ക് ഒരു വൈബ് കിട്ടിത്തുടങ്ങി. പോകപ്പോകെ അതു കൂടിവന്നു. യെസ്. ലോക സമാധാനത്തിന്റെ തലസ്ഥാനം. ജനീവ. സ്വിറ്റ്സർലണ്ട്. രണ്ട് ലോക മഹായുദ്ധത്തിനു നടുവിൽ കിടന്നിട്ടും ഒരു യുദ്ധത്തിലും പങ്കാളിയാകാത്ത ഏകരാജ്യം! സമ്പത്ത്?

മുരുകാ!

ലോകത്തെ സമ്പത്തുകളെല്ലാം സൂക്ഷിക്കുന്ന ഭീഷണികളില്ലാത്ത ഇടം. സ്വിസ്സ്! എല്ലാം ക്ലിയറാകുന്നു!

ഒന്നാം ഡ്യൂട്ടിയിൽ സീറോ എനർജിയിൽ തുടക്കമിട്ടുകഴിഞ്ഞു. രണ്ടാം ഡ്യൂട്ടിയിൽ ലോകത്തിലെ സമ്പത്തെല്ലാം ആകർഷിക്കുന്ന

ഊർജ്ജത്തിന്റെ മുകളിലിരുന്ന് അതിന്റെ നിയന്ത്രണം ഏറ്റെടുക്കുന്നു. യെസ്! വെറുതെയല്ല, ഹിമാചലിൽ എങ്ങോ ഇരിക്കുന്നൊരു സിദ്ധൻ നവപാഷാണ വിഗ്രഹം സ്വിറ്റ്സർലണ്ടിലിരിക്കുന്ന രമേഷിനു സമ്മാനിക്കുന്നത്. വെറുതെയല്ല രമേഷിനത് എനിക്കു നൽകാൻ തോന്നിയത്. എല്ലാം കൃത്യം സ്ലോട്ടിൽ വീഴുന്നു! മുരുകയുഗത്തിൽ ലോക സാമ്പത്തിക ക്രമം ആകെ മാറും. മാറ്റും മുരുകഭഗവാൻ. അതിനായി നിയന്ത്രണം കൃത്യം എവിടെയാണോ വേണ്ടത്, അവിടെയാണിപ്പോൾ വിഗ്രഹം പ്രതിഷ്ഠിക്കേണ്ടത്! പ്രിയപ്പെട്ടവരേ, പക്ഷേ ഞാൻ ആവേശത്തിലായിരുന്നില്ല. കാരണം എന്തെന്ന് ഇതുവരെ വായിച്ച നിങ്ങൾക്കറിയാം.

യൂറോപ്പ്.

യൂറോപ്പ്.

വീണ്ടും യൂറോപ്പ്!!

ആദ്യ ദൗത്യം പരാജയപ്പെട്ട യൂറോപ്പ്. രണ്ടാം ദൗത്യം ലാസ്റ്റ് മിനിറ്റ് വരെ എന്നെ തീ തീറ്റിച്ച് ഇല്ലാതാക്കി ലാസ്റ്റ്ബോൾ സിക്സർ വിജയംപോലെ ജയിപ്പിച്ച യൂറോപ്പ്. ഇതാ മൂന്നാമതും യൂറോപ്പ്! വിരുദ്ധശക്തികളുടെ സഹായമില്ലാതെ അധികമാരും വെന്നിക്കൊടി പാറിക്കാത്ത യൂറോപ്യൻ മണ്ണ്. അതും ആ എനർജി ഉത്പാദിപ്പിച്ച, നേടിക്കൊടുത്ത സമ്പത്തുകൾ സൂക്ഷിക്കുന്ന, അവരുടെയെല്ലാം സുരക്ഷിതഖജനാവ് എന്ന് കേളികേട്ട സ്വിറ്റ്സർലണ്ട്.

ഒരു യുദ്ധത്തിലും പങ്കാളിയാകാത്ത സ്വിസ്സ്! എന്തുകൊണ്ട്? അടിക്കുന്നവനും അടികൊണ്ടവനും ജയിച്ചവനും തോറ്റവനും സമ്പത്ത് സൂക്ഷിക്കുന്ന സ്ഥലത്ത് സമാധാനം എന്നത് അവരുടെ മാത്രം ആവശ്യമാണ്.അപ്പോൾ ഈ ദൗത്യത്തിൽ ഇല്ലൂമിനാറ്റിയുടെ അദൃശ്യ എനർജി തുടക്കംമുതലേ പരാജയപ്പെടുത്താൻ ഉണ്ടാകും. വേണമോ വേണ്ടയോ? ഭയന്നു പിറകോട്ടു പോകണോ? അതോ ഭഗവാൻ കൂടെയുള്ള ധൈര്യത്തിൽ മുന്നോട്ടുപോകണോ? LMRK എന്താണ്? കുമാരികാണ്ഡ പുനഃസ്ഥാപനദൗത്യം ഏറ്റെടുത്ത കപ്പൽ. അതിൽ മുരുകപ്പെരുമാൾ എനിക്കു കൽപ്പിച്ചുതന്ന സ്ഥാനം എന്താണ്? ക്യാപ്റ്റൻ! കപ്പിത്താൻ.

ക്യാപ്റ്റൻ എന്ന നിലയിൽ എന്തുചെയ്യണം? മുന്നോട്ട് സെയിൽ ചെയ്യണം. നയിക്കണം! വഴിയിൽ കപ്പലിനെ ഒന്നോടെ മുക്കുന്ന ചുഴി ഉണ്ടാകും. കൊടുങ്കാറ്റ്, പേമാരി ഉണ്ടാകും. വൻ ശക്തിയുള്ള കടൽക്കൊള്ളക്കാർ ഉണ്ടാകും. അതെല്ലാം ഉണ്ടെന്ന് അറിഞ്ഞുകൊണ്ടാണ് ഓരോ ക്യാപ്റ്റനും കപ്പലോടിക്കുക. അല്ലാതെ പിന്തിരിഞ്ഞുപോവുകയോ, വഴിതിരിച്ചു വിടുകയോ, എത്തിയ ഇടത്തിൽ

നങ്കൂരമിടുകയോ അല്ല. മുന്നോട്ട് ക്യാപ്റ്റൻ, മുന്നോട്ട്. ഞാൻ അഭംഗുരം യാത്ര തുടരാനുള്ള മണി മുഴക്കി.

അതായത്, ഞാൻ ഗ്രൂപ്പിൽ കോംപ്രിഹെൻസീവ് മെസേജ് ഇട്ടു. പങ്കുനിമാസം കൃഷ്ണപഞ്ചമി അഥവാ ഏപ്രിൽ 12, 2020 സ്വിറ്റ്സർലണ്ടിൽ. നവപാഷാണവിഗ്രഹപ്രതിഷ്ഠ. മുരുകപ്പെരുമാൾ നമ്മളെ ഏൽപ്പിച്ച ഡ്യൂട്ടി നമ്പർ 2! LMRK സുഹൃത്തുക്കളുടെ പ്രതികരണം ആവേശകരമായിരുന്നു. ഒന്നാം ഡ്യൂട്ടി ശുഭകരമായി പര്യവസാനിച്ചതിന്റെ ആവേശത്തിലായിരുന്നു എല്ലാവരും. സ്വിറ്റ്സർലണ്ടിൽ സ്ഥലം കണ്ടുപിടിക്കണം. രമേഷ് ഉണ്ടല്ലോ. ഇതുവരെ വേറെ ആരും LMRK യിൽ അവിടെ ഇല്ല. അങ്ങനെ ചിന്തിക്കുമ്പോൾ, നിങ്ങൾ വിശ്വസിക്കില്ല, ആദ്യം ഞാൻപോലും വിശ്വസിച്ചില്ല, എനിക്ക് ഒരു മെസേജ് വരികയാണ്. മെസഞ്ചറിൽ.

''ചേട്ടാ, എന്റെ പേര് സുജിത്. എനിക്ക് ഒന്നു സംസാരിക്കണം. ഞാൻ ചേട്ടന്റെ വീഡിയോസ് കുറച്ചു കണ്ടു. നമ്പർ തരാമോ?''

''സുജിത് എവിടെനിന്നാണ്?''

''ഞാൻ സ്വിറ്റ്സർലണ്ട്.''

എന്റെ അവസ്ഥ ആ നേരത്ത് എന്തായിരിക്കും? നിങ്ങൾ ഊഹിക്കുക!

''ഇതാ നമ്പർ. ഇപ്പോൾതന്നെ വിളിക്കൂ. അത്യാവശ്യകാര്യമുണ്ട്''

സുജിത് വിളിച്ചു. മുരുകൻ വിളിപ്പിച്ചതാണ് എന്ന് അവനറിയില്ലല്ലോ? ഞാൻ കാര്യം പറഞ്ഞു.

''ഹൊ! ചേട്ടാ. വലിയ സന്തോഷം. ഞാൻ ഏറ്റു. ഞാൻ ഒന്ന് അന്വേഷിക്കട്ടെ. ഇവിടത്തെ ചില അമ്പലങ്ങളിൽ.''

രണ്ടു ദിവസത്തിനുള്ളിൽ സുജിത് വിളിച്ചു.

സുജിത്തിന്റെ ഒരു വലിയ ക്വാളിറ്റി ഞാൻ കണ്ടത് അവൻ പ്രശ്നം മാത്രമായി പറയില്ല. പരിഹാരവുംകൂടി കണ്ടിട്ടേ പ്രശ്നം പറയൂ.

''ചേട്ടാ... ഇവിടെ ക്ഷേത്രങ്ങളിൽ അങ്ങനെ ഒരു പ്രതിഷ്ഠയ്ക്ക് ഇനി പാടാണ്. ഗവണ്മെന്റ് പെർമിഷനുകൾക്കൊന്നും അവർ താല്പര്യം കാണിക്കില്ല. നമുക്കൊരു കാര്യം ചെയ്താലോ, ഞാൻ പുതിയ മെഡിറ്റേഷൻ സെന്റർ ആരംഭിക്കുകയാണ്. കൂട്ടുകാരും ഉണ്ട്. അവിടെ നമുക്ക് നമ്മുടെ LMRKയുടെ സ്വന്തം നിലയിൽ പ്രതിഷ്ഠിച്ചാലോ?''

നോക്കണം, മിനിഞ്ഞാന്നുവരെ സുജിത്തിന് LMRK എന്താണെന്ന് അറിയുകയില്ല. ആ ചെറുപ്പക്കാരനാണു ഈ പറയുന്നത്. കുമാരികാണ്ഡത്തിൽ അന്നു ജീവിച്ചിരുന്നവനും ഇന്നു പുനഃസ്ഥാപനത്തിൽ പങ്കാളിയാകാൻ ജനിച്ചവനുമല്ല ഇവൻ എന്ന് ഇനി ആർക്കെങ്കിലും

പറയാൻ കഴിയുമോ? ഞാൻ ഒന്നു പ്രാർത്ഥിച്ചിട്ടു പറയാം എന്നു പറഞ്ഞു. ഭഗവാന്റെ ഗ്രീൻ സിഗ്നൽ കിട്ടി. ഒരു ഹ്രസ്വ കൂടിയാലോചനയ്ക്കുശേഷം അതങ്ങനെ ആകട്ടെ എന്നു നിശ്ചയിച്ചു. അപ്പോൾ മഹാശിവരാത്രിനാൾ ആഞ്ജനേയമലയിലും ഐവർമലയിലും പൂജിച്ച് വൈകുന്നേരം ഗംഭീര ഗിരിവലംവച്ച് അവസാനിപ്പിക്കുക. ഒന്നാം ഡ്യൂട്ടിയിൽ നടത്തിയപോലെ ഒരു സമ്മേളനം വേണ്ട എന്നു വച്ചു. ആ ഊർജ്ജം കൂടി ഗിരിവലത്തിലേക്കു കയറ്റാം എന്നായി അഭിപ്രായം.

അങ്ങനെ എല്ലാം സെറ്റായി. അംഗങ്ങൾ ആഹ്ലാദപൂർവം വേണ്ട ഫണ്ട് റെയ്സിംഗ് തുടങ്ങി. കഴിഞ്ഞതവണ സംഘാടനം പിഴവില്ലാതെ മികവുറ്റതാക്കിയ പ്രഭു, ഇത്തവണ അദ്ദേഹംതന്നെ LMRKയിലേക്ക് ക്ഷണിച്ചുവരുത്തിയ ഭാസ്കർ, അരിസ്റ്റോട്ടിൽ ഇവർക്കു ബാറ്റൺ കൈമാറി. ഗുരുവിനെ വെല്ലുന്ന ശിഷ്യർ എന്ന ചൊല്ലുപോലെ ഒന്നാം ഡ്യൂട്ടിയെക്കാൾ മികച്ച രീതിയിൽ അവർ അതു കൈകാര്യം ചെയ്തു.

ആദ്യംമുതലേ മറ്റേ എനർജികൾ പണികൾ ആരംഭിക്കും എന്ന കാര്യത്തിൽ എനിക്കു സംശയമേതുമില്ലായിരുന്നു. ആദ്യ ഡ്യൂട്ടി തകർക്കാൻ നോക്കി പരാജയപ്പെട്ടതിന്റെ വാശി നിസ്സാരമായിരിക്കില്ല.

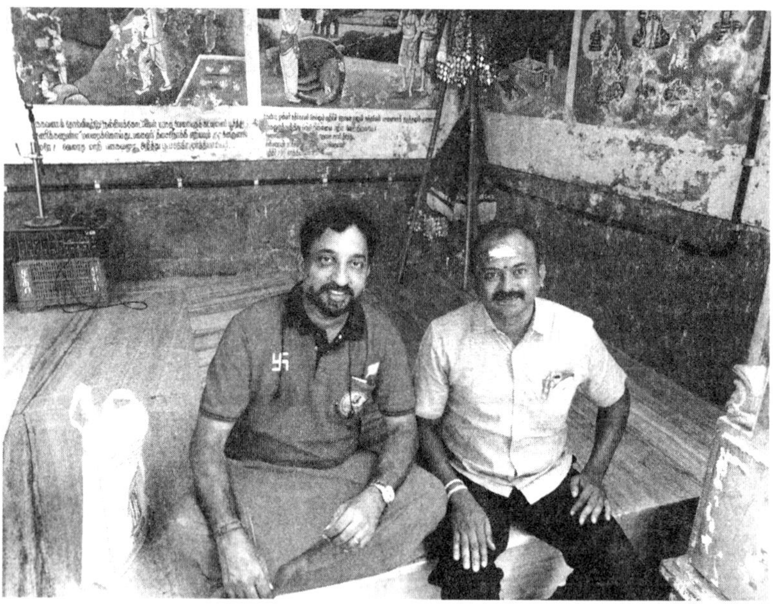

എഴുത്തുകാരൻ പഴനി മുരുകക്ഷേത്രത്തിൽ ശ്രീ വേൽജഗനൊപ്പം

കൂടാതെ അവർ വേലികെട്ടി സമാധാനത്തിന്റെ മേൽക്കൂരയിട്ട് സമ്പത്ത് സൂക്ഷിക്കുന്നതിന്റെ മുകളിലാണ് മുരുകൻ കാലുറപ്പിക്കാൻ പോകുന്നത്. ഓരോ നിമിഷവും ഞാൻ അവരുടെ തിരിച്ചടികൾ ആന്റിസിപ്പേറ്റ് ചെയ്തുകൊണ്ടിരുന്നു.

കൃത്യമായിരുന്നു എന്റെ നിഗമനം. അമ്മയ്ക്കു വയ്യാതായി. ആശുപത്രികളിൽനിന്ന് ആശുപത്രികളിലേക്ക് ഓട്ടമായിരുന്നു. അമ്മയെ ഒരുതരത്തിലും സങ്കടപ്പെടുത്തില്ല എന്നും, ഒറ്റയ്ക്കായി എന്ന തോന്നൽ വരുത്തില്ല എന്നും അനിയന്റെ വിയോഗസമയത്തു ഞാനെടുത്ത പ്രതിജ്ഞ ഇതുവരെ തെറ്റിച്ചിട്ടില്ല. അതൊരു കർത്തവ്യം മാത്രം. ഭഗവാന്റെ ഡ്യൂട്ടി ചെയ്യുന്ന അതേ മനസ്സോടെ ചെയ്യുന്ന ദൗത്യം. അത് എന്നെ തളർത്തില്ല. പക്ഷേ, അമ്മയ്ക്കു വയ്യാതാവുക എന്നത് എന്നെ ബാധിക്കും. ബാധിച്ചു. അമ്മയില്ലാത്ത എന്നെ ഞാൻ സങ്കൽപ്പിച്ചിട്ടുകൂടിയില്ല.

അതേസമയം, നെഗറ്റീവ് എനർജികൾ എന്റെ ഒഫീഷ്യൽ ജീവിതത്തിലേക്ക് ഇടിച്ചുകയറാൻ തുടങ്ങി. തലയ്ക്കടിച്ചാൽ ഏശാത്തവനെ മുന്നിൽനിന്നും പിന്നിൽനിന്നും വശങ്ങളിൽനിന്നും അടിക്കുകയേ രക്ഷയുള്ളുവല്ലോ. ആദ്യലക്ഷണങ്ങൾ കണ്ടത് അക്കാലത്ത് എന്റെ ഓഫീസ് സുപ്പീരിയറായി വന്നയാളുടെ നിസ്സഹകരണം. അവരുടെ പ്രശ്നം എന്റെ വിദേശയാത്രകൾ ആയിരുന്നു. ഞാനിതുവരെ നിയമം അനുവദിച്ചിട്ടുള്ള ലീവുകളേ എടുത്തിട്ടുള്ളൂ. നിയമപരമായ എല്ലാ അനുവാദവും പേപ്പറിൽ വാങ്ങാതെ ഞാൻ ഒരു സ്ഥലത്തും സഞ്ചരിച്ചിട്ടില്ല. ഡ്യൂട്ടികളിൽ ഒരു വീഴ്ചയും വരുത്തിയെന്നു പറയാൻ കഴിയില്ല. കരിയർപരമായി ambitious അല്ലായിരുന്നു എന്നതു ശരി. അച്ഛന്റെ ജീവന്റെ വിലയാണ് എന്റെ ഉദ്യോഗത്തിനു ഞാൻ കാണുന്നത്. അതിന്റെ ബഹുമാനവും മതിപ്പും ഞാൻ എന്നും കാണിച്ചിട്ടുണ്ട്. ഇത്രകാലം എല്ലാവരുമായി സന്തോഷത്തോടെ കഴിഞ്ഞിരുന്ന ഓഫീസ് അന്തരീക്ഷം ആകെ മടുപ്പുളവാക്കുന്നതായി മാറി.

അവിടംകൊണ്ടും തീർന്നില്ല. വേറെയും ചില പ്രശ്നങ്ങൾ ഔദ്യോഗിക ജീവിതത്തിൽ. ദിനംപ്രതിയെന്നോണം എന്റെ സ്വസ്ഥത തല്ലിക്കെടുത്താൻ ചില മൂർച്ചയില്ലാഅമ്പുകൾ. ഇപ്പോഴും ഞാൻ ആ എസ്റ്റാബ്ലിഷ്മെന്റിന്റെ ഭാഗമായതിനാലും, ശല്യം ചെയ്യാനല്ലാതെ പരിക്കേൽപ്പിക്കാൻ അവയ്ക്കൊന്നും കഴിഞ്ഞില്ല എന്നതിനാലും ഞാൻ ഇക്കാര്യം ഇവിടെ നിർത്തുന്നു. ഇതൊക്കെ ചെയ്യുന്നവരെ, ചെയ്യിക്കുന്നവരെയൊക്കെ ഐഡന്റിഫൈ ചെയ്യാനോ കോംപ്രമൈസിനോ ഭീഷണിപ്പെടുത്താനോ ഒന്നും ഞാൻ പോയില്ല. നിയമപരമായി അല്ലാതെ ഒന്നുംതന്നെ ഞാൻ ചെയ്തിട്ടില്ലെന്ന് ഉറപ്പുണ്ട്. അവിടെയൊന്നും എന്റെ കോൺഫിഡൻസ് ലെവൽ താഴില്ല. പക്ഷേ,

ഓരോ ദിവസവും ഇതുപോലെയുള്ള ഓരോ പ്രശ്നങ്ങൾ എന്നെ തളർത്തുന്നുണ്ടായിരുന്നു. ഇതിനൊക്കെ പിറകിലുള്ളവരോട് എനിക്കു സഹതപിക്കാനേ കഴിയുള്ളൂ. കാരണം, അവർ വെറും ടൂൾ ആണെന്നും അവരെക്കൊണ്ടിതു ചെയ്യിക്കുന്നത് ആ വിരുദ്ധ ഊർജ്ജമാണെന്നും അവർക്കറിയില്ലെങ്കിലും എനിക്കറിയാമല്ലോ! എങ്കിലും പ്രിയപ്പെട്ടവരേ, ഞാൻ തളർന്നുപോയി.

ഇതൊക്കെ വായിക്കുമ്പോൾ നിങ്ങൾക്കു തോന്നാം, ഇത്രയധികം സ്പിരിചൽ ബ്ലിസ് അനുഭവിച്ച എനിക്ക് ഇമ്മാതിരി ടെൻഷനുകൾ ബാധിക്കുമോ എന്ന്. ആദ്യ അധ്യായം മുതൽ ഞാൻ പറയുന്നതേ എനിക്കിവിടെയും പറയാനുള്ളൂ. ഞാൻ ഒരു സാധാരണ മനുഷ്യ നാണ്. എന്നാൽ, ഞാൻ ഇങ്ങനെ ഒരു അവസ്ഥയിലാണെന്ന ഒരു ലാഞ്ഛനപോലും ആർക്കും നൽകിയിട്ടില്ല. ദേവേട്ടനോടുപോലും ഇക്കാര്യങ്ങൾ വിശദീകരിച്ചിട്ടില്ല. കാരണം, ക്യാപ്റ്റൻ എന്ന നില യിൽ അതു ചെയ്യാൻ പാടില്ല. ഞാൻ തളർന്നു എന്നുകേട്ടാൽ ആ തളർച്ച അറ്റംവരെ വ്യാപിക്കുമല്ലോ. അതുകൊണ്ട് പുറമേക്ക്, നമ്മുടെ പ്രസ്ഥാനത്തിലേക്ക്, ദൗത്യത്തിലേക്ക് വരുമ്പോൾ ഞാൻ stubborn തന്നെ ആയിരുന്നു. ഇതിനിടയിൽ നവപാഷാണവിഗ്രഹം രമേഷ് ഹിമാചലിൽ പോയി ഗുരുവിൽനിന്നു വാങ്ങി ചെന്നൈയിൽ നമ്മുടെ ആൾക്കാരിലേക്കെത്തിച്ചു.

ശിവരാത്രിനാളെത്തിയപ്പോഴേക്കും അമ്മ അസുഖം കുറഞ്ഞ് ഒന്ന് ഉഷാറായി. അമ്മയേയും കൊണ്ടുപോകണം എന്നുണ്ടായിരു ന്നെങ്കിലും ഡോക്ടറുടെ അഭിപ്രായം മാനിച്ച് അതു വേണ്ടെന്നുവച്ചു.

ഫെബ്രുവരി 21, 2020. മഹാശിവരാത്രിനാൾ. ഒന്നാം ഡ്യൂട്ടിയിൽ പങ്കെടുത്തവരെക്കാൾ വളരെ കൂടുതൽ പേർ ഇത്തവണ പഴനിയി ലെത്തി. ആഞ്ജനേയർ മലയിലും ഐവർ മലയിലും വന്നവരുടെ വാഹനങ്ങളുടെ നിര കണ്ടപ്പോൾ എനിക്ക് അഭിമാനം തോന്നി. പഴനിമലയിൽ LMRKയുടെ പ്രോഗ്രാം എന്നുപറഞ്ഞാൽ ഏവരും ശ്രദ്ധിക്കുന്ന ഇവന്റ് ആയി മാറിയിരിക്കുന്നു. ഞാൻ പഴനിമലയിലേക്കു നോക്കി കൈകൂപ്പി കണ്ണുകൾ അടച്ചുനിന്നു.

ജഗൻ LMRKയുടെ പഴനിമല അംബാസിഡർ എന്നു പറയാം. ഈ ഫങ്ഷന്റെ ഓരോ അണുവിലും ജഗന്റെ സ്പർശം അറിയാ മെന്ന വിധം അയാൾ ആക്റ്റീവ് ആയിരുന്നു. പഴനി നിവാസിക ളെല്ലാം സ്വന്തം പ്രോഗ്രാം എന്നപോലെ പങ്കെടുത്തു എന്നത് ജഗന്റെ അനിതരസാധാരണമായ കരിസ്മ കൊണ്ടാണെന്നേ പറയാൻ കഴിയൂ.

ഗിരിവലം അവിസ്മരണീയമായിരുന്നു. ഗിരിവലം വീഥി മുഴുവൻ LMRK നീല ചുമപ്പ് മയം! നാലു രഥങ്ങൾ. വിഗ്രഹവുമായി LMRK

ക്യാപ്റ്റൻ എന്ന അഭിമാനത്തോടെ ഞാൻ നെറ്റിപ്പട്ടം കെട്ടിയ ഗജ രാജന്റെ പുറത്ത്! മുന്നിലും പിന്നിലുമായി നാടൻ തമിഴ് കലാരൂപ ങ്ങൾ. കരകാട്ടം, മയിലാട്ടം, തെയ്യം, പാട്ട്, വാദ്യഘോഷം. ആഹ്ലാ ദവും ഭക്തിയും കൃത്യമായ അനുപാതത്തിൽ ചേർന്ന ഉന്മാദം. നീല ചുവപ്പു യുണിഫോമിട്ട അസംഖ്യം LMRK പോരാളികൾ. പഴനിമലയെ വലംവച്ചു വരുന്തോറും ഓരോ അണുവും ത്രസിച്ചു തുടങ്ങിയിരുന്നു. തെരുവോരങ്ങളിൽ കാഴ്ചക്കാരായി നിൽക്കുന്ന വരിൽപോലും ആ എനർജി പ്രസരിക്കുന്നത് ആനപ്പുറത്തിരിക്കു ന്നതിനാൽ എനിക്കു സുവ്യക്തമായ കാഴ്ചയായിരുന്നു.

കൊട്ടിക്കലാശമായപ്പോഴേക്കും ആവേശം അണമുറിഞ്ഞൊഴുകി. ഹരഹരോ മന്ത്രത്തോടൊപ്പം എല്ലാവരും നൃത്തമാടാൻ തുടങ്ങി. എല്ലാവരും ഓരോ അണുവും ത്രസിപ്പിച്ചു നിൽക്കുമ്പോൾ ഞാൻ മാത്രം ആനപ്പുറത്തു നവപാഷാണവിഗ്രഹവുമായി. എനിക്കു പിന്നെ പിടിച്ചുനിൽക്കാനായില്ല. ആനപ്പുറത്തുനിന്ന് ചാടിയിറങ്ങി ഞാനും മുരുകഭഗവാനെ നെഞ്ചോടുചേർത്ത് അവരോടൊപ്പം നൃത്തമാടി. അതോടെ LMRK പോരാളികളുടെ ആവേശം ഉച്ചസ്ഥായിയിലായി. എത്രനേരം എന്നറിയില്ല.

ജീവിതത്തിൽ ഒരിക്കൽമാത്രം കിട്ടുന്ന അനുഭവമാകാം അത്. തമിഴ് സംസ്കാരത്തിന്റെ നിഷ്കളങ്കതയുടെ ഒരു മുദ്രയാണ് നൃത്തം. സർവ്വം മറന്ന് നൃത്തമാടുക എന്നത് 100 മെഡിറ്റേഷൻ സെഷൻ ഒരുമിച്ചെടുക്കുന്നതിനു തുല്യമാണ്.

ഗിരിവലം നിലച്ചപ്പോൾ പങ്കെടുത്ത എല്ലാവരിലും കയറിയ പോസി റ്റീവ് എനർജി നിസ്സീമമായിരുന്നു. അതിമോദത്താൽ എല്ലാവരും പരസ്പരം ആശ്ലേഷിച്ചു. ക്രമേണ നിശ്ശബ്ദമായി. നവപാഷാണ വിഗ്രഹം ദേവേട്ടന്റേയും ശ്രീനിവാസന്റേയും സുരക്ഷിത കരങ്ങളിൽ ഏൽപ്പിച്ചു.

പാതിരാത്രി!

പതിവുപോലെ ഞാൻ ഒറ്റയ്ക്കു പോയി ഗിരിവലം വീഥിയിലി രുന്നു പഴനിമലയെ നോക്കി. നയനാനന്ദകരമായ ആ കാഴ്ച. കണ്ടാലും കണ്ടാലും എനിക്കു മതിവരാത്ത കാഴ്ച. വെള്ളിവെളിച്ച ത്തിൽ കുളിച്ചുനിൽക്കുന്ന പഴനിമല. നൃത്തം ചവിട്ടി ക്ഷീണിച്ച ശരീരവും നിറഞ്ഞ മനസ്സുമായി ഒരു മണിക്കൂറോളം ഞാനങ്ങനെ ഇരുന്നു. പഴനിമലയിൽനിന്നു വരുന്ന ഔഷധക്കാറ്റേറ്റ് ഞാൻ പതുക്കെ പ്പതുക്കെ കണ്ണുകളടച്ചു. ഇനിയുമേറെ മുന്നോട്ടു പോകാനുണ്ട്, രണ്ടാം ദൗത്യപൂർത്തീകരണത്തിന്.

നവപാഷാണ വിഗ്രഹ പ്രതിഷ്ഠ

ഗിരിവലം കഴിഞ്ഞ് എല്ലാവരും സന്തോഷത്തോടെ പിരിഞ്ഞു പോയി. സ്വിറ്റ്സർലണ്ടിൽ ഏപ്രിൽ 12ന്റെ വിഗ്രഹപ്രതിഷ്ഠയ്ക്കു വീണ്ടും കാണാം എന്ന് അതിൽ പലരും. ദേവേട്ടനും ശ്രീനിവാസനും വിഗ്രഹം ചെന്നൈയ്ക്കു കൊണ്ടുപോയി. സ്വിറ്റ്സർലണ്ടിലേക്കു കൊറിയർ ചെയ്യാനായിട്ട്. ആ ശക്തികൾ പ്രവർത്തനം തുടരുകയായിരുന്നു. ഏതു രീതിയിലുള്ളതായാലും ഞാനും പ്രസ്ഥാനവും തടഞ്ഞും ഒഴിഞ്ഞും, അടിയേറ്റാലും വർദ്ധിത വീര്യത്തോടെ പിടഞ്ഞെണീറ്റും മുമ്പോട്ടു പോകുന്നുണ്ടെന്നും നിങ്ങൾക്കു മനസ്സിലായല്ലോ? പൂജയും ഗിരിവലവും ഫെബ്രുവരി 21 നായിരുന്നു.

മുരുകഭഗവാൻ ഈ രണ്ടാം ദൗത്യമേൽപ്പിച്ചിരുക്കുന്നത് എന്തിനാണെന്നും എവിടെയാണെന്നും ഇപ്പോൾ നിങ്ങൾക്കു വ്യക്തമാണല്ലോ. ഭഗവാൻ ഇത്തവണ ഉന്നംവെച്ചിരിക്കുന്നതു കുമാരികാണ്ഡത്തിന്റെ സാമ്പത്തിക കെട്ടുറപ്പാണ്. സമ്പത്ത് ഒഴുകിയൊഴുകി എത്തുന്ന തരത്തിൽ എനർജിയുള്ള സ്ഥലത്തിന്റെ നിയന്ത്രണമാണ് ലക്ഷ്യം. സ്വാഭാവികമായും അതു വിരുദ്ധശക്തികളെ കുറച്ചൊന്നുമല്ല വിറളിപിടിപ്പിക്കുക. അതിനാൽതന്നെ പ്രത്യാക്രമണം രൂക്ഷമായിരിക്കുമല്ലോ. ഇത്തവണ ആഞ്ഞടിച്ചത് LMRK യുടെ ഖജനാവിലാണ്. ട്രസ്റ്റിന്റെ ഏക അക്കൗണ്ട് YES ബാങ്കിൽ മാത്രമായിരുന്നു. ആ YES ബാങ്കിനെ 2020 മാർച്ച് 5 ന് റിസർവ് ബാങ്ക് നിരോധിക്കുന്നു!

ഇടിത്തീ എന്നു പറഞ്ഞാൽ ഇതിലപ്പുറം ഒന്നുമില്ല. പഴനിയിലെ ചടങ്ങുകൾ അവസാനിച്ച് അതിന്റെ പേയ്മെന്റുകൾക്കുള്ള ബില്ലുകളെല്ലാം എത്തുന്ന സമയം. മുമ്പിൽ ഏപ്രിൽ 12നു മുമ്പുള്ള ആയിരം ചിലവുകൾ വേറെ. ബാങ്കിൽനിന്ന് എടുക്കാൻ കഴിയുക ഒരു മാസം അമ്പതിനായിരം. പെട്ടിയിൽ കാശുണ്ട്, താക്കോൽ ഇല്ല എന്ന അവസ്ഥ! തലയ്ക്കു കൈവെച്ച് തളർന്നിരുന്നുപോയി LMRK ട്രഷറർ അനൂപ്.

ഇതും ഇതിലും വലുതും ഇനിയും വരുമെന്ന് എനിക്കുമാത്രം ഉറപ്പായിരുന്നു. എന്റെ വ്യക്തിപരമായതും ഔദ്യോഗികവുമായ സമ്മർദ്ദങ്ങൾ ഞാനാരോടും പറഞ്ഞിരുന്നില്ലല്ലോ.

ബാങ്ക് ബാൻ ഇരുട്ടടി എങ്കിൽ വലുത് വരാനിരിക്കുന്നേ ഉണ്ടായിരുന്നുള്ളൂ. ഫെബ്രുവരിയിൽ കേട്ടുതുടങ്ങിയ കോവിഡ് എന്ന ഭീകരൻ ഇടയ്ക്കു കേൾക്കുന്ന പനിപോലെ വന്ന് കീഴടങ്ങുമെന്നായിരുന്നു. പക്ഷേ, ദിനംപ്രതി കോവിഡ് ലോകത്തെ വരിഞ്ഞുമുറുക്കി. ലോകത്ത് അത്യന്തം സുരക്ഷിതം എന്ന് ഏവരും കരുതിയിരുന്ന രാജ്യങ്ങളിൽ ശവങ്ങൾ മറവുചെയ്യാൻപോലും നീണ്ട ക്യൂ ആയി. വയസ്സായ രോഗികളുടെ ഓക്സിജൻ കണക്ഷൻ ഊരി താരതമ്യേന ചെറുപ്പക്കാരുടെ ജീവൻ രക്ഷിക്കേണ്ടതായി വന്ന ആരോഗ്യ പ്രവർത്തകരുടെ പൊട്ടിക്കരച്ചിൽ സോഷ്യൽ മീഡിയകളിൽ നിറഞ്ഞു. ലോകം മൊത്തം പുതിയൊരു വാക്ക് ഉയർന്നുവന്നു. ലോക് ഡൗൺ! ഒരു ഞെട്ടലോടെ ഞാൻ ഓർത്തു: ലോക്ഡൗൺ എന്നാൽ? മൂവ്മെന്റ് റെസ്ട്രിക്ഷൻ. അങ്ങനെ നിശ്ചലമാകുംമുമ്പ് നവപാഷാണവിഗ്രഹം സ്വിറ്റ്സർലണ്ടിൽ എത്തിക്കണം.

ആണ്ടവാ! ഇല്ല. കൊറിയർ കമ്പനികൾ സർവ്വ മൂവ്മെന്റും നിർത്തിവച്ചു. എന്തു ചെയ്യും? ഭഗവാനേ, ഇത്തരം പ്രതിസന്ധികൾ. സ്വപ്നേപി വിചാരിക്കാത്ത പുതിയ പ്രതിസന്ധി.

സ്വിറ്റ്സർലാൻഡ് നവപാഷാണ
മുരുക വിഗ്രഹവുമായുള്ള പഴനി ഗിരിവലം

ദിവസങ്ങൾ നീളവേ LMRK ഗ്രൂപ്പുകളിലും സന്ദേഹങ്ങൾ ശക്തമായി. ലോകം മുഴുവൻ കൊറോണ അവന്റെ നീരാളിപ്പിടുത്തം നീട്ടുകയാണ്. പാഞ്ഞുനടക്കുന്ന ദുർമന്ത്രവാദിയെപ്പോലെ അവൻ തൊടുന്ന ഇടമെല്ലാം പ്രതിമപോലെ ചലനമറ്റു നിൽക്കുന്നു. പാശ്ചാത്യരാജ്യങ്ങളിലൊക്കെ പണമുള്ളവനും ഇല്ലാത്തവനും ഒരിറ്റു പ്രാണവായുവിനായി കേഴുന്നു. ഇതെല്ലാം നെഗറ്റീവ് ഊർജ്ജത്തിന്റെ അതിപ്രസരത്തിന്റെ ഉൽപ്പന്നമാകുമോ? ഞാൻ ആലോചിച്ചു. സാധ്യതയില്ല. ഈ ഭൂതത്തെ തുറന്നുവിട്ടാൽ വിട്ടവനേയും വിഴുങ്ങും എന്നതിനാൽ അതിനു സാധ്യതയില്ല. ഇനി എന്ത് എന്നൊരു സന്ദിഗ്ധാവസ്ഥയിലെത്തി ഞാൻ. എന്തൊക്കെ പ്രതിസന്ധികൾ ഉണ്ടായാലും ഏപ്രിൽ 12നു വിഗ്രഹം പ്രതിഷ്ഠിച്ചേ തീരൂ, ലോകം മുഴുവൻ നിശ്ചലമായാലും.

എല്ലാത്തരത്തിലും തളർന്നുപോയ ഞങ്ങൾക്ക് ഒരു ചെറിയ ആശ്വാസമായി മാർച്ച് 18 നു YES ബാങ്കിന്മേലുണ്ടായിരുന്ന നിരോധനം റിസർവ് ബാങ്ക് പിൻവലിച്ചു.

ഒരു യുഗത്തിന്റെ അന്ത്യത്തിൽ ഇതുപോലെയുള്ള പല ദുരന്തങ്ങളുമുണ്ടാകും. ഉണ്ടായേ തീരൂ എന്ന് എന്റെ ഒരു വ്യാഴവട്ടം കൊണ്ടാർജ്ജിച്ച അറിവുകളാൽ എനിക്കു മനസ്സിലായിരുന്നു. മൊത്തം ഒരു കലക്കൽ ഉണ്ടാകും. മൂന്നുനാലു കൊല്ലംകൊണ്ട് ആ കലങ്ങിയ വെള്ളം തെളിഞ്ഞുവരും. പക്ഷേ, ഏതു പ്രതിസന്ധിയിലും ഭഗവാൻ ഏല്പിച്ച ദൗത്യം പൂർത്തീകരിച്ചേ തീരൂ. ഇതിനിടയിൽ പുതിയൊരു വാക്ക് സർവ്വസാധാരണമായി. ക്വാറന്റൈൻ! ജീവിതശൈലികൾ പരിപൂർണ്ണമായി ഏവരും മാറ്റാൻ നിർബന്ധിതരാകുന്ന നാളുകൾ.

വിഗ്രഹം സിറ്റ്സർലണ്ടിൽ എത്തിക്കുക എന്ന ഒറ്റ അജണ്ട മാത്രം ഇപ്പോൾ. പക്ഷേ, കൊറിയർ കമ്പനികൾ പ്രവർത്തനം നിർത്തുന്നു. വരുന്ന സാധനങ്ങൾ ക്വാറന്റൈനിൽ വെയ്ക്കുക മാത്രമേ അവരിപ്പോൾ ചെയ്യുന്നുള്ളൂ. മക്കൾക്കു സ്കൂൾ അടച്ചു. പരീക്ഷകൾ പിന്നീട് എപ്പോഴെങ്കിലും നടത്താം എന്നു തീരുമാനമായി. അപ്പോൾ ഒരു അത്ഭുത സംഭവമുണ്ടായി. മകൾ നക്ഷത്ര വായിക്കാൻ പുസ്തകങ്ങൾ തപ്പി എന്റെ പഴയ പെട്ടിയെടുത്തു. ഞാൻ ബാല്യത്തിൽ വായിച്ച് സൂക്ഷിച്ചുവച്ചിരുന്ന ഒരു കെട്ട് പുസ്തകങ്ങളിൽനിന്ന് അവൾ ചിലതു സെലക്റ്റ് ചെയ്ത്, ബാക്കി കെട്ടി തിരികെവെയ്ക്കാൻ പോയി. സെറ്റിയിൽ എന്റെ അടുത്തുകിടക്കുന്ന പുസ്തകങ്ങൾ ഏതൊക്കെ എന്ന കേവലകുതൂഹലത്തിൽ ഞാൻ നോക്കി.

യൂറി ഗഗാറിന്റെ ജീവചരിത്രം. ഒരു കൊച്ചു ബുക്ക്. പണ്ട് അച്ഛൻ വാങ്ങിക്കൊണ്ടുവന്നത്. ഞാൻ അതെടുത്തു മറിച്ചുനോക്കി. അനന്തതയെ, ശൂന്യതയെ ആദ്യമായി അറിഞ്ഞ ഗഗനചാരി. റഷ്യയിൽവച്ച്

ഭഗവാൻ എന്നെ കൈപിടിച്ച് കൊണ്ടുപോയി കാണിച്ച യൂറി ഗഗാറിൻ. പേജുകൾ മറിച്ച ഞാൻ ഞെട്ടിപ്പോയി.

പ്രിയപ്പെട്ടവരേ, April 12 വെറുമൊരു ദിവസമല്ല. യൂറി ഗഗാറിൻ അനന്തതയെ നേരിൽ കണ്ടുമുട്ടിയ ദിനമാണ്, അന്നത്തേക്ക് 59 കൊല്ലം മുമ്പ്! 1961ൽ. കൂടാതെ ഈ ദിനം അന്താരാഷ്ട്ര സ്പേസ് ഡേ കൂടി ആണത്രെ! എനിക്കുണ്ടായ ആവേശത്തിന് അതിരുകളില്ല. എന്തൊക്കെ സംഭവിച്ചാലും ആ ദിവസം വിഗ്രഹം പ്രതിഷ്ഠിച്ചേ മതിയാകൂ. പക്ഷേ, എങ്ങനെ? കൃത്യം ആ സമയം ഫോൺ റിംഗിംഗ്. ഇതുകൊണ്ടാണ് സുജിത്തിനെ കുമാരികാണ്ഡത്തിന്റെ വീരനായ പോരാളി എന്നു വിശേഷിപ്പിക്കാൻ ഞാൻ ആഗ്രഹിക്കുന്നത്. ഒരു ഹലോ പോലുമില്ലാതെ അവൻ പറയുന്നു:

‘‘ചേട്ടാ, ഞാൻ വിമാനം കേറുന്നു. മനുഷ്യനു വരാനും പോകാനും കൊറിയർ സർവീസ് വേണ്ടല്ലോ! ഹാൻഡ് ലഗേജായി വിഗ്രഹം ഞാൻ കൊണ്ടുവരുന്നു.’’

LMRKയുടെ ചുണക്കുട്ടി. അല്ലാതെന്തു വിശേഷിപ്പിക്കാൻ. അവൻ വരുന്ന കാര്യം ആരോടും പറയണ്ട എന്നു ശട്ടംകെട്ടി. മറ്റേ ശക്തികൾ ഇപ്പോൾ ലോകം മുഴുവൻ നിറഞ്ഞാടുകയല്ലേ. സുജിത് വന്നു. ഇത് ഒരു വൻ റിസ്ക് ആണ്. നെടുമ്പാശ്ശേരി - ചെന്നൈ - ബഹറൈൻ - സ്വിസ്സ് ആണു റൂട്ട്. നവപാഷാണവിഗ്രഹമാണ്. ഏതെങ്കിലും കസ്റ്റംസിനു സംശയം തോന്നിയാൽ... ഒന്നുകിൽ സുജിത്തിനെ തടഞ്ഞുവെയ്ക്കും, അല്ലെങ്കിൽ വിഗ്രഹം തടഞ്ഞുവയ്ക്കും. പഴനിയിൽ ഗിരിവലംവച്ച ഒറിജിനൽ നവപാഷാണവിഗ്രഹം ഏതെങ്കിലും എയർപോർട്ടിന്റെ മൂലയിൽ... ഓ.. ആലോചിക്കാൻ വയ്യ! വയ്യ!

‘‘ചേട്ടാ, ഇതു വിഗ്രഹമാണോ? അല്ലല്ലോ. സാക്ഷാൽ മുരുകനാണ്. ഇതെന്നെ ഏല്പിക്കുന്നത് ആരാ? LMRK ക്യാപ്റ്റൻ. ഓരോ പോയന്റു കടക്കാനും ചേട്ടന്റെ പ്രാർത്ഥന വേണം. വേറെ ഒരു പ്രൊട്ടക്ഷനും വേണ്ട.’’

സുജിത് ചെന്നൈയിലെത്തി. ശ്രീനിവാസൻ എയർപോർട്ടിനരികിൽ റൂം ബുക്ക് ചെയ്തു. വിഗ്രഹം എത്തിച്ചു. പക്ഷേ, പ്രതിസന്ധികൾ പിറകെ, ഒരു ചെറിയ ദൂരം പിറകിൽനിന്ന് അടിവച്ചുവരുന്നുണ്ട്. ചെന്നൈ എയർപോർട്ട് ഇന്നു രാത്രി 12ന് അടയ്ക്കുമെന്നു കേൾക്കുന്നു. ശ്രീനിവാസന്റെ ഫോൺ. ആധി പെരുത്തു. ഞാൻ പൂജാമുറിയിൽ കയറി. വേൽ എടുത്ത് നെഞ്ചോടുചേർത്തു. എന്റെ നെഞ്ചിടിപ്പ് വേൽ ഏറ്റുവാങ്ങി. ‘‘മുരുകാ. ആണ്ടവനേ. സുജിത്തിന്റെ വിമാനം മുടങ്ങരുതേ...’’

ഇല്ല. സുജിത് അകത്തുകയറി. മൊത്തം പാനിക്ക് ആയതിനാൽ കസ്റ്റംസ് വക ചോദ്യമോ ഉത്തരമോ ഉണ്ടായില്ല. ഇനി ബഹറൈനൊണ്.

അവൻ ബഹറൈനിൽ ഇറങ്ങുംവരെ ഞാൻ പൂജാമുറിയിൽനിന്ന് ഇറങ്ങിയില്ല. ചെന്നൈയിലെ കസ്റ്റംസ് ചോദിച്ചാൽ വിഗ്രഹം കാണിച്ച് കാര്യം പറഞ്ഞാൽ മനസിലാകുമെന്നു ചെറിയൊരു വിശ്വാസമുണ്ട്. പക്ഷേ, ബഹറൈനിൽ അതല്ലല്ലോ സ്ഥിതി. സുജിത് ബഹറൈനിൽ ഇറങ്ങിയപ്പോൾ അവിടെയും സിറ്റുവേഷൻ പാനിക്കാണ്. വിമാനങ്ങളിൽ ആൾക്കാരെ കയറ്റി പോയാൽ ചെല്ലുന്ന രാജ്യത്ത് എൻട്രി ഉണ്ടോ ഇല്ലയോ എന്ന സംശയം. അതിന്റേതായ കൺഫ്യൂഷൻ. ഹാൻഡ് ലഗേജ് മാത്രമുള്ളതിനാലും കണക്ഷൻ ഫ്ളൈറ്റ് ആയതിനാലും ബഹറൈനിൽ കസ്റ്റംസ് സ്കാനിംഗ് ഉണ്ടായിരുന്നില്ല.

സമാധാനമായി. നാലുമണിക്കൂറായി ഞാൻ പൂജാമുറിയിൽ ഇരിപ്പ് തുടങ്ങിയിട്ട്. ഒന്നെണീക്കാം എന്നു വിചാരിച്ചപ്പോൾ അടുത്ത പ്രതിസന്ധി. സ്വിസ്സ് വിമാനം പോകുന്നില്ല എന്ന്!

ആണ്ടവാ! ഞാൻ വേൽ വീണ്ടും നെഞ്ചിലടുക്കിപ്പിടിച്ചു. സമയം കടന്നുപോയി. സ്വിസ്സ് സ്വദേശികൾക്കുമാത്രം പോകാം. ടൂറിസ്റ്റ്, ഹ്രസ്വകാലവിസക്കാരെ കൊണ്ടുപോകില്ല എന്നു തീരുമാനമായി!

മുരുകൻ കാത്തു! ഇല്ല, ആശ്വസിക്കാൻ വകുപ്പില്ല! വിദേശത്തുനിന്നു വരുന്ന എല്ലാവരേയും 30 നാൾ കർശന ക്വാറന്റൈനിലാക്കുമെന്ന് ഫ്ളൈറ്റിനുള്ളിൽനിന്ന് സുജിത് അറിഞ്ഞു. എങ്കിൽ ഏപ്രിൽ 12ന്

LMRK അംഗങ്ങൾക്കൊപ്പം ആഞ്ജനേയർ മലയിൽ മുരുകന്റെ നവപാഷാണ വിഗ്രഹപൂജ

സുജിതും മുരുകനും ക്വാറൈന്റനിലായിരിക്കും. ഇതിലും വലിയ അടി എന്തുണ്ട്. എനിക്ക് ഉറക്കെ കരയാൻ തോന്നി. ആറുമണിക്കൂർ യാത്രയാണ്. ഞാൻ എന്തായാലും ഉപവാസമിരിക്കാൻ തീരുമാനിച്ചു.

ആണ്ടവാ... ഞാൻ ഹതാശനായി സെറ്റിയിലിരുന്നു, സുജിത് വിളിക്കുംവരെ. സുജിതിന്റെ ഒച്ചയിൽ കുമാരികാണ്ഡം പോരാളിയുടെ വിജയ ഗർവ്വ് ഉണ്ടായിരുന്നു.

''ക്വാറന്റൈൻ ഇല്ല. ഇംപ്ലിമെന്റ് ചെയ്യണ്ട എന്നാണ് ഗവണ്മെന്റ് തീരുമാനം.''

മുരുകപ്പെരുമാൾ ലക്ഷ്യത്തിലെത്തിയിരിക്കുന്നു! ഞാനും ദേവേട്ടനും ശ്രീനിവാസനും സുഖമായി ഒന്നുറങ്ങി അന്ന്.

ഇതിനിടയിൽ പ്രതിഷ്ഠ എന്തായി എന്ന ചോദ്യം LMRK അംഗങ്ങളിൽനിന്ന് ഉയരുന്നുണ്ട്. എന്റെ മൗനം അവരെ ആശങ്കാകുലരാക്കിയിട്ടുണ്ട്. വിഗ്രഹം സിറ്റ്സർലണ്ടിൽ എത്തി എന്നുപോലും പറയാൻ എനിക്കു ഭയമായിരുന്നു. കാരണം, അവസാന നിമിഷം വരെ വിരുദ്ധശക്തികൾക്കു സമയമുണ്ട്.

LMRK അംഗങ്ങളിൽതന്നെ ചിലർ അവർക്കുള്ള ഗുരുക്കന്മാരെ ഇതിൽ ഇടപെടീക്കാൻ നോക്കി. നവപാഷാണവിഗ്രഹമൊക്കെ പ്രതിഷ്ഠിക്കാൻ എളുപ്പമല്ല. കണ്ടില്ലേ... ലോകം മുഴുവൻ പ്രശ്നങ്ങളാണ്. അതിലൊരാൾ, അയാൾക്ക് LMRKയോടുള്ള ആത്മാർത്ഥത കൊണ്ടോ, സ്വന്തം ഗുരുവിനോടുള്ള ആത്മവിശ്വാസംകൊണ്ടോ എന്നറിയില്ല, ഗുരുവിനെ വിളിച്ച് എന്നെ കോൺഫറൻസ് കോളിൽ ഇട്ടു.

ആ ഗുരു: ''എന്താ പ്രശ്നം.''

ഞാൻ: ''ഇവിടെ ഒരു പ്രശ്നവുമില്ല.''

ഗുരു: ''ബുദ്ധിമുട്ടാണ്. നവപാഷാണം എന്നൊക്കെ പറഞ്ഞാൽ കൈകാര്യം ചെയ്യാൻ എളുപ്പമാകില്ല. ഞാൻ ഒരു യന്ത്രം തരാം. അതാദ്യം പ്രതിഷ്ഠിക്കുന്നതിനടുത്തു വയ്ക്ക്.''

ഇതുകേട്ട ഉടൻ ശിഷ്യൻ: ''ഗുരുജി ഇങ്ങു വന്ന് ഒന്നു പ്രതിഷ്ഠ നടത്തിത്താ.''

എങ്ങനെയുണ്ട്?

ഇതൊക്കെയാണ് സ്ഥിതി. വിരുദ്ധ ഊർജ്ജം കൂടുതൽ ശക്തിമത്തായി വരുന്നു എന്നെനിക്ക് ഉറപ്പായിത്തുടങ്ങി. അതിന്റെ ലക്ഷണങ്ങളാണിതെല്ലാം. വിഗ്രഹം സ്വിറ്റ്സർലണ്ടിൽ എത്തിയ കാര്യം ഇപ്പോൾ ദേവേട്ടനും ശ്രീനിവാസനുമേ അറിയുള്ളൂ. രഹസ്യം പുറത്തുപോയാൽ അവർ ആഞ്ഞടിക്കും. ഏപ്രിൽ 12 വരെ സുജിത്തും വിഗ്രഹവും സുരക്ഷിതമായി ഇരിക്കണം.

LMRK ഗ്രൂപ്പുകളിലെല്ലാംതന്നെ നിരാശ നിറഞ്ഞു. മിഷൻ ഫെയിൽഡ് എന്ന് ഏവരും വിചാരിച്ചു. ലോകം മുഴുവൻ ലോക്ഡൗൺ ആയിരുന്നു. അതിന്റേതായ നെഗറ്റിവിറ്റിയും, ഗ്രൂപ്പിൽ ക്യാപ്റ്റൻ മൗനം പാലിക്കുന്നതും അവരെയെല്ലാം ഏറെ ദുഃഖിതരാക്കി.

ദൗത്യം 2 അങ്ങനെ പരാജയമുനമ്പിലെത്തി എന്ന് എല്ലാവരും കരുതി. ഏപ്രിൽ 12. പങ്കുനിമാസം കൃഷ്ണപഞ്ചമി തിഥി. ലോകം നിശ്ചലം. സമ്പൂർണ്ണ നിശ്ചലം. ലോകത്തുനിന്ന് സമ്പത്ത് ഒഴുകിയൊഴുകി ചേരുന്ന മണ്ണിൽനിന്ന് സുജിത് വീഡിയോ കോളിൽ ലൈവ്. ഞാൻ വിറയ്ക്കുന്ന കൈകളോടെ എന്റെ പൂജാമുറിയിലിരുന്നു പൂജിച്ചു. സുജിത്തിനു നിർദേശങ്ങൾ നൽകുമ്പോൾ പലപ്പോഴും എനിക്ക് അന്തഃവിക്ഷോഭം കൊണ്ട് വാക്കുകൾ തടസ്സപ്പെട്ടു. സ്വിസ്സ് സമയം രാത്രി 12 കഴിഞ്ഞയുടൻ.., ഇവിടെ പുലർച്ചെ മൂന്നരകഴിഞ്ഞ ബ്രാഹ്മമുഹൂർത്തം. സരസ്വതീയാമം. ഞാൻ ഉച്ചത്തിൽ ഓം ശരവണഭവായ നമഃ മന്ത്രം ചൊല്ലുമ്പോൾ സുജിത് വിഗ്രഹം യഥാസ്ഥാനത്ത് ഉറപ്പിച്ചു.

മിഷൻ അക്കംപ്ലിഷ്ഡ്. വിറയ്ക്കുന്ന കൈകളാൽ ഞാൻ ആ വീഡിയോ LMRKയുടെ എല്ലാ ഗ്രൂപ്പുകളിലും ഇട്ടു. ലോകം മുഴുവനുള്ള LMRK അംഗങ്ങൾ ഞെട്ടലിലും ആവേശത്തിലുമായി. കമന്റുകൾക്കു മീതെ കമന്റുകൾ. എനിക്കതൊന്നും നോക്കാൻ തോന്നിയില്ല. അസാധ്യമെന്ന് ഓരോ പോയന്റിലും തോന്നിച്ച ദൗത്യം. ലോകം മുഴുവൻ നിഗൂഢ ശക്തികൾ പത്തി വിരിച്ചാടിയ ദിവസങ്ങൾ. അവയ്ക്കിടയിലൂടെ കുമാരികാണ്ഡ പുനഃസ്ഥാപന പോരാളികളെ നയിക്കാൻ മുരുകൻ കല്പിച്ചുവിട്ട ഞാൻ അതു സാധിച്ചിരിക്കുന്നു.

ആദ്യം സീറോ എനർജി സോണിൽ സിംഹാസനം നാട്ടി. ഇപ്പോൾ സമ്പത്തിനു മുകളിൽ മുരുകനെ കുടിയിരുത്തി. ഞാൻ ആവേശം കൊണ്ട് പൊട്ടിത്തെറിക്കും എന്ന അവസ്ഥയായി. എനിക്കുറക്കെ ലോകത്തോടു പറയണം 'ഞങ്ങൾ ജയിച്ചു' എന്ന്! അമ്മ, ജിത, മക്കൾ ശാന്തരായി ഉറങ്ങുന്നു. ലോകം ഉറങ്ങുന്നു! ഞാൻ മുറ്റത്തേക്കിറങ്ങി. ആകാശത്തേക്കു നോക്കി. കൃഷ്ണപക്ഷ പഞ്ചമി. എല്ലാ നക്ഷത്രങ്ങളും എന്നെ നോക്കി കൈ ഉയർത്തുന്നു. ചിമ്മി ചിരിക്കുന്നു. നീ അതു സാധിച്ചു എന്നുപറയുന്ന കാർത്തികനക്ഷത്രക്കൂട്ടം. എനിക്കെന്തൊക്കെയോ വിളിച്ചുപറയാൻ തോന്നി.

ഉള്ളിൽ തിളച്ചുയർന്ന ആവേശവാക്കുകൾ ഞാൻ മുഷ്ടിയിലേക്കാവാഹിച്ചു. മുറ്റത്തുനിന്ന് ആകാശം നോക്കി മുഷ്ടി ചുരുട്ടി അഞ്ചെട്ടുതവണ ഉച്ചത്തിൽ അലറി!

ജയ് കുമാരികാണ്ഡം!

വെട്രിവേൽ മുരുകനുക്ക് ഹരോ ഹര!

അമ്മ

അമ്മ 2021 ജനുവരി 31ന് മുക്തി നേടി.

അമ്മ എക്കാലവും എന്റെ കൂടെ ഉണ്ടാകും എന്നു വിശ്വസിച്ചിരുന്ന മൂഢനായ കുട്ടിയായിരുന്നു ഞാൻ. അതിനാൽതന്നെ അമ്മയുടെ വിയോഗം എനിക്ക് അംഗീകരിക്കാനോ ഉൾക്കൊള്ളാനോ ആകുമായിരുന്നില്ല.

അമ്മയ്ക്ക് അസുഖമാരംഭിക്കുന്നത് ഇതിനും ഒരു വർഷം മുമ്പാണ്. അന്നെനിക്കുണ്ടായ ഷോക്ക് ഊഹങ്ങൾക്കപ്പുറമായിരുന്നു. കാരണം, കുറുന്തോട്ടിക്കു വാതം എന്ന ചൊല്ലുപോലെയായിരുന്നു അതെന്നാണ് എന്റെ ചിന്ത പോയത്. കഴിഞ്ഞ മൂന്നു വർഷമായി എത്രയോ എത്രയോ ആളുകൾ അസുഖക്കാര്യവുമായി എന്റെ അടുത്തുവന്നിരിക്കുന്നു. അവരിലെല്ലാവർക്കുംതന്നെ ഹീലിംഗ് പ്രാർത്ഥനയിലൂടെ അസുഖം ഭേദമായിരിക്കുന്നു എന്നറിയുമോ? ഇവിടെ ഒരു കാര്യം പറയാനുള്ളത്, ഇവരിലൊരാളുപോലും ചികിത്സിക്കാതിരുന്നിട്ടല്ല രോഗം മാറിയത്. ചികിത്സ നിർത്തട്ടെ, ഇനി ഭഗവാൻ ഉണ്ടല്ലോ എന്നു പറയുന്നവരെ ഞാൻ വഴക്കുവരെ പറയാറുണ്ട്. ഡോക്ടറെ കാണലും ചികിത്സിക്കലും നമ്മുടെ കർത്തവ്യമാണ്. അല്ലാതെ ഭഗവാൻ വന്നു രോഗം മാറ്റും എന്നുപറഞ്ഞ് പ്രാർത്ഥിച്ചിരുന്നാൽ വരുന്നതു യമഭഗവാൻ ആയിരിക്കും എന്നുമാത്രം.

ചികിത്സയ്ക്കും അപ്പുറം ഒന്നുണ്ട്. കേളികേട്ട അതിപ്രഗത്ഭരായ ഡോക്ടർമാർപോലും എന്തുകൊണ്ടാണ് ദൈവവിശ്വാസികളായിട്ടുള്ളത്? രോഗത്തിനും ശമനത്തിനുമിടയിൽ അനിർവചനീയമായ ഒരു ഇടമുണ്ട്. അവിടെയാണ്, അവിടെ മാത്രമാണ് ഭഗവാന്റെ അനുഗ്രഹത്തിന്റെ പ്രസക്തി. അവിടെ ഭഗവാനോട് അപേക്ഷിക്കൽ മാത്രമാണ് മാർഗം. ഞാൻ അതു ചെയ്യുമ്പോൾ ഒരുപക്ഷേ, നിങ്ങൾ ചെയ്യുന്നതിനെക്കാൾ ഒരു മുഴം മുന്നിൽ ഭഗവാൻ കേൾക്കുമായിരിക്കും. കാരണം, എന്നെ ക്യാപ്റ്റൻ എന്ന നിലയിൽ തിരഞ്ഞെടുക്കപ്പെടാൻ

നടത്തിയ കഠിനമായ പരീക്ഷണങ്ങൾ, ഇപ്പോഴും നടത്തിക്കൊണ്ടിരിക്കുന്ന കഠിനമായ പരീക്ഷണങ്ങൾ മൂലം എന്നോടു ഭഗവാൻ കാണിക്കുന്ന പ്രത്യേക അനുഭാവംമാത്രം.

ആ എനിക്ക് എന്റെ അമ്മയെ രക്ഷിക്കാനായില്ലേ? ഇല്ലെങ്കിൽ എന്തുകൊണ്ട്? സ്വന്തം അമ്മയെ രക്ഷിക്കാൻ കഴിയാത്ത ഞാൻ പിന്നെ എന്തു കഴിവുള്ളവനാണ്? ഈവിധ ചിന്തകൾ ഒരുവശത്ത്. മറുവശത്ത് അമ്മ എന്ന സത്യം ഇനിയില്ല എന്ന ഭീകരയാഥാർത്ഥ്യം. ആ നാളുകളിൽ ഞാൻ ഭൂരിഭാഗസമയവും മൗനത്തിലായിരുന്നു. എനിക്കൊരുത്തരം വേണമായിരുന്നു. എന്റെ നിലനിൽപ്പിന് (existence) അർത്ഥമില്ല എന്ന എന്റെ തോന്നലിനു തൃപ്തികരമായൊരു ന്യായീകരണം വേണമായിരുന്നു.

പഴനി മുരുക ക്ഷേത്രത്തിൽ എന്റെ അമ്മ സുലോചനയമ്മ

അവസാനം ഭഗവാൻ എനിക്ക് ആ വെളിപാട് തന്നു. എന്നത്തെയും പോലെ അമ്മ എന്നെ രക്ഷിച്ചതാണ്. സ്വയം സമാധിയായി മകനെ രക്ഷിച്ചതാണ്. ഞാനീ വഴിയിൽ സഞ്ചരിക്കാൻ തുടങ്ങിയതിൽ ഏറ്റവും സന്തോഷിച്ചതും അഭിമാനിച്ചതുമായ വ്യക്തി അമ്മയാണ്. ഈ വഴി ഒട്ടും എളുപ്പമല്ലായിരുന്നല്ലോ. നിരന്തര യാത്രകളും ഡീകോഡിംഗും ടാസ്കുകളും ഡ്യൂട്ടികളുമായി കലുഷിതമായിരുന്നല്ലോ എന്റെ വഴിത്താരകൾ. എന്നാൽ ഈ ടെൻഷനുകളൊന്നും ഞാൻ വീട്ടിൽ കൊണ്ടുവരാറില്ലായിരുന്നു. അവിടെ എപ്പോഴും ഞാൻ ഉല്ലാസവാനായിരിക്കാൻ ശ്രദ്ധിക്കുമായിരുന്നു.

ഇപ്പോൾ ആലോചിക്കുമ്പോഴാണ്, അമ്മയുടെ മുന്നിൽനിന്ന് എനിക്ക് എന്ത് ഒളിച്ചുവയ്ക്കാൻ പറ്റുമെന്നാണ്? പണ്ടൊക്കെ ഞാൻ ഡ്യൂട്ടി കഴിഞ്ഞ് വീട്ടിൽ എത്തുമ്പോൾതന്നെ, ഉം നീ മസാലദോശ തിന്നു അല്ലേ എന്നു ചോദിക്കുമായിരുന്നു അമ്മ. അമ്മ ഇതെങ്ങനെ അറിഞ്ഞു എന്നു ഞാൻ അത്ഭുതപ്പെടുമായിരുന്നു. എന്താടാ ഇന്നുച്ചയ്ക്കു പട്ടിണിയായിരുന്നോ എന്നു ചോദിക്കുന്ന ദിവസം ഉച്ചയ്ക്കു കഴിച്ചിട്ടുണ്ടായിരിക്കില്ല. അങ്ങനെ എന്റെ മുഖത്തു നോക്കി ഞാനന്ന് എന്തു കഴിച്ചു എന്നുവരെ പറയുന്ന അമ്മയോടാണ്, ഉള്ളിൽ തിളച്ചു മറയുന്ന എന്റെ ടെൻഷനുകൾ മറച്ചുവെച്ചു എന്ന് ഞാൻ വിചാരിക്കുന്നത്!

അമ്മ എല്ലാം അറിയുന്നുണ്ടായിരുന്നു. ഒരു അണുവലുപ്പത്തിൽ ആ വയറ്റിൽ ഉരുവംകൊണ്ട ഞാൻ, ആ നിമിഷം മുതൽ ആ സംരക്ഷണയിൽ കഴിയുന്ന എന്നെ, ഡ്യൂട്ടി നമ്പർ രണ്ട് സമയമായപ്പോഴേക്കും ഏറെ ശക്തികൾ അവരുടെ ഊർജ്ജം എനിക്കെതിരെ പ്രയോഗിക്കുന്നുണ്ടെന്നു മനസ്സിലാക്കിയപ്പോൾ, സ്വന്തം കുഞ്ഞിനെ വിട്ടുകൊടുക്കില്ലെന്ന് ഉച്ചത്തിൽ പറഞ്ഞ്, എനിക്കും ശത്രുവിന്റെ ആയുധങ്ങൾക്കുമിടയിൽ കയറി നെഞ്ചുവിരിച്ചുനിന്ന് ആ പീഡകൾ മുഴുവൻ ഏറ്റുവാങ്ങിയ പോരാളിയാണ് എന്റെ അമ്മ എന്ന് ഭഗവാൻ എനിക്ക് ഉൾക്കാഴ്ച ഉണ്ടാക്കിത്തരികയാണ്. കുഞ്ഞിനെ രക്ഷിക്കാൻ സ്വയം ചാമ്പലായ അമ്മ! എന്റെ ഉന്നതമായ ദൗത്യത്തിന്റെ വഴിയിൽ എന്നിലേക്കാഞ്ഞടിക്കുന്ന സകല വിരുദ്ധശക്തികളേയും സ്വയമേറ്റുവാങ്ങി എന്റെ വഴി ക്ലിയറാക്കിത്തന്ന എന്റെ അമ്മ. അമൃത് കടയുമ്പോൾ ആദ്യം പുറത്തുവന്ന കാളകൂടവിഷം വിഴുങ്ങി ഭൂമിയെ രക്ഷിച്ച മഹാദേവനോളം ഉയർന്ന എന്റെ അമ്മ. കുമാരികാണ്ഡ പുനഃസ്ഥാപന ദൗത്യത്തിലെ രക്തസാക്ഷി!

മുരുകൻ എന്നെ തിരഞ്ഞെടുത്തിരിക്കുന്നതു വളരെ വലിയൊരു ദൗത്യം നയിക്കാനാണെന്നുള്ള കാര്യമെല്ലാം ഞാൻ അമ്മയോടൊന്നും

പറയാറില്ല. ഒരു യുഗാവസാനവും മുരുകയുഗാരംഭവും ആ മാറ്റത്തിൽ എനിക്കു ചെയ്യേണ്ടതായ ഡ്യൂട്ടികളും ഒന്നുംതന്നെ പൂക്കൾ വിരിച്ച വഴികളിലൂടെയാകില്ലെന്നെനിക്ക് ഓരോ ഘട്ടം കഴിയുന്തോറും മനസ്സിലായി. നവപാഷാണപ്രതിഷ്ഠാ ഡ്യൂട്ടിസമയത്തെ എന്റെ അവസ്ഥ വളരെ പരിതാപകരമായി. LMRK അംഗങ്ങളോടോ വീട്ടുകാരോടോ ഞാൻ അതൊക്കെ മറച്ചുവെച്ചിരുന്നെങ്കിലും പെറ്റതള്ളയ്ക്കു മുന്നിൽ

എന്റെ അമ്മ സുലോചനയമ്മയുടെ അവസാന പിറന്നാൾ

എന്തു മറച്ചുവെച്ചിട്ട് എന്തു കാര്യം എന്നെനിക്കപ്പോഴറിയില്ലായിരുന്നു. അതെല്ലാം കൃത്യമായി മനസ്സിലാക്കിയ അമ്മ, സംഹാരമൂർത്തിയും മുരുകന്റെ പിതാവുമായ മഹാദേവനോട് അറ്റംമുട്ടി പ്രാർത്ഥിച്ചിരിക്കാം. അങ്ങയുടെ പുത്രന്റെ സാമ്രാജ്യസ്ഥാപനത്തിനുവേണ്ടി മനസ്സും ശരീരവും അർപ്പിച്ച എന്റെ പുത്രന്റെ എല്ലാ വേദനകളും എന്നിലേക്കു തരിൻ!

അതാണ് അമ്മ! അതാണ് അമ്മമാർ. ഇന്നാലോചിക്കുമ്പോൾ മനസിൽ പലതും തെളിഞ്ഞുവരുന്നു. അമ്മ കുട്ടിക്കാലംമുതൽ ഞങ്ങളോടു പലതവണ പറയാറുള്ള കഥ ആദിശങ്കരന്റെയാണ്. ശങ്കരാചാര്യരുടെ കഥയിൽ അമ്മയെ ആകർഷിച്ച എലിമെന്റ്, ഏകപുത്രൻ സന്യാസത്തിനു പോകുമ്പോൾ ആ അമ്മ അനുഭവിച്ച വേദനയെന്തായിരിക്കണം എന്നതാണ്. അതിനുശേഷം ആ അമ്മ മരണാസന്നയായപ്പോൾ മകനരികിലുണ്ടായിരുന്നെങ്കിലെന്ന് ആഗ്രഹിക്കുകയും എത്രയോ അകലെയായിരുന്ന ശങ്കരൻ ആകാശമാർഗ്ഗേ ചരിച്ച് അമ്മയുടെ സവിധത്തിലെത്തി അമ്മയെ ശുശ്രൂഷിച്ചു, പ്രാർത്ഥിച്ചു, വെള്ളം കൊടുത്തു, അമ്മയ്ക്കു മുക്തി നേടിക്കൊടുക്കുകയും ചെയ്തു. ഈ കഥ അമ്മ എന്നോടു മാത്രമല്ല അയൽപക്കത്തുള്ള പരമേശ്വരിചേച്ചിയോടും മറ്റും പറയുമായിരുന്നു. അന്നൊക്കെ അമ്മ എന്തിനാണീക്കഥ ഇടയ്ക്കിടയ്ക്കു പറയുന്നത് എന്നെനിക്കറിയുമായിരുന്നില്ല. അല്ലെങ്കിൽ അതിനെപ്പറ്റി ഞാൻ ചിന്തിക്കുമായിരുന്നില്ല.

ഇന്ന് അറിയാം. കാരണം ഇതുതന്നെ അമ്മയ്ക്കു സംഭവിച്ചു. 2020 മാർച്ച് മാസത്തിൽ ദൗത്യം നമ്പർ രണ്ടിന്റെ പ്രശ്നങ്ങളുടെ ഉച്ചസ്ഥായിയിൽ ഞാൻ മൂന്നുമാസം ലോസ് ഓഫ് പേ ലീവ് എടുത്തു, ജൂലൈ 15 വരെ. സമ്പൂർണ്ണ ലോക്ഡൗൺ കാലമായിരുന്നല്ലോ. അമ്മയ്ക്കരികെത്തന്നെയിരുന്നു ഞാൻ. അക്കാലം അവിസ്മരണീയമായിരുന്നു. അമ്മയുടെ അസുഖത്തിനൊക്കെ നല്ല കുറവ്. ഉഷാറായി. പഴയ അമ്മയായി. ആ പ്രസരിപ്പും മിടുക്കും ഒക്കെ തിരികെവന്നു.

ഓഗസ്റ്റ് മാസംവരെ അമ്മ ആ ഉഷാർനില തുടർന്നു. സെപ്തംബറോടുകൂടി ഒന്നൊതുങ്ങിക്കിടന്നിരുന്ന അസുഖം വീണ്ടും ഫണം വിരിച്ചാടാൻ തുടങ്ങി. നില അങ്ങനെ തുടർന്നു. ആ സമയം 2021 ജനുവരിയിൽ എനിക്കു ഭഗവാൻ ഒരു മെസേജ് നൽകുന്നു. തൈപ്പൂയത്തിന്റെ അന്ന് വല്ലലാർ സിദ്ധരുടെ അടുത്തുചെന്ന് പ്രാർത്ഥിക്കണം. തൈപ്പൂയം മുരുകനു വിശേഷപ്പെട്ടതാണ്. ഈ വല്ലലാർ സിദ്ധർ വളരെ പ്രസിദ്ധനാണ്. സമരസശുദ്ധസന്മാർഗ സത്യ സംഘം എന്നതു സൈദ്ധാന്തികമായി അല്ലാതെ പ്രായോഗികമായി നടപ്പിലാക്കിയ മഹാൻ. 1874ൽ ഒരു ജ്യോതിയിൽ വിലയം പ്രാപിക്കുമ്പോൾ

അദ്ദേഹത്തിന് 50 വയസ്സേ ഉണ്ടായിരുന്നുള്ളൂ. ഈ മഹാനായ സിദ്ധരെക്കുറിച്ച് ഇനിയൊരധ്യായത്തിൽ വിശദീകരിക്കുന്നുണ്ട്. തൈപ്പൂയനാൾ പോകാൻ ഞാൻ അമ്മയോട് അനുവാദം ചോദിച്ചു. അമ്മ സന്തോഷത്തോടെ പോയിവരാൻ അനുവാദം തന്നു.

ചെന്നൈയിൽ അദ്ദേഹത്തിന്റെ വസതിയിൽ പോയി ഞാൻ പ്രാർത്ഥിച്ചു. തിരിച്ചുപോരുന്ന സമയം എനിക്കു ജിതയുടെ ഫോൺ വരുന്നു, പെട്ടെന്ന് എത്താൻ. അമ്മയുടെ സ്ഥിതി കണ്ടിട്ട് ഭയമാകുന്നു എന്ന്. ഞാൻ യാത്രാപദ്ധതി മാറ്റി. അടുത്ത ഫ്ളൈറ്റിൽ കയറിവരുമ്പോൾ ഞാനോർത്തു അമ്മയുടെ സ്ഥിരം കഥ. അമ്മ മരിക്കാൻ കിടക്കുന്നത് ഉൾവിളിയാലറിഞ്ഞ ശങ്കരാചാര്യർ ആകാശ മാർഗത്തിലൂടെ മാതാവിനടുത്തെത്തിയ കഥ! എന്റെ കണ്ണുനിറഞ്ഞു.

രാത്രി ഞാൻ വീട്ടിൽ പാഞ്ഞെത്തുമ്പോൾ അമ്മ ശാന്തയായി കിടക്കുന്നുണ്ട്. ഞാൻ നെറ്റിയിൽ തലോടിയപ്പോൾ കണ്ണു തുറന്നു. ആ, നീ എത്തിയോ എന്നു ചോദിച്ചു. ഞാൻ അമ്മയ്ക്ക് അല്പം ഗംഗാജലം കൊടുത്തു. ലഡ്ഡു കൊണ്ടുവന്നോ പിള്ളേർക്ക് എന്നു ചോദിച്ചു. വീണ്ടും കണ്ണടച്ചു. അന്നു രാത്രി ഞാൻ അമ്മയോടു ചേർന്നുകിടന്നു. ഒരു കുഞ്ഞിനെപ്പോലെ അമ്മയെ ഉറക്കി. അമ്മ രോഗത്തിന്റെ യാതൊരു അസ്കിതകളുമില്ലാതെ ഉറങ്ങി.

അടുത്ത ദിവസം രാവിലെ അമ്മ സംതൃപ്തിയോടെ മുക്തി നേടി.

മഹാദേവനിൽ ലയിച്ചു.

അമ്മയുടെ ജീവിതം

പുണ്യവതിയായ എന്റെ അമ്മ
സുലോചനയമ്മ

1957ൽ കന്യാകുമാരി തമിഴ്നാട്ടിലേക്ക് എടുത്ത്, പാലക്കാട് കേരളത്തിലേക്ക് ആക്കി. അതുവരെ തമിഴ്നാട്ടിൽ ഉൾപ്പെട്ടിരുന്ന നെന്മാറ ദേശത്ത് 1953 ഏപ്രിൽ 17നാണ് അമ്മയുടെ ജനനം. ദേവകിയമ്മ - നാരായണൻ നായർ ദമ്പതികളുടെ അഞ്ചു മക്കളിൽ നാലാമത്തെയാളാണ് അമ്മ. മുത്തച്ഛൻ ഫോറസ്റ്റ് വാച്ചർ ആയിരുന്നു. അമ്മയുടെ വർത്തമാനത്തിൽനിന്ന് അന്നുകാലത്തെ ജീവിതം അരിഷ്ടിച്ചായിരുന്നു. അമ്മൂമ്മ മികച്ചൊരു ഫൈനാൻസ് മാനേജരായിരുന്നു. മുത്തച്ഛന്റെ ശമ്പളംകൊണ്ട് ഇത്ര വയറുകൾ പോറ്റുക ദുഷ്കരമായിരുന്നു. മക്കളെയൊക്കെ പഠിപ്പിക്കുക മുതലായ ചിലവുകൾക്കൊക്കെവേണ്ടി 5 രൂപ ചിലവാക്കേണ്ട സ്ഥാനത്ത് രണ്ട് രൂപ മാത്രമേ ചിലവാക്കൂപോലും. അതുപോലെ അന്നത്തെക്കാലത്തെ ഇവരുടെ ഒരു പ്രധാന ജോലി വെള്ളം കൊണ്ടുവരലായിരുന്നു. വളരെ അകലെനിന്ന് നിത്യവും വെള്ളം പിടിച്ച് ഏറ്റിക്കൊണ്ടുവന്ന് മടുത്ത ജീവിതമായിരുന്നു അന്ന് ആ ദേശത്തെ കുട്ടികളുടെയൊക്കെയത്രെ! ഏകദേശം ഇതുതന്നെ ആയിരിക്കും അന്നത്തെ കാലത്തെ ഒരു ശരാശരി കുടുംബത്തിന്റെ അവസ്ഥ.

അങ്ങനെയിരിക്കെ അമ്മയുടെ ഊഴമെത്തിയപ്പോൾ അച്ഛനെ വിവാഹം കഴിക്കുന്നു. ആദ്യ അധ്യായങ്ങളിൽ പറഞ്ഞപോലെ വാടക വീടുകൾ മാറിമാറി. അന്ന് എനിക്കും അനിയനുമുണ്ടായിരുന്ന അനുഭവംപോലെ, ഒരു കോൺസ്റ്റന്റ് സൗഹൃദബന്ധമില്ലായ്മ അമ്മയ്ക്കും ഉണ്ടായിരുന്നിരിക്കാം. പിന്നീട് തിരൂരിലെ മുത്തച്ഛൻ മരിച്ചതിനുശേഷം ഞങ്ങൾ ഇവിടെ സ്ഥിരമായപ്പോഴാണ് അമ്മയ്ക്കു യഥാർത്ഥത്തിൽ ഒരു സ്വന്തം ഇടം എന്ന തോന്നലിൽ ജീവിക്കാൻ സാധിച്ചിട്ടുണ്ടാവുക. പക്ഷേ, ഇവിടെ വന്നിട്ടുള്ള കാലത്തും അമ്മയുടെ ജീവിതം അത്ര സുഖകരമെന്നു പറയാൻ സാധിക്കുന്നില്ല, ഇന്നു ഞാൻ തിരിഞ്ഞു നോക്കുമ്പോൾ. തിരൂർ വന്ന് ഒന്നു താദാത്മ്യപ്പെട്ടു വരുമ്പോഴേക്കും അച്ഛന്റെ അസുഖം തുടങ്ങി. ഉള്ളുഷ്ണിച്ചല്ലാതെ അമ്മയ്ക്ക് അക്കാലയളവിലൊന്നും ഒരു സുഖകരമായ ഇടവേള ഉണ്ടായിക്കാണണമെന്നില്ല. ഇതൊക്കെ ഇന്നു വിലയിരുത്തുമ്പോൾ എനിക്കു തോന്നുന്ന കാര്യങ്ങളാണ്. അന്നൊക്കെ ഇത്തരമൊരു തീക്ഷ്ണാവസ്ഥയിലൂടെയാണ് അമ്മ കടന്നുപോകുന്നതെന്ന് അറിയാൻമാത്രം ഗൗരവം എന്റെ ചിന്തകൾക്കായിട്ടുണ്ടാകില്ലല്ലോ.

90 കളുടെ തുടക്കത്തോടെ അമ്മയുടെ ജീവിതത്തിലെ ശനിദശ തുടങ്ങി എന്നു പറയാം. മുൻ അധ്യായത്തിൽ വിവരിച്ച എന്റെയൊക്കെ ലക്ഷ്യബോധമില്ലായ്മയും, അതിൽ അച്ഛനുണ്ടായിരുന്ന കുണ്ഠിതവും, അച്ഛന്റെ വിയോഗം, സാമ്പത്തിക അസ്ഥിരത തുടങ്ങി ഏറെ കാറ്റും കോളും പേമാരിയും നിറഞ്ഞ ജീവിതനാളുകൾ. അതിന്റെ

വീട്ടിൽ കുടുംബത്തോടൊപ്പം

പാരമ്യത്തിൽ അനിയന്റെ വിയോഗവും. തലങ്ങും വിലങ്ങും കലിയോടെ നിറഞ്ഞാടിയ വിധി, കരിമ്പിൻകാട്ടിൽ കയറിയ ആനയെപ്പോലെ സർവ്വവും നിരപ്പാക്കി സംതൃപ്തിയോടെ നിന്ന് കിതച്ച്, ഇനിയെന്ത് എന്ന ഭാവത്തിൽ നിൽക്കുമ്പോഴായിരുന്നു എന്റെ തലയിൽ വെളിച്ചം വീണത്.

അമ്മയ്ക്കിനി ഞാനേ ഉള്ളൂ! അന്ന് ഞാനമ്മയെ ചേർത്തുപിടിച്ച് സ്വയം ഒരു പ്രതിജ്ഞ എടുക്കുകയാണ്: ഇനി എന്റെ അമ്മ ദുഃഖിതയാകാൻ ഞാൻ അനുവദിക്കില്ല. അമ്മയുടെ ചിതയ്ക്കു തീ വയ്ക്കും നേരംവരെ ഞാനാ വാക്കുകൾ പാലിച്ചു! അന്നു മുതലുള്ള കാൽനൂറ്റാണ്ട് അമ്മ ഒരിക്കലും സങ്കടപ്പെടാൻ ഞാൻ അനുവദിച്ചിട്ടില്ല. അമ്മയുടെ ജീവിതത്തിലെ സുവർണ്ണകാലം അതായിരുന്നു. രാത്രി പന്ത്രണ്ടുമണിക്കൊക്കെ പൈപ്പിൻചുവട്ടിൽ കുടവുമായി വെള്ളം കാത്തുകിടന്ന ആ പെൺകുട്ടി ഇന്ന് സ്വന്തം മകനുവേണ്ടി, മഹത്തായ ഒരു പ്രസ്ഥാനത്തിനുവേണ്ടി, അനേകരുടെ അമ്മസ്ഥാനം വഹിച്ച്, ഒരു യുഗാരംഭത്തിന്റെ ശംഖൊലി മുഴങ്ങുന്നേരം മഹേശ്വരനിൽ ലയിച്ചെങ്കിൽ ആ ജീവിതം സാർത്ഥകംതന്നെ എന്നു ഞാൻ പറയും.

ഈ പറഞ്ഞതിനൊക്കെ അർത്ഥം, അന്നാ തീരുമാനമെടുത്തതിനുശേഷം പിന്നെ ഞാൻ പരംപൂജ്യ മാതാശ്രീ എന്നുവിളിച്ച് കാൽതൊട്ടു വന്ദിച്ച് നടന്നു എന്നല്ല. ഞങ്ങൾ തമ്മിൽ തർക്കം, പിണക്കം ഒക്കെ വെറും സാധാരണമായിരുന്നു. ആദ്യകാലത്തൊക്കെ ശമ്പളം എനിക്കു കൈയിലായിരുന്നു കിട്ടിയിരുന്നത്. അന്നൊക്കെ ബാങ്കിലല്ല വരിക. ശമ്പളം ഓഫീസിൽ വരും. എണ്ണി വാങ്ങി റവന്യൂ സ്റ്റാമ്പൊട്ടിച്ച് ഒപ്പിട്ട് വാങ്ങണം. ഒന്നാം തിയതി ശമ്പളം കിട്ടിയാൽ അതു വൈകുന്നേരം അമ്മയെ ഏൽപ്പിക്കും. പിന്നെ എനിക്കാവശ്യമുള്ള ചില്ലറ ഇടയ്ക്കിടയ്ക്കു ചോദിച്ചുവാങ്ങും.

എന്റെ കല്യാണം കഴിഞ്ഞ് ജിത വന്നിട്ടും അതിനു മാറ്റമുണ്ടായിട്ടില്ല. ഈ ദിവസം അമ്മ ആ മാസത്തേക്കുള്ള ബഡ്ജറ്റ് തയ്യാറാക്കും. രാത്രി ഒരു മീറ്റിംഗ് ഉണ്ട്. മിക്കവാറും അമ്മയുടെ കമ്മിബഡ്ജറ്റ് ആകും. അതിന്റെ പേരിൽ അമ്മ - മകൻ തർക്കം ആരംഭിക്കും. ഈ ബഡ്ജറ്റ് ചർച്ച ആരംഭിക്കുമ്പോഴേ ജിത, നിങ്ങളായ് നിങ്ങളുടെ പാടായി എന്നു പറഞ്ഞ് രംഗത്തുനിന്ന് നിഷ്ക്രമിക്കും. അമ്മയുടെ പ്ലാനിൽ പറമ്പിൽ ഇറക്കേണ്ട പണമാണു വില്ലൻ. ഇറക്കുന്ന പണം തിരിച്ചുകിട്ടുന്നുണ്ടോ എന്നതു യഥാർത്ഥ കർഷകർ ശ്രദ്ധിക്കില്ലല്ലോ. അമ്മയും അതാണ്. പറമ്പ് ഉഗ്രനായി കിടക്കണം. അതിനു നന്നായി അങ്ങോട്ടു പണം ഇറക്കും. വളമിടൽ, ചെത്തിക്കൂട്ട്, പടവലം-പാവൽ പന്തൽ ഇങ്ങനെ ഇതിനൊക്കെ തുക

വകയിരുത്തും. ഞാൻ കേറി ഉടക്കും. അമ്മയും ഉടക്കും. അവസാനം ജിത വന്ന് ചർച്ച പിരിച്ചുവിടും. അമ്മ ബഡ്ജറ്റ് ഭേദഗതികളില്ലാതെ പാസാക്കിയതായി പ്രഖ്യാപിക്കും.

അമ്മയെപ്പറ്റി ഓർക്കുമ്പോൾ പ്രധാനമായും പറയേണ്ടുന്ന ഒന്ന് എന്റെ ആത്മീയപാതയിൽ അമ്മയുടെ സാന്നിദ്ധ്യം എന്തായിരുന്നു എന്നാണ്. ജീവിതത്തിന്റെ പരുക്കൻ മുഖത്തു ജീവിച്ചുശീലിച്ച ഒരാൾ എന്ന നിലയിൽ അമ്മ ഇതിനെ വിമർശിക്കാനായിരുന്നു ഏറ്റവും സാധ്യത. എന്നാൽ ആദ്യമായി കേവലകുതൂഹലപ്പുറത്ത് സ്വപ്ന ദർശനത്താൽ ഞാൻ നാരായണനേയും കൂട്ടിപ്പോയി തിരികെ വന്നിട്ടു മാത്രമാണ് അമ്മയോട് സ്വപ്നത്തിന്റെ കാര്യം പറഞ്ഞത്. അമ്മ അതെന്തോ, ഇതെനിക്ക് എന്നേ അറിയാം എന്ന മട്ടിൽ, നന്നായി എന്നു പറഞ്ഞു.

മുമ്പ് ഒരധ്യായത്തിൽ വിവരിച്ചപോലെ എന്റെ ആത്മീയ ജീവിതത്തെ ആളുകൾ പരിഹാസരൂപേണ നോക്കിക്കണ്ടിരുന്നപ്പോൾ അമ്മ ഒരു പ്രശ്നമായി. രസം എന്തെന്നാൽ അമ്മ തന്നെയാണ് ഇക്കാര്യങ്ങൾ പതുക്കെ ഒന്നോ രണ്ടോ പേരോട് ആദ്യം പറയുക. അങ്ങനെ വാർത്തയറിഞ്ഞ് പലരും (അടുപ്പവും സ്വാതന്ത്ര്യവും ഉള്ളവരാണു കേട്ടോ) അമ്മയുടെ അടുത്ത് നെഗറ്റീവ് വർത്തമാനവുമായി വരും. എന്റെ അടുത്ത് ഏശില്ല എന്നറിഞ്ഞിട്ടു തന്നെയാണവർ അമ്മയുടെ അടുത്തു പോകുന്നത്. അമ്മയാകട്ടെ, അവരുടെ വാദങ്ങളെ പല്ലും നഖവും ഉപയോഗിച്ച് എതിർക്കും. ചിലതൊക്കെ നല്ല വഴക്കിൽ കലാശിക്കും. ഇതൊക്കെ ഞാനും ജിതയും ജോലിക്കു പോകുമ്പോളാകും. എന്നാലും നമ്മൾ ഇതറിയും. ഞാൻ അതിന്റെ പേരിൽ അമ്മയോടു കലമ്പും. എത്ര കലമ്പിയാലും അവസാനം 'നീ പോടാ ചെക്കാ' എന്നതിലാണ് അവസാനിക്കുക. അതിന്റെ അർത്ഥവും വ്യാഖ്യാനവും എന്താണെന്നോ? നിന്നെ പത്തുമാസം ചുമന്ന് പെറ്റിട്ടു വളർത്തി ഇത്ര ആക്കിയവൾ ഞാൻ എന്നാണ്. സത്യമല്ലേ? എന്നാൽ ഇപ്പോൾ വിലയിരുത്തുമ്പോൾ, അതുമാത്രമല്ല അമ്മയുടെ ആ വാചകത്തിൽനിന്ന് എക്സ്ട്രാക്ട് ചെയ്യാൻ സാധിക്കുക. ഇതും കൂടിയുണ്ട്, 'ഈ നിന്നെ പുച്ഛിക്കുന്നവരൊക്കെ നിന്നെ വാഴ്ത്തുന്ന കാലം വരും. നിനക്കെന്തറിയാം, ശിശു' എന്നു കൂടിയുണ്ട്. ഇല്ലേ? നിങ്ങൾക്കു തോന്നുന്നില്ലേ?

ഈ സ്വഭാവം കാരണം, എന്റെ യാത്രകളെപ്പറ്റി അഭിമാനത്തോടെ പുറത്തുപറഞ്ഞ് അതിനെ കളിയാക്കുന്ന പ്രിയപ്പെട്ടവരുമായി വഴക്കിടുന്ന സ്വഭാവം കാരണം ഞാൻ അമ്മയോടൊക്കെ രഹസ്യമാക്കി വയ്ക്കും. പക്ഷേ, കിം ഫലം? ഞാനറിയാതെ ലാലു, നാരായണൻ

ഇവരിൽനിന്ന് കോംപ്രിഹെൻസീവ് വിവരങ്ങൾ ചോർത്തും അമ്മ. എന്നിട്ട് മേൽപ്പറഞ്ഞ ലൂപ്പ് വീണ്ടും ആരംഭിക്കും. പക്ഷേ, അമ്മ ദൃഢനിശ്ചയ ആയിരുന്നു. എന്റെ വഴി മനസിലായതിൽപിന്നെ ഒരു ദിവസം പോലും തെറ്റാതെ വെളുപ്പിനു നാലുമണിക്ക് മുറ്റം, പരിസരം, പൂജാമുറി അടിച്ചുവാരി വെള്ളം തളിച്ച് ശുദ്ധമാക്കി നിലവിളക്ക് കത്തിച്ചുവയ്ക്കും. ഒറ്റ ദിവസംപോലും മുടങ്ങിയിട്ടില്ല, ആരോഗ്യം അനുവദിക്കുംവരെ! എനിക്ക് അനുഗ്രഹം കിട്ടാൻ അത് അവർ ചെയ്യേണ്ട ഡ്യൂട്ടി എന്ന നിലയിലാണത്. എത്ര പറഞ്ഞാലും, ഞാൻ പലപ്പോഴും വഴക്ക് പറഞ്ഞിട്ടുപോലുമുണ്ട്, ഒരു കാര്യവുമില്ല. വെളുപ്പിനു നാലുമണിക്ക് വാതിൽ തുറന്നിട്ട് മുറ്റത്തിറങ്ങുന്നതിലെ റിസ്ക്! ഞാൻ ഒച്ചയിട്ടാൽ അവസാനം ആ ഡയലോഗ്: 'നീ പോടാ ചെക്കാ.' മുരുകൻ എന്റെ കൂടെയുണ്ടെങ്കിൽ എനിക്കെന്തു ഭയം എന്നല്ലേ ആ വാചകത്തിന്റെ എക്സ്റ്റൻഷൻ?

എന്റെ യാത്രകൾ എല്ലാം എങ്ങനെ നടന്നു? ഭഗവാന്റെ ഇംഗിതമനുസരിച്ചുള്ള എന്റെ യാത്രകളിൽ എല്ലാംതന്നെ വീട്ടിൽനിന്നു വീട്ടിലേക്കു തിരിച്ചെത്തുന്നവ ആയിരുന്നല്ലോ. ഈ സമയമെല്ലാം വീട് എനിക്കൊരു ടെൻഷനേ അല്ലായിരുന്നു. ജിതയും മക്കളും. ജിതയുടെ ജോലി. അമ്മ എന്ന മഹാവൃക്ഷത്തിന്റെ തണൽ 16 വർഷം ഇല്ലായിരുന്നെങ്കിൽ ഈ യാത്രകളെല്ലാം നടക്കുമായിരുന്നു എന്നു നിങ്ങൾക്കാർക്കെങ്കിലും തോന്നുന്നുണ്ടോ? എന്റെ അഭാവത്തിൽ വീടിന്റെ പ്രൊട്ടക്ഷൻ അമ്മയായിരുന്നു. ഒരു തരിമ്പും ഭയമില്ലാതെ, വീടിനെപ്പറ്റിയുള്ള ചിന്തയേ വേണ്ടാതെ, ഒരു അവധൂതനെപ്പോലെ എനിക്ക് സഞ്ചരിക്കാൻ സാധിച്ചത് അമ്മ എന്ന ആ തണൽ ഉള്ളതുകൊണ്ടു മാത്രമാണ്. ഞാനില്ലാത്തപ്പോൾ എന്തു പ്രതിസന്ധിയും പരിഹരിക്കാൻ അമ്മയ്ക്കു വിളിപ്പുറത്തുള്ള ഒരു ഫുൾ ടീം ഉണ്ടായിരുന്നു.

അമ്മ ഒരു അമ്മായിഅമ്മ എന്ന നിലയിൽ എങ്ങനെ ആയിരുന്നു എന്നു വിലയിരുത്തുമ്പോഴും മുഴുവൻ മാർക്ക് കൊടുക്കേണ്ടി വരും. അതിന് ഒരു വലിയ അളവുവരെ ജിതയുടെ ആറ്റിറ്റ്യൂഡ് സഹായിച്ചിട്ടുമുണ്ട്. ജിത ഒരിക്കലും ഞങ്ങൾക്കിടയിൽ വന്നിട്ടില്ല. അമ്മ - മകൻ ഇടം അവൾ എന്നും വിട്ടുതന്നിരുന്നു. അത് സാമ്പത്തികമായാലും വൈകാരികമായാലും. അമ്മയും ഏകദേശം അതുതന്നെയായിരുന്നു. ഭാര്യ - ഭർത്താവ് ദ്വന്ദത്തിന് അതിന്റേതായ ഇടം അമ്മയും വിട്ടുതന്നിരുന്നു. ആ നിലയിൽ വളരെ ഭാഗ്യവാനായ ഒരു മലയാളി പുരുഷനാണു ഞാൻ എന്നു സംശയമേതുമില്ല.

എന്റെ ആത്മീയവളർച്ചയിൽ അമ്മയ്ക്കുണ്ടായിരുന്ന ആഹ്ലാദം ഗൂഢമായിരുന്നു. ഞാനർത്ഥമാക്കുന്നത്, അതൊന്നും അങ്ങനെ

പ്രകടിപ്പിച്ചുകണ്ടിട്ടില്ല. എന്നാൽ എന്റെ ഭൗതികനേട്ടങ്ങളിൽ അമ്മ മറയില്ലാതെ ആഹ്ലാദിച്ചു. എന്റെ വിവാഹവേളയിലും, ജോലിയിൽ പ്രമോഷനോ ഇൻക്രിമെന്റോ വരുന്ന വേളയിലുമൊക്കെ അത് ആഘോഷിക്കേണ്ട വേളയായിരിക്കും അമ്മയ്ക്ക്. ഞാൻ 2011ൽ ആദ്യമായി മാരുതി Ritz കാർ വാങ്ങിയപ്പോൾ അമ്മയുടെ ആഹ്ലാദവും അഭിമാനവും കാണേണ്ടതുതന്നെ ആയിരുന്നു. ഇത് ആ തലമുറയിലെ എല്ലാ അമ്മമാരും അനുഭവിച്ചിട്ടുള്ളതു തന്നെയാകാം. എങ്കിലും പരാമർശിക്കാതെ വയ്യ. പിന്നീട് അടുത്തകാലത്ത് 2020ൽ ഞാൻ കാർ മാറ്റി MG Hecter Plus വാങ്ങിയപ്പോൾ അമ്മ കൊച്ചുകുഞ്ഞുങ്ങളെപ്പോലെ ആയിരുന്നു സന്തോഷം പ്രകടിപ്പിച്ചത്. അപ്പോൾതന്നെ അമ്മയെ കയറ്റിയിരുത്തി തൃശ്ശൂർ സ്വരാജ് റൗണ്ട് കറങ്ങിയപ്പോൾ അമ്മ കാറിലിരുന്ന ഒരിരുപ്പ്! ഒരു മകൻ എന്ന നിലയിൽ എനിക്കപ്പോ ഉണ്ടായ ആനന്ദം!!

അമ്മ ഒരു ഉഗ്രൻ ട്രബിൾ ഷൂട്ടർ അഥവാ പ്രോബ്ലം സോൾവർ ആയിരുന്നു. ടെക്നിക്കൽ കാര്യങ്ങളിലൊക്കെ അമ്മയുടെ അഭിപ്രായം

പ്രിയപ്പെട്ട വാഹനം

ശരിയാകുന്നതു പലപ്പോഴും കണ്ടിട്ടുണ്ട്. ഞങ്ങളുടെ പഴയ വീട് (ഇപ്പോ LMRK ഓഫീസായുമൊക്കെ ഉപയോഗിക്കുന്ന) പണിയുന്ന നേരം. അന്നെന്റെ കല്യാണം കഴിഞ്ഞിട്ടില്ല. ലിവിംഗ് റൂമിൽ നിന്ന് ഉള്ളിലേക്കുള്ള കവാടം പണിയുന്നതിന്റെ കണക്ക് ഒക്കുന്നോ മറ്റോ ഇല്ല. മേസ്തിരിയും ആൾക്കാരും വൻചർച്ച. ഇതിലൊന്നും ഒരു വിവരവുമില്ലാത്ത ഞാൻ ഒരഭിപ്രായത്തിനും പോകാതെ മാറിനിന്ന് ശ്രദ്ധിക്കുകയാണ്. അപ്പോഴാണ് അമ്മയുടെ എൻട്രി. അമ്മ ഇഷ്യൂവിൽ ഇടപെട്ടു. പിന്നെ കാണുന്നത് ഞെട്ടലോടെ അമ്മയുടെ ഐഡിയയെ എല്ലാവരും പ്രശംസിക്കുന്നതാണ്. വലിയൊരു സിവിൽ എഞ്ചിനിയറിംഗ് പ്രശ്നത്തെയാണ് അമ്മ യുക്തിയും പ്രായോഗികതയും ഉപയോഗിച്ചു പരിഹരിച്ചത്.

അതുപോലെ പുതിയ വീട് പണിയുന്നേരം പഴയതു പൊളിച്ചു കളയാനായിരുന്നു എന്റെ പദ്ധതി. ദിവസങ്ങളോളം എന്റെയും ജിതയുടെയും ചിന്തയും ടെൻഷനും അതായിരുന്നു. അമ്മയുടെ അഭിപ്രായമെന്താ എന്നൊന്നും ചോദിച്ചിരുന്നില്ല. അമ്മ അറിഞ്ഞപ്പോൾ നീയെന്തൊരു വിഡ്ഢി എന്ന മട്ടിൽ പറയുന്നു. ''ആദ്യമായി മുരുകൻ നിന്റടുത്തു വന്ന വീട്. എത്രയോ തവണ മുരുകൻ നിന്റെ ചെവിയിലോരോന്ന് ഓതിത്തന്ന വീട്. നിന്റെ കെടാവിളക്ക് കത്തുന്ന പൂജാമുറി. ഇതൊക്കെ ലോകാവസാനംവരെ സ്മാരകമാക്കാൻ നിനക്കു തോന്നിയില്ലല്ലോ, കഷ്ടം. പിന്നിൽ ഇഷ്ടംപോലെ സ്ഥലമില്ലേ. അവിടെ പണിതാ ഈ സൈഡീക്കോടെ ഉശിരൻ വഴി കിട്ടില്ലേ? നല്ല നോട്ടം അല്ലേ റോട്ടീന്ന്? നിനക്കൊക്കെ എന്നാ ഇനി ബുദ്ധി വയ്ക്കുക!'' ഞാൻ വേഗം ഒരു സ്കൂൾകുട്ടിയെപ്പോലെ അഭിനയിച്ചു നിന്നു.

അങ്ങനെ ആ വീട് പണിതു. അമ്മയ്ക്ക് അതിൽ സർവ്വസൗകര്യങ്ങളോടെ വിശാലമായൊരു മുറി ഉണ്ടായിരുന്നു. അമ്മ അതിൽ സർവ്വസന്തോഷങ്ങളോടെ താമസിച്ചു. ഇങ്ങനെ അമ്മയെ സന്തോഷിപ്പിക്കുന്ന ഒരു മകനാകും ഞാനെന്ന എന്റെ പ്രതിജ്ഞ കാൽനൂറ്റാണ്ടോളം ഞാൻ കാത്തു.

നമ്മൾ ഒരു കാര്യം എപ്പോഴും മറക്കാറുണ്ട്. കുഞ്ഞുങ്ങൾക്കു നമ്മൾ ഓരോ സമ്മാനം കൊണ്ടുകൊടുക്കുമ്പോൾ അവർക്കുണ്ടാകുന്ന ആനന്ദം നമ്മുടെ ഒരു അനുഭൂതിയാണല്ലോ. എന്നാൽ വയസ്സായവർക്കും ഇതുപോലെയുള്ള സന്തോഷങ്ങളും ആനന്ദങ്ങളും ഉണ്ടെന്ന കാര്യം നമ്മൾ അത്ര ചിന്തിക്കാറുണ്ടോ?

ഇക്കാര്യത്തിൽ എന്റെ അമ്മ അതിസംതൃപ്ത ആയിരിക്കണം. കാരണം അമ്മയെ ഞാനേറെ സ്ഥലങ്ങൾ കൊണ്ടുകാണിച്ചിരുന്നു.

ആ സമയമെല്ലാം അമ്മയുടെ ഉള്ളിലെ ആനന്ദം ആ കണ്ണുകളിൽ സ്ഫുരിച്ചുയരുന്നതിനെക്കാൾ വലിയ സമ്മാനം വേറെ എന്താണ് മക്കൾക്കു കിട്ടുക? അമ്മ ഡൽഹി, കാശി, ജയ്പ്പൂർ, ഹരിദ്വാർ, ഋഷികേശ് തുടങ്ങിയ സ്ഥലങ്ങൾ സന്ദർശിച്ചിട്ടുണ്ട്. കൂടാതെ, ഒരിക്കൽ സിംഗപ്പൂരിലേക്കും കൊണ്ടുപോയി അമ്മയെ. അതിസന്തോഷകരമായ ട്രിപ്പായിരുന്നു അത്. ആ ട്രിപ്പിൽ ജിതയുടെ അച്ഛനേയും അമ്മയേയും കൂട്ടി. ജിത മാത്രമേ നാട്ടിലുള്ളൂ. ഏകസഹോദരൻ ഗൾഫിലാണ്. അവരേയും കൊണ്ടുപോകണമെന്നുള്ളത് എന്റെ ഒരു നിർബന്ധമായിരുന്നു. അതെന്റെ നിർബന്ധമായിരുന്നു എന്നതു ജിതയ്ക്കു വളരെയേറെ സന്തോഷകരവുമായിരുന്നു. നമ്മുടെ നവപാഷാണവിഗ്രഹം സമ്മാനിച്ച ശ്രീ രമേഷ് അന്ന് സിംഗപ്പൂരിലെ ഒഴിഞ്ഞുകിടക്കുന്ന സ്വന്തം ഫ്ളാറ്റ് വിട്ടുതന്നു. എല്ലായിടവും എന്തിനുമേതിനും LMRK സുഹൃത്തുക്കൾ വിളിപ്പുറത്തുണ്ടായിരുന്നു. എല്ലാവരും അതിയായി സന്തോഷിച്ച ഒരു ട്രിപ്പ്.

പിന്നീടൊരിക്കൽ ഒരു മലേഷ്യൻ ട്രിപ്പ്. മുരുകാനുഗ്രഹം അവിടേയും. ആസ്ത്രേലിയയിലെ പെർത്തിൽ താമസിക്കുന്ന LMRKയുടെ ശരവണൻ എന്ന സഹോദരൻ തന്റെ മലേഷ്യയിലുള്ള വസതി ഞങ്ങൾക്കായി വിട്ടുതന്നു. സിംഗപ്പൂരിൽ രമേഷ് എന്നതുപോലെ തന്നെ ഒരു സ്നേഹാലിംഗനം. ഇതിനൊക്കെ എങ്ങനെ നന്ദിപറഞ്ഞാലാണ് തീരുക എന്നറിയില്ല. മലേഷ്യയിലേക്കും എല്ലാവരും ഉണ്ടായിരുന്നു.

ജിതയുടെ അമ്മയ്ക്കു മലേഷ്യൻ വേരുകളുണ്ട്. നന്നേ ചെറുപ്പത്തിൽ അമ്മ അവിടെ വളർന്നതാണ്. ബന്ധുക്കൾ അവിടെയുണ്ട്. എന്തായാലും അവരുടേയും അമ്മയുടേയും ആ ആഹ്ലാദം ഒരിക്കലും പകരംവെയ്ക്കാനാകാത്ത ഒന്നാണ് ഞങ്ങൾക്കു സമ്മാനിച്ചത്.

പ്രിയപ്പെട്ടവരേ, നമ്മൾക്കോരോരുത്തർക്കും പറ്റും ഇതുപോലെ വയസ്സായ അച്ഛനമ്മമാർക്കു സന്തോഷം പകർന്നുനൽകാൻ? ഇല്ലേ? ഇതു ഞാൻ പറയാൻ കാരണം, എനിക്കാദ്യം മകൾ ഉണ്ടായപ്പോൾ, അവൾ അച്ഛാ എന്ന് ആദ്യം വിളിച്ചപ്പോൾ, ഒക്കെ ഉണ്ടാകുന്ന ഒരു നിർവൃതി ഇല്ലേ, അതിനു തുല്യമോ ഒരുപക്ഷേ അതിനെക്കാൾ മുകളിലോ ആയിരുന്നു അമ്മ അമ്മയുടെ കൂട്ടുകാരികൾക്കോ ബന്ധുക്കൾക്കോ ഒക്കെ വിളിച്ചുപറയുന്നത് ''അവനെന്നോട് സിംഗപ്പൂർക്ക് വരാൻ പറയുന്നു. എന്താ ചെയ്യാ. എന്തായാലും പോവുക തന്നെ. വേറെ രാജ്യങ്ങളൊക്കെ കാണാലോ.'' കാണുമ്പോൾ, യാത്രയ്ക്കുള്ള തയ്യാറെടുപ്പുകൾ ചെയ്യുമ്പോൾ ഉള്ള അമ്മയുടെ എക്സൈറ്റ്മെന്റ്,

മുട്ടിനുമുട്ടിന് എന്നോടോ ജിതയോടോ മക്കളോടോ വിദേശയാത്ര യുടെ സംശയങ്ങൾ നിഷ്കളങ്കതയോടെ ചോദിക്കുമ്പോൾ, ഇതൊക്കെ കാണാനുള്ള ഭാഗ്യം നിങ്ങളാരും കളയരുതെന്ന ആത്മാർത്ഥമായ അഭ്യർത്ഥന എനിക്കുണ്ട്.

ഞാനും അമ്മയും തമ്മിലുള്ള ബന്ധം പോകപ്പോകെ എനിക്കു ചില ഉൾവിളികൾ ഉണ്ടായിട്ടുണ്ട്. മുമ്പ് പല ജന്മങ്ങളിലും ഞങ്ങൾ അമ്മയും മകനും ആയിരുന്നു എന്നാണത്. ആ ജന്മങ്ങളിൽ എനിക്കു പലതും ചെയ്തുകൊടുക്കാൻ ബാക്കിയുണ്ടായിരുന്ന പോലെ ഒരു ഫീൽ. ചില കണക്ഷനുകൾ ഫ്ളാഷ് പോലെ വന്നത് ശങ്കരാചാ ര്യരും അമ്മയും പോലെ എന്നാണ്. മകൻ സന്യാസത്തിനു പോയതും ആ അമ്മയുടെ സങ്കടങ്ങളും മറ്റും മറ്റും. അതിനാൽതന്നെ അമ്മ യുടെ അവസാനകാലത്ത് എനിക്ക് അമ്മയുടെ കൂടെ ഇരിക്കാൻ സാധിക്കണേ എന്നായിരുന്നു ചിന്ത. ആ പ്രാർത്ഥന ഏകദേശം ഫലിച്ചു. 2020 ജനുവരി മുതൽ 2021 വരെ ഞാൻ അമ്മയുടെ കൂടെ ഇരുന്നു. ലോകം മുഴുവൻ നിശ്ചലമായ ഒരു കൊല്ലം!

അമ്മയുടെ ചിതാഭസ്മവുമായി എനിക്ക് ഒരു ഭാരതപരിക്രമ യാത്ര ചെയ്യണമെന്നു തോന്നി. ആദിശങ്കരൻ യാത്രചെയ്ത പാത യിലൂടെ!

ഭാരതപരിക്രമയാത്ര

അമ്മ മുക്തിനേടിയ ഉടനെ എനിക്കു ഭഗവാൻ നൽകിയ നിർദ്ദേശം ഒരു ഭാരതപരിക്രമ യാത്ര ആയിരുന്നു. അമ്മയുടെ ചിതാഭസ്മം കൊണ്ടുപോയി പുണ്യസ്ഥലങ്ങളിൽ സമർപ്പിക്കണം. ശങ്കരാചാര്യരുടെ പാതയിലൂടെയാക്കണം ആ യാത്ര. ശൃംഗേരി, പുരി, ജോഷിമേട്, ദ്വാരക. ആദിശങ്കരൻ സ്ഥാപിച്ച നാലു മഠങ്ങൾ. ഭാരതസംസ്കൃതിയെ ശങ്കരൻ തിരിച്ചുപിടിച്ച് സംരക്ഷിച്ചുനിർത്താൻ നാല് എനർജി ബെൽറ്റുകളിൽ സ്ഥാപിച്ച സാംസ്കാരിക കാവൽ കോട്ടകൾ!

രണ്ടാം കോവിഡ് തരംഗ സമയമായിരുന്നു അത്. വീണ്ടും മൂവ്മെന്റ് റെസ്ട്രിക്ഷൻസ് വരുന്ന സമയം. യാത്ര മാറ്റിവെയ്ക്കണോ വേണ്ടയോ എന്നു ശങ്കിച്ചു. യാത്ര തുടങ്ങിയാൽ ഇടയ്ക്കു തിരിച്ചു വരുന്നത് പൂർത്തിയാകാത്ത പ്രദക്ഷിണം പോലെയാകും. ഞങ്ങൾ കൂടിയാലോചിച്ചു. ഒരു തീരുമാനത്തിലെത്താൻ കഴിയുന്നില്ല. ദേവേട്ടന്റെ അഭിപ്രായം റിസ്ക് എടുക്കരുത് എന്നായിരുന്നു. ശ്രീനിവാസൻ ആകട്ടെ 50:50. റിസ്കാണ്. എങ്കിലും വരുന്നിടത്തുവച്ച് നേരിടാം എന്നുണ്ടെങ്കിൽ പോകാം എന്നാണ്. എന്റെ കൂടെ വരുന്നതു ചെന്നൈയിലുള്ള പ്രഭു ആയിരുന്നു. രാഷ്ട്രീയ സ്വയംസേവക സംഘത്തിന്റെ ഇന്റർനാഷണൽ സെല്ലിൽ ഉന്നതനായിരുന്നു ഇദ്ദേഹം ഒരുകാലത്ത്. ഉത്തരേന്ത്യയിൽ വലിയ പിടിപാടുകളുണ്ട്. എന്തെങ്കിലും തടസ്സങ്ങൾ നേരിട്ടാൽ അതു പരിഹരിക്കാൻ പ്രഭുവിനോളം കഴിവുള്ളവർ വേറെയില്ല. ഇദ്ദേഹത്തെ നിങ്ങൾക്ക് ഓർമ്മ വന്നില്ലേ? LMRK യുടെ സിംഹാസനപൂജ പഴനിയിൽ നടന്നപ്പോൾ സംഘാടനത്തിന്റെ ചുമതല വഹിച്ച് അതിനെ ഒരു മെഗാ ഈവന്റാക്കി മാറ്റിയ അതേ പ്രഭു. പ്രഭുവിന്റെ അഭിപ്രായം ഇതായിരുന്നു: ''പോകാം. ഒരു ഭയവും വേണ്ട. ഞാനില്ലേ കൂടെ...'' ആത്മവിശ്വാസത്തിന്റെ അറ്റം. എനിക്കു പക്ഷേ, സന്ദേഹം മാറുന്നില്ല. പതിവുപോലെ ഭഗവാൻ എന്തു പറയുന്നു, അതുപോലെ ചെയ്യാം എന്നു തീരുമാനിച്ച് ഞാൻ പ്രാർത്ഥിച്ചു.

ഗ്രീൻ സിഗ്നലാണ് കിട്ടിയത്. അമ്മയുടെ ചിതാഭസ്മം ഒരു കൈയിലും മറുകൈയിൽ ഒരു വേലുമായി പുറപ്പെടാൻ തീരുമാനിച്ചു.

നിളാനദിക്കരയിൽ ബലിയിട്ടുകൊണ്ട് ആരംഭിച്ചു. ആദ്യം പോയത് പുരിയിലേക്കായിരുന്നു. പുരി ശ്രീജഗന്നാഥ ക്ഷേത്രം. പന്ത്രണ്ടാം നൂറ്റാണ്ടിൽ പണികഴിപ്പിച്ച ക്ഷേത്രമാണ്. മൂന്ന് വിഗ്രഹങ്ങളാണ്. കൃഷ്ണൻ, ബലരാമൻ, സുഭദ്ര. മരത്തടി കൊണ്ടാണു വിഗ്രഹം നിർമ്മിച്ചിരിക്കുന്നത്. ഒരു രസകരമായ കഥയുണ്ട്. ഇന്ദ്രദ്യുമ്നൻ എന്ന രാജാവിന് അശരീരി ഉണ്ടായി, പ്രത്യേകതകളുള്ള ഒരു തടിയെപ്പറ്റി. ഒരിക്കൽ വെള്ളപ്പൊക്കത്തിൽ അങ്ങനെ ഒരു തടി ഒഴുകിവന്നു. വിഗ്രഹം പണിയാൻ പ്രഗത്ഭരായ തച്ചന്മാർക്കു കഴിയുന്നില്ല. ഉളി മരത്തിൽ ഏശുന്നില്ല. അവസാനം ഒരു അജ്ഞാത തച്ചൻ വന്നു. വിഷ്ണു ആയിരുന്നു അതെന്നു വിശ്വസിക്കുന്നു. തടിയുമായി പണിപ്പുരയിൽ കയറി വാതിലടച്ചു. പണി തീരുംവരെ വാതിൽ തുറക്കരുതെന്നു നിഷ്കർഷിച്ചു. അകത്തുനിന്നൊരു അനക്കവുമില്ല. പതിനാറാം നാളായപ്പോഴേക്കും രാജ്ഞിക്കും തോഴിമാർക്കും ജിജ്ഞാസ കൂടി. രാജാവിനവർ സ്വൈര്യം കൊടുത്തില്ല. വാതിൽ പൊളിച്ചു. ശില്പിയെ കാണാനില്ല. ശില്പം അപൂർണരൂപത്തിൽ. ആ വിഗ്രഹങ്ങളാണ് പ്രതിഷ്ഠിച്ചത്. മരവിഗ്രഹമായതിനാൽ അതു കേടാകുമ്പോൾ മാറ്റി പുതിയതു പണിയും. അതിനുള്ള മരം കിട്ടൽ എളുപ്പമല്ല. ആര്യവേപ്പിൻ തടി. ആ മരത്തിൽ കിളികൾ കൂടു വച്ചതാകരുത്. മരത്തിനു കീഴെ പൊത്തിൽ സർപ്പം ഉണ്ടായിരിക്കണം. വിഗ്രഹം കേടാകുന്നതിനനുസരിച്ച് പന്ത്രണ്ടോ ഇരുപതോ വർഷം കഴിയുമ്പോളാണു പുതിയതു നിർമ്മിക്കുക. കൃഷ്ണന്റെ നെഞ്ചുഭാഗത്തായി ഒരു യന്ത്രം ഉണ്ടത്രെ. വിഗ്രഹം മാറ്റുമ്പോൾ അതുമാത്രം പുതിയതിലേക്കു മാറ്റും. ഈ യന്ത്രം മാറ്റുന്ന ചടങ്ങിന്റെ സമയത്ത് പൂജാരി കണ്ണു കെട്ടിക്കൊണ്ടു വേണമത്രെ ചെയ്യാൻ.

ഇവിടെ മറ്റൊരത്ഭുതമുണ്ട്. ശ്രീജഗന്നാഥ ക്ഷേത്രത്തിലൊരു കൂറ്റൻ കൊടിമരമുണ്ട്. അതിൽ കൊടി കാറ്റിനെതിർദിശയിലേക്കാണ് പാറിപ്പറക്കുക. ഞങ്ങൾ ശ്രീജഗന്നാഥക്ഷേത്രത്തിൽ കയറി തൊഴുതു. കടലിൽ അസ്ഥിയിലൊരു ഭാഗം ഒഴുക്കി. പ്രാർത്ഥിച്ചു. അവിടെ നിന്ന് ഡൽഹി, ഹസ്തിനപുരി വഴി ഹരിദ്വാറിൽ എത്തി. പിറ്റേ ദിവസം ശിവരാത്രിയാണ്. കുംഭമേളക്കാലം. അതിൽ ഏറ്റവും വിശേഷപ്പെട്ട മുഹൂർത്തമാണ്. ലക്ഷക്കണക്കിന് ആൾക്കാർ! ഞങ്ങൾക്കു ബുക്ക് ചെയ്ത ഹോട്ടലിലേക്കെത്തുക എന്നത് അസംഭാവ്യം! മനുഷ്യ മഹാസമുദ്രം എന്നാൽ ആലങ്കാരികമല്ല ഇവിടെ. പ്ലാനുകൾ എല്ലാം മാറ്റി. മുന്നിൽ കണ്ട ഒരു ഹോട്ടലിൽ റൂമുണ്ടോ എന്ന്

ഭാരതപരിക്രമത്തിനിടെ പണ്ഡിത്ജിയോടൊപ്പം ഹിമാലയത്തിനരികെ

അന്വേഷിച്ചു. അത് ഒരു റെയർ ലക്ക്! അവിടെ ഒറ്റ റൂം ഉണ്ട്, ആരോ ബുക്കിംഗ് തൊട്ടുമുമ്പേ കാൻസലാക്കിയതിനാൽ.

LMRKയിലെ ഒരംഗം അവിടെയൊരു പണ്ഡിറ്റ്ജിയുമായി സംസാരിച്ചിരുന്നു. അദ്ദേഹം സഹായിക്കും. ഫോൺ വിളിച്ചു. നല്ല മനുഷ്യൻ. നാളെ രാവിലെ കാണാം എന്നു പണ്ഡിറ്റ്ജി.

അതിപുലർച്ചെ എണീറ്റു. ഗംഗാനദിക്കരയിലെത്തി. തണുത്ത വെള്ളം. അഭൗമമായ അന്തരീക്ഷം. ശാന്തം. സ്വയം ഞാൻ അമ്മയ്ക്കുവേണ്ടി ഒരു ബലിക്രമം അനുഷ്ഠിക്കാൻ തീരുമാനിച്ചു. ഭഗവാന്റെ അനുവാദം തേടി ആ പുണ്യഗംഗയിൽ കുളിച്ച് എന്റേതായ മനോധർമ്മമനുസരിച്ച് ബലിയിട്ടു. പുണ്യഗംഗയിൽ അമ്മയുടെ അസ്ഥിയും ചിതാഭസ്മവും ഒഴുക്കി. അമ്മയുടെ ചിതാഭസ്മം കൊച്ചു കൊച്ചുകലശങ്ങളിലായിട്ടാണ് കൂടെ കരുതിയിരുന്നത്.

മനസ്സിന് ഒരു ലാഘവത്വവും സന്തോഷവും തോന്നി. വലിയ തണുപ്പിൽ കിടുകിടെ വിറയ്ക്കുന്നു. പണ്ഡിറ്റ്ജി പറഞ്ഞ സമയത്തിന് ഇനിയും മണിക്കൂറുകളുണ്ട്. മുമ്പിൽ ഒരു വലിയ കെട്ടിടം. ആരാ എന്താ എന്നറിയില്ലെങ്കിലും അകത്തു കയറി. അവിടെ ആരും ഒന്നും പറഞ്ഞില്ല. കൊച്ചുകൊച്ചു മുറികൾ. എല്ലാത്തിലും നിറഞ്ഞു കവിഞ്ഞ് സന്ന്യാസികൾ. എങ്ങും അലയടിക്കുന്നത് ഓം നമഃ ശിവായ മന്ത്രം! ഒരുവശത്ത് ഭീമൻ ചരക്കുകളിൽ ഭക്ഷണം പാകം ചെയ്യുന്നു. അതിനടുത്തു നിൽക്കുമ്പോൾ അതിസുഖകരമായ ചൂട്. ഞാനും പ്രഭുവും കുറേനേരം അവിടെയിരുന്നു. നമഃശിവായ മന്ത്രത്താൽ കമ്പനം കൊള്ളുന്ന അന്തരീക്ഷം. കുറെക്കഴിഞ്ഞപ്പോൾ അതിനകത്തുവശത്തു കണ്ട ചെറിയ ക്ഷേത്രത്തിലേക്കു പോകാം എന്നെനിക്കു തോന്നി. ഞങ്ങൾ അങ്ങോട്ടു നടന്നു.

പ്രിയപ്പെട്ടവരേ, നിങ്ങൾ വിശ്വസിക്കില്ല. അത് മുരുകഭഗവാന്റെ അമ്പലം! ഇതിലും വലിയ അനുഗ്രഹമെന്ത്? പുലർച്ചെ ഗംഗയിൽ ബലിയിട്ട് അമ്മയുടെ അസ്ഥിയൊഴുക്കി സന്തോഷത്തോടെ വരുമ്പോൾ മുന്നിൽ മുരുകഭഗവാനെ കാണുന്ന എന്റെ അവസ്ഥ നിങ്ങൾക്കിപ്പോൾ ഊഹിക്കാൻ കഴിയുമല്ലോ. അവിടെയിരുന്നു സമാധാനത്തോടെ! നമഃശിവായ മന്ത്രം അലയടിക്കുന്ന വായു ചുറ്റിലും. അതിനുള്ളിലിരുന്ന് ഞാൻ അകതാരിൽ ഓം ശരവണഭവായ നമഃ മതിവരുവോളം!

പണ്ഡിറ്റ്ജി എത്തുംവരെ അവിടെ. ഒരു സുമുഖൻ. ഹിമാചൽകാരനാണ്. അവരുടെ പരമ്പരാഗതവസ്ത്രത്തിൽ. വൃത്തിയുള്ള വേഷം. തൊപ്പി. ഊർജസ്വലൻ! 16 സന്ന്യാസസമൂഹങ്ങൾ അഥവാ അഗാഡ ഉണ്ട്. അവർക്കാണ് ഭാരതസർക്കാർ കുംഭമേള നടത്താനുള്ള അവകാശം. അതിലെ രണ്ടാമത്തെ വലിയ അഗാഡയാണ് നിരഞ്ജന അഗാഡ. നിരഞ്ജന അഗാഡയുടെ അധിപനായ സന്ന്യാസിയുടെ തൊട്ടു താഴെയുള്ള ആളുടെ ഉറ്റ സുഹൃത്താണ് നമ്മുടെ പണ്ഡിറ്റ്ജി. അദ്ദേഹം നയിച്ച വഴിയിലൂടെ ഞങ്ങൾ നടന്നു. സ്നാനം ചെയ്യാൻ ഓരോ അഗാഡയ്ക്കും ഓരോ കടവും സമയവും കൊടുത്തിട്ടുണ്ട്. ഈ

മുഹൂർത്തത്തിൽ ഗംഗാസ്നാനം ചെയ്യുക എന്നതാണ് കുംഭമേള യിൽ പങ്കെടുക്കുന്നതിൽ ഏറ്റവും ഉന്നതമായ കർത്തവ്യം. പാലാഴി മഥനത്തിൽ അമൃത് കിട്ടിയതുമായി ഗരുഡൻ അസുരന്മാരെ വെട്ടിച്ചു കൊണ്ട് പറന്നപ്പോൾ അതിൽനിന്ന് ഒരോ തുള്ളി നാലിടത്തു വീണു. ഹരിദ്വാർ, ഉജ്ജയിൻ, അലഹബാദ്, നാസിക്. ആ നാലിടങ്ങളിലാണ് കുംഭമേള നടത്തുന്നത്. നാലുവർഷം കൂടുമ്പോൾ അർദ്ധകുംഭ മേളയും പന്ത്രണ്ടാം വർഷം പൂർണ്ണകുംഭമേളയും. ഞങ്ങൾ പോയതു പൂർണ്ണകുംഭമേളയിലാണ്.

ഈ പറഞ്ഞ നാലിടങ്ങളിൽതന്നെ അമൃത് വീണ കടവ് ഏറ്റവും വിശേഷം. അത്തരമൊരു കടവാണ് നിരഞ്ജന അഗാഡയ്ക്ക് കിട്ടി യിരിക്കുന്നത്.

കടവിലേക്കുള്ള ഘോഷയാത്രയാണ്. ആരംഭിക്കാൻ തുടങ്ങുന്നു. മുമ്പിൽ രഥങ്ങൾ. പ്രധാന രഥത്തിൽ അഗാഡ അധിപതി. ഹയരാർക്കി അനുസരിച്ച് ഓരോ രഥത്തിലും ഓരോ സന്യാസിമാർ. മുമ്പിൽ ദിഗംബരരായ നാഗസന്ന്യാസിമാർ. അവരുടെ അഭ്യാസപ്രകടനങ്ങൾ. പിന്നെ പലപല സന്യാസിക്കൂട്ടങ്ങൾ. മഹേശ്വരസ്തുതികൾ. കാവി ക്കൊടികൾ ആയിരക്കണക്കിന്. സർവ്വ ഊർജ്ജവും ഈ ആൾക്കൂട്ട ത്തിലേക്ക് ആവാഹിച്ചുനിൽക്കുന്നു. സ്റ്റാർട്ട് പറയുന്നതിനുമുമ്പ്

ഭാരതപരിക്രമത്തിനിടെ ഹരിദ്വാറിൽ

ഫോർമുല വൺ കാർ റെയ്സ് ചെയ്തു നിൽക്കുംപോലെ ഇരമ്പി യാർക്കുന്ന മനുഷ്യക്കടൽ.

ഘോഷയാത്ര ആരംഭിച്ചു. ഞാൻ സ്തംഭിച്ചുപോയി! നിരഞ്ജന അഗാഡയുടെ ഘോഷയാത്രയ്ക്കുള്ള തേരുകളുടെ പിറകിലെല്ലാം മുരുകഭഗവാന്റെ ചിത്രം! ഓം കാർത്തികേയ നമഃ എന്ന എഴുത്തും. എന്റെ സന്തോഷം നിങ്ങൾക്കിപ്പോൾ ഊഹിക്കാൻ കഴിയും. ഈ പണ്ഡിറ്റ്ജിയെ കാണുക എന്നതു രണ്ടുദിവസം മുമ്പു മാത്രം ഒരു LMRK അംഗം ഇങ്ങോട്ട് സജസ്റ്റ് ചെയ്തതാണ്. വെറും യാദൃച്ഛികം! എന്നാൽ ആണോ? നിങ്ങൾ പറയൂ? അതോ മുരുകപ്പെരുമാളിന്റെ കളിയോ? പണ്ഡിറ്റ്ജിയോട് അന്വേഷിച്ചപ്പോൾ ഈ അഗാഡയുടെ ഭഗവാൻ കാർത്തികേയസ്വാമി ആണത്രെ.

രസം എന്തെന്നാൽ, ഈ വിശേഷപ്പെട്ട കടവിൽ അകത്തേക്കു കടത്തുക വെറും പത്തുപേരെയാണ്. പണ്ഡിറ്റ്ജി എന്നെപ്പറ്റി മുഖ്യ പുരോഹിതനോട് ഒന്നും പറഞ്ഞിട്ടില്ല! പക്ഷേ, കടവിലെത്തിയപ്പോൾ അദ്ദേഹം മുഖംകൊണ്ട് എന്നോട് വാ എന്ന്! നിങ്ങൾ വിശ്വസി ക്കില്ല, കടവിനുള്ളിൽ എത്തപ്പെട്ട പത്തോ പതിനഞ്ചോ പേരിൽ ഞങ്ങളും. പ്രിയപ്പെട്ടവരെ ലക്ഷോപലക്ഷം ആളുകൾ ഗംഗാസ്നാനം ചെയ്യാൻ കൊതിക്കുന്ന ആ ശുഭമുഹൂർത്തത്തിൽ, ആ വിശേഷപ്പെട്ട, അനുഗ്രഹിക്കപ്പെട്ട കടവിൽ, മുരുകപ്പെരുമാളെ കുലദൈവമായി കണക്കാക്കുന്ന അഗാഡയുടെ മുഖ്യപുരോഹിതന്റെ കാർമികത്വ ത്തിൽ അമ്മയുടെ അസ്ഥി നിമജ്ജനം ചെയ്ത് സ്നാനം ചെയ്യാൻ സാധിക്കുക എന്നതിലുപരി എന്തു സൗഭാഗ്യമാണ് എനിക്കു കിട്ടാ നുള്ളത്!

പഴനിയാണ്ടവൻ എന്നെ നയിച്ചതു നോക്കൂ. മഹാകുംഭമേള നട ക്കുന്നിടത്ത് എന്നെ എത്തിച്ച് ആണ്ടവന്റെ അഗാഡയിലേക്കു യാദൃച്ഛികമെന്നോണം കൊണ്ടുചെന്നാക്കി. അവിടത്തെ അന്നത്തെ ഏറ്റവും പ്രധാനിയോടൊത്ത്, ഏറ്റവും വിശേഷപ്പെട്ട കടവിൽ, ഏറ്റവും വിശേഷപ്പെട്ട സമയത്ത്, തിരക്കിലല്ലാതെ അമ്മയുടെ അസ്ഥി നിമജ്ജനം ചെയ്യിപ്പിച്ചില്ലേ? എന്റെ ആനന്ദവും അഭിമാനവും എങ്ങനെ യാണ് ഞാൻ പ്രകടിപ്പിക്കേണ്ടത്?

പഴനിയാണ്ടവാ!

പിറ്റേന്നു രാവിലെ ഞങ്ങൾ ജോഷിമേടിലേക്കു തിരിച്ചു. ഗംഗോത്രി, യമുനോത്രി, കേദാർനാഥ്, ബദരീനാഥ് എന്നീ നാലു ധാമുകളുണ്ട്. ആറുമാസം അടഞ്ഞുകിടക്കും, മഞ്ഞുകാലത്ത്. കേദാർ നാഥ് ക്ഷേത്ര ത്തിന്റെ പിറകിൽ ഒരു ഗുഹയുണ്ട്. ശങ്കരാചാര്യർ മുപ്പത്തിരണ്ടാം വയസിൽ ഒരുനാൾ മഹാദേവനെ തൊഴുത് ആ ഗുഹയിലേക്കു

കയറിപ്പോയി. പിന്നെ അദ്ദേഹത്തെ ആരും കണ്ടിട്ടില്ലല്ലോ! ഞാൻ മനസിലാക്കുന്നത് അദ്ദേഹം ആ ഗുഹയിൽകൂടി മറ്റൊരു ഡൈംസോണിലേക്കു പോയി എന്നാണ്. കാരണം 32 വയസ്സിനുള്ളിൽ അദ്ദേഹം ഭാരതത്തെ ആത്മീയമായ ഉന്നതിയിലേക്കെത്തിച്ചു. ഒരു മനുഷ്യായുസ്സിനു സാധ്യമല്ലാത്ത എന്തെല്ലാം ചെയ്തു! ഭാരതമാകെ പടർന്നു പന്തലിച്ചിരുന്ന ബുദ്ധമതത്തിന്റെ സ്വാധീനത്തിൽനിന്ന്, മൃതപ്രായമായിരുന്ന ഹൈന്ദവ സംസ്കാരത്തെ, ഒരായുധത്തിന്റേയും സഹായമില്ലാതെ, ഒരു തുള്ളി ചോര ചിന്താതെ സമ്പൂർണ്ണമായി മോചിപ്പിച്ച് സർവ്വപ്രൗഢിയോടുംകൂടി പുനഃസ്ഥാപിച്ച, അതും സുവ്യക്തവും സുദൃഢവുമായ യുഗങ്ങൾ നീണ്ടുനിൽക്കാനുതകുംവിധം പരിഷ്കരിച്ച അദ്ദേഹം തീർച്ചയായും സമയത്തിനപ്പുറം സഞ്ചരിക്കുന്നവനായിരിക്കും തീർച്ച. അടഞ്ഞുകിടക്കുന്ന സീസണായതിനാൽ ഞങ്ങൾക്കവിടം അന്നു പോകാൻ കഴിഞ്ഞില്ല. ജോഷിമേട് വരെ എത്തി.

പുലർച്ചെതന്നെ ഞങ്ങൾ അവിടെയുള്ള നരസിംഹക്ഷേത്രത്തിൽ പോയി. ആ അമ്പലത്തിനൊരു പ്രത്യേകതയുണ്ട്. അവിടത്തെ

ബദ്രിനാഥിലെ ജോഷിമഠത്തിൽ ഞാൻ കണ്ട ദൃശ്യം -
ശിവഭഗവാൻ അഘോരി വേഷത്തിൽ അമ്മയ്ക്കൊപ്പം

പ്രതിഷ്ഠയുടെ ഒരു കൈ ശോഷിച്ചുശോഷിച്ചു വരുന്നതാണ്. ആ കൈ അറ്റുവീഴുന്ന ഒരു ദിനം വരും. അന്ന് കേദാർനാഥ്, ബദരീനാഥ് ക്ഷേത്രങ്ങൾ അടച്ചുപൂട്ടാൻ ശങ്കരാചര്യർ അനുശാസിച്ചിട്ടുണ്ട്. പകരം ഈ രണ്ട് ക്ഷേത്രങ്ങളും വേറെ സ്ഥലത്ത് ആരംഭിക്കണം. അതും ആചാര്യൻ രേഖപ്പെടുത്തിക്കൊടുത്തിട്ടുണ്ട്. അതു ഭൗഷ്യ കേദാർ നാഥ് എന്നും ഭൗഷ്യ ബദരീനാഥ് എന്നും അറിയപ്പെടുന്നു. അതിൽ ഭൗഷ്യ ബദരീനാഥ് ജോഷിമേടിന്റെ അടുത്താണ്. പണ്ഡിറ്റ്ജിക്ക് അവിടെ എല്ലാവരെയും അറിയാം. നരസിംഹ ക്ഷേത്രത്തിൽനിന്ന് ഞങ്ങൾ ജോഷിമേടിലെത്തി. അവിടെ ശങ്കരാചാര്യർ തപസനുഷ്ഠിച്ച സ്ഥലം ഇപ്പോഴുമുണ്ട്. പുരാതനമായ ഒരു വൃക്ഷം. അതിന്റെ താഴെ ഒരു ഗുഹ. അവിടെ ആചാര്യരുടെ പ്രതിമയുണ്ട്. അവിടെനിന്ന് പടികൾ കയറിപ്പോയാൽ ഒരു ശിവക്ഷേത്രമുണ്ട്. അവിടെ ഒരു കെടാവിളക്കുണ്ട്. ആചാര്യൻ കൊളുത്തിയ വെളിച്ചം! ഇന്നും അത് മെയിന്റെയിൻ ചെയ്തുപോകുന്നു. ഒരു കുടുംബമാണ് അതു സംരക്ഷിക്കുന്നത്.

അമ്മയുടെ അസ്ഥി എനിക്കു ഹിമാലയത്തിനു സമർപ്പിക്കേണ്ടതുണ്ട്. എന്നാൽ പണ്ഡിറ്റ്ജി അതെതിർത്തു. ചിതാഭസ്മം നിമജ്ജനം ചെയ്യേണ്ടതു ജലത്തിലെന്നാണ് അദ്ദേഹത്തിന്റെ പക്ഷം. എന്തു ചെയ്യാം. ഞാൻ അദ്ദേഹത്തെ അനുസരിച്ചു. ആ രണ്ടായിരം വർഷത്തോളം പഴക്കമുള്ള വൃക്ഷത്തിൽ അവിടെ വരുന്നവർ ഒരു ചരടു കെട്ടും. ഉദ്ദിഷ്ടകാര്യസാധ്യത്തിന് അതൊരനുഷ്ഠാനമാണ്. ഞാൻ ബേസിക്കലി അത്തരം ആചാരങ്ങൾക്കൊക്കെ എതിരാണ്. പക്ഷേ, പണ്ഡിറ്റ്ജിക്ക് നിർബന്ധം. ഇത്രവഴി വന്നിട്ട് ഇതു ചെയ്യാതെ പോകാൻ പറ്റില്ല എന്നായി. ആളെ പിണക്കരുതല്ലോ, അദ്ദേഹം ഒരു ചരട് വാങ്ങിത്തന്നു.

ഞാൻ അല്പനേരം പ്രാർത്ഥിച്ച് ആ ചരട് കെട്ടാനാരംഭിച്ചു. ചരടു മുറുക്കിയത് എനിക്കോർമ്മയുണ്ട്. തലയിൽ ഒരു ഫ്ളാഷ് ലൈറ്റ് അടിച്ചപോലെ! എന്റെ ഭൗതികസ്ഥിതി എന്തായിരുന്നു എന്നെനിക്കോർമ്മയില്ല! എന്റെ മുന്നിൽ അനന്തമായ മഞ്ഞു മാത്രം. സർവ്വം വെള്ള. മഞ്ഞുകാറ്റ്. തെളിഞ്ഞുവരുമ്പോൾ ഒരു സിദ്ധർ എന്നെ നോക്കി പുഞ്ചിരിക്കുന്നു! ഒരു അഘോരി സിദ്ധർ. മഹാദേവാ! നീലകണ്ഠൻ അഘോരിവേഷത്തിൽ! അദ്ദേഹം ഒരു കൈകൊണ്ട് ഒരാളെ തനിക്കരികിലേക്കു നീക്കിനിർത്തുന്നു. ഒരു സ്ത്രീ. അമ്മ. എന്റെ അമ്മ. കാറ്റിൽ സാരിയും മുടിയും പാറിപ്പറക്കുന്നു.

അമ്മയെപ്പറ്റി കഴിഞ്ഞ അധ്യായത്തിൽ പറയാതെ വിട്ട ഒന്നുണ്ട്. അമ്മ അവസാനകാലത്തു സന്ന്യാസം സ്വീകരിച്ചു; സ്വയം. എന്റെ ഒരു സ്വാധീനം അതിലില്ല. പഴനിയിൽ പോയി മുടി കളഞ്ഞു.

പിന്നീട് കാവിവസ്ത്രമായി. ഭക്ഷണം കുറച്ചു. അവസാനത്തെ ഒരു കൊല്ലം. ജീവിതത്തിലെ എല്ലാ ഘട്ടവും അനുഭവിച്ചിട്ട്, അന്ത്യ കാലത്ത് എന്റെ മക്കളെ വിളിച്ച് തന്റെ ആഭരണങ്ങൾ ഒക്കെ അവരെ അണിയിച്ച് മൂത്തവൾ മുതിർന്നപ്പോൾ അമ്മ അവൾക്ക് ഒരു രത്ന ഹാരം സമ്മാനിച്ചിരുന്നു. അതുപോലെതന്നെ ഒന്നു വാങ്ങിച്ച് ഇളയ വൾക്കും സമയമാകുമ്പോൾ കൊടുക്കാൻ ജിതയെ ഏൽപ്പിച്ചു. കണക്കുകൂട്ടിയ പോലെ എല്ലാം ചെയ്തുവച്ചിട്ട് മുക്തി നേടി. ആ അമ്മയാണ് ഹിമാലയസാനുക്കളിൽ അഘോരിവേഷത്തിലുള്ള മഹാ ദേവനൊപ്പം എന്റെ മുന്നിൽ പ്രത്യക്ഷമായിരിക്കുന്നത്! മുടിയും കാവിനിറത്തിലുള്ള സാരിയുടെ തലപ്പുമൊക്കെ കാറ്റിൽ പറക്കുന്നു. അപ്പോൾ സാക്ഷാൽ പരമേശ്വരൻ അമ്മയ്ക്ക് എന്നെ ചൂണ്ടി 'ഇതാ, നിന്റെ മകൻ വന്നിരിക്കുന്നു' എന്നോ മറ്റോ പറയുന്നു. എന്നെ കണ്ട അമ്മ ആഹ്ലാദത്തോടെ വിടർന്നുചിരിക്കുന്നു. എന്നിട്ട് അമ്മ വലതു കൈവിരലുകൾ ഉയർത്തി എന്നെ വിജയമുദ്ര കാണിക്കുന്നു. വിക്ടറി സൈൻ! എല്ലാം ശരിയായ വഴിയിലാണെടാ എന്നു പറയുംപോലെ. മഹേശ്വരനും എന്നെ നോക്കി വലതുകൈ ഉയർത്തി. അമ്മ ഇവിടെ യുണ്ട്, കൈലാസത്തിൽ എന്നു പറയുംപോലെ.

ഞാൻ തളർന്ന് ഊർന്നു നിലത്തിരുന്നുപോയി. വാവിട്ടുകരഞ്ഞു. പ്രഭുവും പണ്ഡിറ്റ്ജിയും ഓടിവന്നു. ഞാൻ അവരോടു പറഞ്ഞു. എനിക്കിവിടെ അമ്മയുടെ അസ്ഥി നിമജ്ജനം ചെയ്യണം. പണ്ഡിറ്റ്ജി സമ്മതിച്ചു. സമീപത്തു കാട്ടിൽ ഒരിടത്തു പ്രഭു ഒരു കുഴികുത്തി. അതിൽ കലശംവച്ച് മൂടി. ആ മണ്ണിനെ ഞാൻ നമസ്കരിക്കുമ്പോൾ എങ്ങുനിന്നെന്നറിയില്ല ഒരു ബലിക്കാക്ക! പണ്ഡിറ്റ്ജിക്ക് വലിയ അത്ഭുതമായി. ശങ്കരൻ തപസ്സ് ചെയ്ത ഇടമാണ്. ജ്യോതിരൂപത്തിൽ ഭഗവാൻ ശങ്കരനു ദർശനം കൊടുത്ത സ്ഥലമാണ്. ജ്യോതിർമേട്. അതു ലോപിച്ച് ജോഷിമേട് ആയതത്രെ! നോക്കൂ, അവിടെവച്ചാണ് അമ്മയെ ഞാൻ കണ്ടത്. ആദിശങ്കരനെപ്പറ്റി എപ്പോഴും അമ്മ പറ യുന്ന കഥ.

നിറഞ്ഞ മനസ്സുമായാണ് ഞങ്ങൾ ജോഷിമേടിൽനിന്ന് തിരികെ ഇറങ്ങിയത്! എന്റെ ഭാരതപരിക്രമയാത്ര സഫലമായി. മഹത്തായ ഏതു ദൗത്യവുമേറ്റെടുക്കുന്നതിനു മുമ്പ് മഹത്തുക്കളെല്ലാംതന്നെ ഇതുപോലൊരു ഭാരതപരിക്രമയാത്ര നടത്തിയിട്ടുണ്ടെന്ന വിചാരം തന്നെ എന്റെ ആത്മവിശ്വാസത്തെ വലുതാക്കി.

പിന്നീട് കാശി ആയിരുന്നു. വാരണാസി. അവിടെയും ബലിയിട്ട് അസ്ഥി സമർപ്പിച്ചു. പിന്നെ അലഹബാദ്. അവിടെ വഞ്ചിയിൽ സഞ്ച രിച്ച് ബലിയിട്ടു. പിന്നെ ഉജ്ജയിൻ. ശ്രീരാമൻ ദശരഥനു ബലിയിട്ട

സ്ഥലത്ത്. ശേഷം ദ്വാരക. ഈ യാത്രകളൊക്കെ അതീവ റിസ്ക് ആയിരുന്നു. എവിടെയും എയർപോർട്ടിൽ വലിയ ചെക്കിംഗ് ആണ്. ടെമ്പറേച്ചർ വ്യതിയാനമുണ്ടായാൽ നേരെ ക്വാറന്റൈൻ ആണ്. പ്രഭുവിനാണെങ്കിൽ ജലദോഷം പാരമ്യത്തിലും. കുറച്ചൊന്നുമല്ല നടത്തം. അതും തണുപ്പിൽ. ഏതു നിമിഷവും പനി പിടിക്കാം.

അമ്മയുടെ ചിതാഭസ്മവുമായി പാതിവഴിയിൽ യാത്ര നിർത്തി ആംബുലൻസിൽ നാട്ടിലേക്കു വരേണ്ടുന്ന അവസ്ഥ എത്രയോ പരിതാപകരമായിരിക്കും? പക്ഷേ, മുരുകപ്പെരുമാൾ കൂടെയുണ്ടെന്ന വിശ്വാസം. ആ വിശ്വാസം തെറ്റിയില്ല.

ചെന്നൈയിൽ ഇറങ്ങി, വിജയശ്രീലാളിതരായി. നേരെ കാഞ്ചിപുരം. മധുര. പഴനി. ഒരു വലിയ യാത്ര സന്തോഷപൂർവം പരിസമാപ്തിയിലെത്തി. ഇതിനിടയിൽ പറയേണ്ട ഒരു കാര്യം, അമ്മയുടെ ഓർമ്മകളുമായി കാശി വിശാലാക്ഷി, കാഞ്ചി കാമാക്ഷി, മധുര മീനാക്ഷി സവിധത്തിൽ വണങ്ങാൻ പറ്റിയത്.

മഹേശ്വരന്റെ കൈപിടിച്ച് അമ്മയെന്നെ കൈവീശിക്കാണിച്ച ആ നിമിഷം മുതൽ അമ്മയുടെ അനുഗ്രഹം എന്ന വലിയ തണൽ എനിക്കും നമ്മുടെ പ്രസ്ഥാനത്തിനും മുകളിൽ ഉണ്ടെന്ന അചഞ്ചലമായ വിശ്വാസം എനിക്കുണ്ടായി. ആ ധൈര്യം ചെറുതല്ല. പിന്നീട് ഭഗവാന്റെ ഏതു ദൗത്യത്തിനു മുന്നിലും എനിക്കു ഭയം ഉണ്ടായിട്ടില്ല. അമ്മയുടെ സംരക്ഷണം ഉണ്ടെന്ന വിശ്വാസം.

ആ വിശ്വാസം എന്നിൽ ഊട്ടിയുറപ്പിച്ച മുരുകപ്പെരുമാളുടെ ഭടൻ എന്ന ധൈര്യം! പഴനിയിലെത്തി. ഷണ്മുഖനദിയിൽ മുങ്ങിനിവർന്നു. അമ്മയ്ക്കു ബലിയിട്ടു. നേരേ മലകയറി. മുരുകനെ വണങ്ങി. മാർച്ച് 7ന് നിളാനദിക്കരയിൽ തുടങ്ങി പൂർവസൂരികൾ പിന്നിട്ട വഴികളിലൂടെ എന്റെ ആ ഭാരതപരിക്രമ യാത്ര അങ്ങനെ പതിനാറാംനാൾ, മാർച്ച് 23നു മുരുകസന്നിധിയിൽ ശുഭകരമായി പര്യവസാനിച്ചിരിക്കുന്നു. ഞാൻ മുരുകപ്പെരുമാൾക്കു മുന്നിൽ കണ്ണടച്ച് കൈകൂപ്പി നിന്നു.

എല്ലാം അറിയുന്നവൻ പഴനിയാണ്ടവൻ.

ഓം ശരവണഭവായ നമഃ

LMRK ധ്വജവും സ്കന്ദഭാരതമഹായാഗവും

LMRKയുടെ ചരിത്രത്തിൽ വളരെ വളരെ പ്രാധാന്യമുള്ളൊരു കാര്യത്തിനു ഭഗവാൻ എനിക്കു നിർദ്ദേശം നൽകി. പ്രസ്ഥാനത്തിന് ഒരു ധ്വജം വേണം എന്നതായിരുന്നു അത്. പതാകയുടെ ഡിസൈനും ഭഗവാൻതന്നെ പറഞ്ഞുതന്നു. നീലപശ്ചാത്തലം. അതിൽ സ്വർണ്ണ നിറത്തിൽ കുമാരികാണ്ഡ ഭൂപടം. പത്ത് സ്വർണ്ണനക്ഷത്രങ്ങൾ. നടുവിലുയർന്നു നിൽക്കുന്ന സ്വർണ്ണനിറമുള്ള വേൽ. നീലനിറം ഭൂമിയെ പ്രതിനിധീകരിക്കുന്നു. സ്വർണ്ണനിറത്തിലുള്ള ഭൂപടം പുരാണ കുമാരികാണ്ഡത്തിന്റെ സുവർണ്ണകാലത്തെ സൂചിപ്പിക്കുന്നു. നടുവിൽ ഇതിന്റെയെല്ലാം അധിപനായ മുരുകപ്പെരുമാളെ പ്രതിനിധീകരിച്ച് വേൽ. പത്ത് സ്വർണ്ണനക്ഷത്രങ്ങൾ. അവ മഹാദേവൻ, ആദിപരാശക്തി, സിദ്ധപരമ്പര, കുമാരികാണ്ഡത്തിലെ പൂർവികർ തുടങ്ങി ഊർജ്ജത്തിന്റെ പത്ത് ഉറവിടങ്ങളാണ്.

ഒരു രാജ്യത്തിന് അല്ലെങ്കിൽ ഒരു പ്രസ്ഥാനത്തിനു പതാക എന്നാൽ എന്താണ്? എല്ലാമെല്ലാമാണ്. ഓരോ വിജയത്തിന്റെയും പ്രഖ്യാപനംതന്നെ സ്വന്തം ധ്വജം സ്ഥാപിച്ചുകൊണ്ടാണ്. ഭഗവാൻ LMRKയ്ക്ക് ഒരു ധ്വജം നിർദ്ദേശിച്ചത് അതുകൊണ്ടാണ്. പുതിയൊരു ലോകക്രമം നിലവിൽ വരുത്തുക എന്നത് ഈ പ്രസ്ഥാനത്തിന്റെ ദൗത്യമാണെന്നു ഭഗവാൻ നമ്മളെ മനസിലാക്കിച്ചു തരികയാണീ പതാകസംസ്ഥാപനത്തിലൂടെ. കുമാരികാണ്ഡ പുനഃസ്ഥാപനം എന്ന മിഷന്റെ മുന്നോട്ടുള്ള പോക്കിൽ ഈ ധ്വജം അത്ര പ്രധാനമാണ്. പുരാണ കുമാരികാണ്ഡത്തിന്റെ സകല ഊർജ്ജവും ആവാഹിച്ചു കുടിയിരുത്തിയിരിക്കുന്ന ഈ ധ്വജം പ്രൗഢമായ ഈ ദൗത്യത്തിന്റെ അടയാളമായി മാറുന്നു.

അങ്ങനെ 2021 മെയ് ഒന്നിന്, അതായത് ഭഗവാന്റെ നിർദ്ദേശ പ്രകാരം LMRK പ്രസ്ഥാനം ആരംഭിച്ചതിന്റെ നാലാം വാർഷികത്തിന് ഈ പതാക നിലവിൽ വന്നു. മൂന്നാം ദൗത്യം.

ആദ്യമുണ്ടായ പരാജയത്തിനുശേഷം രണ്ട് ഡ്യൂട്ടികൾ, സീറോ ടൈം സോണിൽ മയൂരസിംഹാസനം സ്ഥാപിച്ചത്. സീറോയിൽ നിന്ന് എനർജി സ്പ്രെഡ് ചെയ്തുതുടങ്ങുക എന്നതാണ് പെർഫെക്റ്റ് സ്റ്റാർട്ട്. മുരുകയുഗാരംഭമാണ്. ഒരു യുഗാരംഭം. രണ്ടാമത്തെ ഡ്യൂട്ടിയോ? സമ്പത്തൊഴുകി കുമിഞ്ഞുകൂടുന്ന ഊർജ്ജസ്രോതസ്സായ ഇടത്തിൽ മുരുകപ്രതിഷ്ഠ. എത്രയൊക്കെ ബുദ്ധിമുട്ടിയാലും രണ്ട് ദൗത്യവും അവസാനനിമിഷം വിജയത്തിലെത്തി. ഈ മൂന്നാം ദൗത്യം ലഭിക്കുമ്പോൾ വൻ ആത്മവിശ്വാസം എനിക്കുണ്ടായിരുന്നു. അതിനു നിദാനമായത് അമ്മ എനിക്കും ഈ പ്രസ്ഥാനത്തിനും മുകളിൽ തന്റെ സംരക്ഷണവലയം തീർത്തിരിക്കുന്നു എന്ന ഉറപ്പായിരുന്നു. ആ ഉറപ്പ് നൽകുന്നൊരു ആശ്വാസം എന്നെ സംബന്ധിച്ചു പറഞ്ഞറിയിക്കാനാവുന്നതല്ല.

ഇനിയങ്ങോട്ട് LMRKയുടെ അടയാളമായി ഈ ധ്വജം മുന്നേ നടക്കും എന്നാണ് ഭഗവാന്റെ അരുളപ്പാട്. ഒരുപാട് രാജ്യങ്ങളിൽ ഇന്ന് ഈ ധ്വജം പാറിക്കളിക്കുന്നു. ഒട്ടേറെ പൂജാമുറികളിൽ LMRK കുമാരികാണ്ഡ പതാക പൂജിക്കപ്പെടുന്നു. ഇതു നിലവിൽ വന്നതിനു ശേഷം ഓരോ നിമിഷവും കുമാരികാണ്ഡ പുനഃസ്ഥാപന മിഷൻ ശക്തിപ്രാപിച്ചു വരുന്നതായി ഞങ്ങൾക്ക് അനുഭവപ്പെടുന്നു. അങ്ങനെയിരിക്കെ ഭഗവാൻ അടുത്ത ദൗത്യം ഏൽപ്പിക്കുകയാണ്. വളരെ മനോഹരമായ ഡ്യൂട്ടി. ഭാരതത്തിന്റെ സുവർണ്ണകാലഘട്ടം തിരിച്ചു വരാൻ വേണ്ടി, സർവ്വപ്രൗഢിയോടുംകൂടി ഭാരതം ലോകതലസ്ഥാനമാകാൻ വേണ്ടി ഒരു മഹാസ്കന്ദയാഗം പഴനിമലയിൽ നടത്തുക എന്ന ദൗത്യം. സ്കന്ദഭാരതമഹായാഗം എന്നു പേരിട്ടു.

ഇതു ഭഗവാൻ നൽകിയ നാലാം ഡ്യൂട്ടിയാണ്. മേലെപ്പറഞ്ഞ പോലെ നോക്കൂ, ഒന്നാം ദൗത്യം മയൂരസിംഹാസന സ്ഥാപനം. രണ്ടാം ദൗത്യം സമ്പത്തിനു മുകളിൽ അധികാരസ്ഥാപനം. മൂന്നാമത് ധ്വജസംസ്ഥാപനം. മുന്നോട്ടുപോകുന്നതിനു പവർഫുൾ ആയ പതാക. മുന്നോട്ടുള്ള പ്രയാണത്തിനു ഭഗവാൻ നൽകിയ അതിശക്തമായ അടയാളം. ഇപ്പോൾ സ്കന്ദഭാരത മഹായാഗം. ഒന്നും രണ്ടും ദൗത്യങ്ങൾ അവസാനനിമിഷംവരെ എന്നെ മാനസികമായി ഇടിച്ചു പിഴിഞ്ഞു. എന്നാൽ, മൂന്നും നാലും ദൗത്യങ്ങൾ എനിക്ക് ഒരു ഭയമോ ആശങ്കയോ പരിഭ്രമോ ഇല്ലാതെ ചെയ്യാൻ സാധിച്ചതിനു പിന്നിൽ മറ്റൊന്നുമല്ല. അമ്മയുടെ തണൽ എന്റെ മുകളിലും പ്രസ്ഥാനത്തിന്റെ മുകളിലും വിരിഞ്ഞുനിൽക്കുന്നു എന്ന ഉറപ്പായിരുന്നു.

കുമാരികാണ്ഡ പുനഃസ്ഥാപനത്തോടെ ഭാരതം അടുത്ത സുവർണ്ണ കാലഘട്ടത്തിലേക്കു കാലെടുത്തുവയ്ക്കുന്നു. വീണ്ടും നമ്മുടെ ഈ

മുരുകഭഗവാന്റെ LMRK ധ്വജം പഴനിയിൽ ഉയർന്നുപറക്കുന്നു

മഹാരാജ്യം ലോകത്തിന്റെ നെറുകയിലെത്താൻ പോകുന്നു. അതിന്റെ മുന്നോടിയായിട്ടാണ് സ്കന്ദഭാരത മഹായാഗം. ഇതിന്റെ പ്രത്യേകത എന്തെന്നാൽ, ശങ്കരാചാര്യർ, വിക്രമാദിത്യൻ എന്നീ രണ്ട് ഭാരതപുത്രന്മാരുടെ സ്മരണയ്ക്കു മുകളിലാണ് ഈ മഹായാഗം. ശങ്കരാചാര്യർ അദ്വൈത സിദ്ധാന്തം കൊണ്ട് ഭാരതത്തെ ആത്മീയതയുടെ ഉന്നതിയിലെത്തിച്ചു. വിക്രമാദിത്യനാകട്ടെ ഒരു രാഷ്ട്രം എന്ന നിലയിൽ ഭാരതത്തെ ലോകത്തിന്റെ നെറുകയിലെത്തിച്ചു.

ആദിശങ്കരൻ

ഭാരത ചരിത്രത്തിലെ ഏറ്റവും ഉന്നതമായ വ്യക്തിത്വം. അദ്ദേഹം ജനിച്ചതു കേരളത്തിലാണ്. പെരിയാർ നദിയുടെ കരയിൽ കാലടി എന്ന ഗ്രാമത്തിൽ, ഒരു സാധാരണ ബ്രാഹ്മണകുടുംബത്തിൽ. സന്താനസൗഭാഗ്യം സിദ്ധിക്കാത്തതിൽ മനംനൊന്ത് അവർ തൃശൂർ വടക്കുന്നാഥ ക്ഷേത്രത്തിൽ വ്രതമിരിക്കാൻ പോയി. എന്റെ സ്വന്തം നഗരമായ തൃശ്ശൂരിന്റെ ഹൃദയമാണ് പുരാതനമായ ശ്രീവടക്കുന്നാഥ ക്ഷേത്രം. മഹേശ്വരൻ ഇവരെ കടാക്ഷിച്ചു. ഒരു പുത്രനെ നിങ്ങൾക്കു തരാം. ദീർഘായുസായ ഒരു സാധാരണ മകൻ വേണമോ, ധൈഷണികനായ ആയുസു കുറഞ്ഞ മകൻ വേണമോ എന്ന മഹേശ്വരന്റെ ചോദ്യത്തിനു മുന്നിൽ ആ അമ്മ. അല്പായുസായെങ്കിലും ബുദ്ധിശാലിയായ പുത്രൻ മതി എന്നായിരുന്നു ആ അമ്മയുടെ മറുപടി. ഒരമ്മയുടെ ആ തീരുമാനമാണ് പിന്നീട് ഭാരതസംസ്കാരത്തിന്റെ ആധാരശിലയായത് എന്നുപറഞ്ഞാൽ ഒട്ടും ആലങ്കാരികമാവില്ല, ചരിത്രം അതു യാഥാർത്ഥ്യം എന്നു തെളിയിക്കും. കുഞ്ഞിശങ്കരൻ രണ്ടാംവയസ്സ് മുതൽ സംസ്കൃതത്തിൽ വൻ വ്യുല്പത്തിയുള്ളവനായി. വേദങ്ങളെല്ലാം മനഃപാഠം! തനിക്കു സന്യസിക്കണമെന്നു പറഞ്ഞ മകനെ അമ്മ ശാസിച്ചു. ഏകമകനല്ലേ? ഒരു ദിവസം പെരിയാർ കടവിൽ കുളിക്കുമ്പോൾ കുട്ടിശങ്കരന്റെ കാലിൽ ഒരു മുതല കടിച്ചു. അമ്മ പരിഭ്രമിച്ച് അലമുറയിട്ടു. തന്നെ സന്യസിക്കാൻ അമ്മ അനുവദിക്കുന്ന പക്ഷം മുതല തന്നെ ഭക്ഷിക്കില്ല എന്നു ശങ്കരൻ പറഞ്ഞു. അമ്മ സമ്മതിച്ചു.

അങ്ങനെ ഭാരത ഹൈന്ദവ സംസ്കാരത്തിന്റെ രക്ഷകൻ പിറന്നു. ആദിശങ്കരൻ ജൈത്രയാത്ര ആരംഭിച്ചു. ബുദ്ധമതത്തിന്റെ സുവർണ്ണ കാലഘട്ടമായിരുന്നു അത്. ഹിന്ദുമതം ഊർദ്ധൻ വലിക്കുകയായിരുന്നു. ഇനിയൊരു തിരിച്ചുവരവില്ലാത്തവിധം അമ്പേ തകർന്നടിഞ്ഞു കിടക്കുകയായിരുന്നു. അവിടെയാണ് ഒരു സന്യാസി, അതും ഒരു ചെറുപ്പക്കാരൻ യുദ്ധമാരംഭിക്കുന്നത്. ഏകാംഗസൈന്യം. ആയുധമോ? അറിവ്. ജ്ഞാനം. താൻ രൂപംകൊടുത്ത അദ്വൈത വേദാന്തം. അതു

മതിയായിരുന്നു. അശ്വമേധംതന്നെയായിരുന്നു അത്. ബുദ്ധജ്ഞാനികൾ ഒന്നൊന്നായി ആ അറിവിനുമുന്നിൽ പരാജയം സമ്മതിക്കുകയാണ്. ശങ്കര ദ്വിഗ്വിജയം അവിടെ തുടങ്ങി. തെക്കുനിന്നു തുടങ്ങിയ ആ വിജയയാത്ര ഹിമാലയംവരെ എത്തുന്നു. ആസേതുഹിമാചലം ശങ്കരൻ എന്ന വിശ്വഗുരുവിനെ അംഗീകരിക്കുന്നു.

തകർന്നു മണ്ണടിഞ്ഞുപോകുമായിരുന്ന, ശയ്യാവലംബിയായിരുന്ന ഒരു മഹാസംസ്കാരം സടകുടഞ്ഞെണീക്കുന്നു. ഭാരതം വീണ്ടും ഹൈന്ദവ സംസ്കാരത്തെ പുൽകുന്നു. ഇനി ഒരു തരത്തിലുള്ള സാംസ്കാരിക അധിനിവേശവും ഹിന്ദുമതത്തെ തകർക്കാതിരിക്കാൻ വേണ്ട മുൻകരുതലുകൾ ശങ്കരൻ എടുത്തു. നാല് എനർജി ബാൻഡുകളിൽ മഠങ്ങൾ സ്ഥാപിച്ചു. ശൃംഗേരി, പുരി, ദ്വാരക, ബദരി. ആ എനർജി ബാൻഡുകൾ ഹൈന്ദവ സംസ്കാരത്തിന്റെ കോട്ടയായി വർത്തിക്കുന്നു. തന്റെ കാലത്തിനുശേഷം ഉണ്ടാകാനിടയുള്ള വൈദേശിക അധികാര/സാംസ്കാരിക അധിനിവേശങ്ങൾക്കു മുമ്പിൽ ഹിന്ദുമതം പിടിച്ചുനിൽക്കേണ്ടതുണ്ടെന്നു മുൻകൂട്ടി ദർശിച്ച ആദിശങ്കരൻ അതിനുവേണ്ട എല്ലാ പ്രതിരോധങ്ങളും പ്രതിവിധികളും സംഹിതകളായി എഴുതിവച്ചു നടപ്പാക്കി. നൂറ്റാണ്ടുകളോളം ഉണ്ടായ വൈദേശിക അധിനിവേശത്തിനുമിപ്പുറം ഇന്നു ഹിന്ദുമതം തലയുയർത്തി നിൽക്കുന്നതിൽ ഈ മഹാമനീഷിയുടെ ഏകാംഗപ്രവർത്തനങ്ങൾക്കുള്ള പങ്ക് ചെറുതല്ല എന്നല്ല പറയേണ്ടത്. ഈ ഭാരതപുത്രൻ ഒറ്റയ്ക്കാണ് അതു ചെയ്തത് എന്നാണു പറയേണ്ടത്.

ശ്രദ്ധിച്ചാൽ ഒരു കാര്യം നിരീക്ഷിക്കാം. എന്താണെന്നോ? ഈ നാലു ശങ്കരമഠങ്ങളുടെ ഉൾവശത്തായി, അതായത് ഈ നാലു മഠങ്ങളെ ഒരു കോട്ടയുടെ നാലു മൂലകളായി സങ്കല്പിച്ചാൽ അതിനുൾവശത്തായി വരുന്ന ഭാരതത്തിന്റെ പ്രദേശങ്ങൾക്ക് ഒരു പ്രത്യേകതയുണ്ട്. എത്രയോ നൂറ്റാണ്ടുകൾ ഈ സ്ഥലങ്ങളിൽ വൈദേശിക അധിനിവേശമുണ്ടായിട്ടും ഭാരതസനാതനധർമ്മത്തിന് ഒരു മൂല്യച്യുതി ഇവിടങ്ങളിൽ വന്നില്ല. ഒന്നു വിലയിരുത്തി നോക്കിയാൽ ഇക്കാര്യം വ്യക്തമാകും. എന്നാൽ ഇതിനു പുറത്ത് മറ്റു പല സംസ്കാരങ്ങളുടേയും സ്വാധീനം വ്യക്തമായിക്കാണാം. ആദിശങ്കരൻ ഭാരതത്തിനു ചെയ്ത മഹത്തായ സംഭാവന ഇതാണെന്നു ഞാൻ കരുതുന്നു. ആദിശങ്കരൻ സ്ഥാപിച്ച ആ നാലു ശങ്കരമഠങ്ങളിൽ യാത്രചെയ്ത് അവിടങ്ങളിൽനിന്ന് പുണ്യതീർത്ഥം ശേഖരിച്ച്, ഉജ്ജയിനിൽ കൊണ്ടുവന്ന് അവിടെ അതു പൂജിച്ച്, പഴനിയിൽ കൊണ്ടുവന്ന് യാഗം നടത്തുക.

ഇതായിരുന്നു സ്കന്ദഭാരത മഹായാഗത്തിന്റെ പ്രസക്തി.

ഒരുക്കങ്ങൾ ആരംഭിച്ചു. LMRKയുടെ മുന്നണിപ്പോരാളികൾ എട്ടു പേരെ സെലക്റ്റ് ചെയ്തു. രാജേഷ്, അനൂപ് എന്നിവർ ബദരീനാഥ് ലക്ഷ്യമാക്കി നീങ്ങി. പുരിയിലേക്ക് ഭാസ്കർ, ചന്ദ്രൻ എന്നിവർ. അരിസ്റ്റോട്ടിൽ, സായ് ജനാർദ്ദനൻ എന്നിവർ ദ്വാരകയിലേക്കും. വനിതാ മെംബർ ഡോ. നിർമ്മലയും ഭർത്താവ് ഉമാശങ്കരനും കൂടി കാഞ്ചീപുരത്തേക്കും. ഇവർ ഈ മഠങ്ങളിൽനിന്ന് തീർത്ഥം ശേഖരിച്ചു. ഇവർക്കൊക്കെ ഉണ്ടായ എക്സ്പീരിയൻസുകൾ ആവേശകരമായിരുന്നു. രാജേഷും അനൂപും ഹിമാലയത്തിലെ കാർത്തിക സ്വാമി ക്ഷേത്രത്തിൽ പോയി. സമുദ്രനിരപ്പിൽനിന്ന് 3050 മീറ്റർ ഉയരത്തിൽ സ്ഥിതിചെയ്യുന്ന ഈ ക്ഷേത്രത്തിൽനിന്നു നോക്കുമ്പോൾ നാലുവശത്തും ഉയർന്നുനിൽക്കുന്ന ഹിമാലയശൃംഗങ്ങളെ സാക്ഷി നിർത്തി അവിടെ ക്ഷേത്രത്തിന്റെ മുകളിൽ LMRK ഫ്ളാഗ് സ്ഥാപിച്ചു. അമ്പലത്തിന്റെ അധികാരികൾ അതിനു സർവാത്മനാ അനുവാദവും ആശീർവാദവും നൽകി. ദ്വാരകയിലെ ക്ഷേത്രത്തിലും LMRK ധ്വജം സ്ഥാപിക്കാൻ സാധിച്ചു. ഹരിദ്വാറിലെ നിരഞ്ജന അഗാഡയുടെ അധിപതി LMRK പതാകയുടെ മിനിയേച്ചർ വാങ്ങി തന്റെ മേശമേൽ സ്ഥിരമായി സ്ഥാപിക്കുക പോലുമുണ്ടായി. സാധാരണ യാത്ര പോകാറുള്ളതു ഞാനാണല്ലോ. ഓരോ യാത്രയിലും എനിക്കുണ്ടാകുന്ന അനുഭവങ്ങൾ ഇത്തവണ ഇവർക്ക് അനുഭവിക്കാനായി.

ദീപു, അനൂപ്, (LMRK സെക്രട്ടറി), രാജേഷ്, അനൂപ് (ട്രഷറർ)

ചെല്ലുന്നിടത്തൊക്കെ നമ്മുടെ ധ്വജത്തിനു കിട്ടുന്ന സ്വീകാര്യത അവരെ ആവേശഭരിതരാക്കി. എല്ലാവരും തീർത്ഥവും ശേഖരിച്ച് ഉജ്ജയിനിൽ മുൻ നിശ്ചയിച്ച പ്രകാരം ഒത്തുചേർന്നു. ഞാനും ഉജ്ജയിനിലെത്തി.

LMRKയുടെയും കുമാരികാണ്ഡ പുനഃസ്ഥാപനപ്രസ്ഥാനത്തിന്റെയും ഏറ്റവും പ്രധാനപ്പെട്ട രണ്ടു സ്ഥലങ്ങൾ ഏതാണെന്നു നിങ്ങൾക്കറിയുമോ? പ്രഥമസ്ഥാനം, നിങ്ങളെല്ലാം ഇപ്പോൾ ഊഹിച്ചു കാണും. പഴനിമല!

രണ്ടാമത്? ഉജ്ജയിൻ! പുരാണഭാരതചരിത്രത്തിൽ ഉജ്ജ്വലമായ സ്ഥാനം വഹിച്ച നഗരം! വിക്രമാദിത്യ സാമ്രാജ്യത്തിന്റെ തലസ്ഥാനം. ഇന്നു നമ്മൾ സീറോ ടൈം സോൺ ആയി കണക്കാക്കുന്നതു ഗ്രീനിച്ച് ആണല്ലോ. പൗരാണികയുഗത്തിലെ സീറോ ടൈം സോൺ ഉജ്ജയിൻ ആയിരുന്നു. ഇന്നും ഇന്ത്യൻ പഞ്ചാംഗം ഡിസൈൻ ചെയ്യുന്നത് ഉജ്ജയിൻ സമയം കേന്ദ്രീകരിച്ചാണ്.

ഇനി ഞാൻ ഒരു രഹസ്യം പറഞ്ഞുതരാം.

ഗരുഡനും നാഗവും തമ്മിലുള്ള ശത്രുതയെപ്പറ്റി ഏറെ കേട്ടിട്ടുണ്ടാകും. അതു ശരിക്കും പ്രതീകാത്മകമാണ്. അവ ഗരുഡ എനർജിയും നാഗ എനർജിയും ആണ്. പൊതുവിൽ ഇവ രണ്ടും പാരലലായി സഞ്ചരിക്കുന്നവയാണ്. രണ്ടും അങ്ങനെ കൂട്ടിമുട്ടില്ല. ഒന്ന് സ്പിരിചൽ ഊർജ്ജവും മറ്റൊന്ന് അധികാരത്തിന്റേതും. നാഗ എനർജി ആത്മീയതയുടേതാണ്. യോഗശാസ്ത്രത്തിൽ കുണ്ഡലിനി എന്നൊന്നുണ്ട്. കുണ്ഡലിനി നട്ടെല്ലിനു പിറകിലാണ്. കുണ്ഡലിനി ഉണർന്നാൽ ഒരാളുടെ ആത്മീയത ഉണരും. നട്ടെല്ലിനുചുറ്റും മൂന്നു ചുറ്റായി നാഗരൂപത്തിൽ ഉറങ്ങിക്കിടക്കുകയാണ് കുണ്ഡലിനി. അതിനെ ഉണർത്തിയാൽ ഇത് പതുക്കെപ്പതുക്കെ ഉണർന്ന് ആത്മീയ ഉണർച്ചയുടെ പാരമ്യത്തിൽ ഈ നാഗം ഫണം വിരിച്ച് തലയ്ക്കു മുകളിൽ വിരിഞ്ഞുനിൽക്കും. അയാൾ ആത്മീയ ഉന്നതിയിലെത്തും.

ഒരു കാര്യം നോക്കൂ. ലോകത്തെ ഒട്ടുമിക്ക മതങ്ങളും ഉത്ഭവിച്ചതു കിഴക്കാണ്. ഏഷ്യയിൽ. അല്ലേ? ഏഷ്യയിൽ പൊതുവെ നാഗങ്ങളെ പൂജിക്കുന്നു. പാമ്പ്, ഡ്രാഗൺ എന്നിങ്ങനെ. പാശ്ചാത്യരാജ്യങ്ങളിലെ പതാകകളിലും സ്തംഭങ്ങളിലും പൊതുവെ പരുന്തിനെയും കാണാം. ലോകത്തെ ആത്മീയമായി ഉണർത്തിയത് കിഴക്കും, അധികാരം കൈയാളി ശാസ്ത്രത്തെ ഉപയോഗിച്ചു മുന്നോട്ടു പോയത് പടിഞ്ഞാറും ആണെന്ന് ഒറ്റനോട്ടത്തിൽ മനസ്സിലാകുമല്ലോ? ഇതിനു കാരണം മറ്റൊന്നുമല്ല. കിഴക്ക് നാഗ എനർജിയുടെ സ്രോതസ്സുകളാണ് കൂടുതൽ. പടിഞ്ഞാറ് ഗരുഡ എനർജിയും.

ഞാൻ അടിവരയിട്ട് ആവർത്തിക്കട്ടെ, ഈ ഭൂമിയിലെ ഓരോ സ്ഥലത്തിന്റെയും ചരിത്രം കാലാകാലങ്ങളിൽ സംഭവിക്കുന്നതാണല്ലോ. കാലമുരുളുമ്പോൾ ചരിത്രമാകുന്നത് അവിടങ്ങളിൽ സ്വാധീനം കൂടുതലുള്ള ഊർജ്ജം ഏതാണോ അതിനെ ആശ്രയിച്ചിരിക്കും. അതിനാൽതന്നെ ശരിതെറ്റുകൾ എന്നതിനെക്കാൾ അവയെ നിയോഗം എന്നോ വിധിയെന്നോ ഒക്കെ വിശേഷിപ്പിക്കാം. ഈ രണ്ട് ഊർജ്ജങ്ങളുടെ ഏറ്റക്കുറച്ചിലുകളാണ് അതാതിടങ്ങളിൽ സംഭവിക്കുന്ന ഇൻസിഡന്റുകളുടെ കാരണഭൂതർ എന്നറിയുക.

ഈ രണ്ടും അപൂർവമായി യോജിക്കുന്ന സ്ഥലങ്ങൾ ഉണ്ട്. ഒന്ന് ഉജ്ജയിനിലും മറ്റൊന്ന് മംഗോളിയയിലെ ഗോബി ഡിസർട്ടിലും. ഈ രണ്ടു സ്ഥലത്തും മഹാന്മാരായ രണ്ട് ചക്രവർത്തികൾ ഭരിച്ചിരുന്നു. ഉജ്ജയിനിൽ വിക്രമാദിത്യനും അവിടെ ചെങ്കിസ്ഖാനും. അതായത് നാഗ എനർജിയും ഗരുഡ എനർജിയും ആവശ്യത്തിനു സ്വാംശീകരിക്കാൻ സാധിക്കുന്ന ഒരാൾ ലോകം ഭരിക്കാനായി ജനിച്ചവനായിരിക്കും. മേൽപ്പറഞ്ഞ രണ്ട് ചക്രവർത്തിമാർക്ക് ആ ബ്ലെസിംഗ് ലഭിച്ചു. അതിനു കാരണം ഈ രണ്ടു പാരലൽ എനർജിയും കൂടി യോജിച്ച അപൂർവ്വസ്ഥലത്ത് അവർ ജീവിച്ചു എന്നുള്ളതുമാത്രമാണ്. ജനിക്കുന്ന, ജീവിക്കുന്ന സ്ഥലം അത്രമേൽ പ്രധാനമാണ്.

വിക്രമാദിത്യന്റെ കാലം പരിശോധിക്കാം നമുക്ക്. അക്കാലത്തു GDP കണക്കെടുപ്പ് ഉണ്ടായിരുന്നെങ്കിൽ ലോക GDP യുടെ സിംഹഭാഗവും വിക്രമാദിത്യന്റെ സാമ്രാജ്യത്തിന്റെ സംഭാവനയാകുമായിരുന്നു. എന്നാൽ അദ്ദേഹത്തിന്റെ മഹത്വം വിവരണങ്ങൾക്കപ്പുറം ആകുന്നത് അതുകൊണ്ടൊന്നുമായിരിക്കില്ല. മറിച്ച് തന്റെ രാജസദസ്സ് അലങ്കരിച്ചിരുന്ന, നവരത്നങ്ങൾ എന്ന പേരിൽ വിശ്വപ്രസിദ്ധിയാർജ്ജിച്ച ഒമ്പത് അതുല്യപ്രതിഭകളുടെ ചക്രവർത്തി എന്ന നിലയിലായിരുന്നു. കാളിദാസൻ എന്ന ലോകോത്തര സാഹിത്യകാരൻ, വരാഹമിഹിരൻ എന്ന പകരംവെയ്ക്കാനില്ലാത്ത ശാസ്ത്രോപാസകൻ, വരരുചി എന്ന മഹാജ്ഞാനി, ശങ്കു എന്ന അതുല്യ ഭൗതിക/വാനശാസ്ത്രജ്ഞൻ, ധന്വന്തരി എന്ന ആയുർവേദത്തിന്റെ അവസാനവാക്കായ പ്രതിഭ തുടങ്ങി ഒമ്പതു പേർ. മഹായുഗങ്ങളിൽ പോലും ഒരിക്കൽമാത്രം സംഭവിക്കുന്ന മഹാത്ഭുതം. ഇവരുടെയൊക്കെ മുകളിൽ രാഷ്ട്രാധികാരം കൈയാളുന്നതോ ലോകം ഇന്നുവരെ കണ്ടതിൽ അതിധീരനും ഭരണനിപുണനുമായ വിക്രമാദിത്യൻ. നവരത്നങ്ങളും വിക്രമാദിത്യനും. ഒമ്പത് + ഒന്ന് സമം പത്ത്. LMRK യിലെ നക്ഷത്രങ്ങളുടെ എണ്ണവും പത്ത്. ഇതിന്റെയൊക്കെ മകുടത്തിൽ ഒരു വജ്രം എന്ന കണക്ക് വിക്രമാദിത്യന്റെ സഹോദരൻ

ഭർതൃഹരി. ആത്മീയതയുടെ ഉത്തുംഗശൃംഗം. നാഗവും ഗരുഡനും ഒത്തുചേരുന്ന ഊർജ്ജപ്രവാഹം!

ഇദ്ദേഹത്തിന്റെ കാലത്തു ഭാരതസാമ്രാജ്യത്തിന്റെ സീമകൾ അറേബ്യയും കഴിഞ്ഞുപോയിരുന്നു. വിക്രമാദിത്യ വേതാളകഥകൾ നമ്മളെല്ലാം വായിച്ചിരിക്കും. ഒന്നുകൂടി സൂക്ഷിച്ചുവായിച്ചാൽ നിങ്ങൾക്കു കാണാം, അതിൽ ഒരു ടൈം ലൂപ്പ് കളിയുണ്ട്. വിക്രമാദിത്യന്റെ വംശത്തിൽ ഏറെ കാലങ്ങൾക്കുശേഷം ഭോജരാജാവ് എന്ന ചക്രവർത്തിക്കു ഖനനത്തിൽ ഒരു വലിയ സിംഹാസനം കിട്ടി. പതിനെട്ട് സാലഭഞ്ജികകളുടെ പ്രതിമകൾ ഉള്ളൊരു അപൂർവ സിംഹാസനം. ഭോജരാജാവ് ഈ സിംഹാസനത്തിൽ ഉപവിഷ്ടനാകാൻ ആഗ്രഹിച്ചു. എന്നാൽ ആ സമയം സാലഭഞ്ജികകൾ ഇദ്ദേഹത്തോടു ചില ചോദ്യങ്ങൾ ചോദിച്ചു. ഇതിലിരിക്കാൻ യോഗ്യത ഏവർക്കുമില്ല എന്നു പറഞ്ഞു. വിക്രമാദിത്യൻ എന്ന ധൈര്യവും അറിവും ആത്മീയതയും നിറഞ്ഞുതുളുമ്പിയ ചക്രവർത്തിക്കു മാത്രമേ ഇതിലിരിക്കാൻ യോഗ്യതയുള്ളൂ.

ഉജ്ജയിനിൽ വിക്രമാദിത്യ ട്രസ്റ്റ് ഉണ്ട്. LMRKയുമായി അവരിപ്പോൾ സൗഹൃദത്തിലാണ്. ഒരിക്കൽ ഒരു സന്യാസിക്കൊരു സ്വപ്നദർശനമുണ്ടായി. പരമഹംസ സ്വാമി ശ്രീ കൃഷ്ണാനന്ദ സരസ്വതി എന്നായിരുന്നു അദ്ദേഹത്തിന്റെ പേര്. ഒരിക്കൽ എന്നു പറഞ്ഞാൽ വളരെ പണ്ടല്ല. അവിടെയുള്ള ഒരു തടാകത്തിന്റെ അടിയിലാണ് വിക്രമാദിത്യ സിംഹാസനമുള്ളതെന്നായിരുന്നു ആ സ്വപ്നം. അദ്ദേഹം ഗവണ്മെന്റിനോട് ഏറെ കഷ്ടപ്പെട്ട് അപേക്ഷിച്ച് അവസാനം ആ തടാകത്തിനു നടുവിൽ ഒരു വലിയ വിക്രമാദിത്യ മഹാരാജാവിന്റെ പ്രതിമ സ്ഥാപിച്ചു. ആ സന്യാസി സമാധിയാവുകയും, അദ്ദേഹത്തിന്റെയും വിക്രമാദിത്യന്റെയും ചെറിയ പ്രതിമകൾ ഒരു കണ്ണാടിക്കൂടിൽ സ്ഥാപിക്കുകയും ചെയ്തു. അവിടെ വിക്രമാദിത്യ പൂജയെല്ലാം ട്രസ്റ്റിന്റെ ആഭിമുഖ്യത്തിലാണ്. അഭിമാനത്തോടെ പറയട്ടെ, അവിടെയും കുമാരികാണ്ഡ ധ്വജം സ്ഥാപിച്ചിട്ടുണ്ട്.

വിക്രം സംവത് എന്നൊരു കലണ്ടറിന്റെ ഉപജ്ഞാതാവുകൂടിയാണ് വിക്രമാദിത്യൻ. ശകവംശത്തെ തോല്പിച്ചതിനെതുടർന്നാണ് ഈ പുതിയ കലണ്ടർ രൂപകല്പന ചെയ്ത് നടപ്പിൽ വരുത്തിയത്. സമയം എന്ന പ്രഹേളികയുടെ, പ്രതിഭാസത്തിന്റെ പഠനം അല്ലെങ്കിൽ സമയത്തിന്റെ ഘടനാശില്പം ആണല്ലോ കലണ്ടർ എന്നു പറയുന്നത്. സമയത്തെ മറികടക്കാൻ കെല്പുള്ള, അതായത് ടൈം ട്രാവലിംഗ് സിദ്ധി സ്വായത്തമായുള്ള അഥവാ സാധാരണ മനുഷ്യർക്ക് അപ്രാപ്യമായ, അജ്ഞാതമായ നാലാം ഡൈമൻഷൻ

സിദ്ധികളുള്ള അപൂർവം മനുഷ്യരിൽ ഒരാളായിരുന്നു വിക്രമാദിത്യൻ എന്നതിന് ഒരു മികച്ച ദൃഷ്ടാന്തമായി വേണം ഭരണാധികാരി എന്ന നിലയിലുള്ള ഈ കലണ്ടർ രൂപകല്പനയെ മനസിലാക്കാൻ!

ഇന്നു നേപ്പാൾ ഗവണ്മെന്റിന്റെ ഔദ്യോഗിക കലണ്ടറാണ് ഇത്. പുരാതനകാലം മുതൽ ഇന്നുവരെ ഭാരതത്തെ ഭരിച്ച ചക്രവർത്തിമാരിൽ ഭാരത സംസ്കാരത്തിന്റെ അന്തസ്സും അഭിമാനവും സമ്പത്തും കീർത്തിയും യശസ്സും ലോകം മുഴുവൻ വ്യാപിച്ചതിന്റെ ക്രെഡിറ്റ് അദ്ദേഹത്തിനു തന്നെയാണ്. ഭാരതസർക്കാരിന്റെ മുൻ കൈയിൽ വിക്രമാദിത്യൻ എന്ന ഭാരതപുത്രനെ ഇനിയുമേറെ തുറന്നുകാട്ടി, ആ പ്രഭാവത്തെ ലോകത്തിനു മുന്നിൽ ഇനിയുമിനിയും ഉജ്ജ്വലമായി അവതരിപ്പിക്കാൻ അനവരതം പ്രയത്നിക്കുക എന്നതും എന്റെ ഒരു പ്രഖ്യാപിത ലക്ഷ്യമാണ്.

ഞാൻ ഈ സ്പിരിചൽ വഴിയിൽ സഞ്ചരിക്കാൻ തുടങ്ങിയ കാലം മുതൽ ഞാൻ നേരിട്ട ഒരു ചോദ്യമുണ്ട്. താങ്കൾ ആരാണ്? അതായത് ഞാൻ ആരുടെ അവതാരമാണ്. 2005 മുതൽ ഇന്നും നേരിടേണ്ടിവരുന്ന ചോദ്യമിതാണ്. LMRK യിലെ അംഗങ്ങളും ഈ ചോദ്യം സ്നേഹത്തോടെ ചോദിക്കാറുണ്ട്. ഞാൻ പറയുന്നത് മുരുകപ്പെരുമാൾ ചില ദൗത്യങ്ങൾ ഏൽപ്പിക്കുന്ന മുരുകഭക്തൻ മാത്രമാണ് ഈയുള്ളവൻ. ഇന്നീ നിമിഷംവരെ എനിക്കീ ചോദ്യത്തിന്റെ ഉത്തരം ഇതുമാത്രമാണ്. മുരുകഭക്തൻ എന്ന സ്ഥാനത്തേക്കാൾ പരമമായ ഒന്നും നിലവിലില്ലെന്നു ഞാൻ കരുതുന്നു. 2005 മുതൽ ഭഗവാൻ എന്നെ കൈപിടിച്ചു നടത്തിക്കുന്നു.

മുമ്പൊരധ്യായത്തിൽ എഴുതിയപോലെ, യൂറി ഗഗാറിനോടു ഗുരു വിമാനം ഒറ്റയ്ക്ക് എടുത്തോ എന്നു പറഞ്ഞപോലെ ഭഗവാൻ എന്നെ ഡ്രൈവിംഗ് സീറ്റിലിരുത്തിയ നിമിഷത്തിനുശേഷം, എന്റെ ജീവിതം വളരെ വളരെ തിരക്കേറിയതിനുശേഷമൊക്കെ, ഒറ്റയ്ക്കു കിട്ടുന്ന ചെറിയ ചെറിയ ഇടവേളകളിൽ ഞാനും ഭഗവാനും ഒറ്റയ്ക്കാകുന്ന സന്ദർഭങ്ങളിൽ, മഹത്തായ ഒരു ശക്തിയുടെ തണലിൽ ചാരിയിരുന്ന് ഭഗവാനോടു പരിഭവമോ സങ്കടമോ ഒക്കെ പറയുന്ന ഇടവേളകളിൽ കിട്ടുന്ന ഒരനുഭൂതി, പഴനിമലയെ രാത്രി നോക്കിയിരിക്കുന്ന അതേ അനുഭൂതി, ആ വൺ ടു വൺ സമയങ്ങളിൽ ഈയിടെയായി ഒരു അറിവ് എനിക്കു കിട്ടാറുണ്ട്. ശങ്കരാചാര്യരും വിക്രമാദിത്യനും! ചില സമയങ്ങളിൽ, ഞാനും ഭഗവാനും മാത്രമുള്ള ആ വേളകളിൽ എനിക്കൊരു വൈബ്രേഷൻ കിട്ടാറുണ്ട്. ഇപ്പറഞ്ഞ രണ്ടു മഹത്തുക്കളിൽ നിന്നും ഒരു എനർജിയുടെ ധാര എന്നിലേക്ക് ഒഴുകുന്നപോലെ തോന്നാറുണ്ട്. ആ നേരങ്ങളിൽ ഭഗവാൻ എന്തിനെന്നെ ഈ

ദൗത്യങ്ങൾക്കായി തിരഞ്ഞെടുത്തു എന്നതിന് ഒരു സമാധാനം ഉണ്ടാകാറുണ്ടെന്നും ഞാൻ മറച്ചുവെയ്ക്കുന്നില്ല.

നാലാം ദൗത്യത്തിലേക്ക് തിരിച്ചുവരാം.

അങ്ങനെ ഞങ്ങൾ ഉജ്ജയിനിൽ സമ്മേളിച്ചു. ശങ്കരന്റെ നാല് എനർജി ബാൻഡുകളിൽനിന്ന് ശേഖരിച്ച തീർത്ഥം ഉജ്ജയിനിൽവെച്ച് പൂജിച്ചു. 2021 ഓഗസ്റ്റ് 08നാണ് ഇത് സംഭവിക്കുന്നത്.

ഉജ്ജയിൻ പൗരാണികകാലത്തെ സീറോ ടൈം സോൺ ആണെന്നു പറഞ്ഞുവല്ലോ. അവിടെ ഒരു മഹാകാലേശ്വര ക്ഷേത്രമുണ്ട്. അനാദിയായ സമയത്തെ അപ്രസക്തമാക്കുന്ന, അനന്തമായ കാലത്തിന്റെ അധിപനായ, അനന്തതയെ ആകെ തന്റെ വിരിഞ്ഞ കൈകൾക്കുള്ളിൽ അളക്കാൻ കെൽപ്പുള്ള സാക്ഷാൽ മഹാകാലേശ്വരന്റെ ക്ഷേത്രം.

ഹർഷദ്മാതാ ടെമ്പിൾ. വിക്രമാദിത്യ മഹാരാജാവിന്റെ കുലദേവതയുടെ അമ്പലം. ഉജ്ജയിന്റെ ശോഭ ഉയർത്തുന്ന മറ്റൊരു ക്ഷേത്രമാണ്.

ഈയവസരത്തിൽ പറയട്ടെ ഉജ്ജയിനിൽ ജോഷി എന്നു പേരുള്ള വ്യക്തി സ്ഥാപിച്ചൊരു വിക്രമാദിത്യ ക്ഷേത്രമുണ്ട്. LMRK യുടെ വിക്രമാദിത്യ മഹാരാജാവിനോടുള്ള പ്രതിപത്തി നിമിത്തം അദ്ദേഹം സന്തോഷത്തോടെ LMRK ധ്വജം തന്റെ ക്ഷേത്രത്തിനുമുകളിൽ സ്ഥാപിച്ചിട്ടുണ്ട്.

ഉജ്ജയിനിലെ മറ്റൊരു കാളീക്ഷേത്രമുണ്ട്. ആ ക്ഷേത്രത്തിനു ലോക സാഹിത്യ ഭൂപടത്തിൽ ഗണനീയമായൊരു സ്ഥാനമുണ്ട്. അതെന്താണെന്നു പറയാം.

കാളിദാസൻ! വിക്രമാദിത്യ സദസ്സിലെ നവരത്നങ്ങളിലെ വൈഢൂര്യം! ലോക സാഹിത്യത്തിലെതന്നെ ഉജ്ജ്വലമായൊരു വ്യക്തിത്വം!

പൂർവാശ്രമത്തിൽ പാമരനും വിഡ്ഢിയുമായിരുന്ന ദാസൻ എന്ന യുവാവ്. ഇരിക്കുന്ന കൊമ്പ് മുറിക്കുന്നത്ര വിഡ്ഢി. ഒരിക്കൽ ദേവി പുറത്തുപോയപ്പോൾ ഈ കാളീക്ഷേത്രത്തിനകത്തു കയറി വാതിലടച്ചിരുന്നു. തിരിച്ചെത്തിയ കാളി അകത്താരെന്നു ചോദിച്ചു. പുറത്താരെന്നു ദാസൻ. പുറത്ത് കാളി എന്നു ദേവി. എങ്കിൽ അകത്തു ദാസൻ എന്ന് യുവാവ്.

ഉത്തരത്തിൽ കൗതുകം തോന്നിയ കാളീദേവി അവന്റെ നാവിൽ ഹരിശ്രീ എഴുതി. ശേഷം ചരിത്രം. കുമാരസംഭവം എന്ന മുരുകന്റെ ജീവചരിത്രം എഴുതിയ മഹാകവിയായി മാറിയ കാളിദാസൻ. വേണ്ട രീതിയിൽ ട്രാൻസ്ലേറ്റ് ചെയ്യപ്പെട്ടാൽ ഷേക്സ്പിയറിനേക്കാൾ മുകളിൽ നിൽക്കേണ്ടിയിരുന്നവൻ കാളിദാസൻ.

ശ്രീകൃഷ്ണൻ പഠിച്ച സന്ദീപിനി ആശ്രമം ഇരിക്കുന്ന സ്ഥലവും ഉജ്ജയിൻതന്നെ! ഇവിടെ ശ്രീകൃഷ്ണന്റെ സഹപാഠിയും ആത്മ സുഹൃത്തുമായിരുന്നു സുദാമാവ്! മനസിലായോ? പിൽക്കാലത്തു ദരിദ്രനായ സുദാമാവ് സുഹൃത്തിനെ കാണാൻ ഒരു പൊതി അവിലു മായി കൊട്ടാരത്തിൽ ചെന്ന കഥ കേട്ടിട്ടില്ലേ? അതേ കുചേലൻ തന്നെ! അവർ കളിച്ചും പഠിച്ചും വളർന്ന സന്ദീപിനി ആശ്രമം ഉജ്ജ യിനിലായിരുന്നു.

ഉജ്ജയിനിൽ പാർവതീഘട്ട് എന്നു വിളിക്കപ്പെടുന്ന ഒരു കട വുണ്ട്. താരകാസുരനെ മുരുകഭഗവാൻ നിഗ്രഹിച്ച സ്ഥലം. അവിടെ ഒരു മുരുകവിഗ്രഹമുണ്ട്. പാർവതീഘട്ടിൽ ഞങ്ങൾ കുമാരികാണ്ഡ ത്തിലെ പിതൃക്കൾക്കും വിക്രമാദിത്യ സഭയിലെ നവരത്ന പണ്ഡിത സദസ്സിനും ബലിയിട്ടു. ശേഷം നാലു ശങ്കരമഠങ്ങളിൽനിന്ന് കൊണ്ടു വന്ന പുണ്യതീർത്ഥത്താൽ മുരുകവിഗ്രഹത്തെ അഭിഷേകം ചെയ്ത് പൂജ നടത്തി. ആ സമയത്ത് എനിക്കുണ്ടായ ഒരു വികാരംകൂടി ഞാൻ പങ്കുവെയ്ക്കട്ടെ. മഹാകാലേശ്വര സന്നിധിയിൽവച്ച്, വിക്രമാ ദിത്യ മഹാരാജാവിന്റെ ശ്രേഷ്ഠമായ മണ്ണിൽവച്ച്, പൗരാണിക സീറോ ടൈംസോണിൽവച്ച്, ഞാൻ സമയം -TIME- എന്ന എക്കാലവും എന്നെ അത്ഭുതപ്പെടുത്തിയ പ്രഹേളികയുമായൊരു സമാഗമം നട ത്തുകയായിരുന്നു. അങ്ങനെ ഉജ്ജയിനിലെ പൂജ അതിവിജയകര മായി കലാശിച്ചു. ഈ തീർത്ഥവുമായി പൗരാണിക ഭാരതത്തിന്റെ ഹൃദയഭൂമിയായ ഉജ്ജയിനിൽനിന്ന് ഞങ്ങൾ പുറപ്പെടുകയാണ്.

പഴനിമലയിലേക്ക്

അങ്ങനെ ദൗത്യം നമ്പർ 4 താരതമ്യേന തടസ്സങ്ങളോ ടെൻഷ നുകളോ ഇല്ലാതെ മുന്നോട്ടുപോവുകയാണ്. അമ്മയുടെ സംരക്ഷണ മെന്ന കവചം എന്റെ ആത്മവിശ്വാസം എത്രയോ മുകളിലാക്കി മാറ്റിയെന്ന് ഞാൻ അത്ഭുതപ്പെട്ടു അപ്പോൾ.

കൂടാതെ ഈ സമയമായപ്പോഴേക്കും LMRK ഒരു എണ്ണയിട്ട യന്ത്രം പോലെ സിസ്റ്റമാറ്റിക്ക് ആയി പ്രവർത്തിക്കുന്ന പ്രസ്ഥാന മായി മാറിയിരുന്നു. IT വിങ്ങ്, ഫൈനാൻസ് വിങ്ങ്, മീഡിയ വിങ്ങ് എന്നിങ്ങനെ മേഖലകൾ വിഭജിച്ചുകൊടുത്തു. ഓവറോൾ മാനേജ് മെന്റായി ചെയർമാൻ ദേവേട്ടനും. ഇതിനൊക്കെ അപ്പുറം ഭാസ്ക റിന്റെ നേതൃത്വത്തിൽ ഒരു ഗ്രൗണ്ട് സപ്പോർട്ട് ടീം. അവരുടെ പ്രവർത്ത നങ്ങൾ ഏറ്റവും വിഷമകരവും സ്ഥിരമായ ഏകോപനം വേണ്ടതു മാണെങ്കിലും അവർ ഓൾമോസ്റ്റ് സീറോ എറർ ഇംപ്ലിമെന്റേഷനാണ്. മുരുകകൃപയെന്നേ പറയാൻ സാധിക്കൂ. ഈ സന്നദ്ധഭടന്മാരുടെ

പഴനിയിൽ 2021 ആഗസ്റ്റ് 15ന് നടന്ന സ്കന്ദഭാരത മഹായാഗം

പ്രവർത്തനങ്ങൾകൊണ്ട് എല്ലാം പെർഫെക്റ്റ് ആയി സമയത്തു നടപ്പിലാകുന്നു. നിറഞ്ഞ മനസ്സോടെ, സമ്മർദ്ദമേതുമില്ലാതെ ഭഗവാന്റെ ഡ്യൂട്ടി ചെയ്യുന്ന, ദൗത്യം പൂർത്തിയാക്കുന്നതിന്റെ ഒക്കെ ആഹ്ലാദം പറഞ്ഞറിയിക്കാനാവുന്നതല്ല.

അങ്ങനെ ആഗസ്റ്റ് 15 നു പഴനിയിൽ സ്കന്ദഭാരത മഹായാഗം. കോവിഡ് രണ്ടാം തരംഗസമയം. വീക്കെൻഡുകളിൽ അമ്പലം അടച്ചിടും. പഴനിമലയിൽ നമ്മുടെ യാഗവും മുരുകനും മാത്രം. യാഗത്തിന്റെ കാർമ്മിക നേതൃത്വം പഴനി കോവിലിലെ പ്രധാന പൂജാരിയായ ശെൽവ ഗുരുക്കൾ ആയിരുന്നു. പഴനിമലയ്ക്ക് അഭിമുഖമായുള്ള ഒരു ഹാളിൽ യാഗം. മുരുകനും ഞങ്ങളും മാത്രം. ഈ സമയത്തിനുള്ളിൽ മീഡിയകളിലെല്ലാം ഈ സ്കന്ദഭാരത മഹായാഗത്തെപ്പറ്റി ധാരാളം വാർത്തകൾ വന്നു. ലോകം മുഴുവൻ തമിഴ് ചാനലുകളിൽ പ്രാധാന്യത്തോടെ വരുന്നു. ഇന്ത്യൻ എക്സ്പ്രസ്, ടൈംസ് ഓഫ് ഇന്ത്യ മുതലായ ദേശീയ മാധ്യമങ്ങൾ LMRK ഫൗണ്ടർ എന്ന നിലയിൽ എന്റെ അഭിമുഖം പ്രസിദ്ധീകരിച്ചു.

ഗംഭീര വിജയമായ സ്കന്ദഭാരത മഹായാഗം. കോവിഡ് രണ്ടാം തരംഗത്തിൽ വീടിനുള്ളിൽ പെട്ടുപോയ ബഹുഭൂരിഭാഗം LMRK അംഗങ്ങളും ലൈവ് സ്ട്രീമിംഗിൽകൂടി പങ്കാളികളായി. പതിവുപോലെ യാഗം കഴിഞ്ഞ് പാതിരായ്ക്ക് ഞാൻ പഴനിമലയെ നോക്കി

ഗിരിവലം വീഥിയിൽ ഇരുന്നു. പൊഴിഞ്ഞുവീഴും നിലാവിൽ ശാന്തം സ്വച്ഛമായ് പഴനിമല! സർവ്വം നിശ്ശബ്ദമായിരിക്കും വേള!

വീണ്ടും ഞാൻ ഓർത്തു. അന്നാദ്യമായി വന്നത്. സന്ദേഹിയായ ഞാൻ ഇവിടെ വന്നത്. ആ ഞാൻ ഈ മഹായാഗം നടത്തുന്നു. ആഗസ്റ്റ് 15ന്. ഭാരതത്തിന്റെ സുവർണ്ണകാലം തിരിച്ചുപിടിക്കാൻ വേണ്ടി. അതും പഴനിയാണ്ടവന്റെ മണ്ണിൽ..

അന്നത്തെ ആ ചെറുപ്പക്കാരനിൽനിന്ന് ഈ 18 വർഷങ്ങൾക്കിപ്പുറം നിൽക്കുമ്പോൾ എന്റെ കൂടെ താങ്ങായ് തണലായുള്ളത് എന്തൊക്കെ അനുഗ്രഹങ്ങളാണ് എന്ന് ആലോചിക്കുമ്പോൾ! മുരുക ഭഗവാൻ അരുൾചെയ്ത് രൂപപ്പെട്ട LMRK എന്ന മഹാപ്രസ്ഥാനം. ഒറ്റമനസോടെ കുമാരികാണ്ഡ പുനഃസ്ഥാപനത്തിനായി കൂടെയുള്ള അസംഖ്യം മനുഷ്യർ. ആണ്ടവന്റെ കൈയൊപ്പുള്ള ഭോഗർ, പുൽപ്പാണി,

പഴനിയിൽ 2021 ആഗസ്റ്റ് 15ന് നടന്ന സ്കന്ദഭാരത മഹായാഗം

മഹാവതാർ ബാബാജി, വല്ലവർ മുതലായ മഹാസിദ്ധരുടെ അനുഗ്രഹം! അതിനെക്കാളുപരിയായി മഹേശ്വരനോടു ചേർന്നുനിന്ന് എന്നെയും എന്റെ പ്രസ്ഥാനത്തേയും ഇരുകൈകളും വിടർത്തി നിന്ന് സദാ സംരക്ഷിക്കുന്ന അമ്മയുടെ രക്ഷാകവചം!

ഇനിയെന്തിനു ഞാൻ ഭയക്കണം?

മഹാസ്കന്ദയാഗം വിചാരിച്ചതിനപ്പുറം വൻ വിജയമായി.

ഭാരതം വിജയിക്കട്ടെ. വിക്രമാദിത്യനും ശങ്കരാചാര്യരും വിത്തിട്ട ആ ഭാരതത്തിന്റെ മണ്ണ് ആത്മീയമായും അധികാരപരമായും വീണ്ടും ഒന്നാമതാകട്ടെ.

മുരുകയുഗം തുടങ്ങട്ടെ. ജയ് കുമാരികാണ്ഡം!

ഇതിനിടയിൽ സമയം എന്ന പ്രഹേളികയുമായി എനിക്കുണ്ടായ ഒട്ടേറെ കൂട്ടിമുട്ടലുകൾ! സമയം എന്ന സന്ദർഭത്തെ കീഴ്മേൽ മറിക്കുന്ന എന്തൊക്കെ അനുഭവങ്ങളായിരിക്കാം ഭഗവാൻ എനിക്കുവേണ്ടി കരുതിവച്ചിരിക്കുക? എന്റെ കണ്ണുകൾ കാർത്തികനക്ഷത്രങ്ങളെ തിരഞ്ഞു ആകാശത്ത്... ഇതുപോലെ മറ്റൊരു ടൈം സോണിലിരുന്ന് ആരെങ്കിലും എന്നെ നിരീക്ഷിക്കുന്നുണ്ടാകുമോ?

മുരുകാ!!!

ഓം ശരവണഭവായ നമഃ

സമയം TIME എന്ന പ്രഹേളിക

മനുഷ്യൻ മൂന്ന് ഡൈമൻഷനിൽ ജീവിക്കുന്ന ഒരു ജീവിയാണ്. അതായത് നീളം, വീതി, ഉയരം. ഈ മൂന്ന് അളവുകൾ കൊണ്ടാണ് നാം ഒരു വസ്തുവിനെ കാണുന്നത്. ഇതിലാർക്കും സംശയമില്ലല്ലോ. അതായത് ലെഫ്റ്റ് റൈറ്റ്, ഫോർവേഡ് ബാക്ക്വേഡ്, അപ് ഡൗൺ. ഒരു ഡൈമൻഷനിലും രണ്ടു ഡൈമൻഷനിലും മാത്രം ജീവിക്കുന്ന, അല്ലെങ്കിൽ കാണുന്ന ജീവികൾ ഉണ്ടെന്നു സങ്കല്പിക്കുക. ഒരു ഡൈമൻഷൻ ഒബ്ജെക്റ്റ് എന്നാൽ അതിനു മുമ്പിലുള്ള പോയന്റ് മാത്രമേ കാണൂ. ഇടതും വലതും എന്നൊരു സങ്കല്പമേ അതിനില്ല. നേരെ മാത്രം. മുമ്പിലേക്കു മാത്രം ഒറ്റപോയന്റിൽ കത്തുന്ന ഒരു ഇൻഫ്രാറെഡ് ടോർച്ചിന്റെ വെളിച്ചം എന്നു സങ്കല്പിക്കുക. ആ ഒറ്റ പോയന്റ് മാത്രമേ അതിനു കാണൂ.

ഇനി ടു ഡൈമൻഷൻ ആണെങ്കിലോ, അതിനു നീളം മാത്രമല്ല വീതിയും ബാധകമാണ്. അതായത് നേരെ കാണുന്ന ഒറ്റ പോയന്റ് മാത്രമല്ല. അതിന് ഇടതും വലതും കാണാം. അങ്ങനെയും സഞ്ചരിക്കാം. അപ്പോൾ ഒറ്റ ഡൈമൻഷൻ ഉള്ള ഒരു ജീവിയെ സങ്കല്പിക്കുക. അതിനു പെൻടോർച്ച് വെളിച്ചം പോകുന്നപോലെ ഒരു പോയന്റിൽകൂടി മുന്നോട്ടു സഞ്ചരിക്കാം. ഇനി അതിന്റെ പാതയിൽ നമ്മൾ ഒരു നീളമുള്ള ഇഷ്ടിക കുറുകെ വയ്ക്കുന്നു. ആ ഇഷ്ടിക അതിന്റെ പാതയിൽ തടസ്സമാണ്. എന്നാൽ അതിനെ സംബന്ധിച്ച് അതൊരു ഇഷ്ടിക ആണോ? അല്ല! കാരണം? അതിനു ഗോചരമാവുന്നതു കാണാൻ സാധിക്കുന്നത് ഒറ്റ ഡൈമൻഷൻ ആണ്. അതായത് ഒരു പെൻടോർച്ച് വട്ടത്തിലുള്ള ഇഷ്ടിക. അതവിടെ ഇടിച്ചു നിൽക്കും. ഇടത്തോട്ടോ വലത്തോട്ടോ നീങ്ങിയാൽ അതിനാ ഇഷ്ടിക മറികടക്കാം. പക്ഷേ, അതിനതറിയില്ല. അതിനുള്ള കഴിവുമില്ല.

എന്നാൽ ഒരു ടു ഡൈമൻഷൻ വസ്തു അതേ വഴി വന്നാൽ അതിന്റെ മുന്നിലെ തടസ്സം ഒരു പെൻടോർച്ച് വട്ടത്തിലുള്ള ഇഷ്ടിക

അല്ലല്ലോ. അതിനു നീളത്തിൽ ഒരു വടി തന്റെ മുന്നിലുള്ള പോലെയാണ് അനുഭവപ്പെടുക. കാരണം, അതിന്റെ പോയന്റ് ഓഫ് വ്യൂവിൽ ഇടതും വലതും ഉണ്ട്. (അപ്പോഴും ഉയരം എന്ന സങ്കല്പം ഇല്ലാത്തതിനാൽ ഇഷ്ടികയുടെ ഉയരം അതു കാണുന്നില്ല, അനുഭവിക്കുന്നില്ല) മുമ്പിലെ തടസ്സം മറികടക്കാൻ അത് ഇടത്തോട്ടോ വലത്തോട്ടോ സഞ്ചരിക്കും. അതു മറികടക്കും. ഇഷ്ടികയുടെ അതിർത്തിയിൽകൂടി സഞ്ചരിച്ചു സഞ്ചരിച്ച് അത് അപ്പുറം എത്തും. പക്ഷേ, സമയമെടുക്കും.

ഇനി ഒരു ത്രീ ഡൈമൻഷൻ ജീവി അതേപോലെ വന്നു. അതേ വഴി. അതിന് ഈ ഇഷ്ടിക ഒരു പ്രതിസന്ധിയാണോ? അല്ലേ അല്ല. കാരണം അതു കാണുന്ന തടസം ആദ്യജീവി കണ്ട ഒറ്റ പോയന്റ് അല്ല. രണ്ടാം വസ്തു കണ്ട കുറുകെ കിടക്കുന്ന ഉയരമില്ലാത്ത, എന്നാൽ വീതിയിലുള്ള തടസ്സമല്ല. മറിച്ച് നീളവും വീതിയും പൊക്കവുമുള്ള ഒരു ഇഷ്ടികയാണ്. അത് എന്തുചെയ്യും? ആ ഇഷ്ടിക കവച്ചുവെയ്ക്കും. ഒറ്റ സെക്കൻഡിൽ അപ്പുറം എത്തി. രണ്ട് ഡൈമൻഷൻ വസ്തു ഏറെനേരം സഞ്ചരിച്ച്, ഇയാൾ ഒറ്റ കവയ്ക്കലിൽ, ഒറ്റ സെക്കൻഡിൽ എത്തിയ സ്ഥലത്ത് എത്തും. ഇനി ഇഷ്ടികയുടെ നീളം അനന്തകോടി കിലോമീറ്റർ ആണെന്നു കരുതുക. ത്രീ ഡൈമൻഷനിൽ ജീവിക്കുന്ന ആൾ ഒറ്റ സെക്കൻഡിൽ അവിടെ പോയി. മറ്റേയാൾ അവിടെ എത്താൻ 50 കൊല്ലം സഞ്ചരിക്കണം എന്നും കരുതുക. ഒറ്റ സെക്കൻഡിൽ അവിടെ എത്തിയ ആൾ എങ്ങനെ അവിടെ എത്തി എന്ന് രണ്ടു ഡൈമൻഷൻകാരനു മനസിലാക്കാൻ കഴിയില്ല. കാരണം അയാളെ സംബന്ധിച്ച് ഉയരം എന്ന സങ്കല്പം ഇല്ല. ആ സങ്കല്പം ഇല്ലാത്തവർക്ക് ഈ ജസ്റ്റ് കവച്ചുവച്ച് എത്രയോ കാലം ഇയാളെ മറികടന്ന പ്രതിഭാസത്തെ എങ്ങനെ മനസിലാകാനാണ്?

അപ്പോൾ മൂന്ന് ഡൈമൻഷൻ മാത്രം സ്വായത്തമാക്കിയ മനുഷ്യന്, നാലാം ഡൈമൻഷൻ പ്രാപ്തിയുള്ള, സമയത്തെ മുന്നോട്ടോ പിന്നോട്ടോ ഒറ്റമാത്രയിൽ മറികടക്കാൻ കഴിവുള്ള ഒരാൾ പറയുന്നതു മനസിലാക്കാനോ ഉൾക്കൊള്ളാനോ സാധിക്കുമോ? ഇല്ല; വിഷമമാണ്. തികച്ചും. ഇതാണ് ടൈം ട്രാവൽ എന്ന പ്രഹേളിക! സമയത്തെ അപ്രസക്തമാക്കുന്ന പ്രപഞ്ചത്തിന്റെ ചില നിഗൂഢതകളാണിത്. ഐൻസ്റ്റീന്റെ ആപേക്ഷിക സിദ്ധാന്തം (Theory Of Relativity) വിരൽ ചൂണ്ടുന്നത് ഈ ടൈം ട്രാവൽ എന്ന പ്രക്രിയയിലേക്കാണ്. സമയം അഥവാ കാലം എന്നത് തികച്ചും ആപേക്ഷികമായ ഒന്നാണ്.

ഈ പ്രപഞ്ചത്തിലുള്ള നക്ഷത്രങ്ങളുടെ എണ്ണം എത്ര? ഊഹിക്കാമോ? നമ്മുടെ ഊഹങ്ങൾക്കപ്പുറമാണത്. 200 ബില്ല്യൺ ട്രില്ല്യൺ! പൂജ്യങ്ങൾ എഴുതിയാൽ തീരില്ല. ഇത്രയും അനന്തകോടാനുകോടി നക്ഷത്രങ്ങളിൽ താരതമ്യേന ചെറിയ ഒന്നാണു നമ്മുടെ സൂര്യൻ. അതിനു ചുറ്റും കറങ്ങുന്ന ഗ്രഹങ്ങളിലെ ഒരു കുഞ്ഞൻ ഗ്രഹമാണു ഭൂമി. അതിൽ ജീവിക്കുന്ന നമ്മൾ സമയം എന്ന സംജ്ഞ ഉപയോഗിക്കുന്നത് ഈ കുട്ടിനക്ഷത്രമായ സൂര്യനെ റഫറൻസ് ആക്കിയിട്ടാണ്. എത്ര നിസ്സാരരാണു നാം! അതിനപ്പുറമുള്ള അനന്തത നമ്മുടെ ഈ സമയവ്യവസ്ഥയെ എത്ര പുച്ഛത്തോടെ ആയിരിക്കും കാണുന്നത് എന്ന് ആലോചിച്ചുനോക്കൂ.

ഇനി എന്റെ അനുഭവത്തിലേക്കു വരാം.

2020 ഏപ്രിൽ 12 നു സ്വിറ്റ്സർലണ്ടിലെ മുരുകപ്രതിഷ്ഠ വിജയകരമായി നടന്നുവല്ലോ. ആ സമയത്തെ എന്റെ അവസ്ഥ ഞാൻ മുമ്പ് വിവരിച്ചിരുന്നു. അതിൽ പറഞ്ഞതിലും മോശമായിരുന്നു കാര്യങ്ങൾ. മാനസികമായി ഉണ്ടായ വൈഷമ്യങ്ങൾ ശരീരത്തേയും ബാധിക്കുകയുണ്ടായി. പൊതുവിൽ യഥാർത്ഥ പ്രായത്തേക്കാൾ ഒരു പത്തുവയസ്സ് കുറവേ എനിക്കു തോന്നുകയുള്ളൂ എന്ന് ഏറെപ്പേർ പറയാറുണ്ട്. എന്നാൽ, ആ ഫെബ്രുവരി - മാർച്ച് മാസത്തിൽ ഞാനാകെ അവശനായപോലെയായി. വാർദ്ധക്യം വന്നു ഭവിച്ചപോലെ എനിക്കുതന്നെ തോന്നിത്തുടങ്ങി. എന്നാൽ, ആ രാത്രി സകലവിധ പ്രതിബന്ധങ്ങളും അതിജീവിച്ച് സുജിത് എന്ന യുവാവ് മുരുകനെ സ്വിസ്സിൽ കുടിയിരുത്തിയ നിമിഷംമുതൽ കാര്യങ്ങൾ ആകെ മാറിമറിഞ്ഞു. അന്നു പുലർച്ചെ മൂന്നരനേരത്ത് മുറ്റത്തേക്കിറങ്ങി ആവേശമടക്കാനാവാതെ ഞാൻ ആകാശത്തേക്കു മുഷ്ടിചുരുട്ടി ആഹ്ലാദാരവം മുഴക്കിയ നിമിഷം മുതൽ, എന്നെ ഏറെ വലച്ചിരുന്ന ഓഫീസിലെ പ്രശ്നങ്ങൾ അത്ഭുതകരമായി ശമിച്ചു.

ആ സമയം ഭഗവാൻ എനിക്കൊരു നിർദ്ദേശം നൽകി. ഒരു പഞ്ചകർമ്മ ചികിത്സയ്ക്കു വിധേയനാവുക എന്നത്. ആയുർവേദത്തിലെ വളരെ പ്രാധാന്യമേറിയൊരു ചികിത്സാരീതിയാണിത്. ദൈവത്തിന്റെ സ്വന്തം നാട് എന്ന ടാഗ്‌ലൈനോടെ കേരളം ലോക ടൂറിസ്റ്റ് ഭൂപടത്തിൽ എക്കാലവും പ്രഥമസ്ഥാനത്തു നിൽക്കുന്നതിൽ പ്രകൃതിഭംഗിക്ക് എന്നപോലെ ആയുർവേദത്തിനും പ്രാധാന്യമുണ്ട്. ശരീരത്തിന് ഒരു രോഗാവസ്ഥയില്ലാത്തവർക്കു സാധാരണ ചെയ്യുന്ന സുഖചികിത്സയാണ് പഞ്ചകർമ്മം. വസ്തി, വമനം, വിരേചനം, നസ്യം, രക്തമോക്ഷം എന്നീ അഞ്ച് ചികിത്സകളാണ് പഞ്ചകർമ്മങ്ങൾ. ശരീരത്തിലെ സകല മാലിന്യങ്ങളും ഈ അഞ്ച് മാർഗ്ഗങ്ങളിൽ കൂടി പുറന്തള്ളപ്പെടും. ശേഷം ദോഷരഹിതമായ ശുദ്ധശരീരത്തെ

ചവിട്ടിയുഴിഞ്ഞ് പരുവപ്പെടുത്തും. കൂടെ കിഴി, ധാര തുടങ്ങിയ ചികിത്സാവിധികളും.

ഞാൻ ഈ ചികിത്സയിലേക്കു പോയി. ചികിത്സാശേഷം എന്റെ ശരീരം സീറോ പോയന്റിലായി. ശരിക്കും യുവത്വം വീണ്ടെടുത്ത ഫീൽ (Rejuvenated). അതേസമയം, ചികിത്സയുടെ സമാപനദിവസം ഭഗവാന്റെ പെട്ടെന്നുള്ള ഡയറക്ഷൻ വന്നു. ശരീരം സീറോ പോയന്റിലായ സ്ഥിതിക്കു മനസുകൂടി സീറോ ആക്കാൻ ഏഴുദിവസം മെഡിറ്റേഷൻ എടുക്കാൻ. ഏഴു ദിനരാത്രങ്ങൾ സമ്പൂർണ്ണധ്യാനം! ഞാൻ നമ്മുടെ ഗ്രൂപ്പുകളിലെല്ലാം മെസേജ് ഇട്ടു. ഏഴുദിവസത്തേക്കു ഞാൻ മൗനത്തിലായിരിക്കും എന്ന്. ശേഷം ധ്യാനത്തിലേക്കു പോയി.

ഈ ധ്യാനമധ്യേ എനിക്ക് അനതിസാധാരണമായൊരു അനുഭവമുണ്ടായി. സാധാരണ ഒരു മനുഷ്യനു കിട്ടാത്ത മാസ്മരിക അനുഭവം. ഇതിനുമുമ്പ് ഞാൻ പലപ്പോഴും സമയവുമായി സമാഗമം നടത്തിയത് മുൻ അധ്യായങ്ങളിൽ നിങ്ങൾ വായിച്ചുവല്ലോ. അതെല്ലാം എന്റെ ധ്യാനവേളയിലാണല്ലോ. ഈ അനുഭവം പക്ഷേ നേരിൽ, ഞാൻ കണ്ണുതുറന്നിരിക്കുമ്പോൾ എന്റെ മുന്നിൽ ഒരു തുരങ്കം പ്രത്യക്ഷപ്പെട്ടു. അത്യത്ഭുതത്തോടെ ഞാൻ തിരിച്ചറിഞ്ഞു. ഞാൻ wormholeന്റെ മുന്നിലാണെന്ന്!

മുരുകാ! നാലാം ഡൈമൻഷന്റെ കവാടം! മറ്റൊരു ടൈം സോണിലേക്കുള്ള വഴി. എന്റെ ആദ്യാനുഭവം! നാലാം ഡൈമൻഷൻ എന്ന അപൂർവങ്ങളിൽ അപൂർവമായ മഹാസിദ്ധിയിലേക്കുള്ള എന്റെ ആദ്യ ചുവട്. മുരുകഭഗവാൻ എന്നെ കൈകളിലേന്തി എടുത്തു വയ്ക്കും പോലെയൊരു തീവ്രാനുഭവം! ആദ്യമായി അനുഭവിക്കുന്ന അനതിസാധാരണമായൊരു അനുഗ്രഹം!

എന്താണ് wormhole?

ആൽബർട്ട് ഐൻസ്റ്റീൻ തന്റെ ആപേക്ഷികസിദ്ധാന്തം വഴി പറഞ്ഞുവച്ചിരിക്കുന്ന രണ്ട് പ്രപഞ്ച പ്രതിഭാസങ്ങളാണ് blackholesഉം wormholesഉം. അദ്ദേഹത്തിന്റെ നിഗമനകാലത്ത്, അതായത് 1919ൽ ഇവ രണ്ടും സിദ്ധാന്തപരമായിട്ടായിരുന്നു നിലനിന്നിരുന്നത്. 1971ലാണ് ബ്ലാക്ക് ഹോൾസ് നിലവിലുണ്ടെന്ന് ആദ്യമായി സ്ഥിരീകരിക്കപ്പെടുന്നത്. ഇപ്പോൾ പ്രപഞ്ചമാകെ 100 മില്യൺ ബ്ലാക്ക് ഹോൾസ് ഉണ്ടെന്നു ശാസ്ത്രം പ്രഖ്യാപിക്കുന്നുണ്ട്. അതിൽ ഏറ്റവും പ്രബലനായുള്ളത് സാജിറ്റേറിയസ് എ (Sagittarius A) എന്നപേരിൽ അറിയപ്പെടുന്നു. ഈ തമോഗർത്തത്തെ ഈ പ്രപഞ്ചത്തിന്റെ ക്ഷീരപഥത്തിന്റെ (milkyway) ഹൃദയമായി ഇപ്പോൾ ശാസ്ത്രം കണക്കാക്കുന്നു. ശാസ്ത്രലോകത്തെ ഞെട്ടിച്ചുകൊണ്ട് ഈ 2019 ൽ തമോഗർത്തത്തിന്റെ

ചിത്രവും നാസ പകർത്തുകയുണ്ടായി. ആദ്യമായി തമോഗർത്തം അങ്ങനെ മനുഷ്യരാശിക്കു മുന്നിൽ വെളിപ്പെട്ടു. ഇതെഴുതുന്ന സമയത്ത് 2022 മെയ് രണ്ടാംവാരം, ഇതാ വളരെ കൃത്യതയുള്ള തമോഗർത്തത്തിന്റെ മറ്റൊരു ചിത്രംകൂടി നാസ പകർത്തിയിരിക്കുന്നു!

ഇനിയാണ് നമുക്ക് വളരെ അഭിമാനകരമായ ഒരു കാര്യം പറയാൻ പോകുന്നത്. തമിഴ്നാട്ടിലെ ഒരു കുഗ്രാമത്തിൽ ജനിച്ച ശ്രീനിവാസ രാമാനുജൻ എന്ന ഗണിതപ്രതിഭാസം. 33 വർഷം മാത്രം ജീവിച്ച മറ്റൊരു മഹാൻ. ഇദ്ദേഹം മരിക്കുന്നത് 1920ൽ. തന്റെ ഗ്രാമത്തിലെ കുലദൈവം തന്ന വരദാനമാണ് തന്റെ ഫോർമുലകൾ എല്ലാം എന്നു തന്റെ വഴികാട്ടിയായിരുന്ന എ.ഒ ഹാർഡിയോടു പറയാറുണ്ടായിരുന്നു. കാരണം രാമാനുജൻ എന്നും സൊലൂഷൻസ് ആണു പ്രഖ്യാപിക്കുക. അതെങ്ങനെ എന്നതിന് അദ്ദേഹത്തിന് ഉത്തരമില്ലായിരുന്നു. അദ്ദേഹത്തിന്റെ അപൂർവ കണ്ടെത്തലുകളെല്ലാം നൂറുശതമാനം കറക്റ്റ് ആയിരുന്നുതാനും. എനിക്കെന്റെ ദൈവം തോന്നിപ്പിക്കുന്നത് എന്നാണദ്ദേഹത്തിനു പറയാനുണ്ടായിരുന്നത്. നാമക്കൽ ഉള്ള നാമഗിരി തായാർ എന്നറിയപ്പെടുന്ന മഹാലക്ഷ്മിയും നരസിംഹമൂർത്തിയുമായിരുന്നു അദ്ദേഹത്തിന്റെ കുലദൈവങ്ങൾ.

രാമാനുജത്തിന്റെ death bed formula എന്നൊരു വിഖ്യാത തിയറിയുണ്ടായിരുന്നു. ഹാർഡിക്ക് എഴുതിയ ആ കത്തിൽ, അതുവരെ കേൾവിപ്പെടാത്ത, എന്നാൽ ആർക്കും തെളിയിക്കാനാവാത്ത ചില തിയറികളുടെ രൂപരേഖകളായിരുന്നു! 90 വർഷങ്ങൾക്കിപ്പുറം ഒരു കൂട്ടം അമേരിക്കൻ ഗണിതശാസ്ത്രജ്ഞന്മാർ തെളിയിച്ചു: നോക്കണം, ഒരാളും ബ്ലാക്ക് ഹോൾ എന്ന ആശയത്തെപ്പറ്റിപ്പോലും ചിന്തിച്ചിട്ടില്ലാത്ത 1920ൽ, തമിഴ്നാട്ടിൽ പിറന്ന, തന്റെ കുലദൈവങ്ങൾ തന്നിൽകൂടി പറയുന്നു എന്നുമാത്രം വിനയത്തോടെ പ്രഖ്യാപിച്ച രാമനുജം ബ്ലാക്ക് ഹോൾസിന്റെ സ്വഭാവസവിശേഷതകൾ കൃത്യമായി പ്രവചിച്ചിരിക്കുന്നു. ഇതു വായിക്കുന്നവർ മസ്റ്റ് ആയി കണ്ടിരിക്കേണ്ട ഒന്നാണ് 2016 ൽ ഇറങ്ങിയ The Man Who Saw The Infinite എന്ന സിനിമ.

ബ്ലാക്ക് ഹോൾസിലേക്കു വരാം. ഇതിന്റെ സവിശേഷത ഇത് സർവ്വതിനേയും വിഴുങ്ങുന്നൊരു വൻ ഭൂതമാണ് എന്നതാണ്. ഇതിനകത്ത് എത്തിപ്പെട്ടാൽ ഏറ്റവും വേഗതയിൽ പോകുന്ന പ്രകാശത്തിനുപോലും രക്ഷയില്ല. ഇതിന്റെ ഒരറ്റമേ തുറന്നിരിക്കൂ. ഉള്ളിൽപ്പെട്ടാൽ കഴിഞ്ഞു. അപ്പോൾ ഇതിന്റെ ടിൻ ബ്രദർ ആയ wormhole? അത് രണ്ടറ്റവും തുറന്നിരിക്കുന്ന ഒന്നാണ്. Wormhole ശാസ്ത്രം ഇനിയും യാഥാർത്ഥ്യം എന്ന് അംഗീകരിച്ചിട്ടില്ല. അതിപ്പോൾ 1971

വരെ ബ്ലാക്ക് ഹോൾസും ശാസ്ത്രത്തിന് ഒരു 'തിയറി' മാത്രമായിരുന്നല്ലോ! രാമാനുജന്റെ ആ ദൈവിക ഫോർമുലയിൽ wormholes ന്റേയും സവിശേഷതകൾ ഒളിഞ്ഞിരിക്കുന്നുണ്ടെന്ന് എനിക്ക് ഉറപ്പാണ്.

അപ്പോൾ ഈ wormhole ന്റെ ഒരറ്റത്തുനിന്ന് ഉള്ളിൽ കയറിയാൽ എന്തു സംഭവിക്കും. മറ്റേ അറ്റത്തു പുറത്തുവരും. ആ മറ്റേ അറ്റം എന്ത് എന്നുള്ളതാണ് മുഖ്യം! അതാകുന്നു മറ്റൊരു ടൈം സോൺ! അവിടെ നിങ്ങൾ ഒരു മിനിറ്റ് ചിലവഴിച്ച് തിരിച്ചെത്തിയാൽ ഭൂമിയിൽ ചിലപ്പോൾ 20 വർഷം കഴിഞ്ഞുപോയിട്ടുണ്ടാകും. ചിലപ്പോൾ 500 വർഷം പോയിക്കഴിഞ്ഞിട്ടുണ്ടാകും. പക്ഷേ, നിങ്ങൾ നിങ്ങളായിത്തന്നെ തിരിച്ചെത്തും.

ഇനിയീ അധ്യായത്തിൽ ആദ്യം പറഞ്ഞ മൂന്ന് ഡൈമൻഷൻ കാര്യങ്ങൾ ഒന്നുകൂടി വായിക്കൂ. അപ്പോൾ ഇതാണ് ഫോർത്ത് ഡൈമൻഷൻ! Wormhole എന്ന ഫോർത്ത് ഡൈമൻഷൻ സങ്കേതം. ഇതു കാണുന്ന ഒരാൾക്കു മറ്റേ ടൈംസോണിലേക്കു പോകാം. രണ്ട് ഡൈമൻഷനിൽ ജീവിക്കുന്നവർക്ക് ഇഷ്ടിക കവച്ച് അപ്പുറം കടന്നവർ എങ്ങനെ കടന്നു എന്നോ, ഇഷ്ടികപോലുമാണ് അതെന്നോ മനസിലാകില്ലല്ലോ എന്നു പറഞ്ഞപോലെയാണ് മൂന്ന് ഡൈമൻഷൻകാരായ നമ്മൾക്ക്. ആദിശങ്കരനും ഭോഗർ സിദ്ധരും വല്ലവർ സിദ്ധരുമൊക്കെ കടന്നുപോയ wormholes! നാലാം ഡൈമൻഷനിലേക്കുള്ള കവാടം.

എന്റെ ആ ഏഴുദിവസത്തെ ധ്യാനത്തിനിടയിൽ ആ wormhole ആണ് എനിക്കു മുന്നിൽ പ്രത്യക്ഷമായത്. ആദ്യ അനുഭവം! അതും കണ്ണുതുറന്നിരിക്കുമ്പോൾ! മാത്രമല്ല, പ്രപഞ്ചമാകെ 95% വ്യാപിച്ചു കിടക്കുന്ന dark energy. എന്താണീ ഡാർക് എനർജി അഥവാ ഇരുണ്ട ഊർജ്ജം? ഇതു കണ്ടുപിടിക്കപ്പെട്ടത് 1998ൽ മാത്രമാണ്. അമേരിക്കൻ ജ്യോതിശാസ്ത്രജ്ഞരായ Adam Riessഉം Saul Perlmutterഉം, Brian Schmidt എന്ന ആസ്ത്രേലിയൻ വംശജനും കൂടി. നോക്കുക, പ്രപഞ്ചോല്പത്തിമുതൽ നിലവിലുള്ള ഒന്ന് നമ്മൾ ഉണ്ട് എന്നു മനസ്സിലാക്കുന്നത് ഇപ്പോഴാണ്. ഈ ഡാർക്ക് എനർജി ആണ് പ്രപഞ്ചത്തെ സമയത്തിനപ്പുറത്തേക്കു നിലനിർത്തുന്നതത്രെ. മനസ്സിലാകുന്ന വിധത്തിൽ പറഞ്ഞാൽ, അനന്തമായ ഈ പ്രപഞ്ചത്തെ അനുനിമിഷം വലുതാക്കിക്കൊണ്ടിരിക്കുന്നത് ഡാർക്ക് എനർജി എന്നു പേരിട്ട ഈ പ്രതിഭാസമാണ്. ഈ ഡാർക്ക് എനർജി മുഴുവനായി ഒരു ഭീമാകാരരൂപമായി ഞാൻ ദർശിച്ചു. എങ്ങനെ?

അതു മുഴുവനായി കൂടിച്ചേർന്ന് മഹാകാലേശ്വരന്റെ രൂപമായി കൈകൾ വിടർത്തിനിൽക്കുന്നു. കാലത്തിനും സമയത്തിനും

അതീതനായ മഹാദേവൻ. ഇത്ര സ്പഷ്ടമായി ഒരു ദർശനവുമെനിക്കുണ്ടായിട്ടില്ല. ആ മഹാകാലേശ്വര രൂപത്തിലുള്ള ഇരുണ്ട ഊർജ്ജത്തിനുള്ളിൽ സമയം എന്ന പ്രഹേളികയെ മറികടക്കുന്ന wormholes എനിക്കു കാണാവുന്നത്ര മുന്നിൽ!

ഇനി തിരിച്ചുവരാം.

2021 ഏപ്രിലിൽ ഞാൻ സ്വന്തം നാട്ടിൽ അമ്മയുടെ ഓർമ്മയ്ക്കായി ഒരു പ്രോഗ്രാം സംഘടിപ്പിച്ചു. 'ഓർമ്മകൾ' എന്നു പേരിട്ട അത് കുറെ കുട്ടികൾക്കു പുസ്തകങ്ങൾ, കുട ആദിയായവ സമ്മാനിക്കുന്നതും കൂടിയായിരുന്നു. ഇവിടെ ഓഡിറ്റോറിയത്തിലാണ് പ്ലാൻ ചെയ്തത്. എല്ലാം തീരുമാനിച്ചുറപ്പിച്ച് ആസൂത്രണം മുഴുവനായതും കോവിഡ് രണ്ടാം തരംഗം ആരംഭമായി. ഏതു നിമിഷവും കേരളം രണ്ടാം ലോക്ഡൗണിലേക്കു പോകും എന്ന അവസ്ഥയായി. പക്ഷേ, അപ്പോഴേക്കും അതിഥികളെയും മറ്റും ക്ഷണിച്ചു കഴിഞ്ഞിരുന്നു. നാട്ടിൽ വിതരണത്തിനായി 2000 നോട്ടീസും അടിച്ചു. പരിപാടിക്ക് ഒന്നോ രണ്ടോ ദിവസം മുമ്പ് ഇതെല്ലാം ന്യൂസ്പേപ്പറിനുള്ളിൽവച്ച് വിതരണം ചെയ്യാനായിരുന്നു പ്ലാൻ. എന്നാൽ ലോക്ഡൗൺ ഭീഷണി കൂടിവരുന്നു. ഇത്രയധികം ആളുകൂടുന്ന ഒരു പരിപാടി ഉണ്ടെന്നറിഞ്ഞാൽ ആരെങ്കിലും ഒരു പരാതി വിളിച്ചുപറഞ്ഞാൽ അധികാരികൾ ഇതിനു സ്റ്റോപ്പ് മെമ്മോ തരും. തന്നെയുമല്ല, ഇത്തരമൊരു ഭീഷണിക്കു മുമ്പിൽ ഇങ്ങനെ ഒരു വൻ ആൾക്കൂട്ടത്തെ നമ്മളായി പ്രോത്സാഹിപ്പിക്കുന്നതിൽ ഒരു ആന്റി സോഷ്യൽ എലിമെന്റും ഉണ്ടെന്നാണ് എന്റെ ബോധ്യം എന്നോടു പറഞ്ഞത്. എന്നാൽ പരിപാടി നടക്കുകയും വേണംതാനും.

എന്തുവഴി? എന്റെ ചിന്ത പോയതുപോലെ ഞാൻ പ്രവർത്തിച്ചു. ആദ്യംതന്നെ മറ്റു സംസ്ഥാനങ്ങളിൽനിന്നു വരാനൊരുങ്ങിയിരുന്ന അതിഥികളോടു വേണ്ട എന്നു പറഞ്ഞു. വേദിയിലിരിക്കാൻ ക്ഷണിച്ചവർ വരട്ടെ. കാണികളായി 150 പേർ മാത്രം മതി. അവരെ പ്രത്യേകം സെലക്റ്റ് ചെയ്ത് ക്ഷണിച്ചു. അപ്പോൾ നോട്ടീസ്? വിതരണം ചെയ്യാൻ ദിവസം നിശ്ചയിച്ച് പത്ര ഏജന്റുമാരെ ഏല്പിച്ചതുമാണ്. ഒരു ചെറിയ ബുദ്ധി തോന്നി. പരിപാടി കഴിഞ്ഞ് അടുത്തദിവസം പത്രത്തിൽകൂടി വിതരണം നടക്കട്ടെ. ഇന്നലെ കഴിഞ്ഞ പരിപാടിക്ക് ഇന്നു ക്ഷണം! സംഗതി ആൾക്കാർ അന്വേഷിക്കുമ്പോൾ ഭംഗിയായി നടന്നുകഴിഞ്ഞു എന്നറിയും. അറിയട്ടെ! എന്തായാലും നോട്ടീസ് അടിച്ചല്ലോ.

പ്രോഗ്രാമിന്റെ തലേനാൾ സന്ധ്യ. ഞാൻ LMRK ഓഫീസും പൂജാമുറിയും ഒക്കെയുള്ള എന്റെ പഴയ വീട്ടിലെ ലിവിംഗ് റൂമിൽ

സിംഗിൾ സെറ്റിയിൽ ഇരിക്കുന്നു. നാളത്തെ പ്രോഗ്രാമിന്റെ മുഖ്യാതിഥി എം.കെ. രാമചന്ദ്രൻ ആണ്. 'ഉത്തരാഖണ്ഡിലൂടെ' എന്ന പ്രസിദ്ധ യാത്രാവിവരണം എഴുതിയ ധിഷണാശാലി. സ്പിരിചൽ വഴികളിൽ എന്നും എന്റെ ഒരു ഉപദേശകൻ. ജ്ഞാനഭണ്ഡാരം. അദ്ദേഹത്തെ വിളിച്ച് ഒന്നുകൂടി നാളത്തെ കാര്യം ഓർമ്മിപ്പിച്ച് ഞാൻ ഇങ്ങനെ ഇരിക്കുകയാണ്. എനിക്കു ചിരപരിചിതമായ ആ വൈബ്രേഷൻ അപ്പോഴുണ്ടാകുന്നതിന്റെ ലക്ഷണം. ചുറ്റും ഒരു blur ആയ പോലെ. രണ്ടുപേർ അപ്പോൾ വന്ന് എനിക്കെതിരെയുള്ള സെറ്റിയിൽ ഇരിക്കുന്നു. ഒരാളെ നല്ല മുഖപരിചയം. സ്റ്റീഫൻ ഹോക്കിംഗ്. ലോകപ്രശസ്ത ഭൗതിക ശാസ്ത്രജ്ഞൻ. സയൻസ് ലോകത്തെ അമ്പരപ്പിച്ചുകൊണ്ട് തമോഗർത്തങ്ങളെപ്പറ്റിയുള്ള രഹസ്യങ്ങൾ അനാവരണം ചെയ്ത പ്രതിഭ. മറ്റൊരാൾ കൂടിയുണ്ട്. എനിക്ക് ആരെന്നു മനസിലാകുന്നില്ല. സ്ത്രൈണതയുടെ അംശമുള്ള ഒരു പുരുഷൻ എന്നു പറയാം. രണ്ടുപേരും എന്നെ നോക്കി പുഞ്ചിരിക്കുന്നു. ഒന്നും പറയുന്നില്ല.

സെക്കൻഡുകൾക്കകം ഞാൻ പൂർവസ്ഥിതിയിലായി. എനിക്കു നടന്നതു മായയാണോ യാഥാർത്ഥ്യമാണോ എന്നു തിരിയാത്ത അവസ്ഥ. സ്റ്റീഫൻ ഹോക്കിംഗ് അല്ലാത്ത മറ്റേ ആൾ ആര്? പെട്ടെന്നൊരു ഉൾവിളി പോലെ, ഇദ്ദേഹം വിക്രമാദിത്യസദസിലെ നവരത്ന പ്രതിഭകളിൽ ഒരാളാണ് എന്ന്. ഞാൻ അപ്പോൾതന്നെ ദേവേട്ടൻ, ശ്രീനിവാസൻ, മഹേഷ് ഡോക്ടർ എന്നിവരുമായി ഈ അനുഭവം ഫോണിൽ പങ്കുവെച്ചു. ആര്യഭടൻ ആകുമോ എന്നു ദേവേട്ടൻ സംശയം പങ്കുവെച്ചു. ഹോക്കിംഗിന്റെ കൂടെ എങ്കിൽ ഒരു വാനശാസ്ത്രജ്ഞൻ ആകുമല്ലോ എന്നാണ് ദേവേട്ടന്റെ വാദം. പക്ഷേ, ആര്യഭടൻ നവരത്നങ്ങളിൽ ഒരാളല്ലല്ലോ. ശ്രീനിവാസൻ കുറച്ച് അന്വേഷണങ്ങൾക്ക് ഒടുവിൽ പുരാണഭാരതത്തിൽ സ്ത്രൈണഭാവങ്ങളോടു കൂടിയുള്ള ഒരു ശാസ്ത്രജ്ഞൻ എങ്കിൽ വിക്രമാദിത്യസദസ്സിലെ ശങ്കു എന്ന പണ്ഡിതപ്രതിഭയാകാം എന്നു സംശയം പറഞ്ഞു. ഞങ്ങൾ പിന്നീട് പല നിലയ്ക്കും അന്വേഷിച്ചെങ്കിലും ശങ്കുവിനെപ്പറ്റി ഏറെ വിവരങ്ങൾ ലഭ്യമായില്ല.

അതവിടെ നിൽക്കട്ടെ.

സ്റ്റീഫൻ ഹോക്കിംഗിനെപ്പറ്റി പിന്നീട് ഞാൻ ഏറെ പഠിച്ചു. ശാസ്ത്രലോകത്തെ അമ്പരപ്പിച്ച പല തിയറികളുമായി വന്ന വമ്പനാണ് സ്റ്റീഫൻ. അദ്ദേഹത്തിന്റെ പല തിയറികളേയും ആദ്യം സംശയത്തോടെ നിരീക്ഷിച്ച ശാസ്ത്രലോകത്തിന്, പിന്നീട് പലതും അംഗീകരിക്കേണ്ടിവന്നു. ചെറുപ്പകാലത്തേ പാരലൈസ് ആയ അദ്ദേഹം

മുഖത്തെ ചലിക്കാനാകുന്ന ഒറ്റപേശിയുടെ അനക്കത്തിലൂടെയാണ് ശാസ്ത്രലോകത്തെ ഞെട്ടിപ്പിക്കുന്ന തന്റെ പല പ്രബന്ധങ്ങളും എഴുതിയത് എന്നു നിങ്ങൾക്കറിയാമല്ലോ?

അമ്മയുടെ 'ഓർമ്മകൾ' പ്രോഗ്രാം ഭംഗിയായി നടന്നു. കുറെ കുട്ടികൾക്കു പഠനസാമഗ്രികളും മറ്റും സമ്മാനിച്ചു. അമ്മയുടെ ഓർമ്മകൾ പങ്കെടുത്തവർ പങ്കുവെച്ചു. സന്തോഷകരമായ, അമ്മയുടെ അദൃശ്യസാന്നിദ്ധ്യം നിറഞ്ഞുനിന്ന ഒരു പരിപാടി. അടുത്ത ദിവസം പത്രങ്ങളിലൂടെ ഇന്നലെ നടന്ന പ്രോഗ്രാമിനുള്ള ക്ഷണം എല്ലാവർക്കും പോയി. അവിടംകൊണ്ടും തീരുന്നില്ല സമയം എന്ന പ്രതിഭാസത്തിന്റെ കളികൾ. ആറുമാസത്തിനപ്പുറം എനിക്കായി ഭഗവാൻ സമയവുമായി ഒരു സമാഗമം ഒരുക്കിവച്ചിരുന്നു എന്നെനിക്ക് അപ്പോൾ അറിയില്ലായിരുന്നു.

പഴനി, ഉജ്ജയിൻ: നാലാം ഡൈമൻഷൻ കവാടങ്ങളിൽ

2021 നവംബറിലാണ്. ഭഗവാന്റെ ഡയറക്ഷൻ കിട്ടുന്നു. പഴനിയിലും ഉജ്ജയിനിലും LMRK ധ്വജം സ്ഥാപിക്കണം. നാല്പതടി ഉയരത്തിൽ. LMRK ധ്വജം എന്നാൽ കുമാരികാണ്ഡത്തിന്റെ വൈജയന്തിയാണല്ലോ. കുമാരികാണ്ഡത്തിലെ പ്രജകളിൽ വളരെയേറെപ്പേർ നാലാം ഡൈമൻഷൻ പ്രാപ്തിയുള്ളവരായിരുന്നു. അവരിൽ മിക്കവരും wormholes വഴി വേറെ ടൈം സോണിൽ എത്തിയിട്ടുണ്ട്. കുമാരികാണ്ഡ പുനഃസ്ഥാപനം നടന്നാൽ അവർക്കിവിടേക്കു തിരിച്ചു വരണം. അതിനുള്ള ഒരു സിഗ്നലായിട്ടാണ് ഈ ധ്വജപ്രതിഷ്ഠാപനങ്ങളെല്ലാം.

പഴനിയിലും ഉജ്ജയിനിലും. പഴനിയിൽ ചെറിയൊരു സ്ഥലം വാടകയ്ക്കെടുക്കാൻ തീരുമാനിച്ചു. അതിലേക്കായുള്ള നടപടികൾ ആരംഭിച്ചു. പഴനിയിൽ ഗിരിവലം ആരംഭിക്കുന്നതു പാദവിനായകർ കോവിലിനും മീനാക്ഷിയമ്മൻ കോവിലിനും മുന്നിൽനിന്നാണ്. ഇനിയും മനസിലാകാത്തവരുണ്ടെങ്കിൽ അവർക്കായി പറയാം, പഴനിമലയുടെ അടിവാരത്തിൽ മലയെ ചുറ്റി ഒരു വീഥി നിർമ്മിച്ചിട്ടുണ്ട്. 2.4 കിലോമീറ്റർ വരുന്ന ആ വീഥിയിൽകൂടി പഴനിമലയെ വലംവച്ചു വരുന്ന അനുഷ്ഠാനത്തെയാണ് ഗിരിവലം എന്നു പറയുന്നത്. മുൻവശത്തുനിന്ന് ഗിരിവലം ആരംഭിച്ച് കൃത്യം പകുതി ദൂരം പിന്നിടുമ്പോൾ എത്തുന്നത് എന്റെ ഇതുവരെയുള്ള ആത്മീയയാത്രയുടെ ഒരു റിപ്ലിക്ക ആയി കണക്കാക്കാം.

കൃത്യമായി ആ നേർപകുതിക്കു മുകളിലാണ് ഭോഗർ സിദ്ധർ രഹസ്യമായി സൂക്ഷിച്ചിട്ടുള്ള നവപാഷാണ വിഗ്രഹം ഉള്ളത്. ഇപ്പോൾ ഇതു വായിക്കുന്ന നിങ്ങളുടെ ശ്രദ്ധയെ എന്റെ ആദ്യ സ്വപ്നാനുഭവത്തിലേക്കു ക്ഷണിക്കട്ടെ. ഓർമ്മയില്ലേ ആ അനുഭവം? ഞാനും നാരായണനും കോവിലിനുള്ളിൽ നിൽക്കുമ്പോൾ അമ്പലം അടച്ചതും, സ്വപ്നത്തിൽ കണ്ട ഗുഹയിലേക്ക് എത്തിപ്പെട്ടതും, ദേവസ്വം

കമ്മീഷണർ സുന്ദരം ഇടപെട്ടതും പരപ്പനങ്ങാടി ഉണ്ണികൃഷ്ണ പ്പണിക്കരുടെ നിർദ്ദേശപ്രകാരം ഞാൻ പഴനി കോവിലിനുള്ളിൽ ധ്യാനമിരുന്നതും, പതിനെട്ടാംദിവസം അവസാനിപ്പിക്കേണ്ടിവന്നതും? അതിനുശേഷം 18 കൊല്ലം നീണ്ട എന്റെ യാത്രകൾ. പകുതി ദൂരം പിന്നിട്ട ഈ അവസരത്തിൽ ഭഗവാൻ എന്നെ എവിടെയൊക്കെ യുള്ള രഹസ്യങ്ങൾ കാണിച്ചുതന്നു? ഈ ആദ്യപകുതി വരെയുള്ള ഓരോ മഹാരഹസ്യങ്ങൾ ലോകത്തിന്റെ പല ഭാഗങ്ങളിലായി ആഴ്ന്നുകിടന്നിരുന്നത് എന്റെ മുന്നിൽ ഭഗവാൻ തുറന്നുകാട്ടി.

നീണ്ട 18 വർഷങ്ങൾ. ആദ്യപകുതി. ഇനി രണ്ടാം പകുതിയി ലേക്കു നീങ്ങേണ്ടുന്ന ശുഭമുഹൂർത്തമാണിതെന്ന് എനിക്ക് ഉൾവിളി യുണ്ടായി. അവിടെയിനി എന്താണേതാണെന്നു ഭഗവാനു മാത്ര മറിയാം. പഴനിമല, ഹിഡുംബർ മല എന്നീ ഒരു കാവടിയുടെ രണ്ട് അറ്റങ്ങൾ. അവയ്ക്കു നടുവിൽ എന്തായിരിക്കും? ഒരു ന്യൂട്രൽ പോയന്റ് ഉണ്ടായേ തീരൂ. ഉണ്ട്. പ്രോട്ടോണിനും ഇലക്ട്രോണിനു മിടയിൽ ഒരു ന്യൂട്രോൺ ഉണ്ടായേ തീരൂ. പോസിറ്റീവും നെഗറ്റീവും ഉണ്ടെങ്കിൽ അതിനിടയിൽ ഒരു ന്യൂട്രൽ പോയന്റ് ഉണ്ടായേ തീരൂ.

എന്റെ അന്വേഷണം അവസാനിച്ചത് കറുപ്പയ്യ എന്ന മനുഷ്യന്റെ മുന്നിലാണ്. സ്പിരിച്വലി ബ്ലെസ്ഡ് ആയ കറുപ്പയ്യ. അദ്ദേഹത്തെ കണ്ടുകിട്ടുക പാടാണ്. ഭഗവാന്റെ എന്തെങ്കിലും ചില ക്ലൂസ് മാത്ര മായി ഞാൻ പഴനിയിലെത്തുമ്പോൾ കറുപ്പയ്യ മുന്നിൽ വന്നുപെട്ടാൽ എനിക്ക് ഉറപ്പായി. ആ ക്ലൂവിന്റെ ഉത്തരവുമായാണ് നില്പ്. ഞാനി ക്കാര്യം അദ്ദേഹവുമായി പങ്കുവെച്ചു. പതിവുപോലെ കറുപ്പയ്യ ഒന്നാ ലോചിച്ച് 'നിങ്ങൾ വരിൻ' എന്നു പറഞ്ഞ് എന്നെ കൊണ്ടുപോയി. ശിവഗിരിക്കും ശക്തിഗിരിക്കും ഇടയിൽ, അതായത് പഴനിമലയ്ക്കും ഹിഡുംബർ മലയ്ക്കും ഇടയിൽ ഒരു സമതലപ്രദേശത്ത് അതാ ഒരു പാറ. ഒരുതരം ആത്മീയോന്മാദത്തോടെ കറുപ്പയ്യ പറഞ്ഞു. 'ദോ, ഇതാണ് നിങ്ങൾ അന്വേഷിച്ച സ്ഥലം.'' ആ പാറയുടെ പേര് കറുപ്പയ്യ പറഞ്ഞപ്പോൾ ഞാൻ ഒന്നു ഞെട്ടി.

ശിഖണ്ഡിപ്പാറ!

ഞാൻ പഴനിമലയിലേക്കു തിരിഞ്ഞുനിന്നു ഭഗവാനെ തൊഴുതു.

ആ നേരം എനിക്കൊരു കാര്യംകൂടി മനസ്സിലായി. ഹിഡുബർ മലയുടെ മദ്ധ്യഭാഗത്തുനിന്ന് ഈ ശിഖണ്ഡിപ്പാറയുടെ നടുവിലൂടെ ഒരു നേർരേഖ വരച്ചാൽ അതു ചെന്നുമുട്ടുക ഭോഗർ സിദ്ധർ നവ പാഷാണവിഗ്രഹം സൂക്ഷിച്ചിരിക്കുന്ന ആ ഗുഹാമുഖത്തായിരിക്കും. അപ്പോൾ ശിഖണ്ഡിപ്പാറ കണ്ടെത്തിയിരിക്കുന്നു.

ശിഖണ്ഡി. ജെൻഡർ ന്യൂട്രൽ! പപ്പാതി. ഒരർത്ഥത്തിൽ സീറോ പോയന്റ്. ഞാനാകെ അത്ഭുതസ്തബ്ധനായി. നോക്കൂ, സാധാരണ ക്കാരുടെ കാര്യം പോട്ടെ, സ്പിരിചലി ബ്ലെസ്ഡ് ആയിട്ടുള്ള ആളു കൾപോലും ഈ പാറയോ അതിന്റെ പേരിന്റെ പ്രത്യേകതയോ ഇതുവരെ കണ്ടെത്തിയില്ലല്ലോ.

ഭഗവാൻ എനിക്കുവേണ്ടി യുഗങ്ങളായി മാറ്റിവച്ച ഒരു രഹസ്യം കൂടി! ഞാൻ സത്യത്തിൽ പുളകിതഗാത്രനായി. ഇതൊന്നും ശ്രദ്ധി ക്കാതെ കറുപ്പയ്യ തന്റെ ദൗത്യം കഴിഞ്ഞു എന്ന മട്ടിൽ പതിവു പോലെ സ്ഥലംവിട്ടിരുന്നു. ഞാൻ ആ രണ്ട് എനർജികളുടെയും നടുവിലുള്ള സീറോ പോയന്റിലിരുന്ന് അല്പനേരം ധ്യാനിക്കാൻ തീരുമാനിച്ചു.

ഓം ശരവണ ഭവായ നമഃ

ഇരട്ടി ആഹ്ലാദത്തോടെ വൻ ആത്മവിശ്വാസത്തോടെ ധ്വജ സംസ്ഥാപന നടപടികൾ ആരംഭിച്ചു. LMRK വാടകയ്ക്കെടുത്ത ആ സ്ഥലത്തു നാല്പതടി പൊക്കമുള്ള ലോഹദണ്ഡ് നാട്ടി. ശരവണ മന്ത്രം നിറഞ്ഞ അന്തരീക്ഷത്തിൽ അതിൽ LMRK ധ്വജം ഉയർത്തി ക്കെട്ടി. സന്തോഷകരമായ ആ ധന്യമുഹൂർത്തത്തിൽ എല്ലാവർക്കും മധുരം വിതരണം ചെയ്തു. സമയമാകുന്നു എന്നു മറ്റു ടൈം സോണുകളിലുള്ള കുമാരികാണ്ഡം പ്രജകൾക്കുള്ള മെസേജെന്ന പോൽ തേജ്വസിയായ LMRK പതാക ഉയരെ കാറ്റിൽ ഉലഞ്ഞാടാൻ തുടങ്ങി. അന്നു കൃത്യം 12 മണിക്ക് ഞാൻ ശിഖണ്ഡിപ്പാറയിൽ ഒരു പൂജ നടത്തി. രണ്ടു വാച്ചുകൾ വച്ച്. ഒന്ന് കറുപ്പും ഒന്ന് വെളുപ്പും. എന്റെ ആത്മീയപാതയുടെ ഒന്നാംപകുതി അവസാനിക്കുകയാണല്ലോ. എല്ലാം മുരുകപ്പെരുമാളിന്റെ ഇംഗിതം!

ഞങ്ങൾ അവിടെനിന്ന് ഉജ്ജയിനിലേക്കാണ്.

നവംബർ 16.

മുന്നൊരുക്കങ്ങൾക്കായി ഭാസ്കറും ടീമും അവിടെയുണ്ട്. എനിക്കൊരു മെസേജ് കിട്ടുന്നു ഭഗവാന്റെ. ഉജ്ജയിനിൽ ഒരു സ്ഥലം കാണാൻ പോകണം. ഞാൻ ഭാസ്കറിനോടു വിളിച്ചുപറഞ്ഞു. മ്യൂസിയംപോലെ എന്തോ ഒന്ന് അവിടെയുണ്ട്. എനിക്കു പോകണം. ഭാസ്കറിന് അന്വേഷിച്ചിട്ട് മ്യൂസിയം ഒന്നും കിട്ടിയില്ല. പക്ഷേ, ഒരു ഒബ്സർവേറ്ററി കിട്ടി. ഉജ്ജയിനിൽനിന്ന് 40 കിലോമീറ്റർ അകലെ യാണത്രെ.

ഭാസ്കറും സംഘവും ഇതിനിടയിൽ ഉജ്ജയിനിലെ ആസ്ത ഗുരുകുലം എന്ന ആശ്രമത്തിൽനിന്ന് സമ്മതം വാങ്ങിയിരുന്നു. അതി സന്തോഷത്തോടെയാണ് ആസ്ത ഗുരുകുലത്തിലെ പ്രധാനി

ആദി അമാവാസി പൂജയ്ക്കിടയിൽ ഉജ്ജയിനിലെ ആസ്ത ഗുരുകുലത്തിൽ LMRK ധ്വജം ഉയർത്തിയ ദൃശ്യം

ശ്രീ ഗോപാൽജി അവരുടെ കോമ്പൗണ്ടിൽ LMRK ധ്വജ പ്രതിഷ്ഠാപനത്തിനു പച്ച ക്കൊടി കാണിച്ചത്. മാത്രമല്ല, ആശ്രമത്തിൽ വേദവും ഉപ നിഷത്തും അഭ്യസിക്കുന്ന കുട്ടികളുടെ വേദോച്ചാരണ ത്തിന്റെ അകമ്പടിയോടുകൂടി, വാദ്യഘോഷങ്ങളോടെ, പുണ്യ പുരാതന ഭാരതസാമ്രാജ ത്തിന്റെ തലസ്ഥാനമായിരുന്ന, വിക്രമാദിത്യനെന്ന ലോകം ഉറ്റുനോക്കിയിരുന്ന മഹാചക്ര വർത്തിയുടെ മണ്ണിൽ ഞാൻ അമ്മയെ സ്മരിച്ചുകൊണ്ട് മഹാകാലേശ്വരന്റെ വിരിഞ്ഞ കൈകൾക്കു കീഴിൽ ഇതാ LMRK ധ്വജം ഉയർത്തി. മറ്റുള്ള ടൈം സോണിലിരുന്ന് കുമാരി കാണ്ഡ പൂർവികർ ഞങ്ങൾ ക്കുമേൽ പുഷ്പവൃഷ്ടി നട ത്തിയിരിക്കും എന്ന് എനിക്കു റപ്പാണ്. അങ്ങനെ ഭഗവാൻ തന്ന രണ്ടു ഡ്യൂട്ടികൾകൂടി മനോഹരമായി ചെയ്യാൻ സാധിച്ചു. അഭിമാനത്തോടെ, ആഹ്ലാദത്തോടെ അന്ന് ഉറങ്ങി. അടുത്ത ദിവസം ഭാസ്കർ തേടി കണ്ടുപിടിച്ച ഒബ്സർ വേറ്ററിയിൽ ഞങ്ങൾ പോയി. ഉജ്ജയിനിൽനിന്ന് മധ്യപ്രദേ ശിന്റെ ഉൾഗ്രാമങ്ങളിൽകൂടി യാത്ര. വരാഹമിഹിര ഒബ്സർവേറ്ററി! വരാഹമിഹിരൻ. വിക്രമാദിത്യ സദസ്സിലെ നവരത്നങ്ങളിൽ പ്രമു ഖൻ. മധ്യപ്രദേശ് ഗവണ്മെന്റ് നിർമ്മിച്ച സ്ഥാപനമാണ്.

കോവിഡ് കാലമായതിനാൽ പൊതുജനപ്രവേശനം വീണ്ടും ആരംഭിച്ചിട്ടില്ല. ഒരു കെയർ ടേക്കർ ഉണ്ട്. ഞങ്ങൾ ആറേഴുപേരു ണ്ടായിരുന്നു. LMRK യൂണിഫോമിലെ വേലും നക്ഷത്രങ്ങളും

കണ്ടപ്പോൾ ഞങ്ങളെന്തോ വാനനിരീക്ഷകരാണെന്ന് അയാൾ ചിന്തിച്ചുകാണും. എല്ലാം കാണിച്ചുതന്നു. അവിടെ ജ്യോതിശാസ്ത്ര ജ്ഞർക്കു വന്നുതാമസിച്ച് വാനനിരീക്ഷണം നടത്തി പഠനത്തിലേർപ്പെടാനുള്ള സൗകര്യമുണ്ട്. പൊതുജനങ്ങൾക്കു പ്രവേശനമില്ലാത്ത പല ഏരിയകളുമുണ്ട്. പക്ഷേ, എന്തുകൊണ്ടോ ഞങ്ങളെ അനുവദിച്ചു. മുരുകന്റെ കളി. എല്ലാം അയാൾ വിവരിച്ചുതന്നു. 360 ഡിഗ്രി തിരിയുന്ന ടെലസ്കോപ്പ് ഉണ്ട്.

''എന്തുകൊണ്ടാണ് ഈ സ്ഥാപനം ഇവിടെത്തന്നെ സ്ഥാപിക്കാൻ കാരണം? നഗരപ്രാന്തങ്ങളിൽനിന്നൊക്കെ മാറി ഇവിടെ ഇങ്ങനെ?'' ഞാൻ അദ്ദേഹത്തോടു ചോദിച്ചു.

''ഉണ്ട് സർ. പ്രത്യേകത ഉണ്ട്. ഈ സ്ഥലമാണ് ന്യൂട്രൽ. ജൂൺ

ഉജ്ജയിനിലെ വിക്രമാദിത്യസ്മാരക പ്രതിമയ്ക്കു മുന്നിൽ
LMRK ധ്വജം ഉയർത്തുന്നു

21ന്, സൂര്യൻ ഉത്തരായനത്തിൽനിന്നു ദക്ഷിണായനത്തിലേക്കു കടക്കുന്ന നിമിഷം ഈ സ്ഥലത്തു നിഴൽ ഉണ്ടാകില്ല!''

എന്റെ മുരുക ഭഗവാനേ! ഞാൻ സ്തബ്ധനായി നിന്നു. പ്രിയപ്പെട്ടവരേ, നിങ്ങൾ എന്റെ അവസ്ഥ ഒന്ന് ഊഹിക്കൂ. പഴനിമലയിൽ കൃത്യം ശിഖണ്ഡിപ്പാറയിൽ പൂജിച്ചിട്ടാണ് ഞാൻ വരുന്നത്. അവിടെ ഞങ്ങളുടെ ധ്വജം ഉയർത്തി. ഇവിടെയും ധ്വജം സ്ഥാപിച്ചു. എന്നിട്ട് ഇവിടെയെത്തിയപ്പോൾ ഭഗവാന്റെ ഒരു ചെറിയ നിർദ്ദേശം. മ്യൂസിയം പോലെയെന്തോ, നീ അവിടെ പോയി കാണണം. തേടിപ്പിടിച്ചെത്തി ഇതാ നിൽക്കുന്നു. എന്താണ് ഞാനിപ്പോൾ കേട്ടത്! വീണ്ടും എത്തിയത് ഇവിടെ, ന്യൂട്രൽ പോയന്റ്!

ഈ ചിന്തകൾ ഉള്ളിലേറ്റി ഞാൻ വേറെ ഏതോ ലോകത്തു നിൽക്കുകയായിരുന്നു. അപ്പോൾ ആ മനുഷ്യന്റെ ശബ്ദം കേൾക്കുന്നു. അതാ കറക്റ്റ് ന്യൂട്രൽ പോയന്റ്. ആ മെഷീനാണു ശങ്കു യന്ത്രം. ഞാൻ സ്തംഭിച്ചുപോയി. എന്റെ ഭാവമാറ്റം മറ്റുള്ളവരിൽനിന്നു മറച്ചു വെയ്ക്കാൻ ഞാൻ പാടുപെട്ടു. ഞാൻ തിരിഞ്ഞ് അയാളോടു ചോദിക്കുകയാണ്. എന്ത്? ഒന്നുകൂടി വ്യക്തമായിപ്പറയൂ.

''ശങ്കു! ശങ്കുയന്ത്രം എന്നാണതിന്റെ പേര്. എന്താണ് സർ?''

ഒന്നുമില്ല. ഒന്നുമില്ല. ഞാൻ ഉള്ളിൽ പറഞ്ഞു. പ്രിയ വായനക്കാർ എന്നോടു ക്ഷമിക്കണം. എനിക്ക് ആ നിമിഷം വിവരിക്കാനാകുന്നില്ല. അതിന് അക്ഷരങ്ങൾ പോരതന്നെ! ശങ്കു? ആരാണ് ശങ്കു?

''അതു വിക്രമാദിത്യ സദസ്സിലെ നവരത്നങ്ങളിൽ ഒരു പണ്ഡിതനാണ് സർ.''

''എന്താണ് ആ മഹാന്റെ പേര് ഈ മെഷീനു കൊടുക്കാൻ കാരണം?''

''അറിയില്ല സർ. പക്ഷേ, ഇവിടമാണ് കൃത്യം ന്യൂട്രൽ പോയന്റ്. ജൂൺ 21ന് ഇവിടെ നിഴൽ ഉണ്ടാകില്ല!''

എനിക്കറിയാം. ഞാൻ ഉള്ളിൽ തിരതള്ളുന്ന വികാരാവേശം പുറത്തുകാട്ടാതെ ഉള്ളിൽ പറഞ്ഞു. എനിക്കറിയാം. ശങ്കു.. പുരുഷനും സ്ത്രീയും കൂടിച്ചേർന്ന പ്രതിഭ! സ്റ്റീഫൻ ഹോക്കിംഗിന്റെ കൂടെ എന്റെ മുന്നിൽ വന്ന അജ്ഞാതൻ. ഞാൻ ഞെട്ടൽകൊണ്ട് തളർന്നുവീഴും എന്നു തോന്നി.

മുരുകാ. അങ്ങെന്നെ എവിടെനിന്ന് എവിടേക്കൊക്കെ നടത്തിക്കുന്നു? ദേവലോകത്തിന്റെ ഒരു പകൽ ഉത്തരായനവും രാത്രി ദക്ഷിണായനവും ആണെന്നു ഞാൻ കേട്ടിട്ടുണ്ട്. എന്റെ അത്ഭുതം നിങ്ങൾക്കൂഹിക്കാൻ പറ്റുമോ? എന്തുകൊണ്ടും ഞാൻ ഒരു ന്യൂട്രൽ

പോയന്റിലേക്ക് എത്തുകയാണല്ലോ! ലോകത്തിന്റെ തികച്ചും ന്യൂട്രൽ പോയന്റിലാണ് ഞാൻ നിൽക്കുന്നതിപ്പോൾ.

തൊട്ടുമുമ്പേ ശിഖണ്ഡിപ്പാറയിലെത്തിയപ്പോൾ എന്റെ മിഷന്റെ പകുതിയിലെത്തി എന്ന തോന്നലായിരുന്നു എന്നു പറഞ്ഞല്ലോ. ഇപ്പോൾ ഇവിടെ എത്തിയപ്പോൾ, എങ്ങനെ ഇവിടെ എത്തി? ഭഗവാൻ പറഞ്ഞിട്ട്. അതും അവിടെ ഇതാ ഒരു യന്ത്രം. ശരിക്കും ന്യൂട്രൽ പോയന്റ്. അതിന്റെ പേര് ശങ്കു യന്ത്രം. പഴനിമലയിലെ ഗിരിവീഥി എന്റെ ആത്മീയജീവിതപാതയുടെ റിപ്ലിക്ക എന്നു പറഞ്ഞതു നിങ്ങൾക്കിപ്പോ മനസ്സിലായല്ലോ? അവിടെനിന്നു നേരെ എത്തിയതു ദേവലോകത്തെ ഒരു പകൽ അവസാനിച്ച് രാത്രി തുടങ്ങുന്നതിനു സാക്ഷ്യം വഹിക്കുന്ന കിറുകൃത്യം പോയന്റിൽ. ഇതിനെയൊക്കെ എങ്ങനെ വ്യാഖ്യാനിക്കാനാണ്?

ഇല്ല. ഇനിയെനിക്കു യാതൊരു സംശയങ്ങളുമില്ല. മുരുകപ്പെരുമാളിന്റെ പദ്ധതികൾ ഒരിഞ്ച് തെറ്റാതെ മുന്നോട്ടുപോവുകയാണ്. എനിക്ക് എല്ലാം തെളിഞ്ഞുവരുന്നു. വെറുതെയല്ല സ്റ്റീഫൻ ഹോക്കിംഗ് എന്റെ വീട്ടിൽ വന്നത്. എന്റെ മുന്നോട്ടുള്ള പാതയിൽ എന്നിലേക്ക് ന്യൂട്രൽ പോയന്റിലെ എനർജി കേറേണ്ടതുണ്ട്. ഇനിയങ്ങോട്ടുള്ള എന്റെ യാത്രയിൽ എനിക്കിദ്ദേഹത്തിന്റെ അനുഗ്രഹം വേണ്ടിവരും. അതിനെന്നെ അനുഗ്രഹിക്കാനാണ് സ്റ്റീഫൻ ഹോക്കിംഗ് അന്നു ശങ്കുവുമൊത്ത് എന്റെ വീട്ടിൽ വന്നത്. ഞാൻ അടുത്ത ദിവസം അയയ്ക്കാനിരിക്കുന്ന ക്ഷണക്കത്ത് മുൻകൂട്ടി ലഭിച്ചവ്യക്തിയാണദ്ദേഹം. അദ്ദേഹത്തെപ്പറ്റി പിന്നെ ഞാൻ ഏറെ പഠിച്ചപ്പോൾ എന്നെ ഞെട്ടിപ്പിച്ച ഒരു കാര്യം അറിയാൻ കഴിഞ്ഞു. 2009ൽ ഹോക്കിംഗ് 150-200 പേർക്കായി ഒരു പാർട്ടി നടത്തി. അതിനാരും പങ്കെടുത്തില്ല. കാരണം അതിന്റെ ഇൻവിറ്റേഷൻ ഇ മെയിലുകൾ ഹോക്കിംഗ് അയയ്ക്കുന്നത് അടുത്ത ദിവസം. ഓൺ ടൈം ട്രാവലേഴ്സ് സിദ്ധി ഉള്ളവരാരെങ്കിലും ഉണ്ടായിരുന്നെങ്കിൽ പാർട്ടിക്കു വന്നേനെ എന്നാണദ്ദേഹം പറയുന്നത്.

ഞാനാകെ അത്ഭുതപരതന്ത്രനായി. കാരണം രണ്ടുനാൾ കഴിഞ്ഞു മാത്രം ക്ഷണക്കത്ത് പബ്ലിക്ക് ആക്കുന്ന അമ്മയുടെ 'ഓർമ്മകൾ' പ്രോഗ്രാമിലേക്ക് അദ്ദേഹം തലേനാൾ എത്തിയല്ലോ! എന്റെ അത്ഭുതം എന്തായിരിക്കും ഇതിനെപ്പറ്റി വായിച്ചപ്പോൾ എന്നു നിങ്ങൾക്കൂഹിക്കാൻ സാധിക്കുന്നുണ്ടോ? മാത്രമോ? ഒരുവേള, അല്ല, ഉറപ്പായും വിക്രമാദിത്യ സദസ്സിലെ ജ്യോതിശ്ശാസ്ത്രജ്ഞൻ ശങ്കു സ്റ്റീഫൻ ഹോക്കിംഗിന്റെ പൂർവജന്മംതന്നെ! ഉറപ്പ്! ടൈം ട്രാവലർ സിദ്ധിയുള്ള സ്റ്റീഫൻ ഒരു വീൽചെയറിൽ ഒരു കണ്ണിമചലനം കൊണ്ടു

മാത്രം പ്രബന്ധങ്ങൾ രചിച്ചതെന്തുകൊണ്ടാകാം? ഇപ്പോൾ എനിക്കറിയാം. എന്താണ്? തന്റെ ധിഷണ വേറെ ഒരു കാര്യത്തിനും വിനിയോഗിക്കണ്ട എന്നു കരുതി സ്വയം വരിച്ചതാകാം Amyotrophic Lateral Sclerosis (ALS) എന്ന അത്യപൂർവരോഗം. നാലാം ഡൈമൻഷൻ സിദ്ധിയുള്ള അദ്ദേഹത്തിനെന്തിനാണ് ഒരു സാദാ മനുഷ്യനായി ജീവിക്കേണ്ട കാര്യം?

ഒരു വെറും പുഴുവായി ഇലതിന്നുക എന്നതിൽമാത്രം, ആ ഒറ്റക്കാര്യത്തിൽ മാത്രം ശ്രദ്ധ കേന്ദ്രീകരിച്ച്, പിന്നെ നീണ്ട ഉറക്കമുറങ്ങി ജീവിക്കുന്ന പുഴു പിന്നീടെന്താകുന്നു? വർണ്ണശലഭം. ഹോക്കിംഗ് ഇപ്പോൾ ഏതോ ടൈം സോണിലിരുന്നു ചിരിക്കുന്നുണ്ടാകും. ഈ പുസ്തകത്തിൽ ഇന്നു ഞാൻ ഇങ്ങനെ എഴുതുന്നത് എത്രയോ മുമ്പ് അദ്ദേഹം വായിച്ചിരിക്കാം! പ്രിയ വായനക്കാരെ, നിങ്ങൾ Interstellar എന്ന ക്രിസ്റ്റഫർ നോളന്റെ സിനിമ കാണുക! ഞാൻ ശക്തമായി റെക്കമെന്റ് ചെയ്യുന്നു.

ആ ഒബ്സർവേറ്ററിയിൽ നിൽക്കുമ്പോൾ എനിക്കു മുന്നിൽ പ്രപഞ്ചം തെളിഞ്ഞുവന്നു. അതിനിടയിൽ ഒരു ന്യൂട്രൽ പാത തെളിഞ്ഞുവരുംപോലെ എനിക്കു തോന്നി. ഒരു വശം കറുപ്പ്, ഒരു വശം വെളുപ്പും. അവിടെനിന്ന് എന്നിലേക്ക് ഒരു എനർജി ഒഴുകിയെത്തി.

ഓം ശരവണഭവായ നമഃ

സമയം: മിത്തിനുള്ളിലെ യാഥാർത്ഥ്യം

ഉജ്ജയിനിൽ ധ്വജം സ്ഥാപിച്ചു കുറച്ചുനാൾ കഴിഞ്ഞ് അടുത്ത ശിവരാത്രിക്കു ഭഗവാൻ എന്നോട് വീണ്ടും ഉജ്ജയിനിലെത്താൻ നിർദ്ദേശിച്ചു. അവിടെ വിദിഷ എന്ന സ്ഥലത്ത്. ആദ്യം ഞങ്ങൾ ഉജ്ജയിനിൽ എത്തി. ഞങ്ങൾ അഞ്ചു പേർ. ഭാസ്കർ, ഡോ. മഹേഷ്, ജനാർദ്ദനൻ, ജിനോജ് അവിടെ എല്ലായിടവും സന്ദർശിച്ച്, പ്രാർത്ഥിച്ച് വിദിഷയിലേക്കു പുറപ്പെട്ടു. ഒരു ഇന്നോവയിൽ. 250 കിലോമീറ്ററോളമുണ്ട് ഉജ്ജയിനിൽനിന്ന്. ശിവരാത്രിദിവസം സന്ധ്യയോടെ എത്തിച്ചേർന്നു.

ഉത്തരായനരേഖ (Tropic Of Cancer) കടന്നുപോകുന്നത് ഇതിലൂടെയാണ്. ഉദയഗിരി കേവ്സ് എന്നറിയപ്പെടുന്ന 18 ഗുഹകളുടെ ഒരു സമുച്ചയം ഉണ്ടായിരുന്നു അവിടെ. ചന്ദ്രഗുപ്ത മൗര്യൻ പണിയിപ്പിച്ചവയാണിവ. ഇപ്പോൾ അത് ആർക്കിയോളജി ഡിപ്പാർട്ട്മെന്റിന്റെ നിയന്ത്രണത്തിലാണ്. കൊടുംപാറയിൽ കൊത്തിയ ഗുഹകൾ. ഈ പതിനെട്ടു ഗുഹകളിൽ മൂന്നാം ഗുഹയിൽ മുരുകപ്രതിഷ്ഠയാണ്. അത്ഭുതം അതല്ല. പഴനിയിലെ ദണ്ഡായുധപാണിപ്രതിഷ്ഠയുടെ അതേ രൂപം. മുരുകപൂജ ചന്ദ്രഗുപ്തമൗര്യന്റെ കാലത്തേ ഉണ്ടായിരുന്നു!

അവിടെ ഇരുന്നു ധ്യാനിക്കണം എന്നാണ് എനിക്കു ഭഗവാന്റെ നിർദ്ദേശം. അവിടെ എത്തിയപ്പോൾ മുതൽ എനിക്ക് ആ ഒരു വൈബ്രേഷൻ ലഭിച്ചുതുടങ്ങി. പഴനി ആണ്ടവന്റെ പ്രതിമ കണ്ടതോടെ അത് ഉച്ചസ്ഥായിയിലായി. എന്നാൽ എന്തോ രഹസ്യമുണ്ട്. അതെന്താണെന്നു കിട്ടുന്നില്ല. എന്നിൽ ആന്തരികമായി എന്തൊക്കെയോ തിളച്ചുമറിയുന്നുണ്ട്. അതൊരുതരം വിമ്മിഷ്ടമാണ്. പറഞ്ഞു ഫലിപ്പിക്കാൻ ആവുന്നതല്ല. എഴുതാൻ ഒരു തീം മനസിൽ വന്നിട്ട് എങ്ങനെയത് എഴുതണം എന്നറിയാതെ ഞെരിപിരികൊള്ളുന്ന എഴുത്തുകാരന്റെ അവസ്ഥ. ഇത്തരം അവസ്ഥകൾ മുമ്പും ഉണ്ടായിട്ടുണ്ട്.

ആന്തരികമായി ഞാൻ വൻ അസ്വസ്ഥനായിരിക്കും ആ സമയങ്ങളിൽ. എന്നാൽ അതു വെളിപ്പെടാതെ പെരുമാറാൻ വർഷങ്ങൾകൊണ്ട് ഞാൻ പരിശീലിച്ചെടുത്തിട്ടുണ്ട്.

ഗുഹകളെല്ലാം നടന്നു കണ്ടതിനുശേഷം ഞാൻ കൂടെയുള്ള വരോട് "നിങ്ങൾ ബാക്കി സ്ഥലങ്ങളൊക്കെ കാണാൻ പൊയ്ക്കോളൂ, എനിക്കിത്തിരിനേരം ഒറ്റയ്ക്കിരിക്കണം" എന്നു പറഞ്ഞു. എനി ക്കെന്തോ ആ സമസ്യയ്ക്ക് ഉത്തരം കിട്ടിയേ മതിയാകൂ. എന്താണി വിടെയുള്ള രഹസ്യം? ഭഗവാൻ എന്തുകൊണ്ട് എന്നെ ഇവിടെ എത്തിച്ചു.

ഒറ്റയ്ക്കായപ്പോൾ ഞാൻ ഇരുന്നു ധ്യാനിച്ചു. ഡോ. മഹേഷ് കൂടെയുണ്ടായിരുന്നു എന്നോർക്കുന്നു. ആ ധ്യാനത്തിനൊടുവിൽ എനിക്കു മുന്നിൽ അതു തെളിഞ്ഞുവന്നു. ഒഴുകിയൊഴുകി വന്നു. വിദിഷയിലെ ഈ ഗുഹകൾ പൊക്കിൾക്കൊടിയാണ്. ഭാരതത്തിന്റെ പൊക്കിൾക്കൊടി. അടുത്ത ഡൈമൻഷനിലേക്കുള്ളൊരു പോർട്ടൽ ആണിവിടം. ഈ വിദിഷയുടെ അധിപൻ സാക്ഷാൽ ബ്രഹ്മദേവ നാണ്. എവിടേയും പ്രതിഷ്ഠയില്ലാത്ത ബ്രഹ്മദേവൻ.

ലോകത്തിലെ സർവ്വചരാചരങ്ങളേയും സൃഷ്ടിക്കുക എന്ന നിതാന്തവിശ്രമമില്ലാത്ത ജോലിയിലേർപ്പെട്ടിരിക്കുന്ന ബ്രഹ്മദേവനെ ചുറ്റിപ്പറ്റി അതുവരെ കേട്ട പല കഥകളും എന്റെ ഉള്ളിൽ ആ സമയം പൊന്തിവന്നു. ധ്യാനത്തിലിരിക്കുമ്പോൾ കിട്ടിയ വെളിപാടിൽനിന്ന് ആ സമയം മുരുകഭഗവാൻ എന്നെ ഒരു വലിയ സത്യം പഠിപ്പിക്കുക യാണ്. എല്ലാ പുരാണകഥകളും വെറും കഥകളല്ല. വേറെ ചിലതു മായി കണക്ഷനുള്ള ഇമേജറികളാണാക്കഥകൾ. കേൾക്കുമ്പോൾ അമർ ചിത്രകഥപോലെ ത്രിൽ ഉണ്ടാക്കുന്ന ഭ്രമകല്പന കഥകളെന്നു തോന്നാം. എന്നാൽ അവയ്ക്കിടയിൽ സൂക്ഷ്മദൃക്കുകൾക്കു മാത്രം ഗോചരമാകുന്ന നൂലുകൾ പാവിയിട്ടുണ്ട്. ഭഗവാൻ അവയെന്നെ വിടർത്തിക്കാണിക്കുകയാണ്. അവയ്ക്കു പല പല കണക്ഷനുകളുണ്ട്.

ഒരു കഥ പറയാം. ഒരിക്കൽ ബ്രഹ്മദേവനും വിഷ്ണുവും തമ്മിൽ ഒരു മത്സരം നടന്നു. മഹാദേവൻ ശിവന്റെ ആദിയും അന്തവും കണ്ടുപിടിക്കുക എന്നത്. വിഷ്ണു ശിവന്റെ പാദങ്ങൾ കണ്ടെത്താൻ താഴേക്കു പാഞ്ഞു. ബ്രഹ്മദേവനാകട്ടെ ശിവന്റെ ഉച്ചിയിലേക്കെത്താൻ മുകളിലേക്കും. കാലത്തിനു മീതെ വിരിഞ്ഞുനിൽക്കുന്ന, അനു നിമിഷം വലുതായിക്കൊണ്ടിരിക്കുന്ന (dark energy എന്ന് ഇപ്പോൾ ശാസ്ത്രം വിലയിരുത്തിയ) മഹാകാലേശ്വരന്റെ ആദിയും അന്ത്യവും കണ്ടുപിടിക്കാൻ ഒക്കുമോ? ഇല്ല! വിഷ്ണു തോൽവി സമ്മതിച്ചു തിരികെവന്നു. തന്നെക്കൊണ്ടതിനു കഴിഞ്ഞില്ല എന്നു ശങ്കരരൂപ ത്തിൽ പുഞ്ചിരിച്ചു നിൽക്കുന്ന ശിവനോടു പറഞ്ഞു. ബ്രഹ്മാവാകട്ടെ,

തിരികെയെത്തിയത് ഒരു കൈതപ്പൂവുമായിട്ടാണ്. ഒരുവിധത്തിൽ താൻ മഹാദേവന്റെ ഉച്ചിയിലെത്തി എന്നു ബ്രഹ്മാവ് അവകാശപ്പെട്ടു. സാക്ഷിയായി കൈതപ്പൂവും അതേറ്റുപറഞ്ഞു. ഒരിക്കലും അതു സത്യമല്ല എന്നറിയുന്ന ശങ്കരൻ കോപിഷ്ഠനായി. അഞ്ചു തലയുണ്ടായിരുന്ന ബ്രഹ്മാവിന്റെ ഒരു തല അരിഞ്ഞു കളഞ്ഞു ശിവൻ! കള്ളസാക്ഷി പറഞ്ഞ കൈതപ്പൂവിനെ അന്നുമുതൽ പൂജാവേളയിൽനിന്ന് എന്നന്നേക്കുമായി പരിത്യക്തയാക്കി.

മറ്റൊരു കഥകൂടി കേൾക്കൂ. ഒരിക്കൽ ബ്രഹ്മാവിനു സരസ്വതിയുടെ സൗന്ദര്യത്തിൽ കമ്പം തോന്നി. സ്വന്തം പുത്രിയാണ്. പിതാവ് തന്നെ പ്രാപിക്കാൻ മോഹിക്കുന്നു എന്നറിഞ്ഞ സരസ്വതി ഓടി വിഷ്ണുവിനെ അഭയം പ്രാപിച്ചു. പിറകെ ഓടിവന്ന ബ്രഹ്മാവിന്റെ ഒരു തല കോപക്രാന്തനായ മഹാദേവൻ അരിഞ്ഞിട്ടു. അങ്ങനെ അഞ്ചു തലയുണ്ടായിരുന്ന ബ്രഹ്മദേവൻ മൂന്നു തലയുള്ളവനായി.

ഇതു കഥ. വായിച്ചോ കേട്ടോ പോകാവുന്ന സാധാരണ കഥ. എന്നാൽ, ഈ കഥയ്ക്ക് അനേകം മാനങ്ങളുണ്ടെന്നാണ് ആ ധ്യാനത്തിൽ മുരുകഭഗവാൻ എന്നെ കാട്ടിത്തന്നത്. അതായതു ചരിത്രത്തിൽ രേഖപ്പെടുത്താതെ പോയ ചില വിടവുകൾ ഉണ്ടാകാം. കേരളചരിത്രത്തിലുണ്ട്. തമിൾ ചരിത്രത്തിലുണ്ട്. ലോകത്തെ എല്ലാ ചരിത്രത്തിലുമുണ്ട്. പ്രപഞ്ചചരിത്രത്തിലുമുണ്ട്. ആ കാലത്തെ ഒന്നും നമ്മൾക്കറിയില്ല. അങ്ങനെ ഒരു ചരിത്ര വിടവ് നികത്താനുള്ള പാലമാണ് കുമാരികാണ്ഡം. കുമാരികാണ്ഡ പുനഃസ്ഥാപനമിഷന്റെ ദൗത്യം വിജയിക്കുന്നതോടുകൂടി നമ്മൾക്കു നഷ്ടപ്പെട്ടുപോയ ആ ചരിത്രം വീണ്ടും ലോകം അറിയും. ലോകം മുഴുവൻ അതു പഠിക്കും. അങ്ങനെ ഇന്നു നമ്മൾ പഠിക്കുന്ന ചരിത്രത്തിൽ ഇതുവരെ വരാത്ത പുതിയ പുതിയ കാര്യങ്ങൾ കൂട്ടിച്ചേർക്കപ്പെടും. ആ കൂട്ടിച്ചേർക്കലിന്റെ ഇടയിലുള്ള ജോയന്റ് ബോൾട്ട് ആകും പുതിയ കുമാരികാണ്ഡം.

മുൻ യുഗങ്ങളിലെ മനുഷ്യർ അഞ്ച് ഡൈമൻഷൻ സ്വായത്തമാക്കിയവരായിരുന്നു എന്നുവേണം മനസ്സിലാക്കാൻ. തങ്ങൾക്കു ജന്മനാ കിട്ടുന്ന കഴിവുകളെ വിലകുറച്ചു കാണുക എന്നതു ജന്തുസഹജമാണല്ലോ! പോകപ്പോകെ അഹങ്കരിക്കാൻ തുടങ്ങിക്കാണണം അവർ. ഈ കഥയിൽ നോക്കൂ, മഹാകാലേശ്വരനായ മഹാദേവനോടു ബ്രഹ്മദേവൻ നുണ പറഞ്ഞു. കഥയിൽ അതൊരു ഇമേജറിയാണ്. തന്റെ അറിവിനെ, കഴിവിനെ, മനുഷ്യൻ തെറ്റായി ഉപയോഗിക്കാൻ തുടങ്ങി. അപ്പോൾ കാലം അതിനെ തിരുത്തും. അതു പലവിധത്തിലാകാം. ഈ കഥയിൽ കാലേശ്വരൻ അഞ്ചു തലകളിൽ

ഒന്ന് അറുത്തുമാറ്റി. അഞ്ചാം ഡൈമൻഷൻ എന്ന കഴിവ് മനുഷ്യനിൽനിന്ന് എടുത്തുമാറ്റി എന്നാണ് വരികൾക്കിടയിൽനിന്നു വായിക്കേണ്ടത്.

നാലു ഡൈമൻഷൻ കഴിവ് അപ്പോഴും ബാക്കിയുണ്ടായിരുന്നു. അതും അവൻ മാനിപ്പുലേറ്റ് ചെയ്യാൻ തുടങ്ങിക്കാണും. ഇവിടെ കഥയിൽ നോക്കൂ. ബ്രഹ്മാവ് മകളെ കാമിക്കുന്നു. ആരാണ് ഈ സരസ്വതി! അറിവ്. അറിവിനെ വ്യഭിചരിക്കുക എന്നത് അക്ഷന്തവ്യമായ തെറ്റല്ലേ? അതോടെ മനുഷ്യൻ ഇന്നു കാണുന്ന മൂന്ന് ഡൈമൻഷൻ ജീവികളായി. സാധാരണക്കാരായി ചുരുങ്ങി. കാലം മനുഷ്യനെ ചുരുക്കി. കാലം എന്നാൽ ആര്? മഹാകാലേശ്വരൻ ആര്? സാക്ഷാൽ ശിവൻ! ഇനി മുമ്പൊരു അധ്യായത്തിൽ പറഞ്ഞിട്ടുള്ള ഒരു കാര്യം ഓർക്കുക. ബ്രഹ്മദേവൻ ഒഴികെ സൃഷ്ടി നടത്തിയത് ഒരേ ഒരാളെ ഉള്ളൂ – മുരുകഭഗവാൻ. ഓംകാരത്തിന്റെ അർത്ഥം അറിയാത്തതിനു ബ്രഹ്മാവിനെ കാരാഗൃഹത്തിലടച്ച മുരുകഭഗവാൻ. അപ്പോൾ കഥകൾ വെറും കഥകളല്ല. ഇതെല്ലാം എനിക്കു വെളിപാടുണ്ടാകുന്നത് ഇവിടെ ഈ മുരുകപ്രതിഷ്ഠയുള്ള ഗുഹയ്ക്കുള്ളിൽ ഇരിക്കുമ്പോഴാണ്.

മുരുകൻ എന്നെ സമയത്തെ മറികടക്കാൻ പ്രാപ്തനാക്കിക്കൊണ്ടിരിക്കുകയാണെന്ന വിശ്വാസം ഒന്നുകൂടി ബലപ്പെട്ട നിമിഷമായിരുന്നു അത്. അത്ഭുതവും ആഹ്ലാദവും എനിക്കു തോന്നി. ഒരു കാര്യം ഞാൻ പറയാൻ വിട്ടു. സാക്ഷാൽ വിക്രമാദിത്യന്റെ രണ്ടു പുത്രന്മാരുടെ നാമങ്ങൾ കുമാരഗുപ്തൻ, സ്കന്ദഗുപ്തൻ എന്നാണ്.

വിക്രമാദിത്യ മഹാരാജാവിനെപ്പറ്റിയും ഒരു മിത്ത് കഥയുണ്ട്. അദ്ദേഹം എന്തെങ്കിലും ഒരു മിഷൻ ആരംഭിക്കുന്നതിനു മുമ്പോ അല്ലെങ്കിൽ മറ്റേതെങ്കിലും മാനസികവിഷമത്തിലിരിക്കുന്ന സമയത്തോ തന്റെ കുലദേവതയായ ഹർഷദ് മാതയുടെ സന്നിധിയിൽ പോയി സ്വന്തം തലവെട്ടി സമർപ്പിക്കുമത്രെ. മനസ്സലിയുന്ന ദേവി അദ്ദേഹത്തെ അനുഗ്രഹിച്ച് തിരികെവിടും.

ഇതൊരു സാങ്കല്പിക കഥയാണ്. എന്നാൽ എനിക്കുണ്ടായ വെളിപാട്, അദ്ദേഹത്തിനുണ്ടായിരുന്ന നാലാം ഡൈമൻഷൻ സിദ്ധി മനുഷ്യസഹജമായ അല്ലെങ്കിൽ ക്ഷത്രിയകർമ്മങ്ങളാലെങ്ങാൻ നഷ്ടമാകുന്ന അവസരത്തിൽ മാനസികമായി വേദനിച്ച് കുലദേവതയ്ക്കു മുന്നിലെത്തി, ഇനി തനിക്കു ജീവിക്കണ്ട എന്നു വിലപിക്കുകയും, ദേവി ആ സിദ്ധി തിരികെ നൽകുകയും ചെയ്യും എന്നാണ്. അതായിരിക്കണം യാഥാർത്ഥ്യം.

സമയം, അതിന്റെ അവലംബം എല്ലാം എന്നെ ആകർഷിച്ചിരുന്നൊരു അത്ഭുതവസ്തുവായിരുന്നു എന്നും. ആ ഞാൻ വീട് പണിയുമ്പോൾ വീടിന് എന്തു പേരിടും? പുതിയ വീടു പണിയാൻ തീരുമാനിച്ചപ്പോൾ എന്റെ സ്പിരിചൽ ഇന്ററസ്റ്റ് അറിയുന്ന ഏവരും കരുതിയത് അതൊരു ട്രഡീഷണൽ ഭാരതീയ ആർക്കിടെക്ച്ചർ പിൻപറ്റി ആയിരിക്കും എന്നാണ്. എന്നാൽ ഞാൻ വളരെ കണ്ടമ്പററി ആയ വീടാണ് പണിതത്. ആ വീടും അതിന്റെ പേരും ഏവരേയും അത്ഭുതപ്പെടുത്തി!

TIME! എന്റെ പുതിയ കാറിലും എഴുതിവച്ചിട്ടുണ്ട്. TIME! സമയം എന്ന പ്രതിഭാസത്തെ മുരുകഭഗവാന്റെ അനുഗ്രഹത്താൽ ഒരിക്കൽ മറികടക്കും എന്നു നൂറുശതമാനം ഉറപ്പുള്ള ഞാൻ മറ്റെന്തു പേരാണ് എന്റെ വാസസ്ഥാനത്തിനിടുക?

സമയത്തിന്റെ അധിപൻ അവൻ, പഴനി ആണ്ടവൻ!

മഹാസിദ്ധർ മൂന്നുപേർ

എന്റെ ജീവിതപാതയിൽ പ്രത്യക്ഷമായും പരോക്ഷമായും വന്നു പോകുന്ന മൂന്ന് സിദ്ധരുണ്ട്. അവരെപ്പറ്റി പൊതു വിവരങ്ങൾ നിങ്ങളുമായി പങ്കുവെയ്ക്കാതെ ഈ പുസ്തകം ഒരിക്കലും പൂർണ്ണമാകില്ല. ഈ പുസ്തകത്തിൽ പലയിടങ്ങളിലും ഈ മൂന്ന് പേർ ധാരാളമായി പരാമർശിക്കപ്പെടുന്നതിനാൽ അവർ ആര്, എന്ത് മുതലായ കാര്യങ്ങൾ ഈ അധ്യായത്തിൽ വിവരിക്കാം.

ഭോഗർ സിദ്ധർ

അവിശ്വസനീയം എന്ന് ഒറ്റവാക്കിൽ ആദ്യമായി കേൾക്കുന്നവർ സംശയലേശമന്യേ പറയും ഭോഗർ സിദ്ധരെപ്പറ്റി കേൾക്കുമ്പോൾ. മനുഷ്യസാദ്ധ്യമാണോ ഇതെല്ലാം എന്നു സംശയം തോന്നുന്നത്ര ധൈഷണിക പ്രവൃത്തികൾ ചെയ്തുതീർത്ത ഒരാളാണ് ഭോഗർ സിദ്ധർ. എന്താണ് അദ്ദേഹം ചെയ്ത പ്രവർത്തനങ്ങളിൽ ഏറ്റവും മികച്ചത് എന്നു ചോദിച്ചാൽ എന്റെ ഉത്തരം ഇതായിരിക്കും: പഴനി മലയിൽ ദണ്ഡായുധപാണി വിഗ്രഹം നിർമ്മിച്ച് പ്രതിഷ്ഠിച്ച മഹാൻ!

ചൊവ്വാഗ്രഹത്തിന്റെ ദൃഷ്ടി പതിക്കുന്ന സ്ഥലം എന്ന നിലയിലാണത്രെ അദ്ദേഹം പഴനിമല തിരഞ്ഞെടുക്കുന്നത്. 5000 വർഷങ്ങൾക്കുമുമ്പ്, കലിയുഗാരംഭത്തിനുംമുമ്പ് ജീവിച്ചിരുന്ന മഹാനാണ് ഭോഗർ. പഴനിക്ക് അടുത്തുള്ള ഒരു സാധാരണ ഗ്രാമത്തിൽ ജനിച്ചു. സാധാരണ കുടുംബം. അദ്ദേഹം എഴുതിയ അനേകം ഗ്രന്ഥങ്ങളിൽ ഏറ്റവും പ്രധാനമായ 'ഭോഗർ സപ്തകാണ്ഡ'ത്തിൽ തന്റെ വേരുകൾ അദ്ദേഹംതന്നെ വെളിപ്പെടുത്തുന്നുണ്ട്. ഭോഗർ രചിച്ച വിവിധ വിഷയങ്ങളിലെ ഗ്രന്ഥങ്ങളുടെ ലിസ്റ്റ് എടുത്തു പരിശോധിക്കുമ്പോൾ ഒരു മനുഷ്യായുസ്സിൽ ഒരാൾക്ക് ഇത്രയും എഴുതാൻ കഴിയുമോ എന്ന് അത്ഭുതം തോന്നാം. എന്നാൽ ഈ ഗ്രന്ഥരചനകൾ അദ്ദേഹത്തിന്റെ സംഭാവനകളുടെ ഒരു ചെറിയ അംശം മാത്രമേ ആകുന്നുള്ളൂ എന്നതാണ് സത്യം. ഇതെങ്ങനെ സാധിക്കുന്നു? അതിനുത്തരം,

ഭോഗർ സിദ്ധർ

സിദ്ധികൾ കൈവശം ഉള്ളതുകൊണ്ട് എന്നാണ്. അതിനാലാണല്ലോ അദ്ദേഹത്തെ സിദ്ധർ എന്നു വിളിക്കുന്നത്.

തന്റെ ഗുരുവായ കാലങ്ഗി സിദ്ധരുടെ നിർദേശപ്രകാരം ദീർഘ നാൾ ഭോഗർ ചൈനയിൽ പ്രവർത്തിക്കുകയുണ്ടായി. കൂടാതെ ലോകത്തിലെ പല സ്ഥലങ്ങളിലും അദ്ദേഹത്തിന്റെ സാന്നിദ്ധ്യം ഉണ്ടായതായി തെളിവുകളുണ്ട്. ചൈനയിലെ പ്രമുഖ മതമായ താവോ യിസത്തിന്റെ സ്ഥാപകനായ ലാവോത്സു ഭോഗർ സിദ്ധരാണെന്ന ഒരു വാദം നിലനിൽക്കുന്നുണ്ട്.

മെഡിറ്റേഷൻ, ആൽക്കെമി, യന്ത്ര ഡിസൈൻ (geometrical designs), ക്രിയായോഗ മുതലായവയിൽ അഗ്രഗണ്യനായിരുന്ന ഭോഗർ ഇതു വളരെയധികം ശിഷ്യന്മാരെ അഭ്യസിപ്പിച്ചു. ശ്രീലങ്ക യിലെ കതിർഗാമയിൽ വച്ചായിരുന്നു ഇത്. അന്ന് അദ്ദേഹത്തിൽ നിന്ന് ക്രിയായോഗ അഭ്യസിച്ച മഹാനായിരുന്നു മഹാവതാർ ബാബാജി എന്നറിയപ്പെടുന്ന ഗുരു. ഭോഗറുടെ ശിഷ്യരിൽ പ്രഥമ സ്ഥാനം അലങ്കരിക്കുന്നത് പുലിപ്പാണി സിദ്ധരാണ്. 18 മഹാസിദ്ധ രിൽ ഗുരുവും ശിഷ്യനുമുണ്ട്.

ഒരിക്കൽ ചൈനയിൽ പോയ ഭോഗർ സിദ്ധർ തിരിച്ചുവന്നില്ല. അന്വേഷിച്ചിറങ്ങിയ ശിഷ്യൻ പുലിപ്പാണി, അവിടെ സകല ആത്മീ യതയും വിട്ട് ലൗകിക ജീവിതത്തിൽ അഭിരമിക്കുന്ന സിദ്ധരെ കണ്ട് അമ്പരന്ന്, പിടിച്ചപിടിയാലെ കൊണ്ടുവന്നു എന്നൊരു കഥയുമുണ്ട്. പൊതുവെ സിദ്ധരെല്ലാം നമ്മൾ മനുഷ്യർക്ക് അസാധ്യമെന്നു തോന്നുന്ന കാര്യങ്ങൾ ഈസിയായി ചെയ്യുന്നവരാണ്. അവർ സമ യത്തെ മറികടക്കാൻ പ്രാപ്തരായവരാണ്. അതായത് time travel സിദ്ധി ലഭിച്ചവരായിരിക്കും. ഇക്കാര്യത്തെക്കുറിച്ച് ഈ പുസ്തക ത്തിൽതന്നെ മുമ്പൊരധ്യായത്തിൽ വിവരിച്ചത് ഓർക്കുമല്ലോ.

ആദ്യമേ പറഞ്ഞല്ലോ, ഭോഗർ സിദ്ധരാണ് പഴനിയിലെ പ്രസിദ്ധ മായ ആ നവപാഷാണ വിഗ്രഹം നിർമ്മിച്ചത്. നാലായിരത്തിലധികം ഹെർബലുകൾ ഉപയോഗിച്ച് ഒമ്പത് വിഷക്കൂട്ട് ഉണ്ടാക്കി, ആ ഒമ്പത് പാഷാണങ്ങളും പ്രത്യേക അനുപാതത്തിൽ കൂട്ടിച്ചേർത്ത്, ലോഹത്തെ വെല്ലുന്ന ഉറപ്പുള്ള സാക്ഷാൽ ദണ്ഡായുധപാണിയെ അദ്ദേഹം നിർമ്മിച്ചു. അന്നുമുതൽ ഇന്നുവരെ എത്രകോടി ജോഡി കണ്ണുകൾ ആ വിഗ്രഹത്തെ പ്രാർത്ഥനയോടെ ദർശിച്ചിരിക്കും! എത്ര കോടി ലിറ്റർ പാൽ ആ വിഗ്രഹത്തിൽ അഭിഷേകം ചെയ്തിരിക്കും! ഈ നവപാഷാണ വിഗ്രഹത്തിൽകൂടി അഭിഷേകം ചെയ്തുവരുന്ന പാൽ അമൃതിനു സമമാണ്. കലിയുഗത്തിലെ പല രോഗങ്ങൾക്കും അതു ദിവ്യൗഷധമാണ്.

ഭോഗർ സിദ്ധർ നിർമ്മിച്ച മുരുക
ഭഗവാന്റെ രണ്ടാം വിഗ്രഹം എന്റെ ഉൾക്കാഴ്ചയിൽ

മുൻ അധ്യായങ്ങളിൽനിന്ന് നിങ്ങൾ ഇതിനോടകം മനസിലാക്കിക്കാണുമല്ലോ ഒറ്റ വിഗ്രഹം അല്ല ഭോഗർ സിദ്ധർ നിർമ്മിച്ചത് എന്ന്. എന്റെ സ്വപ്നത്തിൽ മുരുകപ്പെരുമാൾ കാട്ടിത്തന്ന ആ രണ്ടാം വിഗ്രഹം, അതിനു സമയമാകുമ്പോൾ പുറത്തേക്കെടുക്കാൻ ഭഗവാൻതന്നെ അരുൾ ചെയ്യും. ഭഗവാൻ എന്നെ ഭോഗർ സിദ്ധർ നടന്ന വഴികളിലൂടെയെല്ലാം നടത്തിച്ചുകൊണ്ടിരിക്കുന്നു എന്നതും മുൻ അധ്യായങ്ങളിൽനിന്ന് മനസിലാക്കിയിരിക്കുമല്ലോ.

പഴനിമലയിലെ, ഭൂമിക്കടിയിലേക്കുള്ള ഒരു ഗുഹയിൽ ഭോഗർ പലപ്പോഴും ഇറങ്ങിപ്പോയി ധ്യാനിക്കാറുണ്ട്. അങ്ങനെയുള്ളപ്പോഴൊക്കെ ആ ഗുഹയുടെ തുറസ്സിൽ ദ്വാരപാലകനെപ്പോലെ കാവൽ നിൽക്കും ശിഷ്യൻ പുലിപ്പാണി സിദ്ധർ. സമാധിയാകാൻ സമയം സ്വയം തീരുമാനിച്ചപ്പോൾ അദ്ദേഹം നവപാഷാണവിഗ്രഹത്തിന്റെ പരിപാലനം വിശ്വസ്തനായ പുലിപ്പാണി സിദ്ധരെ ഏല്പിച്ചു. പുലിപ്പാണിക്കും സന്തതിപരമ്പരകൾക്കുമാണ് ഇനി ഇതിന്റെ പരിചരണവും പരിപാലനവും എന്നു കൽപ്പിച്ച് ആ ഗുഹയ്ക്കുള്ളിലേക്ക് ഇറങ്ങിപ്പോയി ജീവസമാധിയാവുകയാണുണ്ടായത്.

ജീവസമാധി എന്നാൽ ഫിസിക്കൽ ബോഡി വെടിഞ്ഞ് ആസ്ട്രൽ ബോഡിയിൽ സിദ്ധന്മാർ തങ്ങളുടെ പ്രവർത്തനം തുടരുക എന്നാണ് അർത്ഥം. അന്നുമുതൽ ഭോഗർ ആസ്ട്രൽ ബോഡിയിലൂടെ ലോകത്തുള്ള പലർക്കും നൂറ്റാണ്ടുകളായി ആത്മീയപ്രവൃത്തികൾക്കു നിർദ്ദേശം നൽകിവരികയാണ്. ആത്മീയമായി അനുഗ്രഹിക്കപ്പെട്ട ഏറെപ്പേർക്കു നൂറ്റാണ്ടുകളായി ദർശനം നൽകി ഭോഗർ സിദ്ധർ തന്റെ പ്രവർത്തനം തുടരുന്നുണ്ട്. ആ തുടർച്ചയിൽ ഒരുവനായി അനുഗ്രഹിക്കപ്പെട്ടു എന്നുള്ളതിൽ എനിക്കുള്ള ആനന്ദവും ആഹ്ലാദവും എത്രമേലാണെന്നു പ്രത്യേകം പറയേണ്ടതില്ലല്ലോ.

ഇനി അധികമാർക്കും അറിയാത്ത ഒരു കാര്യംകൂടി ഞാൻ വ്യക്തമാക്കാം. അതായതു പഴനിയിൽ വരുന്ന എല്ലാ മുരുകഭക്തരും ഭോഗർ സമാധിയിൽകൂടി വന്ന് തൊഴുതു മടങ്ങും. എന്നാൽ യഥാർത്ഥത്തിൽ അതു ഭോഗർ സമാധിയാണോ? അല്ല. പുലിപ്പാണിസിദ്ധപരമ്പരക്കാർ ഇന്നും പൂജിക്കുന്ന അവിടെ ഉള്ളതു ഭോഗർ ആരാധിച്ചിരുന്ന മരതകശിവലിംഗവും ഭുവനേശ്വരിപ്രതിഷ്ഠയുമാണ്. അതിനുള്ളിൽ താഴെയായി ഉള്ളത് ഭോഗർ സമാധിയാകാൻ ഇറങ്ങിപ്പോയ ഗുഹാകവാടം മാത്രമാണ്. ഈ ഗുഹ ഉള്ളിൽ ഭൂമിക്കടിയിൽ നീണ്ടുപോകുന്നത് ദണ്ഡായുധപാണി വിഗ്രഹമിരിക്കുന്ന ശ്രീകോവിലിന്റെ താഴെയാണ്. അവിടെയാണ് ശരിക്കും ഭോഗർ സമാധി. അവിടം കൊണ്ടും തീരുന്നില്ല രഹസ്യങ്ങൾ. ഭഗവാൻ എനിക്കു പതിനെട്ടു വർഷം മുമ്പ് സ്വപ്നത്തിൽ കാണിച്ചുതന്ന ഗുഹാകവാടം ഇല്ലേ? ആ ഗുഹയും ഇതുപോലെ ഭൂമിക്കടിയിൽകൂടി നീണ്ടുവരുന്നത്

ഇവിടേക്കു തന്നെയാണ്. അവിടെയാണ് ലോകം കാത്തിരിക്കുന്ന സിദ്ധർ നിർമ്മിച്ച രണ്ടാം നവപാഷാണവിഗ്രഹം.

ഭോഗർ സിദ്ധരെപ്പറ്റി ഈ പുസ്തകത്തിൽ പലയിടങ്ങളിലും വിവരിച്ചിട്ടുണ്ടല്ലോ. ഇതെഴുതുന്ന ഇന്ന്, മേയ് 28, 2022, വൈശാഖ മാസം ഭരണി നക്ഷത്രം, ഞാൻ പഴനിയിലായിരുന്നു. ഭോഗർ ജയന്തി ആഘോഷിക്കാൻ. മുമ്പ് വിവരിച്ചതുപോലെ പഴനിമലൈ ദണ്ഡായുധപാണി കോവിലിന്റെ സ്ഥാപകനായ ഭോഗർ ഏറെക്കാലം വിസ്മരിക്കപ്പെട്ടു കിടക്കുകയായിരുന്നു. 2012 മുതൽ പഴനിയിൽ ഭോഗർ ജയന്തി ആഘോഷിച്ചുതുടങ്ങി. അതിനു തുടക്കമിടാൻ എളിയ തോതിൽ ഞാനും കാരണഭൂതനായിരുന്നു എന്ന് ഈ പുസ്തകത്തിൽനിന്ന് ഇതിനോടകം വായിച്ചറിഞ്ഞതാണല്ലോ. എന്നാൽ ഇക്കൊല്ലം അതല്ല സ്ഥിതി. LMRK എന്ന എന്റെ മഹാപ്രസ്ഥാനത്തിന്റെ ആഭിമുഖ്യത്തിലാണ് ഇന്ന് ഭോഗർ ജയന്തി ആഘോഷിച്ചത്. നൂറുകണക്കിനു LMRK അംഗങ്ങൾ. ഭോഗർ സിദ്ധരുടേയും രണ്ടാം നവപാഷാണവിഗ്രഹത്തിന്റേയും ചിത്രങ്ങളുമായി, ആനയും പല്ലക്കുമായി വൻഘോഷയാത്രയോടെ മഹാഗിരിവലം. മൊത്തം ഊർജ്ജതരംഗം. മീഡിയാ റിപ്പോർട്ടർമാരുടെ ബഹളം. പെട്ടെന്ന് ഒരാഴ്ചകൊണ്ട് പ്ലാൻ ചെയ്തതായിട്ടുകൂടി വൻ വിജയമായൊരു ഭോഗർ ജയന്തിയാഘോഷം.

അത് എന്റെ, എന്റെ പ്രസ്ഥാനത്തിന്റെ, സ്വകാര്യ അഹങ്കാരം എന്നുതന്നെ വിനയപൂർവം വിശേഷിപ്പിക്കട്ടെ. വരുംവർഷങ്ങളിൽ ഭോഗർ ജയന്തി ആഘോഷം ലോകം മുഴുവൻ വ്യാപിപ്പിക്കുവാനാണ് LMRK പ്രസ്ഥാനത്തിന്റെ പദ്ധതി. കുമാരികാണ്ഡ പുനഃസ്ഥാപനത്തിലേക്കുള്ള ഓരോ പടവുകളായിട്ടാണ് ഈ ഓരോ ദൗത്യങ്ങളേയും ഞാൻ നോക്കിക്കാണുന്നത്. ഈ ഓരോ പടവുകളും ഞങ്ങൾ LMRK പ്രസ്ഥാനം ഒന്നൊന്നായി കയറുകതന്നെ ചെയ്യും. അതിന്റെ ഉച്ചിയിൽ കുമാരികാണ്ഡത്തിന്റെ പതാക, LMRK ധ്വജം സ്ഥാപിക്കുകതന്നെ ചെയ്യും. ഇത് അതിരുകടന്ന ആത്മവിശ്വാസമല്ല, മറിച്ച് മുരുകപ്പെരുമാളുടെ, മഹാകാലേശ്വരന്റെ, ഭോഗർ സിദ്ധരുടെ അനുഗ്രഹാശിസ്സുകളും, അമ്മയുടെ സംരക്ഷണവും, ലോകമാകെ ദിനംപ്രതി വലുതായിക്കൊണ്ടിരിക്കുന്ന LMRK പ്രസ്ഥാനത്തിന്റെ പോരാളികളുടെ വീര്യവും നൽകുന്ന ഊർജ്ജത്തിന്റെ പ്രതിഫലനമാണ്.

ജയ് കുമാരികാണ്ഡം!

വെട്രിവേൽ മുരുകനുക്ക് ഹരോ ഹര!

ഭോഗർ മഹർഷി, അദ്ദേഹം ഈ ലോകത്തിനുവേണ്ടി ചെയ്തിരിക്കുന്നതിന്റെ പകുതി മാത്രമേ ലോകത്തിനു മുന്നിൽ അനാവൃതമാക്കിയിട്ടുള്ളൂ. ഭോഗർ ജയന്തിനാളായ ഇന്നു പുലർച്ചെ പഴനിമലയ്ക്കു

പുറകിലുള്ള ആ ഗുഹാകവാടത്തിലെ പൂജാവേളയിൽ എനിക്കു കുറെ രഹസ്യങ്ങൾ ഭഗവാൻ കാണിച്ചുതന്നു! അവ പുറത്തു വന്നാൽ ഈ ലോകം മുഴുവൻ ഞെട്ടിത്തരിക്കും. ഭോഗർ സിദ്ധരുടെ സിദ്ധികൾ ലോകം കാണാനിരിക്കുന്നേ ഉള്ളൂ.

പുലിപ്പാണി സിദ്ധർ

18 സിദ്ധന്മാരിൽ വളരെ പ്രധാനപ്പെട്ട ഒരാളാണ് പുലിപ്പാണി സിദ്ധർ. ഗുരുവായ ഭോഗർ സിദ്ധരുടെ ജീവിതത്തിൽ വളരെയേറെ സ്വാധീനം ചെലുത്തിയ ഒരാളാണ് പുലിപ്പാണി. പൊതുവെ സിദ്ധർമാർ, കുടുംബം എന്ന സങ്കല്പത്തിൽ വിശ്വസിക്കാത്തവരായിട്ടാണ് കണ്ടുവരുന്നത്. എന്നാൽ, പുലിപ്പാണി സിദ്ധർ അങ്ങനെയല്ല. അദ്ദേഹത്തിനു സന്തതിപരമ്പരകളുണ്ടായിരുന്നു. ഇന്നും പഴനി ബേസ് ചെയ്ത് പ്രവർത്തിക്കുന്ന പുലിപ്പാണി ആശ്രമത്തിന്റെ ചുമതലയും നടത്തിപ്പുമായി അദ്ദേഹത്തിന്റെ തലമുറ സജീവമാണ്. അവർക്കാണ് പഴനിയിലെ ഭോഗർ സമാധിയുടെ കാര്യങ്ങൾ നോക്കി നടത്താനുള്ള ചുമതല. പുലിപ്പാണി പരമ്പരയിലെ തലമൂത്ത ആളായ ശ്രീ ശിവാനന്ദ പുലിപ്പാണി പാതിരാ സ്വാമിയാണ് ഇപ്പോഴത്തെ പ്രധാനി.

പുലിപ്പാണി സിദ്ധരുടെ ഉല്പത്തിയെപ്പറ്റി രണ്ട് അഭ്യൂഹങ്ങൾ ഉണ്ട്. മഹാനായ ഭോഗർ സിദ്ധർ അറിവിന്റെ അശ്വമേധവുമായി ചൈനയിൽ പ്രവർത്തിച്ചിരുന്നല്ലോ. തന്റെ പ്രഥമ ചീനാ സന്ദർശനത്തിൽതന്നെ, അത്യുത്സാഹിയും ധൈഷണികപ്രാപ്തിയുമുള്ള ഒരു ചൈനീസ് ബാലനെ കാണുകയും ശിഷ്യനായി കൂടെക്കൂട്ടുകയും തിരികെവരുമ്പോൾ ഭാരതത്തിലേക്ക് ആ പയ്യനെ കൊണ്ടുവരികയും ചെയ്തു. പിന്നീട് പുലിപ്പാണി എന്ന പേരിൽ ആ ശിഷ്യൻ ഗുരുവിനു പോലും അഭിമാനിക്കാവുന്ന നിലയിൽ ഉയർന്നു. ഇങ്ങനെ ഒരു വാദഗതി ശക്തമായി നിലവിലുണ്ട്. അതല്ല പുലിപ്പാണി സിദ്ധർ തമിഴ്നാട്ടുകാരൻതന്നെയാണെന്നും ഗുരു ഭോഗറുടെ കൂടെ പലവട്ടം ചൈനയിൽ പോയിട്ടേ ഉള്ളൂ എന്നും വാദമുണ്ട്. എന്തായാലും ഗുരു ഭോഗർ സിദ്ധറുടെ ജീവിതത്തിൽ അതിനിർണ്ണായക സ്വാധീനം ഉള്ള ഒരാളാണ് പുലിപ്പാണി സിദ്ധർ എന്നതിൽ ആർക്കും സംശയമില്ല.

ഹെർബൽ ഔഷധങ്ങളെപ്പറ്റിയുള്ള അറിവിൽ ഭോഗർ സിദ്ധർ അദ്വിതീയനായിരുന്നല്ലോ. അത്യപൂർവമായ ഔഷധസസ്യങ്ങൾ കാടിനുള്ളിൽനിന്ന് ഗുരുവിന്റെ പരീക്ഷണാവശ്യങ്ങൾക്കായി തേടികണ്ടുപിടിക്കാൻ പുലിപ്പുറത്തു കയറിയിട്ടാണ് ഇദ്ദേഹം കാട്ടിലിറങ്ങുകയത്രെ. അങ്ങനെയാണ് പുലിപ്പാണി എന്ന പേരു വന്നതെന്നു പറയപ്പെടുന്നു.

പുലിപ്പാണി സിദ്ധർ

ഒരിക്കൽ ഭോഗർ സിദ്ധർ ചൈനയിൽ പോയി തന്റെ സിദ്ധികൾ എല്ലാം വിട്ട് ലൗകിക ജീവിതത്തിൽ അഭിരമിക്കുകയുണ്ടായി. വിവരമറിഞ്ഞ പുലിപ്പാണി സിദ്ധർ പഴനിയിൽ പൂജിച്ച ഒരു ദണ്ഡുമായി ഗുരുവിനെ അന്വേഷിച്ച് ചൈനയിലെത്തുകയും, തന്റെ ഗുരുവിനെ വഴിതെറ്റിച്ച സ്ത്രീകളെയും മറ്റും ഓടിച്ചുവിട്ട് ഗുരുവിനെ ശാസിച്ച് തിരികെ കൊണ്ടുവരികയും ചെയ്തു! ഓർക്കണം, മഹാനായ ഗുരുവിനെ ശാസിച്ച ശിഷ്യൻ! ഭോഗർ അതിനു വഴങ്ങിയെങ്കിൽ മനസിലാക്കണം, ശിഷ്യനോട് ഗുരുവിനുള്ള സ്നേഹവും വിശ്വാസവും. പുലിപ്പാണിയുടെ ഈ യാത്രയുടെ വഴികളിലൂടെ പൂജിച്ച ദണ്ഡുമായി എനിക്കും ഭഗവാന്റെ നിർദ്ദേശത്താൽ സന്ദർശിക്കേണ്ടിവന്നത്

തായ്‌ലണ്ട് സന്ദർശനം വിവരിക്കുമ്പോൾ വിശദമായി പറഞ്ഞിട്ടുണ്ട് ഈ പുസ്തകത്തിൽതന്നെ.

ഭോഗർ രണ്ട് മുരുകവിഗ്രഹങ്ങളാണുണ്ടാക്കിയത് എന്നു നമ്മൾക്കിപ്പോൾ അറിയാം. കലിയുഗത്തിൽ ഉപയോഗിക്കാനായുള്ള വിഗ്രഹം ഇപ്പോൾ പഴനി കോവിലിൽ ഉള്ളത് തന്റെ സമാധിക്കുശേഷം പരിപാലിക്കാൻ ഏൽപ്പിച്ചതു പുലിപ്പാണി സിദ്ധരെയാണ്. അതു നൂറ്റാണ്ടുകളോളം സംരക്ഷിക്കപ്പെടേണ്ടതിലേക്കായി പുലിപ്പാണിയോടു സന്തതിപരമ്പരകളെ സൃഷ്ടിക്കാൻ ഭോഗർ നിർദ്ദേശിക്കുകയും, ഇന്ന് എത്രയോ നൂറ്റാണ്ടുകൾക്കിപ്പുറവും പുലിപ്പാണി പരമ്പര അതു നിർവഹിച്ചുവരികയും ചെയ്യുന്നു!

ദണ്ഡായുധപാണി വിഗ്രഹത്തിന് ഒരു സവിശേഷത ഉണ്ട്. യുണീക്‌നെസ്. അതിലൊരു മനുഷ്യ ശരീരത്തിന്റെ മൈന്യൂട്ട് ഡീറ്റെയിലിംഗ് ഉൾക്കൊള്ളുന്നു. അതിനെ സ്പർശിച്ചവർക്കുള്ള അനുഭവം എന്തെന്നാൽ, ശരീരത്തിലെ ഓരോ ചെറുനാഡി പോലും അതിനുള്ളിൽ മിടിക്കുന്നത് അനുഭവിക്കാൻ കഴിയും. അത്ര പെർഫെക്റ്റ് ആയിട്ടാണു ഭോഗർ സിദ്ധർ അതിന്റെ ശില്പവേല ചെയ്തിരിക്കുന്നത്. അതുകൊണ്ടുതന്നെ വിഗ്രഹം ചൂടുകാലമായ പങ്കനി മാസത്തിൽ വിയർക്കും. ആ ചൂടിൽനിന്ന് വിഗ്രഹത്തെ സംരക്ഷിക്കാൻ പുലിപ്പാണി സിദ്ധർ തന്റെ പുലിപ്പുറത്തു കാട്ടിലൂടെ സഞ്ചരിച്ച് കൊടുമുടി എന്ന സ്ഥലത്തെത്തി കാവേരി നദിയിൽനിന്നു ജലം കൊണ്ടുവരാറുണ്ട്. ഏകദേശം നൂറു കിലോമീറ്ററടുത്തു ദൂരമുണ്ട്. അന്നു കാട്ടിനുള്ളിൽകൂടി ഷോർട്ട് കട്ട് ഉണ്ടായിരുന്നിരിക്കാം. ഈ യാത്രയുടെ ഓർമ്മയ്ക്കായി ഇപ്പോഴും പങ്കനി മാസത്തിൽ കാവേരി നദിയിലേക്കു തീർത്ഥയാത്ര നടത്തി വെള്ളം കൊണ്ടുവന്ന് അഭിഷേകം ചെയ്യും. തീർത്ഥക്കാവടി എന്നറിയപ്പെടുന്ന ഈ ചടങ്ങ് ഇന്നൊരു അനുഷ്ഠാനമാണ്. ഞാൻ 2012ലും, ഈ വർഷം 2022ലും മുരുകപ്പെരുമാളുടെ നിർദ്ദേശപ്രകാരം ഈ തീർത്ഥക്കാവടിയിൽ പങ്കെടുത്ത് കാവേരീജലം കൊണ്ടുവന്ന് അഭിഷേകം നടത്തിയിട്ടുണ്ട്.

ഇപ്പോഴും സൂരസംഹാരം മുതലായ ചടങ്ങുകളിൽ, മുരുകഭഗവാൻ ശ്രീകോവിലിൽനിന്നു പുറത്തിറങ്ങുന്ന അവസരങ്ങളിലൊക്കെ പുലിപ്പാണി ആശ്രമത്തിന്റെ പ്രതിനിധി സന്നിഹിതനായിരിക്കണം എന്നത് ഒരു നിയമംപോലെ പിന്തുടരുന്നു. ഭോഗർ സിദ്ധർ പഴനി മലയ്ക്കു മുകളിലുള്ള ഭൂമിക്കടിയിലെ തന്റെ ഗുഹയിലേക്ക് ധ്യാനിക്കാൻ ഇറങ്ങിപ്പോകുമ്പോഴൊക്കെ ഒരു ദളപതിയായി കാവൽ നിൽക്കാറുള്ള ശിഷ്യൻ പുലിപ്പാണിയുടെ സമാധി ഭോഗർ സമാധിക്ക് തൊട്ടപ്പുറത്തുതന്നെയാണെന്ന് ഭഗവാൻ എനിക്കു സുവ്യക്തമായി കാണിച്ചുതന്നിട്ടുണ്ട്. പഴനിയിൽ പോകുമ്പോഴെല്ലാം ഞാൻ അവിടെ പോയി പ്രാർത്ഥിക്കാറുണ്ട്.

പൊതുവെ കർക്കശക്കാരനും പരുക്കനുമായി പുറംലോകമറിയുന്ന പുലിപ്പാണി സിദ്ധർക്ക് എന്നോടുള്ളതു നിറഞ്ഞ വാത്സല്യമാണെന്നാണ് എന്റെ അനുഭവം. കുമാരികാണ്ഡ പുനഃസ്ഥാപനത്തിൽ ഭഗവാൻ എന്നെ പ്രധാന ദൗത്യങ്ങൾ ഏൽപ്പിച്ചതുകൊണ്ടും, തന്റെ ഗുരു ഭോഗർ നടന്ന വഴികളിലൂടെ മുരുകപ്പെരുമാൾ നിസാരനായ എന്നെ നടത്തിക്കുന്നതു കാണുന്നതുകൊണ്ടുമാകാം അത്. എന്തായാലും ഭോഗർ സിദ്ധർ ഏറ്റവുമധികം സ്നേഹിച്ച, അഭിമാനിക്കുന്ന ശിഷ്യരിൽ ഏറ്റവും പ്രധാനിതന്നെ പുലിപ്പാണി സിദ്ധർ!

മഹാവതാർ ബാബാജി

പ്രശസ്ത ഇന്ത്യൻ സൂപ്പർ സ്റ്റാർ രജനികാന്ത് ഒരേയൊരു സിനിമയ്ക്കു തിരക്കഥ രചിച്ചിട്ടുണ്ട്. തന്റെ ആത്മീയഗുരുവിനെക്കുറിച്ചുള്ള സിനിമയാണത്. ബാബ എന്ന ബ്ലോക്ക് ബസ്റ്റർ തമിഴ് ഫിലിം. തന്റെ ആത്മീയഗുരുവായി അദ്ദേഹം കരുതുന്ന മഹാവതാർ ബാബാജി എന്ന അതുല്യ പ്രതിഭാസത്തെ പിൻപറ്റി എഴുതിയ സിനിമ. ശ്യാം ചരൺ ലാഹിരി എന്ന ഒരു മനുഷ്യൻ. ഇദ്ദേഹം 1828ൽ ജനിച്ചു. ഒരു ഇന്ത്യൻ യോഗിയാണ്. മറ്റുള്ള സകല ഭാരതീയ യോഗികളിൽനിന്നും വ്യത്യസ്തമായി ലാഹിരി ഒരു കുടുംബസ്ഥനായിരുന്നു, പുലിപ്പാണിയെപ്പോലെ!

ബ്രിട്ടീഷ് ഇന്ത്യയിൽ ഗവണ്മെന്റ് സർവീസിൽ അക്കൗണ്ടന്റായിരുന്നു. ഇദ്ദേഹമാണ് മഹാവതാർ ബാബാജിയെ ലോകത്തിനു മുന്നിൽ അവതരിപ്പിച്ചത്. 1861ൽ ഇദ്ദേഹം റാണിഘട്ടിലേക്ക് ട്രാൻസ്ഫറായപ്പോഴാണ് സംഭവം. ഹിമാലയത്തിന്റെ താഴ്വാരത്തിലാണ് ഈ സ്ഥലം. ഒരിക്കൽ കുന്നിൻചെരുവുകളിലൂടെയുള്ളൊരു പതിവു നടത്തത്തിൽ മുകളിൽനിന്ന് തന്റെ പേരു ചൊല്ലി ആരോ വിളിക്കുന്നതു കേൾക്കുകയും, അവിടേക്കു കയറിച്ചെന്നു നോക്കുമ്പോൾ അതിതേജസ്വിയും ഒത്ത ഉയരവും വലിപ്പവുമുള്ള ഒരാളെ കാണുകയും ചെയ്തു. അദ്ദേഹം ലാഹിരിക്കു ക്രിയായോഗ പകർന്നു നൽകുകയും, തിരിച്ചുപോയി ശേഷിച്ച കാലം ക്രിയായോഗ ജനങ്ങൾക്കു പകർന്നുനൽകാൻ നിർദ്ദേശിക്കുകയുമായിരുന്നു. വൈദ്യുതാലിംഗനം പോലെ ഞൊടിയിടയിൽ തന്നിലേക്കു ക്രിയായോഗ പകർന്നുതന്ന ആ അജ്ഞാതനിൽ ലാഹിരി മതിമയങ്ങുകയും, തന്നെ അവധൂത ശിഷ്യനായി ഗുരുവിന്റെ കൂടെ കൂട്ടണം എന്നു ശഠിക്കുകയും ചെയ്തു. എന്നാൽ ക്രിയായോഗ ജനങ്ങൾക്കു പകർന്നു നൽകുക എന്നതാണ് ഇനിമുതൽ നിന്റെ ദൗത്യം എന്നു കർശനമായി ഉപദേശിച്ചു ആ അജ്ഞാതൻ. താങ്കൾ ആരാണ്, എവിടെനിന്നു വരുന്നു, എങ്ങോട്ടു പോകുന്നു എന്ന ചോദ്യത്തിനുത്തരമായി, താൻ മരണത്തെ ക്രിയായോഗയിലൂടെ മറികടന്നവനാണെന്നുമാത്രം ഇപ്പോൾ

മനസിലാക്കുക എന്ന് അദ്ദേഹം പറഞ്ഞു. തന്റെ ഊരും പേരും കാര്യങ്ങളും പറയാൻ വിസമ്മതിച്ച അദ്ദേഹത്തെ ലാഹിരി ബാബാജി എന്നും മഹാവതാർ ബാബാജി എന്നും വിശേഷിപ്പിച്ചു.

1861ൽ റിട്ടയർ ചെയ്യുന്നതുവരെ ഗവണ്മെന്റ് ജോലിക്കൊപ്പം ലാഹിരി ക്രിയായോഗയും പരിശീലിപ്പിച്ചു. 1892 ൽ മരണമടയും

മഹാവതാർ ക്രിയ ബാബാജി

വരെ അദ്ദേഹം സ്വന്തം വസതിയിൽ തന്നെ കാണാനെത്തുന്ന അസംഖ്യം ആളുകളെ ക്രിയായോഗ പരിശീലിപ്പിച്ചു. അദ്ദേഹത്തിനു ക്രിയായോഗ ഉപദേശിച്ചുകൊടുത്ത ആ മനുഷ്യൻ ആരാണെന്നല്ലേ! നൂറ്റാണ്ടുകൾക്കുമുമ്പ് ഭോഗർ സിദ്ധരുടെ സവിധത്തിൽനിന്ന് ക്രിയായോഗ പരിശീലിച്ച നാഗരാജ് എന്ന യുവാവാണത്! മഹാവതാർ ബാബാജി എന്ന് അദ്ദേഹത്തിനു പേരിട്ടത് ഈ ലാഹിരി മഹാശയനാണ്. ലാഹിരി മഹാശയന്റെ ശിഷ്യനായ യുക്തേശ്വര ഗിരിയിലൂടെയും, യുക്തേശ്വരയുടെ ശിഷ്യനായ പരമഹംസയോഗാനന്ദയിലൂടെയും ക്രിയായോഗയ്ക്കു തുടർച്ചയുണ്ടായി. പ്രസിദ്ധനായ യോഗിയായി മാറിയ ഈ പരമഹംസ യോഗാനന്ദ രചിച്ച 'ഒരു യോഗിയുടെ ആത്മകഥ' എന്ന പുസ്തകത്തിലൂടെയാണ് ബാബാജിയെക്കുറിച്ച് ലോകം മുഴുവൻ അറിഞ്ഞുതുടങ്ങിയത്. എന്നാൽ ഈ പുസ്തകത്തിൽ ബാബാജിയുടെ ജന്മസ്ഥലത്തെക്കുറിച്ച് ഒന്നും ഇല്ല. കാരണം, ബാബാജി ലാഹിരി മഹാശയനോട് അക്കാര്യമൊന്നും വെളിപ്പെടുത്തിയിരുന്നില്ല. പിന്നീട് എസ്. രാമയ്യ എന്ന വ്യക്തിയെയാണ് ബാബാജി ഇക്കാര്യത്തിനായി തിരഞ്ഞെടുത്തത്.

രാമയ്യ ഏറെ പണിപ്പെട്ട് ബാബാജിയുടെ സ്ഥലം കണ്ടെത്തി അവിടെ പോയി ബാബാജിയുടെ വേരുകൾ കണ്ടുപിടിച്ചു. തമിഴ്നാട്ടിൽ ചിദംബരത്തിനടുത്തു കാവേരി നദിക്കരയിലുള്ള പറങ്കിപ്പേട്ടൈ എന്ന സ്ഥലത്താണ് രോഹിണി നക്ഷത്രത്തിൽ ബാബാജി ഭൂജാതനായത്. ചിദംബരത്തുനിന്ന് 14 കിലോമീറ്റർ അകലെയാണ് ബാബാജിയുടെ ജന്മസ്ഥലത്താൽ ധന്യമായ പറങ്കിപ്പേട്ട എന്ന ഗ്രാമം. ചിദംബരത്തുള്ള ഒരു മുരുകക്ഷേത്രത്തിലെ പൂജാരിയായിരുന്നു പിതാവ്. രാമയ്യയുടെ ഏറെ ശ്രമഫലമായി അക്കാലത്ത് ഇന്ത്യൻ കസ്റ്റംസ് കൈവശം വച്ചിരിക്കുകയായിരുന്ന ഭൂമി ബാബാജിയുടെ സ്മരണകൾക്കായുള്ള ട്രസ്റ്റിന്റെ പേരിലേക്കു മാറ്റി.

മുരുകക്ഷേത്രത്തിലെ പൂജാരിയുടെ സന്തതിയായി ജന്മംകൊണ്ട നാഗരാജൻ എന്ന കുട്ടി, പതിനൊന്നാം വയസ്സിൽ ഒരു സംഘത്തോടൊപ്പം കാൽനടയായും പിന്നെ വഞ്ചിയിലും ശ്രീലങ്കയിലെത്തി. ഭോഗർ സിദ്ധർ അവിടെ കതിർഗാമയിൽ അദ്ധ്യയനം നടത്തുന്ന കാലമാണ്. ക്രിയായോഗയിൽ അസാമാന്യ സാധന പ്രകടിപ്പിച്ച തന്റെ ശിഷ്യനിൽ വലിയ സിദ്ധിയുണ്ടെന്നു ഭോഗർ കണ്ടെത്തി. അഗസ്ത്യമുനിയുടെ കുണ്ഡലിനി പ്രാണായാമത്തിൽ കൂടുതൽ പഠനവും പരിശീലനവും നടത്താൻ ഭോഗർ നാഗരാജനെ പ്രോത്സാഹിപ്പിച്ചു. അതിൽ അഗ്രഗണ്യനായി വാശിയോഗം കൂടി സ്വായത്തമാക്കി അദ്ദേഹം ബദരീനാഥിലെത്തി അവിടെ പതിനെട്ട് മാസത്തോളം ക്രിയായോഗയിൽ മുങ്ങിത്താഴ്ന്നു. അതോടെ പരിശീലനം പൂർത്തിയാവുകയും ക്രിയായോഗയുടെ മറുകര കണ്ടെത്തുകയും ചെയ്തു.

പിന്നീട് നൂറ്റാണ്ടുകൾക്കുശേഷം ലാഹിരി മഹാശയനു ദർശനം നൽകി ക്രിയായോഗ ഉപദേശിച്ചു മടങ്ങിയപ്പോഴും തന്റെ ഊരോ പേരോ അദ്ദേഹം വെളിപ്പെടുത്തിയില്ല. ലാഹിരി മഹാശയനാണ് ആ അത്ഭുതദർശനത്തിനുശേഷം അദ്ദേഹത്തെ മഹാവതാർ ബാബാജി എന്നു വിശേഷിപ്പിക്കാൻ തുടങ്ങിയതെന്നു മുമ്പേ പറഞ്ഞതാണല്ലോ.

ബാബാജിയെ നേരിട്ടുകണ്ടു എന്നവകാശപ്പെടുന്നവർ അനവധിയുണ്ട്. അദ്ദേഹത്തിന്റെ സ്വാധീനം എന്തെന്നുമേതെന്നും ഈ പുസ്തകത്തിൽ മറ്റൊരിടത്തു ഞാൻ വിശദമാക്കുന്നുണ്ട്. ഇത്രയും കൂടി അറിയുക. ലോകപ്രശസ്ത മ്യൂസിക് ബാൻഡ് 'ദ ബീറ്റിൽസ്' 1967ൽ അവരുടെ Sgt. Pepper's Lonely Hearts Club Band എന്ന ഹിറ്റ് ആൽബത്തിന്റെ കവറിൽ ബാബാജിയുടെ ചിത്രം ആലേഖനം ചെയ്തു!

ആധുനിക ലോകത്തെ ഐ ടി അത്ഭുതമായിരുന്ന ആപ്പിൾ സ്ഥാപകൻ സ്റ്റീവ് ജോബ്സ് ഉൾപ്പടെ എത്രയോ പ്രമുഖർ ബാബാജിയുടെ ഫോളോവേഴ്സ് ആയിരുന്നു! ആത്മീയാചാര്യൻ ശ്രീ എം ബാബാജിയെ ഒരിക്കൽ നീലകണ്ഠമലയിൽവച്ചു കണ്ടുമുട്ടിയതായി എഴുതിയിട്ടുണ്ട്. അങ്ങനെ ലോകമാകമാനം മഹാവതാർ ബാബാജിയെ ആരാധിക്കുന്നു. ഈ ബാബാജി ആകട്ടെ ഭോഗർ സിദ്ധരുടെ അരുമശിഷ്യനും!

എന്റെ ആത്മീയപാതയിൽ, മുരുകപ്പെരുമാളിന്റെ നിർദ്ദേശപ്രകാരമുള്ള ദൗത്യനിർവഹണത്തിൽ രണ്ടുവട്ടം ഭഗവാൻ ബാബാജിയെപ്പറ്റി എനിക്ക് അറിവ് നൽകിയിട്ടുണ്ട്. നിങ്ങൾക്കോർമ്മ കാണണം, കതിർഗാമ സന്ദർശനവേളയിലാണ് ഒന്ന്. രണ്ടാമത്തേത് ജപ്പാനിൽ പോകാനുള്ള ഭഗവാന്റെ നിർദ്ദേശസമയത്തും. ഇവ രണ്ടും നിങ്ങൾ വായിച്ചു മനസിലാക്കി കഴിഞ്ഞതാണല്ലോ.

മഹാവതാർ ബാബാജി കുമാരികാണ്ഡ പുനഃസ്ഥാപന മിഷനിൽ സമാധാനത്തിന്റെ ധ്വജവുമായി പ്രമുഖമായ സ്ഥാനത്തുതന്നെ ഉണ്ടാകും എന്നുമാത്രം ഇപ്പോൾ നിങ്ങളെ അറിയിക്കട്ടെ!

ഓം ശരവണഭവായ നമഃ

പ്രദക്ഷിണത്തിന്റെ മറുപാതിയിലേക്ക്

2022 മെയ് 28. വൈശാഖമാസം ഭരണിനാൾ. രാത്രി. പാതിരാത്രി. ഞങ്ങൾ പഴനിയിലാണ്. മനസ് നിറഞ്ഞിരിക്കുകയാണ് ഞങ്ങൾ എല്ലാവരുടേയും. എനിക്കു കുറച്ചുനേരം ഒറ്റയ്ക്കിരിക്കാൻ തോന്നി. ഞാൻ താമസിക്കുന്ന ഹോട്ടലിൽനിന്ന് ഇറങ്ങി. കൂടെ വരാൻ തുനിഞ്ഞ LMRK സെക്രട്ടറിയും ട്രഷററുമായ രണ്ട് അനൂപുമാരേയും രാജേഷിനേയും ഞാൻ വിലക്കി. എനിക്കു കുറെനേരം ഒറ്റയ്ക്കിരിക്കേണ്ടതുണ്ട്.

ഗിരിവീഥി ശൂന്യമായിരുന്നു. നിലാവിൽ കുളിച്ചുകൊണ്ട് പഴനിമല. ആകാശം ഉത്സവച്ഛായയിൽ നിറയെ നക്ഷത്രങ്ങളുമായി തിളങ്ങി നിന്നു. ഞാൻ ഗിരിവീഥിയിൽ ഇരുന്നു. തൂനിലാമഴയിൽ പഴനിമല എന്റെ മുന്നിൽ. സമയം ഒന്നരയായിക്കാണണം. സർവലോകവും ഉറക്കത്തിലാണെന്നു തോന്നി എനിക്ക്. ഞാനും പഴനിയാണ്ടവനും മാത്രം! കഴിഞ്ഞ പകൽ ആഘോഷങ്ങളുടേതായിരുന്നു. ഭോഗർ ജയന്തിയാഘോഷം.

പഴനി ദണ്ഡായുധപാണീക്ഷേത്രത്തിന്റെ സ്ഥാപകനായ ഭോഗർ സിദ്ധരുടെ ജയന്തിയാഘോഷങ്ങൾ 2012 വരെ വളരെ ചെറിയതോതിലായിരുന്നു. ഭോഗർ സിദ്ധരെന്ന മഹാന്റെ സ്മരണകൾ നൂറ്റാണ്ടുകളായി ഒരു പ്യൂപ്പയിലെന്നവണ്ണം സുഷുപ്തിയിലായിരുന്നു. പുലിപ്പാണി ആശ്രമത്തിന്റേതായ ഭോഗർജയന്തി ചടങ്ങുകളുണ്ടായിരുന്നെങ്കിലും അതെല്ലാം അനുഷ്ഠാനമായിരുന്നു. ആഘോഷം അല്ലായിരുന്നു. 2012ൽ സെന്തിലിന്റെ മുൻകൈയിൽ ഭോഗർ ജയന്തിയാഘോഷങ്ങൾ ചെറിയ രീതിയിൽ ആരംഭിച്ചപ്പോൾ ഞാൻ പങ്കെടുത്തിട്ടുള്ളത് മുൻ അധ്യായങ്ങളിലൊന്നിൽ ഞാൻ വ്യക്തമാക്കിയിട്ടുണ്ടല്ലോ. ഗിരിവീഥിയിലിരുന്ന് പഴനിമലയെ നോക്കി അങ്ങനെയിരിക്കുമ്പോൾ ഞാൻ ഓർത്തു: ഭോഗർ സിദ്ധർ എന്ന മഹാജ്ഞാനിയുടെ, ദണ്ഡായുധപാണീവിഗ്രഹത്തിന്റെ ശില്പിയുടെ, പ്യൂപ്പയായ് സുഖ

സുഷുപ്തിയിൽ കിടക്കുകയായിരുന്ന അദ്ദേഹത്തിന്റെ സ്മരണ കളെ ഉണർത്താൻ സമയമായി എന്ന് ആണ്ടവാ നീയെന്നോട് ആജ്ഞാപിച്ചത് എന്നാണ്?

കേവലം നാലു ദിനങ്ങൾക്കു മുമ്പ്!

കുമാരികാണ്ഡ പുനഃസ്ഥാപനത്തിനായി നിന്റെ കരങ്ങളാൽ നീ ഉരുവപ്പെടുത്തിയ മഹാപ്രസ്ഥാനമായ LMRK യുടെ ആഭിമുഖ്യത്തിൽ ഭോഗർ സ്മരണകളെ പറത്തിവിട്ടാഘോഷിക്കാൻ നീ ഞങ്ങൾക്കു നിർദ്ദേശം നൽകിയതു കേവലം നാലുദിനങ്ങൾക്കു മുമ്പായിരുന്നല്ലോ!

വേലായുധാ! അതൊരു പരീക്ഷണമായിരുന്നു എന്ന് ഇപ്പോൾ ഇവിടെയിരുന്നു നിന്നെ കാണുമ്പോൾ എനിക്കു തിരിച്ചറിയാൻ കഴിയുന്നു. നാലേനാലു ദിവസങ്ങൾകൊണ്ട് ഇന്നു പകൽ നടന്നപോലെ ആനയും അമ്പാരിയും പല്ലക്കുമായി, ഈ പഴനിമല ഇതുവരെ കാണാത്ത വിധത്തിൽ, മഹാസിദ്ധർ ഭോഗറുടെ ജയന്തിയാഘോഷം പൊടിപൊടിക്കാൻ നിന്റെ പ്രസ്ഥാനമായ LMRKക്ക് സാധിച്ചുവെങ്കിൽ അതിനർത്ഥം മറ്റൊന്നുമല്ല! കുമാരികാണ്ഡ പുനഃസ്ഥാപനത്തിനു ദണ്ഡായുധപാണിക്കു പിറകിൽ അണിനിരക്കാൻ ഈ പ്രസ്ഥാനത്തിന് ഇന്ന് എത്രയോ സിംഹക്കുട്ടികൾ ഉണ്ടെന്നുള്ളതാണ്.

ഭോഗർ ജയന്തിയാഘോഷത്തിന്റെ നിർദ്ദേശം വന്ന ഉടൻ ഞാൻ ഗ്രൂപ്പിൽ അറിയിച്ചു. മുമ്പിലുള്ളത് നാലേനാലു ദിവസം. LMRK എണ്ണയിട്ട യന്ത്രംപോലെ ആയിക്കഴിഞ്ഞിരുന്നു. ഓരോ വ്യത്യസ്ത കാര്യവും കാര്യക്ഷമമായി കൈകാര്യം ചെയ്യാൻ പല വിങ്ങുകളുണ്ടിപ്പോൾ. ശ്രീനിവാസന്റെ നേതൃത്വത്തിൽ IT വിങ്ങ്. ട്രഷറർ അനൂപ് മുന്നിൽ നിൽക്കുന്ന ഫൈനാൻസ് വിങ്ങ്. സുമേഷും ടീമും അടങ്ങുന്ന മീഡിയ ആൻഡ് പബ്ലിസിറ്റി വിങ്ങ്. സൗമ്യ കാര്യദർശി ആയുള്ള എഡിറ്റോറിയൽ വിങ്ങ്. ഭാസ്കർ, ജനാർദ്ദനൻ തുടങ്ങിയവരുടെ കൈകളിൽ ഊർജ്ജപ്രവാഹവുമായുള്ള ഗ്രൗണ്ട് ഫോഴ്സ് ടീം. LMRK സെക്രട്ടറി അനൂപ്, രാജേഷ്. പല രാജ്യങ്ങളിലുള്ള മെമ്പർമാർ ഈ വിങ്ങുകളിൽ ശുഷ്കാന്തിയോടെ പ്രവർത്തിക്കുന്നു. ഇവർക്കൊക്കെ കൃത്യമായ ഗൈഡ്ലൈനും ആത്മവിശ്വാസവും കൊടുക്കാൻ ചെയർമാൻ ദേവേട്ടൻ. അതിനേക്കാളൊക്കെ അനുഗ്രഹം പഴനിയിൽ ജഗൻ എന്ന ഊർജ്ജത്തിന്റെ പ്രതിരൂപമാണ്. ഈ പ്രസ്ഥാനത്തിനു പഴനിയിൽ ഒരു മെഗാ ഈവന്റ് സംഘടിപ്പിക്കണമെങ്കിൽ ഇതാ സെന്തിലിനുശേഷം എന്റെ വലം കൈ എന്നു പറയാവുന്ന ജഗൻ ഉണ്ട്. ഇതിന്റെയെല്ലാം മുകളിൽ ഒരു രക്ഷാ കവചമായി അമ്മയുടെ അനുഗ്രഹവും. ഇതൊക്കെ കാണുമ്പോൾ,

ഓർക്കുമ്പോൾ, അനുഭവിക്കുമ്പോൾ കണ്ണ് നിറഞ്ഞുപോകുന്നു. ഭഗവാൻ ഏൽപ്പിക്കുന്ന ഓരോ ദൗത്യത്തിനും ഒരു കാലത്ത് ഒറ്റയ്ക്കലഞ്ഞതും കരഞ്ഞതുമൊക്കെ ഓർക്കുമ്പോൾ..!

ഈ മഹാപ്രസ്ഥാനം അങ്ങനെ ഉരുവംകൊണ്ടതാണ്. അഗ്നിയിൽ കുരുക്കണം എന്നതും ഭഗവാനേ, നിന്റെ തീരുമാനം മാത്രം എന്ന് ഇപ്പോൾ എനിക്കു കൃത്യമായി മനസിലാകുന്നു. ഞാൻ പഴനിമലയെ നോക്കി ചിന്തിച്ചുകൊണ്ടേയിരുന്നു. അങ്ങനെ ഭോഗർ ജയന്തി നാലുദിവസത്തെ ഒരുക്കംകൊണ്ടു മാത്രം ആഘോഷിച്ചു. കഴിഞ്ഞ പകൽ. നാനാനാട്ടിൽനിന്നു വന്ന LMRK കുടുംബാംഗങ്ങൾ, പല്ലക്ക്, ആന, വാദ്യഘോഷങ്ങളോടെ ആണ്ടവന്റെ വിഗ്രഹത്തിന്റെ ചിത്രവും ഭോഗർ സിദ്ധരുടെ ചിത്രവും എഴുന്നള്ളിച്ചുകൊണ്ട് ഗിരിവീഥി നിറഞ്ഞാടിയ ഘോഷയാത്ര. അതു കവർ ചെയ്യാൻ എത്രയോ മീഡിയകൾ!

പ്യൂപ്പയിൽ ഉറങ്ങിയിരുന്ന ഭോഗർ സ്മരണകൾ ഇന്നിതാ ശലഭമായ്, ചിത്രശലഭമായ്, അതീവഭംഗിയുള്ള വർണ്ണശലഭമായ് ഇന്നുമുതൽ ലോകമാകെ പറന്നുനടക്കാൻ തുടങ്ങിയിരിക്കുന്നു!

വെട്രിവേൽ മുരുകനുക്ക് ഹരോഹര!

ഞാൻ എണീറ്റ് പഴനിമലയെ നോക്കി മുഷ്ടിചുരുട്ടി ആവേശത്തിൽ അലറിയോ? ഭോഗർ ജയന്തിയാഘോഷത്തിന്റെ ഉജ്ജ്വല

ഐവർ മലയിൽ മുരുകഭക്തരെ അഭിസംബോധന ചെയ്യുന്നു

വിജയം എന്റെ മനസ് നിറച്ചെങ്കിൽ അതിനേക്കാൾ ഏറെയേറെ പരമപ്രധാനമായ ഒരു കാര്യം കൂടിയുണ്ട്, ഇവിടെ ഇങ്ങനെ വന്നിരിക്കുമ്പോൾ നിങ്ങളുമായി പങ്കുവെയ്ക്കാൻ. എന്റെ ആത്മീയ ജീവിതത്തിന്റെ പ്രാരംഭത്തിൽ ഭഗവാൻ സ്വപ്നത്തിൽ കാണിച്ചുതന്ന ഗുഹാമുഖം ഓർമ്മയില്ലേ? 18 വർഷം മുമ്പ്. അതിനകത്താണ് ഭോഗർ രണ്ടാം നവപാഷാണവിഗ്രഹം സൂക്ഷിച്ചിരിക്കുന്നത്.

ഇന്നലെ, ഭോഗർജയന്തിനാൾ അതിരാവിലെ, ഉദയത്തിനു മുമ്പേ ഞാൻ ആ ഗുഹാമുഖത്തെത്തി. കൂടെ പ്രിയപ്പെട്ട ജഗനും ജഗന്റെ സന്തതസഹചാരി അഴകനും ഉണ്ടായിരുന്നു. അവിടെ ആ ഗുഹാമുഖത്ത് എന്നോടു പൂജചെയ്യണം എന്ന നിർദ്ദേശവുംകൂടി ഭഗവാൻ തന്നിരുന്നു. പല സമയങ്ങളിലായി ഭഗവാൻ തന്നിട്ടുള്ള സൂചനകളിൽനിന്ന് ആ ഗുഹയ്ക്കുള്ളിൽ സൂക്ഷിച്ചിരിക്കുന്ന ഭഗവാന്റെ വിഗ്രഹത്തിന്റെ രൂപം ഒരു ആർട്ടിസ്റ്റിന്റെ സഹായത്തോടെ ചിത്രീകരിച്ചിരുന്നു. അതും ഭോഗർ സിദ്ധരുടെ ഛായാചിത്രവും പൂജാസാമഗ്രികളുമായി പഴനി ഉണരുംമുമ്പേ ഞങ്ങൾ അവിടെയെത്തി. ആ പൂജാവേളയിൽ എന്റെയുള്ളിലാകെ ഒരു വൈബ്രേഷൻ നിറഞ്ഞു വരുന്നതു ഞാനറിഞ്ഞു.

ഗിരിവീഥിയിലിരുന്ന് ആ സമയം ഞാൻ ഓർത്തു.

പതിനെട്ടുവർഷമായി ഭഗവാൻ എന്നിലേൽപ്പിച്ച ഓരോ ദൗത്യങ്ങളിലൂടെ ഭോഗർ സിദ്ധർ നടന്ന എല്ലാ സ്ഥലങ്ങളിലൂടെയും ഞാൻ സഞ്ചരിച്ചു. എന്റെ ഇതുവരെയുള്ള പാതയിൽ കൃത്യം പകുതിയേ ആയിട്ടുള്ളൂ എന്ന് എനിക്കു വെളിപാടുണ്ടായി. എന്നാൽ ഇനിയുള്ള പകുതി ലോകം അറിയാനിരിക്കുന്നേയുള്ളൂ! അതറിയുമ്പോൾ ലോകചരിത്രം കീഴ്മേൽ മറിയും. മുരുകയുഗാരംഭത്തിന്റെ ശംഖൊലി മുഴങ്ങും. എന്റെ ശരീരത്തിനുള്ളിൽ മനസ് കിടന്നു തുള്ളുന്നതു ഞാനറിഞ്ഞു. പഴനിയാണ്ടവാ എന്നു ഞാനറിയാതെ ഉറക്കെ വിളിച്ചുപോയി. ഒറ്റമാത്രയിൽ ഞാൻ താണ്ടിയ ആ ദൂരം ഒരു ഫ്ളാഷ് ബാക്ക് പോലെ എന്റെ ഉള്ളിൽ നിരനിരയായി വന്നു.

ഒന്നുമറിയാത്ത ഒരു വെറും സന്ദേഹി ചെറുപ്പക്കാരനായ എന്നോട് ആണ്ടവൻ സ്വപ്നത്തിൽ വന്ന് 'മുപ്പതു വയസുമുതൽ നീയെന്റെ സംരക്ഷണയിൽ ആയിരിക്കും' എന്നു പറഞ്ഞതും തുടർന്ന് വെറും ഒരു കൗതുകത്തിന്റെ പേരിൽ ഈ പഴനിയുടെ മണ്ണിലേക്കു നടത്തിയ ആദ്യയാത്രയും!

അതിനുശേഷം എന്നെയും കൂട്ടുകാരേയും ഞെട്ടിച്ച തിരുപ്രാംകുണ്ഡ് സ്വപ്നദർശനവും ആ യാത്രയും. എന്റെ ആത്മീയ ജീവിതത്തിലെ ടേണിംഗ് പോയന്റ് എന്നു പറയാവുന്ന 2005 ൽ ഈ ഗുഹയെപ്പറ്റിയുള്ള സ്വപ്നദർശനവും അതു തേടി ഇവിടേക്കുള്ള വരവും.

ദേവസ്വം കമ്മീഷണർ സുന്ദരം, കാളിയപ്പൻ, പരപ്പനങ്ങാടി ഉണ്ണി കൃഷ്ണപ്പണിക്കർ... പഴനി ദണ്ഡായുധപാണീക്ഷേത്രത്തിന്റെ ചരിത്രത്തിൽ ഒരുപക്ഷേ ആദ്യമായി ഒരാൾക്കു കിട്ടിയ 18 ദിവസംഭഗവാനോട് ഒട്ടിയിരുന്നുള്ള വ്രതവും ധ്യാനവും.

ഭോഗർ സിദ്ധർ എന്ന പേരുപോലും കേട്ടിട്ടില്ലായിരുന്ന ഞാൻ, ഈ ഞാൻ, ആ മഹാസിദ്ധർ നടന്ന വഴികളിൽകൂടിയെല്ലാം നടന്നത്. ക്ഷമിക്കണം, ഭഗവാൻ നടത്തിച്ചത്! എന്തിനോ ഏതിനോ എന്നറിയാതെ ഒരു തുടർച്ചപോലെ ഒന്നിൽനിന്ന് ഒന്നിലേക്ക്, കാടും മേടും പർവതങ്ങളും ഗുഹകളും താണ്ടി, ഭാരതവും താണ്ടിയുള്ള യാത്രകൾ. അവിടെനിന്നു കിട്ടിയ അനുഭവങ്ങൾ, സ്വാംശീകരിച്ച എനർജികൾ. എത്രയോ വർഷങ്ങൾ. അറിഞ്ഞതെല്ലാം നിന്റെ ഉള്ളിൽതന്നെ വെയ്ക്കാൻ ഭഗവാൻ ആജ്ഞാപിച്ച രഹസ്യങ്ങളുടെ സൂക്ഷിപ്പ്. 2013ൽ എന്നെ ഞെട്ടിച്ചുകൊണ്ട് കുമാരികാണ്ഡം എന്ന മിസ്റ്റിക് ഐലൻഡിനെപ്പറ്റിയുള്ള ഭഗവാന്റെ സന്ദേശം! കുമാരികാണ്ഡ പുനഃസ്ഥാപനം ആണെന്റെ ദൗത്യം എന്ന് എന്നെ ഭഗവാൻ ഉദ്ബോധിപ്പിച്ച ദിനരാത്രങ്ങൾ! സ്വപ്നങ്ങളിൽനിന്നു ഭഗവാന്റെ ദർശന നിർദ്ദേശങ്ങൾ നേരിട്ടുള്ള സന്ദേശങ്ങളായി മാറിയത്.

മുരുകഭഗവാൻ രാജാധിരാജനായ് ദർശനം എന്നെ സമൂലം പരിവർത്തിച്ച ആ സുദിനം!

രഹസ്യങ്ങളെല്ലാം ഇനിമുതൽ രഹസ്യങ്ങളല്ലെന്നും, എല്ലാം ഉറക്കെ വിളിച്ചുപറഞ്ഞു തുടങ്ങാനും ഭഗവാൻ ആജ്ഞാപിച്ച ആ സുദിനം! സ്വന്തം നാട്ടിൽ നടത്തിയ പരിപാടിയെത്തുടർന്നുണ്ടായ സാമ്പത്തിക തകർച്ച! അന്നു ഭഗവാന്റെ മുമ്പിൽ ഞാൻ കരഞ്ഞ കരച്ചിൽ. ആ നിമിഷം മുതൽ ഭഗവാൻ എന്റെ സങ്കടങ്ങൾ തീർത്തതും...

മൂന്ന്രാമത് കണ്ണ് എന്ന തമിഴ് ചാനലിൽ വന്ന ഇന്റർവ്യൂ പ്രോഗ്രാം! എന്നെക്കുറിച്ച് ലോകം അറിഞ്ഞുതുടങ്ങിയത്. ഭഗവാന്റെ നിർദ്ദേശ പ്രകാരം എന്റെ യാത്രകൾ ഭാരതത്തിനപ്പുറത്തേക്കു വികസിച്ചു തുടങ്ങിയത്!

ലണ്ടനിൽവച്ചുണ്ടായ, എന്നെ ഉലച്ചുകളഞ്ഞ പരാജയം! സ്പിരിചാലിറ്റിയെന്തെന്നും അതിന്റെ നിഗൂഢതകളെന്തെന്നും എന്നെ ഒന്നൊന്നായി പഠിപ്പിച്ച യാത്രകൾ. യൂറോപ്പിന്റെയും മറ്റു ഭൂഖണ്ഡങ്ങളുടേയും ഭൂമിശാസ്ത്രപരമായ എനർജി സോഴ്സുകളെക്കുറിച്ചുള്ള നിഗൂഢ അറിവുകൾ. കുമാരികാണ്ഡ പുനഃസ്ഥാപനത്തിനായി LMRK എന്ന ഭഗവദ്നിർദ്ദേശ പ്രകാരമുള്ള മഹാ പ്രസ്ഥാനത്തിന്റെ ഉദയം! പലപല നാടുകളിൽനിന്നു മുരുകഭക്തർ എന്നെത്തേടി വന്നു

തുടങ്ങിയ നാളുകൾ. അവർക്കു വേണ്ടിയുള്ള പ്രാർത്ഥനകൾ. ഭഗവാന്റെ നിർദ്ദേശപ്രകാരമുള്ള ഹീലിംഗ്. അവരുടെ ജീവിതത്തിൽ ഭഗവാന്റെ അനുഗ്രഹം കൊണ്ടുണ്ടായ സന്തോഷങ്ങളുടെ, അത്ഭുതങ്ങളുടെ ആനന്ദങ്ങൾ. LMRK പ്രസ്ഥാനത്തിൽ ഇതുണ്ടാക്കിയ പോസിറ്റീവ് ഇംപാക്റ്റിന്റെ ദിനങ്ങൾ.

മുരുകയുഗാരംഭ നാന്ദിയായി, സീറോ എനർജി പോയന്റിൽ നിന്ന് പെർഫെക്റ്റ് സ്റ്റാർട്ടിനായി ഭഗവാന്റെ ആദ്യ ഡ്യൂട്ടി. വെയിൽസിലെ താന്തോന്ദ്രി ക്ഷേത്രത്തിൽ പ്രതിഷ്ഠിച്ച, പഴനിയിൽ പൂജിച്ച മയൂരസിംഹാസനം. സമ്പത്തൊഴുകുന്ന എനർജി സ്രോതസിൽ എല്ലാ പ്രതിബന്ധങ്ങളും അവസാനനിമിഷം തട്ടിമാറ്റി പ്രതിഷ്ഠിച്ച മുരുകന്റെ നവപാഷാണവിഗ്രഹം! ഭഗവാന്റെ നമ്പർ 2 ഡ്യൂട്ടി. ഈ രണ്ട് ഡ്യൂട്ടികളിലും ഞാൻ അനുഭവിച്ച സ്ട്രെസ്സ്!

അമ്മയുടെ ശിവപാദങ്ങളിലേക്കുള്ള പ്രയാണം. മഹാനായ ഭാരതപുത്രൻ ശങ്കരാചാര്യർ നടന്ന വഴികളിലൂടെ, ഒരു കൈയിൽ ഭഗവാന്റെ വേലും മറുകൈയിൽ അമ്മയുടെ ചിതാഭസ്മവുമായി ഞാൻ നടത്തിയ ഭാരതപരിക്രമയാത്രയുടെ ഉന്മാദം! മഹേശ്വരന്റെ കൈപിടിച്ച് അമ്മ ബദരീനാഥിൽ എനിക്കു നൽകിയ ദർശനനിമിഷം. നിനക്കും നിന്റെ പ്രസ്ഥാനത്തിനും ഇനി അമ്മയുടെ സംരക്ഷണമുണ്ട് എന്ന വെളിപാടിന്റെ ആനന്ദനാളുകൾ!

കുമാരികാണ്ഡ പുനഃസ്ഥാപന വിജയത്തിനുവേണ്ടി ഭഗവദ് നിർദ്ദേശത്താൽ ഡിസൈൻ ചെയ്ത LMRK ധ്വജം. പഴനിയാണ്ടവന്റെ മണ്ണിലും പുരാതന ഭാരതത്തിന്റെ തിലകക്കുറിയായിരുന്ന, മഹാരാജാ വിക്രമാദിത്യൻ ഭരിച്ചിരുന്ന മഹാകാലേശ്വരന്റെ മണ്ണായ ഉജ്ജയിനിലും നാല്പതടി ഉയരത്തിൽ പാറിപ്പറക്കുന്ന LMRK ധ്വജം സ്ഥാപിച്ച നിമിഷങ്ങൾ.

ഉജ്ജയിനിലെ വിക്രമാദിത്യ മഹാരാജാവിൽനിന്നും ആദിശങ്കരനിൽനിന്നും എന്നിലേക്കു വരുന്ന തുടർച്ചകൾ ഭഗവാൻ കാണിച്ചു തന്ന നിമിഷം! ഭാരതത്തിന്റെ സുവർണ്ണകാലത്തേക്കു വർത്തമാന ഇന്ത്യയെ തിരിച്ചു കൊണ്ടുവരാൻ നാലാം ഡ്യൂട്ടിയായി ഭഗവാൻ കൽപ്പിച്ച മഹാസ്കന്ദയാഗം. അതിബൃഹത്തായി സമ്പൂർണ്ണവിജയമായി സ്കന്ദമഹായാഗം മാറിയപ്പോൾ ലഭിച്ച ആനന്ദാനുഭൂതികൾ.

കർമ്മദോഷങ്ങളിൽനിന്ന് ഒരു മനുഷ്യനെ മോചിപ്പിച്ച് അവനെ പ്യൂരിഫൈ ചെയ്തെടുക്കുന്ന ലൈറ്റ് ബോഡി ആക്റ്റിവേഷൻ ആവശ്യമുള്ളവർക്കു പകർന്നുനൽകാൻ ഭഗവാൻ അനുവാദം തന്നത്. വല്ലലാർ സിദ്ധരുടെ അനുഗ്രഹത്താൽ എനിക്കു സ്വായത്തമായ ആ കഴിവ്. അത് ഓൺലൈനായും നേരിട്ടും നടത്തി വിജയിച്ചപ്പോൾ

കാവേരീനദിയുടെ തീരത്ത് വേലുയർത്തി നിൽക്കുന്നു

കിട്ടിയ അനുഭൂതി. നമ്മുടെ ശരീരത്തിലെ നെഗറ്റീവ് എനർജിയെ മാറ്റി പോസിറ്റീവ് എനർജിയാക്കുന്ന അത്ഭുതവൃത്തിയുടെ വിജയം! എത്രയോ നാടുകളിലുള്ള മുരുകഭക്തർക്ക് അവ നൽകിയ ലാഘവത്വവും സമ്പൂർണ്ണ മാറ്റവും അവർ സന്തോഷത്തോടെ വിവരിക്കുമ്പോഴുണ്ടാകുന്ന അനുഭൂതി.

ആണ്ടവന്റെ നിർദ്ദേശത്താൽ ഞാനീ ലോകത്തു സന്ദർശിച്ച എനർജി പോയന്റുകൾ. കണ്ട മനുഷ്യർ. ജനപഥങ്ങൾ. ചരിത്രം ഉറങ്ങിക്കിടക്കുന്ന ഇടങ്ങൾ. ഭാരതത്തിൽതന്നെ എത്രയോ ഇടങ്ങൾ. ശ്രീലങ്ക, ഭൂട്ടാൻ, ജപ്പാൻ, മംഗോളിയ, ഗ്രേറ്റ് ബ്രിട്ടൺ, മലേഷ്യ, ഇൻഡോനേഷ്യ, സിംഗപ്പൂർ, ആസ്ത്രേലിയ, ചൈന, റഷ്യ, തായ് ലണ്ട്, റിയൂണിയൻ ഐലൻഡ്, ഇനിയുമെത്രയോ... അവിടെനിന്ന് സ്വാംശീകരിച്ച ഊർജ്ജങ്ങൾ. ഹോ! പഴനിയാണ്ടവാ... അതിനിടയിൽ സമയം എന്ന പ്രഹേളികയുമായി ഞാൻ നടത്തിയ സമാഗമങ്ങൾ! ഒരിക്കൽ വേം ഹോളിനുമുന്നിൽ ഭഗവാൻ എന്നെ എത്തിച്ച സുവർണ്ണ നിമിഷം. കുമാരികാണ്ഡ പുനഃസ്ഥാപനത്തിനുവേണ്ടി രൂപം കൊണ്ട LMRK. മുരുകയുഗാരംഭത്തിനുവേണ്ടി ഉരുവം കൊണ്ട LMRK. ഇന്നിതാ ഇവിടെ ഈ നിമിഷം ചരിത്രത്തിലാദ്യമായി ഭോഗർ ജയന്തി യാഘോഷിക്കുന്ന LMRK!

ഭോഗർമഹർഷി സൂക്ഷിച്ചുവച്ച രണ്ടാം നവപാഷാണവിഗ്രഹം പൂജിക്കാനായി ഞാനിതാ ഈ പുലർച്ചെ ആ ഗുഹാമുഖത്ത്...

ആണ്ടവാ!!!

ശാന്തഗംഭീരമായ, നിശ്ശബ്ദമായ ഗിരിവീഥിയെ പ്രകമ്പനം കൊള്ളിച്ചുകൊണ്ട് ഒരു ഫോർവീൽ ഡ്രൈവ് പാഞ്ഞുപോയ ശബ്ദത്തിൽ ഞാൻ ഞെട്ടി കണ്ണുതുറന്നു. എന്റെ ആത്മീയ യാത്രയിലേക്കു നടത്തിയ മനോയാത്രയിൽ ഞാൻ പരിസരം മറന്നിരിക്കുകയായിരുന്നു. ഞെട്ടി കൺതുറന്നപ്പോൾ പഴനിമല നിലാവിന്റെ തേജസ്സിൽ എന്നെ നോക്കി പുഞ്ചിരിക്കുന്നു! ഈ ഗിരിവീഥിയിൽ ഊർജ്ജം നിറച്ചുകൊണ്ട് ഇന്നലെ പകൽ നടന്ന ഭോഗർ ജയന്തി മഹാഘോഷയാത്ര.

പതിനെട്ടു വർഷങ്ങൾക്കുള്ളിൽ ഞാൻ പകുതി ദൂരം താണ്ടിയിരിക്കുന്നു. ഞാൻ വീണ്ടും പറയുന്നു. പാദവിനായകർ കോവിൽ മുതൽ രണ്ടാം നവപാഷാണവിഗ്രഹമുള്ള ഗുഹാമുഖം വരെ; പകുതി ദൂരം! അതിനുള്ളിലുള്ള സകല രഹസ്യങ്ങളും ഭഗവാൻ എനിക്കു കാട്ടിത്തന്നു. അതുമായി കണക്റ്റ് ചെയ്യപ്പെട്ടു കിടക്കുന്ന ലോകത്തിലെ എല്ലാ ഇടങ്ങളിലും ഭഗവാൻ എന്നെ എത്തിച്ചു. ഇനിയും

വൃത്തം പൂർത്തിയാക്കാൻ അടുത്ത പകുതിയുണ്ട്. അതിലെ രഹസ്യങ്ങൾ എന്തെന്നുമേതെന്നും മുരുകപ്പെരുമാളിനല്ലാതെ ആർക്കറിയാം! അവ കേൾക്കാൻ ഞാൻ തയാറെടുക്കുകയാണ്.

സന്ദേഹിയായ ഒരു ചെറുപ്പക്കാരനായി പാദവിനായകർ കോവിലിൽനിന്ന് ഗിരിവീഥിയുടെ വൃത്തത്തിൽ യാത്ര ആരംഭിക്കുമ്പോൾ ഞാൻ ഒറ്റയ്ക്കായിരുന്നു. എന്നാൽ ഇന്ന് ആ അടുത്ത അർദ്ധവൃത്തത്തിലേക്കുള്ള യാത്രയിൽ അതല്ല. ആ ചെറുപ്പക്കാരൻ ഇതാ ഇന്ന് ഒരു മഹാപ്രസ്ഥാനത്തിന്റെ ക്യാപ്റ്റനാണ്. കൂടെ അസംഖ്യം പോരാളികളുണ്ട്. സമയത്തെ മറികടക്കുന്ന അനുഭവങ്ങളുടെ സ്വത്തുണ്ട്. ശങ്കു, സ്റ്റീഫൻ ഹോക്കിംഗ് എന്നിവരുണ്ട്. മഹാകാലേശ്വരനുമൊത്ത് അമ്മ വിരിച്ചുവച്ചിരിക്കുന്ന പ്രൊട്ടക്ഷനുണ്ട്.

അടുത്ത അർദ്ധവൃത്തത്തിലുള്ള രഹസ്യങ്ങൾ കേൾക്കാനും, അവ ലോകത്തോടു പറയുവാനുമുള്ള കരുത്തിലേക്ക് ഭഗവാൻ എന്നെ പരിവർത്തനം ചെയ്തിട്ടുണ്ട്.

ഓം ശരവണഭവായ നമഃ

ഈയടുത്ത് ഒരു വ്യക്തി എന്നോടു ചോദിച്ച പ്രസക്തമായ ഒരു ചോദ്യം നിങ്ങളോട് പങ്കുവെയ്ക്കട്ടെ. അദ്ദേഹത്തിന്റെ സന്ദേഹം ഇതാണ്:

നമ്മൾ എന്തുകൊണ്ട് ജീവിക്കുന്നു. നിറയെ കഷ്ടപ്പാട്. ഞാൻ ആർക്കും ഒരുപദ്രവവും ചെയ്തിട്ടില്ല. ഒരു പാപവും ചെയ്തിട്ടില്ല. എന്നിട്ടും ജീവിതം വലിയ ബുദ്ധിമുട്ടാണ്. സുഖം എന്തെന്ന് അറിഞ്ഞിട്ടേയില്ല. ഇതു ഗുരുക്കന്മാരോടോ അറിവുള്ളവരോടോ ചോദിക്കുമ്പോൾ മുജ്ജന്മകർമ്മഫലം എന്ന് ഉത്തരവും. ഇങ്ങനെ ആണെങ്കിൽ, ഇങ്ങനെ നരകിക്കുകയാണെങ്കിൽ എന്തിനാണ് ഈ ജന്മം? ഈ ജന്മമേ ഇല്ലാതിരിക്കുന്നതല്ലേ നല്ലത്?

ചോദ്യം പ്രാഥമികമായി ന്യായംതന്നെ. അല്ലേ?

ഞാൻ മനസ്സിലാക്കിയിട്ടുള്ളതും അദ്ദേഹത്തോടു പറഞ്ഞതും നിങ്ങളോടു പങ്കുവെയ്ക്കട്ടെ?

ഈ പ്രപഞ്ചത്തിന്റെ തീം തന്നെ ചലനമാണ്. നിശ്ചലമായ ഒന്നുംതന്നെ ഇല്ല. നമ്മുടെ ഭൂമി ഉൾപ്പെടുന്ന ആകാശഗംഗ തന്നെ നാലുലക്ഷത്തിൽപ്പരം കിലോമീറ്റർ സ്പീഡിൽ ആൻഡ്രോമെഡ (Andromeda) എന്ന മറ്റൊരു ഗാലക്സിക്കു നേരെ പാഞ്ഞടുക്കുകയാണ്. എങ്കിലും ഭയക്കേണ്ട, നാലു ബില്ല്യൺ വർഷം കഴിഞ്ഞാലും കൂട്ടിയിടിക്കാൻ ചാൻസില്ല. അങ്ങനെ പായുന്ന ഗാലക്സിക്കുള്ളിലെ ഭൂമിയും ചലിക്കുകയല്ലേ? സ്വയം കറങ്ങുന്നു. കൂടാതെ സൂര്യനെ

വലംവയ്ക്കുന്നു. പോട്ടെ, നമ്മുടെ സമുദ്രം നിശ്ചലം നിൽക്കുമോ ഒരു സെക്കൻഡെങ്കിലും? അതും പോട്ടെ. അനങ്ങാപ്പാറയുടെ ഉള്ളിലും ആറ്റങ്ങൾക്കുള്ളിൽ ഇലക്ട്രോണുകൾ ചലിക്കുകയല്ലേ? അപ്പോ ചലനം എന്നതാണു പ്രപഞ്ചത്തിന്റെ മുഖമുദ്ര. ആ പ്രപഞ്ചത്തിന്റെ സന്തതിയാണ് നമ്മൾ. ആ നമ്മളും ചലിച്ചേ മതിയാകൂ. ഓടിയേ മതിയാകൂ. അനേകം ലോകങ്ങളിൽ ഒന്നു മാത്രമാണിത്. ഭൂമി. ഇവിടെ ജീവിക്കാനാണു നമ്മൾ കൈകാലൊക്കെയുള്ള ഈ രൂപം സ്വീകരിച്ചിരിക്കുന്നത്. മറ്റൊരു ലോകത്തിൽ മറ്റൊരു ഡൈമൻഷനിൽ ഇതായിരിക്കില്ല രൂപവും ഭാവവും.

അസംസ്കൃത ഊർജ്ജത്തിൽ (raw energy) നിന്നാണു നമ്മളുണ്ടാകുന്നത്. ആത്മാവുണ്ടാകുന്നത്. അതിന്റെ ചലനം ശുദ്ധോർജ്ജത്തിലേക്കാണ്. (Purified Energy). Rawയിൽനിന്ന് purified എനർജിയിലേക്കുള്ള merging ആണ് ഓരോ ആത്മാവിന്റെയും ലക്ഷ്യം. ഈ Purified എനർജി എന്താണ്? അതാണ് ദൈവം. അതിലേക്കു ലയിച്ചുചേരലാണു ആത്യന്തിക ലക്ഷ്യം. അതായത് മോക്ഷം. അതിലേക്ക് എത്തണമെങ്കിൽ നമ്മളും പ്യൂരിഫൈഡ് ആകണം. അതാകുംവരെ Rebirth ഉണ്ടാകും. Rebirth ഇല്ലെങ്കിൽ മോക്ഷം കിട്ടും. മോക്ഷം കിട്ടുംവരെ നമ്മൾ വീണ്ടും വീണ്ടും ജനിച്ചുകൊണ്ടേയിരിക്കും. അതു പല ഡൈമൻഷൻ ലോകത്തായിരിക്കും. ഓരോ ഡൈമൻഷനിലുള്ള ജീവിതത്തിലും നമുക്ക് purified ആകാം. അതായത് ദൈവം നമുക്കു നൽകുന്ന ഫുട്ബോൾ ഗ്രൗണ്ടാണ് ഓരോ ഡൈമൻഷൻ ലൈഫും. നിശ്ചിതസമയം തരും. ഗോൾ പോസ്റ്റ് കാണിച്ചുതരും. ഗോളടിക്കേണ്ടത് നമ്മൾ ഓരോരുത്തരുമാണ്. അടിച്ചാലുമില്ലെങ്കിലും സമയമാകുമ്പോൾ ലോങ് വിസിൽ മുഴങ്ങും. ഗോളടിച്ചവർക്കു മോക്ഷം കിട്ടും. അവർ purified energy യുടെ ഭാഗമാകും. ഉഴപ്പിക്കളിച്ചവർക്കു വീണ്ടും മറ്റൊരു ഗ്രൗണ്ടിൽ ഓടാം. ഗോളടിക്കുംവരെ ഓടാം. ഓടിക്കിതയ്ക്കുമ്പോ എനിക്കു കളീം വേണ്ട ഗോളും വേണ്ട എന്ന വിലാപത്തിൽ കാര്യമില്ല. കിട്ടുന്ന ചാൻസിൽ നന്നായി കളിക്കുക. ഗോളടിക്കുക. പ്യൂരിഫൈഡ് എനർജിയിൽ ലയിക്കുക. നമ്മുടെ സംസ്കാരത്തിൽ അതു വിഷ്ണുപാദം പൂകൽ എന്നോ ശിവശക്തിയിൽ ലയിക്കൽ എന്നോ ഒക്കെ വിശേഷിപ്പിക്കും എന്നറിയുക.

ഈ യാത്രയാണ് ആത്മീയത! അവിടെ ഞാൻ ഉത്തമൻ, മറ്റുള്ളവർ ഉത്തമരല്ല എന്ന ചിന്ത ഇല്ല. നോക്കൂ, തന്മാത്ര എന്നാൽ എന്താണ്. ഒരു പദാർത്ഥത്തിന്റെ സകല ഗുണവിശേഷങ്ങളും ഉള്ള ഏറ്റവും ചെറിയ കണിക. അല്ലേ? എന്നാൽ ഈ തന്മാത്രയുടെ ഉള്ളിൽ എന്താണുള്ളത്? ആറ്റങ്ങൾ. ആറ്റം എങ്ങനെയുണ്ടാകുന്നു?

പ്രോട്ടോൺ, ന്യൂട്രോൺ, ഇലക്ട്രോൺ - ഈ മൂന്ന് സൂക്ഷ്മകണങ്ങളാൽ. ഈ മൂന്ന് കണങ്ങളേ ഉള്ളൂ. ഈ മൂന്ന് കണങ്ങൾ ഈ പ്രപഞ്ചത്തിലെവിടെയും ഒരുപോലെയാണ്. അവ വ്യത്യസ്ത അളവിലും അനുപാതത്തിലും കൂടിച്ചേരുമ്പോൾ പലപല തന്മാത്രകൾ ഉണ്ടാകുന്നു. ഇതു മനസ്സിലാക്കാത്തവർ സ്പിരിച്വാലിറ്റി കിട്ടിയവരല്ല. യഥാർത്ഥത്തിൽ ഈ ജ്ഞാനോദയം ഉണ്ടാകുമ്പോൾ നമ്മൾ വളരെവളരെ ഉയരുന്നു. അവിടെ എന്റെ മതം, നിന്റെ മതം ഇല്ല. എന്റെ ഗുരു, നിന്റെ ഗുരു ഇല്ല. എന്തിന്റേയും അടിസ്ഥാനം ഒന്നാണെന്നു വരുന്നു. അതോടെ നിങ്ങൾ പ്യൂരിഫൈഡ് ആകുന്നു. എന്തും ഉൾക്കൊള്ളാൻ അതു നിങ്ങളെ പഠിപ്പിക്കുന്നു. ഉന്നതമായ വ്യക്തിത്വം നിങ്ങളെ പൊതിയുന്നു. അതോടെ നിങ്ങൾ സാർവലൗകികതയുടെ ബ്രാൻഡ് അംബാസിഡർ ആകുന്നു. മനസ് ഉന്നതമായ നിർവാണാവസ്ഥയിലെത്തുന്നു. അപ്പോൾ പറഞ്ഞുവന്നത്, ചലിക്കാതിരിക്കാൻ നമുക്കാവില്ല. അതാണ് ഈ പ്രപഞ്ചത്തിന്റെ നിയമം.

വ്യക്തി എന്ന നിലയിൽ ആ ചലനംതന്നെ രണ്ടു വിധമാണ്. ഒന്ന് മനുഷ്യൻ എന്ന നിലയിൽ ജനനം മുതൽ മരണം വരെയുള്ള ഭൗതിക ജീവിതത്തിന്റെ മുന്നോട്ടുള്ള ചലനം. അതൊരു must കാര്യമാണ്. ഈ കലിയുഗത്തിൽ അതൊരു ഓട്ടംതന്നെയാണ്. രണ്ടാമത്തേത് ആത്മീയപാതയിൽകൂടിയുള്ള ചലനമാണ്. അതാകട്ടെ അത്ര കണ്ട് ഗോചരമാകില്ല. ശരിയായ സ്പിരിച്വൽ വഴി കിട്ടിയ ഒരാളുടേത് തികച്ചും സൈലന്റായ പ്രവൃത്തിയായിരിക്കും.

എന്നാൽ, എന്റെ കാര്യത്തിൽ ഇവിടെയൊരു വ്യത്യാസമുണ്ട്. ഞാൻ നല്ലൊരു മകൻ, നല്ലൊരു ഭർത്താവ്, നല്ലൊരു അച്ഛൻ, നല്ലൊരു ഉദ്യോഗസ്ഥൻ എന്നിങ്ങനെ ആകാൻ ശ്രമിക്കുന്ന ആളാണ്. അവയോടെല്ലാംതന്നെ 100% നീതിപുലർത്താൻ ആഗ്രഹിക്കുന്നവനുമാണ്. എന്നാൽ, എന്റെ ആത്മീയവഴിയിലെ ചലനങ്ങളിൽ എന്റെ ഫിസിക്കൽ സാന്നിധ്യവും അത്യന്താപേക്ഷിതമാണെന്നു വന്നിരിക്കുന്നു. ഒരു മഹാപ്രസ്ഥാനത്തിന്റെ സ്ഥാപകനാകാൻ മുരുകൻ തിരഞ്ഞെടുത്ത നിമിഷം മുതൽ അതങ്ങനെ ആയി. ഉദാഹരണത്തിന്, നന്നേ പുലർച്ചെ മുതൽ എന്നെത്തേടി ഫോൺ കോളുകൾ വരും. ആസ്ട്രേലിയയിലാണല്ലോ സൂര്യന്റെ ആദ്യരശ്മികൾ പതിക്കുക. അവിടെ നിന്നായിരിക്കും ആദ്യ വിളികൾ. പിന്നീട് സിംഗപ്പൂർ, മലേഷ്യ, ഇന്ത്യ, മിഡിൽ ഈസ്റ്റ് എന്നിങ്ങനെ അതു വിവിധ ടൈംസോണിൽകൂടി വിളികൾ പുരോഗമിച്ച്, എന്റെ പാതിരയാകുമ്പോൾ യു.എസ്, കാനഡയിൽനിന്നുള്ള വിളികളോടെ എന്റെ ഒരു ദിനം അവസാനിക്കും.

ഇതിനിടയിൽ എന്റെ ഔദ്യോഗിക കൃത്യങ്ങളിൽ ഒരു കുറവും വരുത്താതെ നോക്കാനും സാധിക്കണം.

പലവിധ പ്രശ്നങ്ങളുമായാകും മുരുകഭക്തർ വിളിക്കുക. അത് അവരുടെ സാമ്പത്തികപ്രതിസന്ധികളാകാം, ജോലിസംബന്ധിയാകാം, സന്താനസൗഭാഗ്യമില്ലാത്തവരാകാം, അസുഖങ്ങൾ സംബന്ധിച്ചാകാം, മക്കളുടെ പഠനസംബന്ധിയാകാം. വിളിക്കുന്നവരോടൊക്കെ സ്നേഹപൂർവമായും അനുഭാവത്തോടെയും ഇടപഴകുന്നതാണ് എന്റെ രീതി. അവർക്കുവേണ്ടി പ്രാർത്ഥനയോ, പൂജയോ, ഹീലിംഗോ ചെയ്യണം. പ്രാർത്ഥിച്ചുകൊണ്ടായിരിക്കും എന്റെ ദൈനംദിന വ്യവഹാരങ്ങൾ ആരംഭിക്കുക. എന്നെക്കൊണ്ടാകുംവിധത്തിൽ അവരോട് ഞാൻ ഫോളോഅപ്പ് ചെയ്യാറുണ്ട്. അവരാ പ്രതിസന്ധിയിൽനിന്ന് കരകയറുമ്പോൾ, അവരിലാ പുഞ്ചിരിയും സന്തോഷവും കാണുമ്പോൾ, എനിക്കു പ്രതിഫലം കിട്ടുന്നു. ഒരിക്കലും ഞാൻ ആരോടും പണം വാങ്ങാറില്ല. മിക്കവരും ആ സമയം അവരുടെ സന്തോഷത്തിന് എന്തെങ്കിലും സഹായം ചെയ്യട്ടേ എന്ന രീതിയിൽ സംസാരിക്കുമ്പോൾ, മുരുകനാണു നിങ്ങൾക്കു നല്ലതു വരുത്തിയത്, ആയതിനാൽ മുരുകയുഗാരംഭത്തിൽ നിങ്ങൾക്കാവുംവിധം കുമാരികാണ്ഡ പുനഃസ്ഥാപനത്തിൽ എന്റെ കൂടെ ഉണ്ടാവുക എന്നു മാത്രം പറഞ്ഞ് ഒരു പുഞ്ചിരിയോടെ അടുത്ത ആളുടെ പ്രശ്നപരിഹാരത്തിലേക്ക് ഇറങ്ങുകയാണ് എന്റെ പതിവ്.

ഞാൻ പറഞ്ഞുവന്നത്, 30 വർഷമാകുന്നു ഞാൻ കേരള ഇലക്ട്രിസിറ്റി ബോർഡിൽ ജോലിക്കു കയറിയിട്ട്. എന്റെ ജോലിയുടെ സവിശേഷത നിങ്ങൾക്കറിയാമല്ലോ? ഇത് എന്റെ അച്ഛന്റെ ജീവന്റെ വിലയാണ്. പൊടുന്നനെയുണ്ടായ അനാഥത്വത്തിനു മുന്നിൽ അമ്മയും ഞാനും അനിയനും പകച്ചുനിന്നപ്പോൾ പതിനെട്ടുവയസ്സ് കഴിയുമ്പോഴേക്കും ഏറ്റെടുക്കേണ്ടിവന്നതാണിത്. അതിന്റെ വില ചെറുതല്ല. ഇന്നും ആ ശമ്പളമാണെന്റെ വരുമാനം. അതു വിട്ടുകളയാൻ ഭഗവാൻ എനിക്കു നിർദ്ദേശം നൽകിയിട്ടില്ല. അതുകൊണ്ട് ഞാൻ എന്റെ ഭൗതികചലനവും ആത്മീയചലനവും കൂടെ കൊണ്ടുപോകുന്നു.

കേരളത്തെ വെളിച്ചത്തിലേക്കു നയിച്ച സ്ഥാപനമാണെന്റെ കെഎസ്ഇബി. ആലങ്കാരികം എന്നു തോന്നുമെങ്കിലും അതു സത്യമല്ലാതാകുന്നില്ല. വൈദ്യുതി ഒരാളുടെ ജന്മാവകാശമാണ് എന്ന നയം അക്ഷരാർത്ഥത്തിൽ നടപ്പാക്കിയ മഹാസ്ഥാപനം. കേരളത്തിലെ ഏറ്റവും വലിയ പൊതുമേഖലാ സ്ഥാപനം. എന്റെ എല്ലാ ആത്മീയ യാത്രകളും ഒരിക്കലും ചുവപ്പുനാടാതടസ്സം കൊണ്ട് മുടക്കിയിട്ടില്ലാത്ത, എന്റെയും അച്ഛന്റെയും സ്വന്തം കർമ്മമണ്ഡലം.

ഇനിയുള്ള അടുത്ത അർദ്ധവൃത്തത്തിലെ രഹസ്യങ്ങൾ ഭഗവാൻ അനാവൃതമാക്കുമ്പോൾ എന്റെ സാന്നിധ്യം കൂടുതൽ സമയം പ്രസ്ഥാനത്തിനു വേണ്ടിവരുമായിരിക്കും. ഇപ്പോൾതന്നെ അതി പുലർച്ചെ മുതൽ പാതിരായ്ക്ക് ഒരുമണിവരെയുള്ള എൻഗേജ്മെന്റു കൾ, ഇടയിൽ 10 മുതൽ 5 വരെയുള്ള ഓഫീസ് ജോലി, അതിന്റെ കൃത്യാന്തരബാഹുല്യങ്ങൾ. പിതാവ്, ഭർത്താവ് എന്ന നിലയിൽ ഒട്ടും കുറവു വരുത്തരുതെന്ന് എനിക്കു നിർബന്ധമുള്ള കർത്തവ്യ ങ്ങൾ. നിദ്രാസമയം തുലോം തുച്ഛമായി മാറുന്നതിന്റേതായ ശാരീ രിക വൈഷമ്യങ്ങൾ. ഇവയെല്ലാം ഒരുമിച്ചു മാനേജ് ചെയ്യാൻ, അതാ യത് കാര്യക്ഷമമായി മാനേജ് ചെയ്യാൻ ബുദ്ധിമുട്ടായി തുടങ്ങിയിരി ക്കുന്നു.

ഓഫീസ് ജോലിയിൽനിന്നെല്ലാം പിരിഞ്ഞ് പൂർണ്ണമായും ഭഗ വാന്റെ ഡ്യൂട്ടിനിർദ്ദേശങ്ങളനുസരിച്ച് പ്രവർത്തിക്കാൻ എന്നോടു കൽപ്പിക്കണമേ എന്ന് ഈയിടെയായി ഞാൻ ഭഗവാനോട് അപേ ക്ഷിക്കാൻ തുടങ്ങിയിരിക്കുന്നു.

മുരുകയുഗാരംഭത്തിന്റെ ശംഖൊലി മുഴങ്ങിയ ഈ അവസര ത്തിൽ, കുമാരികാണ്ഡ പുനഃസ്ഥാപനമിഷൻ അതിന്റെ മൊമന്റത്തി ലേക്ക് അടുക്കുന്ന വേളയിൽ, ഭഗവാൻ എനിക്കായി ഒരുക്കുന്ന അധികാരക്കസേരയിൽ പൂർണ്ണസമയവും ഇരുന്ന്, സമ്പൂർണ്ണ സ്വാത ന്ത്ര്യത്തോടെയും സമാധാനത്തോടെയും അപ്പോൾ പ്രസ്ഥാനത്തെ നയിക്കാൻ കഴിയുമല്ലോ!

ഭഗവാൻ നിശ്ചയിക്കുന്ന സന്ദർഭത്തിൽ എനിക്ക് ആ ആജ്ഞ വരും. അതുവരെ എന്റെ മേൽവിവരിച്ച രണ്ടു ചലനങ്ങളോടും പര മാവധി നീതിപുലർത്തി ഞാൻ ചലിക്കും.

ഓം ശരവണഭവായ നമഃ

ഗിരിവീഥി വിജനമായിത്തന്നെ. പഴനിമലയിൽനിന്ന് വീശുന്ന ഇളംകാറ്റിന് ഔഷധഗന്ധം. മൂന്ന് ഭാവിദൗത്യങ്ങളെപ്പറ്റിക്കൂടി നിങ്ങ ളോടു പറയാം ഈ അവസരത്തിലെന്നു തോന്നുന്നു. ഇപ്പോൾ പങ്കു വെയ്ക്കണമെന്നു വിചാരിച്ചതല്ല. എങ്കിലും ഈ പുസ്തകത്തിൽ കൂടിത്തന്നെ അതു പറയാൻ ഭഗവാൻ തോന്നിപ്പിക്കുന്നു.

മൂന്ന് ദൗത്യങ്ങൾ

അതിൽ ഒന്ന് World Muruga Conference ആണ്. കുമാരികാണ്ഡ പുനഃസ്ഥാപനം എന്ന മിഷൻ നടപ്പിൽ വരുംമുമ്പ് മുരുകനുമായി ഏതെങ്കിലും നിലയ്ക്കു ബന്ധമുള്ള എല്ലാവരേയും ഒരു കുടക്കീഴിൽ കുറച്ചുദിവസം ഒരുമിച്ചിരുത്തുക. സെമിനാറുകളും പ്രഭാഷണങ്ങളും

വർക്ക്ഷോപ്പുകളുമായി. ഒരു ഏകോപനം. ഭോഗർ കണക്ഷനുള്ള താവോയിസ്റ്റ് നേതാക്കൾ മുതൽ, മയിലിനെ ആരാധിക്കുന്ന യസ്സീദികൾ വരെ ഉൾക്കൊള്ളുന്ന അതിവിശാലമായ ഒരു കോൺഫറൻസ്. എല്ലാ മതപ്രതിനിധികളേയും സിദ്ധപരമ്പരകളേയും പങ്കെടുപ്പിച്ച് പ്ലാൻ ചെയ്യുന്ന ഈ ഇന്റർനാഷണൽ മെഗാ ഈവന്റിന് ഭഗവാന്റെ ആശീർവാദത്താൽ ഭാരതസർക്കാർ സകല പിന്തുണയും നൽകും എന്നു ഞാൻ കരുതുന്നു.

രണ്ടാമത്തേത്, ഈ രണ്ടാം പകുതി ജലവുമായി ബന്ധപ്പെട്ട യാത്രകളാണെന്നു വ്യക്തമായ സൂചനകൾ എനിക്കു കിട്ടിയിട്ടുണ്ട്. അതിനോടു ബന്ധപ്പെട്ടാണ് ഒന്നാം ദൗത്യം. ഭാരത പരിക്രമ യാത്ര ചെയ്തപോലെ, ആദിശങ്കരൻ ഭാരതസംസ്കാരത്തെ പരിരക്ഷിക്കാനായി നാല് എനർജി ബാൻഡുകളിൽ മഠങ്ങൾ സ്ഥാപിച്ചപോലെ, ഏഴു സമുദ്രങ്ങളിലൂടെയും ഭഗവാന്റെ വേലുമായി ഒരു യാത്ര നടത്തുക.

മൂന്നാമത്തേത് കുമാരികാണ്ഡ സംരക്ഷണത്തിനായി ആറ് എനർജി പോയന്റുകളിൽ ഓരോ വേൽ സ്ഥാപിക്കുക. ഇന്റർനാഷണൽ വേൾഡ് മുരുക കോൺഫറൻസിൽ പൂജിച്ച ആറു വേലുകൾ! കുമാരികാണ്ഡം അതിനുള്ളിൽ സകലപ്രഭാവത്തോടുംകൂടി പരിലസിക്കും ഭാവിയിൽ...

ഈ മൂന്ന് ദൗത്യങ്ങൾക്കുള്ള സൂചനകൾ കിട്ടിക്കഴിഞ്ഞു. ഇന്ന് ആ ഗുഹാമുഖത്തെ പൂജാവേളയിൽ ഭഗവാൻ എനിക്കു തോന്നിപ്പിച്ച ചില ഉൾവിളികൾകൂടി ഇവിടെ പങ്കുവെയ്ക്കേണ്ടതുണ്ട്.

ഗുഹയ്ക്കുള്ളിൽ ഭോഗർ സിദ്ധർ രണ്ടാം നവപാഷാണവിഗ്രഹമാണു സൂക്ഷിച്ചുവച്ചിരിക്കുന്നത് എന്നു പറഞ്ഞല്ലോ, ആ വിഗ്രഹത്തെപ്പറ്റിയാണ്. ഭോഗർ സിദ്ധർ കലിയുഗത്തിലേക്കായി ദണ്ഡായുധപാണീ നവപാഷാണവിഗ്രഹം നിർമ്മിച്ചു. അത് ഈ മലമുകളിൽ നൂറ്റാണ്ടുകളായി ഇതാ കോടാനുകോടി ഭക്തജനങ്ങൾ ദർശിച്ചു കഴിഞ്ഞു. എന്നാൽ അടുത്ത വിഗ്രഹം? മുരുകയുഗത്തിനായി സൂക്ഷിച്ചുവച്ചിരിക്കുന്ന വിഗ്രഹം നവപാഷാണം ആണോ? അല്ല!

ഞാൻ വീണ്ടും പറയുന്നു. ഭോഗർ സിദ്ധർ ചെയ്തുവച്ച കാര്യങ്ങളിൽ പകുതിമാത്രമേ ലോകം അറിഞ്ഞിട്ടുള്ളൂ. ബാക്കി പകുതി ഇന്നും നമ്മൾക്കറിയില്ല. ആ രഹസ്യങ്ങളിൽ ഏറ്റവും പ്രധാനമായ ഒന്നാണ് ഇന്നുരാവിലെ ഗുഹാമുഖ പൂജാവേളയിൽ എനിക്കു ഭഗവാൻ കാണിച്ചുതന്നത്! ആ രഹസ്യമായി സൂക്ഷിച്ചിട്ടുള്ള രണ്ടാം വിഗ്രഹം നിർമ്മിച്ചിട്ടുള്ളതു നവപാഷാണം കൊണ്ടല്ല!

പിന്നെ? അതു ശാസ്ത്രം ഇപ്പോഴും കൈപ്പിടിയിലൊതുക്കാൻ

ശ്രമിക്കുന്ന, പഠിച്ചുതീർന്നിട്ടില്ലാത്ത Dark Matter കൊണ്ടാണെങ്കിലോ? ലോകം ഞെട്ടും!

ഇന്നും ശാസ്ത്രത്തിനു പിടികൊടുത്തിട്ടില്ലാത്ത നിഗൂഢമായ dark matter Dw dark energyയും. Dark എന്ന വാക്കു കേട്ട് തെറ്റിദ്ധരിക്കരുത്, ഈ dark matter പ്രകാശത്തെയോ മറ്റു വൈദ്യുതകാന്തികതരംഗങ്ങളെയോ പ്രതിഫലിപ്പിക്കാനോ ഉൾക്കൊള്ളാനോ കഴിയാത്ത ഒന്നായതുകൊണ്ട് അവയെപ്പറ്റിയുള്ള പഠനം ദുഷ്കരമാണ്. അതുകൊണ്ടാണ് dark എന്ന term ഉപയോഗിച്ചത്. ഈ അനന്തമായ പ്രപഞ്ചത്തിലെ 80% മാറ്ററും ഡാർക്ക് മാറ്ററാണ്. ഗ്രാവിറ്റിക്ക് എതിരായി അതങ്ങനെ പടർന്നുകിടക്കുകയാണ്. എന്താണാ മാറ്റർ എന്നു ശാസ്ത്രം കണ്ടുപിടിക്കാനിരിക്കുന്നതേ ഉള്ളൂ. ഒരു സമയത്ത് ഇതുപോലെ സങ്കല്പം മാത്രമായിരുന്ന തമോഗർത്തം അടുത്ത കാലത്താണല്ലോ കണ്ടുപിടിക്കപ്പെട്ടത്, അതുപോലെ ഡാർക്ക് മാറ്റർ എന്തു ദ്രവ്യമാണെന്നും വൈകാതെ കണ്ടുപിടിക്കപ്പെടും. നാളെ ശാസ്ത്രം ആ dark matter എന്തെന്നു തെളിയിക്കുമ്പോൾ ലോകം വീണ്ടും അമ്പരന്നു നിൽക്കും. കാരണം നൂറ്റാണ്ടുകൾക്കു മുമ്പേ അതേ ദ്രവ്യത്തിലായിരിക്കും ഈ മലയ്ക്കുള്ളിൽ രഹസ്യമായി ഭോഗർ സിദ്ധർ സൂക്ഷിച്ചുവച്ചിട്ടുള്ള വിഗ്രഹം നിർമ്മിച്ചിരിക്കുന്നത്! നാളത്തെ ലോകത്തിന്റെ ഊർജ്ജം എന്താണെന്ന് അന്നേ ഭോഗർ സിദ്ധർക്കു മനസിലായിരുന്നു!!

ഭോഗർ ജയന്തിക്കു ഗുഹാമുഖത്തു പൂജ ചെയ്യുമ്പോൾ പഴനിയാണ്ടവൻ എനിക്കു കാണിച്ചുതന്ന രഹസ്യങ്ങൾ, ഇനി തുറക്കാൻ പോകുന്ന അടുത്ത പകുതിയിലെ രഹസ്യങ്ങൾ. ലോകം അത്ഭുതത്തോടെ ഭോഗർ സിദ്ധരെ നോക്കിനിന്നുപോകും, സിദ്ധപരമ്പരയെ വണങ്ങും, കുമാരികാണ്ഡമെന്ന നിഗൂഢഭൂമിയെക്കുറിച്ച് പഠിക്കും. ആരവങ്ങളോടെ മുരുകപ്പെരുമാളെ വരവേൽക്കും.

പഴനിയാണ്ടവനുക്ക് ഹരോ ഹര!!

ഓം ശരവണഭവായ നമഃ

ഞാൻ എണീറ്റു. പഴനിമലയ്ക്കു മുകളിൽ ചന്ദ്രൻ. നക്ഷത്രങ്ങൾ. ആ കൂട്ടങ്ങളിൽ ഞാൻ തിരഞ്ഞു, കാർത്തികനക്ഷത്രങ്ങളെ! അവിടെ എന്റെ അമ്മയുടെ മുഖം! ഭഗവാനേ. ഞാൻ ഗിരിവീഥിയിൽ ദണ്ഡനമസ്കാരം ചെയ്തു. എനിക്കു കരച്ചിൽ വന്നു. പഴനിയുടെ ആ വിശുദ്ധമണ്ണിൽ ഇന്നു കണ്ണീരു വീഴാൻ പാടില്ല. എന്നെയാരോ പിടിച്ചെണീപ്പിച്ച പോലെയൊരു ഫീൽ. അമ്മ! അമ്മ എന്റെ നെറുകയിൽ ഉമ്മവെച്ചു. ആ ചേർത്തണയ്ക്കലിൽ എല്ലാ സംരക്ഷണത്തിന്റെയും മുലപ്പാൽമണം.

ഞാൻ അത്യാഹ്ലാദത്തോടെ ഗിരിവീഥിയിൽകൂടി നടന്നു. നിലാവിന്റെ പ്രകാശത്തിൽ പഴനിയാണ്ടവന്റെ അനുഗ്രഹം എന്നിൽ ഒഴുകിവരുംപോലെ. ഭോഗർ സിദ്ധരും പുലിപ്പാണി സിദ്ധരും മഹാവതാർ ബാബാജിയും ആകാശത്തുനിന്ന് എന്നെ അനുഗ്രഹിക്കുന്ന പോലെ. അതാ മറുവശത്തായി ആദിശങ്കരനും മഹാരാജാ വിക്രമാദിത്യനും. ശങ്കുവും സ്റ്റീഫൻ ഹോക്കിംഗും കൈകൾ കോർത്ത് പുഞ്ചിരിച്ചുകൊണ്ടെന്നെ നോക്കുന്നു. നാഗ എനർജിയും ഗരുഡ എനർജിയും എന്നെ ഒരു മേഘം കണക്കെ വന്നുമൂടുന്നു.

ആണ്ടവാ... അങ്ങയുടെ ആജ്ഞയിൽ എന്തു ഡ്യൂട്ടി ചെയ്യാനും ഞാൻ തയ്യാർ! എന്റെ മഹാപ്രസ്ഥാനം LMRKയും തയാർ. അതിലെ പോരാളികളോരോരുത്തരും അവരവരുടേതായ ദൗത്യം ചെയ്യാൻ തയാർ. കുമാരികാണ്ഡ പുനഃസ്ഥാപനമിഷനിൽ ഭഗവാൻ എനിക്കായി ഒരു ഇരിപ്പിടം ഒരുക്കിവച്ചിട്ടുണ്ട്. അധികാരത്തിന്റേതായ ആ ഇരിപ്പിടത്തിൽ ഭഗവാൻ എന്നെ ഇരുത്തും. അതിൽ ആസനസ്ഥനാകാൻ ഞാൻ ഇനിയും പരുവപ്പെടേണ്ടതുണ്ടാകും. അതിലേക്കായി ഈ മറുപാതിയിൽ എന്തൊക്കെ ദൗത്യങ്ങളാണ് രഹസ്യമായി വച്ചിട്ടുള്ളത്!

സിദ്ധരിൽ സിദ്ധരായ മഹാഭോഗർ സിദ്ധർ എല്ലാം കൃത്യമായി ഒളിപ്പിച്ചുവച്ചിട്ടുണ്ട്. ഉറപ്പ്.

ഞാൻ ഗിരിവീഥിയുടെ അടുത്ത പകുതിയിലേക്കു നടന്നു. നിലാവ് മറഞ്ഞു. വീഥി ഇരുട്ടിലായി. ആണ്ടവൻ എനിക്കു മുന്നിൽ വെളിപ്പെടുത്തിത്തരാനിരിക്കുന്ന, ഭോഗർ സിദ്ധർ അതിബുദ്ധിപൂർവം പാകിവച്ചിട്ടുള്ള രഹസ്യങ്ങളുടെ വിത്തുകൾപോലെ ആ ഇരുളിമ നിഗൂഢമായി എനിക്കു ചുറ്റും നിറഞ്ഞു.

പുഞ്ചിരിയോടെ ഞാൻ നടന്നു. LMRK ധ്വജവുമേന്തി വർദ്ധിത വീര്യത്തോടെ ഞാൻ നടന്നു. ആവേശത്തോടെ ഇനിയുമൊരുപാട് മുന്നോട്ടുപോകാനുണ്ട്. മുന്നോട്ടുതന്നെ! കൃത്യമായ ലക്ഷ്യങ്ങളോടെ തന്നെ മുന്നോട്ട്. ജയ് കുമാരികാണ്ഡം! എന്റെ മുരുകപ്പെരുമാളിനെ മനസ്സിൽ ധ്യാനിച്ച്, എല്ലാമെല്ലാമായ അമ്മയെ മനസിൽ ധ്യാനിച്ച്, പ്രദക്ഷിണം പൂർത്തിയാക്കാൻ ഞാനിതാ മുന്നോട്ട്...

ഓം ശരവണഭവായ നമഃ

■

യുഗപ്പിറവിക്ക് മുമ്പിൽ - ഭാഗം രണ്ട്

(അണിയറയിൽ)

ഞാനെന്റെ യാത്ര തുടർന്നുകൊണ്ടേയിരിക്കുന്നു, മുരുകഭഗവാന്റെ ഓരോ നിർദ്ദേശങ്ങളും ശിരസ്സാ നിർവ്വഹിച്ച്, അമ്മയെന്ന ആ സംരക്ഷണ വലയത്തിന്റെ സുരക്ഷിതത്വത്തിൽ നിന്നുകൊണ്ട്...

ഞാൻ അവിടെ എന്താണ് കാണുന്നത്. പൂർണമായും വ്യക്തമാകുന്നില്ല. അത് നമ്മുടെ ഈ ഭൂമിയല്ല എന്നെനിക്കു മനസ്സിലായി. ഈ പ്രപഞ്ചത്തിലെ മറ്റേതോ സ്ഥലം, മറ്റേതോ ടൈം സോൺ, മറ്റേതോ ആളുകൾ. പതുക്കെ പതുക്കെ എല്ലാം തെളിയുന്നു, അവരെ ഇപ്പോൾ എനിക്ക് വ്യക്തമായി കാണാം. ആ മുന്നിൽ നിൽക്കുന്നത് എന്റെ അച്ഛനാണല്ലോ! അതോ രാജ വിക്രമാദിത്യന്റെ അച്ഛനോ? അദ്ദേഹത്തിനൊപ്പം ആരൊക്കെയാണ്? അത്, തമിഴ് ചോഴവീരന്മാർ ആയ രാജാക്കന്മാർ ആണ്. അവർ എന്നിലേക്ക് എത്താൻ ശ്രമിക്കുകയാണ്. അവർക്ക് എന്തൊക്കെയോ രഹസ്യങ്ങൾ എന്നോട് പറയാനുണ്ട്. അവിടെ എന്നെ സഹായിക്കാൻ ശ്രീ രാമലിംഗം വള്ളലാർ സിദ്ധരുടെ അനുഗ്രഹവർഷം എന്നിലേക്ക് പ്രവേശിക്കുന്നത് ഞാൻ അറിയുന്നു. ആ രഹസ്യങ്ങൾ അറിയാൻ മുരുകഭഗവാന്റെ അനുഗ്രഹത്താൽ ഞാൻ അതിനു തയ്യാറെടുത്തിരിക്കുന്നു...

ഓം. ശരവണഭവായ നമഃ